కపర్ది

కొల్లాపూర్ రామమూర్తి

INDIA • SINGAPORE • MALAYSIA

ISBN 979-8-88986-934-4

గమనిక

ఈ కపర్ది నవలలోని పాత్రలు, సంఘటనలు, కథాంశం మొదలైనవి, కేవలం కల్పితాలు మాత్రమే. యథార్థజీవితంలోని వ్యక్తులకుగానీ, సంఘటనలకుగానీ సంబంధించినవి కావు. కథలో ఎక్కడైనా అటువంటి పోలిక కనిపించినచో అది యాదృచ్ఛికం మాత్రమే, ఉద్దేశ్యపూర్వకము కాదు.

కొల్హాపూర్ రామమూర్తి

రచయిత

మంచి రచన

భవభూతి 8వ శతాబ్దానికి చెందిన గొప్ప సంస్కృత పండితుడు. ప్రతిభావంతుడైన నాటక రచయిత. ఆయన ఉత్తరరామచరిత్ర అనే సంస్కృతనాటకం రచించాడు. అది రాముడి పట్టాభిషేకం తరవాత జరిగిన కథ, కల్పన.

ఆ నాటకానికి ప్రారంభంలో దర్శకుడు (సూత్రధారి) ప్రేక్షకులతో ఇలా చెప్పాడు. "ఏషోస్మి కార్యవశాత్ అయోధ్యకః తదానీంతనశ్చ సంవృత్తః" – "ఇప్పుడు నేను రాముడి కాలంలోకి వెళ్ళిపోతున్నాను. ఆ కాలంలో అయోధ్యలో నివసిస్తున్నాను". అంటే, రచయిత మనందరినీ మానసికంగా అయోధ్యకి తీసుకువెళ్ళాలి. మనం రాముడి పరిపాలనాకాలంలోకి వెళ్ళిపోవాలి. ఆ నాటకంలో పాత్రల సమకాలీనులమై నాటకాన్ని చూడాలి. ఇది రచయితలకు భవభూతి ఇచ్చిన సందేశం.

ఏ రచయిత అయినా సరే, పాఠకుణ్ణి తాను సృష్టించిన సన్నివేశాలలోకి మానసికంగా తీసుకువెళ్ళగలగడమే అతడి నేర్పుకి కొలమానం. ఫైవ్ స్టార్ హోటల్ గురించి చదువుతుంటే పాఠకుడికి ఆ హోటల్ లో ఉన్న అనుభవం కలగాలి. కేదారేశ్వర ఆలయం గురించి వ్రాసినా అంతే. అలా తీసుకువెళ్ళగలిగితేనే ఆ రచన పాఠకులని ఆకట్టుకుంటుంది. ప్రజలలో కొంతకాలం నిలుస్తుంది.

కపర్ది నవలని ఆ విధంగా రచించడంలో శ్రీ కొల్హాపూర్ రామమూర్తి సఫలమయ్యారు.

ఎన్ని సన్నివేశాలు చూపించారు!

రెండు ఆశ్రమాలు. రెండూ మంచివే. కానీ పోటీ! ఒక రహస్యం కాపాడాలనే నిబద్ధత ఒకరిది. ఆ రహస్యాన్ని అవతలివారు ఎందుకు కాపాడుతున్నారో తెలియక దాన్ని స్వంతం చేసుకోవాలనే పంతం మరొకరిది.

రూల్స్ ప్రకారం మాత్రమే పనిచేసే సి.బి.ఐ. కార్యాలయం ఒకటి. విశృంఖలంగా, విధ్వంసమే లక్ష్యంగా ఏ నియమాలూ లేని పైశాచిక ప్రవృత్తిలో ఉన్న ఐ.ఎస్.ఐ. కార్యాలయం మరొకటి.

ఒక పక్క ఔపనిషద మంత్రాలూ, మరొకపక్క సూఫీ సూక్తులూ. హిందూ స్వాముల ఆశ్రమంలో ముస్లిం భక్తుడు. ఆ భక్తుడు ఉపనిషద్ వాక్యాలకు భాష్యంమీద చర్చించడం, సందేహాలు తీర్చుకోవడం!

మానవీయ దృక్పథంలో ఉన్న, అనుభవంలేని సిబిఐ ఆఫీసర్, ఆమె లక్ష్యం కరుడుగట్టిన భయంకరుడైన ఉగ్రవాది! పాకిస్తాన్ గూఢచర్యం, భారత్ కి వ్యతిరేకంగా రహస్యంగా కుట్రలు. ఇంగ్లాండూ, భారతదేశం సంయుక్తంగా చేసిన ప్రతిగూఢచర్యం. కార్యసాధనలో వ్యక్తి నిబద్ధతకీ, వ్యవస్థ బలానికీ మధ్య ఉన్న తేడా. వీటన్నిటి మధ్యా సాంప్రదాయికమైన పేర్లూ, సంఘటనలూ పడుగూపేకాలా అల్లుకుపోవడం.

మరొక పక్క బిగ్ బ్యాంగ్ సిద్ధాంతాన్ని అనుసరించి భూగోళం ఏర్పడడం, ఘనీభవిస్తున్న లావానుంచి రాడాన్ వాయువు ఉత్పత్తి. అది ఘనీభవించి, సాంద్రమైన శివలింగాకారంలో ఏర్పడడం, అది భూమి ధృవాక్షపరంగా చేసే ఆత్మభ్రమణానికి అవసరమైన జడత్వభ్రామకాన్ని కలిగించడంలో తోడ్పడడం – ఈ భాగం విజయవంతంగా, అంటే నిజమేనేమో అనిపించేలా, భక్తిప్రపంచంలో ఇమిడ్చిన సైంటిఫిక్ ఫిక్షన్.

అనేక విషయాలను లోతుగా అధ్యయనం చేసి, పూర్తి అవగాహన ఏర్పరుచుకుంటే తప్ప ఇన్ని విభిన్నమైన పూర్వరంగాలని సృష్టించి, వాటిమధ్యలో కథని ఆసక్తి తగ్గకుండా ఆసాంతం కూర్చడం సాధ్యంకాదు. ఆ పైన రచన నాలుగు పేజీలు మనం చదివితే, మిగిలిన పేజీలు మనచేత అదే చదివించేలా

చేయడానికి భగవంతుడు ఇచ్చిన ప్రజ్ఞ ఉండాలి. దీనినే ప్రతిభ అంటారు.ఇది కేవలం గ్రంథాలు చదివినంత మాత్రాన రాదు.

కపర్దం అంటే శివుడి జటాజూటం. సీరియల్ కి 'కపర్ది' అనే పేరు చూసి నేను కుతూహలంతో ఆంధ్రభూమి వారపత్రికలో ఒక ఎపిసోడ్ చదివాను, ఆనందించాను. అక్కడినుండి సీరియల్ పూర్తి అయేవరకూ ప్రతీ ఎపిసోడూ చదివాను. ఇది రచయిత మొదటి రచన అని తెలిసి ఆశ్చర్యపోయాను. ఇంత బిగువైన, చక్కని రచన చేసిన రామ్మూర్తి గారిని అభినందిస్తూ, ఆయన ఇంకా మరిన్ని మంచి రచనలు చెయ్యాలని ఆంకాక్షిస్తున్నాను.

16-11-2016

ఉప్పులూరి కామేశ్వరరావు

హైదరాబాద్

రచయిత స్వపరిచయం

పేరు : కొల్హాపూర్ రామమూర్తి

ఊరు : అనంతపురం

పుట్టిన తేది : 18, ఫిబ్రవరి, 1968

వృత్తి : సర్వీస్ (వైస్ ప్రెసిడెంట్ (డిజైన్)- విజయ్ ట్యాంక్స్ అండ్ వెసెల్స్ (P) లిమిటెడ్, వడోదర

2015 డిసెంబర్ నెలలో పారిస్ లో ఐక్యరాజ్యసమితి దేశాల పర్యావరణసదస్సు జరిగింది. ప్రపంచదేశాలన్నీ ఏకాభిప్రాయానికొచ్చి, ఎలాగైనా పర్యావరణాన్ని కాపాడుకోవాలనే సత్సంకల్పం చేసుకున్న కొద్దిరోజుల్లోనే, నా ఈ రచన, ఆంధ్రభూమి సచిత్రవారపత్రికలో సీరియల్ గా ప్రారంభం కావడం, కాకతాళీయమే ఐనా నాకు చాలా సంతోషం కలిగించిన విషయం.

మన సనాతన పూజావిధానాలు, మంత్రతంత్రాలు, సాంప్రదాయాలు, యివన్నీ పర్యావరణాన్ని, మన మానసిక, శారీరక ఆరోగ్యాలని, ప్రకృతి రహస్యాలని కాపాడి, ముందుతరాలకి జాగ్రత్తగా అందించే ఉద్దేశ్యంతో చేయబడ్డాయి. ఐతే, ప్రస్తుతం వీటన్నిటినీ మూఢమనమ్మకాలని కొట్టిపారేస్తున్నాం. మనలో పేరుకున్న స్వార్థం, నిర్లక్ష్యం, అజ్ఞానాల కారణంగా, పర్యావరణానికి మనవంతు హానిచేస్తున్నాం. భూతాపం మరో రెండు డిగ్రీలు పెరిగితే ప్రళయం తప్పదని మేధావివర్గాలు హెచ్చరిస్తున్నా, మేలుకోలేని సుఖాలమత్తులో మునిగిపోయాం.

ఈ నేపథ్యంలో, శత్రుదేశాలు మనల్ని దొంగగా చావుదెబ్బ తీయడానికి ఓ కొత్తమార్గంలో పావులు కదిపితే ఏం జరగబోతుంది అనే ప్రధానవిషయంతో ఈ కథ సాగుతుంది. ఊహించని మలుపులు, సస్పెన్స్, వీటితోపాటు మన ప్రాచీనవిజ్ఞానం, సాంప్రదాయాలని మేళవించి, మంచి సందేశంతో ఓ ఆరోగ్యకరమైన థ్రిల్లర్ ని అందించాలనే నా ఈ చిరు ప్రయత్నాన్ని పాఠకులు సహృదయంతో ఆదరిస్తారని ఆశిస్తున్నాను.

నా మొదటి నవల దివ్యధాత్రి, 96-1995 లో ఆంధ్రప్రభ వారపత్రికలో సీరియల్ గా ప్రచురించబడింది. ఆ తర్వాత ఉద్యోగంలో ఒత్తిడివల్ల, సమయం దొరక్క, నేను రచనావ్యాసంగానికి దూరమయ్యాను. ఇన్నేళ్ళ తర్వాత, తిరిగి కలం చేపట్టే అవకాశం దొరికింది. సాదరంగా నా ఈ రచనను పరిశీలించి, ప్రచురణకు స్వీకరించిన ఆంధ్రభూమి అసిస్టెంట్ ఎడిటర్ ఎ.ఎస్. లక్ష్మి గారికి ముందుగా నా కృతజ్ఞతలు.

18 ఆగస్ట్ 2016 ఆంధ్రభూమి సంచికలో శ్రీ ఉప్పులూరి కామేశ్వరరావుగారు, కపర్ది సీరియల్ ని అభినందిస్తూ పెద్ద ఉత్తరం రాశారు. వారికి నా హృదయపూర్వక కృతజ్ఞతా నమస్కారాలు. తెలుగు పాఠకులందరికీ రామాయణవిశేష సుధాపానం చేయించిన అంతటి పెద్దల అభినందనకి నోచుకోవడం నా పూర్వజన్మ సుకృతం. ఇదంతా నా తల్లిదండ్రుల తపస్సు, గురువుల ఆశీర్వాదబలంవల్ల మాత్రమే సాధ్యమైంది.

శ్రీ ఉప్పులూరి కామేశ్వరరావుగారికి, శ్రీ సకలాభక్తుల కృష్ణమూర్తిగారికి, శ్రీ అమరవాది రామచంద్రమూర్తిగారికి యింకా కపర్ది సీరియల్ని ఆదరించి, అభినందించిన ఆంధ్రభూమి అశేష పాఠకులకు నా కృతజ్ఞతలు.

కొల్హాపూర్ రామమూర్తి

ramamurthy182@yahoo.co.in

Mobile: +91-97277 69366

ప్రొలోగ్
జూన్ 13, 2011
డెహ్రాడూన్

జన్ లోక్ పాల్ బిల్ కోసం అన్నాహజారే చేస్తున్న ఉద్యమాన్ని దేశమంతా ఆసక్తిగా గమనిస్తోంది. పాలనా వ్యవస్థలో అవినీతి పాతుకునిపోయి, జుగుప్స పుట్టించే స్థాయికి ఎదిగిపోయిన సమయంలో, ఎక్కడో ఒక చిన్న ఆశాకిరణం, అన్నా హజారే ఉద్యమం రూపంలో సగటు భారతీయుడికి కనిపిస్తున్న ఆ సమయంలో...

డెహ్రాడూన్ లోని జాలీగ్రాంట్ హాస్పిటల్ లో నిర్వేదంతో కూడిన నిశ్శబ్దం అలుముకుంది. గంగానదిని ఇల్లీగల్ మైనింగ్ మాఫియా నుండి కాపాడేందుకు, దాదాపు నాలుగు నెలలుగా నిరాహారదీక్షలో ఉన్న స్వామీ విమలానంద ఆరోజు మధ్యాహ్నం రెండున్నరకి చనిపోయినట్టు హాస్పిటల్ ప్రకటించింది. అప్పుడు అతడి వయసు ముప్పైఐదు సంవత్సరాలు. బీహార్ లోని దర్భంగా (దర్భగంగా) లో పుట్టి, పంతొమ్మిది సంవత్సరాల వయసులో సత్యాన్వేషణ కోసం ఎవరికీ చెప్పకుండా యిల్లు వదిలివెళ్ళాడు. పర్యావరణాన్ని రక్షించే ఉద్దేశ్యంతో తనలాగే ఆలోచించే కొంతమంది యువకులతో కలిసి 1997లో ధాత్రిసదన్ సంస్థను స్థాపించాడు. వారి ఉద్యమం గాంధీమార్గంలో కొనసాగింది. గంగానదీ తీరంలో అక్రమంగా క్వారీలు నడుపుతున్న ఇసుక, రాళ్ళ మాఫియాలకు వ్యతిరేకంగా 1998లో, తిరిగి 2008లో విమలానంద నిరాహారదీక్ష చేపట్టాడు.

తిరిగి ఫిబ్రవరి 2011లో ప్రారంభించిన అతడి నిరాహారదీక్ష రెండునెలలు కొనసాగింది. ఏప్రిల్ 2011లో బలవంతంగా అతడిని డెహ్రాడూన్ డిస్ట్రిక్ట్ హాస్పిటల్ కు తరలించారు. మూడురోజుల తర్వాత ఓ నర్స్ (ఆమె ఎవరో యిప్పటికీ ఎవరికీ తెలియదు) అతడికి ఏదో ఇంజెక్షన్ చేయడంతో కోమాలోకి వెళ్లాడు. అతడి మీద విషప్రయోగం జరిగిందని ధాత్రిసదన్ సభ్యులు గొడవచేయడంతో జాలీగ్రాంట్ హాస్పిటల్ కి తరలించారు. సీరంటెస్ట్ లో అతడి రక్తంలో ఆర్గనో ఫాస్ఫేట్స్ ఉన్నట్టు వెల్లడైంది. ఎన్నో ఆంటిడోట్స్ యిచ్చినప్పటికీ విమలానందను డాక్టర్స్ కాపాడలేకపోయారు. చివరికి జూన్ 13 న అతడు మరణించాడు.

ధాత్రిసదన్ సభ్యులకు తప్ప, అతడి మరణం దేశంలో ఎవరికీ పెద్దగా విషాదం కలిగించలేదు. ప్రతి చిన్న విషయాన్ని భూతద్దంలో చూపించే మీడియా కూడా, ఈ హత్యకు పెద్దగా కవరేజ్ యివ్వలేదు. ఐ.పి. ఎల్. స్కాంనో, స్టింగ్ ఆపరేషన్స్ లో హిడన్ కెమెరా ముందు నోట్లకట్టలు తీసుకునే అధికారినో, ఎన్నికల్లో గెలిచినరోజు, బార్ డాన్సర్లతో గంతులేసే రాజకీయనాయకులనో చూపిస్తే వచ్చే టి.ఆర్.పి.రేటింగ్ తో పోలిస్తే, పర్యావరణం కోసం పోరాడి చనిపోయిన ఓ 'అనామకుడి' రేటింగ్ చాలాతక్కువే మరి! సత్యాగ్రహం చేసేవారిని యిలా సులభంగా ఎలిమినేట్ చేసే మైనింగ్ మాఫియా టెక్నిక్స్ బ్రిటిష్ వారికి కూడ తెలిసుంటే, బహుశా ఇప్పటికీ మనదేశాన్ని పరిపాలిస్తూ ఉండేవారు!

మైనింగ్ మాఫియాలు దేశరాజకీయాల్ని శాసించే శకంలో, విమలానందలాంటి వారు చేసే నిరాహారదీక్షలని పట్టించుకోవడానిక్కూడా ఎవరికీ తీరికలేదు. ఇంట్లోని చెత్తంతా ప్లాస్టిక్ కవర్లలో నింపి, నిర్మొహమాటంగా వీధిచివర్లో, లేదా డ్రైనేజి కాల్వల్లోకి విసిరేసి, తమ యింట్లోని విట్రిఫైడ్ టైల్ ఫ్లోరింగ్ మెరుస్తుండడమే శుభ్రత

అని భావించేవారికీ, గుట్కా, పాన్ మసాలాలు తిని, నిలుచున్న చోటే ఉమ్మేస్తూ స్వతంత్రానికి అర్థం అదేనని వెటకారంగా మాట్లాడేవారికీ, యు.వి.టార్చ్ లైట్ వెలుగులో చిన్నపిల్లల చేతులమీద, దంతాలమీద బాక్టీరియాని చూపించగల డాక్టర్లకూ, వారి మాటల్ని నోళ్ళు వెళ్లబెట్టుకుని వినే "కిటాణు కాన్షస్" తల్లులకూ, పర్యావరణం గురించి చెప్పినా వినే తీరికలేదు.

మరుసటిరోజు విమలానంద అంత్యక్రియలు జరిగాయి. ధాత్రిసదన్ సభ్యులతో పాటు, హరిద్వార్ లోని వాతాపిగణపతి ఆశ్రమం పీఠాధిపతి విద్యారణ్యసరస్వతి, ఆయన శిష్యులు కొంతమంది అంత్యక్రియలకు హాజరయ్యారు. తన పూర్వాశ్రమం (సన్యాసం తీసుకోవడానికి ముందు) భార్య మరణించినప్పుడు కూడా కన్నీరుపెట్టని ఆయన మొదటిసారి కన్నీరుపెట్టడం చూసి అందరూ చలించిపోయారు.

ఎప్పుడూ ఆయనతోనే ఉండే ఆశ్రమం సేవకుడు, కపర్ది కూడా మౌనంగా తన స్నేహితుడి అంత్యక్రియల్లో లీనమయ్యాడు. కపర్ది వయసు ఇరవైఏడు సంవత్సరాలు. తొమ్మిదిసంవత్సరాల వయసులో, ఓ అనాథగా వాతాపిగణపతి ఆశ్రమానికి వచ్చాడు. విమలానందతో అతడి పరిచయం, పదిసంవత్సరాల క్రితం జరిగింది. పర్యావరణం విషయంలో ఇద్దరి ఆలోచనాధోరణులు కలవడంతో మంచి స్నేహితులయ్యారు.

అంత్యక్రియల తర్వాత, విద్యారణ్య సరస్వతి అందరినీ ఉద్దేశించి చెప్పారు, "ఈరోజు మన దేశచరిత్రలో ఓ అత్యంత బాధాకరమైన దినం. ఈ ఆధునికయుగంలో, మనిషి సుఖాల వ్యామోహంలో పడి, తెలిసోతెలియకో పర్యావరణానికి చాలా హానిచేస్తున్నాడు. కానీ, తన తప్పును ఎత్తి చూపించేందుకు, సరిచేసేందుకు శాంతిమార్గంలో ఉద్యమించే విమలానందలాంటి మంచివ్యక్తుల్ని కూడా భూమ్మీద లేకుండా చేసి, తన నాశనాన్ని తానే ఆహ్వానిస్తున్నాడు. అయినా సరే, మీరెవ్వరూ ఆవేశాలకు పోకుండా, విమలానంద మొదలుపెట్టిన ఈ సత్యాగ్రహాన్ని కొనసాగించండి.

సనాతనంగా మనదేశంలో పాటిస్తున్న పూజావిధానాలు, మంత్రతంత్రాలన్నీ పర్యావరణాన్ని, మన ఆరోగ్యాన్ని కాపాడే ఉద్దేశ్యంతో చేసినవేనని మా గురువుగారు చెబుతుండేవారు. కానీ, నేడు వాటన్నిటినీ మూఢనమ్మకాలని కొట్టిపారేయడంవల్ల, మనిషి ప్రకృతిలో తానూ ఒక భాగమనే విషయాన్నే మరచిపోయాడు. నేల, నదులు, అడవులు, జంతువులు, పక్షులు, ఇంకా ఇతర జీవరాశి, యివన్నీ కేవలం తన సుఖంకోసమే ఈ సృష్టిలో ఉన్నాయనే భ్రమలోపడి, అన్నిటినీ దుర్వినియోగం చేస్తున్నాడు.

మీరంతా శాంతిమార్గంలో ఈ ఉద్యమాన్ని ప్రజల్లోకి తీసుకువెళ్లండి. మేధావివర్గంలోనూ చాలామంది మన అభిప్రాయాలతో ఏకీభవిస్తున్నారు. వారిని కలుపుకుని ముందుకు సాగుదాం. నదీతీరాలు, బేసిన్ ల నుండి భారీగా ఇసుక, రాళ్ళు అక్రమంగా తరలించడంవల్ల, పచ్చని పంటపొలాలు బీడు భూములుగా ఎలా మారుతున్నాయో ప్రచారంచేద్దాం. టూరిజం డెవలప్మెంట్ పేరుతో విచక్షణారహితంగా ఉత్తరాఖండ్ లో చెట్లు నరికేస్తున్నారు. అందుకు వ్యతిరేకంగా మనం మరిన్ని చెట్లను నాటి, మన సత్యాగ్రహ ఉద్యమాన్ని కొనసాగిద్దాం"

ఆయన ప్రసంగం తర్వాత గణపతి ఆశ్రమం సేవకులు, ప్రతిరోజు కార్యక్రమాల తర్వాత చేసే తమ ప్రార్థన శ్లోకాన్ని ఆలపించారు.

కామధేనువుదరిని నాట్యమాడే హరుని పదపీఠాన శిరసుంచి మ్రొక్కరా

స్థిరముగా సత్యమెప్పుడు నిబిడమైయుండు త్యాగాల పదతలాన శోధించరా

ఈ శ్లోకం విద్యారణ్యసరస్వతికి ముందున్న గురువు, శివానందసరస్వతి తన చివరిరోజుల్లో రాసింది. ఆశ్రమంలో ఎవరికీ దాని అర్థం సరిగా తెలియకపోయినా, ఆయన చివరి కోరికగా ప్రతిరోజు ఉదయం, సాయంత్రం కార్యక్రమాల ముగింపుగా దాన్ని ఆలపించడం ఆనవాయితీగా మారింది.

అందరూ ప్రార్థనలో లీనమైన ఆ సమయంలో, కపర్ది మాత్రం మౌనంగా ఉన్నాడు. ఎన్నోసార్లు తన స్నేహితుడికి చెప్పాడు ... శాంతి మార్గం ఈ రోజుల్లో పనిచేయదని. ఖనిజాలకోసం కొండల్ని కూడా త్రవ్వేసి, లోయలుగా మార్చగల మైనింగ్ మాఫియాలకి అడ్డదారుల్లో, చాలా త్వరత్వరగా పర్మిట్స్ యిచ్చేసి, జరగకూడని నష్టం అంతా జరిగిపోయాక, 'పర్యావరణాన్ని కాపాడే బాధ్యత మనందరిమీదా ఎంతైనా ఉందంటూ' ప్రజలకి గంభీరమైన ఉపన్యాసాలిచ్చే 'లీడర్స్' రాజ్యమేలుతున్నపుడు, శాంతిమార్గం, సత్యాగ్రహం పనిచేయవు. కానీ విమలానంద తన మాట వినలేదు, ఫలితం ... దయనీయమైన అతడి మరణం... కాదు... హత్య!

కపర్దికి మనసంతా నిర్వేదంగా ఉంది. ఎవరో ఒకరు పూనుకుని ఈ వినాశనాన్ని ఆపాలి. బహుశా, శివానందసరస్వతి గురూజీ చెప్పిన మహావిపత్తుకు సమయం కూడా దగ్గరపడుతోంది!

ప్రారంభం

సెప్టెంబర్,14, 2012
జిన్నా ఇంటర్నేషనల్ ఎయిర్ పోర్ట్, కరాచీ

దుబాయ్ నుండి వచ్చిన ఎమిరేట్స్ ఫ్లైట్ ఇ-608, తన షెడ్యూల్ టైం ప్రకారం, సాయంత్రం 06.05 కు లాండ్ అయింది. ఇమిగ్రేషన్ ఫార్మాలిటీస్ ముగించుకుని అరగంటలో బయటికి వచ్చాడు హమీద్ మిర్. అతడి వయసు 60సంవత్సరాలు. కాబుల్ లోని పాకిస్తాన్ రాయబార కార్యాలయంలో వీసా సెక్షన్ మేనేజర్ గా పనిచేసి, రెండురోజుల క్రితం రిటైర్ అయ్యాడు. ఉదయం ఎనిమిదికి కాబుల్ నుండి మొదలైన అతడి ప్రయాణం, దుబాయ్ మీదుగా కరాచీ చేరడంతో పూర్తయింది. దాదాపు ఇరవై సంవత్సరాలు ఆఫ్ఘనిస్తాన్ లో పనిచేసి రిటైర్ అవుతుండడంతో, ఎంబసీలోని స్టాఫ్ ఘనంగా పార్టీ యివ్వాలని ప్లాన్ చేశారు. కాని హమీద్ మిర్ చాలా రిజర్వ్డ్ కావడంవల్ల, ఎప్పుడూ పార్టీలకు దూరం. సింపుల్ గా వీడ్కోలు ముగించుకుని బయలుదేరాడు.

హమీద్ మిర్ పార్టీలకు దూరంగా ఉండడానికి యింకో ముఖ్యమైన కారణం... అతడి నిజమైన ఐడెంటిటీ! అందరికీ వీసా సెక్షన్ మేనేజర్ గా మాత్రమే తెలిసిన హమీద్ మిర్, నిజానికి ఐ.ఎస్.ఐ. కి చెందిన జాయింట్ ఇంటలిజెన్స్ మిసిలేనియస్ (జే.ఐ.ఎమ్.) లో సీనియర్ ఏజంట్. యుద్ధ సమయాల్లో, కోవర్ట్ ఆపరేషన్స్ లో పనిచేసే జే.ఐ.ఎమ్., అతి రహస్యమైన సంస్థ. ఐ.ఎస్.ఐ. లోని మిగతా విభాగాల్లో చాలా సంవత్సరాలు సిన్సియర్ గా సర్వీస్ చేసి డి.డి.జి.(ఎక్స్టర్నల్) దృష్టిలో పడిన వారికి మాత్రమే జే.ఐ.ఎమ్. లో పనిచేసే అవకాశం దొరుకుతుంది.

అతడికి పద్దెనిమిది సంవత్సరాల వయసులో నిఖా అయింది. అప్పట్లో ఈస్ట్ పాకిస్తాన్(బాంగ్లాదేశ్)కి వెళ్లి చదువుకుంటున్న వయసులోనే, ఓ బాంగ్లాదేశీ అమ్మాయిని ప్రేమించి పెళ్ళి చేసుకున్నాడు. సంవత్సరం తిరిగేలోగా కొడుకు పుట్టడంతో బాధ్యతలు పెరిగాయి, పాక్ ఆర్మీలో చేరాడు. అంతలోనే బాంగ్లాదేశ్ లో తిరుగుబాటు, ఇండియాతో యుద్ధం మొదలయ్యాయి. అప్పటి అల్లర్లలో అతడి భార్య చనిపోయింది. అతడి తల్లి తిరిగి పాకిస్తాన్ వచ్చేయమని ఒత్తిడి చేయడంతో, కొడుకును భార్య బంధువులకి అప్పగించి, తాను కరాచీ వచ్చేశాడు. ఇక అప్పటినుండి ఇండియా అంటే ఆపుకోలేని కసి పెంచుకున్నాడు. కష్టపడి పనిచేసి, ఆర్మీ నుండి ఐ.ఎస్.ఐ. కి మారాడు.

సోవియట్ యూనియన్, 1989లో ఆఫ్ఘనిస్తాన్ నుండి తన సైన్యాన్ని వెనక్కి పిలిపించడంతో ఆఫ్ఘనిస్తాన్-పాకిస్తాన్ బార్డర్స్ (ఆఫ్-పాక్) లో తీవ్రమైన ఉద్రిక్తతలు ఏర్పడ్డాయి. ఆ సమయంలో నజీబుల్లా పాలన నుండి ఆఫ్ఘనిస్తాన్ కు విముక్తి కల్పించడానికి ఎన్నో తీవ్రవాద వర్గాలు ఏర్పడ్డాయి. ఒక్కో వర్గాన్ని ఒక్కో దేశం సపోర్ట్ చేసేది. గుల్బుద్దీన్ హెక్మతియార్ నేతృత్వంలోని హిజబ్-ఇ-ఇస్లామీని పాకిస్తాన్ సపోర్ట్ చేస్తే, ఇరాన్, షియా-హిజబ్-ఇ-వాదత్ ని, సౌదీ అరేబియా, ఇత్తిహాద్-ఇ-ఇస్లామీ ని సపోర్ట్ చేసేవి. అమెరికా మాత్రం తెరవెనకనుండి పాకిస్తాన్ కి, సౌదీ అరేబియాకి ఆర్థికంగా సహాయం చేసేది. మధ్యఆసియాలో పట్టుకోసం

అన్నివర్గాలూ అలా తమ శక్తికొద్దీ ప్రయత్నిస్తున్న ఆ సమయంలో, పాకిస్తాన్ కి తన బెస్ట్ ఏజంట్స్ ని ఆఫ్-పాక్ లోనికి పంపించాల్సిన అవసరం ఏర్పడింది.

హమీద్ మిర్ అప్పటివరకు ఐ.ఎస్.ఐ. లోని జాయింట్ కౌంటర్ ఇంటలిజెన్స్ బ్యూరోలో (జె.సి.ఐ.బి.) పనిచేసేవాడు. అప్పట్లో అతడి ఏరియా ఆఫ్ స్పెషలైజేషన్ ఇండియా. హిందీ, ఇంగ్లీష్ తో పాటు ఐదు భారతీయ భాషల్లో మాట్లాడగలడు, రాయగలడు. 1990లలో భారతదేశంలో మతఘర్షణలు, హింసాకాండ తీవ్రరూపం దాలుస్తున్నపుడు, హమీద్ మిర్ ఓ ముఖ్యమైన ఆపరేషన్ లో చాలా ఆక్టివ్ గా ఉన్నాడు. కానీ ఇండియాకంటే అప్పట్లో పాక్ కు ఆఫ్ఘనిస్తాన్ చాలా ముఖ్యం కావడంతో, 1993లో అతడిని సడన్ గా వెనక్కి పిలిపించారు.

మొదట్లో హమీద్ మిర్ చాలా డిసపాయింట్ అయ్యాడు. కానీ, అతడి బాస్ ముక్తార్ అహ్మద్ తో మాట్లాడాక కన్విన్స్ అయ్యాడు. ఈ విషయంలో ముక్తార్ అహ్మద్ చాలా ఎఫిసియంట్. ఎటువంటి ఏజెంట్ నైనా మాటల్తో కన్విన్స్ చేసి, తనకి కావలసిన రీతిలో పనిచేయించుకోవడం ముక్తార్ అహ్మద్ స్పెషాలిటీ. దేశ రాజకీయ ప్రయోజనాలు అన్నిటికన్నా ముఖ్యమైనవి, వ్యక్తుల ఇష్టాయిష్టాలకు ఎటువంటి ఇంపార్టెన్స్ లేదని హమీద్ మిర్ కి అర్థమైంది.

మొదట ఆఫ్-పాక్ బార్డర్స్ లో తాలిబాన్ తో పనిచేసి, క్రమంగా కాబుల్ చేరుకున్నాడు. ఇరాన్ ను ఆఫ్ఘనిస్తాన్ నుండి దూరంగా ఉంచేందుకు ఎంతోమంది షియా-హిజబ్-ఇ-వాదత్ తీవ్రవాదుల్ని చంపించాడు. ఎన్నో చీకటి ఒప్పందాలు, బాంబింగ్స్, ఊచకోతల్లో హమీద్ మిర్ హస్తం ఉంది. 97-1996 సమయంలో ఆఫ్ఘనిస్తాన్ ను ఎవరు పరిపాలిస్తున్నారో తెలియని పరిస్థితి ఉండింది. ఆ సమయంలో తాలిబాన్ ను గైడ్ చేసి, 1998 లో అహ్మద్ షా మసూద్ కంట్రోల్ నుండి మజార్-ఇ-షరీఫ్ ని విడిపించడంలో హమీద్ పాత్ర చాలా ఉంది. అప్పుడు తాలిబాన్ జరిపిన ఊచకోతలో వేలమంది చనిపోయారు. అందులో ఎంతోమంది ఇరాన్ డిప్లొమాట్స్ కూడా ఉన్నారు. వారి శవాల్ని తాలిబాన్ నుండి విడిపించుకోవడానికి, ఇరాన్ ఏకంగా రెండు లక్షలమంది సైన్యాన్ని ఆఫ్ఘన్ బార్డర్స్ లో మొహరించాల్సివచ్చింది.

మజార్-ఇ-షరీఫ్ ను విడిపించిన తర్వాత, పాక్ ఇంటలిజెన్స్ వర్గాల్లో హమీద్ ఓ హీరో అయ్యాడు. ఏదైనా విషయంలో హమీద్ ఇన్వాల్వ్ అయ్యాడంటే సక్సెస్ గ్యారంటీ. అతడి పాలసీ ఒక్కటే ... ఏ పనిలో అయినా హింస, రక్తపాతం, పాకిస్తాన్ లో జరగడానికి వీల్లేదు. తమదేశం ప్రజలు డిస్టర్బ్ అవకూడదు. అతడి దృష్టిలో సక్సెస్ ఆఫ్ ఇంటలిజెన్స్ అంటే అదే. అందుకే అతడు ప్లాన్ చేసే ప్రతి ఆక్టివిటీ, పాకిస్తాన్ బయటే జరిగేది. ఈ కారణంగానే ఆల్ కైదా అంటే కూడా అతడికి ద్వేషం. పవిత్రమైన పాకిస్తాన్ లో, ఆల్ కైదా తన పట్టుకోసం ఎంతోమందిని చంపించింది. పాక్ రాజకీయ నాయకులు, సైన్యంలో అధికారదాహం ఎక్కువైన వ్యక్తులు, ఒసామా బిన్ లాడన్ సపోర్ట్ కోసం ప్రాకులాడడం, తమ ప్రత్యర్థుల్ని ఆల్ కైదా ద్వారా చంపించడం, ఇవన్నీ అతడికి చాలా ఏవగింపు కలిగించేవి. ఇలాగే కొనసాగితే, పాకిస్తాన్ పూర్తిగా ఆల్ కైదా కంట్రోల్ లోకి వెళ్ళిపోతుందని కొలీగ్స్ తో అనేవాడు. చివరికి అదే జరిగింది.

పికప్ టాక్సీ డ్రైవర్స్ పట్టుకున్నప్లకార్డ్స్ చూస్తూ లీగసీ హోమ్స్ ప్లకార్డ్ వైపు వెళ్లాడు. డ్రైవర్ కి సైగ చేయడంతో అతనొచ్చి హమీద్ మిర్ చేతిలోని లగేజ్ అందుకున్నాడు. కరాచీలోని ఫైవ్ స్టార్ హోటల్స్ కన్నా లీగసీ హోమ్స్ అతడికి బాగానచ్చింది. అది కరాచీ ఎఫ్.బి. ఏరియా, సెకెండ్ బ్లాక్ లోని ఓ లగ్జరీ అపార్ట్ మెంట్స్ సముదాయం. కానీ, ఏర్పాట్లు ఫైవ్ స్టార్ హోటల్స్ కంటే బాగుంటాయి. అన్నిటికంటే ముఖ్యంగా అతడికి నచ్చింది, కావలసింది - ప్రైవసీ. లీగసీ హోమ్స్ లోని మూడు అపార్ట్ మెంట్స్ పర్మనెంట్ గా జే.ఐ.ఎమ్. కి కేటాయించబడ్డాయి. అవసరమైనప్పుడు జే.ఐ.ఎమ్. లోని సీనియర్స్ కి మాత్రమే అందులో ఉండే అవకాశం ఉంటుంది.

"ఎంత టైం పడుతుంది?" అడిగాడు హమీద్ మిర్ టాక్సీ ఎయిర్ పోర్ట్ బయటికి రాగానే.

"ట్రాఫిక్ హెవీగా ఉంది సర్, గంట పైనే పడుతుంది" చెప్పాడు డ్రైవర్.

"ఓకే, తారిక్ రోడ్ మీదుగా వెళ్ళు. డోల్ మెన్ మాల్ దగ్గర ఆపు, పనుంది"

"జీ హుజూర్"

డోల్ మెన్ మాల్ కరాచీలోని చాలా పెద్ద మాల్స్ లో అది ఒకటి. అందులోని ఫుడ్ కోర్ట్ లో దొరికే తఫ్తాన్స్ అంటే హమీద్ మిర్ కి చాలా యిష్టం. చేసే పద్ధతి నాన్ లాగే, కాకపోతే పెనంమీద నాన్ వేశాక, కోడి గుడ్డు లోని తెల్ల సొనని నాన్ మీద వేసి, నువ్వులు స్మియర్ చేస్తారు. నాన్ సరిగా కాలాక వెన్న పూసి పాక్ చేస్తారు. ఒంటరిగా, రిలాక్స్ గా ఉన్నపుడు డిస్కవరీ ఛానల్ చూస్తూ, తఫ్తాన్స్ తినడం అతడికి చాలా యిష్టం.

అలా రిలాక్స్ గా ఉన్నపుడు అతడికి యిష్టమైంది ఇంకోటుంది ... అది స్కాచ్ తాగడం, అదికూడా జానీ వాకర్ బ్లూలేబిల్. కానీ, యిప్పట్లో ఆ కోరిక నెరవేరేలా లేదు. పాకిస్తాన్ లో లిక్కర్ అమ్మకం మీద చాలా రిస్ట్రిక్షన్స్ ఉన్నాయి. ఈమధ్యకాలంలో ఎయిర్ పోర్ట్స్ లో చాలా పెద్ద మొత్తంలో స్మగుల్డ్ లిక్కర్ దొరకడంతో, డిపార్ట్మెంట్ అలర్టయింది. గవర్నమెంట్ పర్మిషన్ తో నడిచే పర్మిట్ రూంస్ లో హిందువులు, క్రిస్టియన్లకోసం దేశీ లిక్కర్ తక్కువ మొత్తంలో అమ్ముతారు. బ్రిటిష్ పాలనకు చిహ్నంగా మిగిలిన ముర్రీ బ్రీవరీస్ లో తయారైన లిక్కర్, పర్మిట్ రూంస్ లో దొరుకుతుంది. కానీ అతడికి నచ్చిన స్కాచ్ అక్కడ దొరకదు. అదే ఇస్లామాబాద్ లో అయితే స్కాచ్ చాలా సులభంగా దొరుకుతుంది. ఆఫ్రికన్ దేశాల ఎంబసీల్లో విరివిగా విదేశీ డ్రింక్స్ దొరుకుతాయి... కొంచెం కాస్ట్లీ అంతే.

డోల్ మెన్ మాల్ మీదుగా టాక్సీ లీగసీ హోమ్స్ చేరుకునే సరికి రాత్రి ఎనిమిదైంది. రిసెప్షనిస్ట్ రూం కీస్ తో పాటు ఓ చిన్న ఎన్వలప్ యిచ్చాడు. ఓపన్ చేసి, అందులోని స్లిప్ తీసి చదివాడు.

'916, జిన్నా 19 ఏ.ఎం.'

అతడికి అర్థమైంది. పాక్ ఇంటలిజెన్స్ భాషలో ఏ.ఎం. అంటే 'అహ్మాద్ ముక్తార్'. 16-9 అంటే సెప్టెంబర్ పదహారో తేదీ, సాయంత్రం ఏడు గంటలకి తనని కలవమని ముక్తార్ అహ్మద్ మెసేజ్. 'జిన్నా' అంటే కరాచీ లోని మజార్-ఇ-క్వైద్. పాకిస్తాన్ ఫౌండర్, మొహమ్మదాలీ జిన్నా సమాధి అక్కడే ఉంది.

సెప్టెంబర్,15, 2012
సి.బి.ఐ. అకాడమీ, ఘజియాబాద్

ప్రతి ఏటా సెంట్రల్ బ్యూరో ఆఫ్ ఇన్వెస్టిగేషన్ లోకి రిక్రూట్ అయ్యే ఆఫీసర్స్ కి ఇక్కడే ట్రైనింగ్ యిస్తారు. జున్ 2011లో రిక్రూట్ అయిన ఆఫీసర్స్ ట్రైనింగ్ పూర్తి కావస్తోంది. మన చట్టం గురించి అవగాహన, ఫోరెన్సిక్ సైన్స్, కమ్యూనికేషన్ ల తో పాటు ఆయుధాల గురించి, అవి లేనపుడు అవసరమైతే ఎలా ఆత్మరక్షణ చేసుకోవాలి, ఇలాంటి విషయాలమీద, అనుభవం ఉన్న వారితో థియరీ, ప్రాక్టీస్ లలో ట్రైనింగ్ ఇవ్వబడుతుంది.

రెగులర్ ఎక్సర్ సైజ్, నియమితమైన ఆహారం అలవాట్లవల్ల, ఆఫీసర్స్ అందరూ చురుగ్గా ఉన్నారు. పాలిటిక్స్ కారణంగా ఎన్ని విమర్శలు వచ్చినా, ఇప్పటికీ సి.బి.ఐ. కి ప్రపంచం లో ఓ ఉత్తమ స్థాయి ఇన్వెస్టిగేషన్ సంస్థ అన్న పేరు నిలబడేందుకు ముఖ్యమైన కారణం - ఈ ట్రైనింగ్.

అకాడమీ డిప్యూటి హెడ్, అరవింద్ నార్లేకర్ కొన్ని కొత్త వెపన్స్, టూల్స్ గురించి ఆఫీసర్స్ కి చెబుతున్నాడు.

"సో... మై డియర్ యంగ్, డిప్యూటి ఎస్.పీస్.(సి.బి.ఐ.లో ట్రైనింగ్ తర్వాత ఆఫీసర్ కి ఇచ్చే మొదటి పొసిషన్ డిప్యూటి ఎస్.పి.), మన స్పెషల్ అమ్యూనిషన్ డిపార్ట్మెంట్ తయారుచేసిన ఈ బైనాక్యులర్, చూడ్డానికి మామూలు నైట్ విజన్ బైనాక్యులర్ లాగే కనిపిస్తుంది. కానీ, ఈ థర్మోగ్రాఫ్ సెన్సర్ వల్ల ఇది భూతకాలం (పాస్ట్) లోకి కొంతవరకు వెళ్లగలదు."

ఆఫీసర్స్ ఆశ్చర్యంగా ఆ బైనాక్యులర్ వైపు చూస్తున్నారు.

"సర్... యూ మీన్...ఇది టైం మిషన్ లా పాస్ట్ లోనికి వెళ్లి హిస్టరీ చూపించగలదా !?" ఓ ఆఫీసర్ అడగడంతో అందరూ ఆమె వైపు చూశారు. ఆమె పేరు షాజియా. ఈమధ్య మనదేశంలో అన్ని ఫీల్డ్స్ లోనూ అమ్మాయిల పార్టిసిపేషన్ పెరిగింది, కానీ సి.బి.ఐ.లోమాత్రం యింకా చాలా తక్కువమంది అమ్మాయిలే చేరుతున్నారు.

షాజియా ముంబై యూనివర్సిటీ నుండి జియాలజీలో ఎం.ఫిల్. చేసింది. తర్వాత, రెండేళ్ళకు పైగా డిపార్ట్ మెంట్ ఆఫ్ జియాలజీ లో జూనియర్ సైంటిస్ట్ గా పనిచేస్తుండగా, సి.బి.ఐ.కి సెలక్ట్ అయింది. ఆమె క్లాస్ మేట్స్ అందరూ టీచింగ్, సైంటిఫిక్ ప్రొఫెషన్ లాంటివి సెలక్ట్ చేసుకున్నారు. కానీ చదువుకూ, ప్రొఫెషన్ కూ సంబంధం అవసరం లేదనేది ఆమె నమ్మకం. పైగా ఆమె మంచి జూడో ఫైటర్ కూడా. అందుకే పట్టుబట్టి సి.బి.ఐ.లో చేరింది.

అరవింద్ నార్లేకర్ ఆమె వైపు చూసి చిరునవ్వుతో చెప్పాడు, "అవును, కానీ సినిమాల్లో చూపించినట్టు కాదు. ఈమధ్య న్యూస్ లో చూసుంటారు, పాకిస్తాన్ నుండి కొతమంది టెర్రరిస్ట్స్ మన దేశంలోకి రహస్యంగా చొరబడడానికి ట్రై చేశారు. కానీ థర్మోగ్రాఫ్ సెన్సర్స్ నుండి తప్పించుకోలేకపోయారు. మనిషి శరీరం నుండి కొంత హీట్ ఎనర్జీ వెలువడుతూనే ఉంటుంది. ఆహారం డైజెస్ట్ అయ్యే టైంలో యిది ఎక్కువగా ఉంటుంది. థర్మోగ్రాఫ్ సెన్సర్స్, ఆ బయోమెట్రిక్ హీట్ ని గుర్తిస్తాయి. ఈ బైనాక్యులర్స్ కి కూడ అటువంటి సెన్సర్ ఫిక్స్

చేయబడింది, బట్, విత్ ఒన్ ఇంప్రొవైసేషన్. ఈ సెన్సర్ దాదాపు పది, పదిహేను నిముషాల క్రితం ఓ స్పాట్ లో ఉండిన వ్యక్తుల హీట్ ఎనర్జీ ప్రొఫైల్స్ ను కూడ గుర్తించగలదు"

"అదెలా సాధ్యం? " ఓ ఆఫీసర్ అడిగాడు. అతడి పేరు అతుల్ నరంగ్.

"హీట్ ఎనర్జీ గాల్లో కలవడానికి అంత టైం పడుతుంది." చెప్పింది షాజియా, మధ్యలో అందుకుంటూ.

"కరెక్ట్. గాలివీచని చోట్లలో, అంటే తలుపులు వేసున్న రూం, ఇలాంటి ప్రదేశాల్లో మనిషి థర్మోగ్రాఫ్ పదినిముషాలకు పైగా అలాగే ఉంటుంది. అటువంటి ప్లేస్ లో ఎంతమంది ఉండుంటారు, వారి మువ్ మెంట్స్, వీటిని ఈ సెన్సర్స్ ద్వారా చూడొచ్చు. ప్రస్తుతం మన ఆర్.అండ్.డి. డిపార్ట్మెంట్, ఈ బైనాక్యులర్స్ కి ఓ మినియేచర్ ఇన్ఫ్రా రెడ్ కెమెరాని ఫిక్స్ చేసే పనిలో ఉంది. అది సక్సెస్ అయితే మనం ఎం.ఐ.5 (బ్రిటిష్ ఇంటలిజెన్స్ ఏజెన్సీ) కి సమానంగా గుర్తింపు పొందుతాం. ప్రపంచంలోని మిగిలిన ఇన్వెస్టిగేషన్ ఏజెన్సీస్, ఇంకా ఈ మైల్ స్టోన్ కి దరిదాపుల్లోలేరు." చెప్పాడు అరవింద్ నార్లేకర్.

"కానీ సర్, ... ఇందులో అడ్వాంటేజ్ ఏంటి? " అడిగింది షాజియా.

"హోల్డ్ యువర్ బ్రీత్ ... జస్ట్ ఊహించు... ఓ క్రైం సీన్ లోకి పది, పదిహేను నిముషాల గాప్ లోపు ఎంటర్ కాగలిగావనుకో. క్రిమినల్స్ థర్మోగ్రాఫ్ ను రికార్డ్ చేయొచ్చు."

"అది నాకర్థమైంది సర్... అందువల్ల వారి మువ్ మెంట్స్ మనకి తెలుస్తాయి, అంతే. ఇన్వెస్టిగేషన్ పాయింట్ ఆఫ్ వ్యూ లో ఏంటి అడ్వాంటేజ్?"

"ఓహ్ కమాన్ షాజియా! నేను మీ అందరినీ కాసేపు థ్రిల్ చేద్దామని వచ్చాను. సస్పెన్స్ స్టోరీలో కాస్త స్లోగా వెళితేనే థ్రిల్! అందుకని నన్ను పూర్తిగా చెప్పనీ" చిరునవ్వుతో ఆమె వైపు చూసి చెప్పాడు అరవింద్ నార్లేకర్.

"సారీ సర్ ... ప్లీస్ కంటిన్యూ"

"గత రెండేళ్లుగా మన ఆర్.అండ్.డి. డిపార్ట్ మెంట్, ఈ సెన్సర్ ని డెవలప్ చేస్తోంది. ఫింగర్ ప్రింట్స్ సహాయంతో ఓ వ్యక్తిని ఎలా ఐడెంటిఫై చేస్తామో, అలాగే థర్మోగ్రాఫ్ తో ఐడెంటిఫై చేయొచ్చా అని. దీనికోసం, వ్యక్తుల మెటబాలిక్ హీట్ ప్రొఫైల్స్ ని కంపేర్ చేస్తూ, సెన్సర్స్ ని మారుస్తూ, చాలా ఎక్సపరిమెంట్స్ చేశాం. ప్రస్తుతం సక్సెస్ కి చాలా దగ్గరలో ఉన్నాం. నా అంచనా నిజమైతే, ఇంకో రెండునెలల్లో ఈ కల నిజమౌతుంది. క్రిమినల్స్, నేరం చేసే ప్లేస్ లో తమ వేలిముద్రలు పడకుండా హాండ్ గ్లౌస్ వేసుకోవచ్చు... కానీ మెటబాలిక్ హీట్ ని శరీరంనుండి బయటికిరాకుండా ఆపలేరు. మనం లేదా పోలీస్, క్రైం జరిగిన స్పాట్ కి పది, పదిహేను నిముషాల్లోపు చేరుకుని, థర్మోగ్రాఫ్ రికార్డ్ చేయగలిగితే చాలు. క్రిమినల్ ని సులభంగా పట్టుకోవచ్చు"

అందరూ ఆశ్చర్యంగా వింటున్నారు.

"సర్, సారీ ఫర్ ఇంటరప్టింగ్ ఎగైన్. ఈ థర్మోగ్రాఫ్ ని ఎవిడెన్స్ గా కోర్ట్ ఒప్పుకుంటుందా?" అడిగింది షాజియా.

"గుడ్ క్వశ్చన్, ప్రస్తుతం ఆ అవకాశం లేదు. మీకు గుర్తుండే ఉంటుంది. డి.ఎన్.ఏ. టెస్ట్ (బిడ్డకి తండ్రిని నిర్ధారించే పరీక్ష) ని ఆధారంగా ఒప్పుకోవడానికి, మన లీగల్ సిస్టంకి కొన్నిసంవత్సరాలు పట్టింది. తొందరపాటుతో ఏ నిరపరాధికీ శిక్షపడరాదనేది మన పాలసీ. అందువల్ల, ఈ థర్మోగ్రాఫ్ సిస్టం కూడా లీగల్ ఏక్సప్టబిలిటీకి కొంతకాలం వేచుండక తప్పదు. కానీ మనకి, అంటే ఇన్వెస్టిగేషన్ చేసేవారికి యిదొక తిరుగులేని టూల్. నేరస్థుడు ఎవరనేది కచ్చితంగా తెలిస్తే, నిరూపించడానికి వేరే ఆధారాలకోసం ట్రై చేయొచ్చు"

వింటున్న చాలామంది ఆఫీసర్స్, ఆయన మాటలని అంగీకరిస్తున్నట్టు తలూపారు.

"ఓకే ఆఫీసర్స్. ఈ రోజుతో మీ ట్రైనింగ్ పూర్తవుతోంది. ఎడుకేషనల్ టూర్ కి ఎక్కడికి ప్లాన్ చేశారు?" అడిగాడు. ట్రైనింగ్ తర్వాత, ఓ రెండువారాల పాటు భారత్ దర్శన్ పేరుతో, ఆఫీసర్స్ కి టూర్ ఉంటుంది. రిక్రియేషన్ మాత్రమే కాకుండా, కొంత మనదేశం పట్ల అవగాహనకి ఈ టూర్ పనికొస్తుందని, దాన్ని ట్రైనింగ్ ప్రోగ్రాంలో చేర్చారు.

"ముందుగా హరిద్వార్, రిషికేశ్ వెళ్తున్నాం సర్. అక్కడినుండి ఆగ్రా, జైపూర్ మీదుగా సోమనాథ్, ద్వారక కవర్ చేస్తున్నాం."

"గుడ్ సెలెక్షన్. మన ఎకానమీకి టూరిజం కూడ చాలా ముఖ్యం. అందుకే ఈ మధ్య మన టూరిస్ట్ ప్లేసస్ మీద కూడా టెర్రరిస్ట్ అటాక్స్ ఎక్కువయ్యాయి. అందుకని ఆర్కియాలజికల్ ప్లేసస్ ప్రొటెక్షన్ కోసం, సి.బి.ఐ. ఈమధ్యనే ఓ స్పెషల్ వింగ్ ఏర్పాటుచేసింది. దాని పేరు స్వాప్ (స్పెషల్ వింగ్ ఫర్ ఆర్కియాలజికల్ ప్లేసస్ ప్రొటెక్షన్). మీలో కొంతమందిని ఆ వింగ్ లోకి తీసుకుంటాం. సో, ఆల్ ది బెస్ట్, ఎంజాయ్ యువర్ టూర్ అండ్ రిమెంబర్... ఒక్కొక్కరికి ఒక్కో జీవితాశయం ఉంటుంది. కెరీర్ లో, లైఫ్ లో స్టాగ్నేషన్స్ రావచ్చు. కానీ, కొత్తవిషయాలని తెలుసుకోవడానికి, లేదా నేర్చుకోవడానికి, జీవితంలో ఎప్పుడూ స్టాగ్నేషన్ అనేది లేదు. సో, లర్న్ సంథింగ్ న్యూ ఫ్రం దిస్ టూర్ ఆల్సో"

ట్రైనింగ్ పూర్తికావడంతో అందరూ సంతోషంగా ఒకరికొకరు షేక్ హాండ్ యిచ్చుకుని, తమ క్వార్టర్స్ కి వెళ్లారు. సాయంత్రం ఫేర్వెల్ పార్టీ ఉంది. ఈలోపు లగేజ్ పాక్ చేసుకోవాలి. పార్టీ అయ్యాక, రాత్రికి ముస్సోరీ ఎక్స్ ప్రెస్ లో హరిద్వార్ బయలుదేరాలి. హరిద్వార్ లో ఒకరోజు స్టే. మర్నాడు ఉదయం పదికల్లా రిషికేశ్ కి బయలుదేరాలి.

సెప్టెంబర్15, 2012
రిషికేశ్

రాత్రి పది దాటింది. ఆ గదిలో నిశ్శబ్దం అలుముకుంది. గది మధ్యలో ఉంచిన స్టాండ్ లో, ఓ కాగడా వెలుగుతోంది, దాని ప్రక్కనే నేలమీద, ఓ చెట్టుకొమ్మ నాటబడింది. అక్కడ సమావేశమైన ముప్పైనాలుగు మంది తీవ్రంగా ఆలోచిస్తున్నారు. అది చాలా పురాతనమైన కట్టడం, ఒకప్పుడు యాత్రికులకోసం కట్టిన సత్రం. ప్రస్తుతం పాడుబడింది. రిషికేశ్ నుండి పన్నెండు కిలోమీటర్ల దూరంలో ఓ కొండమీద, నీలకంఠ మహాదేవ్ ఆలయానికి కాస్త దూరంలో, దట్టమైన చెట్ల మధ్యలో ఉంది.

"ఫ్రెండ్స్! మనం ఏదో ఓ నిర్ణయం తీసుకోవాలి. సమయం మించిపోతోంది" చెప్పాడు వారి లీడర్, మల్గోలా. నిజానికి మల్గోలా అనేది అతడి పేరు కాదు, ఓ పొసిషన్.

"ఎలిమినేషన్ తప్ప, వేరే ఆప్షన్ లేదా?" ఓ మెంబర్ అడిగాడు.

"లేదు. వ్యవస్థ మొత్తం, ఏదో ఓ మాఫియా కంట్రోల్ లో పని చేస్తోంది. మైనింగ్ మాఫియా, ఇసుక మాఫియా, కలప మాఫియా, బెట్టింగ్ మాఫియా యిలా పొలిటీషియన్స్ ని, బ్యూరోక్రసీని ఆడిస్తూంటే యిక వేరే ఆప్షన్ లేదు. లీగల్ గా మనం ఏమీ చేయలేం"

"కానీ ఒకడిని చంపినంత మాత్రాన సమస్య తీరిపోతుందా?" అడిగాడు యింకో మెంబర్.

"ఫ్రెండ్స్, ఈ పాయింట్ ని మనం ఇదివరకే డిస్కస్ చేశాం. ఉదాహరణకి ఇసుక మాఫియానే తీసుకుందాం. పదిహేను సంవత్సరాలుగా ఉత్తరాఖండ్ మొత్తం ఇసుక మాఫియాని, ప్రతాప్ రామనారాయణ్ సింగ్ ఫామిలీ కంట్రోల్ చేస్తోంది. మిగిలిన గాంగ్స్ ని వాడు చంపేశాడు. వాడి ఇద్దరు కొడుకులు, ఓ అల్లుడు ఈ అక్రమ మైనింగ్ ని నడిపిస్తున్నారు.

పైకి అంతా మామూలుగానే కనిపించినా, వాడి కొడుకులిద్దరికీ అస్సలు పడదు. అల్లుడు అవకాశం కోసం ఎదురుచూస్తున్నాడు. ఈ పరిస్థితుల్లో రామనారాయణ్ బతికున్నంతవరకే వాడి మాఫియాఫామిలీ కలిసుంటుంది. వాడు చనిపోయిన మరుక్షణం, ఫామిలీ లోపలే గాంగ్ వార్ మొదలవుతుంది. చివరికి ఆ ముగ్గురిలో ఏ ఒక్కడో మిగిలినా, ముందులా ఆర్గనైజ్డ్ గా మాఫియాని నడపలేడు. ప్రాణాలమీద భయంతో ఎక్కడికైనా పారిపోక తప్పదు "

"కానీ రామనారాయణ్ సింగ్ ని హత్య చేస్తే, వాడి ఫామిలీ అలర్టవుతుంది. విడిపోవడానికి బదులు, వాళ్ళు యునైట్ అవ్వచ్చు"

"అందుకే, యిది ప్లాన్డ్ ఎలిమినేషన్ అని తెలియనివ్వకుండా చేయాలి"

"ఎలా?"

"డెకాయిటీ! మామూలుగా ఫుల్ సెక్యూరిటీతో తిరిగే రామనారాయణ్, ఏదైనా పని మీద ఢిల్లీ వెళ్ళాలంటే మాత్రం ట్రైన్ లోనే వెళతాడు, మీడియా దృష్టి తనమీద పడకుండా. ఇద్దరు గన్ మెన్ మాత్రం తోడుంటారు.

మనం బందిపోటు దొంగల్లా వెళ్ళి, ఆ ట్రైన్ ని దారిలో ఆపి, ప్రయాణికుల్ని దోపిడీ చేయాలి. అలాగే, వాడి దగ్గరున్న విలువైన వస్తువుల్ని కూడా దోచుకోవాలి. ఆ టైంలో వాడి గన్ మెన్ రియాక్ట్ అవుతారు. అవకపోయినా మనమే వాళ్ళని ప్రొవోక్ చేసి, దాన్ని సాకుగా తీసుకుని వాడిని చంపేయాలి"

"కానీ, తిరిగి ఇంకో మాఫియా గాంగ్ ఏర్పడితే?"

"ఇంకో గాంగ్ పెరిగి స్థిరపడేవరకూ, కనీసం ఐదేళ్ళపాటు రిలీఫ్ ఉంటుంది. ఈలోపు మనం కలపమాఫియా మీద, మిగిలిన స్టేట్స్ లోని ఇసుకమాఫియా మీద దృష్టి పెడదాం. మన ఉద్యమం ఇలాగే కొనసాగాలి, ప్రజల్లో చైతన్యం వచ్చి, ఈ మాఫియాలు అంతమయ్యేదాకా!"

అందరూ నిశ్శబ్దంగా వింటున్నారు "ఎనీ డౌట్స్?" అడిగాడు మల్గోలా.

"చరిత్రలో తిరుగులేని వీరులుగా పేరు తెచ్చుకున్న శర్వగ్నులు, మన పూర్వీకులు. వారి పేరు పెట్టుకుని, మనం యిలా బందిపోటు దొంగల్లా అటాక్ చేయడం అంటే!?" అనుమానిస్తూ అడిగాడో మెంబర్.

మల్గోలా ఓ క్షణం మౌనంగా అతడి వైపు చూశాడు. శర్వభిల్లులు, మనదేశంలో గుర్తుతెలియని కాలం నుండి చెట్లను ఆరాధించి, సంరక్షించే ఓవర్గం గిరిజనులు. వారిలో రెండువందల కుటుంబాలు కలిసి, పన్నెండోశతాబ్దంలో శర్వగ్నులుగా ఏర్పడ్డారు. వారి ఉద్యమం ఉనికి, ఉద్దేశ్యం చాలా రహస్యంగా ఉంచబడ్డాయి. ఆ ఉద్యమానికి లీడర్ స్థానంలో ఉండే వ్యక్తిని 'మల్గోలా' అంటారు. నిజానికి మల్గోలా అనేది, శతఘ్నిలాంటి ఓ ఆయుధం పేరు. పదహారో శతాబ్దంనాటికి శర్వగ్నుల సంఖ్య రెండువేలు దాటింది. తర్వాత క్రమంగా తగ్గిపోయి, రెండుదశాబ్దాల క్రితం రెండొందలకి చేరింది. ఆ తర్వాత అది దాదాపుగా అంతమైపోయింది.

సంవత్సరం పైగా కష్టపడి, వారిలో ఓ యాభై కుటుంబాలని మాత్రం అతడు ట్రేస్ చేయగలిగాడు. అందులోంచి ముందుకొచ్చిన ఈ ముప్పైనాలుగుమందితో శర్వగ్నిఉద్యమాన్ని తిరిగి ప్రారంభించాడు. అందరూ సమాజంలో గౌరవనీయమైన పొసిషన్స్ లో ఉండడం వల్ల, యిలా రహస్యంగా కలుసుకుంటున్నారు.

"తప్పదు ఫ్రెండ్!" చెప్పాడు మల్గోలా "ఒకప్పటి శర్వగ్నులకి ఏ చట్టం అడ్డొచ్చేది కాదు. కానీ, ఇప్పటి పరిస్థితి వేరు. మన ఉద్దేశ్యం మంచిదే అయినా, యిలా రహస్యంగానే సమావేశం కావలసివస్తోంది. మన లీడర్స్, బ్యూరోక్రసీ, అందరూ ఇసుకమాఫియా యిచ్చే లంచాలకు లొంగిపోయారు. ఈ మాఫియాలు, నదీతీరాల వెంబడి ఇసుకని మొత్తం అక్రమంగా తొలగించేస్తున్నారు. దాంతో, తీరాల వెంబడి ఉండే పంటపొలాలకి రక్షణ లేకుండాపోతోంది. నదికి కాస్త వరదవచ్చిందంటే, పంట మొత్తం కొట్టుకుపోతోంది. దాంతోపాటు, పొలాల్లోని మినరల్స్ కూడ కొట్టుకుపోయి, భూసారం తగ్గిపోతోంది. ఇలా దేశం మొత్తంమీద, ప్రతి సంవత్సరం లక్షల ఎకరాల పొలాలు నిస్సారంగా మారిపోతున్నాయి. ఇప్పటికీ మన ఎకానమీ చాలావరకు వ్యవసాయం మీదే ఆధారపడింది. ఏదో ఒకటి చేసి, నెమ్మదిగా ముంచుకొస్తున్న ఈ ప్రమాదాన్ని ఆపాలి"

అందరూ మౌనంగా వింటున్నారు. "మీరందరూ సరేనంటే, మన మొదటి మూడు టార్గెట్స్ ని వచ్చే ఆరు నెలల్లో ఎలిమినేట్ చేద్దాం" చెప్పాడు మల్గోలా.

"మిగిలిన రెండు టార్గెట్స్?" అడిగాడో మెంబర్.

"ఒకడు ఉత్తరాఖండ్ లో టూరిజం డెవలప్మెంట్ పేరుతో అక్రమంగా చెట్లు నరికేసి, కలపని దొంగగా ఎగుమతి చేస్తున్న అమిత్ మోహన్ తివారి. ఇంకొకడు, ముంబై పోర్ట్ నుండి ఈ కలపని దొంగతనంగా ఎక్స్ పోర్ట్ చేయడానికి సహాయం చేస్తున్న విజయ్ గోంకర్. ఒక్క మనదేశంలోనే ఇండస్ట్రీస్, వెహికల్స్ అన్నీ కలిపి, ఈ సంవత్సరంలో నాలుగువేల టన్నుల కార్బన్ డై ఆక్సైడ్ ని వాతావరణంలోకి వదిలాయి. ఈ గ్రీన్ హౌస్ ఎఫెక్ట్

నుండి కాపాడ్డానికి చెట్లు తప్ప వేరేమార్గం లేదు. ఓ చెట్టు పెరిగి, నీడనిచ్చేందుకు కనీసం పది సంవత్సరాలు పడుతుంది. కానీ ఈ యిద్దరి దురాశవల్ల, ఆవరేజ్ గా ప్రతి పదినిముషాలకి ఓ చెట్టు నరికేయబడుతోంది. గణపతి ఆశ్రమం లాంటి సంస్థలు, ఎన్నిచెట్లు నాటి మాత్రం ఏం ప్రయోజనం!?"

"తివారీకి రెండు, మూడు అక్రమ సంబంధాలున్నాయి. కాబట్టి, ఎక్కడో ఓచోట మాటేసి వాడిని ఒంటరిగా పట్టుకోవచ్చు. కానీ విజయ్ గోంకర్ ఓ పొలిటికల్ లీడర్. వాడికి సెక్యూరిటీ చాలా పకడ్బందీగా ఉంటుంది. రాబరీ ముసుగులో వాడిని ఎలిమినేట్ చేయలేం"

"తెలుసు. వాడికి మార్ఫిన్ ఇంజెక్ట్ చేసుకునే అలవాటుంది. వీకెండ్స్ కి సీక్రెట్ గా ఖండాలా వెళతాడని తెలిసింది. వీలుచూసుకుని అటాక్ చేద్దాం. మార్ఫిన్ ని ఓవర్ డోస్ ఇంజెక్ట్ చేస్తే చాలు, కార్డియాక్ అరెస్టై చనిపోతాడు, ఎవరికీ అనుమానం రాదు. వాడి దురలవాటు బయటపడతుందనే భయంతో, వాడి పార్టీయే కేస్ ని త్వరగా మూయించేస్తుంది. మనకింకా ఆరునెలలు టైం ఉంది. ముందు మన రెండు టార్గెట్స్ ని ఎలిమినేట్ చేశాక, గోంకర్ గురించి ప్లాన్ ఫైనల్ చేయొచ్చు" చెప్పి అందరివైపు చూశాడు మల్గోలా.

అందరూ తమ కుడిచేతుల్ని పైకెత్తారు.

"గుడ్. మన ఈ ఉద్యమం, ఆర్గనైజ్డ్ క్రైమ్ బారి నుండి పర్యావరణాన్ని కాపాడేందుకు, ఓ తాత్కాలికమైన ప్రయత్నం మాత్రమే. ప్రజల్లో చైతన్యం వచ్చాక, ఈ ఉద్యమం అవసరం ఉండదు. మన టార్గెట్స్ కి తప్ప ఇంకెవరికీ ప్రాణహాని జరగకుండా చూసే బాధ్యత మనదే. ఏ ఆపరేషన్ లో అయినా, మనలో సగం మంది మాత్రమే నేరుగా ఇన్వాల్వ్ అవుదాం. మిగిలిన సగం మంది బాకప్ అరేంజ్ మెంట్స్ చూసుకోవాలి. పని పూర్తి కాగానే, డైరెక్ట్ మెంబర్స్ సీన్ నుండి మాయమవ్వాలి. బాకప్ మెంబర్స్ అక్కడి ఆధారాల్ని తొలగించాలి, ఎవరికీ అనుమానం రాకుండా"

సెప్టెంబర్16, 2012
మజారీ క్వైద్

కరాచీ అనగానే ప్రపంచంలో ఎవరికైనా గుర్తుకొచ్చే ఐకాన్ ... మజారీ క్వైద్. పాకిస్తాన్ పుట్టుకకు కారణమైన మహమ్మదాలీ జిన్నా సమాధి అక్కడే ఉంది. కరాచీ లాంటి పెద్ద సిటీ మధ్యలో, ప్రశాంతంగా ఉండే ప్రాంతం చూడాలంటే ఇక్కడికి రావాలి. ఓ పెద్ద పార్క్ మధ్యలో, డెబ్బై ఐదు మీటర్ల చతురస్రం మీద నిర్మించిన తెల్లని పాలరాతి కట్టడం, దాదాపు నలభై మూడు మీటర్ల ఎత్తుతో, చాలా దూరం వరకు కనిపిస్తూంటుంది. నాలుగువైపులా ద్వారాలు, పదిహేను ఫౌంటెన్స్, కట్టడం చుట్టూ ఉన్న పార్క్, దాని ప్రశాంతతని పెంచుతున్నాయి. ముంబైకి చెందిన యాహ్యా మర్చెంట్ దాన్ని డిజైన్ చేశాడు. 1948లో జిన్నా మరణం తర్వాత మొదలైన ఆ కట్టడం, పూర్తవడానికి పన్నెండు సంవత్సరాలు పట్టింది.

ఈ మధ్యకాలంలోనే పార్క్ లో ఫుడ్ కోర్ట్స్ వచ్చాయి. జిన్నా సమాధిని దర్శించేందుకు వచ్చిన విదేశీయులు, తిరిగి వెళ్లేముందు ఫుడ్ కోర్ట్స్ కి వస్తున్నారు. పార్క్ లో ఫ్లడ్ లైట్స్ అప్పుడే వెలుగుతున్నాయి. ఓ మూలలో ఉన్న బెంచిమీద హమీద్ మిర్, ముక్తార్ అహ్మద్ కూర్చున్నారు. ముక్తార్ అహ్మద్ మూడేళ్ళక్రితం రిటైర్ అయ్యాడు. కానీ ఐ.ఎస్.ఐ. అతడిని వదలుకోలేక, అడ్వైజర్ గా రి-అపాయింట్ చేసింది.

హమీద్ మిర్ తదేకంగా మజారీ క్వైద్ ను చూస్తుండడంతో ముక్తార్ అహ్మద్ కనుబొమలు ఎగరవేశాడు, ఏంటి విషయం అన్నట్టుగా.

"ఇప్పటివరకు ఎన్నోసార్లు ఇక్కడికొచ్చాను. కానీ, ఈ ప్లేస్ యింత అద్భుతంగా ఎప్పుడూ కనిపించలేదు." చెప్పాడు హమీద్ మిర్.

"ఆ రహస్యం నీ రిటైర్మెంట్ లో ఉంది. ఇంతకుముందున్న టెన్షన్స్ ఇప్పుడు లేవు. అందుకే నీకలా అనిపిస్తోంది. కానీ, ఈ ప్లేస్ ఎప్పుడూ ఇన్స్పైరింగానే ఉంటుంది... పాకిస్తాన్ బాగుండాలని కోరుకునే వారందరికీ!" చెప్పాడు ముక్తార్ అహ్మద్.

హమీద్ మిర్ ఉలిక్కి పడ్డాడు. సడన్ గా సంభాషణ ఇంకో డైరెక్షన్ లోకి వెళుతున్నట్టుంది. మాటల్తో ఎంతటి వాళ్లనైనా బోల్తాకొట్టించే అలవాటున్న ముక్తార్ అహ్మద్, మళ్ళీ ఏదో ప్లాన్ చేస్తున్నట్టుంది. రిటైర్మెంట్ తర్వాత, తాను డిపార్ట్ మెంట్ కి దూరంగా ఉంటానని హమీద్ మిర్ అతడితో చాలాసార్లు చెప్పాడు.

"అంటే!?" అడిగాడు హమీద్ ఆశ్చర్యాన్ని దాచుకుంటూ.

"హమీద్! నీకు తెలియందేముంది. 'పాకిస్తాన్' అనే కలని నిజం చేయడానికి, క్వైదేఅజమ్(జిన్నా) ఎంత కష్టపడ్డాడు, ఎన్ని కలలు కన్నాడు మన దేశంగురించి. కానీ, మనం ఏం సాధించాం! ప్రపంచం దృష్టిలో ఇప్పుడు పాకిస్తాన్ అంటే టెర్రరిస్టుల్ని పుట్టించేందుకు అనువైన ఓ పెద్ద సైజ్ ఫార్మ్ హౌస్, అంతే!"

"ఏదైనా పొలిటికల్ ఉపన్యాసం వినొచ్చావా! చరిత్రలో జరిగింది, జరుగుతోంది అన్నీ నాకంటే నీకే బాగా తెలుసు. మనం ప్రొఫెషనల్స్, కాబట్టి ప్రొఫెషనల్ గా మాట్లాడితేనే బావుంటుంది. ఓ ప్రొఫెషనల్ ఇంటలిజెన్స్ సంస్థ స్థాయి నుండి ఐ.ఎస్.ఐ ని దిగజార్చి, పొలిటికల్ అపొనెంట్స్ ని చంపించడానికి మన లీడర్స్

ఉపయోగిస్తుంటే, నీలాంటి సీనియర్స్ మౌనంగా చూస్తూ కూర్చున్నారు. అందుకే ప్రపంచంలో మన ఇమేజ్ అంత బావుంది" చెప్పాడు హమీద్ మిర్.

"డిపార్ట్ మెంట్ లో కొత్తగా చేరినవాడిలా ఆవేశంగా మాట్లాడకు. పొలిటికల్ సపోర్ట్ లేకుండా, కేవలం ఐ.ఎస్.ఐ.గా మనం ఏమీ సాధించలేం"

"అందుకని తోలుబొమ్మల్లా వాళ్ళాడించినట్టల్లా ఆడాలా? ఆ పొలిటికల్ లీడర్స్ ని ఎవరాడిస్తున్నారో మనకి తెలియదా? షియా, సున్నీ గొడవల్లో తలదూర్చి, ఈమధ్యనే క్వెట్టాలో లష్కరి ఝూంఘ్వీ గ్రూప్ జరిపిన బాంబ్ దాడుల్లో, దాదాపు వందమందికి పైగా షియాలు చనిపోతే, మన ప్రజలు, మన మీడియాముందే తలదించుకోవలసిన స్థితికి ఐ.ఎస్.ఐ.ని తీసుకొచ్చారు. మన లీడర్ షిప్ అంతా ఓ వర్గం టెర్రరిస్ట్ ల చేతుల్లో కీలుబొమ్మైపోయింది. వాళ్లకి వసతి, ట్రైనింగ్, వెపన్స్ అన్నీ యిచ్చి, చివరికి పాకిస్తాన్ మొత్తం ఆ టెర్రరిస్ట్స్ కంట్రోల్ లోకి వెళ్ళిపోయింది" ఆవేశంగా అన్నాడు హమీద్ మిర్.

"హమీద్! నీ ఫీలింగ్స్ నాకు తెలుసు. నువ్వు చెప్పేది చాలావరకూ నిజం కూడా. కానీ, మన చుట్టూ ఉన్న పరిస్థితులు, కన్స్ట్రైంట్స్ వీటినికూడ చూడాలి కదా. టైం ఎప్పుడూ మనకే అనుకూలంగా ఉంటుందని అనుకోలేం. అలాగని చేతులు ముడుచుకునీ కూచోలేం. ఫీల్డ్ లో పనిచేసిన వాడివి, కాబట్టి నీకు బాగా తెలుసు. మనకి అర్థం కాని పరిస్థితులు చుట్టుముట్టినప్పుడు, ఏదో ఒక రకంగా రియాక్ట్ అవకతప్పదు, రిజల్ట్ ఎలా ఉంటుందో మనకి తెలియకపోయినా!"

హమీద్ తలూపాడు. అటువంటి పరిస్థితులు అతడి అనుభవంలో ఎన్నో ఉన్నాయి. ప్రమాదాలకు, చావుకు అతి దగ్గరగా వెళ్ళినప్పుడు, ఆలోచనలుండవు, అనిమల్ ఇంస్టింక్ట్స్ మాత్రమే పనిచేస్తాయి!

"ఇంతకీ నువ్వనేదేంటి?" అడిగాడు హమీద్.

"ఇప్పుడు ఆఫ్ఘనిస్తాన్ కంటే మన దేశంలోనే చాలా ఎక్కువ ఇన్ స్టెబిలిటీ ఉంది. ఆఫ్ఘనిస్తాన్ నుండి అమెరికా తన సైన్యాన్ని వెనక్కితీసుకుంది. దాంతోపాటు, మనం ఇన్ని సంవత్సరాలూ ఎంజాయ్ చేసిన ఫైనాన్షియల్ సపోర్ట్, సాప్స్ అన్నీ ఆగిపోయాయి. ఆల్ ఖైదాతో పాటు లష్కర్, ఇండియన్ ముజాహిదీన్ గ్రూప్స్ అన్నీ పాకిస్తాన్ లోనే ఉన్నాయి. ఇండియా తన బార్డర్స్ లో సెక్యూరిటీ పెంచేసింది. చొరబాట్లు అస్సలు వీలుపడడం లేదు. ఇక్కడ సెటిల్ అయిన గ్రూప్స్ ని ఎలాగోలా ఇండియాలోకి పంపించేస్తేగాని మనకి శాంతిలేదు"

"అందుకని?" అడిగాడు హమీద్.

"ఏదో ఒకటి చేయాలి హమీద్ ! ఇండియాని వీక్ చేయాలి. మనం ఎన్నో రకాలుగా ట్రై చేశాం. కానీ పంజాబ్, కాశ్మీర్ లలో టెర్రరిస్ట్ ఆక్టివిటీస్ దాదాపుగా ఆగిపోయాయి. అడపాదడపా ఈ గ్రూప్స్, ఇండియాలో అక్కడక్కడా జరిపే బాంబ్ దాడులు, ఫేక్ కరెన్సీ సర్క్యులేషన్, వీటి వల్ల పెద్దగా ప్రయోజనం లేదు. వీటన్నిటినీ ఫేస్ చేస్తూనే ఇండియా రోజురోజుకూ బలపడుతూనే ఉంది. ఇండియాలో కరప్షన్, లీడర్ షిప్ లోటు ఉన్నా, ఇక్కడిలా మిలిటరీ కంట్రోల్ లేదు. అక్కడ డెమోక్రసీదే పైచేయి. ఎందుకంటే, అది సహజంగా చాలా బలమైన దేశం. పైగా, నేచురల్ రిసోర్సస్, అగ్రికల్చర్, టెక్నికల్ హాండ్స్ బాగా ఉన్న దేశం"

"మన దగ్గర న్యూక్లియర్ వెపన్స్ ఉన్నాయిగా?" అడిగాడు హమీద్

"అవి డిట్టరెంట్ (బెదిరింపు)కి పనికొస్తాయి అంతే, వాటిని ఉపయోగించలేం. అందుకని ఏదైనా పెద్దప్లాన్ కావాలి, ఇండియాని పర్మనెంట్ గా దెబ్బతీసే ప్లాన్!"

"ఇప్పుడు నేనో రిటైర్డ్ ఏజెంట్ ని, మర్చిపోయావా!?" అడిగాడు హమీద్ మిర్.

"నేను కూడా రిటైర్డ్ ఏజెంట్ నే. పైగా, నీకంటే మూడేళ్లు సీనియర్ ని!" చెప్పాడు ముక్తార్ అహ్మద్.

"కానీ నువ్వింకా డిపార్ట్ మెంట్ లో అడ్వైజర్ గా ఉన్నావు. నేను పూర్తిగా రిటైర్ అయ్యాను. రిటైర్మెంట్ తర్వాత పనిచేయనని నీతో చాలాసార్లు చెప్పాను"

"ఓహ్ కమాన్ హమీద్, ఇందాక నన్ను ప్రొఫెషనల్ గా మాట్లాడమని చెప్పి, యిప్పుడు నువ్విలా గవర్నమెంట్ ఆఫీస్ నుండి రిటైరైన గుమాస్తాలా మాట్లాడకు. ఇప్పుడు నీ అవసరం దేశానికి యింతకు ముందుకంటే ఎక్కువే ఉంది"

"నీలా అడ్వైజర్ పని నే చేయలేను"

"తెలుసు. నువ్వు ఫీల్డ్ ఏజెంట్ వి, ఓచోట కూర్చుని చేసే పనులు నీకు నచ్చవు "

"మరి ఈ వయసులో నానుండి నువ్వేం ఎక్స్ పెక్ట్ చేస్తున్నావు!?"ఆశ్చర్యంగా అడిగాడు హమీద్.

"నేను కాదు, మన డైరెక్టర్ జనరల్! మూడురోజుల క్రితం నన్ను ఇక్కడే కలిసి చెప్పాడు. మన యంగ్ జనరేషన్ లో ఆతృత ఎక్కువ. ఏదో చేసేయాలి, రెండేళ్ళలో డిపార్ట్ మెంట్ లో హీరోగా గుర్తింపు పొందాలి. తర్వాత, జీవితమంతా ఆ రెండుమూడేళ్ళ గురించే గొప్పలు చెప్పుకుంటూ రిలాక్స్ గా గడిపేయాలి, అంతే! ఎవరికీ పాకిస్తాన్ ఎందుకు పుట్టింది, మన మక్సద్ ఏంటనే ఐడియా కూడా లేదు"

"విషయానికి రా, నేనేం చేయాలో అది చెప్పు" అసహనంగా అన్నాడు హమీద్.

"ఇప్పుడున్న పరిస్థితుల్లో, అర్జెంట్ గా మన డిఫెన్స్ (రక్షణ) ఖర్చు తగ్గించకపోతే, పాకిస్తాన్ ఆసియాలో ఓ బలమైనశక్తిగా ఎదగలేదు. డిఫెన్స్ కి తప్ప వేరే వ్యవస్థలకి ఇవ్వడానికి ఫండ్స్ మనకి లేవు. అటు ఇండియా తన డిఫెన్స్ బడ్జెట్ ప్రతిసంవత్సరం పెంచుకుంటూనే పోతోంది. పోటీగా మనం కూడా పెంచాల్సి వస్తోంది, మన జనరల్స్ ని తృప్తిపరిచేందుకు. దాంతో మన ఎకానమీ బాగా దెబ్బతింది. ఈ పరిస్థితుల్లో దేశాన్ని మేనేజ్ చేయడం చాలా కష్టంగా ఉంది. రివొల్యూషన్, అరాచకం రాకుండా ఆపేందుకు, మతోన్మాదులమీద, టెర్రరిస్ట్ గ్రూపులమీద, మాఫియామీద ఆధారపడాల్సి వస్తోంది"

"అందుకని?"

ముక్తార్ ఓసారి డీప్ బ్రీత్ తీసుకుని చెప్పాడు, "ఇండియన్ ఎకానమీని కోలుకోలేనంతగా దెబ్బతీయాలి, కొన్నేళ్ళపాటు ఇండియా, డిఫెన్స్ కి ఏమీ కేటాయించలేనంతగా. ఏదైనా పెద్ద ప్లాన్ కావాలి, ఫండ్స్ గురించి ఆలోచించొద్దు"

హమీద్ ఆలోచనలో పడడం చూసి "టైంతీసుకో హమీద్, తొందరేంలేదు. కానీ, పాకిస్తాన్ పేరు బయటికి రాకుండా, చాలాజాగ్రత్తగా ప్లాన్ చెయ్యాలి. మన వెపన్స్, అమ్యునిషన్, ఎక్స్ ప్లోసివ్స్ ఏవీ వాడరాదు. ఇండియాకి దొరికితే ప్రమాదం. ట్వెంటీసిక్స్, నవంబర్ ఎపిసోడ్ తర్వాత యు.ఎన్.ఓ. తో మనకి చాలా తలనెప్పిగా ఉంది. అవసరమైతే యు.ఎస్. నుండే తెప్పించుకుందాం" చెప్పాడు ముక్తార్ అహ్మద్.

"ఓకే, ఆలోచిస్తాను"

"లీగసీహోంస్ లోని రూం, నీకే పర్మనెంట్ గా అలాట్ చేశాను. నీకిష్టమైన జానీవాకర్ ఒరిజినల్ స్కాచ్, కబోర్డ్ లో పెట్టించాను"

"ఓ రెండునెలల్లో ఏదైనా ప్లాన్ చేయగలిగితే నీకు ఫోన్ చేస్తాను. చేయలేకపోతే, లీగసీ హోంస్ వెకేట్ చేసి వెళ్లిపోతాను. బట్, ఓ కండిషన్! ఈలోపు మన డిపార్ట్ మెంట్ నుండి ఎవరూ నన్ను డిస్టర్బ్ చేయడానికి వీల్లేదు... నువ్వు కూడా!"

"నేను కూడానా!?"

"ఎస్! నో ఫోన్ కాల్స్, నో మెసేజస్. రెండునెలల్లో ప్లాన్ చేయలేకపోతే, ఎవరికీ చెప్పకుండా వెళ్ళిపోతాను. ఇంకో విషయం, నన్ను అబ్జర్వ్ చేసేందుకు, ఫాలో అయ్యేందుకు ఎవర్నీ పెట్టొద్దు. నాకు తోకలంటే చాలా ఏవగింపు. తిక్కరేగితే మన వాళ్ళని కూడా చూడను, కత్తిరించేస్తాను" చెప్పాడు హమీద్.

అర్థమైనట్టు తల ఊపాడు, ముక్తార్ అహ్మద్. ఓసారి హమీద్ వైపు తేరిపార చూశాడు. ఐదడుగుల ఎనిమిది అంగుళాల సాధారణమైన ఎత్తున్న హమీద్, ఇనప ఊచలా ధృఢంగా ఉన్నాడు. వయసువల్ల వీపు కొద్దిగా వంగింది, అంతే. చూడడానికి అతడిలో ఏ ప్రత్యేకతలూ లేవు ... కుడికంటి కిందున్న లోతైన గాయపుమచ్చ తప్ప. పాకిస్తాన్ లోని ఓ మధ్యతరగతి వ్యక్తిలా కనిపించే హమీద్, అమెరికాని, ఇరాన్ ని, గల్ఫ్ దేశాలను కూడా వణికించిన సీక్రెట్ ఏజంటని ఎవ్వరూ ఊహించలేరు. అతడి కళ్లు డల్ గా, ఎదురుగా ఏం జరుగుతూందో కూడా అర్థంకానట్టుగా ఉంటాయి. కానీ, ప్లానింగ్ లో హమీద్ ఎంత రహస్యంగా, ఖచ్చితంగా ఉంటాడో, ఇంప్లిమెంటేషన్ లోనూ అంతే పర్టికులర్, ఏ మాత్రం తేడా వచ్చినా క్షమించడు!

"ఓకే, బై ముక్తార్" చెప్పి లేచాడు హమీద్, కుడికంటి కిందున్న మచ్చని తడుముకుంటూ. అది టెన్షన్ లో ఉన్నపుడు హమీద్ అలవాటు. అద్దంలో తన మొహం చూసుకున్నప్పుడల్లా అతడిలో అవమానం, కోపం, జుగుప్స రేగుతాయి. ఇరవైఏళ్ళ క్రితం, తన ఏమరపాటువల్ల ఓ చిన్నపిల్లవాడి చేతిలో చావుతప్పి, కంటికింద ఏర్పడిన గాయం మాని, మచ్చపడింది. కానీ, అవమానంతో మనసులో ఏర్పడిన గాయం ఇంకా మానలేదు, ... బహుశా ఎప్పటికీ మానదేమో!

సెప్టెంబర్ 17, 2012
రిషికేశ్, ఫూల్ చట్టీ రిసార్ట్

"షాజియా... లంచ్ కి టైం అయింది, త్వరగా బయల్దేరు, లేట్ అయితే తిరిగి రాత్రి వరకు ఏమీ దొరకదు"

తన కొలీగ్ అతుల్ నరంగ్ పిలుపు వినిపించడంతో షాజియా టెంట్ నుండి బయటికొచ్చి చూసింది. అప్పటికే ఆఫీసర్స్ అందరూ డైనింగ్ టెంట్ వైపుకు వెళ్తున్నారు. ఫూల్ చట్టీ రిసార్ట్ రిషికేశ్ కి పన్నెండు కిలోమీటర్ల దూరంలో, బదరినాథ్ వెళ్లేదారిలో ఉంది. నిజానికి అదో ఎకో ఫ్రెండ్లీ కాంప్. గంగానది, హిమాలయాల్లోని షివాలిక్ పర్వతాల మీదుగా నేలకు దూకే ఆ ప్రాంతం, చాలా ప్రశాంతంగా, రమణీయంగా ఉంటుంది. అక్కడే గంగానది, హేం నదుల సంగమం కూడా ఉంది.

కాంప్ లో మొత్తం పదిహేను కాన్వాస్ టెంట్స్ ఉన్నాయి. అందులో ఒకటి డైనింగ్ కి, ఒకటి మీటింగ్ రూంకి, మూడు టెంట్స్ స్నానాలకి కి కేటాయించబడ్డాయి. మిగిలిన పది టెంట్స్ లో ఆఫీసర్స్ అడ్జస్ట్ అయ్యారు. వచ్చినవారిలో షాజియా ఒక్కతే అమ్మాయి కావడంతో ఆమెకో టెంట్ యిచ్చారు. టెంట్స్ లోపల కార్పెట్స్ నీట్ గా పరిచారు. ఫర్నిచర్ అంతా వెదురుతో చేయబడింది. ఫోం బెడ్స్, క్విల్ట్ అన్నీ శుభ్రత కి పరాకాష్టగా ఉన్నాయి.

"అంత అర్జెంట్ ఏంటి? ఇది మనకోసమే ఏర్పాటుచేసిన కాంప్ కదా, ఓ అరగంట లేటైతే లంచ్ దొరకదా?" అడిగింది.

"దొరకదు" కూల్ గా చెప్పాడు నరంగ్, "ఈ కాంప్ లో అంతా టైం ప్రకారమే జరగాలి. రెండుదాటితే డైనింగ్ టెంట్ క్లోస్ చేస్తారు. అదీకాక, లంచ్ ముగించుకుని అందరం రాఫ్టింగ్ కి వెళదాం. చాలా థ్రిల్లింగ్ గా ఉంటుంది"

"ఓకే, ఇప్పుడే వస్తున్నాను" చెప్పి టెంట్ లోకి వెళ్లి, తన బాగ్ ని లాక్ చేసి బయలుదేరింది.

ఇద్దరూ డైనింగ్ టెంట్ చేరుకున్నారు. లంచ్ సింపుల్ గా, ఆరోగ్యకరంగా ఉంది. ఎక్కువ మసాలాలు వాడకుండా చేసిన రాజ్మాకర్రీ, చపాతీలు, అన్నంతో పాటు బూందీ రాయితా, దాల్, సలాడ్స్, నీట్ గా ప్లేట్ లో సర్ది సర్వ్ చేశారు. భోంచేస్తూ, యథాలాపంగా ఎదుటి టేబుల్ వైపు చూసింది. అక్కడ నలుగురు ఆఫీసర్స్ తో పాటు, ఓ వయసైన వ్యక్తికూడా భోంచేస్తున్నాడు. ఆయన్ని ఎక్కడో చూసినట్టుగా అనిపించి, అతుల్ నరంగ్ వైపు చూసి కనుబొమలు ఎగరేసింది, ఎవరన్నట్టుగా.

" ప్రొఫెసర్ వై.శర్మ... చాలా ఫేమస్ జియాలజిస్ట్. నీకు తెలిసుండాలే!" చెప్పాడు నరంగ్, అటువైపు చూసి.

"యు మీన్, ప్రొఫెసర్ యువనాశ్వ శర్మ!?" ఆశ్చర్యంగా అడిగింది. కాలేజ్ లో ఉన్నపుడు ఆయన రాసిన ఎన్నో ఆర్టికల్స్ చదివేది. కానీ, ఆ ఆర్టికల్స్ లో చూసిన ఫోటోల్లో కంటే, యిప్పుడాయన వయసు చాలా ఎక్కువైనట్టుగా అనిపిస్తోంది. అందుకే గుర్తుపట్టలేక పోయింది.

"అవును. ఆయన సింప్లిసిటీ, డెడికేషన్ ల కారణంగా, ప్రస్తుతం ఎన్విరాన్మెంట్ మినిస్టరీకి ఛీఫ్ అడ్వైజర్ అయ్యారు. అందుకే ఎన్విరాన్మెంట్ ప్రొఫెసర్స్ కి ఆయనంటే చాలా జెలసీ. తమని కాదని, ఓ జియాలజిస్ట్ ని అడ్వైజర్ గా ఎలా తీసుకుంటారని కోర్ట్ వరకు వెళ్ళారు. లక్కీగా ఆయనకూడ వెకేషన్ కి రిషికేశ్ వస్తుండడంతో,

మన అకాడమీ ఛీఫ్ ఆయన్ని మనతో ఓ రోజు ఉండమని రిక్వెస్ట్ చేశారు. ఈ రోజు రాత్రి మనకి డిన్నర్ కం గెట్ టుగెదర్ ఉంది. సో, నువ్వు మళ్ళీ నీ యూనివర్సిటీ డేస్ జ్ఞాపకాల్లోకి వెళ్లొచ్చు" చెప్పాడు నరంగ్

షాజియా కి చాలా ఎక్సైటింగ్ గా ఉంది. ఏవ్యక్తి రాసిన ఆర్టికల్స్ చదువుతూ తనని తాను మర్చిపోయేదో, ఆయనతోనే సడన్ గా గెట్ టుగెదర్ ... చాలా లక్కీ గా అనిపించింది.

లంచ్ ముగించి అందరూ రాఫ్టింగ్ కి వెళ్లారు. రిసార్ట్ అడ్మినిస్ట్రేషన్, రెండు బోట్స్ బుక్ చేసుంచారు, అలాగే రాఫ్టింగ్ కోసం కాంప్ లో ఓ గైడ్ ని పర్మనెంట్ గా ఉంచారు. రిషికేశ్ కి వచ్చే టూరిస్ట్స్ అందరూ వైట్ వాటర్ రాఫ్టింగ్ కి తప్పనిసరిగా వెళ్తారు. ఎందుకంటే, రాఫ్టింగ్ లో బాగా అనుభవం ఉన్నవారికీ, అస్సలు అనుభవం లేని వారికీ తగిన ప్రవాహాలు (రాపిడ్స్) ఇక్కడున్నాయి. అందువల్ల, వారి, వారి స్థాయికి తగినట్టుగా అందరూ ఎంజాయ్ చేయొచ్చు.

బ్రహ్మపురి నుండి రిషికేశ్ వరకు, రెండుగంటల పాటు గంగానది మీద సాగిన రాఫ్టింగ్ తో ఆఫీసర్స్ కి టైం ఎలా గడిచిపోయిందో తెలియనేలేదు. ప్రవాహం వేగంగా ఉండడంతో, నది వంపుల్లో బోట్స్ దాదాపు పల్టీ కొడుతున్నాయి. అందరూ చిన్నపిల్లల్లా కేరింతలు కొడుతున్నారు. ఎప్పుడూ సీరియస్ గా ఉండే షాజియా కూడా, అందరితో కలిసిపోయి బాగా ఎంజాయ్ చేసింది.

ఇంకో అరగంటలో బోట్స్ రిషికేశ్ చేరకుంటాయనగా, షాజియా గమనించింది. పైన చాలా ఎత్తులో ఓ బ్లూకలర్ హాట్ ఎయిర్ బెలూన్, తమనే ఫాలో అవుతోంది. రిషికేశ్ దగ్గరవుతున్నకొద్దీ ఆ బెలూన్ కిందికొస్తోంది. అది నైలాన్ బెలూన్ అని తెలుస్తోంది. అప్పటికే పైలట్ దాని కార్డ్ లాగినట్టున్నాడు, లోనుండి వేడిగాలి వెళ్ళిపోతూండడంతో బెలూన్ సింక్ అవుతూ, నదికి దగ్గరగా దిగుతోంది.

షాజియా ఆందోళనగా గైడ్ వైపు చూసింది. బెలూన్ వైపు చూపించి "అతడికేదో ప్రాబ్లంలా ఉంది. అలా నేరుగా నదిలో పడ్డాడంటే ఏక్సిడెంట్ అవచ్చు" చెప్పింది.

గైడ్ చిన్నగా నవ్వాడు "డోంట్ వర్రీ! అతడికిది అలవాటే. వర్టికల్ డైవింగ్ ప్రాక్టీస్ చేస్తున్నాడు."

"ఎవరతను, ఆర్మీనా?"

"కాదు"

"ఏటిఎస్ కమెండో? " అడిగింది

గైడ్ నవ్వుతూ తల అడ్డంగా ఊపాడు "ఇంకా గెస్ చేయ్. నువ్వు కరెక్ట్ గా గెస్ చేస్తే, రేపు ఇంకోసారి రాఫ్టింగ్ అరేంజ్ చేయిస్తాను, ఫ్రీగా" చెప్పాడు.

అంతలో బెలూన్ పూర్తిగా కిందికి వచ్చేసింది. షాజియా ఊపిరి బిగబట్టి చూస్తోంది. పైలట్ తమ బోట్ కి ఇరవై అడుగుల దూరంలో నదిలోకి వర్టికల్ డైవ్ చేశాడు. కుడికాలు మడిచిపెట్టుకుని, ఎడమకాలు స్ట్రైట్ గా ఉంచి నదిలోకి డైవ్ చేశాడు. అతడితోపాటు బెలూన్ కూడ నదిమీదికి దిగింది. అందులో ఇంకా కొద్దిగా వేడిగాలి ఉండడంతో నీటిమీద తేలుతూ, పైలట్ బరువుని బాలన్స్ చేస్తోంది. రెండునిముషాల తర్వాత పైలట్ పైకొచ్చి, గైడ్ ని చూసి చెయ్యి ఊపాడు. గైడ్ అతడిని చూసి నవ్వుతూ, కుడిచేతి బొటనవేలు పైకి చూపించాడు.

అంతలో రిషికేశ్ రావడంతో బోట్స్ ఆగాయి. అందరూ దిగారు. షాజియా తప్ప మిగిలిన ఆఫీసర్స్ ఎవరూ ఆ బెలూన్ ని గమనించినట్టులేదు. రాఫ్టింగ్ చేసిన ఆనందంలో తమలో తాము మాట్లాడుకుంటూ, బస్ వైపు అడుగులు వేస్తున్నారు.

తమ గైడ్, ఆ పైలట్ తో మాట్లాడుతూండడం చూసి షాజియా ఆగింది. పైలట్ దాదాపు ఆరడుగుల ఎత్తున్నాడు. వాటర్ ప్రూఫ్ డ్రస్ లో చాలా ధృఢంగా కనిపిస్తున్నాడు.

"గురూజీ బాగున్నారా? ప్రస్తుతం ఎక్కడున్నారు?" అడిగాడు గైడ్.

"హరిద్వార్ లోనే ఉన్నారు"

"నీతో చాలా ప్రాక్టీస్ చేయిస్తున్నారు. ఆశ్రమాల్లో ఉండేవారికెందుకయ్యా ఈ బెలూన్స్, డైవింగ్ యివన్నీ"

"నాకూ తెలియదు. కానీ ఆశ్రమాల్లో ఉండేవారుకూడ ఆరోగ్యంగా, ధృఢంగా ఉండాలని గురువుగారి ఉద్దేశ్యం. ఏ విద్యలు ఎప్పుడు అవసరానికి వస్తాయో చెప్పలేం, అంటారు. పైగా, నాక్కూడా అడ్వెంచర్స్ అంటే చాలా యిష్టం" నవ్వుతూ అన్నాడు పైలట్.

"సరే. రిషికేశ్ లో యింకా ఉంటావా?"

"లేదు. రాత్రికి హరిద్వార్ లో ఉండాలి. వెళ్ళిపోతున్నాను" చెప్పాడు పైలట్. అంతలో అతడి దృష్టి షాజియా వైపు మళ్ళింది. ఎవరన్నట్టు చూశాడు గైడ్ వైపు.

"స్టూడెంట్స్, టూర్ కి వచ్చారు" చెప్పాడు గైడ్.

తమ ఐడెంటిటీ అందరికీ తెలియకుండా బహుశా సిబిఐ అడ్మినిస్ట్రేషన్, ఫూల్ చట్టీ రిసార్ట్ కి అలా చెప్పి ఉండొచ్చు అనుకుంది షాజియా. కానీ, ఎంత వద్దనుకున్నా ఆమె ఆ పైలట్ మీదినుండి దృష్టి మరల్చుకోలేక పోతోంది. కారణం, అతడి కళ్లు. అంత తీక్షణమైన చూపుల్లోనూ, చెక్కు చెదరని ప్రశాంతత!

"వెళ్ళొస్తాను" అతను గైడ్ కి చెప్పి బయలుదేరుతుంటే, ఈ లోకంలోకి వచ్చింది.

గైడ్ ఆమె వైపు చూసి చిరునవ్వుతో "ఇప్పటికైనా సరిగా గెస్ చెయ్. నా బెట్, అదే రేపటి రాఫ్టింగ్ ఫ్రీ... అలానే ఉంటుంది" చెప్పాడు. ఇద్దరూ తమ బస్ వైపు అడుగులువేశారు.

ఆ క్షణంలో ఆమెకు బెట్, రాఫ్టింగ్ యివేవీ గుర్తురావడంలేదు. ఆలోచనలన్నీ ఒక్కసారిగా ఆగిపోయినట్టుగా ఉంది. కాలేజిలో, యూనివర్సిటీలో తనకి ఎంతోమంది అబ్బాయిలతో పరిచయమైంది, వారిలో ఫ్రెండ్స్ కూడా ఉన్నారు. ఇప్పుడు సిబిఐ కాంప్ లో కూడా, తాను తప్ప అందరూ అబ్బాయిలే ఉన్నారు. కానీ, ఓ వ్యక్తిని చూడగానే యిలాంటి స్తబ్ధత ఎప్పుడూ తనకి కలగలేదు. అది ఆకర్షణకి సంబంధించింది కాదు...ఇంకేదో!

ఆలోచనల్ని విదిలించుకుని "ఎవరతను? " అడిగింది గైడ్ వైపు చూసి.

"అతని పేరు కపర్ది. హరిద్వార్ లోని వాతాపిగణపతి ఆశ్రమంలో ఉంటాడు. సోషియాలజీ లో పోస్ట్ గ్రాడుయేట్. ఓ ప్రైవేట్ కాలేజిలో లెక్చరర్ గా పనిచేస్తున్నాడు. తన సంపాదన మొత్తం ఆశ్రమానికే యిచ్చేస్తాడు. ఫిలాసఫీతో పాటు సోషల్ సర్వీస్, వ్యాయామం కూడా అక్కడ అందరికీ ఫ్రీగా నేర్పిస్తారు. చాలామంది అనాథలు అక్కడ చేరుతుంటారు" చెప్పాడు గైడ్.

"ఓహ్. మరైతే ఆశ్రమానికి ఫండ్స్ ఎలా వస్తాయి?"

"అక్కడ అందరూ రోజు కొంతసేపు ఏదో ఓ పనిచేసి, సంపాదించి ఆశ్రమానికిస్తారు. అక్కడ చదువుకున్న అనాథలుకూడా తమకి జీవనోపాధి దొరికాక, కొంతకాలంపాటు డొనేట్ చేస్తుంటారు. ఇంకెవరినుండీ ఫండ్స్ ని ఆశ్రమం అడగదు, యిచ్చినా తీసుకోరు "

"అదేంటి, ఫండ్స్ వద్దనే ఆశ్రమాలుంటాయా!? " ఆశ్చర్యంగా అడిగింది.

"ఎక్కడ అవసరానికిమించి డబ్బు చేరుతుందో అక్కడ దురాశ, వ్యసనాలు చేరతాయని వారి నమ్మకం. ఆశ్రమంలో అందరూ కటికనేల మీదే పడుకుంటారు ... గురువుగారితో సహా! హరిద్వార్ లో ఓ ఐదెకరాల

స్థలంలో వారి ఆశ్రమం ఉంది. అదొక్కటే వారి ప్రాపర్టీ. అదికూడా చాలా శతాబ్దాల క్రితం, రాజ్ పుట్ ల కాలంలో దానంగా యివ్వబడింది"

షాజియాకి చాలా వింతగా అనిపించింది, ఈకాలంలో కూడా యిలా ఆదర్శాలను పాటించే ఇన్స్టిట్యూషన్స్ ఉన్నాయంటే. ఆలోచిస్తూనే బస్ లో ఎక్కి కూర్చుంది.

తిరిగి రిసార్ట్ కి చేరుకునే సరికి సాయంత్రం ఏడయ్యింది. అందరూ స్నానాలు ముగించుకుని, మీటింగ్ టెంట్ కి వచ్చారు. అక్కడే వారికి బఫే డిన్నర్, సూప్, స్టార్టర్స్ ఏర్పాటు చేశారు. రిషికేశ్ లో మద్యపానం(లిక్కర్), మాంసాహారం రెండింటికీ పర్మిషన్ లేదు. టెంట్ మధ్యలో ఓ పెద్ద రౌండ్ టేబుల్, కుర్చీలు ఏర్పాటు చేశారు. కాంప్ అడ్మినిస్ట్రేటర్ వచ్చి, అన్ని ఏర్పాట్లూ సరిగా ఉన్నాయో లేదో చెక్ చేసి వెళ్లాడు.

అంతలో ప్రొఫెసర్ యువనాశ్వ శర్మ రావడంతో అందరూ ఆయనవైపు తిరిగారు. ఆయన కూర్చున్నాక, అందరూ కూర్చున్నారు.

"ఫ్రెండ్స్! ప్లీస్ రిలాక్స్. ఇది మీ ట్రెనింగ్ క్లాస్ కాదు, నేను మీ పై ఆఫీసర్ నీ కాను. మీ అందరూ సిబిఐలో బాధ్యతలు తీసుకునే ముందు, రిక్రియేషన్ కోసం, మనదేశాన్ని పరిచయం చేయడంకోసం, ఈ టూర్ అంతే. ముందుగా మనం పరిచయాలు చేసుకుందాం. నా పేరు యువనాశ్వ శర్మ, జియాలజీ నా సబ్జక్ట్. అందరూ నన్నో ప్రొఫెసర్ అంటారు, కానీ నేనింకా స్టూడెంట్ ని మాత్రమే" ఆయన నవ్వుతూ అన్నారు.

పరిచయాలు మొదలయ్యాయి. షాజియా వంతు వచ్చింది "ఐయామ్ షాజియా అల్ తహీరా, ముంబై యూనివర్సిటీ నుండి జియాలజీ లో ఎం.ఫిల్. చేశాను. మీ ఆర్టికల్స్ అన్నీ వదలకుండా చదివేదాన్ని" చెప్పింది.

"అల్ తహీరా... అంటే, వెరీ ప్యూర్. ఆర్ యు ఎ సూఫీ?" అడిగారు. షాజియా మాటల్లో చివరిభాగం ఆయనకి అంత ఆసక్తి కలిగించినట్టు లేదు.

ఔనన్నట్టు తలూపి "ఫాలోయర్స్ ఆఫ్ హుజూర్ మహరాజ్" చెప్పింది.

మిగిలిన ఆఫీసర్స్, ఇద్దరి వైపు మార్చి మార్చి చూస్తున్నారు, ఏమీ అర్థం కానట్టు.

ఆయన వాళ్ళవైపు చూసి, "19వ శతాబ్దంలో మతసామరస్యం కోసం శ్రమించి, ఎన్నో త్యాగాలు చేసిన మౌలానా ఫజల్ అహ్మద్ ఖాన్ ని గౌరవంగా హుజూర్ మహరాజ్ అని పిలుస్తారు. ఆధ్యాత్మికత ఉన్నతికి, అంటే స్పిరిచువలిసమ్ కి, మతఛాందసత్వం అవసరం లేదనేది సూఫీ సిద్ధాంతం. హుజూర్ మహరాజ్ ఈ సిద్ధాంతానికి ఓ గొప్ప నిదర్శనంగా నిలిచారు. ఒక్కమాటలో చెప్పాలంటే, ఆయన ఫాలోయర్స్ లో ఎంతోమంది హిందువులు, తాము ఇస్లాం మతానికి మారతామని అడిగితే, యిలాంటి ప్రస్తావన చేసేవారు ఇక నన్ను చూడడానిక్కూడా ఎప్పుడూ రానవసరం లేదని అనేవారు. ఎంతటి ఆదర్శం అంటే, తన తర్వాత సక్సెసర్ గా ఓ హిందువును, మహాత్మా రామచంద్రజీ మహరాజ్ ని నియమించారు"

షాజియా ఆయన వైపు ఆశ్చర్యంగా చూసింది. ఓ జియాలజీ ప్రొఫెసర్ కి మన హిస్టరీ మీద అంత ఆసక్తి, గ్రిప్ ఉంటాయని ఊహించలేదు. ఎప్పుడో తన చిన్నపుడు విన్న మాటలు, చాలా సంవత్సరాల తర్వాత యిప్పుడు మళ్ళీ వింది.

"మీ పేరంట్స్ ఎక్కడుంటారు?" ఆయన అడగడంతో ఆశ్చర్యం నుండి తేరుకుంది.

"నా చిన్నప్పుడే యిద్దరూ చనిపోయారు. మా అంకుల్, అంటే మేనమామ, ముంబై మహానగర్ పాలికా (సెక్రటేరియట్) లో సెక్షన్ ఆఫీసర్ గా పనిచేసి రిటైరయ్యారు. ఆయనింట్లోనే పెరిగాను."

"ఓహ్, అయాం సారీ!"

తర్వాత మిగిలిన ఆఫీసర్స్ పరిచయాలయ్యాయి. ఆయన అందరి వైపు చూసి, "సో ఫ్రెండ్స్! ఈ టూర్ ని బాగా ఎంజాయ్ చేస్తున్నారనుకుంటాను. క్రిమినల్ సైకాలజీ, సెల్ఫ్ డిఫెన్స్, వెపన్స్, లా, ఎవిడెన్స్ వీటి గురించి సంవత్సరం పైగా విని మీకు బాగా బోర్ కొట్టి ఉంటుంది. అందుకని మీకు ఇంట్రస్ట్ కలిగించే వేరే టాపిక్ ఏదైనా డిస్కస్ చేద్దాం, లేదా జస్ట్ ఇలాగే కాసేపు మాట్లాడుకుని టైం పాస్ చేద్దామా... ఎట్ యువర్ ఛాయిస్" చెప్పారు.

అందరూ ఒకరినొకరు చూస్తూ ఏం చెబితే బావుంటుందని ఆలోచిస్తున్నారు. ఇంతలో అతుల్ నరంగ్ అందుకుంటూ "సర్ మనం ఇప్పుడు హిమాలయాస్ దగ్గరున్నాం కాబట్టి, ఈ మౌంటెన్స్ గురించి చెప్పండి. వీటి ఇంపార్టెన్స్ అంటే, వీటినుండి జీవనదులు ఏర్పడ్డాయి యిలాంటివి మాకు తెలుసు. జనరల్ గా అందరికీ తెలిసినవి కాకుండా, కొత్త విషయాలేవైనా చెప్పండి" అన్నాడు. అందరూ అతడితో ఏకీభవిస్తున్నట్టు తలలూపారు. షాజియాకి అది బాగా తెలిసిన సబ్జెక్టే అయినా, ఇలాంటి ఎక్స్ పర్ట్స్ చెబుతుంటే మళ్ళీ వినాలనిపిస్తోంది.

ప్రొఫెసర్ గొంతు సవరించుకున్నారు "గుడ్ టాపిక్. ముందుగా నేనో ప్రశ్న వేస్తాను. పర్వతాల గురించి మీ జనరల్ ఒపీనియన్ ఏంటి? ఈ ప్రశ్న షాజియాకి కాదు. మిగిలిన వారెవరైనా ఆన్సర్ యివ్వచ్చు"

"అవి చాలా బలమైన స్ట్రక్చర్స్" ఓ ఆఫీసర్ చెప్పాడు.

"ఇది చాలా మందికి ఉండే అభిప్రాయం. నిజానికి పర్వతాలు భూమి మీద చాలా వీక్ జోన్స్ నుండి పుట్టాయి. ఇప్పుడు హిమాలయాలున్న చోట, అంటే మన దేశానికి ఉత్తరం వైపు ఒకప్పుడు ఓ మహాసముద్రం ఉండేది. దాని పేరు టెథిస్, దాన్నే నిజమైన మధ్యధరా సముద్రం (ట్రూ మిడిటరేనియన్ సీ) అని కూడ అంటారు."

ఆఫీసర్స్ ఆసక్తిగా వింటున్నారు. ఒక్కొక్కరే వెళ్ళి తమకు కావలసిన స్టార్టర్, సూప్ తెచ్చుకుంటున్నారు.

"నదులన్నీ ఏదో ఒక సముద్రంలోకి వెళ్ళి కలుస్తాయి, ఇది మనందరికీ తెలుసు. అవి చేసే ముఖ్యమైన పనుల్లో ఒకటి ఎరోషన్, అంటే తమ దారిలో భూమిమీది నుండి పదార్థాలని, చనిపోయిన జీవరాశి అవశేషాల్ని, తీసుకువెళ్ళి సముద్రంలో కలపడం. అందుకే, జియాలజీ భాషలో నదుల్ని డ్రైనేజ్ సిస్టంస్ అంటాం.

హిమలయాలు పుట్టకముందు భూమ్మీద రెండే ఖండాలుండేవి. ఒకటి భూమధ్యరేఖకి పైభాగంలోని యూరేసియా, లేదా అంగారాలాండ్. రెండోది క్రిందిభాగంలోని గోండ్వానాలాండ్. ఆఫ్రికా, ఆస్ట్రేలియా, ఇండియా, అరేబియా ఇవన్నీ గోండ్వానాలాండ్ నుండి విడిపోయి, సముద్రం మీద చాలాదూరం ప్రయాణంచేశాయి. భూమి కేంద్రంలో కలిగే ఓరోజెనిక్ మువ్ మెంట్స్ వల్ల, ఖండాలు యిలా విడిపోతాయి. మన భారతఖండం కూడా నెమ్మదిగా యూరేసియా వైపు ప్రయాణం చేసింది. యూరేసియాలోని నదులు కోట్లటన్నుల సెడిమెంట్స్ ని టెథిస్ సముద్రంలో కలిపేవి. ఈ మెరైన్ సెడిమెంట్స్ సముద్రం అట్టడుగులో సెటిల్ అయ్యేవి. వీటితోపాటు సముద్రంలోని జీవరాశి చనిపోయాక, వాటి అవశేషాలు కూడా అడుగుకు చేరేవి"

"భారతఖండంలో అప్పుడు కూడా నదులుండేవా?" ఓ ఆఫీసర్ అడిగాడు.

"ఉండేవి, అవికూడ టెథిస్ సముద్రంలోకి సెడిమెంట్స్ ని చేర్చేవి. భారతఖండం, యూరేసియాకి దగ్గరయ్యేకొద్దీ, రెండు భూభాగాలకీ మధ్యలో, టెథిస్ సముద్రం అట్టడుగున ఇరుక్కున్న మెరైన్ సెడిమెంట్స్, తీవ్రమైన ఒత్తిడికి గురై అవి సముద్రం నుండి పైకి లేవడం మొదలైంది. ఈ ప్రాసెస్ లో వాటి సాంద్రత ఎక్కువై రాళ్ళుగా మారాయి, ఉపరితలం మీద ముడుతలు ఏర్పడ్డాయి. ఒత్తిడి కారణంగా టెంపరేచర్ పెరిగి, ఆ రాళ్ళు మెటామార్ఫిజం కు గురయ్యాయి. టెంపరేచర్ పెరగడానికి ఒత్తిడికంటే ముఖ్యమైన కారణం, భూమి లోపలిపొరల్లో నిరంతరంగా జరిగే రేడియేషన్. అలా హిమాలయ పర్వతాలు సముద్రం అడుగునుండి

పైకిలేచాయి. ఇప్పటికీ భారతఖండం యూరేసియావైపు కదులుతోంది. అందువల్ల హిమాలయాల ఎత్తు యింకా పెరుగుతూనే ఉంది"

"ఇదంతా జరిగి ఎంతకాలమైంది?" అడిగాడు నరంగ్.

"హిమాలయాల పుట్టుక, దాదాపు ఆరున్నర కోట్ల సంవత్సరాల క్రితం మొదలైంది. మూడు స్టేజస్ లో ఇది పూర్తయింది. చివరి స్టేజ్ పెరుగుదల, జస్ట్ ఆరులక్షల సంవత్సరాల క్రితం జరిగింది. ఆ సమయానికి మానవజాతి, అంటే ఎర్లీ హ్యూమన్స్ ఈ ప్రాంతాల్లో ఉన్నారు"

ఆయన చెబుతున్న టైం లోనే ఇద్దరు ఆఫీసర్స్ అందరికీ డిన్నర్ సర్వ్ చేసేశారు, ఆసక్తిగా సాగుతున్న డిస్కషన్ కి మధ్యలో బ్రేక్ పడకుండా.

"ఇక ఇంపార్టెన్స్ విషయానికొస్తే, ఈ మంచుకొండల నుండి గంగ, యమున లాంటి జీవనదులు ప్రవహిస్తున్నాయి, యిది మనందరికీ తెలుసు. చాలా మందికి తెలియని విషయం ఏమిటంటే, భూమి మీద ప్రస్తుతం ఉన్న జీవరాశి అభివృద్ధి చెందిందే ఈ హిమాలయాల కారణంగా. "

వింటున్న ఆఫీసర్స్ ఆశ్చర్యంగా చూశారు "అంటే, అంతకుముందు జీవరాశి లేదా!? ఇందాకే మీరన్నారు, టెథిస్ సముద్రంలోకి జీవరాశి అవశేషాల్ని నదులు చేర్చేవని" అడిగాడు నరంగ్.

ఆయన చిరునవ్వు నవ్వి "ఫ్రెండ్! నువ్వు నా మాటలని కేర్ ఫుల్ గా విన్నట్టులేదు. నే చెప్పింది ప్రస్తుతం ఉన్న జీవరాశి గురించి. అంతకు ముందున్న జీవరాశి, అంటే డైనోసర్స్ లాంటివి కార్బన్ డై ఆక్సైడ్ మీద, అమ్మోనియా మీద ఆధారపడి జీవించేవి. అప్పుడు భూవాతావరణం చాలా వేడిగా ఉండేది.

దాదాపు నాలుగుకోట్ల సంవత్సరాల క్రితం, భూవాతావరణం సడన్ గా చల్లబడింది. కారణం, హిమాలయ పర్వతాల ఎత్తు పెరిగేకొద్దీ, వాటిమీది రాళ్ళు కార్బన్ డై ఆక్సైడ్ ను పీల్చుకోవడం, అంటే సిలికేట్ వెదరింగ్ కూడా ఎక్కువైంది. దాంతోపాటు నదులుకూడ హిమాలయాలనుండి సిలికేట్స్ ని తమతో తీసుకెళ్ళి సముద్రంలో కలుపుతూంటాయి. సైంటిఫిక్ ఎస్టిమేట్స్ ప్రకారం, ఇప్పటివరకు బంగాళాఖాతం లోకి దాదాపు ఒకటిన్నర కోటి ఘనపు (క్యూబిక్) కిలోమీటర్ల సిలికేట్స్, హిమాలయాలనుండి వచ్చి చేరాయి. దాన్నుండి సముద్రంలో సిలికోఫ్లాగలేట్స్ అభివృద్ధి చెంది, ఫోటోసింథసిస్ ద్వారా మరింత కార్బన్ డై ఆక్సైడ్ ని వాడుకున్నాయి. అలా ఈ మౌంటెన్స్ కారణంగా, భూమిమీది కార్బన్ డై ఆక్సైడ్ చాలాభాగం ఖర్చై, క్రమంగా గ్రీన్ హౌస్ ఎఫెక్ట్ తగ్గడంతో వాతావరణం చల్లబడింది. ఓ కొత్తరకం జీవరాశి అభివృద్ధి చెందింది. ఇప్పటికీ మొత్తం దక్షిణాసియా పర్యావరణాన్ని, ముఖ్యంగా మన దేశంలో ఎన్విరాన్మెంట్ ని ఈ హిమాలయాలే కాపాడుతున్నాయి"

"ఇదంతా ఎలా కనుక్కున్నారు?"

"సిలికేట్స్ తో పాటు నదులు స్ట్రాంషియం ని కూడ తమతో తీసుకెళతాయి. కాబట్టి బంగాళాఖాతం లోని స్ట్రాంషియం ఐసోటోప్ ల నిష్పత్తిని బట్టి ఈ విషయాలు తెలిశాయి. అదంతా థియరీ. ఇంకా డిటైల్స్ లోకి వెళితే మీకు బోర్ కొట్టడం ఖాయం. ఇంట్రస్ట్ కలిగించే విషయం ఏంటంటే, భూమి ఉపరితలం మీద ప్రవహించే నదుల కంటే, భూగర్భంలోంచి అంతర్వాహినులు గా ప్రవహించే నీరే దాదాపు ఒకటిన్నర రెట్లు ఎక్కువగా సిలికేట్స్ ని సముద్రంలోకి తీసికెళ్తోంది. అంటే, భూవాతావరణాన్ని చల్లబరచడంలో నదులకంటే భూగర్భజలాల పాత్రే చాలా ఎక్కువ"

"సర్. హిమాలయన్ ఐసోస్టసీ గురించి కూడా చెప్పండి. అది కూడ చాలా ఇంట్రెస్టింగ్ టాపిక్" చెప్పింది షాజియా.

"జియాలజీ స్టూడెంట్ వేగా, నువ్వే చెప్పు. నే కాసేపు వింటాను " నవ్వుతూ అన్నారు ప్రొఫెసర్.

అందరూ షాజియా వైపు ఆసక్తిగా చూస్తున్నారు. షాజియా గొంతు సవరించుకుని "భూమిమీద ఓ చోట పర్వతాలుంటే, వాటికి అనుకుని లోయలుంటాయి. ఓచోట డెన్సిటీ (సాంద్రత) ఎక్కువైతే, దానికి దగ్గరలోనే ఇంకోచోట ఖాళీగా ఉండడం, లేదా తక్కువ డెన్సిటీ ఉండడం చూస్తుంటాం. ఈరకమైన కాంపెన్సేషన్ వల్ల గ్రావిటీ (గురుత్వాకర్షణ) యూనిఫాంగా ఉంటుంది. ఐసోస్టసీ అంటే ఇదే. భూమి తన అక్షం చుట్టూ స్థిరంగా తిరగాలంటే, ఈ బాలెన్సింగ్ అవసరం. ఐతే, హిమాలయాల విషయంలో ఓ స్పెషాలిటీ ఉంది. ఈ మౌంటెన్స్ ఆవరేజ్ హైట్, నాలుగు కిలోమీటర్లు, పొడవు రెండువేల ఐదొందలు, వెడల్పు దాదాపు రెండొందలయాభై కిలోమీటర్లు. ఇంత బరువున్న, ఎత్తైన పర్వతాలకు సరిపోయే కాంపెన్సేషన్ ఎక్కడా కనబడదు. ఆ లెక్కన భూగోళం రొటేషన్ నే ఇవి డిస్టర్బ్ చేసుండాలి. అంటే, థ్రిల్లింగ్ గా, సినిమా భాషలో చెప్పాలంటే సముద్రాలు పొంగి, ప్రళయమే వచ్చుండాలి. కానీ అలాంటిదేమీ జరగలేదు" చెప్పింది.

"అదెలా!? ఎక్కడో ఓ చోట కాంపెన్సేషన్ ఉండి తీరాలిగా?" అడిగాడు ఓ ఆఫీసర్.

"బహుశా హిమాలయాల బేస్ లో తక్కువ సాంద్రత ఉన్న మాస్ ఉండొచ్చని, ఈ పర్వతాలు దానిమీద తేలుతున్నాయని, ఓ థియరీ. ఇలాంటి థియరీస్ చాలానే వచ్చాయి, కానీ, ప్రతి థియరీలోనూ ఏదో ఓ లోపం కనిపిస్తుంది. ఏదీ పూర్తిగా దీన్ని వివరించలేకపోయింది"

"ఎన్నో విషయాలు కనుక్కున్న సైన్స్ కి, ఇదేమంత కష్టమైన విషయమా?"

"నిజమే" చెప్పారు ప్రొఫెసర్, అందుకుంటూ "కానీ, ఇందులో సమస్య ఏమిటంటే, హిమాలయాల పాదాల దగ్గర గ్రావిటీ అధికంగా ఉంది. మధ్యలో మంచుకొండల ప్రాంతంలో గ్రావిటీ తగ్గింది. అలాగే గంగా సింధూ మైదానాల్లో కూడా గ్రావిటీ తక్కువగా ఉంది. ఇలా మనకి తెలిసిన డేటానంతా ఉపయోగించి లెక్కవేసినా, హిమాలయాల బరువులో పది, పదిహేను శాతం మాత్రమే కాంపెన్సేట్ అయినట్టు తెలుస్తుంది. ఇప్పటికీ హిమాలయాల్లోని డెబ్బైశాతం ప్రాంతాల్లో, లోపలి స్ట్రాటాగురించి మనకి తెలియదు. అందుకనే ఈ విషయం యింకా ఓ అనామలీగా ఉండిపోయింది"

అందరూ మౌనంగా వింటున్నారు.

"సర్. ఆ మధ్య న్యూస్ లో చదివాను. హిమాలయన్ గ్లేసియర్స్ లో మంచు తగ్గిపోతోందట కదా?" అడిగింది షాజియా.

"అవును. హిమాలయాలు నైరుతి ఋతుపవనాల్ని ఆపి, వాటిలోని నీటితో గ్లేసియర్స్ (హిమఖండాలు) అభివృద్ధి అవడానికి సహాయం చేస్తున్నాయి. మన జీవనదులన్నీ ఈ గ్లేసియర్స్ మీదే ఆధారపడ్డాయి. కానీ, ఈ మధ్యకాలంలో హిమాలయాల కింద, విచక్షణ లేకుండా నిర్మిస్తున్న భారీనీటి ప్రాజెక్ట్స్ కారణంగా, ఋతుపవనాలు బాగా డిస్టర్బ్ అవుతున్నాయి. దానికితోడు టూరిజం పేరుతో చెట్లు నరికేసి, విపరీతంగా హోటల్స్ కట్టడం, వెహికల్స్ కారణంగా పొల్యూషన్ బాగా పెరిగిపోయింది. అందుకే గ్లేసియర్స్ తరిగిపోతున్నాయి. ఇదిలాగే కొనసాగితే, మనదేశంలోని జీవనదులన్నీ త్వరలో ఎండిపోవడం ఖాయం. నేను గవర్నమెంట్ కి ఈ విషయంలో చాలా రిపోర్ట్స్ యిచ్చాను, కానీ రిజల్ట్ లేదు. అభివృద్ధికీ, వాపుకీ ఉన్న తేడాని తెలుసుకునే శక్తి, మనకి పోయింది"

అందరూ మౌనంగా వింటున్నారు. ఇన్నిరోజులూ న్యూస్ లో ఏదైనా ప్రాజెక్ట్ మొదలైందనగానే, ఎన్విరాన్మెంటలిస్ట్ లు వాటికి వ్యతిరేకంగా మాట్లాడడం చూసి, వీళ్ళకి వేరే పనేలేదా, ఎందుకు ప్రతిప్రాజెక్ట్ కీ అడ్డుపడతారని అనుకునేవారు. అసలు, పర్యావరణం మీద కొంచెమైనా అవగాహన ఉంటేగా విషయం అర్థమయ్యేందుకు.

"చాలా థాంక్స్ సర్. ఈ రోజు మీ నుండి చాలా కొత్త విషయాలు తెలుసుకున్నాం" చెప్పింది షాజియా.

"అడిగినవారికల్లా నాకు తెలిసినంత చెప్పడం నా డ్యూటీ. కాకపోతే, నాక్కావలసింది థాంక్స్ కాదు. మీలాంటి చదువుకున్న యూత్, అంకితభావంతో పనిచేసి మన ఎన్విరాన్మెంట్ ని కాపాడాలి. ఈమధ్య ఇండస్ట్రియలిస్ట్ లు చాలా తెలివిమీరిపోతున్నారు. మేం పెట్టిన రూల్స్ ని ఏదో ఓ దొంగదారిలో వంచేసి, ప్రాజెక్ట్స్ శాంక్షన్ చేయించుకుంటున్నారు. పొలిటికల్ లీడర్స్ లో, బ్యూరోక్రసీలో, పర్యావరణం గురించి సరైన అవగాహన లేకపోవడం, స్వార్థం, ఈ ఇండస్ట్రియలిస్ట్స్ కి మంచి అడ్వాంటేజ్ గా మారింది. కాబట్టి, ఈ విషయాలు గుర్తుంచుకుని మీ శక్తికొద్దీ పర్యావరణాన్ని కాపాడేందుకు ట్రై చేయండి"

నవంబర్ 05, 2012

హరిద్వార్

చలికాలం కావడంతో సాయంత్రం ఆరుకే చీకటి పడుతోంది. హరిద్వార్ అంతటా గంగాతీరం వెంబడి యాత్రికులు దీపాలు వెలిగిస్తున్నారు. సంధ్యా సమయంలో గంగానదికి హారతిపట్టడం యిక్కడి సాంప్రదాయం. లక్షల హెక్టేర్ల భూమిని సస్యశ్యామలం చేస్తూ, అన్ని అవసరాలూ తీరుస్తున్న నదికి కృతజ్ఞతలు తెలిపే ప్రక్రియ, ఈ గంగా హారతి. రాత్రి ఏడుగంటల సమయంలో బ్రహ్మకుండ్ ప్రాంతమంతా ఈ హారతులతో, దీపాలతో వెలుగుతుంటుంది. వాటి మధ్య ప్రశాంతంగా ప్రవహించే గంగానది, యాత్రికులకు ఓ అద్భుతమైన అనుభూతినిస్తుంది.

హరిద్వార్ కి రెండు కిలోమీటర్ల దూరంలో, రిషికేశ్ వెళ్ళేదారిలో గంగానది ఒడ్డునే ఉంది, వాతాపిగణపతి ఆశ్రమం. ఆ రోజు ఆశ్రమమంతా దీపాలతో అలంకరించబడింది. చలికాలంలో మంచు విపరీతంగా కురవడంవల్ల, నవంబర్ నుండి మే వరకు కేదారనాథ్ ఆలయం మూసివేయబడుతుంది. అందువల్ల పూజకు భంగం రాకుండా అర్చామూర్తులని, రుద్ర ప్రయాగ్ లోని ఉకిమఠ్ కి తరలిస్తారు. ఆ సమయంలో, గణపతి ఆశ్రమంలోని శివలింగంలో కేదారేశ్వరుని సాన్నిధ్యం విశేషంగా ఉంటుందని ఓ నమ్మకం. అందుకే, ప్రతిసంవత్సరం ఆరోజు గణపతి ఆశ్రమంలో ప్రత్యేకంగా పూజలు జరుగుతాయి. ఆశ్రమం సేవకులందరూ సాయంత్రంనుండే ఆ ఏర్పాట్లలో నిమగ్నమయ్యారు.

ఆశ్రమం నైరుతిదిక్కులో, వ్యాయామానికి అనుకూలంగా కొంత ఓపెన్ స్పేస్ ఉంది. అక్కడి నిశ్శబ్దాన్ని చీలుస్తూ రెండుచేతులు గాలిలో వేగంగా కదులుతూ కర్రసాము చేస్తున్నాయి. మనసును, దృష్టిని ఏకాగ్రం చేసి, నియుద్ధ ప్రాక్టీస్ చేస్తున్నాడు కపర్ది. వైశాఖ(నిట్టనిలువుగా నిలబడి, కాళ్ళని దూరంగా ఉంచడం), ప్రత్యాలీఢ(కుడిపాదాన్ని వెనక్కి మడిచి, ఎడమ మోకాలిని వంచడం), స్వస్తిక(పాదాలను పదహారు అంగుళాల ఎడంలో ఉంచి, కొద్దిగా పైకెత్తడం) పొసిషన్స్ లో అతడి ప్రాక్టీస్ సాగుతోంది.

సాయంత్రం మసక వెలుగులో ప్రాక్టీస్ మొదలుపెట్టాడు. టార్గెట్స్ గా చిన్నచిన్న రాళ్ళను తన చుట్టూ ఉంచాడు. చీకటి పడుతున్నకొద్దీ వాటిమీద ఏకాగ్రతని పెంచుకుంటూ, ప్రాక్టీస్ కొనసాగిస్తున్నాడు. చీకట్లో ఏమీ కనిపించదనేది ఓ అపనమ్మకం మాత్రమే. నిజానికి మనిషి, చీకటంటే అనవసరమైన భయాన్ని పెంచుకుని, చీకట్లోచూసే ప్రాక్టీస్ ని మానేశాడు. 'చీకటి అంటే కాంతిలేకపోవడంకాదు, చీకటి అనేది ఎప్పుడూ ఉంటుంది. కాంతి, దాన్ని ఛేదించుకుని వస్తుంది' అంటుంటారు గురువుగారు. మనసును ఏకాగ్రంచేస్తే, చీకట్లోకూడా లక్ష్యాన్ని గుర్తించవచ్చు. అందుకే నియుద్ధవిద్యలో ఈ ప్రాక్టీస్ అనాదిగా మనదేశంలో ఉంది.

చలికాలం అప్పుడే మొదలైంది. గాలి నెమ్మదిగా వీస్తోంది, అయినా ప్రాక్టీస్ వల్ల అతడి నుదుటినుండి చెమట జారుతోంది.

"భాయ్, హారతికి టైం అయింది. గురువుగారు పిలుస్తున్నారు. ఇక ప్రాక్టీస్ చాలించి పద"

ఏకాగ్రతతో ప్రాక్టీస్ చేస్తున్న కపర్ది, ఆ మాటలు వినిపించిన వైపుకి విసుగ్గా చూశాడు. అది నచికేత్, గణపతి ఆశ్రమం పీఠాధిపతి విద్యారణ్యసరస్వతికి, పూర్వాశ్రమంలో (సన్యాసం తీసుకోవడానికి ముందు)

పుట్టిన కొడుకు. వయసులో కపర్దికంటే ఆరేళ్ళు చిన్నవాడు. ఆయన సన్యాసం స్వీకరించిన సంవత్సరం లోపే నచికేత్ తల్లి చనిపోవడంతో, నచికేత్ కూడా ఓ అనాథలాగే ఆశ్రమంలో పెరిగాడు.

ఇప్పుడు ఆశ్రమంలో ఉన్నవారెవరికీ నచికేత్, తమ గురువుగారి కొడుకనే విషయం తెలియదు. కపర్దిని తన అన్నలా అభిమానిస్తాడు. ఆశ్రమంలో జరిగే ప్రతి ఫంక్షన్ లోనూ, ఇద్దరూ కలిసి ఉత్సాహంగా అన్నిపనులూ చేస్తుంటారు. ఐతే, ఇద్దరి హాబీస్ మాత్రం వేరు. కపర్దికి అడ్వెంచర్స్ అంటే యిష్టం, ఏ సాహసానికైనా రెడీ. కానీ, నచికేత్ కి సాహసాలంటే భయం, వేదాంతం అంటే చాలా ఇంట్రెస్ట్. శంకరాచార్యుల బ్రహ్మసూత్ర భాష్యం గురించో, వాచస్పతిమిశ్రుల భామతి గురించో అడిగితేమాత్రం ఆపకుండా, ఉత్సాహంగా ఎన్నిగంటలైనా వ్యాఖానానికి రెడీ.

"నా ప్రాక్టీస్ యింకా అవలేదు. నువ్వెళ్ళి పనులు చూడు" చెప్పాడు కపర్ది.

"ఇప్పటిదాకా అక్కడేగా ఉన్నాను. పనులన్నీ అయ్యాయి, పూజకూడా ముగిసింది, ఇక హారతివ్వడమే"

"అయితే యివ్వాళ్టికి శంఖం నువ్వే ఊదు"

"మహానాదం మా ఎవ్వరి మాటా వినదుగా. అందుకే నిన్ను రమ్మంటోంది"

నచికేత్ ఇక వదలడని అర్థమైపోయింది కపర్దికి. ప్రాక్టీస్ ఆపి బయలుదేరాడు. హారతి టైంలో శంఖనాదం చేయడం సాంప్రదాయం. ప్రత్యేకమైన పూజల్లో, ఆశ్రమంలోని మహానాదం అనే పెద్ద శంఖాన్ని ఊదాలి. దానికి చాలా లంగ్ పవర్ కావాలి. కపర్దికి తప్ప ఆశ్రమంలో యింకెవ్వరికీ అంత లంగ్ పవర్ లేదు. ఇద్దరూ పూజామందిరం చేరుకున్నారు. హారతి అప్పుడే మొదలవుతోంది. ప్రత్యేకమైన అలంకారాలతో శివలింగం భవ్యంగా కనిపిస్తోంది. కేదారనాథ్ లో లాగే ఈ శివలింగం కూడా పర్వతం ఆకారంలో ఉంది. సురేశ్వరాచార్యులు (ఆదిశంకరాచార్యుల శిష్యులు) ఆ శివలింగాన్ని పూజించేవారని, ఆయన తర్వాత అది గణపతి ఆశ్రమంలో ప్రతిష్ఠ చేయబడిందని అంటారు.

ఓ సేవకుడు వేగంగావచ్చి మహానాద శంఖం కపర్దికి అందించాడు. ఓ సేవకుడు భేరీ నాదం చేస్తున్నాడు, ఇంకో నలుగురు రుద్రనమకం చదువుతున్నారు. ఆ ధ్వనుల మధ్యలో, కపర్ది మహానాదాన్ని పూరించాడు. అది ఓ గమ్మత్తైన ధ్వని. రిథమాటిక్ గా ఉండే ధ్వనికి, ఏకాగ్రతని పెంచే గుణం ఉంది. అందుకే పూజా సమయాల్లో ఘంటానాదం, శంఖనాదం చేస్తుంటారు.

హారతి తర్వాత, గణపతి ఆశ్రమం రివాజుగా చేసే ప్రార్థన శ్లోకాన్ని అందరూ ఆలపించారు.

కామధేనువుదరిని నాట్యమాడే హరుని పదపీఠాన శిరసుంచి మ్రొక్కరా

స్థిరముగా సత్యమెప్పుడు నిబిడమైయుండు త్యాగాల పదతలాన శోధించరా

తర్వాత సభ మొదలైంది. ముఖ్యమైన కార్యక్రమాలున్న రోజుల్లో, దేశంలోని అన్ని ప్రాంతాలనుండి యాత్రికులు ఆశ్రమానికి వస్తుంటారు. వారికేదో చెప్పుకోవాలనీ, ఏవో అడగాలనీ ఉంటుంది. ఆ అవకాశం కోసమే, ఆరుబయట సభ ఏర్పాటు చేయబడింది. పెద్దగా హంగులేవీ లేవు. ఓ రాతిబెంచీ మీద విద్యారణ్యసరస్వతి కూర్చున్నాక, అందరూ ఆయన చుట్టూ పచ్చికమీద కూర్చున్నారు. కింద కూర్చోలేని వారు, మిగిలిన రాతిబెంచీల మీద సర్దుకుని కూర్చున్నారు.

ఈరోజుల్లో ఉపన్యాసాలిచ్చే వారికి కొరతలేదు. మా స్కూల్ పిల్లలకి భగవద్గీత గురించి ఉపన్యాసం చెప్పమంటే, ఎయిర్ కండిషన్డ్ హాల్ కావాలని డిమాండ్ చేస్తున్నారు, కొంతమంది పండితులు. చచ్చీ, చెడీ అలాంటి హాల్ ని ఏర్పాటు చేస్తే, అందులో కూర్చుని 'శీతోష్ణ సుఖదుఃఖేషు సమం సంగ వివర్జితః'

అనే గీతావాక్యం గురించి ఓ రెండుగంటలు ఏకధాటిగా ఉపన్యాసం యిస్తారు. కానీ జ్ఞానాన్ని, వైరాగ్యాన్ని ఒంటబట్టించుకుని చెప్పే విద్యారణ్యసరస్వతిలాంటి వారు అరుదుగా కనిపిస్తారు.

అందులోనూ ఇప్పటి యువతకి నచ్చేలా, సైన్స్ కి ఫిలాసఫీని అన్వయించి చెప్పడం ఆయన ప్రత్యేకత. అలా చెప్పే గురువులు కూడా కొద్దిమంది ఉన్నా, వారి మాటలు సడన్ గా పేరా సైన్స్ వైపు వెళ్ళిపోతాయి. కానీ, విద్యారణ్యసరస్వతి ప్యూర్ సైన్స్ నుండి డైవర్ట్ అవకుండా చెప్పడం వల్ల, యువతకి ఆయన మాటలు వినాలంటే చాలా ఆసక్తి.

విద్యారణ్య సరస్వతి అందరివైపు చూసి చిరునవ్వు నవ్వారు. ఓ అమ్మాయి లేచి నిలుచుంది "గురూజీ, నేను ఓ బోర్డింగ్ స్కూల్లో సైన్త్ స్టాండర్డ్ లో ఉన్నాను. నా రంగు నలుపు. క్లాస్ లో ఎవరూ నాతో క్లోస్ గా ఉండరు. నేను స్నేహంగా మాట్టాడించినా, అవాయిడ్ చేస్తారు. లేదా ఆ టైంలో మాట్లాడి, నేనలా వెళ్ళగానే నా గురించి హీనంగా కామెంట్స్ చేసి నవ్వుకుంటారు. నాలా నలుపురంగులో ఉన్నవాళ్ళందరినీ కె.కె., అంటే కాలేకప్వే (నల్లకాకులు) అని నిక్ నేంతో పిలుస్తారు. తలకి నూనె రాసుకున్నా చిపీ, చిపీ అంటూ జోక్ చేస్తారు. నాకు పరీక్షల్లో మంచిమార్కులే వస్తున్నాయి. కానీ ఈ రిజెక్షన్ ఎందుకు? ఇలా ఎందుకు జరుగుతోంది?"

విద్యారణ్యసరస్వతి కొద్దిసేపు మౌనంగా ఉన్నారు "సమస్య కొత్తది కాకపోయినా, ఈ మధ్యకాలంలో యిది చాలా ఎక్కువైంది. అనాదిగా మనిషికి చీకటంటే భయం. చీకట్లోనే క్రూరజంతువులు లేదా పాములు సులభంగా మనిషిమీద దాడిచేసేవి. అందుకే, చీకటన్నా, నలుపురంగున్నా అయిష్టం, భయం పెంచుకున్నాడు. అలాగే, వెలుగునిచ్చే తేజోస్థానాలైన సూర్యుడన్నా, చంద్రుడన్నా యిష్టం పెంచుకున్నాడు.

ఆ భావమే కొనసాగి, ప్రకాశవంతమైన (తెల్లని)రంగు, గుండ్రని ముఖం ఉన్నవారిని అభిమానించడం, అవి లేని వారిని హీనంగా చూడడం అనే దురలవాటుగా మారింది. ఏకావ్యం చదివినా హీరో, హీరోయిన్ల ముఖసౌందర్యాన్ని సూర్యుడితోనో, చంద్రుడితోనో పోల్చడం యిందుకు నిదర్శనం. అలాంటి ముఖవర్చస్సు లేనివారు, హీరో లేదా హీరోయిన్ కాలేరనే భావం, వారికి ఏ ప్రాముఖ్యతా, గుర్తింపు ఇవ్వాల్సిన అవసరంలేదనే భావం, క్రమంగా సమాజంలో బలపడుతూ వచ్చాయి. దక్షిణాఫ్రికా కూడా వర్ణవివక్ష (అపార్థైడ్) నుండి బయటపడింది, కానీ, మనదేశంలో మాత్రం ఈ 'చర్మవ్యాధి' యింకా కొనసాగుతూనే ఉంది!

ఈమధ్య ఓ టి.వి. ప్రోగ్రాంలో, ఓ కంపెనీ ఎం.డి. మాట్లాడుతూ, సమానమైన క్వాలిఫికేషన్స్, ప్రతిభ కలిగిన ఇద్దరువ్యక్తులు ఇంటర్వ్యూకి వస్తే, తనకి తెలియకుండానే అందులో తెల్లగా కనిపించే వ్యక్తినే సెలక్ట్ చేయడానికి మనసు మొగ్గుచూపుతుందని, కారణం తనకి తెలియదని చెప్పాడు. ముఖానికి రాసుకునే ఓ క్రీం వారి అడ్వర్టైజ్ మెంట్ లో అంటారు, 'మంచి ఉద్యోగం కావాలంటే ఇంటర్వ్యూని కాన్ఫిడెంట్ గా ఫేస్ చేయాలి, కాన్ఫిడెన్స్ రావాలంటే ముఖచర్మం తెల్లగా ఉండడం చాలా అవసరం' అని. మనదేశంలో సగానికి పైగా జనం, గోధుమరంగు లేదా నలుపురంగులో ఉన్నారు. అలాంటప్పుడు, ఈ తరహా ఏడ్స్ ని, ప్రతిఛానెల్లోనూ పదినిముషాలకోసారి తిరిగి, తిరిగి చూపించడం, వారి మనస్థితి మీద ఎలాంటి ప్రభావం చూపిస్తుందో, కాస్త మన సెన్సార్ బోర్డ్ కూడా ఆలోచిస్తే బావుంటుంది. ప్రస్తుతం నీ సమస్యకూ ఈ భావజాలమే కారణం"

"గురువుగారూ, అంటే సౌందర్యం అనేది కేవలం ఓ భ్రమ మాత్రమేనా? అది నిజంగా లేదా?" వింటున్నవారిలో ఓ యువకుడు అడిగాడు.

"నా ఉద్దేశ్యం అదికాదు. ఎవరో అజ్ఞానులు, అందానికి పెట్టిన కొన్ని కొలతల్ని తలకెక్కించుకుని, మనం మోసపోతున్నాం, అంతే. సౌందర్యం గురించి తెలుసుకోవాలంటే ఓ చెట్టు ఆకులో జరిగే చర్యలని గమనించు. ఓ పక్షుల గుంపుని గమనించు, తెలుస్తుంది"

"వాటిలో ఏముంది గురూజీ, చూడ్డానికి?"

"ఫోటోసింథసిస్ గురించి చదివే ఉంటావు. సూర్యకిరణాల్లోని శక్తిని, కార్బన్ డై ఆక్సైడ్ ని, నీటిని ఉపయోగించుకుని, ఓ ఆకు ఆహారంగా ఎలా మారుస్తోందో తెలుసుకుంటే తెలుస్తుంది, సౌందర్యం అంటే ఏంటో. అలాగే, ఎంతోదూరం వలసవెళ్లిన పక్షులు, ఋతువు మారగానే తిరిగి తమ గూటికే కరెక్టుగా ఎలా చేరకుంటున్నాయో తెలుసుకుంటే, సౌందర్యం అంటే ఏంటో అర్థమవుతుంది. భూమి చుట్టూ రక్షణవలయంగా ఉండే జియోమాగ్నటిసమ్, అంటే అయస్కాంత శక్తే, ఆ పక్షులకి రాడార్ లా ఉపయోగపడుతూ, తమ గూటిని చేరుకునేందుకు సహాయం చేస్తోంది. సౌందర్యం అంటే అదీ! క్రీములు రాసి, ముఖంమీది చర్మంలో మెలనిన్ కణాలని తగ్గించి, దాన్ని తెల్లగా మార్చడం కాదు. దాన్ని కాపాడుకోవడం కోసం, ఎప్పుడూ ఎండతగలని ఏసి రూముల్లో కూచుని ఐస్ క్రీమ్స్ తింటూ, లేనిపోని రోగాలు తెచ్చుకోవడం కాదు. చర్మసౌందర్యం మీద కవిత్వాలు రాసి, సమయాన్ని వృథాచేయడం అంతకంటే కాదు.

ఒకప్పుడు ఆరోగ్యాన్నే అందానికి చిహ్నంగా భావించేవారు. కానీ, యిప్పుడు ... పద్దెనిమిదేళ్ల వయసుకే తన తలలో తెల్లవెంట్రుక కనిపించిందని ఓ అమ్మాయి దిగులుపడుతుంటే, కారణం ఏమిటనికూడా ఆలోచించనీకుండా, నీ మొదటి తెల్లవెంట్రుకే చివరిదవుతుందంటూ, జీవితాంతం డై వేసుకొమ్మని సలహాలిచ్చేవారికి, సౌందర్యం గురించి ఏం చెప్పగలం! పదేళ్ళ వయసుకి కళ్లద్దాలు, పాతికేళ్ళకి తెల్లవెంట్రుకలు, ముప్ఫైకి షుగర్ కంప్లైంట్, నలభైకి బిపి, యిలా టైంటేబిల్ ప్రకారం రాకపోతే, మీరీ కాంపిటీటివ్, కార్పొరేట్ వరల్డ్ లో వెనకబడ్డట్టే లెక్క. తలవెంట్రుక నుండి కాలిగోటిదాకా, శరీరంలో ప్రతిభాగానికీ ఏదో ఒకటి రాసుకుంటూ, భోజనానికి ముందూ, వెనకా ఏవో మాత్రలు మింగుతూ, ఆరోగ్యంగా ఉన్నట్టు కనిపించడమే యిప్పుడు అందమంటే. సహజమైన ఆరోగ్యం ఎక్కడా కనబడదు"

అందరూ నిశ్శబ్దంగా వింటున్నారు. ఆయన ఆ అమ్మాయి వైపు చూసి చెప్పారు "ఇప్పుడు సమాజంలో కూడా కొంతమార్పు వస్తోంది. చర్మం రంగుని బట్టి కాకుండా, ప్రవర్తన, సామర్థ్యాలని బట్టి వ్యక్తులకు గుర్తింపు వస్తోంది. కాబట్టి, న్యూనతాభావాన్ని తెచ్చుకోకు. ఎంత తెల్లగా ఉన్న వ్యక్తైనా, ఉదయం లేవగానే బ్రష్ చేసుకోకపోతే నోటినుండి దుర్వాసనే వస్తుంది, స్నానం చేయకపోతే శరీరం నుండి దుర్గంధమే కొడుతుంది. ప్రకృతి మనందరినీ సమానంగా చూస్తోందనడానికి యింతకంటే నిదర్శనం లేదు. కానీ మనం, ఎవరో అజ్ఞానులు నిర్ణయించిన బాహ్యసౌందర్యానికి విపరీతమైన ప్రాముఖ్యతని యివ్వడంవల్ల, అది ఉన్నవారిలో మితిమీరిన అహంకారాన్ని, లేనివారిలో న్యూనతాభావాల్ని క్రియేట్ చేసి, క్రీములు అమ్ముకునే కంపెనీలు మనల్ని దోపిడీచేస్తున్నాయి. కాబట్టి, చర్మసౌందర్యం అనేది వట్టి భ్రమ మాత్రమే, ఆత్మసౌందర్యం కోసం ప్రయత్నించు"

అంతలో ఓ ఎన్.ఆర్.ఐ. చేయెత్తాడు. స్వామీజీ అతడి వైపు చూసి తల ఊపారు.

"నేను నాసాలో సైంటిస్ట్ ని. మీరిందాక భ్రమ అంటుంటే నాకు జ్ఞాపకం వచ్చింది. మన ప్రాచీనులు, భ్రమ లాంటి అనవసరమైన టాపిక్స్ గురించి గ్రంథాలమీద గ్రంథాలు రాసి, వాదనలు చేసి వృథాగా టైం పాస్ చేశారెందుకు? ఫర్ ఎక్సాంపిల్, బౌద్ధాన్నే తీసుకుందాం. జగత్తు జ్ఞానంలో ఆరోపితమా, లేక శూన్యంలో ఆరోపితమా, అంటూ ఎన్ని వాదనలు చేశారు. వీటివల్ల ఎవరికేం ప్రయోజనం?"

"అంత తేలికగా మాట్లాడకండి. అవికూడా సైన్స్ లోని స్ట్రింగ్ థియరీ, వేవ్ థియరీ లాంటివే. అతీంద్రియమైన విషయాల్ని అర్థం చేసుకోవడానికి, వారు చేసిన ప్రయత్నాన్ని అభినందించండి చాలు."

"అదెలా స్వామీజీ! సైన్స్ కి వీటికి ఏంటి సంబంధం?" అడిగాడు ఎన్.ఆర్.ఐ.

"ఎందుకులేదు. ఉదాహరణకి బ్లాక్ హోల్ ని తీసుకుందాం. సూర్యుడి కంటే చాలా వేలరెట్లు పెద్దదైన నక్షత్రంలో ఇంధనం అయిపోయాక, అది బ్లాక్ హోల్ గా మారుతుందని సైన్స్ చెబుతుంది. ఎలా మారుతుందో మీరే చెప్పండి"

"ఏముంది, అందరికీ తెలిసిందే కదా. ఓ సారి ఇంధనం, అంటే హైడ్రోజన్, అయిపోతే ఆ నక్షత్రం చల్లబడడం మొదలవుతుంది. అప్పటి వరకు దానిమీద గేసస్ గా ఉండిన పదార్థాలు మొదట ద్రవాలుగా, ఆ తర్వాత సాలిడ్స్ (ఘన పదార్థాలు) గా మారతాయి. దాంతో నక్షత్రం కుచించుకుంటూ వెళుతుంది. కానీ, దాని మాస్ (ద్రవ్యరాశి) అలానే ఉండడం వల్ల, కేంద్రందగ్గర గురుత్వాకర్షణశక్తి తీవ్రమైపోయి, ఈ కుచింపు క్రమంగా ఆటమిక్ స్థాయికి వెళుతుంది. ఆ స్థితిలో ఆటంలోని ఎలక్ట్రాన్స్ కేంద్రంలోకి వెళ్ళిపోయి, ప్రోటాన్స్ ని కలవడం వల్ల న్యూట్రాన్స్ ఏర్పడతాయి. అప్పుడు విపరీతమైన శక్తి విడుదలవుతుంది. ఆటంలో ఎలక్ట్రాన్స్ కి, కేంద్రానికి మధ్య స్పేస్ చాలా ఎక్కువగా ఉంటుంది. ఎలక్ట్రాన్స్ కేంద్రానికి వెళ్ళిపోవడం వల్ల, ఆ స్పేస్ ఖాళీగా మారుతుంది. ఇలా ఏర్పడిన న్యూట్రాన్స్ అన్నీ కలిసిపోయి చివరికి ఓ పెద్ద న్యూట్రాన్ మాత్రం మిగులుతుంది. కాని దాని మాస్ (ద్రవ్యరాశి) మాత్రం ఇదివరకటి నక్షత్రం మాస్ తో దాదాపు సమానంగా ఉంటుంది. అదే బ్లాక్ హోల్! దాన్ని చూడలేం. ఏ పదార్థం, లేదా కాంతి కిరణం దానికి దగ్గరగా వచ్చినా ఆకర్షించేస్తుంది"

"ఇందాక మీరన్నారు గదా, ఆటం లో ఎలక్ట్రాన్స్ కి, కేంద్రానికి మధ్య స్పేస్ చాలా ఎక్కువగా ఉంటుందని. ఆ స్పేస్ లో ఏముంటుంది?" అడిగారు స్వామీజీ.

"అక్కడ ఏమీ ఉండదు. అది వాక్యూం, అంటే శూన్యం మాత్రమే"

"గ్రహాలు, నక్షత్రాల మధ్య ఉన్నది కూడా శూన్యమేగా?"

"అవును"

"మరి ఈ రెండు శూన్యాలూ వేరువేరుగా ఉన్నాయా?"

"లేదు, రెండూ ఒక్కటే"

"అంటే పదార్థం లోపలా, బయటా కూడా శూన్యం ఉన్నట్టే కదా?"

"అవును"

"ఏ పదార్థం గుణాలైనా దాని ఆటంలోని ఎలక్ట్రాన్స్, ప్రోటాన్స్ సంఖ్యని బట్టే ఏర్పడతాయిగా?"

"అవును"

"మరైతే ఓ నక్షత్రం బ్లాక్ హోల్ గా మారిపోయినపుడు, పదార్థం బయటి శూన్యం, లోపలి శూన్యంతో కలసిపోగానే ఈ గుణాలు ఏమైపోతున్నాయి?"

ఎన్.ఆర్.ఐ. కాసేపు మౌనంగా ఉన్నాడు. ఏదో అర్థమౌతున్నట్టుగా అనిపించింది.

"శూన్యంలో ఆరోపితమవడం అంటే ఇదే. శూన్యంలో అనంతంగా ప్రయాణించే ఎనర్జీ(శక్తి)కి, కొన్నిచోట్ల సాంద్రత పెరగడం వల్ల, అది పదార్థంగా కనబడి, తిరిగి ఎనర్జీగా పరివర్తన చెంది శూన్యంలోకే వెళుతోంది" చెప్పారు స్వామీజీ. .

"మరి జ్ఞానంలో ఆరోపితమంటే ఏంటి?" అడిగింది ఇందాకటి అమ్మాయి.

"ఓ చెట్టులోని ఆకు, పచ్చని రంగులో కనిపించడానికి కారణం ఏంటి, ఫిజిక్స్ ప్రకారం?" అడిగారు స్వామీజీ.

"అది కాంతిలోని మిగిలిన ఆరు రంగుల్నీ గ్రహించి వేసి, గ్రీన్ కలర్ ని మాత్రం గ్రహించలేక వదిలేస్తుంది. అందుకే గ్రీన్ గా కనిపిస్తుంది"

"అంటే, అది ఏ రంగునైతే గ్రహించలేక వదిలేస్తోందో, ఆ రంగునే మనం దానికి ఆపాదించినట్టేకదా?"

"అవును, మన కంటికి అది ఆ రంగులోనే కనిపిస్తుంది"

"అంటే, ఓ వస్తువు ఫలానా రంగులో ఉంది, అని మనకి తెలిసిన సాధారణ జ్ఞానం వెనక, ఆ రంగులో కనబడడానికి అసలైనకారణం వేరే ఉంది. ఇలాగే పదార్థాల వేర్వేరు గుణాలకి సంబంధించి, మనకి అనుభవానికి వచ్చే జ్ఞానం వెనక, ఇంకో విశేషమైన జ్ఞానం ఉంది. ఆ జ్ఞానం వెనకాల ఇంకో జ్ఞానం, దాని వెనక ఇంకోటి, యిలా ఉంటాయి. జగత్తు జ్ఞానంలో ఆరోపితమవడం అంటే ఇదే.

ఉదాహరణకి కెలిడియో స్కోప్ లో చూస్తున్నపుడు, ఒక్కోసారి దాన్ని తిప్పగానే ఒక్కో డిజైన్ కనిపిస్తుంది. ప్రతి డిజైన్, అంతకు ముందు మనం చూస్తున్న డిజైన్ లో కొద్దిమార్పుల వల్ల ఏర్పడుతోంది. అలా కొద్దిసేపు దాన్ని తిప్పుతూ గడిపితే, మనం చూసిన మొట్టమొదటి డిజైన్ ఏదని కూడా జ్ఞాపకం రాదు. కానీ, కెలిడియోస్కోప్ ని విడదీసి చూస్తే ఏముంది? త్రికోణంలో అమర్చిన మూడు అద్దం ముక్కలు, వాటి మధ్య ఉంచిన కొన్ని రంగురంగుల గాజు ముక్కలు, పూసలు, ఇంతే కదా! మహత్ తత్వం నుండి ఏర్పడిన సత్వం, రజస్సు, తమస్సు అనే మూడు గుణాలు, ఆ కెలిడియోస్కోప్ లోని మూడు అద్దాల్లాంటివి. మన మనసులోని వికారాలు, కోరికలే వాటిలో ప్రతిబింబిస్తున్నాయి. ప్రస్తుతం ఉన్న కోరికలే, ముందు రాబోయే కోరికలకి కారణమవుతున్నాయి"

"మీరు చెబుతుంటే ఇవన్నీ నిజమే కదా అనిపిస్తూంది. మరైతే బౌద్ధాన్ని ఖండిస్తూ అద్వైతం, ఆ తర్వాత విశిష్టాద్వైతం, ద్వైతం యిన్ని సిద్ధాంతాలెందుకు వచ్చాయి?" అడిగాడు ఎన్.ఆర్.ఐ.

"ఇందాక నేను చెప్పినట్టు, అతీంద్రియమైన విషయాల్ని అర్థం చేసుకోవడానికి మన పూర్వీకులు చేసిన ప్రయత్నాలే ఈ సిద్ధాంతాలన్నీ! అందుకని అనవసరమైన వాదాలొద్దు. వారి మేధస్సుని, అద్భుతమైన ఆలోచనాశక్తిని గమనిస్తే చాలు, వారిమీద గౌరవం ఏర్పడుతుంది. కొద్ది సంవత్సరాల క్రితం వరకు ఎలక్ట్రాన్స్, ప్రోటాన్స్, న్యూట్రాన్స్ అనేవి బేసిక్ పార్టికల్స్ అనీ, వాటిని విడదీయలేమని సైన్స్ భావించింది. కానీ ఇప్పుడు, వాటిని కూడా చాలా ముక్కలు చేయొచ్చని కనుక్కొంది. అలాగని ఒకప్పటి సైంటిస్టుల్ని కించపరచడం లేదు కదా! అలాగే, మన పూర్వీకుల్ని కించపరచడం కూడా అన్యాయమే అవుతుంది. సైంటిస్టుల్లో అభిప్రాయ భేదాలున్నట్టే, మన ఫిలాసఫర్స్ లో కూడా ఉండేవి. ఉదాహరణకి ఆదిశంకరాచార్యులు, శూన్యవాదబౌద్ధం చాలా బలహీనమైంది, అన్ని ప్రమాణాలకు విరుద్ధమైంది, దాన్ని ఖండించడం కూడా అనవసరం (శూన్యవాది పక్షస్తు సర్వప్రమాణ విప్రతిషిద్ధ ఇతి, తన్నిరాకరణాయ నాదరః క్రియతే) అన్నారు. ఐతే, ఆయన శిష్యులైన బ్రహ్మవిద్యాభరణకారులు మాత్రం, శూన్యవాదుల శూన్యం భావరూపమైతే, అదీ బ్రహ్మవాదుల బ్రహ్మం ఒక్కటే అన్నారు.

మన వేదాలు, ప్రాచీనగ్రంథాలు ఏవీ చదవకుండానే, వాటిలో రాకెట్ సైన్స్ ఉందనీ, ఆటం బాంబ్ టెక్నాలజీ ఉందనీ, ఊకదంపుడు ఉపన్యాసాలిచ్చేవారికీ, వాటిలో పనికొచ్చేవి ఏమీలేవనీ, అవి వట్టి టైంవేస్ట్ పుస్తకాలనీ బల్లగుద్ది తీర్మానాలు చేసేవారికీ, దూరంగా నిలబడి ఓ నమస్కారం. ఈ రెండురకాల వ్యక్తుల కారణంగా మన దేశానికి, సంస్కృతికి నష్టమే జరిగింది. అందులోనూ, మొదటిరకం వ్యక్తులనుండి చాలా ఎక్కువే జరిగింది"

నవంబర్,10, 2012

లీగసీ హోంస్, కరాచీ

ఒళ్ళు విరుచుకుని బెడ్ మీద లేచి కూర్చున్నాడు హమీద్. టైం ఉదయం ఎనిమిది కావస్తోంది. బద్ధకంగా టి.వి. న్యూస్ చూస్తున్నాడు. ముక్తార్ అహ్మద్ ను కలిశాక ఇంకెవ్వరితోనూ మాట్లాడలేదు. సాయంత్రం వాకింగ్ కి మాత్రం బయటికి వెళ్ళేవాడు. మిగిలిన టైం అంతా తనకిష్టమైనవి టివిలో చూస్తూ, స్కాచ్ తో గడుపుతున్నాడు. కానీ, తీవ్రంగా ఆలోచిస్తున్నాడు. ఈసారి ముక్తార్ కి పెద్ద ప్లాన్ కావాలి,...ఇండియాని శాశ్వతంగా దెబ్బతీసే ప్లాన్!

తాను చెప్పిన రెండునెలల గడువు, ఇంకో వారంలో పూర్తవుతుంది. ఇప్పటివరకు సరైన ఐడియా అతడికి తట్టలేదు. తాను ఇండియా వదిలొచ్చి చాలాకాలమైంది. ఇప్పటి పరిస్థితులు తెలుసుకోవడానికి, టివిలో ఇండియన్ న్యూస్ ఛానెల్స్ మార్చిమార్చి చూస్తున్నాడు. ఇండియాలాంటి పెద్దదేశాల్లో, పార్లమెంటరీ డెమోక్రసీ ఈక్వేషన్స్ చాలా కాంప్లికేటెడ్ గా ఉంటాయి. ఎలాగోలా ఐదేళ్ళపాటు అధికారం నిలబెట్టుకోవడంలోనే లీడర్స్ కి చాలా సమయం వృథా అవుతుంది.

తాను ఇండియా వదిలొచ్చిన టైంతో పోలిస్తే, ఈ పరిస్థితి యిప్పుడు యింకా దారుణంగా ఉంది. కానీ, ముక్తార్ చెప్పినట్టు, పాకిస్తాన్ లో లేని ఫాక్టర్ ఏదో ఇండియాలో ఉంది. అది, ప్రజల్లో బేసిక్ గా ఉండే రాజకీయ చైతన్యం కావచ్చు, లేదా సహనంతో కష్టాల్ని ఫేస్ చేసే మనస్తత్వం కావచ్చు. ఇండియా ముందుకంటే చాలా బలంగా ఉంది ... ఆర్థికంగా, రాజకీయంగా, డిఫెన్స్ పరంగా కూడా!

చైనాతో బార్డర్స్ లో కొంత టెన్షన్ ఉన్నప్పటికీ, ఇండియా డిప్లొమేటిక్ గా దాన్ని దాటుకుని ముందుకు వెళుతోంది. పైగా, చైనా ధోరణిలోనూ చాలా మార్పు వచ్చింది. చైనా, ఇప్పుడు పాకిస్తాన్ ని అంతగా పట్టించుకోవడం లేదు. ఇలాంటి పరిస్థితుల్లో ఇండియాని చావు దెబ్బతీయాలంటే?? ... ఆలోచనలతో హమీద్ బుర్ర వేడెక్కింది. కాసేపు మార్నింగ్ వాక్ కి వెళ్ళొద్దామనిపించింది. ఫ్రెష్ అయి బయలుదేరాడు.

రిసెప్షనిస్ట్ విష్ చేయడంతో అతడివైపు తిరిగాడు "సాహెబ్, ఈ కవర్ వచ్చి వారమైంది. మిమ్మల్ని డిస్టర్బ్ చేయొద్దని ఆర్డర్స్. అందుకే యిప్పటిదాకా యివ్వలేదు" చెప్పాడు రిసెప్షనిస్ట్, తటపటాయిస్తూ.

మౌనంగా కవర్ అందుకుని చూశాడు హమీద్. అది, కరాచీ లోని ఆఘాఖాన్ యూనివర్సిటీ హాస్పిటల్ నుండి వచ్చింది. లోపల ఓ చిన్న స్లిప్ మాత్రం ఉంది. తీసి చూశాడు, "రోస్టోవ్, అర్జెంట్!" అని రాసుంది.

హమీద్ ఆ కాగితాన్ని జేబులో దోపుకుంటూ, లీగసీ హోంస్ పార్కింగ్ ఏరియా వైపు వేగంగా అడుగులు వేశాడు. అక్కడున్న టాక్సీ లో కూర్చుని "స్టేడియం రోడ్, ఆఘాఖాన్ హాస్పిటల్" చెప్పాడు డ్రైవర్ తో. అతడి అర్జెన్సీ అర్థమైనట్టు డ్రైవర్ వేగంగా టాక్సీని బయటికి తీశాడు.

హమీద్ మనసులో ఆలోచనలు సుడులు తిరుగుతున్నాయి. అసలు రోస్టోవ్ గురించే తాను మరచిపోయాడు. పద్నాలుగేళ్ళ క్రితం, మజారీ షరీఫ్ లో అనుకోకుండా తాలిబాన్ కి దొరికాడు, రోస్టోవ్. అప్పటివరకూ అన్ని దేశాల్లాగే పాకిస్తాన్ కూడా అతను చనిపోయాడనే నమ్మింది. కానీ రోస్టోవ్, సోవియట్ యూనియన్ నుండి పారిపోయి, రహస్యంగా ఆఫ్ఘనిస్తాన్ లో తలదాచుకున్నాడు.

1952లో రష్యాలో ఓ ఆర్కియాలజిస్ట్ పేరు మారుమోగేది ... ప్రొఫెసర్ వార్లీ స్మిర్ట్ కోఫ్. న్యూస్ పేపర్లోనూ అతడి ఆర్టికల్స్ చాలా వచ్చేవి. ఒడెస్సా యూనివర్సిటీకి చెందిన అతడి రిసర్చ్, ముఖ్యంగా బెలూరష్యా ప్రాంతంలో జరిగింది. రష్యాలోని ఒకప్పటి రాజకీయ వ్యవస్థకి, వైదికకాలంలోని భారతీయ వ్యవస్థకి చాలా దగ్గరి పోలికలున్నాయని, అంటే ఈ రెండు దేశాలకూ చారిత్రకమైన సంబంధం, వేలసంవత్సరాల క్రితం నుండే ఉందని, తనకి దొరికిన ఆధారాల ద్వారా నిరూపించాడు. రోస్టోవ్ 1957లో అతడి స్టూడెంట్, తర్వాత అతడికి అసిస్టెంట్ అయ్యాడు. వార్లీ స్మిర్ట్ కోఫ్ జరిపిన అన్వేషణలన్నిట్లోనూ రోస్టోవ్ కూడ పాల్గొన్నాడు.

1962 వరకు వార్లీ స్మిర్ట్ కోఫ్ రిసర్చికి కావలసిన ఫండ్స్ అన్నీ రష్యా ప్రభుత్వంనుండే వచ్చేవి. స్టాలిన్ స్వయంగా అతడి రిసర్చ్ ని పర్యవేక్షించేవాడు. అయితే స్టాలిన్ ఎవర్నీ నమ్మేవాడు కాదు. ప్రతి ఒక్కరి కదలికల్ని రహస్యంగా గమనించేందుకు తన సీక్రెట్ ఏజెంట్స్ ని ఉపయోగించేవాడు. అప్పుడు బయటపడింది ఓ రహస్యం! ప్రొఫెసర్ వార్లీ స్మిర్ట్ కోఫ్ రిసర్చ్ కి చెందిన కొన్నిలక్షల పేపర్ క్లిప్స్ మాయమయ్యాయి! ప్రొఫెసరే వాటిని డబ్బుకోసం అమ్మేశాడని తెలియడంతో స్టాలిన్ కోపం హద్దులు దాటింది. అప్పటివరకు ఎంతో గౌరవంగా బ్రతికిన వార్లీ స్మిర్ట్ కోఫ్ ను, సైబీరియాలోని ఓ జైల్ కి పంపించారు. ఇది జరిగిన రెండేళ్లకు పోలోన్యూమెటిస్ జబ్బుతో ప్రొఫెసర్ చనిపోయాడు.

అతడినుండి ఆ క్లిప్స్ ని కొన్న జర్మన్ ఏజంట్స్ ని, కొద్దిరోజుల్లో పోలండ్ లో అరెస్ట్ చేయడంతో చాలావరకు పేపర్ క్లిప్స్ తిరిగి రష్యాకి దొరికాయి. కొన్ని క్లాసిఫైడ్ క్లిప్స్ మాత్రం దొరకలేదు. ఎందుకంటే, అరెస్టవక ముందే వాటిని వార్లీ స్మిర్ట్ కోఫ్ తన అసిస్టెంట్ రోస్టోవ్ దగ్గర దాచాడు.

రోస్టోవ్ వాటిని తీసుకుని సోవియట్ యూనియన్ వదిలి పారిపోయాడు. అతడిని పట్టుకోవడంకోసం, కె.జి.బి. రహస్యంగా ప్రైవేట్ స్క్వాడ్స్ ని చాలాదేశాలకు పంపించింది, కానీ ఫలితం లేదు. స్టాలిన్ కాలంలో సోవియట్ యూనియన్, రోస్టోవ్ విషయాన్ని ఓ ప్రిస్టేజి ఇష్యూగా తీసుకుంది. స్టాలిన్ మరణం తర్వాత, ప్రైవేట్ స్క్వాడ్స్ నైతే ఉపసంహరించారు. కానీ, కె.జి.బి. ఏజంట్స్ మాత్రం, రోస్టోవ్ కోసం మరో యిరవైసంవత్సరాలపాటు గాలింపు కొనసాగించారు. ఆ తర్వాత అతను చనిపోయుంటాడనే సోవియట్ యూనియన్ అనుకుంది. పైగా, మారుతున్న ప్రపంచ పరిస్థితుల్లో సోవియట్ యూనియన్ తలమునకలై ఉండడం వల్ల, అతడి విషయం యిక సీరియస్ గా తీసుకోలేదు.

కానీ, 1998లో రోస్టోవ్, ఆఫ్ఘనిస్తాన్ లో తాలిబాన్ కి చిక్కాడు. అంతకాలం ఆఫ్ఘనిస్తాన్ లో ఎలా ప్రాణాలు కాపాడుకున్నాడో అతడికే తెలుసు. అతడినేం చేయాలో తెలియక తాలిబాన్, హమీద్ కి అప్పగించింది. తన ప్రాణాలు కాపాడుకోవడానికి రోస్టోవ్ ఓ బేరం పెట్టాడు. తాను రహస్యంగా స్విస్ బేంక్ లో దాచిన పేపర్ క్లిప్స్ లో, భారతదేశానికి చెందిన కొన్ని రహస్యాలున్నాయనీ, వేల సంవత్సరాలుగా భారతీయులు ప్రపంచానికి తెలియనివ్వకుండా ఓ రహస్యాన్ని దాచారని చెప్పాడు. తనని కాపాడితే, చనిపోయే లోగా ఆ విషయాలు చెబుతానని హమీద్ కి ప్రామిస్ చేశాడు. హమీద్ లో సహజంగా ఉన్న ఇండియా మీది ద్వేషాన్ని, రోస్టోవ్ తన ప్రాణాలు కాపాడుకోవడం కోసం ఉపయోగించుకున్నాడు.

రోస్టోవ్ కి కరాచీలోనే ఆశ్రయం యిప్పించాడు, హమీద్. అదికూడా గృహనిర్బంధమే. ఐతే, రష్యాలోని అండర్ గ్రౌండ్ జైల్స్ కంటే చాలా మెరుగు. తర్వాత రోస్టోవ్ విషయం పాకిస్తాన్ లో ఎవరూ పెద్దగా పట్టించుకోలేదు. హమీద్ కూడా అతడి విషయం మర్చిపోయాడు. ప్రాణాలు కాపాడుకోవడానికి తనతో ఏవో కథలు చెప్పుంటాడని అనుకున్నాడు. ఆరేళ్లక్రితం రోస్టోవ్, పాంక్రియాస్ కేన్సర్ తో ఆఘాఖాన్ యూనివర్సిటీ హాస్పిటల్ లో చేరాడని తెలిసింది. ఇక అప్పటినుండి అతడికి అక్కడే ట్రీట్ మెంట్ నడుస్తోంది.

టాక్సీ యూనివర్సిటీ గేట్ దాటడంతో, ఆలోచనలనుండి బయటపడ్డాడు హమీద్. "ఇబన్ ఝుహుర్ బిల్డింగ్" చెప్పాడు డ్రైవర్ కి. యూనివర్సిటీకి చెందిన 'డిపార్ట్ మెంట్ ఆఫ్ ఆంకోలజీ' ఆ బిల్డింగ్ లో ఉంది. మరో ఐదునిముషాలకి టాక్సీ అక్కడికి చేరుకుంది. వేగంగా టాక్సీ దిగి, అటెండెంట్ డెస్క్ వైపు వెళ్ళాడు.

తను మిలిటరీ ఉన్నపుడు వాడిన పాత ఐ కార్డ్ చూపించే సరికి, అటెండెంట్ లేచి నిలుచున్నాడు.

"ఓ రష్యన్, చాలా వయసైంది, దాదాపు ఎనభై ఏళ్లు. పాంక్రియాస్ కాన్సర్ తో అడ్మిట్ అయ్యాడు. రూం నంబర్ కావాలి" అడిగాడు హమీద్.

అటెండెంట్ వేగంగా రిజిస్టర్ లో పేజీలు తిరగేసి "సెవెన్త్ ఫ్లోర్ సాహెబ్. రూం నంబర్, ఫార్టీసిక్స్" చెప్పాడు.

హమీద్ వేగంగా లిఫ్ట్ వైపు వెళ్ళాడు.

ఏడో అంతస్తులో అన్నీ ఇండిపెండెంట్ రూంస్, అవి పలుకుబడి కల పేషెంట్స్ కి మాత్రమే కేటాయిస్తారు. హమీద్, నలభై ఆరో నంబర్ రూం చేరేసరికి ఇంకో ఐదునిముషాలు గడిచాయి. అప్పటికే అక్కడ కలకలంగా ఉంది. డాక్టర్స్, నర్సులు లోనికి, బయటికి పరుగెత్తుతున్నారు.

"ఏమైంది?"అడిగాడు హమీద్ తన పాత ఐ కార్డ్ చూపిస్తూ.

"కేన్సర్ ముదిరిపోయింది. లాస్ట్ మొమెంట్స్" చెప్పాడు డాక్టర్

వేగంగా లోనికెళ్లాడు హమీద్. అప్పటికే రోస్టోవ్ శ్వాశ తీసుకోవడానికి కష్టపడుతున్నాడు. హమీద్ ని చూడగానే ఆత్రంగా అతడి చేతుల్ని తన చేతుల్లోకి తీసుకున్నాడు. రోస్టోవ్ ఏదో చెప్పాలని ప్రయత్నిస్తున్నాడు. కానీ, అతడి చూపులు స్థిరంగా నిలబడడంలేదు. నోటినుండి, ముక్కునుండి రక్తం పడుతోంది. మరో పదిక్షణాల యాతన అనుభవించాక, అతడి తల వాలిపోయింది. శరీరంలో చలనం ఆగిపోయింది.

హమీద్ నిర్లిప్తంగా తన చేతుల్ని విడిపించుకున్నాడు. రోస్టోవ్ ఏం చెప్పాలనుకున్నాడో తెలియదు. రూంలో ఏవైనా పేపర్స్ ఉన్నాయేమోనని చూశాడు. ఏవీ కనిపించలేదు. నిట్టూర్పువిడిచి బయలుదేరాడు. అంతలో డ్యూటీ నర్స్ పిలవడంతో వెనక్కితిరిగి చూశాడు. ఆమె బెడ్ ప్రక్కనున్న స్టాండ్ నుండి కేస్ షీట్ తీస్తోంది. అక్కడ... ఆకేస్ షీట్ వెనక, ఓ కాగితం కనిపించింది.

"నిన్న మధ్యాహ్నం నుండి ఏదో రాయడానికి ప్రయత్నిస్తున్నాడు. కానీ, పూర్తి చేయలేకపోయాడు. ఎవరో హమీద్ మిర్ కి" చెప్పింది నర్స్ ఆ పేపర్ ని అందిస్తూ.

అది తానేనని సైగ చేశాడు హమీద్ అందుకుంటూ.

ఆ లెటర్ ఇంగ్లీష్ లో రాయబడింది, అక్షరాలు వంకరటింకరగా ఉన్నాయి. బహుశా రాయడం మొదలుపెట్టినప్పటికే రోస్టోవ్ చేతులు కంట్రోల్ కోల్పోయినట్టుంది. రూం బయటికొచ్చి చదవడం మొదలుపెట్టాడు. ఆ లెటర్ సగంలోనే ఆగిపోయింది. కానీ, అందులోని విషయం మాత్రం హమీద్ ని షాక్ కి గురిచేసింది. అతడి ఆలోచనలు సుడులు తిరుగుతున్నాయి.

ఎలా లిఫ్ట్ నుండి కిందికొచ్చాడో, ఎలా టాక్సీలో కూర్చున్నాడో అతడికే తెలియదు. టాక్సీ గెస్ట్‌హౌస్ కి తిరిగొచ్చేవరకు చాలా డీప్ గా ఆలోచనల్లో మునిగిపోయాడు. 1993లో ఇండియాలో మతఘర్షణలని అడ్డుపెట్టుకుని, తాను రహస్యంగా జరిపిన ఓ అన్వేషణకీ, ఇప్పుడు రోస్టోవ్ సగంలో ఆపేసిన విషయానికి ఏదైనా సంబంధం ఉందా!? ఒకవేళ ఉండుంటే!? అప్పుడు తాననుకున్నది వేరు, ఇప్పుడు రోస్టోవ్ రాసింది వేరు. కానీ, ... టార్గెట్ మాత్రం ఒక్కటే ... ఇండియా!

పరధ్యానంగా టాక్సీదిగి రూంకి వచ్చాడు. ఆలోచనలు, ప్రశ్నలతో అతడి మనసంతా టెన్షన్ గా ఉంది. షేవింగ్ ముగించుకుని, చన్నీటితో షవర్ తీసుకున్నాడు. బ్రేక్ ఫాస్ట్ ముగించి, మజారీ క్వైద్ వెళ్ళాడు. నమాజ్

చేసి, కాసేపు లాన్ లో కూర్చున్నాడు. అప్పటివరకు కలగాపులగంగా ఉన్న అతడి ఆలోచనలు, ఓ రూపం దిద్దుకోసాగాయి. సాయంత్రం వరకు ఆలోచిస్తూ అక్కడే గడిపాడు. తన ప్లాన్ కి ఓ రూపం రావడంతో లేచాడు. శతాబ్దాలుగా ముజాహిదీలు కన్న కలలు నెరవేరే అవకాశం వచ్చింది. అతడికి యిప్పుడు మజారీ క్వైద్ ముందుకంటే చాలా అద్భుతంగా కనిపిస్తోంది!

తిరిగి లీగసీహోంస్ కొచ్చాక, ముక్తార్ అహ్మద్ కి ఫోన్ చేశాడు "ప్లాన్ రెడీ" చెప్పాడు.

"గుడ్. ఎప్పుడు డిస్కస్ చేద్దాం?" అడిగాడు ముక్తార్.

"నో డిస్కషన్స్!"

"అదేంటి? ప్లాన్ ని ఇంప్లిమెంట్ చేయాలంటే, ఎవరికైనా చెప్పాలిగా!?"

"అవసరం లేదు. ఇది నా ప్లాన్, నేనే ఇంప్లిమింట్ చేస్తాను"

"సరే, కనీసం నాకైనా చెప్పు. పైవాళ్ళని కన్విన్స్ చేయాలిగా, ఫండ్స్ కోసం, ఇంకా.... "

"నీకు నా మీద నమ్మకం ఉందా?" అడిగాడు హమీద్ అతడి మాటలకు అడ్డొస్తూ. సమాధానం చెప్పడానికి ముక్తార్ ఆలోచిస్తుంటే, స్వరం పెంచి తిరిగి అడిగాడు "ఉందా, లేదా?"

"ఉంది" చెప్పాడు ముక్తార్ అహ్మద్, కొన్ని క్షణాలు ఆలోచించి. హమీద్ మొండిపట్టు గురించి అతడికి తెలుసు. హమీద్ మనసులోని విషయం తెలుసుకోవాలంటే, ముందు అతడి మాటవినాలి, కనీసం విన్నట్టు నటించాలి!

"అయితే డిటైల్స్ అడగొద్దు"

"ఓకే హమీద్, నీకేం కావోలో అదైనా చెప్పు?"

"ముందుగా ఓ కంపెనీని కొనాలి, బినామీగా!"

"అలాగే, ఇంతకీ ఏ కంపెనీ?" అడిగాడు ముక్తార్

"గ్లోబల్ ఎన్విరాన్మెంట్ ఇన్క్ ... జర్మన్ బేస్డ్ కంపెనీ"

"కొందాం, ఆ తర్వాత?"

"ఇండియాలో నాకో ఫెసిలిటేటర్ కావాలి"

"అమితాబ్ కిషోర్ అని కాన్పూర్లో ఉంటాడు. నమ్మకస్తుడే, మనకి అవసరమైనప్పుడు అక్కడ డీల్స్ సెట్ చేస్తూంటాడు. ఫోన్ నెంబర్ నీకు ఎస్ఎంఎస్ చేస్తాను. ఇంకేం కావాలి?"

"ఆ కంపెనీని కొన్నాక చెబుతాను" చెప్పి ఫోన్ పెట్టేశాడు హమీద్.

విషయం పూర్తిగా చెప్పకుండా, తానలా కట్ చేయడం ముక్తార్ కి చాలా అసహనం తెప్పించిందని హమీద్ కి తెలుసు. ముక్తారహ్మద్ మీద తనకి నమ్మకముంది. కానీ, తన ప్లాన్ ని అతడికి చెప్పకపోవడానికి కారణం... ఐఎస్ఐలో రహస్యాలు దాగవు! విషయం ఏమాత్రం లీకైనా, ఇండియా జాగ్రత్త పడుతుంది. ఇండియాని చావుదెబ్బ కొట్టేందుకు వచ్చిన ఈ అవకాశం చేజారిపోకూడదు. పుక్కిటి పురాణాల్ని నమ్మే ఇండియన్స్... ఆఫ్టరాల్ ఇండియన్స్! ప్రపంచానికి తెలియకుండా ఓ రహస్యాన్ని దాచడం, అదీ వేల సంవత్సరాలపాటుగా! దానికి శిక్ష అనుభవించక తప్పదు! ముజాహిదీలు పగబడితే ఏం జరుగుతుందో ఇండియాకి త్వరలోనే తెలిసొస్తుంది.

రోస్టోవ్ తనకి రాసిన లెటర్ పూర్తయింటే ఎంత బాగుండేది. విషయం పూర్తిగా అర్థమైతే, తన ప్లాన్ ఇంకా పర్ఫెక్ట్ గా, వేగంగా అమలు చేసేవాడు. ఆ లెటర్ సగంలో ఆగిపోవడం వల్ల, తనకీ వెయిటింగ్ తప్పడంలేదు. కానీ, హమీద్ కి తెలియదు... రోస్టోవ్ ఆ లెటర్ ని పూర్తిచేసుంటే, లేదా అతను చనిపోవడానికి కనీసం ఓ గంటముందైనా తాను ఆఘాఖాన్ హాస్పిటల్ చేరకుని, అతడితో మాట్లాడుంటే ... బహుశా, ఈ దుస్సాహసం చేసుండేవాడు కాదు! ఎవరికీ చెప్పకుండా రిటైర్డ్ లైఫ్ లోకి వెళ్లిపోయుండేవాడు!

ముక్తార్ నుండి ఎస్ఎంఎస్ వచ్చింది. చూసి, లాండ్ లైన్ ఫోన్ తీశాడు. అటువైపు రింగ్ అవుతోంది.

“అమితాబ్ కిషోర్” అటునుండి వినిపించింది.

ఫిబ్రవరి 22, 2013
న్యూ ఢిల్లీ, భైకాజీ కామా ప్లేస్

ఉదయం తొమ్మిదిగంటలు. ఫిబ్రవరి చివరివారంలో కూడా చలి తీవ్రంగా ఉంది. దాంతో పొగమంచు దట్టంగా పేరుకుని, మూడు, నాలుగడుగుల దూరంలోని వెహికల్స్ కూడ కనిపించడం లేదు. ట్రాఫిక్ నెమ్మదిగా కదులుతోంది. ఓ వైట్ కలర్ టవేరా, అశోకా హోటల్ దాటాక, ట్రాఫిక్ నుండి సైడ్ తీసుకుని, రాజ్ టవర్స్ ముందు ఆగింది. ముందు సీట్ లోని వ్యక్తి వెంటనే దిగి, వెనకసీట్ డోర్ తీసి వినయంగా నిలుచున్నాడు. అందులోంచి కాషాయం ధరించిన ఓ సన్యాసి దిగడంతో, రాజ్ టవర్స్ సెక్యూరిటీ గార్డ్స్ ఆశ్చర్యంగా చూశారు.

ఆయన హృషీకేశ్ (రిషికేష్) లోని కార్తికేయ ఆశ్రమానికి పీఠాధిపతి భవభూతిసరస్వతి. వయస్సు యాభై పై బడినా నిత్యం చేసే యోగా, ధ్యానం, నియమాలవల్ల శరీరం ధృఢంగా ఉంది.

స్వామీజీ వేగంగా లిఫ్ట్ వైపు అడుగులు వేశారు. కార్ డోర్ తీసిన వ్యక్తి, ఆయనకు దారి చూపిస్తున్నాడు. ఆయనతో వచ్చిన ముగ్గురు శిష్యులూ వెనకే వేగంగా వస్తున్నారు. స్వామీజీ వారివైపు చూసి, అక్కడే ఆగమని చెయ్యి ఊపారు. ఎవరి దృష్టినీ ఆకర్షించకుండా, వీలైనంత నిశ్శబ్దంగా తానొచ్చిన పని ముగించుకుని వెళ్లాలి. శతాబ్దాలుగా తమ ఆశ్రమం పడుతున్న ఆవేదన తీరే అవకాశం కనిపిస్తోంది. ఈలోపు తమ ప్రయత్నాలని ఎవరూ పసిగట్టకుండా జాగ్రత్త పడాలి... ముఖ్యంగా వాతాపిగణపతి ఆశ్రమం వారికి ఏ మాత్రం హింట్ దొరికినా, తమ ప్రయత్నాలని అడ్డుకుంటారు.

లిఫ్ట్ దగ్గరికొచ్చాక స్వామీజీ అడిగారు "ఏ అంతస్థు?"

"టెన్త్ ఫ్లోర్" ఆయనతో వస్తున్న వ్యక్తి చెప్పాడు, లిఫ్ట్ డోర్ తీస్తూ. పదో అంతస్థు లోని ఆ ఆఫీస్, గ్లోబల్ ఎన్విరాన్మెంట్ ఇన్క్ కంపెనీ, ఇండియన్ బ్రాంచ్.

"వెల్ కం సర్స్... హౌ కెన్ ఐ హెల్ప్ యూ?" మర్యాదగా అడిగింది రిసెప్షనిస్ట్. తమ ఆఫీస్ కి ఒక స్వామీజీ రావడం యిదే మొదటిసారి, అందుకే గౌరవంగా లేచి నిలుచుంది.

"వి హేవ్ ఎపాయింట్మెంట్ విత్ మిస్టర్ మారియన్ క్రాల్" స్వామీజీ తో వస్తున్న వ్యక్తి చెప్పాడు.

తమ డైరెక్టర్ పేరు వినగానే ఆమె అలర్టయింది, "దిస్ వే సర్స్" అంటూ వారిని మారియన్ క్రాల్ కాబిన్ కి తీసుకుని వెళ్ళింది.

గడిచిన రెండు, మూడేళ్లుగా ప్రపంచంలోని చాలాదేశాలు, తమ పర్యావరణ రక్షణ గురించి కొంత శ్రద్ధ తీసుకుంటున్నాయి. తమ దేశాల్లో ఎక్కువగా పొల్యూషన్ కి గురైన ప్రాంతాల్లో గ్రీన్ హౌస్ ఎఫెక్ట్ ఎలా ఉన్నది, పంటలు, వర్షాల మీద ఎలాంటి ప్రభావం ఉండబోతోందని అధ్యయనం చేయడానికి ఆసక్తి చూపడం వల్ల, అప్పటివరకు ఫ్రీలాన్సర్స్ గా ఎన్విరాన్మెంట్ రిసర్చ్ చేస్తున్న ఆరుమంది సైంటిస్ట్స్ కలిసి, 2005 లో గ్లోబల్ ఎన్విరాన్మెంట్ ఇన్క్ కంపెనీని స్థాపించారు. ఏ దేశమైనా, సంస్థ ఐనా, పర్యావరణం విషయంలో ఎటువంటి అధ్యయనం కావాలన్నా ఈ కంపెనీని సంప్రదించవచ్చు. లాభాలు ఆశించకుండా రిసర్చ్ చేసి, పర్యావరణాన్ని

కాపాడేందుకు సహాయం చేయడం ఈ కంపెనీ ముఖ్య ఉద్దేశ్యం. ఈ కంపెనీ ఇండియన్ బ్రాంచ్ 2010 లో న్యూఢిల్లీలో మొదలైంది.

జర్మన్ సైంటిస్ట్ మారియన్ క్రోల్, ప్రస్తుతం ఇండియన్ బ్రాంచ్ కి డైరెక్టర్. పర్యావరణాన్ని రక్షించే ఉద్దేశ్యంతో పరిశోధనలు చేసే ఆఫీస్ లోనే, పర్యావరణానికి హాని చేసే ఎయిర్ కండిషనర్స్ ఉండరాదని, తాను ఇండియాకి రాగానే వాటిని తీయించే ప్రయత్నం చేశాడు. కాని కొలీగ్స్ ఎవరూ ఒప్పుకోలేదు... ముఖ్యంగా ఇండియన్స్! ఏదైనా సుఖానికి ఒకసారి అలవాటుపడితే, దాన్ని వదులుకునేందుకు దేహం, మనసు రెండూ ఒప్పుకోవు.

ఐదారు సంవత్సరాల క్రితం వరకూ, మనదేశంలోని అన్ని ఆఫీసుల్లోనూ సీలింగ్ ఫాన్స్ మాత్రమే ఉండేవి. గ్లోబల్ వార్మింగ్ కారణంగా సంవత్సరంలో ఏడెనిమిది నెలలపాటు వేడి వాతావరణం ఉండడంతో, ఎయిర్ కండిషనర్స్ క్రమంగా అన్ని ఆఫీసుల్లోకి వచ్చిచేరాయి. వాటివల్ల గ్లోబల్ వార్మింగ్ మరింత పెరుగుతుందని తన కొలీగ్స్ కి నచ్చచెప్పే ప్రయత్నం చేశాడు. కానీ, అందరూ ససేమిరా అనడంతో విధిలేక, తనరూంకి మాత్రం ఎయిర్ కండిషనర్ తీయించి, వెంటిలేషన్ కోసం విండోస్ పెట్టించాడు. ఇండియాలో ఆదర్శానికీ, ఆచరణకూ మధ్య ఎంత గాప్ ఉందో యిక్కడికి రాగానే అతడికి అర్థమైంది.

భవభూతిసరస్వతి స్వామీజీని చూడగానే, మారియన్ క్రోల్ లేచి రిసీవ్ చేసుకున్నాడు. స్వామీజీతో వచ్చిన వ్యక్తి, మారియన్ క్రోల్ వైపుచూసి చిన్నగా నవ్వి తలూపాడు. అతడి పేరు అమితాబ్ కిషోర్, వృత్తి... ఫెసిలిటేటర్. వ్యక్తులు లేదా సంస్థలకు మధ్యవర్తిగా పనిచేసి బ్రోకరేజ్ తీసుకుంటాడు. ఈ మీటింగ్ అరేంజ్ చేయడానికి గత మూడు నెలలుగా ప్రయత్నిస్తున్నాడు. స్వామీజీని కన్విన్స్ చేయడానికి అంత టైం పట్టింది.

"అమితాబ్ నాకు చెప్పాడు స్వామీజీ! మీకు ఎటువంటి డౌట్స్ అవసరంలేదు. ప్రస్తుతం టెక్నాలజీ ఎంతో అడ్వాన్స్ అయింది. వీలైనంత నిశ్శబ్దంగా మీపని పూర్తవుతుంది. అయితే ముందుగా మాక్కొన్ని డిటైల్స్ కావాలి, మా లీగల్ ఇంట్రస్ట్స్ ప్రొటెక్ట్ చేసుకోవడం కోసం" చెప్పాడు మారియన్ క్రోల్.

"ఒక్క నిముషం" చెప్పి లేచాడు అమితాబ్ కిషోర్ "నే బయట రిసెప్షన్ లో వెయిట్ చేస్తాను"

"అదేంటి. కూచో, పర్లేదు" చెప్పాడు స్వామీజీ.

"నాపని ఫెసిలిటేషన్ మాత్రమే. మీ డిస్కషన్ గురించి తెలుసుకునే ఇంట్రస్ట్ నాకు లేదు. అది మీ యిద్దరి మధ్యే ఉండనివ్వండి" చెప్పి బయటికెళ్ళాడు.

"అడగండి" చెప్పాడు భవభూతిసరస్వతి, మారియన్ క్రౌల్ వైపు తిరిగి.

"ఎక్కడో హిమాలయ పర్వతాల్లో, ఓ మూలలో దాగున్న ప్రాచీన కేదారేశ్వరాలయాన్ని ఇప్పుడు వెతికి ఏంటి ప్రయోజనం? ఏం ఆశించి మీరీ పని మొదలుపెడుతున్నారు?" అడిగాడు మారియన్ క్రోల్.

"మా అన్వేషణ శతాబ్దాల క్రితమే మొదలైంది. కానీ అడుగడుగునా మా శత్రువులు అడ్డు పడడంతో ఇంతవరకు ఆ ఆలయం ఎక్కడుందో తెలుసుకోలేక పోయాం"

"శత్రువులు ... అంటే!?"

"వాతాపిగణపతి ఆశ్రమం"

"ఎందుకు!? మీరక్కడికి వెళితే వారికేంటి నష్టం?"

"మీకు బహుశా తెలిసే ఉంటుంది. మాదేశంలో దేవాలయల్లో పూజ చేసే అధికారం కోసం, చాలా ఆశ్రమాలు, సన్యాసులు కోర్టు తలుపులు తట్టారు."

"తెలుసు. కానీ, అవన్నీ బాగా ఆదాయం ఉన్న దేవాలయాల కోసం వచ్చిన వివాదాలు. కానీ, మీరు వెదుకుతున్న ప్రాచీనకేదారేశ్వరం, హిమాలయాల్లో ఎక్కడో, ఓ మూలలో ఉంది. ప్రస్తుతం అందరికీ తెలిసిన కేదారనాథ్ ఆలయానికి వెళ్ళేందుకే ఎంతో కష్టపడాలి. అటువంటప్పుడు మీరు వెదుకుతున్న ప్రాచీనకేదారేశ్వరం చేరుకోవడానికి ఇంకా కష్టమవుతుందనే అనుకుంటాను. కాబట్టి, దాన్నిప్పుడు వెదకడం వల్ల మీకేంటి ప్రయోజనం?" అడిగాడు మారియన్ క్రోల్.

స్వామీజీ ఒక నిముషం మౌనంగా ఉన్నాడు. ఇటువంటి ప్రశ్నలు ఎదురవుతాయని ఊహించాడు. కానీ, వాటికి సమాధానం చెప్పకపోతే ఈ అన్వేషణ మొదలవదు. శతాబ్దాలుగా తమ పీఠాధిపతులు పడిన తపన నెరవేరదు. ఏదో ఒకనాటికి చెప్పకతప్పదు. అది ఇప్పుడే చెబితే, కనీసం అన్వేషణ అయినా ప్రారంభం అవుతుంది.

స్వామీజీ ఆలోచన చూసి మారియన్ క్రోల్ అన్నాడు "మీకేం భయం లేదు. ఈగదిలో మీరు నాతో చెప్పే విషయాలన్నీ రహస్యంగానే ఉంచబడతాయి. నో రికార్డ్స్... నో హిడన్ డివైసస్"

"ప్రాచీనకేదారేశ్వరం ... మా ఆశ్రమానికి ఓ ప్రిస్టేజ్ ఇష్యూ! 12వ శతాబ్దంలో మా ప్రత్యర్థులు, అంటే గణపతి ఆశ్రమం సన్యాసులు, పృథ్వీరాజ్ చౌహాన్ ను నమ్మించి, ప్రాచీనకేదారేశ్వరం మీద పూర్తిహక్కులు సాధించుకున్నారు. ఇక అప్పటినుండి మా ఆశ్రమానికి, ఆ ఆలయం ఎక్కడుందో తెలుసుకునే ప్రయత్నం చేయడానిక్కూడా వీల్లేకుండా రాజశాసనం చేయించుకున్నారు" చెప్పాడు భవభూతి సరస్వతి.

"సారీ... నాకు అర్థంకావడంలేదు" స్వామీజీ మాటలకు అడ్డుపడుతూ అడిగాడు మారియన్ క్రోల్ "అంటే పన్నెండోశతాబ్దం వరకూ మీ ఆశ్రమానికి కూడా ఈ ఆలయం దారి తెలుసా?"

"లేదు. ఆ దారి మా ఆశ్రమానికి తెలియనివ్వకుండా, గణపతి ఆశ్రమం ముందునుండే చాలా జాగ్రత్తలు తీసుకుంది. అయితే 12వ శతాబ్దానికి ముందు ఈ విషయం లో ఎలాంటి రాజశాసనం లేదు. కాబట్టి, మా ఆశ్రమం ఈ ఆలయానికి దారిని వెతికే ప్రయత్నాలు చాలా చేసింది. అప్పుడు కూడా గణపతి ఆశ్రమం చాలారకాలుగా అడ్డుపడింది. కానీ, పృథ్వీరాజ్ శాసనం తర్వాత, మాకు యిక ఎలాంటి ప్రయత్నాలు చేయడానిక్కూడా వీల్లేకపోయింది"

"ఎందుకని?" అడిగాడు మారియన్ క్రోల్.

"పృథ్వీరాజ్, తన స్నేహితుడైన చంద్ బర్దాయిని, వాతాపిగణపతి ఆశ్రమానికి రక్షకుడిగా నియమించాడు. అప్పటినుండి, ఈ ఆలయం రహస్యాన్ని అతడి వంశం వారు కాపాడుతూ వచ్చారు. ఎవరైనా దారి తెలుసుకోవడానికి ప్రయత్నిస్తే, ముందుగా వారించేవారు. మాట వినకపోతే ప్రాణాలు పోయేవి"

"చంద్ బర్దాయి... అతనో కవిగదా!?"

"అవును, పృథ్వీరాజ్ రాసో అనే పద్యకావ్యం రాశాడు. అతను కవి మాత్రమే కాదు, పృథ్వీరాజ్ లాగే చాలా సాహసం, పరాక్రమం ఉన్న ఓ వీరుడు"

"ఇంటరెస్టింగ్. ఆ వంశానికి చెందినవారు, యిప్పుడు కూడా ఆ రహస్యాన్ని కాపాడుతున్నారా!?"

"తెలియదు. కాని దాదాపు ఇరవైఏళ్ళ క్రితంవరకు కచ్చితంగా కాపాడుతూండేవారని, మా గురువుగారు నాతో అనేవారు"

మారియన్ క్రోల్ కొద్ది సేపు ఆలోచిస్తూ ఉండిపోయాడు. ఎన్విరాన్మెంట్ రిసర్చ్ వదిలేసి, తాను అనవసరంగా హిస్టరీ రిసర్చ్ లోకి వెళ్లిపోతున్నానేమో అనిపించింది. కానీ, తమ హెడ్ ఆఫీస్ నుండి మూడురోజుల క్రితం వచ్చిన మెసేజ్, చాలాక్లియర్ గా ఉంది. కార్తికేయాశ్రమానికి ఈ విషయంలో పూర్తి

సహాయం చేయాలని కంపెనీ బోర్డాఫ్ డైరక్టర్స్ నిర్ణయించారు. ఎట్టి పరిస్థితుల్లోనూ, కార్తికేయాశ్రమం తమని వదిలేసి, యింకో ఎన్విరాన్మెంట్ ఏజెన్సీకి వెళ్ళకుండా, పకడ్బందీగా సర్వీస్ అగ్రిమెంట్ చేసుకోవాలి.

తమ కంపెనీ బోర్డాఫ్ డైరక్టర్స్ కి మెంటల్ బాలన్స్ తప్పిందేమోనని అతడికి డౌటొచ్చింది. అసలే కంపెనీ నష్టాల్లో నడుస్తుండడంతో, రోజుకో ఇంటర్నేషనల్ సంస్థ చేతుల్లోకి మారిపోతోంది. ఇటువంటి స్థితిలో, చేతికొచ్చిన ఏ అసైన్మెంట్ నీ, తమ డైరక్టర్స్ వదులుకునేలా లేరు.

అతడి ఆలోచనల్ని గమనించి, స్వామీజీ అడిగారు "ఈ ప్రాజెక్ట్ తీసుకోవడానికి మీరు భయపడుతున్నారా?"

"లేదు, స్వామీజీ! అలాంటి భయాలేవీ మాకులేవు. రిసర్చ్ త్వరలోనే మొదలవుతుంది. కానీ,... ఒక్క ప్రశ్న?"

"అడగండి"

"ఈ ప్రాచీనకేదారేశ్వరం లో ఏముంది? అందులో నిధి, నిక్షేపాలు ఉన్నాయనుకుంటున్నారా?"

"మాకూ తెలియదు. ఆ ఆలయంలో పూజచేసే అధికారంకోసమే మా పోరాటం, అని మా గురువుగారు చెప్పేవారు. గణపతి ఆశ్రమానికి దేశంలో మంచిగుర్తింపు రావడానికి, రాజుల ఆదరం దొరకడానికి, ఆ ఆలయంలో పూజచేసే అధికారమే కారణం అని మా నమ్మకం. ఈ నమ్మకం ఈనాటిది కాదు, 10వ శతాబ్దంనుండే ఈ విషయంలో, రెండు ఆశ్రమాల మధ్య, తీవ్రమైన పోటీ ఏర్పడింది. అంతేకాదు, గణపతి ఆశ్రమంలో ఉన్న అరుదైన లేత పసుపు రంగులోని వజ్రాలు, ఆ ఆలయంనుండే దొరికాయని ఓ నమ్మకం. అవి వజ్రాలనికూడా ఎవరికీ తెలియరాదని వాటిని కటింగ్ చేయించలేదు. అవి దొరికినప్పటినుండే గణపతి ఆశ్రమానికి దశ తిరిగిందట. అక్కడ పూజచేసే అధికారం మాకూ దొరికితే, మా ఆశ్రమం కూడ అభివృద్ధిలోకి వస్తుంది. అందుకే, గణపతి ఆశ్రమం మాకు శతాబ్దాలుగా అడ్డుపడుతోంది"

మారియన్ క్రోల్ కి విషయం కొద్దిగా అర్థమైంది. ఎగో అనేది సన్యాసులను కూడా ప్రక్కదారి పట్టిస్తోంది. మధ్యలో తమ కంపెనీల్లాంటివి లాభం చేసుకుంటున్నాయి. టేబిల్ మీదున్న ఫైల్ నుండి స్టాంప్ పేపర్స్ తీసి భవభూతిసరస్వతి ముందుంచాడు. "ఆల్ రైట్ స్వామీజీ, రిసర్చ్ త్వరలో మొదలుపెడతాం. అంతకంటే ముందు, ఫార్మల్ గా ఈ విషయంలో అగ్రిమెంట్ చేసుకోవాలి. పూర్తిగా చదివి, సంతకం చేయండి. మీకేవైనా అబ్జెక్షన్స్ ఉంటే యిప్పుడే క్లియర్ చేసుకుందాం" చెప్పాడు.

స్వామీజీ అగ్రిమెంట్ ని ఓసారి చదివి, ఇంకేం మాట్లాడకుండా సైన్ చేసి, మారియన్ క్రోల్ కి అందిస్తూ అడిగారు "ఇంతకీ రిసర్చ్ ఎలా సాగుతుందో తెలుసుకోవచ్చా?"

"ఎలా, అంటే?"

"అంటే, ఎక్కడినుండి రిసర్చ్ మొదలవుతుంది, ఎంత టైం పడుతుంది... యిలాంటివి"

"మా సైంటిస్ట్స్ ఇద్దరు, ఈ రిసర్చ్ కోసం వస్తారు. సాటిలైట్ ఇమేజరీ ఆధారంగా, హిమాలయాల్లోని కొన్ని ప్రాంతాల్ని సెలక్ట్ చేసుకుని, మా అన్వేషణ మొదలుపెడతాం. ఆ ప్రాంతాల్లో ఎక్కడా ఈ ఆలయం దొరక్కపోతే, తిరిగి ఇంకొన్ని స్పాట్స్ తీసుకోవాలి. అందుకని, కచ్చితంగా యింతటైంలో పనవుతుందని చెప్పలేం. అయితే చూచాయగా అయినా ఈ ఆలయం ఏ ప్రాంతంలో ఉందో తెలిస్తే, పని త్వరగా పూర్తిచేయొచ్చు"

"చెప్పానుగా, గణపతి ఆశ్రమం ఈ విషయాన్ని చాలా రహస్యంగా ఉంచింది. ఆశ్రమం పీఠాధిపతికి, చంద్ బర్దాయి వంశంలో ఒక్కరికి మాత్రమే ఈ విషయం చెప్పబడుతుంది. అంటే, ఏ కాలంలో అయినా ఈ రహస్యం, కేవలం ఇద్దరు వ్యక్తులకు మాత్రమే తెలిసేలా జాగ్రత్తపడ్డారు. ఆ ఇద్దరిలో ఒకరు చనిపోతే, ఆ స్థానానికొచ్చే

వ్యక్తికి, బతికున్న రెండోవ్యక్తి, ఆ రహస్యాన్ని చెబుతాడు. ఇది శతాబ్దాలుగా వారి సాంప్రదాయం. అక్కడికి ఎప్పుడు, ఎలా వెళతారో కూడా ఎవరికీ తెలియదు"

అర్థమైనట్టు తలఊపాడు మారియన్ క్రోల్. ఓ ఆలయం దారిని ఇంత సీక్రెట్ గా ఉంచారంటే ... నిజంగా పారనాయిడ్స్ అయ్యుండాలి అనుకున్నాడు.

"ఓకే స్వామీజీ, ఈ చలికాలం తర్వాత మా అన్వేషణ మొదలుపెడతాం. ఇప్పుడు స్నో ఫాల్ ఎక్కువగా ఉంటుంది, కాబట్టి వెయిట్ చేయకతప్పదు. ఈలోపు మా సైంటిస్ట్స్, వీసా ఫార్మాలిటీస్ పూర్తిచేసుకుని రెడీగా ఉంటారు"

ఫిబ్రవరి 22, 2013
లీగసీ హోంస్, కరాచీ

డిస్కవరీ ఛానల్ చూస్తూ, అసహనంగా సోఫామీద కదులుతున్నాడు హమీద్. కానీ, అతడి మనసంతా టెలిఫోన్ మీదే ఉంది. టైం సాయంత్రం నాలుగవుతోంది. ఇంకా కాల్ రాలేదు. చదరంగంలో ఓ పావుని కదిపాక, ఎదుటి వ్యక్తి తన స్టెప్ వేసేవరకు ఎదురుచూడక తప్పదు. అవకాశం వచ్చేవరకు ఓపిగ్గా వెయిట్ చేయడం అతడికి కొత్తేం కాదు. కానీ, మొదటిసారిగా కొంత టెన్షన్ కి గురవుతున్నాడు. కారణం, ముక్తార్ కి కూడా తన ప్లాన్ ఏంటో చెప్పలేదు. రిజల్ట్ తారుమారైతే, తనతోపాటు ముక్తార్ కూడా తలదించుకోవాలి.

అంతలో ఫోన్ మోగింది. ఆత్రంగా తీశాడు.

"అమితాబ్ కిషోర్" అటునుండి వినిపించింది.

"ఏమైంది?" అడిగాడు హమీద్, కామ్ గా ఉండడానికి ప్రయత్నిస్తూ.

"చేప, వల్లోపడింది. అగ్రిమెంట్ సైన్ అయింది"

ఆ మాట వినగానే రిలీఫ్ గా ఫీలయ్యాడు హమీద్ "గుడ్, ఎవరికీ డౌట్ రాలేదుగా?" అడిగాడు.

"లేదు, తర్వాత ఏం చేయాలి?" అడిగాడు అమితాబ్.

"నథింగ్!"

"అదేంటి!?" ఆశ్చర్యంగా అడిగాడు అమితాబ్ కిషోర్

"నీ ఫీజ్ అమౌంట్, నీ అకౌంట్ లో డిపాజిట్ అయింది. ఇక యిందులో ఇన్వాల్వ్ అవకు"

"అఫ్ కోర్స్, మీరు వద్దంటే యిక ఇన్వాల్వ్ అవను. కానీ,... "

"షటప్!" అరిచాడు హమీద్ అడ్డొస్తూ "ఇప్పటిదాకా మాట్లాడినవీ, విన్నవీ అన్నీ వెంటనే మర్చిపో. లేదంటే నీకే ప్రమాదం"

హమీద్ కి అంత అసహనం వస్తుందని ఊహించలేదు అమితాబ్ కిషోర్. ఓ నిముషం మౌనంగా ఉన్నాడు. "బై హమీద్ సాబ్" చెప్పి ఫోన్ పెట్టేశాడు.

హమీద్ ఓ ఐదునిముషాలు ఆలోచించాడు. చదరంగంలో మొదటి స్టెప్ పూర్తయింది. అందులో ఇండియన్, లేదా ఇంటర్నేషనల్ చట్టాలకి వ్యతిరేకంగా తనేమీ చేయలేదు. ఇకమీద వేయబోయే స్టెప్స్ లో మాత్రం చాలా జాగ్రత్త అవసరం. ఎందుకంటే, ఇక మీద చేయబోయేవి, చట్టాలకి విరుద్ధంగా ఉంటాయి.

భవభూతిసరస్వతి, మారియన్ క్రోల్ తో ఏమేం చెప్పుంటాడో తనకి దాదాపుగా తెలుసు. ఇరవైరెండేళ్ళ క్రితం తాను జరిపిన అన్వేషణలో అవన్నీ తెలుసుకున్నాడు. రెండురోజుల్లో, మారియన్ క్రోల్ నుండి డిటైల్డ్ రిపోర్ట్ జర్మనీకెళ్ళి, ఎలాగూ తనకే వస్తుంది. అయితే, తెలుసుకోవాల్సింది ఇంకోటుంది. ఇప్పుడు గణపతి ఆశ్రమానికి పీఠాధిపతిగా ఉన్న విద్యారణ్యసరస్వతికి, ప్రాచీనకేదారేశ్వరానికి దారి తెలుసా, లేదా అని.

అది తెలుసుకోవడం అంత కష్టం కాకపోవచ్చు. ఎందుకంటే ఆయన నిజమే తప్ప, ఎట్టి పరిస్థితుల్లోనూ అబద్ధం చెప్పడని హమీద్ కి తెలిసింది. ఆయనకి దారి తెలిసుంటే, తనపని చాలా సులభం అవుతుంది. సీక్రెట్

గా ఆయన్ని ఫాలో చేయిస్తే చాలు, జియాలజిస్ట్ లతో రిసర్చ్ కూడా అనవసరం. చిన్నగా నవ్వుకున్నాడు హమీద్, ఇప్పటికీ యిలాంటి ఆదర్శాల్ని పట్టుకుని వేలాడేవాళ్ళున్నారు. వారి దృష్టిలో అది ఆదర్శం కావచ్చు. కానీ, తన దృష్టిలో అబద్ధాలు చెప్పలేకపోవడం అనేది, చేతగానితనం మాత్రమే!

తిరిగి ఫోన్ తీశాడు. ఈసారి ముక్తారహ్మద్ కి రింగ్ చేశాడు.

"ఎస్, హమీద్" అటునుండి చెప్పాడు ముక్తార్.

"ఇద్దరు జియాలజిస్ట్స్ కావాలి, ఫారినర్స్. మన సింపథైసర్స్ లిస్ట్ నుండి"

"నేషనాలిటీ?"

"యూరోపియన్స్. పాస్ పోర్ట్స్ కూడా యూరప్ నుండే ఇష్యూ అయ్యుండాలి"

"అలాగే, వెదికిస్తాను, తర్వాత?"

"వాళ్ళని కాంట్రాక్ట్ బేసిస్ లో, గ్లోబల్ ఎన్విరాన్మెంట్ కంపెనీ లోకి రిక్రూట్ చేసి, ఇండియాకి పంపాలి. పేరుకు మాత్రం వాళ్ళు మారియన్ క్రోల్ కింద పనిచేస్తుంటారు. కానీ, ఏం చేయాలో, ఎలా చేయాలో నేను చెబుతూంటాను"

"ఓకే, ఇంతకీ నీ ప్లాన్ ఏంటో చెప్పనేలేదు?" అడిగాడు ముక్తార్.

హమీద్ చిరునవ్వు నవ్వాడు. ఎంత పెద్ద పొసిషన్ లో ఉన్న వ్యక్తైనా, సస్పెన్స్ ని ఎక్కువకాలం భరించలేడు. అన్నీ తనకి తెలిసేలా జరగాలి. లేకపోతే గిలగిల్లాడిపోతాడు.

"ఇప్పుడు చెప్పాగా, అదే నా ప్లాన్!" చెప్పాడు హమీద్, అటువైపు ముక్తార్ అసహనంతో ఉడుక్కుంటున్నాడని తెలుస్తూనే ఉంది.

"ప్లీస్, హమీద్! నీ ప్లాన్ కి ఫండ్స్ అరేంజ్ చేయాలంటే, నేను డి.జి.(డైరెక్టర్ జనరల్)కి డిటైల్స్ చెప్పాలి" అడిగాడు ముక్తార్.

"నా ప్లాన్ కయ్యే ఖర్చు, మన డిఫెన్స్ బడ్జెట్ లో వెయ్యోవంతు కూడా ఉండదు, చెప్పు డి.జి.కి"

హమీద్ ఏం చెప్పాలనుకుంటున్నాడో తెలుస్తోంది ముక్తార్ కి. మజారి ఖ్వైద్ దగ్గర తాను హమీద్ ని కలిసినప్పుడు, పాకిస్తాన్ బడ్జెట్ లో, డిఫెన్స్ ఖర్చు తగ్గించేందుకు ఇండియాని దెబ్బతీయాలని అన్నాడు. ఇప్పుడు హమీద్ తన మాటల్నే తనకి చెప్పి, అసలు విషయం దాచేస్తున్నాడు.

అతడి ఫీలింగ్స్ అర్థమయ్యాయి హమీద్ కి, "ముక్తార్! టైం వచ్చినప్పుడు అన్ని డిటైల్స్ నీకు చెబుతాను. నీమీద నాకు నమ్మకం ఉంది. కానీ, ఐఎస్ఐకి ఎన్ని వెంటిలేటర్స్ ఉన్నాయో, ఎన్ని సొరంగాలున్నాయో, నాకు బాగా తెలుసు. ఆఫ్ఘాన్ లో పనిచేసినప్పుడు ఈ విషయం నాకు బాగా అర్థమైంది. చాలా టాప్ లెవల్లో మీరు చేసిన ప్లాన్స్ కూడా, వెంటనే సిఐఏ(అమెరికా)కి, షియా-హిజబ్-ఇ-వాదత్(ఇరాన్ సపోర్ట్ చేసిన గ్రూప్)కి తెలిసిపోయేవి. మమ్మల్ని జోకర్స్ లా చూసేవారు. ఫీల్డ్ ఏజెంట్ కి అంతకంటే బాధాకరమైంది, అవమానకరమైంది ఇంకోటుండదు. అందుకే మీ ప్లాన్స్ ఫెయిలయ్యేవి, లాస్ట్ మినిట్ లో నేను మొత్తం స్ట్రాటజీనే మార్చాల్సివచ్చేది. ఇది నీకూ తెలుసు"

"ఓకే హమీద్, ఐ అగ్రీ విత్ యూ, జియాలజిస్ట్స్ ని ఫైనల్ చేసి నీకు ఫోన్ చేస్తాను. ఇంతకీ నువ్వు లీగసీహోంస్ నుండే ఆపరేట్ చేస్తావా, లేక హెడ్ క్వార్టర్స్ కి షిఫ్ట్ అవుతావా?" అడిగాడు ముక్తార్.

"ప్రస్తుతానికి ఇక్కడే ఉంటాను. ఇంకో విషయం, మసూద్ ఎక్కడున్నాడు?"

"మాడ్రిడ్ లో"

"వెంటనే ఢిల్లీకి షిఫ్ట్ చేయించు, వయా లండన్. ఇ మెయిల్ సెటప్ చేసి, డిటైల్స్ పంపమను" చెప్పి ఫోన్ పెట్టేశాడు హమీద్.

మసూద్ అలీ తండ్రి పాకిస్తానీ, తల్లి ఆంగ్లో ఇండియన్. పాకిస్తాన్ ఏర్పడ్డాక అక్కడికే వెళ్ళింది. మసూద్ అలీకి పదునాలుగేళ్ళ వయసప్పుడు వాళ్ళు విడిపోయారు. తల్లి ఇంగ్లాండ్ కి వెళ్ళిపోయింది. మసూద్ అలీకి తల్లి పోలికలు ఎక్కువగా రావడంతో, చూడ్డానికి బ్రిటిష్ పౌరుడిలాగే ఉంటాడు. తల్లి సహాయంతో రహస్యంగా బ్రిటిష్ పాస్ పోర్ట్ కూడా సంపాదించాడు, 'జాన్ గోస్లింగ్' అనే పేరుతో. అదే అతడి అడ్వాంటేజ్. బ్రిటిష్ పాస్ పోర్ట్ తో ఇండియాకి వెళ్ళొచ్చు, ఎవరికీ డౌట్ రాకుండా!

జాయింట్ ఇంటలిజెన్స్ మిసిలేనియస్ (జే.ఐ.ఎమ్.) లో, హమీద్ మిర్ నమ్మే అతి కొద్దిమందిలో మసూద్ ఒకడు. మేనేజ్ మెంట్లో పోస్ట్ గ్రాడుయేషన్ చేసి, అసిస్టెంట్ ప్రొఫెసర్ గా పనిచేస్తున్నాడు. అది అతడి కవర్. 1994లో మసూద్ ని ఆఫ్ఘనిస్తాన్ కి రప్పించాడు హమీద్. అక్కడి ఆపరేషన్స్ లో మసూద్ తన రైట్ హాండ్.

ప్రస్తుతం తనకి గ్రౌండ్ జీరోలో, అంటే ఇండియాలో, ఓ నమ్మకమైన అసిస్టెంట్ కావాలి. అతడితో రహస్యంగా కమ్యూనికేట్ చేయాలంటే ఓ సులభమై వ్యవస్థ కావాలి. ఇప్పటి పరిస్థితుల్లో రేడియో కాల్స్, ఫోన్ కాల్స్, ఇమెయిల్స్ లాటివి వాడితే ట్రేస్ చేయడం చాలా సులభమైపోయింది. లాండ్ లైన్ కూడా సేఫ్ కాదు.

అందుకే, ఐఎస్ఐ ఓ కొత్తపద్ధతిని రూపొందించింది. ఐఎస్ఐ ఏజంట్, తాను పనిచేయాల్సిన దేశానికెళ్ళి, ఏదైనా ఇ-మెయిల్ సర్వీస్ లో, ఓ యూసర్ నేమ్, పాస్ వర్డ్ లని క్రియేట్ చేసుకుని, ఆ డిటైల్స్ ని, తన కంట్రోల్ కి స్లీపర్స్ ద్వారా చేరవేస్తాడు. యూసర్ నేం ని ఒక స్లీపర్, పాస్ వర్డ్ ని యింకో స్లీపర్ తెస్తారు. ఈ స్లీపర్స్ కి యింకే వివరాలూ తెలియవు. కేవలం టూరిస్టుల్లా ఆ దేశాలకి వెళ్ళడం, ఎవరో యిచ్చే కవర్ ని తీసుకురావడం, తమ కాంటాక్ట్ కి అందించడం, అంతే.

ఆ తర్వాత ఏజంట్ తాను చెప్పాలనుకున్న విషయాల్ని డ్రాఫ్ట్ మెయిల్ లో సేవ్ చేసి, లాగ్ అవుట్ చేస్తాడు. ఓ గంట తర్వాత అతడి కంట్రోల్, అదే యూసర్ నేమ్, పాస్ వర్డ్ లతో డ్రాఫ్ట్ మెయిల్ ని ఓపెన్ చేసి చదువుతాడు. రిప్లై కూడ అదే డ్రాఫ్ట్ మెయిల్లోనే సేవ్ చేస్తాడు. తిరిగి గంట తర్వాత, ఏజంట్ దాన్ని చదివి డిలీట్ చేస్తాడు. ఇలా సెండ్ బటన్ ఉపయోగించకుండా, ఇద్దరూ కమ్యూనికేషన్ జరుపుతుంటారు. సెండ్ చేయబడిన ఇ-మెయిల్స్ ని ట్రేస్ చేయొచ్చు, కాని యిలా డ్రాఫ్ట్ లో సేవ్ చేసి, చదువుకుని డిలీట్ చేసే వాటిని ఎవరూ ట్రేస్ చేయలేరు. ఐఎస్ఐ మొదలుపెట్టాక, ఈ పద్ధతినే టెర్రరిస్ట్ గ్రూపులు కూడా వాడుతున్నాయి.

హమీద్ తన ప్లాన్ నెమరువేసుకుంటున్నాడు. తానుకూడా త్వరలోనే ఇండియాకి వెళ్ళాలి, తప్పదు. ఈలోపు చేయాల్సినవి చాలా ఉన్నాయి. ప్లాన్ మధ్యలో ఎలాంటి అడ్డంకులొచ్చినా, వాటిని సైడ్ లైన్ చేసి ముందుకు వెళ్ళాలంటే, ఇండియాలో తన బాక్ అప్ అరేంజ్ మెంట్స్ బలంగా ఉండాలి. అందుకే ముందుగా మసూద్ అలీని పంపించాలని డిసైడ్ చేశాడు.

ఇండియామీద తన పూర్వీకుల పగతోపాటు, తన పగ కూడా తీర్చుకోవాలి. ఓ ముజాహిదీగా అది తన కర్తవ్యం. అందుకు అవసరమైతే, ఇండియాలో ఇప్పటివరకు ఉపయోగించని ఓ ముఖ్యమైన లింక్ ని కూడ వాడుకోవాలి! పెళ్ళైన రెండేళ్ళ లోపే, బాంగ్లాదేశ్ అల్లర్లలో తన భార్య చనిపోవడాన్ని ఎప్పటికీ మరచిపోలేడు. అందుకు ఇండియా కారణం కాదనీ, జరిగింది మర్చిపోయి, తిరిగి పెళ్ళిచేసుకొమ్మనీ, అతడి తల్లి ఎన్నిసార్లు చెప్పినా హమీద్ వినలేదు.

ఇండియాని తలుచుకున్నప్పుడల్లా అతడికి చరిత్రలోని ఓ ఉద్యమం పేరు జ్ఞాపకం వస్తుంది ... ముజాద్దిద్! 16వ శతాబ్దంలో, అక్బర్ కాలంలో ఓ ఫిలాసఫర్ ఉండేవాడు, పేరు షేక్ అహ్మద్ సిర్హిందీ. సూఫీతత్వం, ఇస్లాం నుండి కాస్త డైవర్టై, ఇతర మతాల తత్వాలను తనలో కలుపుకుంటోందని బాధపడేవాడు. అక్బర్ తో కూడా

ఈ విషయంలో విభేదించేవాడు. హిందువులకు జిజియాపన్ను మాఫీ చేయడాన్ని కూడా తప్పుపట్టాడు. గురునానక్, కబీర్ లాంటి వారినీ విమర్శించేవాడు. సూఫీతత్వం తిరిగి ప్యూర్ ఇస్లాం వైపు పయనించాలంటే, అందులోంచి ఇతరమతాల ప్రభావాల్ని పూర్తిగా తొలగించాలనేవాడు. హిందువులకు ముఖ్యమైన పదవులు ఇవ్వరాదనీ, ప్రార్థనాస్వేచ్ఛ ఉండరాదనీ అప్పటి మంత్రులకి, అధికారులకి లెటర్స్ రాసేవాడు. అతడి ఈ ఉద్యమానికే 'ముజాద్దీద్' అనే పేరొచ్చింది.

తర్వాత జహంగీర్, తన హయాంలో సిర్హిందీ ప్రతి విషయంలోనూ తలదూర్చడం భరించలేక, అతడిని ఓ సంవత్సరంపాటు జైల్లో పెట్టించాడు. కానీ, అతడికి సపోర్టర్స్ చాలామంది ఉండేవారు. వారి సహాయంతో అప్పుడప్పుడు జైల్ నుండి తప్పించుకుని, పబ్లిక్ ఫంక్షన్స్ లో సడన్ గా కనిపించేవాడు. హమీద్ మిర్ పూర్వీకులు కూడా సిర్హిందీ సపోర్టర్స్ లోనివారే. అలాంటివారి ఆలోచనాధోరణే చివరికి టు నేషన్ థియరీగా మారి, పాకిస్తాన్ ఏర్పడేందుకు కారణమైంది.

మార్చ్ 3, 2013
రిషికేశ్

నీలకంఠ మహాదేవ్ ఆలయానికి కాస్త దూరంలో ఉన్న ఆ పురాతనమైన సత్రంలో, రాత్రి పదిన్నరకి శర్వగ్ని ఉద్యమం మెంబర్స్ పాతికమంది సమావేశమయ్యారు. మిగిలిన మెంబర్స్ రాలేకపోయారు. ప్రతాప్ రామనారాయణ సింగ్ ని, అమిత్ మోహన్ తివారిని ఎలిమినేట్ చేశాక, ఉత్తరాఖండ్ లో మాఫియా సామ్రాజ్యాలు కూలిపోయాయి.

“ఫ్రెండ్స్, ఉత్తరాఖండ్ లో యిప్పుడు పరిస్థితి కంట్రోల్లో ఉంది. ఇసుక మాఫియా దాదాపు కూలిపోయింది. ఇక మన నెక్స్ట్ టార్గెట్, విజయ్ గోంకర్” చెప్పాడు మల్గోలా.

ఓ మెంబర్ సడన్ చెయ్యి పైకెత్తాడంతో అందరూ అతడి వైపు చూశారు “మల్గోలా, వాడి సంగతి తర్వాత చూద్దాం. అంతకంటే అర్జెంట్ విషయం ఒకటుంది”

“ఏంటది, మన ఎజండా కంటే ముఖ్యమైందా!?” సీరియస్ గా అడిగాడు మల్గోలా.

“అవును. కార్తికేయాశ్రమం తిరిగి ప్రయత్నాలు మొదలెడుతోందేమోనని నా అనుమానం”

“వాట్!?”అందరూ ఆశ్చర్యంగా చూశారు.

“పదిరోజుల క్రితం, భవభూతిసరస్వతి స్వామీజీ రహస్యంగా ఢిల్లీ వెళ్ళారు, ఓ కంపెనీ డైరెక్టర్ ని కలవడానికి”

“ఏ కంపెనీ?”

“గ్లోబల్ ఎన్విరాన్మెంట్ ఇంక్, జర్మన్ కంపెనీ”

“ఐతే ఏంటి?”

“మీటింగ్ విషయం చాలా సీక్రెట్ గా ఉంచారు. అపాయింట్మెంట్, విసిటర్స్ రికార్డుల్లో ఎంట్రీల్లేకుండా జాగ్రత్తపడ్డారు. స్వామీజీ, కంపెనీ డైరెక్టర్ మాత్రమే మాట్లాడుకున్నారు”

“నీకెలా తెలిసింది?” అడిగాడో మెంబర్.

“మా అన్నయ్య కూతురు ఆ కంపెనీలోనే పనిచేస్తోంది. ఓ స్వామీజీ తమ ఆఫీస్ కి రావడం యిదే మొదలని చెప్పింది”

మల్గోలా తల పంకించాడు “అబ్జర్వ్ చేద్దాం, తొందరొద్దు”

మే 14, 2013

కేదారనాథ్

ద్వాదశ జ్యోతిర్లింగ క్షేత్రాలలో ప్రధానమైన శివక్షేత్రం. ఆరునెలలుగా మూసిన ఆలయద్వారాలు ఆ ఉదయమే తీశారు. ఉకిమఠ్ నుండి అర్చామూర్తులను తెచ్చి, ఆలయంలో ఉంచి పూజాకార్యక్రమాలు తిరిగి ప్రారంభించారు. దర్శనంకోసం అప్పటికే చాలామంది యాత్రికులు చేరకున్నారు. దాదాపు పన్నెండువేల అడుగుల ఎత్తులో ఉన్న కేదారనాథ్ చేరుకోవడం అంత సులభంకాదు. రిషికేశ్ నుండి గౌరికుండ్ వరకు బస్, లేదా కార్లో ప్రయాణం చేయొచ్చు. ఆ తర్వాత గౌరికుండ్ నుండి, పద్నాలుగు కిలోమీటర్లు పర్వతమార్గంలో నడవాలి. అంతదూరం నడవలేనివారు డోలీ లేదా గుర్రంమీద వెళ్లొచ్చు. మందాకినీ నది తీరం వెంబడి సాగే ఆ యాత్ర, ఓ అద్భుతమైన అనుభవాన్నిస్తుంది.

కేదారనాథ్ చేరుకుని, ఆలయాన్ని చూడగానే యాత్రికులు ప్రయాణం బడలిక అన్నీ మరచిపోతారు. ఎప్పుడో ఎనిమిదో శతాబ్దంలో ఆదిశంకరాచార్యులు కట్టించిన ఆలయం. చుట్టూ మంచుకొండల మధ్యలో ఉన్న ఆలయం, చూడడానికి ఎంత అద్భుతంగా ఉంటుందో, అంతకంటే అద్భుతం దాని నిర్మాణంలోని ఇంజనీరింగ్. రాతి కట్టడమే ఐనా, దృఢత్వంకోసం రాళ్ళ మధ్యలో డ్రిల్ చేసి స్టీల్ బార్స్ ని అమర్చిన తీరును గమనిస్తే, అప్పటి స్థపతుల మేధస్సుకు ఆశ్చర్యం వేస్తుంది.

మనదేశంలోని ఇంకే ఆలయంలో లేని ప్రత్యేకత, ఈ ఆలయం ముఖద్వారం మీద త్రికోణాకారంలోని రాతిపలకలో చెక్కబడిన ఓ మనిషిముఖం ఆకారం. ఆలయం మండపంలో కృష్ణుడు, పాండవులు, ద్రౌపదిదేవి మూర్తులున్నాయి. పాండవులకాలంలో కట్టించిన ఆలయం, ఇప్పటి ఆలయానికి దగ్గరే ఉండేదనీ, అది శిథిలంకావడంతో, ఆదిశంకరాచార్యులు ఈ ఆలయాన్ని కట్టించారని అంటారు. గర్భగృహంలోని శివలింగం త్రికోణాకారంలో, పర్వతశిఖరంలా ఉంది. ఇదికూడా ఈ ఆలయం ప్రత్యేకతే. దేశంలోని ఇంకే ఆలయంలోనూ శివలింగం ఈ ఆకారంలోలేదు.

ఆలయం ప్రధాన అర్చకుడిని రావల్ అంటారు. కర్ణాటకలోని వీరశైవమతానికి చెందిన ఓ కుటుంబంవారిని, ఆదిశంకరాచార్యులే యిక్కడ పూజకోసం నియమించారు. అప్పటినుండి, వారి వంశస్థులే పరంపరగా కేదారనాథ్ లో పూజ నిర్వహిస్తున్నారు. చలికాలంలో ఆలయాన్ని మూసివేసే సమయంలో, అర్చామూర్తుల్ని తీసుకుని రావల్, ఉకిమఠ్ లోని ఓంకారేశ్వర మందిరానికి వస్తాడు. తిరిగి మే నెలలో కేదారనాథ్ కి తీసుకువెళ్ళి, ఆలయంలో స్థాపనచేయడం ఆనవాయితీ. ఈ సంవత్సరం ఆలయం తీసిన రోజు వైనాయకి గణేషచతుర్థి కావడంతో, హరిద్వార్ లోని వాతాపిగణపతి ఆశ్రమానికి ప్రత్యేకంగా ఆహ్వానం వెళ్ళింది. విద్యారణ్యసరస్వతి ప్రతి సంవత్సరం ఆ కార్యక్రమానికి హాజరవుతారు. అయితే, ఈసారి స్వయంగా పూజలు నిర్వహించాలని ఆలయం కమిటీ ఆయన్ని ఆహ్వానించింది.

ఉదయం ఆరుకు మొదలైన కార్యక్రమం పదివరకు సాగింది. ఎనిమిదిమంది పండితులు నిర్విరామంగా సామవేద మంత్రాలు గానం చేస్తున్నారు. మందాకిని నదీజలాలతో మహాభిషేకం, తర్వాత అర్చన కొనసాగాయి. గణపతి ఆశ్రమం నుండి తెచ్చిన లేతపసుపు రంగులోని వజ్రాలను శివలింగానికి అలంకరించారు. చూడడానికి అవి, లౌవర్ లోని ఫ్రెంచ్ క్రౌన్ జివెల్ కలెక్షన్ లో ఉంచిన సాన్సీ డైమండ్స్ లా

ఉన్నాయి. కానీ సైజ్ లో వాటికంటే పెద్దవి. ఆశ్రమం సేవకులందరూ హడావిడిగా తిరుగుతూ, కావలసిన ఏర్పాట్లుచేస్తున్నారు. శివాష్టకం తర్వాత హారతితో పూజ పూర్తయింది.

పూజ తర్వాత యాత్రికులకు దర్శనం మొదలైంది. విద్యారణ్యసరస్వతి, ఆలయానికి వెనుకున్న శంకరాచార్యుల సమాధిమందిరంలో కూర్చున్నారు. ఆ మందిరం చాలాప్రశాంతంగా ఉంటుంది. అక్కడకూడ ఓ శివలింగం ఉంది, అది స్ఫటికలింగం. దర్శనం ముగించుకున్నవారిలో కొంతమంది అక్కడికి వచ్చి కూర్చున్నారు. వచ్చినవారిలో ఇద్దరు విదేశీయులు కూడా ఉన్నారు. ఆశ్రమం సేవకులు, అందరికీ అల్పాహారం, ప్రసాదాలు అందిస్తున్నారు. స్వామీజీ తమ అల్పాహారం ముగించి వచ్చినవారి వైపుచూశారు. వారిలో ఒకతను లేచి నిలుచున్నాడు.

"స్వామీజీ నేనో ప్రైవేట్ ఇన్సూరెన్స్ కంపెనీకి ఎం.డి.ని. దేశమంతా మా బ్రాంచీలున్నాయి. ఇండియాలోని అన్ని ఇన్సూరెన్స్ కంపెనీలకన్నా ఎక్కువగా మా ఎంప్లాయిస్ కి జీతాలు, పర్క్స్ ఇస్తున్నాం. అయినా ఎవరూ రెండుమూడేళ్ళకన్నా ఎక్కువకాలం ఉద్యోగంలో కంటిన్యూ కావడంలేదు. ఎంతోమంది హెచ్.ఆర్. ఎక్స్ పర్ట్స్ వచ్చి, ఏవేవో సలహాలిచ్చారు. కానీ, ఈ అట్రిషన్ ఆగడంలేదు. నాకు మీ సలహా కావాలి"

స్వామీజీ ఆయనవైపు చూసి చిరునవ్వు నవ్వారు "నేనేదైనా సలహా యివ్వాలంటే, ముందుగా ఈ అట్రిషన్ (ఉద్యోగులు తరచూ కంపెనీలు మారడం) వల్ల మీకొచ్చిన నష్టమేంటో చెప్పండి. ఎలాగూ మంచి జీతాలిస్తున్నారు, కాబట్టి కొత్తవారిని తీసుకోవచ్చుగా?" అడిగారు.

"అలాగే చేస్తున్నాం. కానీ, అంతకు ముందు ఎంప్లాయిస్ చేసిన తప్పులవల్ల పని దెబ్బతింటోంది. కంటిన్యుటీ ఉండటంలేదు. ప్రతి సమస్యకూ, నేనే డైరెక్ట్ గా ఇన్వాల్వ్ అవ్వాలి. లేకపోతే, అది అలానే పెండింగ్ లో ఉండిపోతుంది"

"మీరెప్పుడైనా ఆ ఎంప్లాయిస్ తప్పులెందుకు చేస్తున్నారో విచారించారా?"

"తప్పులంటే, ... ఎక్సాక్ట్లీ తప్పులని కాదు. డెప్త్ లోకి వెళ్ళకుండా, సరిగా ఇంటర్ ప్రెట్ చేయకుండా, పైపైనే రూల్స్ చదివేసి, అప్పటికి పనైపోయిందనిపించడం. ఆ తర్వాత ప్రాబ్లంస్ వచ్చేలోపు జాబ్ మారిపోవడం, ఇదీ జరుగుతోంది. మేనేజ్ మెంట్ స్థాయి వ్యక్తుల్లోనూ ఇదే ధోరణి కనిపిస్తోంది"

"ఇక్కడ సమస్య మీ ఎంప్లాయిస్ వల్ల రావడం లేదేమో. ఒకదానికొకటి పొంతనలేకుండా మీరు చేసుకున్న రూల్స్ తో వస్తోంది చిక్కు. పైగా, వేర్వేరు డిపార్ట్ మెంట్స్ కి వ్యతిరేకమైన లక్ష్యాలు (కాన్ ఫ్లిక్టింగ్ టార్గెట్స్) సెట్ చేయమని, మేనేజ్ మెంట్ కోర్స్ చేసిన వాళ్లెవరో మీకు సలహా యిచ్చుంటారు"

"అవును, అలా చేస్తే పోటీ ఏర్పడి, క్వాలిటీ దానంతటదే ఇంప్రూవ్ అవుతుందని అంటారు"

"కానీ మీరు డీల్ చేస్తోంది మనుషులతో, మిషిన్స్ తో కాదు!"

"అంటే !?"

"కాంపిటీషన్, కాంపిటెన్స్ పదాల మాయాజాలం సృష్టించి, ఎంప్లాయిస్ శ్రమని సులభంగా దోచుకోవాలని మీరనుకున్నారు. గుర్తింపుకోసం వ్యక్తుల్లో సహజంగా ఉండే బలహీనతల్ని ఎక్స్ ప్లాయిట్ చేశారు. అందుకే ప్రతి సంవత్సరం టార్గెట్స్ పెంచుకుంటూ వెళ్ళి, వాటిని సాధించినవారిని ఆకాశానికి ఎత్తేయడం, మిగిలినవారికి ఏ గుర్తింపూ ఇవ్వకపోవడం, ఇదీ మీ కంపెనీ పాలసీ అనుకుంటాను. అందుకే మీ ఎంప్లాయిస్ కూడా, రికగ్నిషన్ కోసం అప్పటికి పనైపోయిందనిపించేసి, దాని తాలూకు పర్యవసానం (రిపర్కెషన్స్) వచ్చే సమయానికి తప్పుకుంటున్నారు"

అర్థమైనట్టు తల ఊపాడు ఆ కంపెనీ ఎండి "దీన్నెలా సరిచేయాలి, ఏదైనా సలహా చెప్పండి ?"

"మీరే ఆలోచించండి. సమస్య ఎక్కడినుండి మొదలైందో, అక్కడే సమాధానం కూడా ఉంటుంది. మీదో ఇన్సూరెన్స్ కంపెనీ, అంటే సేవాసంస్థ. కానీ సేవచేయడం మానేసి, టార్గెట్స్ పట్టుకుని వేలాడడంవల్ల మీరీ పరిస్థితిని తెచ్చుకున్నారు. పైగా, మీరు క్రియేట్ చేసిన అసంబద్ధమైన రూల్స్, టార్గెట్స్, రెమ్యునరేషన్స్, ప్రమోషన్స్ కారణంగా, మీ ఎంప్లాయీస్ లో చాలామంది, తమపనిలో ప్రతిభని చూపించడం మానేసి, మిగిలినవారి అసమర్థతని ఎత్తి చూపడానికే ఎక్కువ టైం వృథా చేస్తుంటారు, అవునా?"

"నిజమే"

"అందుకని ముందు మీ విధానంలో మార్పు అవసరం. సమస్యలొచ్చినప్పుడు పారిపోకుండా, వాటిని ఎవరో ఒకరిమీదకి నెట్టేయకుండా, తమ భుజాలమీద వేసుకుని సాల్వ్ చేసే రకం వ్యక్తుల్ని గుర్తించి, ప్రోత్సహించండి. వారిలో గుర్తింపు కోసం తహతహలాడే గుణం ఉండదు. తమ కొలీగ్స్ ని చేతకానివారిగా ప్రొజెక్ట్ చేసి చూపించే తత్వం కూడా ఉండదు. వారికి అద్భుతంగా మాట్లాడి, రాసి, మెప్పించే శక్తి లేకపోవచ్చు. కానీ, బాధ్యతల్ని మోసే వ్యక్తిత్వం ఉంటుంది. ఇప్పటి మేనేజ్ మెంట్ గురువులు, అలాంటివారిని 'స్లో' అనీ, 'ఇన్ కాంపిటెంట్స్' అనీ అంటుంటారు. ఒకప్పుడు వేటినైతే మంచివ్యక్తుల లక్షణాలన్నారో, వాటినే ఇప్పుడు బలహీనతలంటున్నారు. కానీ, అలాంటి వారి శ్రమ, డెడికేషన్స్ వల్లే సంస్థలు నిలబడుతున్నాయి. అంతేగానీ, ఏ మాత్రం విషయపరిజ్ఞానం లేకున్నా ఎదుటివారికి మాట్లాడే అవకాశం ఇవ్వకుండా, అన్నీ తమకే తెలుసన్నట్టు వాగే బోదరకప్పల వల్ల కాదు"

"థాంక్స్ స్వామీజీ"

అంతలో యాత్రికుల్లోని ఇద్దరు విదేశీయులు స్వామీజీ దగ్గరికి వచ్చారు.

"స్వామీజీ, ఈ కేదార్ నాథ్ ఆలయం ఎప్పటిది?"

స్వామీజీ వారిపై ప్రశ్నార్థకంగా చూసి "మీరు... !?" అడిగారు

"నా పేరు డేవిడ్ లింటన్, ఇతను నా కొలీగ్ అలన్ గోడెన్. లండన్ నుండి వచ్చాం, పర్యావరణం మీద రిసర్చ్ కి. హిమాలయాలన్ గ్లేసియర్స్ తరిగిపోతున్నాయిగా, ఆ విషయం మీద. మీరు కూడా పర్యావరణాన్ని కాపాడడం కోసం సత్యాగ్రహాలు చేస్తుంటారుగా. అందుకని కలవాలని వచ్చాం"

"సంతోషం. మా ప్రభుత్వం ఇన్నాళ్లకి మేలుకుందన్న మాట"

"స్వామీజీ, మమ్మల్ని మీ గవర్నమెంట్ పిలిపించలేదు, ఓ ప్రైవేట్ సంస్థ తరపున వచ్చాం"

"ఓహ్ అలాగా, ఏ సంస్థ?"

"గ్లోబల్ ఎన్విరాన్ మెంట్ ఇంక్, జర్మన్ కంపెనీ"

"మీ రిసర్చ్ ఎక్కడిదాకా వచ్చింది?"

"ప్రస్తుతం చారోబారీ గ్లేసియర్ వద్ద నడుస్తోంది"

కేదారనాథ్ కి నాలుగు కిలోమీటర్ల దూరంలో చారోబారీ తాల్ (సరస్సు) ఉంది. 1948లో మహాత్ముని చితాభస్మంలో కొంతభాగం ఆ సరస్సులో కలిపాక, దాన్నే మహాత్మాగాంధీ సరస్సని పిలుస్తున్నారు. చారోబారీ గ్లేసియర్ కూడ అక్కడే ఉంది. హిమాలయాల్లోని ముఖ్యమైన గ్లేసియర్స్ లో అదికూడ ఒకటి.

స్వామీజీ తలూపి "ఈ ఆలయం, ఎనిమిదో శతాబ్దంలో కట్టింది" చెప్పారు.

"మరి పాండవులు కట్టించిన ఆలయం?"

"పాండవులు కట్టించిన ఆలయం కూడా ఇదే చోట ఉండేదట. అది శిథిలమవడంతో, ఆదిశంకరాచార్యులు ఈ ఆలయాన్ని కట్టించారని చరిత్రకారుల నమ్మకం"

"మరి మాదేశంలో కొంతమంది చరిత్రకారులంటుంటారు, ఇంతకంటే చాలా ప్రాచీనమైన కేదారనాథ్ మందిరం ఇంకోటుందని. మీరెప్పుడైనా ఆ మందిరాన్ని చూశారా?"

విద్యారణ్యసరస్వతి భృకుటి ముడిపడింది. ఈ సమయంలో అలాటి ప్రశ్నని ఊహించలేదు. అయినా అబద్ధం చెప్పడం ఆయన జీవితంలో లేదు, ఎటువంటి పరిస్థితుల్లోనూ!

వారి వైపు ప్రశాంతంగా చూసి "లేదు" చెప్పారు.

ఆ విదేశీయులిద్దరూ ఆశ్చర్యంగా ఒకరి మొహం ఒకరు చూసుకున్నారు. అడగటానికి ఇంకేం లేనట్టు తలపంకించి బయలుదేరారు.

అదేరోజు అర్ధరాత్రి దాటి, రెండు కావస్తోంది

శుక్లపక్షం చవితి కావడంతో ఆకాశంలో సన్నని చంద్రరేఖ అప్పుడే ఏర్పడింది. మసకవెలుగులో చారోబారి గ్లేసియర్ ప్రశాంతంగా కనిపిస్తోంది. భూమికి పన్నెండువేల ఐదొందల అడుగుల ఎత్తులో, మధ్యహిమాలయాల్లో ఉన్న ఆ గ్లేసియర్, దాదాపు ఏడుకిలోమీటర్ల పొడవుతో, దక్షిణం దిశగా పదకొండు డిగ్రీలు ఏటవాలుగా ఉంది. దాని రెండు ముఖద్వారాల్లో ఒకటి మందాకిని నదిలోకి, ఇంకోటి చారోబారి తాల్(సరస్సు)లోకి నీటిని వదులుతాయి. హిమాలయాల్లో వేగంగా తరిగిపోతున్న (రిట్రీట్ అవుతున్న) గ్లేసియర్స్ లో చారోబారీ కూడా ఒకటి. అంచనాల ప్రకారం, గత నలభైఏళ్ళలో దాదాపు మూడువందల నలభై మీటర్లకి పైగా తరిగిపోయింది.

తాల్ (సరస్సు) మీదుగా రివ్వున వీస్తున్న చలిగాలి వణికిస్తోంది. సరస్సులోని బ్రహ్మకమలాల నుండి వస్తున్న సువాసన, ఆ చలిగాలిని కూడా ఆహ్లాదంగా మారుస్తోంది. మనదేశంలో హిమాలయాల్లో మాత్రమే కనిపిస్తాయి బ్రహ్మకమలాలు. చాలా స్వచ్ఛమైన నీటిలో మాత్రమే అవి వికసిస్తాయి. వేసవిలోకూడా అక్కడ ఆగి, ఆగి మంచు కురుస్తోంది. డబల్ లేయర్ ఉలన్ బట్టలు, కోట్స్, తలకి చుట్టుకున్న మఫ్లర్స్ కూడా ఆ ఇద్దరినీ చలినుండి కాపాడలేకపోతున్నాయి. సరస్సును ఆనుకుని భైరవనాథ్ మందిరం ఉంది. కేదారనాథ్ క్షేత్రానికి ఆయన క్షేత్రపాలకుడు. ఆ మందిరం వెనుకభాగంలో సాగుతోంది వారి రిసర్చ్.

ఇద్దరి చేతుల్లోనూ 'రోవర్ సి' మోడల్, గ్రౌండ్ పెనట్రేటింగ్ రాడార్స్ (జి.పి.ఆర్స్.) ఉన్నాయి. భూమిలో, లేదా గోడల వెనుకదాగున్న అరలు, సొరంగాలు, నిధులు లేదా మెటల్స్ ని గుర్తించేందుకు ఈ జి.పి.ఆర్స్ ఉపయోగపడతాయి. ఎలక్ట్రో మేగ్నటిక్ పల్స్ టెక్నిక్ ద్వారా, ఉపరితలం కింద, లేదా వెనక దాగున్నవాటిని గుర్తించి, త్రి.డి. ఇమేజ్ ని ఔట్ పుట్ గా యిస్తాయి. వాటికి అమర్చిన సూపర్ స్కానర్ వల్ల, చాలా లోతువరకు స్కానింగ్ చేయగలుగుతున్నారు.

మసకచీకటిలోనే ఇద్దరూ నిశ్శబ్దంగా తమ అన్వేషణ కొనసాగిస్తున్నారు. వారి లాప్ టాప్స్ లో ఆ ఏరియా సర్వే మాప్ కనిపిస్తోంది. ప్రతి మూడుమీటర్లకు ఓ పాయింట్ చొప్పున మొత్తం ఏరియాని గ్రిడ్ లా విభజించుకుని, యిద్దరూ చెరోవైపునుండి జి.పి.ఆర్. ని వాడుతూ, అనుమానం వచ్చిన చోట్లని తిరిగి ఛెక్ చేస్తున్నారు. బ్లూటూత్ సహాయంతో స్కానింగ్ డాటా, జి.పి.ఆర్. నుండి నేరుగా వారి లాప్ టాప్స్ కి వెళ్ళి స్టోరవుతోంది. దాదాపు గంటతర్వాత, ఇద్దరూ పని ఆపి మందిరం దగ్గరికి వచ్చారు.

"ఎనీథింగ్?" అడిగాడు డేవిడ్ లింటన్, తన కొలీగ్ ని.

లేదన్నట్టు తల అడ్డంగా ఊపాడు అలన్ గోడెన్.

డేవిడ్ లింటన్ తన బాగ్ నుండి ఫ్లాస్క్ తీశాడు. హోటల్ నుండి వచ్చేముందు, ఫ్లాస్క్ లో బ్లాక్ కాఫీ నింపుకున్నాడు. రెండు కప్స్ తీసి సర్వ్ చేశాడు. "మౌంట్ కైలాష్ ఏరియాలో ఏదైనా దొరుకుతుందని, నాకు చాలా హోప్ ఉండింది. కానీ, నెలరోజులు కష్టపడ్డా కనీసం క్లూ కూడా లేదు" చెప్పాడు కాఫీ సిప్ చేస్తూ.

"మనమేం వెదుకుతున్నామో సరిగా తెలిస్తేగా" చెప్పాడు అలన్ గోడెన్

"ఇలా అర్ధరాత్రిదాటాక, ఈ చలిలో రహస్యంగా ఎన్నాళ్లిలా వెదకాలి? ఇండియాలో ఎప్పుడో మూతపడిన ఓ ఆలయం గురించి, ఐఎస్ఐకి ఎందుకింత ఇంట్రస్ట్, నాకేం అర్ధంకావడంలేదు"

"ట్రెజర్ హంట్ అనుకుంటాను. ఐనా మనదేం పోయింది, ఫీజ్ దొరుకుతోంది, చాలు. నాకు మాత్రం ఇక్కడే ఏదైనా క్లూ దొరుకుతుందనిపిస్తుంది"

"ఎలా చెప్పగలవు?"

"పేరుని బట్టి చూస్తే, ప్రాచీనకేదారేశ్వరం అనేది, కేదారనాథ్ కి దగ్గర్లోనే ఉండాలి. అంటే యిక్కడి నుండే అక్కడికి వెళ్ళేందుకు కేవ్ (గుహ)లాంటిది ఉండాలి"

"ఇంత సింపుల్ లాజిక్ కి దొరికేదైతే, ఐఎస్ఐ మన హెల్ప్ అడిగేదే కాదు" చెప్పాడు డేవిడ్ లింటన్.

"చూద్దాం. ఈ ఏరియా మొత్తం కవర్ చేయడానికి ఇంకో పదిరోజులు పడుతుంది. తర్వాత కేదార్ నాథ్ మందిరం చుట్టూ వెదుకుదాం"

"అక్కడ చాలా కేర్ ఫుల్ గా ఉండాలి, జన సంచారం ఎక్కువ. ఇక్కడికి రావడం కష్టం కాబట్టి, జనసంచారం లేదు. మన పని ఫ్రీ గా చేసుకుంటున్నాం"

"ఓహ్, కమాన్ డేవిడ్! రాత్రిపూట ఈ చలిలో ఎవరొస్తారు. వచ్చినా మన దగ్గర పర్మిట్ ఉంది. ఎన్విరాన్మెంట్ రిసర్చ్ పేరుతో, ఇండియాకి ఎవరొచ్చి ఏం చేసినా అడిగేవాడులేడు. మన బయొలాజికల్ వార్ ఫేర్ ని కూడ, ఇండియాలోని మారుమూల గ్రామాల్లో ఎన్నోసార్లు టెస్ట్ చేశారు, ఎవరైనా అడిగారా!? నూటయిరవై కోట్ల జనాభా ఉన్నదేశంలో, సడన్ గా ఏదో రిమోట్ విలేజ్ లో వింతరోగం సోకి, ఓ వందమంది చనిపోయినా పట్టించుకునే తీరిక యిక్కడెవరికుంది? న్యూస్ ఛానెల్స్ ఓ రెండురోజులు హంగామా చేస్తాయి, తర్వాత అంతా మామూలే" చెప్పాడు అలన్ గోడెన్.

"ఓకే, ముందు ఇక్కడి పని ముగిద్దాం. ఇంకో రెండుగంటలు స్కానింగ్ చేసి హోటల్ కెళదాం"

ఇద్దరూ లేచి, తమ జి.పి.ఆర్స్ ని తీసుకోబోతున్నారు. అప్పుడు వినిపించింది ఓ శబ్దం. అది ... ఓ బరువైన ఖడ్గం, వేగంగా గాలిలో కదలడంతో వచ్చిన శబ్దం! అక్కడికి ఎవరూరారనే ఓవర్ కాన్ఫిడెన్స్ తో, ఆ యిద్దరూ గమనించలేదు. ఆరోజు మధ్యాహ్నంనుండే తమనెవరో ఫాలో అవుతున్నారని తెలుసుకోలేకపోయారు.

మొదట అలెన్ గోడెన్ తల తెగిపడింది. డేవిడ్ లింటన్ కుడిచెయ్యి వేగంగా కోట్ పాకెట్ వైపు కదిలింది. కానీ, అతడి రివాల్వర్ అక్కడ లేదు, రూంలోనే ఉంచేశాడు. ఆ ఖడ్గం అంతకంటే వేగంగా కదిలి, అతడి భుజంమీద వాలింది. భయంతో ఒక్క క్షణం అతడి మెదడు మొద్దుబారింది, నరాలు పనిచేయలేదు. ఆ తర్వాత తెలిసింది, శరీరంలోంచి ఓ భాగం పూర్తిగా వేరుచేయబడితే కలిగే తీవ్రమైన బాధ ఎలా ఉంటుందో!

అతడి గావుకేక గాలిలో కలిసిపోయింది. భయంతో కళ్ళు పెద్దవయ్యాయి. కారణం కూడా తెలియనీకుండా, చావు సడన్ గా, చాలాదగ్గరికి వచ్చేసినప్పుడు మనసు పనిచేయదు, ఇంస్టింక్ట్స్ మాత్రమే పనిచేస్తాయి. అక్కడినుండి పారిపోవాలని ప్రయత్నిస్తున్నాడు. కానీ, కాళ్లు సహకరించడం లేదు. అంతలో ఆ ఖడ్గం ఇంకోసారి వేగంగా కదిలింది. భయంతో అరవాలని నోరుతీశాడు, కానీ గొంతులోంచి స్వరం బయటికి వచ్చేలోపు మెడనరాలు తెగిపోయాయి. కొన్ని క్షణాలపాటు వేదన, ఆ తర్వాత అతడి శరీరంలో చలనం ఆగిపోయింది.

మే 16, 2013
లీగసీ హోంస్, కరాచీ

కంప్యూటర్ మానిటర్ వైపు అసహనంగా చూస్తున్నాడు హమీద్. ఉదయం నుండే అతడికి, మసూద్ అలీకి మధ్య డ్రాఫ్ట్ ఇమెయిల్స్ నడుస్తున్నాయి. ఉదయం ఎనిమిదికి, అలవాటు ప్రకారం మెయిల్ బాక్స్ ఓపెన్ చేశాడు. గత నెలరోజులుగా అందులో ప్రత్యేకమైన మెసేజస్ ఏవీ లేవు. తమ జియాలజిస్ట్స్ ఏ ప్రాంతాల్లో జి.పి.ఆర్. స్టడీచేశారనే వివరాలు తప్ప. హమీద్ చదివి, ఓకే మెసేజ్ సేవ్ చేశాక, మసూద్ ఆ డ్రాఫ్ట్ ఇమెయిల్ ని డిలిట్ చేసేవాడు.

కానీ, ఈరోజు మెయిల్ బాక్స్ ఓపెన్ చేయగానే, మొదటి మెసేజ్ హమీద్ ని షాక్ కి గురిచేసింది.

"మన జియాలజిస్ట్స్ ఇద్దరినీ ఎవరో చంపేశారు. మొన్నరాత్రి చారోబారి గ్లేసియర్ కి వెళ్లారు. నిన్న మధ్యాహ్నం పన్నెండువరకు తిరిగి రాకపోవడంతో, హోటల్ మేనేజర్ పోలీస్ కి రిపోర్ట్ చేశాడు. ఈలోపు భైరవనాథ్ మందిరం వెనక రెండు శవాలు పడున్నాయని ఎవరో యాత్రికులు రిపోర్ట్ చేయడంతో కేదారనాథ్, స్టేషన్ హౌస్ ఆఫీసర్ అక్కడికి వెళ్ళాడు. ప్రోటోకాల్ ప్రకారం, రోజు మధ్యాహ్నం రెండింటికి ఆ యిద్దరిలో ఒకరు నాకు ఫోన్ చేసేవారు. కానీ, నిన్న మూడైనా ఫోన్ రాలేదు. నే ఫోన్ చేస్తే ఎవరూ తీసుకోలేదు. దాంతో, నేను హరిద్వార్ నుండి వెళ్లేసరికి బాడీస్ ని పోస్ట్ మార్టంకి పంపించేశారు"

ఇంత సడన్ గా యిలా జరుగుతుందని హమీద్ కూడా ఊహించలేదు. ఎలా జరిగింది? ఏం జరిగింది? అనే ప్రశ్నలు అతడి మనసులో సుడులు తిరుగుతున్నాయి. ఇలాంటి సమయాల్లోనే తాను కామ్ గా ఉండాలి.

"ఎనీ సస్పెక్ట్స్?" ప్రశ్నరాసి, కింద పిఎస్15- అని రాసి లాగౌట్ చేశాడు. అంటే, ప్రోటోకాల్ ప్రకారం గంటకోసారి కాకుండా, పదిహేను నిముషాలకోసారి మెయిల్ బాక్స్ ఓపెన్ చేయాలని, ఇది ఎమర్జెన్సీ సిచుయేషన్ కాబట్టి. కానీ, తన మెసేజ్ ని మసూద్ గంట తర్వాతే చూస్తాడు. కాబట్టి, మొదటి రిప్లై రావడానికి తాను గంట వెయిట్ చేయక తప్పదు. అనాలోచితంగా అతడి చెయ్యి కుడికంటి కిందున్న మచ్చని తడుముతోంది, టెన్షన్ కారణంగా.

గంట తర్వాత, తిరిగి మెయిల్ బాక్స్ ఓపెన్ చేసి డ్రాఫ్ట్ మెయిల్ చూశాడు. మసూద్ నుండి రిప్లై వచ్చింది.

"ఇంతవరకూ ఎవరినీ సస్పెక్ట్ చేయలేదు. మనవాళ్ళ పాస్ పోర్ట్స్, వాలెట్స్, లాప్ టాప్స్ పోయాయి. కాబట్టి, ఇది రాబరీ కేస్ అని అనుకుంటున్నారు "

"సేఫ్టీ కోసం ఓ రివాల్వర్ వాళ్లకిచ్చానన్నావు. అదేమైంది? "

"దాన్ని రూంలోనే వదిలివెళ్ళారు. పోలీసులకి దొరికింది. కానీ నోప్రాబ్లం, దాన్ని ట్రేస్ చేసినా, రెండేళ్ళక్రితం చనిపోయిన ఓ గాంగ్ స్టర్ దని మాత్రమే తెలుస్తుంది"

"మరి జి.పి.ఆర్స్ ఏమయ్యాయి?"

"పోలీసులు హాండోవర్ చేసుకున్నారు"

"ఆరోజు వాళ్ళు ఎక్కడెక్కడ తిరిగారు? ఎవరినైనా కలిశారా? "

"కేదారనాథ్ మందిరానికి వెళ్ళారని తెలిసింది. గణపతి ఆశ్రమం స్వామిని కలిశారట. కానీ, ఏం మాట్లాడారో తెలియదు"

వాళ్లేం మాట్లాడి ఉంటారో హమీద్ కి తెలుసు. మసూద్ కి తెలీకుండా, ఓ సపరేట్ ఇమెయిల్ ఐడి ద్వారా, తాను డైరెక్ట్ గా ఆ ఇద్దరు జియాలజిస్ట్స్ తోను కాంటాక్ట్ లో ఉన్నాడు. ఆ ఐడిని, పాస్ వర్డ్ ని తానే క్రియేట్ చేసి, ఆ జియాలజిస్ట్స్ లండన్ నుండి బయలుదేరక ముందే చేరవేశాడు. ప్రతిరోజు స్కానింగ్ డేటాని జియాలజిస్ట్స్, తమ డ్రాఫ్ట్ మెయిల్స్ లో సేవ్ చేస్తున్నారు. హమీద్ వాటిని డౌన్ లోడ్ చేసుకుని, డ్రాఫ్ట్ ఇమెయిల్స్ ని డిలిట్ చేస్తున్నాడు. గణపతి ఆశ్రమం స్వామిని కలిసినప్పుడు, కాజువల్ గా ప్రాచీనకేదారేశ్వరం ప్రస్తావన తీసుకొచ్చి, ఆయన రియాక్షన్ ఎలా ఉందో తనకి చెప్పమన్నాడు. ఈలోపే ఆ ఇద్దరూ హత్యకి గురయ్యారు.

హమీద్ ఓ నిర్ణయానికి వచ్చాడు. కొన్నాళ్ళపాటు ఈ రిసర్చ్ ని ఆపాలి, తప్పదు. ప్రస్తుతం తాను అర్జెంట్ గా చేయాల్సింది... డామేజ్ కంట్రోల్! ఇండియన్ పోలీస్ కి ఏమాత్రం అనుమానం రాకుండా చూడాలి. ఇది మామూలు రాబరీ కేస్ అనే వాళ్ళు నమ్మాలి. అంటే, ముందు గ్లోబల్ ఎన్విరాన్మెంట్ కంపెనీ, ఇండియన్ బ్రాంచ్ డైరెక్టర్ ని సైలెంట్ చేయాలి. ఆ జియాలజిస్ట్స్ దేనికోసం వెతుకుతున్నారో మారియన్ క్రోల్ కి తెలుసు. ఇండియన్ పోలీస్ వివరాలడిగినప్పుడు, ప్రెషర్ తట్టుకోలేక అతను విషయం చెప్పేస్తే, తన ప్లాన్ అంతా నాశనమౌతుంది. బాగా చదువుకున్న వాళ్ళతో యిదే చిక్కు. చిన్న అబద్ధం కూడా సరిగా, ధైర్యంగా చెప్పలేరు.

ఇంకో ముఖ్యమైన పనుంది. రోవర్ సి మోడల్ జిపిఆర్స్ ని, గ్లేసియర్ రిట్రీట్ డేటాకోసం వాడరు, అవి భూమికింద, గోడల వెనుకభాగాల్లో దాగుండే సొరంగాలు, గుహలు, సమాధులు యిలాంటివాటిని గుర్తించేందుకు మాత్రమే పనికొస్తాయి. పర్మిట్ తో సంబంధంలేని రిసర్చ్ డేటా వాటిలో ఉందని పోలీసులకి తెలిసినా ప్రమాదమే. మసూద్ కి మెసేజ్ టైప్ చేశాడు.

"పోలీసులకి అనుమానం రాకుండా, జిపిఆర్స్ ని వేరే మామూలు వాటితో మార్చేయ్. లోకల్స్ లో ఎవరినైనా హైర్ చేసుకో. ఆ జిపిఆర్స్ లోని డేటా నాక్కావాలి. ఈ డ్రాఫ్ట్ ఇమెయిల్ ని డిలిట్ చేయడం మర్చిపోకు"

మెసేజ్ సేవ్ చేసి లాగౌట్ చేశాడు. ఒక్క సడన్ డెవలప్మెంట్ కారణంగా తన ప్లాన్ లోఎన్ని మార్పులు అవసరమౌతున్నాయి. కోపం, కసితో అతడి పిడికిళ్ళు బిగుసుకున్నాయి. ఇది మామూలు రాబరీ కేసైనా సరే, తన ప్లాన్ ని మధ్యలో డిస్టర్బ్ చేసిన వాడిని తీవ్రంగా టార్చర్ చేసి చంపాలి. అలా కాకుండా, యిది ఎవరో ప్లాన్ ప్రకారం చేసిందైతే!? ... ఎంత వద్దనుకున్నా ఆ ప్రశ్న హమీద్ ని వేధిస్తోంది!

మే 17, 2013

రిషికేశ్

రాత్రి పదకొండు దాటింది. నీలకంఠ మహాదేవ్ ఆలయానికి కాస్త దూరంలో ఉన్న ఆ పురాతనమైన సత్రంలో, శర్వాగ్ని ఉద్యమం మెంబర్స్ సమావేశమయ్యారు. సడన్ గా తమ లీడర్ మల్గోలా, ఈ మీటింగ్ కి ఎందుకు పిలిపించాడో ఎవరికీ తెలియదు.

"ఫ్రెండ్స్ మీతో డిస్కస్ చేయకుండా, సడన్ గా ఓ ముఖ్యమైన నిర్ణయం తీసుకోవాల్సి వచ్చింది. అది చెబుదామనే ఈ మీటింగ్ కి మెసేజ్ యిచ్చాను" చెప్పాడు మల్గోలా.

అందరూ అతడివైపే ఆసక్తిగా చూస్తున్నారు, ఏం చెబుతాడా అని.

"మన అనుమానం నిజమైంది. అందుకే, ఇద్దరు విదేశీ సైంటిస్టుల్ని సడన్ గా ఎలిమినేట్ చేయాల్సివచ్చింది"

ఆ గదిలో సడన్ గా నిశ్శబ్దం అలుముకుంది. అందరూ ఒకరి మొహం ఒకరు చూసుకున్నారు. ఈ విషయం న్యూస్ లో చూశారు. కానీ, దీని వెనకున్నది తమ లీడరే అంటే, అది అందరికీ చాలా షాకింగ్ న్యూస్. కారణం లేకుండా మల్గోలా ఏ నిర్ణయం తీసుకోడని అందరికీ తెలుసు. కానీ, యిద్దరు విదేశీయుల్ని ఒకేసారే చంపేయడం...

"ఏం జరిగింది!?" అడిగాడో మెంబర్ కాస్త తేరుకుని.

"దేనికోసం పన్నెండోశతాబ్దంలో మన ఉద్యమం ఏర్పడిందో, దాన్నే ఆ యిద్దరూ వెదుకుతున్నారు" చెప్పాడు మల్గోలా. అందరూ ఊపిరి బిగబట్టి వింటున్నారు.

"అంటే ... ప్రాచీనకేదారేశ్వరం!?" చెప్పాడో మెంబర్

"అవును"

"ఎక్కడినుండి వచ్చారు?"

"లండన్. గ్లోబల్ ఎన్విరాన్మెంట్ ఇంక్ కంపెనీ వాళ్ళని పిలిపించింది"

"వెదికినంత మాత్రాన, ప్రాచీనకేదారేశ్వరం వాళ్లకంత సులభంగా దొరుకిపోతుందా? మనకే అదెక్కడుందో యింతవరకు తెలియదు!" అనుమానంగా అన్నాడో మెంబర్. చంపాల్సినంత అవసరమేంటనే భావం కనిపిస్తోంది, అతడి మొహంలో.

"చెప్పలేం ఫ్రెండ్స్. ఇప్పుడు టెక్నాలజీ చాలా అడ్వాన్స్ అయింది. పైగా, వెదికిస్తోంది ఐఎస్ఐ!"

"మైగాడ్, మీకెలా తెలిసింది!?"

"ఆ యిద్దరిమాటల్ని బట్టే తెలిసింది. ఐఎస్ఐ ప్రాచీనకేదారేశ్వరాన్ని చేరుకుంటే, మన శర్వాగ్ని ఉద్యమం వేస్టయినట్టేగా"

"ఇదెలా సాధ్యం? ఆ కంపెనీకి, పాకిస్తాన్ ఐఎస్ఐతో ఏంటి సంబంధం!?"

"ఏదో సంబంధం ఉండితీరాలి"

"ఇంకొన్ని రోజులు అబ్జర్వ్ చేసుంటే, దీని వెనుక ఎవరున్నారో తెలిసేదేమో?"

"అది నేనూ ఆలోచించాను. మనం ఎంతకాలం అబ్జర్వ్ చేసినా, ఏం తెలుసుకున్నా ప్రయోజనమేంటి? గవర్నమెంట్ నుండి పర్మిట్స్ తీసుకుని రిసర్చ్ చేస్తున్నారు. దీన్నెలా ఆపగలం?"

"కానీ, ఈ రిసర్చ్ వెనక ఐఎస్ఐ హాండ్ ఉందని ఎక్స్ పోస్ చేస్తే, ప్రాబ్లం సాల్వ్ అయ్యేదేమో!?"

"ఎలా ఎక్స్ పోస్ చేయడం? ఎక్కడో మారుమూలదేశాల్లో, రహస్యంగా జరిగే చీకటి ఒప్పందాల్ని నిరూపించాలంటే చాలా సంవత్సరాలు పడుతుంది. ఈలోపు పరిస్థితి చేయిదాటిపోవచ్చు. పాకిస్తాన్ యిలాంటివి ఎన్నోచేసింది. అందుకే, ఆ యిద్దరినీ చంపేయడం ద్వారా, సడన్ వాక్యూం క్రియేట్ చేశాను. కలుగులో దాక్కున్న ఎలుకలు, యిప్పుడు బయటికి రాకతప్పదు"

"మరి రాబరీ కేస్ అనిపించేలా ఎందుకు చేశారు"

"ఐఎస్ఐని నమ్మించేందుకు. ఇది హత్య అని తెలిస్తే, పాకిస్తాన్ జాగ్రత్తపడుతుంది. ఇంకా సీక్రెట్ గా ప్రాచీనకేదారేశ్వరాన్ని వెదికేందుకు ట్రైచేస్తే మనకి తెలియదు. ఇప్పుడుకూడా, బైఛాన్స్ మనకీ విషయం తెలిసింది. అందుకే వెంటనే డెసిషన్ తీసుకున్నాను"

"అన్నిటికన్నా ముఖ్యంగా, ఇప్పడు ఐఎస్ఐ, తన రిసర్చ్ ని కొంతకాలం ఆపకతప్పదు" చెప్పాడో మెంబర్.

"హత్యచేయబడింది ఫారినర్స్, కాబట్టి ఐబి స్థాయిలో యిన్వెస్టిగేషన్ జరుగుతుంది. వారికి వీసా అప్లై చేసినప్పుడు, ప్రాచీనకేదారేశ్వరాన్ని వెదకడంకోసం అనేం రాసుండరు, కచ్చితంగా యింకేదో రిసర్చ్ అని రాసుంటారు. ఇప్పుడు యిన్వెస్టిగేషన్ లో, అసలు విషయం బయటపడిపోతుందేమోననే ప్రెషర్ లో, ఐఎస్ఐ ఏదో ఓ తప్పుచేసి ఎక్స్ పోస్ అవడానికి ఛాన్సుంది" చెప్పాడు యింకో మెంబర్.

"కరెక్ట్. ఈ కంపెనీమీద నిఘా పెడదాం. నా అంచనా నిజమైతే, కంపెనీ మేనేజ్ మెంట్ లో మార్పురావాలి. కొత్తగా ఎవరు పొసిషన్ తీసుకుంటున్నారు, వారి మువ్ మెంట్స్ ని గమనించాలి" చెప్పాడు మల్గోలా, అందరివైపు చూస్తూ.

మెంబర్స్ యింకా ఆలోచిస్తున్నారు. మల్గోలా వాళ్లకి కాస్త టైం యిచ్చాడు. రెండు నిముషాలయ్యాక చెప్పాడు, "ఫ్రెండ్స్, మీలో ఎవరికైనా భయంవేస్తున్నా, మనం చేస్తున్నది తప్పనిపించినా మొహమాటం లేకుండాచెప్పండి. మీకెవరికీ యిబ్బందిలేకుండా, నేనొక్కడినే దీన్ని హాండిల్ చేస్తాను"

"శర్వగ్నులకి భయమంటే ఏంటో తెలియదు, మల్గోలా. మేం ఆలోచిస్తోంది, కార్తికేయాశ్రమం గురించి. ప్రాచీనకేదారేశ్వరం కోసం, చివరికి పాకిస్తాన్ తో కూడా చేతులు కలుపుతారని ఊహించలేదు"

మల్గోలా చిరునవ్వు నవ్వాడు. ఈ ఉద్యమంలో మెంబర్స్ అందరూ తనలాగే ఆలోచిస్తున్నారు "అందుకే వారిమీద కూడా దృష్టి పెట్టాను. ఇందులో పాకిస్తాన్ యిన్వాల్వయిందని బహుశా కార్తికేయాశ్రమానికి తెలీదు. అవసరమైతే, యింకోసారి వార్నింగ్ యిద్దాం"

మే 19, 2013

ముంబై

ఉదయం పదిన్నర కావస్తోంది. కొలాబా లోని మేడంకామా రోడ్ లో ట్రాఫిక్ హెవీగా ఉంది. విసుగుతెప్పించే ట్రాఫిక్ జాం, ఎంత సహనంతో డ్రైవ్ చేసేవారితోనైనా తప్పులు చేయిస్తుంది. లెఫ్ట్ సైడ్ నుండి ఓవర్ టేక్ లు, ఏమాత్రం ఇండికేషన్ లేకుండా, రైట్ టర్నింగులు అక్కడ మామూలే. తన కొత్త స్కోడా ఆక్టేవియా 2.0 కార్ ని అతిజాగ్రత్తగా, డ్రైవ్ చేస్తోంది షాజియా. తన సేవింగ్స్ తో కొన్న మొట్టమొదటి కార్ అది. అందుకే స్క్రాచ్ కూడా పడకుండా, వీలైనన్ని రోజులు కాపాడుకోవాలని ట్రై చేస్తోంది.

అంతలో స్టీరింగ్ పక్కనున్న హోల్డర్ నుండి తన సెల్ ఫోన్ రింగవడంతో విసుగ్గా చూసింది. ఎప్పుడు మోగినా తాను చాలా తొందరలో ఉన్నప్పడే మోగుతుంది. తీరిగ్గా ఉన్నపుడు, ఎవరికీ తనకి రింగ్ చేయాలనిపించదేమో. అది తన ఆఫీస్ బోర్డ్ నెంబర్. వేరేదారిలేక, స్పీకర్ ఆన్ చేసింది.

"ఎక్కడున్నావ్?" అటునించి అడిగాడు బిభాస్ సేన్. అతను తమ బాస్ కి పర్సనల్ సెక్రటరీ. ఆఫీస్ అడ్మినిస్ట్రేషన్ కూడా చూసుకుంటాడు.

"అమర్ చంద్ మాన్షన్ దాటాను. ఇంకో రైట్ టర్న్ అంతే. రెండు, మూడునిముషాల్లో అక్కడుంటాను"

"సరే, త్వరగా రా. బాస్ ఇప్పటికే రెండుసార్లు అడిగారు"

"ఒకే ఫోన్ పెట్టేయ్, ట్రాఫిక్ హెవీగా ఉంది" చెప్పి స్పీకర్ ఆఫ్ చేసింది.

ట్రైనింగ్ తర్వాత, షాజియాని సి.బి.ఐ. లో కొత్తగా ఏర్పాటుచేసిన స్వాప్ (స్పెషల్ వింగ్ ఫర్ ఆర్కియాలజికల్ ప్లేసస్ ప్రొటెక్షన్) లోకి తీసుకున్నారు. అదేటైంకి, అరవింద్ నార్లేకర్ కి జాయింట్ డైరెక్టర్ గా ప్రమోషన్ రావడం, ముంబైకి ట్రాన్స్ ఫర్ అవడంతో, స్వాప్ వింగ్ ని కూడా ముంబైలోనే ఏర్పాటుచేశారు. వింగ్ కి హెడ్ గా సరైన వ్యక్తి దొరికేవరకూ, అరవింద్ నార్లేకర్ స్వయంగా చూసుకుంటున్నాడు. వింగ్ లో ఆమెతోపాటు ఇంకో నలుగురున్నారు, ఇద్దరు తన బాచ్ వాళ్లే, మిగిలిన యిద్దరూ కాస్త సీనియర్స్.

షాజియాకి ముంబైలోనే ప్లేస్ మెంట్ దొరకడంతో ఆమె మేనమామ నూరుద్దీన్, మేనత్త అబీదా చాలా సంతోషంగా ఉన్నారు. జాయినయ్యాక ఆరునెలల వరకూ పెద్దగా పనేమీలేదు. తమ ఆర్చీవ్స్ నుండి, ఆర్కియాలజికల్ ప్లేసస్ కి సంబంధించిన నేరాల రికార్డ్స్ సేకరించి, డాటాబేస్ తయారుచేయడం, అప్పుడప్పుడూ పోలీస్ ట్రైనింగ్ సెంటర్ కి వెళ్ళిరావడం, అంతే. బోర్ కొట్టడంతో ఓ వారంరోజులు లీవేసి, అత్త, మామల్ని పంచాగ్నికి తీసుకెళ్లింది. పంచాగ్ని, ఓ హిల్ స్టేషన్. పూనే నుండి సుమారు వంద కిలోమీటర్ల దూరంలో ఉంది. పొల్యూషన్ లేకుండా, చాలా ప్రశాంతంగా ఉంటుంది. షాజియా అత్త, మామలుకూడా అక్కడ బాగా ఎంజాయ్ చేశారు.

టూర్ లో నాలుగోరోజు సాయంత్రం, టేబుల్ లాండ్ కి వెళ్ళారు. అదో పీఠభూమి, అక్కడినుండి పంచాగ్నిని, రాజోరిగుహల్ని చూడడం ఓ అద్భుతమైన అనుభవం. అలా ఎంజాయ్ చేస్తున్నప్పుడే ఆఫీస్ నుండి ఫోనొచ్చింది. లీవ్ కాన్సిల్ చేసుకుని, అర్జెంట్ గా రిపోర్ట్ చేయమని బాస్ ఆర్డర్. టాక్సీ మాట్లాడుకుని, రాత్రే బయలుదేరారు. ముంబై చేరుకునే సరికి రాత్రి రెండైంది. దాంతో, ఉదయం లేవడం కాస్త ఆలస్యమైంది.

శ్యామప్రసాద్ ముఖర్జీచౌక్ రాగానే రైట్ టర్న్ తీసుకుని, నాథ్ లాల్ పరీఖ్ మార్గ్ లోకి వచ్చింది. ఆ రోడ్ మొదట్లోనే ఉంది టన్నా హౌస్. అదే సిబిఐ జాయింట్ డైరెక్టర్ ఆఫీస్. కార్ పార్క్ చేసి, లిఫ్ట్ లో ఐదో అంతస్థు చేరుకుంది. షాజియాని చూడగానే బిభాస్ సేన్ రిలీఫ్ గా ఫీలయ్యాడు. బాస్ కాబిన్ వైపు చూపించి, "నీ కోసమే వెయిటింగ్, వెళ్ళు" చెప్పాడు.

డోర్ నాక్ చేసి లోనికెళ్ళింది. మొదటిసారి లేట్ గా డ్యూటీకి రావడం ఆమెకి గిల్టీగా ఉంది.

"ఓహ్ షాజియా. కం అండ్ సిట్" చెప్పాడు, అరవింద్ నార్లేకర్.

"సారీ సర్, రావడం లేటయింది" చెప్పింది కూర్చుంటూ.

"నో ఫార్మాలిటీస్. సడన్ గా నీ లీవ్ కాన్సిల్ చేసి పిలిపించాను, నేనేమైనా గిల్టీగా ఫీలయ్యానా!? మన ప్రొఫెషన్ లో ఇవన్నీ మామూలే. నా దృష్టిలో, టైంకి ఠంచన్ గా ఆఫీస్ కొచ్చి కూచోవడంకంటే, యిచ్చిన డ్యూటీని సిన్సియర్ గా చేయడం అన్నది చాలాముఖ్యం. సరే, ముందీ ఫోటోలు చూడు" చెప్పాడు, తన లాప్ టాప్ ని ఆమె వైపుకి తిప్పుతూ.

షాజియా ఆ ఫోటోలు చూసి షాక్ అయింది. మంచుకొండల మధ్య రెండు శరీరాలు, చాలా దారుణమైన రీతిలో పడున్నాయి.

"మైగాడ్! ఎవరు సర్?" అడిగింది షాక్ నుండి బయటపడేందుకు ప్రయత్నిస్తూ.

"గ్లోబల్ ఎన్విరాన్మెంట్ ఇంక్ కంపెనీ ఎంప్లాయీస్, అలన్ గోడెన్ ఎండ్ డేవిడ్ లింటన్. ఎన్విరాన్మెంట్ రిసర్చ్ కి లండన్ నుండి వచ్చారు. మే 14 అర్థరాత్రి దాటాక, కేదారనాథ్ దగ్గర, యిలా దారుణంగా చంపబడ్డారు. ఇప్పటికే మీడియా, అపోసిషన్ పార్టీలు హంగామా చేస్తున్నాయి, విదేశాలనుండి వచ్చే టూరిస్ట్స్ ప్రాణాలకి సేఫ్టీ లేదంటూ. బ్రిటిష్ ఎంబసీ కూడా గవర్నమెంట్ మీద ప్రెషర్ వేస్తోంది"

అర్థమైనట్టు తల ఊపింది "అంటే, కేస్ మనకి ట్రాన్స్ ఫర్ చేశారా సర్?" అనుమానిస్తూ అడిగింది. ఆమె ఇంకా ఆ ఫోటోల్ని చూసిన షాక్ నుండి పూర్తిగా బయటపడలేదు.

"నో, నో. కేస్ ఇంకా హరిద్వార్ సిబిసిఐడి దగ్గరే ఉంది. ఎఫ్.ఐ.ఆర్. ప్రకారం, ఆ ఇద్దరి వాలెట్స్, సెల్ ఫోన్స్, రిస్ట్ వాచీలు, లాప్ టాప్స్ దొంగలించబడ్డాయి. కాబట్టి, ఇది రాబరీ కేసనే అనుకుంటున్నారు"

"కానీ సర్, కేవలం వాటికోసం ఇంత దారుణంగా నరికేయడం!?" అనుమానిస్తూ అడిగింది.

"ఎక్సాక్ట్లీ. నేనూ అదే పాయింట్ కే వస్తున్నాను. ఆ టూరిస్ట్ ల దగ్గర వెపన్స్ లేవు. కాబట్టి, బెదిరించి అవన్నీ లాక్కోవడం చాలా సులభం, చంపాల్సిన అవసరమే లేదు!"

"ఐడెంటిటీని కాపాడుకోవటానికేమో?" అనుమానిస్తూ అడిగింది.

"నో షాజియా, ఇది రాబరీ కేస్ కాదు. చాలా ప్రొఫెషనల్ మర్డర్! థ్రోట్స్ మీది డీప్ కట్స్ ని బట్టి చూస్తే, చాలా బరువైన స్వోర్డ్ తో అటాక్ జరిగుండాలి. ఓ టూరిస్ట్ కుడిచెయ్యి, పూర్తిగా శరీరం నుండి డిటాచ్ అయ్యింది. అంటే, చంపిన వ్యక్తికి చాలా బలం, స్పీడ్ ఉండుండాలి. అంతేకాదు, అటాక్ చేసిన వ్యక్తి, ఏ రకమైన క్లూస్ వదల్లేదు"

"సర్, స్నిఫర్ డాగ్స్ తో ట్రై చేస్తే?"

"చేశారు. కానీ సమ్మర్ లో కూడా కేదార్ నాథ్ లో రాత్రిళ్ళు మంచుకురుస్తోంది. నో, నో యూస్"

"ఓహ్!" చెప్పింది, ఇంకేం చెప్పాలో అర్థంకాక.

"షాజియా ఇది నీ ఫస్ట్ కేస్, మన స్వాప్ వింగ్ కి కూడా. మనం ముఖ్యంగా తెలుసుకోవలసినవి, ఒకటి వాళ్ళనెవరు చంపారు? రెండు, అంతరాత్రివేళ రక్తం గడ్డకట్టే చలిలో, ఈ యిద్దరూ చారోబారి తాల్ దగ్గర ఏం రిసర్చ్ చేస్తున్నారు!? నాకు రెండోది చాలా ఇంపార్టెంట్"

"సర్, ఇందాక మీరే అన్నారు, వాళ్ళు ఎన్విరాన్మెంట్ రిసర్చ్ కోసం వచ్చారని!?"

"వీసా అప్లికేషన్, పర్మిట్స్ ప్రకారం వాళ్లొచ్చింది, గ్లేసియర్స్ రిట్రీట్ మీద రిసర్చ్ కి. అదే నిజమైతే రాత్రి రెండుగంటలకి, ఎముకలు కొరికే చలిలో రిసర్చ్ చేయాల్సిన అవసరం లేదు. ఇంకేదో కారణం ఉండుండాలి. అంతేకాదు, వాళ్ళ రూమ్స్ లో చెక్ చేసినపుడు పోలీసులకి ఓ రివాల్వర్ దొరికింది, గ్లోక్17-, ఫోర్త్ జనరేషన్ పిస్టల్. కానీ పేపర్స్ ప్రకారం, వాళ్ళకి వెపన్స్ ఉంచుకోవడానికి పర్మిషన్ లేదు!"

"ఓకే సర్, నే కేదారనాథ్ వెళ్తాను" చెప్పింది షాజియా. మొదట్లో ఆ ఫోటోస్ చూసినప్పుడు షాక్ అయింది. కానీ, ఇది తన మొదటి కేస్ కావడంతో ఎక్సైటింగా ఉంది.

"కేదారనాథ్ కి కాదు. నువ్వు ముందు హరిద్వార్ వెళ్లాలి"

"సర్!?" ఆశ్చర్యంగా అడిగింది.

"లిజన్ షాజియా! ఎన్విరాన్మెంట్ రిసర్చ్ పేరుతో మనదేశానికి చాలామందే వస్తున్నారు. కానీ, వారి అసలు ఉద్దేశ్యం ఏమిటనేది, లోతుగా ఇన్వెస్టిగేట్ చేస్తేగానీ తెలియదు. ఆ ఫారినర్స్ యిద్దరూ, ఆ రోజు ఉదయం కేదారనాథ్ ఆలయాన్ని విసిట్ చేశారు. అదేరోజు, హరిద్వార్ నుండి గణపతి ఆశ్రమం స్వామీజీ కూడా కేదారనాథ్ వచ్చారు. ఈ యిద్దరూ ఆయన్ని కలిసినట్టు ఇన్ఫర్మేషన్!"

గణపతి ఆశ్రమం పేరు వినగానే షాజియాకి తన టూర్ రోజులు జ్ఞాపకానికి వచ్చాయి. రిషికేశ్ లో బోటింగ్, ఓ వ్యక్తి హాట్ బెలూన్ తో తమ బోట్ కి కాస్తదూరంలో నదిలోకి డైవింగ్ చేయడం, తాను కంగారుపడడం.

"ఎనీ ప్రాబ్లం?" అడిగాడు అరవింద్ నార్లేకర్ ఆమె ఆలోచనలో పడడం చూసి.

"నథింగ్ సర్" చెప్పింది ఆలోచనల్నించి బయటపడుతూ.

"ఈ కేస్ లో యిప్పుడే మనం డైరెక్ట్ గా ఇన్వాల్వ్ అవడంలేదు. రేపు హరిద్వార్ కి బయలుదేరి వెళ్ళు, ఓ టూరిస్ట్ లాగా. నిజానికి యివ్వాళే పంపించాలనుకున్నాను, కానీ సమ్మర్ కదా, టికెట్స్ లేవు, డెహ్రాడూన్ ఫ్లైట్స్ అన్నీ ఫుల్ గా బుక్ అయ్యాయి. ఆ ఆశ్రమం స్వామీజీతో ఈ యిద్దరూ ఏం మాట్లాడారో ముందుగా తెలుసుకో, ఎవరికీ డౌట్ రాకుండా!"

"ఓకే సర్"

"ఈలోపు హరిద్వార్ సిబిసిఐడి నుండి సీనియర్ ఆఫీసర్, ప్రకాష్ గోయల్ ఢిల్లీ వస్తున్నాడు, గ్లోబల్ ఎన్విరాన్మెంట్ కంపెనీ తో మాట్లాడ్డానికి. అతడి రిపోర్ట్ వచ్చాక, మనం ఎలా ప్రొసీడ్ అవ్వాలో డిసైడ్ చేస్తాను"

"అలాగే సర్"

"నీ సర్వీస్ రివాల్వర్ దగ్గరుంచుకో, సేఫ్టీ కోసం. అన్నట్టు, ఈ బైనాక్యులర్ నీ కోసమే, తీసుకో"

ఆశ్చర్యంగా చూసింది షాజియా. అది, ట్రైనింగ్ టైంలో ఆయన చూపించిన బైనాక్యులర్ లాగే ఉంది.

"సేం బైనాక్యులర్" చెప్పాడు, అరవింద్ నార్లేకర్ నవ్వుతూ "మన ఆర్.అండ్.డి. డిపార్ట్ మెంట్ సక్సెస్ అయింది. థర్మోగ్రాఫ్ సెన్సర్ ఫిక్స్ చేసిన మొదటి ఇండియన్ బైనాక్యులర్ ఇది, నీకే యిస్తున్నాను, ఆల్ ది బెస్ట్"

"థాంక్యూ సర్" చెప్పింది అందుకుంటూ.

"బిభాస్ సేన్ కి చెప్పాను, నీ ఫ్లైట్ టికెట్ బుక్ చేయమని. కలెక్ట్ చేసుకో. అన్నట్టు బిభాస్ సేన్ మంచి ట్రెక్కింగ్ ఎక్స్ పర్ట్. కావాలంటే నీతో తీసికెళ్ళు, కేదారనాథ్ వెళ్ళాల్సివస్తే నీకు హెల్ప్ గా ఉంటాడు"

"నో సర్, ఐ కెన్ హాండిల్ యిట్" చెప్పింది లేస్తూ. ఎవరైనా తాను అమ్మాయిని కాబట్టి ఎక్స్ ట్రాగా సహాయం, అదీ మగవారి సహాయం, తోడు అవసరం అనే భావంతో మాట్లాడితే ఆమెకి చాలా అసహనం. ఒక్కోసారి ఎదుటిమనిషి మాటల్లో అలాంటి ఉద్దేశ్యం లేకపోయినా, ఉన్నట్టుగానే ఆమెకి అనిపిస్తూంటుంది, తన ఫిమేల్ ఎగో కారణంగా!

మే 20, 2013

లీగసీ హోంస్, కరాచీ

ఉదయం ఎనిమిది కావస్తోంది. తన ముందున్న లిస్ట్ ని జాగ్రత్తగా చూస్తూ, పక్కనే ఉన్న ఫైల్స్ లోని ఫోటోలతో కంపేర్ చేస్తున్నాడు హమీద్ మిర్. లిస్ట్ లో ఉన్న పదిహేనుమంది, లష్కరీ తోయిబా లో ట్రైనింగ్ పూర్తైన ఫిదాయీలు (ఆత్మాహుతి దళం). ఇండియామీద బాగా ద్వేషం పెంచుకున్నారు.

ఫైల్స్ లో ఉన్నవి, ఇండియాలోని ఐఎస్ఐ స్లీపర్స్ డిటైల్స్. ఫిదాయీల పోలికలకి చాలా దగ్గరి పోలికలుండేలా, జాగ్రత్తగా స్లీపర్స్ ని సెలక్ట్ చేసుకున్నాడు, హమీద్. ఆ స్లీపర్స్ ఇండియాలోని వేర్వేరు ప్రాంతాలకి చెందినవారు. ఒకరికొకరు తెలియదు. చదువుకుని, డిగ్రీ సంపాదించుకున్నారు కాబట్టి ఈ.సి. (ఎమిగ్రేషన్ క్లియరెన్స్) అవసరంలేదు.

ఇప్పుడు హమీద్ ప్లాన్ చేసింది ట్రయల్ మాత్రమే. ముందుగా ఇండియానుండి ఆ పదిహేనుమంది స్లీపర్స్, టూరిస్ట్ వీసాలతో పాకిస్తాన్ కి వస్తారు. ఇండియాలోని వేర్వేరు ఎయిర్ పోర్ట్స్ నుండి, రెండు, మూడురోజుల తేడాతో పాకిస్తాన్ కొస్తారు. ఐఎస్ఐకి చెందిన ఓ టూరిస్ట్ కంపెనీ, వారికి పాకిస్తాన్ లో వసతి, రిక్రియేషన్ ఏర్పాటు చేస్తుంది. వారి పాస్ పోర్ట్స్, వీసాలు ఆ కంపెనీ దగ్గరే ఉంటాయి.

ఓ వారం తర్వాత, ఆ ఇండియన్ పాస్ పోర్ట్స్ తో, హమీద్ సెలక్ట్ చేసిన టెర్రరిస్ట్ లు ఇండియాకి వెళతారు. సాధారణంగా, ఇమిగ్రేషన్ లో స్వదేశానికి తిరిగి వచ్చేవారిమీద ఎక్కువ దృష్టి పెట్టరు. విదేశాలనుండి వచ్చేవారి మీదే ఫోకస్ ఉంటుంది. ఆ టెర్రరిస్ట్ లు ఇండియన్స్ లా వచ్చి, నెల లేదా రెండునెలలు ఇక్కడే ఉంటారు. ఇది ట్రయల్ కాబట్టి, ఎటువంటి తీవ్రవాద కార్యక్రమాలుండవు. అక్కడక్కడా తిరిగి టైంపాస్ చేసి, మళ్ళీ పాకిస్తాన్ కి టూరిస్ట్ వీసా అప్లై చేసుకుని వెళతారు.

ఈసారి పాకిస్తాన్ నుండి ఆ ఇండియన్ స్లీపర్స్ తిరిగి వచ్చేస్తారు. ఈ ట్రయల్ సక్సెస్ అయితే, ఏ అనుమానం రాకుండా ఫిదాయీలని సులభంగా ఇండియాలోకి పంపిచవచ్చు. పని పూర్తయ్యాక, అనుమానం రాకుండా పాకిస్తాన్ కి తిరిగి రప్పించుకోవచ్చు.

ఫోన్ మోగడంతో లిస్ట్ ని టీ పాయ్ మీదుంచి, ఫోన్ తీశాడు. అటునుండి ముక్తారహ్మాద్ లైన్ లో ఉన్నాడు.

"ఫైల్ చూశావా?"

"చూశాను. ఫేసస్, హైట్స్ టాలీ అయ్యాయి" చెప్పాడు హమీద్.

"అయితే టికెట్స్ బుక్ చేయించనా?"

"ఓకే. ఇప్పుడు ఇండియాలో జెసిఐబి లో ఎవరున్నారు?" అడిగాడు హమీద్. జాయింట్ కౌంటర్ ఇంటలిజెన్స్ బ్యూరో (జె.సి.ఐ.బి.)- ఐఎస్ఐ లోని ఓ వింగ్. హమీద్ ఇండియాలో ఉన్నప్పుడు అందులోనే పనిచేశాడు.

"ఇఫ్తకారుద్దీన్, ఎందుకు?" అడిగాడు ముక్తార్.

"మన మొదటి టీం, ఇండియాలో లాండ్ అయినప్పుడు, క్లోస్ గా మానిటర్ చేయాలి. ఇమిగ్రేషన్ లో ఏదైనా అనుమానం వచ్చి, మన టీంని ఎవరైనా ఫాలో అవుతున్నారా, కనిపెట్టి ఉండమను"

"మసూద్ అలీ ఉన్నాడుగా?" అడిగాడు ముక్తార్.

"ఈ ఆపరేషన్ ని సపరేట్ గా హాండిల్ చేయాలి. మసూద్ ప్రస్తుతం బిజీగా ఉన్నాడు. పైగా, వాడికింకో రెస్పాన్సిబిలిటీ యివ్వబోతున్నాను"

"ఓకే, ఇఫ్తకారుద్దీన్ కి చెబుతాను. కానీ, అతను ప్లానింగ్ లో చాలా వీక్. మొండిగా ముందుకు దూసుకెళ్ళే టైప్, పర్లేదా?" అడిగాడు ముక్తార్. హమీద్, తన టీంలోకి ఎలాంటి వ్యక్తుల్ని ఎంచుకుంటాడో ముక్తార్ కి బాగా తెలుసు. ఏ పనిచేసినా అందులో పర్ఫెక్షన్ ఉండాలనేది హమీద్ తత్వం. తేడావస్తే, ఇఫ్తకారుద్దీన్ శవం కూడా పాకిస్తాన్ కి తిరిగిరాదు. అదీ ముక్తార్ భయం.

"పర్లేదు. నాకు డైరెక్ట్ గా రిపోర్ట్ చేయమను. నేను జియాలజిస్ట్స్ తో కాంటాక్ట్ కి వాడిన ఇ-మెయిల్ ఐడి, పాస్ వర్డ్, అతడికి పంపిస్తాను"

"ఇంతకీ మనవాళ్లు ఇప్పుడేం టార్గెట్ చేయబోతున్నారు?"

"ఇది ట్రయల్ మాత్రమే, ఇప్పుడేం చేయరు"

"మరి!?" ప్రశ్నార్థకంగా అడిగాడు ముక్తార్.

"ఇంకా చాలా టైం ఉంది. ఈ ట్రయల్ సక్సెస్ అయితే, ఇంకా చాలామంది ఫిదాయీలు కావాలి. వారానికో ఐదు లేదా ఆరుమంది చొప్పున ఇండియాకి పంపించాలి"

"మొత్తం ఎంతమంది కావాలి?"

"ఇంకా క్లారిటీ లేదు. సుమారు నూరు, నూటపాతిక మంది అవసరం కావచ్చు. అంతమంది స్లీపర్స్ ని కూడా రెడీ చేయించు"

"మరి వెపన్స్, అమ్మ్యునిషన్?" ఉత్సాహంగా అడిగాడు ముక్తార్. అతడికిప్పుడు చాలా సంతోషంగా ఉంది. హమీద్ ఏదో పెద్ద స్థాయిలోనే ప్లాన్ చేస్తున్నాడని తెలుస్తోంది.

"నేనే అరేంజ్ చేసుకుంటాను"

"ఎలా!?"

"అది నీకనవసరం, ఎలాగూ మన వెపన్స్ వాడొద్దని చెప్పావుగా"

"ఓ.కే. హమీద్. నీకు నువ్వే చెప్పేదాకా, నీ ప్లాన్ ఏంటని అడగను. ఇంకో యిద్దరు జియాలజిస్ట్స్ ని సెలక్ట్ చేశాను. ఒకరు జర్మన్, ఇంకొకరు ఫ్రెంచ్. ఎప్పుడు పంపిద్దాం?"

"ఇప్పుడే వద్దు. ముందు ఇండియాలో కేస్ చల్లబడనీ. మనం తొందరపడుతున్నట్టు ఎవరికీ డౌట్ రాకూడదు"

"అలాగే. మరి ఆ కేస్ ఎక్కడిదాకా వచ్చింది?"

"జిపిఆర్స్ ని మార్చేయమని మసూద్ కి చెప్పాను. కన్ఫర్మేషన్ రావాలి. ఇంతకీ, మారియన్ క్రోల్ ఏమంటున్నాడు?" అడిగాడు హమీద్.

"చాలా భయపడుతున్నాడు. అందుకే ఛెస్ట్ పెయిన్ అని చెప్పి, ఫోర్టిస్ ఎస్కార్ట్స్ హాస్పిటల్ లో అడ్మిట్ చేయించాను"

"సీరియస్ అయిందని సీన్ క్రియేట్ చేయించి, వెంటనే జర్మనీకి పంపించేయ్. ఎట్టి పరిస్థితుల్లోనూ అతను ఇండియన్ పోలీస్ చేతికి దొరక్కూడదు"

"మరి గ్లోబల్ ఎన్విరాన్మెంట్ కంపెనీ?"

"కొత్త డైరెక్టర్ గా మసూద్ అలీని రిక్రూట్ చేయించు. వాడికి బ్రిటిష్ పాస్ పోర్ట్ ఉందిగా, 'జాన్ గోస్లింగ్' అనే పేరుతో. చూడ్డానికి బ్రిటిషర్ లాగే ఉంటాడు, ఎవరికీ అనుమానం రాదు. వీలైనంత త్వరగా మసూద్, ఢిల్లీ బ్రాంచ్ ని టేకోవర్ చేయాలి"

"రేపే టేకోవర్ చేయొచ్చు. కానీ, మసూద్ ని ఇండియన్ పోలీస్ కి ఎక్స్ పోస్ చేయడం మనకి రిస్కేమో, ఆలోచించావా?"

"ఆ మాత్రం రిస్క్ తీసుకోవాలి, తప్పదు. ఆ పొసిషన్ లో ఇంకెవరైనా ఉంటే, ఇండియన్ పోలీస్ అడిగే ప్రశ్నలకి భయపడి, మారియన్ క్రోల్ లాగే హాస్పిటల్ లో అడ్మిటవుతారు"

"ఒకే, డన్" ఫోన్ పెట్టేశాడు ముక్తార్.

హమీద్ తన కంప్యూటర్ వైపు చూశాడు. ప్రోటోకాల్ ప్రకారం, ఎనిమిదికే తాను మెయిల్ ఓపన్ చేసి డ్రాఫ్ట్ మెయిల్ చూడాలి. కాని ముక్తార్ నుండి ఫోన్ రావడం వల్ల ఈ రోజు కాస్త లేటైంది. త్వరగా లాగిన్ చేశాడు. మసూద్ నుండి కొత్త మెసేజ్, డ్రాఫ్ట్ మెయిల్ లో సేవ్ అయింది.

"జిపిఆర్స్ మార్చేశాను"

"ఎలా మార్చావ్? నాకు డిటైల్స్ కావాలి" టైప్ చేసి, మెసేజ్ సేవ్ చేసి లాగాఫ్ చేశాడు. ఇప్పుడు ఏ ఛాన్స్ తీసుకోరాదని డిసైడ్ చేశాడు హమీద్. తను ఏమాత్రం కేర్ లెస్ గా ఉన్నా, పరిస్థితి చేతులు దాటిపోవచ్చు. పదిహేను నిముషాలయ్యాక, తిరిగి లాగిన్ అయ్యాడు. మసూద్ నుండి రిప్లై వచ్చింది.

"హరిద్వార్ లో ఓ లోకల్ ని పట్టుకున్నాను. అజయ్ సిసోదియా అని, ఒకప్పటి రౌడీ షీటర్. ఇప్పుడు స్టేటస్ మారి, సెటిల్మెంట్స్ చేస్తున్నాడు. లోకల్ పొలిటికల్ బాకింగ్ ఉంది. ఇద్దరం కేదారనాథ్ వెళ్ళాం. హెడ్ కానిస్టేబుల్ ని పట్టుకుని ఓ యాభైవేలకి బేరం పెడితే పనైపోయింది"

"ఎలా అయింది? డిటైల్డ్ గా రాయి. వాడితో బేరం ఎవరు మాట్లాడారు?"

"అంతా అజయ్ సిసోదియా చేతే మాట్లాడించాను. ఆ జిపిఆర్స్ లో కంపెనీకి కావలసిన ముఖ్యమైన డేటా ఉందని, కాపీ చేసుకుని రిటర్న్ చేస్తామని, బేరం పెట్టించాను. రాత్రి పదింటికి రమ్మన్నాడు. అజయ్ ఒక్కడే వెళ్ళి జిపిఆర్స్ ఉన్న గన్నీ బాగ్ తీసుకుని, నా హోటల్ రూం కొచ్చాడు. కాసేపు రిసెప్షన్ లో కూచొమ్మని చెప్పి, నా దగ్గరున్న జిపిఆర్స్ ని ఆ బాగ్ లో పెట్టి తిరిగిచ్చేశాను. అజయ్ వాటిని రాత్రే స్టేషన్ లో హాండోవర్ చేశాడు"

"ఆ హెడ్ కానిస్టేబుల్ నిన్ను చూశాడా?"

"లేదు"

"ఒకే, వాడి మీద ఓ కన్నేసుంచు"

"అవసరం లేదు. ఈ కేస్, హరిద్వార్ సిబిసిఐడికి ట్రాన్స్ ఫర్ అయింది. స్పాట్ లో దొరికిన వస్తువులన్నిటినీ, రేపు హరిద్వార్ కి తరలిస్తున్నారు. మనం జిపిఆర్స్ ని మార్చిన విషయం యిక ఎవ్వరూ కనుక్కోలేరు"

"గుడ్. వాటిలోని డేటా నాక్కావాలి. ఈ డ్రాఫ్ట్ ఇ-మెయిల్స్ ని డిలిట్ చేసేయ్" మెసేజ్ సేవ్ చేసి, లాగాఫ్ చేశాడు హమీద్.

ఓ పని సరిగా పూర్తయింది. నాలుగు రోజుల టెన్షన్ తర్వాత, ఇప్పుడు కాస్త రిలీఫ్ గా ఉంది హమీద్ కి. రూం సర్వీస్ కి ఫోన్ చేసి బ్రేక్ ఫాస్ట్ ఆర్డర్ చేశాడు. అది వచ్చేలోపు స్నానం చేసి ఫ్రెష్ అవ్వాలని లేచాడు.

మే 21, 2013

హోటల్ గ్రాండ్ బసంత్, హరిద్వార్

హరిద్వార్ కి ఔట్ స్కర్ట్స్ లో, నేషనల్ హైవే 58 మీద, ఆసియాలోనే అతి పెద్ద ఆయుర్వేద యూనివర్సిటీ ఉంది, దాని పేరు శాంతికుంజ్. ఆ యూనివర్సిటీ నుండి ఎనిమిది కిలోమీటర్ల దూరంలో ఉంది, గ్రాండ్ బసంత్ హోటల్. లీజర్ గా గడపాలనుకునే టూరిస్ట్స్ కి ఆ హోటల్ చాలా అనుకూలం. షాజియా ముందు రోజు సాయంత్రం ఏడుకి, డెహ్రాడూన్ లోని జాలీగ్రాంట్ ఎయిర్ పోర్ట్ లో దిగింది. అక్కడి నుండి హోటల్ చేరుకునేసరికి రాత్రి ఎనిమిదైంది. ఆమె ఆ హోటల్ ని సెలక్ట్ చేసుకోవడానికి యింకో కారణం, అది వాతాపిగణపతి ఆశ్రమానికి దగ్గరలో ఉండడం.

తన లాప్ టాప్ లోని ఫోటోల్ని సీరియస్ గా చూస్తోంది, షాజియా. మొన్న తన బాస్ లాప్ టాప్ లోని ఫోటోల్ని చూసినప్పటినుండి, ఆమెకి ఏదో తెలియని డిస్టర్బెన్స్ కలిగింది. ఆ యిద్దరు ఫారినర్స్ ని కేవలం దోపిడీ చేయడానికి, అంత ఘోరంగా చంపాల్సిన అవసరం లేదు. బాస్ మాటల్ని బట్టి, యిది చాలా ప్రొఫెషనల్ మర్డర్. అందుకనే మొన్నటినుండి తమ డేటా బేస్ తో పాటు, అన్ని స్టేట్స్ లోని సిబిసిఐడి డేటా బేస్ ల్లోనూ వెదుకుతోంది, అలాంటి కేస్ ఏదైనా రికార్డ్స్ లో దొరుకుతుందేమోనని.

ముందురోజు సడన్ గా తాను డ్యూటీమీద హరిద్వార్ బయలుదేరుతోంటే, మేనత్త, అబీదా చాలా డిసపాయింట్ అయింది. ఆమెకి అర్జెంట్ గా షాజియాకి పెళ్ళి(నిఖా) చేసేసి, తమ బాధ్యతల్ని తీర్చేసుకోవాలనుంది. అందుకే ఆరు నెలలుగా, అన్ని మేట్రిమోనియల్స్ లోనూ సరైన సంబంధం కోసం వెదుకుతోంది. చివరికి తన దూరం బంధువుల్లోనే ఓ సంబంధం రావడంతో, చాలా ఉత్సాహంగా ఉంది. అబ్బాయి ఐపిఎస్ ఆఫీసర్, భోపాల్లో సర్వీస్. వచ్చేవారంలో ముంబైకి రావాలని వారిని ఇన్వైట్ చేసింది. షాజియాకి పెద్దగా ఆసక్తి లేకున్నా, ఆమెమీది గౌరవంతో పెళ్ళిచూపులకి ఒప్పుకుంది. కానీ, యిలా సడన్ గా తాను డ్యూటీమీద హరిద్వార్ బయలుదేరడంతో, ఆమె చాలా ముభావంగా ఉంది.

మామ కొంచెం ప్రాక్టికల్, అందుకే అర్థం చేసుకున్నాడు. 'గుడ్డీ జాబ్ చేస్తోంది సి.బి.ఐ.లో, నాలాగా గుమాస్తా ఉద్యోగం కాదు, ప్లాన్ ప్రకారం పర్సనల్ లైఫ్ గడిపేయడానికి' అంటూ సర్ది చెప్పాడు. సూట్ కేస్ పాక్ చేసుకుంటుంటే, ఓ ఫోటో ఫ్రేంని తెచ్చి షాజియాకి అందించాడు.

"మీ అమ్మానాన్నల ఫోటో, ఎప్పటినుండో అడుగుతున్నావుగా, మనం పంచాగ్నికి వెళ్ళేముందు ఫ్రేం చేయించాను తీసుకో" అంటూ యిచ్చాడు. షాజియాకి చాలా సంతోషమైంది. తనకి గుర్తుతెలియని వయసులో అమ్మానాన్న చనిపోయారు. ఎందుకనో వారి ఫోటోల్ని తన మేనమామ, అత్త దాచేశారు. తనకి కూడా చూపించలేదు. దగ్గరి బంధువులకి తప్ప, మిగిలినవాళ్ళకి తానో అనాథనని, తనని అడాప్ట్ చేసుకున్నట్టు చెప్పేవారు. ఇన్నేళ్ళకి తన పేరెంట్స్ ఫోటోని చూడగలిగింది, అందుకే ఆమె కళ్ళలో నీళ్ళు తిరుగుతున్నాయి.

షాజియా చాలా ప్రాక్టికల్ గా ఉంటుంది, జీవితాన్ని అర్థం చేసుకోవడంలో, కష్టపడి తాను అనుకున్నవి సాధించుకోవడంలో కూడా. అలాగని మనసులో సున్నితత్వం లేదనికాదు. దాన్ని మామూలుగా బయటికి కనిపించనివ్వదు, ఏకాంతంలో తప్ప. మేనమామ, నూరుద్దీన్ ఒక్కడే తనని సరిగా అర్థం చేసుకున్నాడు. ఆమె కళ్ళలో నీళ్ళు చూసి, భుజం తట్టాడు "బాధపడకు. మీ అమ్మానాన్న,

చాలా ఆదర్శంగా బతికారు, ఆదర్శం కోసమే చనిపోయారు. ఈ ఫోటో యిక నీతోనే ఉంచుకో, నీకు నీ పేరంట్స్ ఇన్స్పిరేషన్ కావాలి" చెప్పాడు.

ఆలోచనల్లో మునిగిపోతూనే, తమ వెబ్ సైట్స్ లోని రికార్డ్స్ ని చూస్తోంది. ఉత్తరాంచల్ పోలీస్ రికార్డ్స్ లో రిజిస్టరైన కేసుల్లో ఒకటి, ఆమె దృష్టిని ఆకర్షించింది. పోయనేడాది అక్టోబర్ మొదటివారంలో, ఇసుకమాఫియా లీడర్, ప్రతాప్ రామనారాయణ్ సింగ్ ట్రైన్ లో ఢిల్లీ వెళుతుండగా, కొందరు డెకైట్స్ అతడిని చంపేశారు. అడవిలో ట్రైన్ ఆపి, ప్రయాణికుల్ని దోపిడీ చేస్తున్న టైంలో, అతడి బాడీగార్డ్స్ ఆ డెకైట్స్ మీద ఎదురుదాడి చేయబోయారు. ఆ గొడవలో బాడీగార్డ్స్ తో పాటు, అతడిని కూడా డెకైట్స్ చంపేశారు. ఏ ఆధారాలూ దొరక్కపోవడంతో, కేస్ క్లోస్ అయింది.

రామనారాయణ్ సింగ్ మెడమీద, అతడి బాడీగార్డ్స్ శరీరాలమీద డీప్ కట్స్ ని గుర్తించినట్టు ఎఫ్.ఐ.ఆర్. లో రాసుంది. పోస్ట్ మార్టం రిపోర్ట్ కూడా, ఆ కట్స్ చాలా బరువైన స్వోర్డ్ తో ఏర్పడి ఉండాలని చెబుతోంది. ఈ కేస్ లోని ఫోటోలు కూడా, తన బాస్ లాప్ టాప్ లో చూపించిన గ్లోబల్ ఎన్విరాన్మెంట్ కంపెనీ ఎంప్లాయీస్ డెడ్ బాడీస్ ఫోటోల్లాగే అనిపించాయి.

ఈ విషయం బాస్ కి రిపోర్ట్ చేయాలి. కానీ, అంతకంటే ముందు తాను వాతాపిగణపతి ఆశ్రమానికి వెళ్ళిరావాలి. బాస్ కి, ఆ జియాలజిస్ట్స్ అంత రాత్రిటైంలో చారోబారీ తాల్ దగ్గర ఏం రిసర్చ్ చేస్తున్నారనేది ముఖ్యం. వారిని ఎవరు చంపారనేది సెకండరీ యిష్యూ. బాస్ చెప్పింది చేయకుండా, తానింకో డైరెక్షన్ లో యిన్వెస్టిగేషన్ చేయడం మర్యాద కాదు. పైగా, యిది తన మొదటి కేస్.

కాలింగ్ బెల్ మోగడంతో లేచి డోర్ తీసింది. బ్రేక్ ఫాస్ట్ వచ్చింది. త్వరగా స్నానం చేసి, బ్రేక్ ఫాస్ట్ ముగించి బయలుదేరింది. తానో సిబిఐ ఆఫీసరని ఎవరికీ డౌట్ రాకుండా, సింపుల్ గా జీన్స్ పాంట్, టీ షర్ట్ వేసుకుంది. మేనత్త, అబీదాకి ఫోన్ చేసి, తాను సేఫ్ గా చేరానని, త్వరలోనే వచ్చేస్తానని చెప్పింది. ఆవిడింకా ముభావంగానే ఉంది. ఇంకోసారి ఫోన్ చేసి, కాస్త డిటైల్డ్ గా మాట్లాడి, ఆమె మూడ్ ని సరిచేయాలి.

గూగుల్ మాప్ ని బట్టి, గణపతి ఆశ్రమం ఈ హోటల్ నుండి రెండు, మూడు కిలోమీటర్లలోపే ఉండాలి. ఆటో తీసుకుని, అయిదునిముషాల్లో ఆశ్రమానికి చేరుకుంది. ఆశ్రమానికి సేంబోర్డ్ లాంటి హంగులేమీ కనిపించక పోవడంతో, ఆటో డ్రైవర్ వైపు చూసి "ఇదేగా ఆశ్రమం?" అనుమానంగా అడిగింది, మీటర్ కి డబ్బులిస్తూ. వాడు డబ్బు తీసుకుని, తల అడ్డంగా, నిలువుగా ఊపేసి వెళ్ళిపోయాడు.

అనుమానంగా మెయిన్ గేట్ వైపు చూసింది. అక్కడో టెంపో నిలుచుంది. అందులోంచి, ధాన్యం నింపిన బాగ్స్ ని, ఓ యువకుడు ఆయాసపడుతూ దింపుతున్నాడు. చక్కగా ధోతీ కట్టుకున్నాడు, నుదుటిమీద, భుజాలకి విభూతి రాసుకున్నాడు. ఉత్తరీయం నడుముకి చుట్టుకుని, ఏదో నసుగుతూ, బస్తాలని దింపుతున్నాడు. ఆమెకి విచిత్రంగా అనిపించింది. అతడి డ్రస్ కోడ్ కి, చేస్తున్న పనికి సంబంధంలేదు.

కాస్త దగ్గరగా వెళ్ళి "ఎక్స్ క్యూస్ మీ?" పిలిచింది.

అతను ఆమె వైపు నిర్లిప్తంగా చూశాడు "ఇహతు ప్రకాశాత్మనో నిర్విశేష సామాన్యస్యాపరాధీన ప్రకాశస్య నాగృహీతమస్తి కించిద్రూపమితి, కస్య విశేషస్యాగ్రహే... " అంటూ ఏదో చెప్పుకుంటున్నాడు.

"ఎక్స్ క్యూస్ మీ, మీరేం చెబుతున్నారు?" అనుమానంగా అడిగింది.

"భామతి"

"సారీ?" అడిగింది, అర్థంకాక.

"వాచస్పతిమిశ్రులు రాసిన భామతి గ్రంథం చదువుతున్నాను. మీరే చెప్పండి, నాలాంటి పండితుడితో యిలా మూటలు మోయించొచ్చా!?"

ఆమెకేం చెప్పాలో అర్థం కాలేదు. అతడి డ్రస్ కోడ్, చేసే పని, మాటలు, అన్నీ తికమకగానే ఉన్నాయి, "గణపతి ఆశ్రమం యిదేనా?" అడిగింది.

"ఇదే, లోనికిరండి" సమాధానం యింకో వైపునుండి రావడంతో ఆశ్చర్యంగా అటువైపు చూసింది "వాడికెవరైనా దొరికితే, యిలాగే బుర్ర తినేస్తుంటాడు" చెప్పాడు అక్కడున్న వ్యక్తి. అతను దాదాపు ఆరడుగుల పొడవున్నాడు. అతడి తలమీది జుట్టు బాగా పెరిగి, జడలుకట్టింది.

"మీరు.. !?" అనుమానిస్తూ అడిగింది, ఈ ఆశ్రమంలో అంతా విచిత్రంగా ఉన్నారే అనుకుంటూ.

"నా పేరు కపర్ది. పోయినేడాది మీరు రిషికేశ్ వచ్చారుకదూ?" అడిగాడు.

షాజియా అనాలోచితంగా అతడి కళ్ళ వైపు చూసింది. అవే కళ్ళు! పోయినేడాది టూర్ కి వచ్చినప్పుడు, రిషికేశ్ లో తనని డిస్టర్బ్ చేసిన కళ్ళు! అప్పుడు అతడి తలమీద హెల్మెట్ ఉండడంతో, జుట్టు పాయలుకట్టిన విషయం తాను గమనించలేదు. సడన్ గా ఓ రకమైన స్తబ్దత ఆమెని ఆవరించింది, ఆలోచనలన్నీ ఒక్కసారిగా ఆగిపోయినట్టుంది.

"హలో! ఏంటి ఆలోచిస్తున్నారు? అప్పుడు మీ బోట్ కి కాస్తదూరంలో వర్టికల్ డైవింగ్ చేశాను, గుర్తొచ్చిందా?" అడిగాడు.

షాజియా మౌనంగా తలూపింది. ఆమె యింకా స్తబ్దతనుండి బయటపడలేకపోతోంది.

"మీరు స్టూడెంట్ కదూ?" అడిగాడు కపర్ది.

"అవును" చెప్పింది కాస్త తేరుకుంటూ. టూర్ కి వచ్చినప్పుడు, గైడ్ తమని స్టూడెంట్స్ అని చెప్పడం ఆమెకి గుర్తొచ్చింది.

"మీ పేరు?"

"షాజియా"

"రండి, లోనికెళదాం. మా ఆశ్రమాన్ని వెదుక్కుంటూ వచ్చారు, ఎనిథింగ్ స్పెషల్?" అడిగాడు లోనికి దారి తీస్తూ.

"ప్రాజెక్ట్ వర్క్ కి హరిద్వార్ వచ్చాను. మనదేశంలోని ఓ సనాతన ఆధ్యాత్మిక కేంద్రం గురించి థిసిస్ రాయాలి. అందుకని మీ ఆశ్రమాన్ని సెలక్ట్ చేసుకున్నాను" చెప్పింది.

"హలో మేడం! నా ప్రశ్నకి సమాధానం చెప్పకుండానే వెళ్ళిపోతున్నారే?" అడిగాడు వెనుకనుండి, బస్తాలు దింపుతున్న యువకుడు.

షాజియా ఆగి, అతడివైపు చూసింది కన్ ఫ్యూజింగ్ గా.

"మీరు రండి. వాడలాగే సతాయిస్తుంటాడు" చెప్పాడు కపర్ది వెనక్కి తిరిగి.

"అన్యాయం భాయ్. నీకెలాగూ నామీద జాలిలేదు. కనీసం ఆమెనైనా నా ప్రశ్నకి జవాబు చెప్పనీ!"

"మెదడుతో పాటు శరీరానిక్కూడా కాస్త శ్రమ అవసరం తమ్ముడూ, లేకపోతే చురుకుతనం రాదు. అందుకని నిశ్శబ్దంగా పనిచేయ్" చెప్పాడు కపర్ది నవ్వుతూ.

షాజియాకి ఏమీ అర్థం కాలేదు. కపర్ది వేగంగా లోనికి అడుగులు వేయడంతో, తానూ ఫాలో అయింది.

"ఎవరతను?" అడిగింది.

"పేరు నచికేత్. మా ఆశ్రమం నియమం ప్రకారం, ఎవరిపని వాళ్లు చేసుకోవాలి. ధాన్యం బస్తాలు, కూరలు యిలాంటివి వచ్చినప్పుడు, వాటిని స్టోర్ రూంకి చేర్చేపనిలాంటివి మాత్రం, వంతులువేసుకుని చేస్తాం. ఈసారి వాడివంతు వచ్చింది, అంతే"

"కానీ, అతను చూస్తే పండితుడిలా ఉన్నాడు?" అనుమానిస్తూ అడిగింది.

"పండితుడిలా కాదు, నచికేత్ నిజంగా పండితుడే. శంకరాచార్యులు రాసిన బ్రహ్మసూత్ర భాష్యం గురించో, సురేశ్వరాచార్యులు రాసిన బృహదారణ్యక వార్తికం గురించో, వాడు మాట్లాడడం మొదలుపెడితే, పెద్దపెద్ద పండితులు కూడా అవాక్కవుతారు"

"మరి... అతడితో పనిచేయిస్తున్నారు!?" అడిగింది ఆశ్రమాన్ని గమనిస్తూ.

ఆశ్రమం చుట్టూ చెట్లు, పచ్చికతో చాలా ప్రశాంతంగా ఉంది. మూడు వైపులా రూంస్, మధ్యలో మందిరం ఉన్నాయి. పచ్చికలో అక్కడక్కడా కూచుని స్టూడెంట్స్ చదువుకుంటున్నారు. స్కూల్స్ కి వెళ్ళే పిల్లలు తయారై బయలుదేరుతున్నారు.

మందిరం వైపు లాన్ లో, బ్రేక్ ఫాస్ట్ కోసం క్యూలో కొంతమంది వెళుతున్నారు. అందులో వయసైన వ్యక్తులు, యువకులు, స్టూడెంట్స్ అందరూ ఉన్నారు. అన్నిటికన్నా ఆమెని ఇంప్రెస్ చేసింది, ఆశ్రమంలోని శుభ్రత. అందరూ సెల్ఫ్ డిసిప్లిన్ తో ఉంటే తప్ప అది సాధ్యంకాదు.

కపర్ది ఆమెవైపు చూసి చిన్నగా నవ్వాడు "వాడి నసుగుడు చూసి మీరు మోసపోకండి. అలా పనిచేస్తూ నసగటం, నచికేత్ కి ఓ స్ట్రెస్ బస్టర్ లాంటిది. అదంతా పైపైనే. కావాలంటే, మీరు నిజంగానే వాడికి హెల్ప్ చేయడానికి వెళ్లండి, ఛస్తే ఒప్పుకోడు. తన పనిని యింకొకరు ముట్టుకోవడానికిక్కూడా వీల్లేదంటాడు. కర్మసిద్ధాంతాన్ని కేవలం చదవడంకాదు, ప్రాక్టీస్ లోకూడా ఫాలో అవుతాడు. నిజానికి మా ఆశ్రమంలో పనిచేయించడం అనేమాట లేదు, ఎవరికి వాళ్ళు పనిచేయడమే. అంతెందుకు, మా గురువుగారి వంతొస్తే ఆయనకూడా పనిచేస్తారు, కానీ నచికేత్ లా నసుగుతూ కాదనుకోండి"

"ఏంటీ, మీ గురువుగారుకూడా యిలాంటి పనులు చేస్తారా!?" ఆశ్చర్యంగా అడిగింది. ఆమెకి రిషికేశ్ లో తమ గైడ్ ఈ ఆశ్రమం గురించి చెప్పిన మాటలు జ్ఞాపకం వచ్చాయి.

"అవును" చెప్పాడు కపర్ది. అప్పటికే యిద్దరూ ఆశ్రమం మధ్యలో ఉన్న మందిరం దగ్గరికి వచ్చేశారు.

"రండి, మందిరం చూద్దురుగాని, లోన కూర్చుని మాట్లాడదాం" చెప్పాడు మెట్లెక్కుతూ.

ఆమె తటపటాయిస్తూ, "నేను... ఓ సూఫీని. లోనికి రావచ్చా?" అడిగింది.

"నిస్సందేహంగా" వెనకనుండి వినిపించడంతో తిరిగిచూసింది. ఎప్పుడొచ్చాడో తాను గమనించనేలేదు, నచికేత్ తమ వెనకే వచ్చేశాడు. "జీవాత్మ, పరమాత్మ ఒక్కటే అని చెప్పే అద్వైతం మా సిద్ధాంతం, అలాంటప్పుడు, మీరు లోనికి రావడానికి సందేహమెందుకు?" చెప్పాడు నవ్వుతూ.

"ఏంటీ, పని మధ్యలో వదిలేసి వచ్చేశావా, మా బుర్రలు తినేయటానికి?" అడిగాడు కపర్ది

"లేదు భాయ్. జపం ముగించి వెళతాను. నాకూ కాసేపు విశ్రాంతి దొరుకుతుంది" చెప్పాడు నచికేత్ లోనికి వస్తూ.

ముగ్గురూ లోనికి వెళ్లారు. నచికేత్ ఉత్సాహంగా ఆ మందిరం విశేషాల్ని షాజియాకి చూపించాడు. మాటలమధ్యలో, అతనో కాప్సూల్ తీసి వేసుకోవడం గమనించింది.

"వీడికిదో దురలవాటు. వేళకిసరిగా అన్నం తినడు, ప్రసాదాలు తిని టైం గడిపేస్తుంటాడు. మాట్లాడితే నీరసం అనడం, బి-కాంప్లెక్స్ కాప్సూల్స్ వేసుకోవడం" చెప్పాడు కపర్ది.

"అలా డాక్టర్ని అడక్కుండా వాడ్డం మంచిదికాదు" చెప్పింది షాజియా. అనవసరంగా చొరవ తీసుకుంటున్నానేమో అనుకుంది, చెప్పాక.

"నే కనుక్కున్నాలెండి, బి-కాంప్లెక్స్ నీళ్ళలో కరగిపోతుంది, కాబట్టి ఒంట్లో నిలవుండదట. అందుకని, ఎంత తీసుకున్నా నష్టంలేదట"

"ఇదీ వీడి వరస, మీరైనా చెప్పండి"

"భాయ్, దీని ఎఫెక్ట్ నీకేం తెలుసు. ఓసారి వేసుకుని చూడు, రెండేనిముషాల్లో ఎంత శక్తి వచ్చేస్తుందో" నవ్వుతూ చెప్పాడు నచికేత్.

"నీ జబ్బు నాకూ అంటించాలని చూడకు. వెళ్ళి నీ జపం మొదలెట్టుకో" అసహనంగా చెప్పాడు కపర్ది.

నచికేత్ నవ్వుతూనే ఓ మూలకి వెళ్ళి కూర్చుని, జపం ప్రారంభించాడు. షాజియా అతడినే గమనిస్తోంది. అంతసేపూ ఆపకుండా, ఉత్సాహంగా మాట్లాడిన నచికేత్, మౌనంగా కూచున్నాడు. అతడి కళ్ళు తెరిచే ఉన్నాయి. కానీ, దృష్టి ఈ లోకంలో లేదు. మందిరంలోనే ఇంకో వైపు కూర్చున్నారు, కపర్ది, షాజియా.

"ఇప్పుడు చెప్పండి. మీ ప్రాజెక్ట్ వర్క్ కి, మానుండి ఎలాంటి హెల్ప్ కావాలి?" అడిగాడు కపర్ది.

షాజియా యింకా నచికేత్ వైపే చూస్తోంది. "జపం లేదా మెడిటేషన్ చేసేటప్పుడు, కళ్ళు మూసుకుంటారు కదా. మరి అతనేంటి, కళ్ళు తీసే ఉంచాడు!?" అడిగింది.

"ఇది మెడిటేషన్ లో హైయర్ స్టేజి. కళ్ళు తెరచి ఉన్నా, బాహ్య ప్రపంచపు స్పృహలేకుండా ఉండగలగడం. అంతే కాదు, మనసును ఏకాగ్రం చేయడం ఎంత ముఖ్యమో, జపంలో కౌంటింగ్ కూడా అంతే ముఖ్యం. దానికి కొందరు జపమాలలను ఉపయోగిస్తారు, కొందరు చేతివేళ్ళ కణుపుల్ని క్లాక్ వైస్ డైరెక్షన్ లో, రిపీటెడ్ గా కౌంట్ చేస్తారు. నచికేత్ లా హైయర్ స్టేజి చేరుకున్నవాళ్ళుమాత్రం, మనసుతోనే కౌంటింగ్ చేసుకుంటారు"

అర్ధమైనట్టు తల ఊపింది షాజియా "నేను ఢిల్లీ యూనివర్సిటీనుండి, ఇండియన్ ఫిలాసఫీ సబ్జెక్ట్ లో ఎం.ఫిల్. చేస్తున్నాను. ప్రాజెక్ట్ వర్క్ కి, ఏదైనా ప్రాచీనమైన ఆశ్రమం లేదా సంస్థని సెలక్ట్ చేసుకుని, దాని హిస్టరీ, ఐడియాలజీ, పద్ధతులు, కార్యక్రమాలు, ప్రస్తుతం వాటిసెలా ఫాలో అవుతున్నారనే విషయాలమీద థిసిస్ సబ్మిట్ చేయాలి. నెట్ లో వెదికాను, మీ ఆశ్రమం నాకు చాలా యింట్రస్ట్ కలిగించింది"

"చాలా సంతోషం. ఇంతకీ హరిద్వార్ లో ఎక్కడ దిగారు?"

"గ్రాండ్ బసంత్ హోటల్"

"ఓహ్, చాలాదగ్గరే. హోటల్ ఖర్చు దండగనుకుంటే, ఖాళీచేసి యిక్కడికే వచ్చేయండి. మీకో రూం యిప్పిస్తాను. మీ థిసిస్ ముగిసేదాకా యిక్కడే ఉండొచ్చు"

"వద్దు. నే హోటల్లోనే ఉంటాను"

"అంటే, మా ఆశ్రమం మీకు నచ్చలేదా?" అడిగాడు నవ్వుతూ.

"అదికాదు, నే అప్పుడప్పుడు ఢిల్లీకి వెళ్లిరావాలి, మా గైడ్ కి రిపోర్ట్ చేయడానికి. అందుకే హోటలైతే నాకు కన్వీనియంట్ గా ఉంటుంది"

"ఓకే, మీ యిష్టం. మీకేం డిటైల్స్ కావలసినా అడగండి. నేను లేనప్పుడు, నచికేత్ మీకు హెల్ప్ చేస్తాడు" చెప్పి లేచాడు కపర్ది.

"థాంక్స్. మీరెక్కడికైనా వెళుతున్నారా?"

"కాలేజికి. నేను గోవింద్ పురిలోని ఓ ప్రైవేట్ కాలేజిలో, సోషియాలజీ లెక్చరర్ గా పనిచేస్తున్నాను. ఉదయం పదినుండి, సాయంత్రం నాలుగువరకు డ్యూటీ"

"ఓహ్. అవును కదూ, రిషికేశ్ లో గైడ్ నాతో అన్నారు. మర్చేపోయాను. మరి మీ గురువుగారు?"

"కేదారనాథ్ లో ఉన్నారు, ఈమధ్యనే ఆలయం తలుపులు తీశారుగా. ఆ ఫంక్షన్ కి గురువుగారిని ప్రత్యేకంగా ఆహ్వానించారు. అలా కేదారనాథ్ వెళ్ళినప్పుడల్లా గురువుగారు, ఓ వారంపాటు అక్కడే ఉండిపోతారు. ఏదో ఓ గుహ వెతుక్కుని, ధ్యానంలో కూచుంటారు"

"ఓకే, మీ కాలేజికి టైమవుతున్నట్టుంది. నే బయలుదేరుతాను"

"కాస్త ఆగండి, నే ఎలాగూ మీ హోటల్ మీదుగానే వెళ్ళాలిగా, డ్రాప్ చేసి వెళతాను"

"థాంక్స్" చెప్పి లేచింది. నచికేత్ యింకా మెడిటేషన్ లోనే ఉన్నాడు.

ఇద్దరూ నడుచుకుంటూ ఆశ్రమం బయటికి వచ్చారు. షాజియాకి ఆశ్రమం వాతావరణం బాగానచ్చింది. అక్కడున్నంతసేపూ, తానో సి.బి.ఐ. ఆఫీసర్ అనే విషయమే మర్చిపోయింది. నిజంగానే తాను స్టూడెంటై, యిక్కడికి థిసిస్ కోసం వచ్చుంటే ఎంత బాగుండేది అనుకుంది.

కపర్ది తన బైక్ తీసి, ఆమెకి సైగచేశాడు. షాజియా హెసిటేట్ చేస్తూనే ఎక్కి కూచుంది. చదువుకునే రోజుల్లో ఎన్నోసార్లు తన క్లాస్ మేట్స్ తో అలా వెళ్ళింది. కానీ, మొదటిసారిగా ఆమెకి ఏదో తెలియని ఓ అనుభూతి కలుగుతోంది. అతడితో ఎన్నో సంవత్సరాల స్నేహం ఉన్నట్టుగా అనిపిస్తోంది.

తనకి ఎంతోమంది ఫ్రెండ్స్ ఉన్నారు, కానీ ఎవరితోనూ యిలాంటి ఆత్మీయతని ఫీల్ కాలేదు, అదీ, మొదటి పరిచయంలో. ఇలా నేషనల్ హైవే58- మీద, అతడి వెనక బైక్ మీద కూచుని వెళుతున్న ఈ క్షణం, కాలం యిలాగే ఆగిపోతే ఎంత బావుంటుందనిపించింది. నిజంగానే అతడి కళ్ళలో ఏదో వింత ఆకర్షణ ఉంది, లేకపోతే అడాలసెన్స్ లో కూడా ఎప్పుడూ రాని ఈ ఫీలింగ్స్, తనకి యిప్పుడెందుకొస్తున్నాయి!

ఆమె ఆలోచనల్లో ఉండగానే హోటల్ వచ్చేసింది.

"ఓకే, బై" చెప్పాడు కపర్ది, ఆమె దిగగానే.

"థాంక్స్, తిరిగి సాయంత్రం ఆశ్రమానికి వస్తాను. మీరు ఫ్రీగానే ఉంటారుగా?"

"ఫ్రీగానే ఉంటాను, తప్పకుండా రండి" చెప్పి వెళ్ళిపోయాడు.

లెక్చరరైయ్యుండి, బైరాగిలాగా జుట్టుని అలా జులపాలు పెంచుకోవలసిన అవసరమేంటో అడగాలనిపించింది. కానీ, పరిచయం కాగానే అలా అడగడం సభ్యత కాదని ఊరుకుంది. పైకి కనిపించే రూపాన్ని బట్టి, త్వరపడి ఎవర్నీ జడ్జ్ చేయడం, పర్సనల్ విషయాలు మాట్లాడడం, కరెక్ట్ కాదని ఆమెకి యూనివర్సిటీలో చేరిన కొత్తలోనే అర్థమైంది.

ఆలోచనల్తోనే కాజువల్ గా తన రూంకి వచ్చింది. కాసేపు రిలాక్సై, బాస్ కి రిపోర్ట్ తయారుచేసింది. చివర్లో తాను డేటాబేస్ లో చూసిన రామనారాయణ్ సింగ్ కేస్ విషయం చేర్చి, ఈ-మెయిల్ చేసింది. బాస్ నుండి రిప్లై వస్తేగాని, తానెన్ని రోజులు హరిద్వార్ లో ఉండాలన్నది క్లియరవదు. ఆమె మనసులో మాత్రం, యింకొన్నిరోజులు యిక్కడే ఆగిపోవాలనే కోరిక బలంగా కలుగుతోంది.

మే 21, 2013

లీగసీ హోంస్, కరాచీ

మధ్యాహ్నం రెండు కావస్తోంది. తన నెక్స్ట్ ప్లాన్స్ గురించి ఉదయంనుండి తీవ్రంగా ఆలోచిస్తున్నాడు హమీద్. అప్పటికే ఓ జానీ వాకర్ స్కాచ్ బాటిల్ సగం ఖాళీ అయింది.

మసూద్ అలీ, ఇండియాలో గ్లోబల్ ఎన్విరాన్మెంట్ కంపెనీకి డైరెక్టర్ గా ఈ రోజు ఛార్జ్ తీసుకున్నాడు. కార్తికేయ ఆశ్రమంతో చేసుకున్న అగ్రిమెంట్ ని జాగ్రత్తగా దాచేయమని మసూద్ కి చెప్పాడు. ఇక చేయాల్సింది, ఆ ఆశ్రమం స్వామీజీ భవభూతిసరస్వతిని అలర్ట్ చేయడం. ఇండియన్ మీడియా, ఆ జియాలజిస్ట్స్ హత్యకి యింకా కవరేజ్ యిస్తోంది. న్యూస్ చూసి స్వామీజీ అనవసరంగా కంగారుపడి, ఎవరితోనూ తమ అగ్రిమెంట్ విషయం మాట్లాడకుండా చూడాలి. ఇంకోవారం, పదిరోజుల్లో కేస్ చల్లబడుతుంది. ఆ తర్వాత ప్రాచీనకేదారేశ్వరం అన్వేషణ తిరిగి మొదలుపెట్టొచ్చు.

అంతలో అతడి పర్సనల్ మొబైల్ మోగింది. నంబర్ చూడగానే అతడి భృకుటి ముడిపడింది. అది ఇండియా నుండి తన లింక్, ఓ పబ్లిక్ బూత్ నుండి చేస్తున్నాడు. ఏదో సీరియస్ మాటర్ అయ్యుండాలి. లేకపోతే ఆ లింక్ నుండి ఫోన్ రాదు. తన పర్సనల్ నంబర్ ని ముక్తార్ కి కూడ ఇవ్వలేదు. అది ఇండియాలో కొన్న సింకార్డ్, దానికి ఇంటర్నేషనల్ రోమింగ్ ఫెసిలిటీ ఉంది.

"ఎస్" చెప్పాడు రిసీవ్ చేసుకుంటూ.

"సలాం సాయిదీ. మీకో గిఫ్ట్ పంపిచాను, కొరియర్ సర్వీస్ కి ఫోన్ చేసి, మీ అడ్రస్ కి ఎలా రావాలో కాస్త గైడ్ చేయండి"

"ఓకే" చెప్పి కట్ చేశాడు హమీద్. ఇండియాలోని తన లింక్ తో కమ్యూనికేషన్ కోసం, ఇంకో ఇ-మెయిల్ ఐడి, పాస్ వర్డ్ క్రియేట్ చేసుకున్నాడు. ప్రోటోకాల్ ప్రకారం రెండురోజులకోసారి లాగిన్ చేసి చూడాలి. కానీ, ఈ రోజు తన లింక్ నుండి నేరుగా ఫోనొచ్చిందంటే, చాలా అర్జెంట్ మేటర్ అయ్యుండాలి. లాగిన్ చేశాడు. ఓ కొత్త డ్రాఫ్ట్ ఇమెయిల్ సేవ్ అయ్యుంది. ఓపెన్ చేశాడు.

"జియాలజిస్ట్స్ కేస్ లో, సిబిఐకి ఏదో అనుమానం వచ్చినట్టుంది. షాజియా అల్ తహీరా అనే ఆఫీసర్ ని, అనఫిషియల్ గా హరిద్వార్ కి పంపించారు. ఆమె ఫోటో అటాచ్ చేశాను"

ఫోటోని డెస్క్ టాప్ కి కాపీ చేసుకుని, మెసేజ్ ని డ్రాఫ్ట్ ఫోల్డర్ నుండి డిలిట్ చేశాడు హమీద్. ఓ టెన్షన్ ముగిసిందనుకుంటే ఇంకోటి మొదలైంది. ఈ కేస్ గురించి ఇండియాలో కాస్త హంగామాగానే ఉంది. కానీ, సిబిఐ తో ఎంక్వైరీ చేయించాలని యింతవరకూ ఎవరూ డిమాండ్ చేయలేదు. ఐనా, సిబిఐ అనఫిషియల్ గా ఎందుకు యిన్వాల్వ్ అయింది? అదికూడా ఇంత త్వరగా!?

వెంటనే ముక్తారహ్మద్ కి ఫోన్ చేశాడు. "మారియన్ క్రోల్ యింకా ఇండియాలోనే ఉన్నాడా?" అడిగాడు.

"లేదు, నిన్న చెప్పావుగా. అందుకని, నిన్న రాత్రి ఫ్లైట్ కి డస్సెల్ డ్రాఫ్ పంపించేశాను"

"గుడ్" కాస్త రిలీఫ్ ఫీలయ్యాడు హమీద్.

"ఏమైంది?"

"ఏం లేదు, కాజువల్ గా అడిగాను, అంతే" చెప్పాడు. తన ఇండియన్ లింక్ పంపిన విషయం ముక్తార్ కి చెప్పదలచుకోలేదు. ఐఎస్ఐ లో లీక్స్ చాలా ఎక్కువ. తన లింక్ సేఫ్టీ, తనకి చాలా ముఖ్యం.

"హమీద్. ఇండియానుండి మొదటి ఐదుమంది స్లీపర్స్ ఈవారం చివర్లో, ఐ మీన్ ఫ్రైడే, యిక్కడికొస్తున్నారు. మన ఫస్ట్ బాచి ఫిదాయీలని ఎప్పుడు పంపిద్దాం"

"ముందు స్లీపర్స్ ని రానీ. ఇది ట్రయలేగా, ఓ వారం గాప్ యిచ్చి మనవాళ్ళని పంపిద్దాం. ఇఫ్తకారుద్దీన్ కి చెప్పు, నన్ను ఓ అరగంటలో ఇ-మెయిల్ లో కాంటాక్ట్ చేయమని" చెప్పి ఫోన్ పెట్టేశాడు హమీద్.

కంప్యూటర్ లో ఆ సిబిఐ ఆఫీసర్ ఫోటోని ఓపెన్ చేసి చూశాడు. షాజియా అల్ తహీరా, చాలా యంగ్ గా ఉంది. బహుశా న్యూ రిక్రూట్ కావచ్చు, అనుకున్నాడు. కాసేపు ఆలోచించాక ఓ నిర్ణయానికొచ్చాడు. ఆమెని జాగ్రత్తగా ఫాలో చేయించాలి, తప్పదు. సిబిఐ యిన్వెస్టిగేషన్ ఏ డైరెక్షన్ లో వెళుతోందో తెలుసుకోవాలి. జియాలజిస్ట్స్ ని ఎవరు చంపారనే డైరెక్షన్ లో వెళితే పర్లేదు. కానీ, గ్లోబల్ ఎన్విరాన్మెంట్ కంపెనీ ముసుగులో, ఐఎస్ఐ రహస్యంగా హిమాలయాల్లో దేన్నో వెదుకుతోందనే అనుమానం సిబిఐ కి వచ్చినా, తన ప్లాన్ మొత్తం ఫెయిలవుతుంది.

మసూద్ యిప్పుడు గ్లోబల్ కంపెనీకి డైరెక్టర్ గా టేకోవర్ చేశాడు. కాబట్టి, షాజియాని ఫాలో చేయించే పని మసూద్ కివ్వడం కుదరదు. కాస్త రిస్కయినా, ఇఫ్తకారుద్దీన్ నే ఉపయోగించాలి. లాగిన్ చేసి, అతడికి మెయిల్ టైప్ చేశాడు.

"ఓ ఫోటో అటాచ్ చేశాను. ఈ అమ్మాయి, సిబిఐ ఆఫీసర్, పేరు షాజియా. ఓ కేస్ ని ఇన్వెస్టిగేట్ చేయడానికి హరిద్వార్ కి వెళ్ళింది. ఫాలో చేయించి, ఆమె ప్రతి మువ్ మెంట్ నాకు రిపోర్ట్ చేయ్. లోకల్స్ ని వాడుకో, డైరెక్ట్ గా ఇన్వాల్వ్ అవద్దు. ప్రోటోకాల్ టూ హెచ్"

మెసేజ్ ని డ్రాఫ్ట్ లో సేవ్ చేసి లాగాఫ్ చేశాడు. ప్రతి రెండుగంటలకి ఓ సారి మెయిల్ బాక్స్ ఓపెన్ చేయాలి.

తన చేతులతో కళ్ళను, మొహాన్ని కవర్ చేసుకుని రుద్దుకుంటూ, డీప్ బ్రీత్ తీసుకున్నాడు హమీద్. ఈ ఆపరేషన్ లో మొదటిసారిగా కాస్త స్ట్రెస్ ఫీలవుతున్నాడు. ఎవరో సడన్ గా ఆ జియాలజిస్ట్స్ ని చంపేయడంవల్ల, తన ప్లాన్స్ అన్నీ మార్చాల్సివస్తోంది. ఎవరో అదృశ్యంగా ఉండి, ధైర్యముంటే బయటికిరమ్మని తనని ఛాలెంజ్ చేస్తున్నట్టుగా అనిపిస్తోంది. కసి, కోపంతో అతడిలో చెలరేగుతున్నాయి. అతి కష్టంమీద వాటిని కంట్రోల్ చేసుకుంటున్నాడు.

అతడి ఆలోచనలన్నీ సిబిఐ ఎంక్వైరీ చుట్టూ తిరుగుతున్నాయి. జియాలజిస్ట్స్ హత్య కేస్, హరిద్వార్ సిబిసిఐడి కి ట్రాన్స్ ఫర్ అయిందని మసూద్ అన్నాడు. అందుకే సిబిఐ ఆమెని నేరుగా హరిద్వార్ కి పంపించి ఉంటుంది. ఒకవేళ సిబిఐ యిన్వెస్టిగేషన్ అటూ, ఇటూ తిరిగి ఐఎస్ఐ వైపుకి సాగినా, తన ప్లాన్ మధ్యలో ఆగిపోకుండా ఉండాలంటే, యిప్పటినుండే ఆల్టర్నేట్ ప్లాన్ కూడా రెడీ చేసుకోవాలి. గ్లోబల్ ఎన్విరాన్మెంట్ కంపెనీ ముసుగుల్ని ఛేదించుకుని, సిబిఐ తమదాకా వచ్చేలోపు, తన రెండో ప్లాన్ అమలుచేయడానికి రెడీగా ఉండాలి, అవసరమైతే. అది ... ఇండియాలో సులభంగా అందుబాటులో ఉన్న రాజమార్గం... ది లీగల్ వే!

ఆదారిలో సిబిఐ తమని ఆపలేదు. కానీ, దాన్ని ఇంప్లిమెంట్ చేయాలంటే తాను అనుకున్న టైంకంటే ముందుగా ఇండియాకి వెళ్ళకతప్పదు. కాకపోతే, నిశ్శబ్దంగా ముగించాలనుకున్న ఈ ఆపరేషన్, చివరి నిముషంలో సిబిఐ కి తెలిసిపోవచ్చు. ఫిదాయీలతో సహా తన ప్రాణాలుకూడా పోతాయి. చావుకు తానెప్పుడూ భయపడలేదు. అది చాలాసార్లు తనకి దగ్గరగా వచ్చివెళ్ళింది, చావుతో చెలగాటం తనకిష్టమే. కానీ, ఆలోపు ఇండియాని చావుదెబ్బతీయడం కూడా ఖాయం!

హమీద్ వేళ్ళు కంప్యూటర్ కీ బోర్డ్ మీద వేగంగా కదిలాయి. ఈసారి మసూద్ ఇ-మెయిల్ బాక్స్ ని ఓపెన్ చేసి, మెసేజ్ టైప్ చేశాడు, చాలా పెద్ద మెసేజ్. ఇరవై ఏళ్ళుగా హరిద్వార్ కోర్ట్ లో పెండింగ్ లో ఉన్న ఓ కేస్ ని యిప్పుడు రి-ఓపెన్ చేయించాలి!

మే 21, 2013

హోటల్ గ్రాండ్ బసంత్, హరిద్వార్

సడన్ గా సెల్ ఫోన్ మోగడంతో నిద్రనుండి ఉలికిపడి లేచింది షాజియా. టైం మూడు కావస్తోంది. ఉదయం బాస్ కి రిపోర్ట్ పంపిందాక, త్వరగా లంచ్ ముగించి సోఫామీదే కునుకుతీసింది. ప్రయాణం బడలికవల్లో, చాలాసేపు లాప్ టాప్ మీద పనిచేయడంవల్లోగాని, త్వరగా గాఢమైన నిద్ర పట్టేసింది.

సెల్ ఫోన్ తీసిచూసింది. బాస్ లైన్ లో ఉన్నారు.

"గుడ్ ఆఫ్టర్నూన్ సర్"

"హలో షాజియా, నీ రిపోర్ట్ చూశాను. ఎలాగూ గణపతి ఆశ్రమం స్వామీజీ తిరిగిరావడానికి యింకొన్నిరోజులు పడుతోందిగా. ఈలోపు నువ్వోసారి ఢిల్లీ వెళ్ళిరా" చెప్పాడు అరవింద్ నార్లేకర్.

"సర్, ఢిల్లీ!?" అడిగింది అనుమానిస్తూ.

"ఎస్. గ్లోబల్ ఎన్విరాన్మెంట్ కంపెనీ డైరెక్టర్ కి మొన్న సడన్ గా ఛెస్ట్ పెయిన్ వచ్చిందట. సీరియస్ కావడంతో నిన్న రాత్రే జర్మనీకి పంపించేశారు. దాంతో చేసేదిలేక, హరిద్వార్ నుండి వచ్చిన సిబిసిఐడి ఆఫీసర్ తిరిగివెళ్ళాడు"

"ఓహ్. కన్వీనియంట్ హార్ట్ అటాక్ అనుకుంటాను, యిన్వెస్టిగేషన్ తప్పించుకోవడానికి!"

"కమాన్ షాజియా, గ్రో అప్! ట్రైనింగ్ లో మీకు చాలాసార్లు చెప్పాను. ఎవిడెన్స్ లేకుండా, ఎవరినీ సస్పెక్ట్ చేయడం కరెక్ట్ కాదు"

"సారీ సర్"

"లిజన్! జియాలజిస్ట్స్ హత్య జరిగినప్పుడు, ఈ కేస్ ని మొట్టమొదట 'రా' డిపార్ట్ మెంట్ నాకు రెఫర్ చేసింది. ఆ యిద్దరు జియాలజిస్ట్స్ బహుశా ఎల్.ఇ.టి.(లష్కరి తోయిబా) సింపథైసర్స్ కావచ్చని రా అనుమానం. ఐఎస్ఐ చాలా ఖర్చుపెట్టి, యిలాంటి సింపథైసర్స్ ని చాలామందిని తయారుచేసుకుంటోంది, అవసరమైనప్పుడు వాడుకోవడానికి. కెన్ యూ ఫాలో మీ?"

"ఎస్ సర్"

"బ్రిటన్ లో ఇలాటి సింపథైసర్స్ ఎక్కువ కావడంతో, వారి మీద దృష్టిపెట్టడానికి ఎంఐ5-, ఓ సపరేట్ వింగ్ ని ఏర్పాటు చేసింది. ఇలాంటి సింపథైసర్స్ తో కమ్యూనికేషన్ కోసం, ఐఎస్ఐ, ఇ-మెయిల్ మెథడ్ ని వాడుతోందని ఎంఐ5- కి తెలుసు"

"సర్ ఇ-మెయిల్! చాలా రిస్క్ కదా?"

"డ్రాఫ్ట్ లో మెసేజస్ సేవ్ చేస్తారు. సెండ్ చేయరు. అటూ, యిటూ ఇద్దరికీ యూసర్ ఐడి, పాస్ వర్డ్ తెలుసు కాబట్టి, ఓ ప్రోటోకాల్ ప్రకారం ఓపెన్ చేసి, డ్రాఫ్ట్ లోని మెసేజస్ చదువుకుని డిలిట్ చేస్తుంటారు. రిప్లై కూడా డ్రాఫ్ట్ లోనే సేవ్ చేస్తారు, సో నో రిస్క్! "

"మైగాడ్!"

"ఎంఐ5-లోని ఆ స్పెషల్ వింగ్, అలాంటి ఇ-మెయిల్ ఐడిలని ట్రాక్ చేస్తుంది. ఒకేరోజు వేర్వేరు దేశాలనుండి, కొద్దిపాటి టైం గాప్ లో ఏక్సస్ అయిన ఇ-మెయిల్ ఐడిల మీద దృష్టిపెడుతుంది. పాస్ వర్డ్ ఓవర్ రూల్ సాఫ్ట్ వేర్ తో మెయిల్ బాక్స్ ఓపెన్ చేయడానికి ట్రై చేస్తుంది. ఈలోపు డ్రాఫ్ట్ లోని మెసేజ్ డిలిట్ చేసుంటే చేయగలిగిందేమీ లేదు. కానీ, ఏ దేశాల్లో, ఏ ప్రాంతాల్లోని కంప్యూటర్స్ లేదా మొబైల్ ఫోన్స్ సహాయంతో ఆ ఐడిలని ఏక్సస్ చేస్తున్నారో మానిటర్ చేయడం ద్వారా, కనీసం ఐఎస్ఐ ట్రెండ్ ఏంటని తెలుస్తుంది"

"ఓకే సర్"

"ఈ విషయంలో మనకి బ్రిటన్ తో మ్యూచువల్ కో ఆపరేషన్ అగ్రిమెంట్ లేదు. కాబట్టి, డైరెక్ట్ గా ఎలాంటి హెల్ప్ దొరకదు. బట్, పర్సనల్ లెవెల్లో నాకు ఆ వింగ్ హెడ్ తో మంచి అండర్ స్టాండింగ్ ఉంది. అతడికి అవసరమైనప్పుడల్లా నేను అనఫిషియల్ గా చాలా హెల్ప్ చేశాను. కాబట్టి, యిప్పుడు మనకి అతను హెల్ప్ చేస్తున్నాడు. జియాలజిస్ట్స్ హత్య జరిగిన వారంలో ఇండియానుండి, పాక్ నుండి కొద్ది నిముషాల గాప్ లో ఏక్సస్ అయిన ఇ-మెయిల్ ఐడిల డిటెయిల్స్ ని మనకి అనఫిషియల్ గా యివ్వడానికి ఒప్పుకున్నాడు"

"దట్స్ గ్రేట్ సర్"

"అతడి అసిస్టెంట్, మార్గరెట్ క్లైర్ ప్రస్తుతం ఢిల్లీలో ఉంది. ఏదో మీటింగ్ కి బ్రిటిష్ ఫారిన్ సెక్రటరీ డెలిగేషన్ తో వచ్చింది. సో, నువ్వు యివ్వాళ సాయంత్రం ఫ్లైట్ కి ఢిల్లీ వెళ్లు. రేపు లంచ్ కి, డెలిగేషన్ లో అందరూ లీలా పాలెస్ లోని క్యూబ్ రెస్టరెంట్ కి వెళుతున్నారు. అదే హాల్ లో నీకూ ఓ టేబుల్ బుక్ చేయించాను. హోటల్ నుండి కన్ఫర్మేషన్ కాసేపట్లో నీకు ఎస్.ఎం.ఎస్. వస్తుంది. నీ ఫోటో ఆమెకి ఆల్ రెడీ అందింది. లంచ్ టైం లో, తనే నీ దగ్గరికొచ్చి ఒక పెన్ డ్రైవ్ యిస్తుంది. తీసుకుని, సేఫ్ గా హరిద్వార్ కి వచ్చేయ్. తర్వాత, అందులోని డీటైల్స్ నాకు ఇ-మెయిల్ పంపించు"

"సర్, నా లాప్ టాప్ ఢిల్లీకి తీసికెళతాను. రెస్టరెంట్ నుండే మీకు డీటైల్స్ ఇ-మెయిల్ చేయొచ్చు"

"వద్దు. నీ లాప్ టాప్ హోటల్ రూంలోనే ఉండనీ. నువ్వో గెస్ట్ లా, కాజువల్ గా లీలా పాలెస్ కి వెళుతున్నావ్. క్లైర్ నీకు పెన్ డ్రైవ్ యివ్వటం కూడా, ఆ డెలిగేషన్ లో ఎవరూ చూడరాదు. ఇది పర్సనల్ లెవెల్ హెల్ప్ మాత్రమే. పైగా, ఆ పెన్ డ్రైవ్ లోని ఫైల్స్ కి పాస్ వర్డ్ కావాలి. అది లండన్ నుండి నా ఫ్రెండ్ నాకు పంపిస్తాడు. నువ్వు సేఫ్ గా హరిద్వార్ చేరాక నాకు ఫోన్ చేయ్, ఆ పాస్ వర్డ్ నీకిస్తాను."

"ఓకే సర్"

"ఇంకో విషయం షాజియా! ఇలాంటి పర్సనల్ హెల్ప్ లో, ఓ అన్ రిటన్ అండర్ స్టాండింగ్ ఉంటుంది. అంటే, ఎవరైనా ఒక్కసారే హెల్ప్ చేస్తారు. ఐ హోప్ యు అండర్ స్టాండ్" చెప్పి, ఫోన్ పెట్టేశాడు అరవింద్ నార్లేకర్.

షాజియా కాసేపు ఆలోచిస్తూ ఉండిపోయింది. బాస్ చెప్పింది ఆమెకి అర్థమైంది, ఎట్టి పరిస్థితుల్లోనూ ఆ పెన్ డ్రైవ్ ని సేఫ్ గా తీసుకురావాలి. పొరపాటున పోగొట్టుకుంటే రెండోసారి ఆ డేటా దొరకదు. ఈ కేస్ ఎటునుండి ఎటో వెళుతోంది.

తన రిపోర్ట్ లో రామనారాయణ సింగ్ కేస్ ని రెఫర్ చేసిన విషయం గురించి బాస్ ఏమీ చెప్పలేదు. బహుశా, మోడస్ ఆపరెండీ విషయంలో తాను తొందరపడిందేమో. ఎక్సైట్ మెంట్ లో అలాంటి మిస్టేక్స్

జరగడం సహజం. ఈసారి బాస్ ఫోన్ చేసినప్పుడు అడగాలి. ఏదెలా ఉన్నా, తాను యింకొన్ని రోజులు హరిద్వార్ లోనే ఉండబోతోంది, అది చాలు తనకి. అప్రయత్నంగా ఆమె మొహంలో చిరునవ్వు ప్రత్యక్షమైంది. రిసెప్షన్ కి ఫోన్ చేసి ఢిల్లీకి ఫ్లైట్ టికెట్ బుక్ చేయించింది.

అప్పుడు గుర్తొచ్చింది, తాను సాయంత్రం ఆశ్రమానికి వస్తానని కపర్దితో చెప్పింది. ఫోన్ తీసి ఆశ్రమం నెంబర్ కి రింగ్ చేసింది. కపర్ది యింకా కాలేజినుండి రాలేదు, నచికేత్ రిసీవ్ చేసుకున్నాడు. తాను సడన్ గా ఢిల్లీ వెళుతున్నట్టు కపర్దికి చెప్పమని చెప్పి ఫోన్ పెట్టేసింది.

మే 21, 2013

రిషికేశ్

రాత్రి పదకొండు కావస్తోంది.

నీలకంఠ మహాదేవ్ ఆలయానికి కాస్తదూరంలో ఉన్న పురాతనమైన సత్రంలో, శర్వగ్ని ఉద్యమం మెంబర్స్ తిరిగి సమావేశమయ్యారు. వారి లీడర్, మల్గోలా ఓ ఫోటోని వారికి అందించాడు.

“ఫ్రెండ్స్, ఈ అమ్మాయి ఇవ్వాళే హరిద్వార్ కొచ్చింది, పేరు షాజియా. తనో సీక్రెట్ ఆఫీసర్ అని నా అనుమానం. జియాలజిస్ట్స్ కేస్ ని యిన్వెస్టిగేట్ చేయడానికి వచ్చినట్టుంది”

అందరూ ఆ ఫోటోనే చూస్తున్నారు “చూడ్డానికి స్టూడెంట్ లా ఉంది. ఈమె ఐబి ఆఫీసరని మీకెందుకనిపించింది!?” అడిగాడో మెంబర్.

“డిటైల్స్ తర్వాత చెబుతాను. ఈమెని మనం జాగ్రత్తగా ఫాలో చేయాలి. ఎక్కడికి వెళుతోంది, ఎవరెవర్ని కలుస్తోంది, ఏం చేస్తోంది, అన్నీ గమనించాలి”

“హరిద్వార్ లో ఎక్కడుంటుంది?”

“గ్రాండ్ బసంత్ లో”

“ఎనీ మువ్ మెంట్స్?”

“ఉదయం వాతాపిగణపతి ఆశ్రమాన్ని విసిట్ చేసింది. సాయంత్రం ఫ్లైట్ కి ఢిల్లీ వెళ్లింది. రూం వెకేట్ చేయలేదు, కాబట్టి, తిరిగి హరిద్వార్ కే రావాలి. ఢిల్లీలో గ్లోబల్ ఎన్విరాన్మెంట్ కంపెనీని అబ్జర్వ్ చేస్తున్న మన మెంబర్స్ కి కూడా ఈమె ఫోటోని పంపించాను. ఫ్రెండ్స్! ఇకమీద మనం ప్రతి స్టెప్ లోనూ చాలా కేర్ ఫుల్ గా ఉండాలి. ఇన్వెస్టిగేషన్ లో ఐఎస్ఐ మాత్రమే ఎక్స్ పోస్ అవాలి. మన ఉద్యమం రహస్యాన్ని ఎలాగైనా కాపాడుకోవాలి. అది మనకి చాలా ముఖ్యం. ఈమె రూంలో ఓ హియరింగ్ డివైస్ ని సెట్ చేయండి. ఎవరైనా తనని కాంటాక్ట్ చేస్తే మనం తెలుసుకోవచ్చు”

మే 22, 2013

న్యూ ఢిల్లీ

'ద క్యూట్' రెస్టరెంట్, లీలా పాలెస్ హోటల్ లోపలి వైపు, గార్డెన్ మధ్యలో ఉంది. మొత్తం రెస్టరెంట్ గ్లాస్ తోనే చేయబడింది. చుట్టూ లాన్, పచ్చని చెట్లతో చాలా ఆహ్లాదకరంగా ఉంది. లాన్ లోని దేవి విగ్రహం వైపు చూస్తూ కూర్చుంది షాజియా. ఆ విగ్రహం లక్ష్మి, దుర్గ, కాళి దేవతల కాంబినేషన్, ఈ రెస్టరెంట్ కి అదో స్పెషల్ అట్రాక్షన్. లైవ్ కిచన్ లో షెఫ్స్ బిజీగా కనిపిస్తున్నారు.

రెస్టరెంట్ యింకా ఖాళీగానే ఉంది. ఆమె వెనకున్న టేబిల్ లో ముగ్గురు జెంట్స్ అప్పుడే వచ్చారు. తన జీవితంలో, అంత ఖరీదైన రెస్టరెంట్ కి వెళ్ళగలనని ఎప్పుడూ అనుకోలేదు. మెనూలో ఒక్కో ఐటం ఖరీదు చూస్తుంటే తల తిరిగిపోతోంది. తను డ్యూటీమీద వచ్చింది కాబట్టి, ఖర్చుల్ని ఆఫీసే భరిస్తుంది. అలాగని, తన సోషల్ స్టేటస్ కి మించి ఆర్డర్ చేయడం ఆమెకిష్టంలేదు. జీవితంలో సెల్ఫ్ డిసిప్లిన్ అన్నిటికన్నా ముఖ్యం. ఆమె అత్త, మామల నుండి అదే నేర్చుకుంది. అతికష్టం మీద, కాస్త తక్కువ రేటున్న రెండు ఐటంస్ ని సెలక్ట్ చేసుకుంది.

"ఒన్ వైల్డ్ ముష్రూంసూప్, ఒన్ పోచ్డ్ ఎగ్ సాండ్విచ్" చెప్పింది బేరర్ కి.

బ్రిటిష్ డెలిగేషన్ అప్పుడే వచ్చినట్టుంది. ఐదు టేబిల్స్ వారికే రిజర్వ్ అయ్యాయి. యథాలాపంగా డెలిగేషన్ లోని మెంబర్స్ ని గమనించింది. అందులో నలుగురు లేడీస్ ఉన్నారు, అందులో క్లైర్ ఎవరై ఉంటారు. పేరుని బట్టి ఊహించడం కష్టం అనుకుంటూ, తిరిగి లాన్ వైపు చూసి ఉలికిపడింది.

అక్కడ ఒకతను, ఇండియన్, లాన్ లో కూచుని తన మొబైల్ లో ఏదో చూస్తున్నాడు, బహుశా ఫోటోలు తీసుకుంటున్నాడు. కానీ, అతడి దృష్టి తనవైపే ఉన్నట్టుగా అనిపించింది. ఉదయం ట్రాన్సిట్ హోటల్ నుండి బయలుదేరినప్పటినుండే తననెవరో ఫాలో అవుతున్నట్టు ఆమెకి డౌట్ వచ్చింది. అవ్యక్తి కాసేపు ఫోటోలు తీసుకోవడం ఆపి, మొబైల్ లో ఏదో మెసేజ్ టైప్ చేస్తున్నాడు.

సూప్ రావడంతో, షాజియా అతడిమీది నుండి తన అటెన్షన్ ని మరల్చుకుంది. సూప్ తాగుతూ, తలవంచుకునే మధ్యమధ్యలో బ్రిటిష్ డెలిగేషన్ ని, లాన్ లోని వ్యక్తిని గమనిస్తోంది. ప్రొఫెషనల్ గా ఇదే తనకి మొదటి ఎక్స్ పీరియన్స్. అందువల్ల కాస్త నెర్వస్ అవుతోంది.

అంతలో బేరర్ సాండ్విచ్ తీసుకొచ్చాడు. బేరర్ దాన్ని టేబిల్ మీద సర్దుతుండగా, బ్రిటిష్ డెలిగేషన్ నుండి ఒకావిడ తన టేబిల్ వైపుగా వస్తోంది, బహుశా వాష్ రూంకి వెళుతోంది. ఆమె వయసు యాభై పైనే ఉండాలి. తన టేబిల్ దగ్గరికి రాగానే, సడన్ గా తూలి పడబోయింది. బేరర్ ఆమెని సపోర్ట్ చేసి, పడకుండా ఆపాడు. కానీ, ఆమె హాండ్ బేగ్ కిందపడి, అందులో వస్తువులు కొన్ని కార్పెట్ మీద పడ్డాయి.

"ఓహ్, ఐయాం నో సారీ" చెప్పిందావిడ, హడావిడిగా తన వస్తువుల్ని ఏరుకుంటూ. తన పాదాలవైపు కూడా ఏదో వస్తువు పడడం గమనించింది షాజియా. వంగి దాన్నితీసింది, అదో పెన్ డ్రైవ్. ఆమెకి

అందించబోతుండగా, ఆమె తల చిన్నగా ఊపింది, తన కళ్లతోనే సైగచేస్తూ. అప్పుడర్థమైంది షాజియాకి, ఆమే క్లైర్ అని. వేగంగా ఆ పెన్ డ్రైవ్ ని తన హాండ్ బాగ్ లో వేసుకుంటూ, సడన్ గా తలతిప్పి లాన్ వైపు చూసింది. అక్కడున్న వ్యక్తి మొబైల్ తన వైపుకే ఉంది... అంటే... అతను తన ఫోటో తీస్తున్నాడా!? అతను కాజువల్ గా తన మొబైల్ ని యింకోవైపుకి తిప్పుతున్నాడు, వీడియో తీస్తున్నట్టుగా.

మొదటిసారిగా కాస్త టెన్షన్ కలిగింది షాజియాకి. త్వరగా తన సాండ్విచ్ ని ముగించి బేరర్ కి సైగ చేసింది, బిల్ కోసం. అతను బిల్ తెచ్చేలోపు తన చుట్టూ కూచున్న వారిని అబ్జర్వ్ చేసింది, ఎవరైనా తనవైపు అనుమానంగా చూస్తున్నారా అని. బేరర్, బిల్ తీసుకురాగానే పే చేసేసింది. ఆమె వెనుక టేబిల్ లోని జెంట్స్ లంచ్ ముగిసినట్టుంది, వెళ్ళబోతున్నారు. తను కూడా వారివెనకే వెళ్లడం సేఫ్ అనిపించింది. బేరర్ తన బిల్ ని పే చేయించి తీసుకొస్తున్నాడు. వేగంగా లేచి, బిల్ మాత్రంతీసుకుంది. ఛేంజ్ ఉంచుకొమ్మని సైగచేసి, ఆ జెంట్స్ వెనకే తానూ బయలుదేరింది.

లాబీలోకి రాగానే తన పర్స్ తీసి, పెన్ డ్రైవ్ ని తన పాంట్ పాకెట్ లో వేసుకుంది. ఆ జెంట్స్ లాబీలో ఎవరితోనో మాట్లాడుతూ ఆగిపోయారు. షాజియా బయటికొచ్చేసి, పార్కింగ్ లో తన టాక్సీవైపు వేగంగా అడుగులు వేసింది. టాక్సీ ఇంకో యాభై అడుగులదూరంలో ఉన్నప్పుడు, సడన్ గా వెనుకనుండి ఓ వ్యక్తి ఆమెని బలంగాతోశాడు. తూలి కిందపడబోతూ, అతికష్టంమీద తమాయించుకొంది. అంతలో అక్కడ పార్క్ చేసున్న కార్ లోంచి యింకోవ్యక్తి వేగంగావచ్చి, ఆమె హాండ్ బాగ్ ని లాక్కోబోయాడు.

షాజియా అప్పటికే తమాయించుకుంది. ఒక్కడుగు వెనక్కి వేసి, కుడికాలు మడిచి పైకెత్తి అతడి గడ్డంకింద కిక్ యిచ్చింది. అంత స్పీడ్ రియాక్షన్ ఆమెనుండి ఎక్స్ పెక్ట్ చేసినట్టులేదు, దెబ్బకి వెనక్కివంగి కిందపడ్డాడు. అంతలో మొదటివ్యక్తి తిరిగి ఆమె మీదికి వేగంగావచ్చాడు. ఈసారి పిడికిలి బిగించి, అతడి రిబ్స్ మీద నాలుగు పంచస్ వేగంగా యిచ్చింది. అతను కిందపడబోతూ తమాయించుకున్నాడు.

దూరంగా ఆమె వెనుక టేబిల్ జెంట్స్, పార్కింగ్ వైపే వస్తున్నారు. దాంతో యిక ఫైట్ చేయడం తమకి ప్రమాదం అనుకున్నట్టుంది, ఆ యిద్దరూ వేగంగా గేట్ వైపుకి పరుగులుతీశారు. షాజియా త్వరగా తన టాక్సీ చేరుకుని కూర్చుంది. అంతసేపూ నిద్రపోతున్న డ్రైవర్, డోర్ చప్పుడుకి లేచాడు.

“ఎయిర్ పోర్ట్” చెప్పింది, తన టెన్షన్ ని కంట్రోల్ చేసుకుంటూ. తానో మంచి జూడో ఫైటర్, అయినా రియల్ లైఫ్ లో ఫైట్ చేయడం యిదే మొదలు. టాక్సీ పార్కింగ్ నుండి బయలుదేరుతుండగా, ఆ జెంట్స్ వైపు చూసింది. బహుశా తన మీద జరిగిన అటాక్ ని వాళ్ళు గమనించినట్టు లేదు. ఏదో మాట్లాడుకుంటూ, కాజువల్ గా తమ కార్ వైపుకి వెళుతున్నారు. తలతిప్పి లాన్ వైపుకి చూసింది. ఇందాక ఫోటోలు తీసుకుంటున్న వ్యక్తి అక్కడలేడు. బాస్ కి ఫోన్ చేసి, జరిగింది చెప్పింది.

“ఢిల్లీలో పర్స్ స్నాచింగ్, చైన్ స్నాచింగ్ లాంటివి మామూలే. టేకిట్ ఈసీ” చెప్పాడు అరవింద్ నార్లేకర్.

మే 22, 2013
లీగసీ హోంస్, కరాచీ

మధ్యాహ్నం మూడైంది. ఇఫ్తకారుద్దీన్ నుండి వచ్చిన మెసేజ్ ని చదువుతున్నాడు హమీద్.

"షాజియాని హరిద్వార్ నుండి ఫాలో చేశాం. నిన్న ఢిల్లీ ఎయిర్ పోర్ట్ లోని ట్రాన్సిట్ హోటల్ లో దిగింది. ఎవర్నీ కలవలేదు. ఈరోజు లంచ్ టైంకి లీలాపాలెస్ కి వచ్చింది. అక్కడా ఎవర్నీ కలవలేదు. కానీ, ఓ ఫారినర్ ఆమెకి ఏదో యిచ్చినట్టు, ఆమె దాన్ని తన హాండ్ బాగ్ లో వేసుకొన్నట్టు, లాన్ నుండి చూసిన మన అబ్జర్వర్ కి డౌట్ వచ్చింది. ఆమె పార్కింగ్ ఏరియాకి రాగానే, ఆ హాండ్ బాగ్ లాక్కోవడానికి మన బాకప్ టీం ట్రైచేసింది. కానీ, ఆమె మంచి ఫైటర్ లా ఉంది. మన వాళ్ళని తన్ని, ఎస్కేప్ అయింది"

'ఇడియట్స్' తిట్టుకున్నాడు హమీద్. ఆ ఫారినర్, షాజియాకి ఏమిచ్చిందో మాత్రం తెలుసుకోలేదు. మిగిలిన అనవసరమైన డిటైల్స్ అన్నీ గమనించారు. పైగా, ప్లాన్ లేకుండా ఆమెని అటాక్ చేయడం, ఎంత తెలివిలేని పని! ఆ యిద్దరిలో ఏ ఒక్కడినైనా ఆమె పట్టుకోగలిగుంటే ఏమయ్యేది? సిబిఐ నేరుగా ఇఫ్తకారుద్దీన్ ని పట్టుకుని ఎక్స్ పోస్ చేసుండేది! కాస్త తెలివి ఉపయోగించి ఒకడితో ఆ ఫారినర్ ని ఫాలో చేయించుంటే, ఆమె ఎవరో, ఎక్కడికి వెళుతోందో తెలిసేది. ఇలాంటివారి చేతుల్లో ఐఎస్ఐ భవిష్యత్తు ఎలా ఉండబోతోందో, తలుచుకుంటేనే భయమేస్తోంది హమీద్ కి.

తన కోపాన్ని అణుచుకుంటూ మెసేజ్ టైప్ చేశాడు.

"ఈ పనికి ఎవర్ని హైర్ చేసుకున్నావ్? ఆ ఫారినర్ ఎవరో తెలుసుకున్నావా? ప్రోటోకాల్ 15ఎం" టైప్ చేసి లాగాఫ్ చేశాడు. పదిహేను నిముషాల తర్వాత, తిరిగి లాగాన్ అయ్యాడు. డ్రాఫ్ట్ మెసేజ్ ఓపెన్ చేశాడు. రిప్లై సేవ్ అయ్యుంది.

"బబ్లుతివారి అని, బలదేవ్ సింగ్ మాలి గాంగ్ లో పనిచేస్తున్నాడు. వాడిని హైర్ చేసుకున్నాను, ప్రైవేట్ గా. మాలిని యిన్వాల్వ్ చేయలేదు. ఆ ఫారినర్ ఎవరో తెలియదు. లాన్ నుండి మన అబ్జర్వర్ కొన్ని ఫోటోలు తీశాడు. అటాచ్ చేశాను. చివరి ఫోటోలో ఆ ఫారినర్ ఉంది"

బతికించావు, అనుకుంటూ ఫోటోల్ని డెస్క్ టాప్ కి సేవ్ చేసుకుని, డ్రాఫ్ట్ ని మెయిల్ బాక్స్ నుండి డిలిట్ చేశాడు. ఫోటోల్ని ఓపెన్ చేసి చూశాడు. చివరి ఫోటోలోని ఫారినర్ ని చూశాడు. ఆమెని యింతకుముందు తానెప్పుడూ చూడలేదు. ఆ ఫోటోని మాత్రం ముక్తారహ్మద్ కి ఇమెయిల్ పంపించి, రెండు నిముషాలయ్యాక ఫోన్ చేశాడు.

"ఎస్ హమీద్! ఎనిథింగ్ స్పెషల్?" అడిగాడు ముక్తార్.

"ఓ ఫోటో పంపించాను, చూశావా?"

"ఇంకా లేదు. జస్ట్ ఎ మినిట్" చెప్పి, ఫోటో ఓపెన్ చేశాడు. "ఎవరీమె?" అడిగాడు, చిన్నగా విజిల్ వేస్తూ.

"అదే తెలుసుకోవాలి. చాలా అర్జెంట్ చెప్పాడు" హమీద్.

"అర్జెంటైతే యిప్పుడే చెబుతా విను. ఈమె పేరు మార్గరెట్ క్లైర్. ఒకప్పుడు పాకిస్తాన్ లోని బ్రిటిష్ కాన్సులేట్ లో ఉండేది. ఎంఐ6- ఏజంటని మనకి డౌట్ రావడంతో, యిక్కడినుండి ఆమెని పంపించేశారు. అప్పుడు, ఆమెకి డిప్లొమేటిక్ ఇమ్యూనిటీ లేదనే సాకుతో అరెస్ట్ చేసి, స్ట్రిప్ సెర్చ్ లాంటివి చేసి అవమానించారు. తెల్లచర్మం చూడగానే తెగులు పుడుతుందిగా, మనవాళ్ళకి. అందుకే, మనమీద చాలా కసి పెంచుకుంది. ప్రస్తుతం లండన్ లోనే ఉంటోందని విన్నాను. ఈమధ్యనే ఎంఐ5-, బ్రిటన్ లో మన సింపథైసర్స్ మీద ఓ కన్నేసి ఉంచేందుకు, ఓ వింగ్ ని ఏర్పాటు చేసింది. మన ఏజంట్స్ ఇన్ఫర్మేషన్ ప్రకారం, క్లైర్ కూడా ఆ వింగ్ లోనే ఉంది. ఇంతకీ ఏంటి విషయం?" అడిగాడు ముక్తార్.

ఓ నిముషం ఆలోచించాడు హమీద్. ముక్తార్ తనకి ఫ్రెండ్ మాత్రమే కాదు, బాస్ కూడా. తన ప్లాన్ ఏంటో కూడా అతడికి తెలియదు. ఐనా, ఈ ఆపరేషన్ లో తనకి పూర్తిగా హెల్ప్ చేస్తున్నాడు. అందుకని, కనీసం ఈ క్లైర్ విషయమైనా తాను చెప్పాలి "ముక్తార్! జియాలజిస్ట్స్ హత్య విషయంలో ఎందుకనో సడన్ గా సిబిఐ యిన్వాల్వ్ అయింది. ఆ సిబిఐ ఆఫీసర్, నిన్న ఢిల్లీలో ఈ మార్గరెట్ క్లైర్ ని కలిసింది"

ముక్తార్ ఓ నిముషం సైలెంట్ గా ఉన్నాడు. అతడికిదో షాకింగ్ న్యూస్ అని హమీద్ కి తెలుసు.

"ఇప్పుడేం చేద్దాం?" అడిగాడు ముక్తార్.

"నథింగ్ టు వర్రీ. ఆ జియాలజిస్ట్స్, లష్కర్ సింపథైసర్సని సిబిఐ కి తెలిసినా మనకేం నష్టంలేదు. ఐఎస్ఐ కి, గ్లోబల్ ఎన్విరాన్మెంట్ కి ఉన్న లింక్ ఏంటో ఎవరికీ తెలియదు. పైగా, ఇండియాలో మనమేం వెదుకుతున్నామో అంతకంటే తెలియదు"

"బట్ హమీద్, బి కేర్ ఫుల్! ఎట్టి పరిస్థితుల్లోనూ, ఐఎస్ఐ పేరు ఎక్స్ పోస్ కాకుండా చూసుకో"

"ఓకే ముక్తార్. ఈ ఆపరేషన్ నాది, కాబట్టి రెస్పాన్సిబిలిటీ కూడా పూర్తిగా నాదే. ఐఎస్ఐ పేరు ఎక్స్ పోస్ అవదు" చెప్పి ఫోన్ పెట్టేశాడు హమీద్.

మార్గరెట్ క్లైర్, షాజియాకి ఏం యిచ్చి ఉంటుంది, హాండ్ బాగ్ లో పట్టే వస్తువు, సిడి, పెన్ డ్రైవ్ లేదా ఎన్వలప్, ఏదైనా కావచ్చు. ఇఫ్తకారుద్దీన్ కి మెసేజ్ చేశాడు.

"షాజియా ఇప్పుడేం చేస్తోంది?"

"ఢిల్లీ ఎయిర్ పోర్ట్ లోనే ఉంది. ఫ్లైట్ కోసం వెయిట్ చేస్తోంది. ఏదో మేగజైన్ చదువుతోంది"

"ఆమె లాప్ టాప్ తనతో తెచ్చుకుందా?"

"లేదు"

ఆలోచిస్తున్నాడు హమీద్. అన్ని ఇంటలిజెన్స్ సంస్థల్లాగే, సిబిఐ కూడా తనకోసం ఓ ప్రత్యేకమైన సాఫ్ట్ వేర్ చేయించుకుంది. హాకింగ్, టాంపరింగ్ లాంటివి జరగకుండా. తన ఆఫీసర్స్ తో ఇంటర్నల్ కమ్యూనికేషన్ కి, వర్చువల్ ప్రైవేట్ నెట్ వర్క్(వి.పి.ఎన్.)వాడుకుంటుంది. ఒకవేళ క్లైర్, సిడి, పెన్ డ్రైవ్ లాంటిదేదైనా యిచ్చుంటే, షాజియా దాన్ని తన లాప్ టాప్, లేదా సి.బి.ఐ. అఫిషియల్ కంప్యూటర్ తో మాత్రమే ఓపెన్ చేయాలి. అంటే, ఆమె హరిద్వార్ లో తన హోటల్ చేరుకునేదాకా టైం ఉంది.

ఇఫ్తకారుద్దీన్ కి యింకో మెసేజ్ టైప్ చేసి లాగాఫ్ చేశాడు.

మే 22, 2013

షాజియా, డెహ్రాడూన్ ఎయిర్ పోర్ట్ లో దిగి బయటికొచ్చేసరికి రాత్రి ఎనిమిదైంది. తనని ఎవరైనా ఫాలో అవుతున్నారేమోనని చుట్టూ గమనిస్తోంది. మధ్యాహ్నం లీలాపాలెస్ దగ్గర జరిగింది, ఆమె యింకా మర్చిపోలేకపోతోంది. తన జాబ్ లో యిలాంటివి తప్పవని ఆమెకు తెలుసు. కానీ, ప్రాక్టీస్ లో యిది ఎలా ఉంటుందని యిప్పుడే తెలుస్తోంది.

టాక్సీ స్టాండ్ వైపు వెళుతుంటే, వెనుకనుండి "హలో షాజియా" అంటూ ఎవరో పిలిచారు.

గిరుక్కున వెనక్కితిరిగి చూసింది. కాస్తదూరంలో కపర్ది, ఆమె వెనకేవస్తూ కనిపించాడు. అంతసేపూ అనుభవిస్తున్న టెన్షనంతా ఒక్కసారిగా మాయమైనట్టు అనిపించింది షాజియాకి.

"హలో, మీరేంటి ఇక్కడ!?" అడిగింది.

"మా కాలేజి ప్రిన్సిపాల్ ఢిల్లీ వెళుతున్నారు. సరిగ్గా బయల్దేరే టైంకి, ఆయన కార్ స్టార్ట్ అవలేదు. అందుకని, నా బైక్ మీద డ్రాప్ చేసి తిరిగి వెళుతున్నాను. ఇంతలో మీరు కనిపించారు. ఏంటి, సడన్ గా ఢిల్లీ వెళ్లారట?"

"మా ప్రొఫెసర్ రమ్మన్నారు, రిసర్చ్ అప్లికేషన్ లో ఓచోట సైన్ చేయడం మర్చిపోయాను, అందుకని" చెప్పింది షాజియా. మనసులో మాత్రం ఆమెకి చాలా ఆశ్చర్యంగా ఉంది, తానింత సులభంగా అబద్ధం చెప్పగలనని తనకే తెలియదు. లేదా, కపర్దితో ఉన్నపుడు తాను నిజంగానే ఓ స్టూడెంట్ నని తన సబ్ కాన్షస్ లో నమ్ముతోందా!

"రండి, డ్రాప్ చేస్తాను" చెప్పాడు కపర్ది పార్కింగ్ వైపుకి దారితీస్తూ.

షాజియా, మౌనంగా అతడివెంటే వెళ్ళి బైక్ ఎక్కింది. రెండురోజుల్లో యిది రెండోసారి, అతను తనని డ్రాప్ చేయడం. తన బాస్కెట్ నుండి ఓ హెల్మెట్ తీసి ఆమెకిచ్చాడు.

"ఏంటి, స్పేర్ హెల్మెట్ ఎప్పుడూ దగ్గరుంచుకుంటారా, ఎవరో ఒకర్ని డ్రాప్ చేయటానికి?" అడిగింది నవ్వుతూ.

"ఇది నచికేత్ ది. నే ఎప్పుడు బయటికెళ్ళినా వాడూ నాతోనే వస్తాడుగా" చెప్పాడు బైక్ స్టార్ట్ చేస్తూ.

"మీ యిద్దరూ చాలా క్లోస్ గా ఉంటారా?" అడిగింది బైక్ ఎక్కుతూ.

"అవును. ఇద్దరం అనాథలుగానే ఆశ్రమానికి చేరాం"

కొంతదూరం నుండి యిద్దరు జాగ్రత్తగా తమనే గమనిస్తున్నారని షాజియాకి తెలియదు.

ఎయిర్ పోర్ట్ దాటి, హైవే చేరుకున్నారు. చల్లనిగాలి వీస్తోంది. డీప్ బ్రీత్ తీసుకుంటూ, రిలాక్సయింది షాజియా. ఇలా రెండోసారి బైక్ మీద అతడి వెనుక కూర్చోవడం, ఏదో తెలియని సెక్యూర్ ఫీలింగ్ ని యిస్తోంది.

కాసేపు తన జాబ్, టెన్షన్ అన్నిటినీ మర్చిపోయింది. నలభైనిముషాలు ఎలా గడిచిపోయాయో తెలియదు, అంతలో హరిద్వార్ వచ్చేసింది. దారిలో ముందుగా గణపతి ఆశ్రమం వచ్చింది.

"రండి, మా ఆశ్రమంలో భోంచేసి వెళుదురుగాని" చెప్పాడు కపర్ది.

నిజానికి ఆమెకి చాలా ఆకలిగా ఉంది, మధ్యాహ్నం లీలాపాలెస్ లో సరిగా తినలేకపోయింది. పైగా, యింకాసేపు అతడితోనే ఉండాలనుంది. కానీ, ఈరోజుకి యింకా తన డ్యూటీ పూర్తికాలేదు.

"సారీ, ఇవాళ అర్జెంట్ గా ఓ రిపోర్ట్ ముగించాలి. అందుకని నన్ను హోటల్ దగ్గరే డ్రాప్ చేసేయండి, ప్లీస్. రేపు తప్పకుండా వస్తాను" చెప్పింది.

కపర్ది ఆమెని హోటల్ దగ్గర డ్రాప్ చేసే సరికి, రాత్రి తొమ్మిదయింది.

రిసెప్షన్ లో కీ తీసుకుని త్వరగా రూం చేరుకుంది. క్లైర్ యిచ్చిన పెన్ డ్రైవ్ లోని డేటాని అర్జెంట్ గా బాస్ కి పంపించాలి. తనకి బాగా ఆకలేస్తోంది, కాబట్టి రూంసర్వీస్ కి డిన్నర్ ఆర్డర్ చేసేసి, అది వచ్చేలోపు స్నానం ముగించాలి. మనసులోనే ప్లాన్ చేసుకుంటూ, తలుపుతీసి కీని సాకెట్ లో పెట్టగానే లైట్స్ వెలిగాయి.

ఫోన్ తీసి, రూంసర్వీస్ కి డయల్ చేస్తున్నపుడు, తన రూంలో ఏదో తేడాగా ఉన్నట్టు గమనించింది. తన సూట్ కేస్ ఓపెన్ అయ్యుంది, బట్టలు చిందరవందరగా పడున్నాయి. సడన్ గా ఆమె దృష్టి విండో మీదికి వెళ్ళింది. కర్టెన్ కొద్దిగా తీసుంది. అక్కడ విండో గ్లాస్ నీట్ గా కోయబడింది, ఓ మనిషి లోనికొచ్చేంత సైజ్ లో. ఉలిక్కిపడి టేబిల్ వైపు చూసింది, తన లాప్ టాప్ అక్కడ లేదు. అంటే, ...తన రూంలో దొంగతనం జరిగింది. ఓ రెండు నిముషాలు షాక్ తో అలా నిలబడిపోయింది. తర్వాత రిసెప్షన్ కి ఫోన్ చేసి చెప్పింది.

హోటల్ స్టాఫ్, మేనేజ్ మెంట్ హడావిడిగా వచ్చి చూసిపోతున్నారు. దొంగ ఎవడై ఉంటాడు, ఎలా వచ్చుంటాడు, యిలా ఎవరికితోచింది వాళ్ళు మాట్లాడేస్తున్నారు. కాసేపు ఏంచేయాలో తోచలేదు షాజియాకి. తానో సిబిఐ ఆఫీసర్ అనే విషయం ఆమెకి సడన్ గా జ్ఞాపకం వచ్చింది. ఇలాంటి చిన్న, చిన్న విషయాలకి షాకై కూర్చుంటే ఎలా!? తనని తాను ప్రశ్నించుకుని, బాస్ కి ఫోన్ చేసి విషయం చెప్పింది.

"పోలీస్ రిపోర్ట్ చేశావా?" అడిగాడు, అరవింద్ నార్లేకర్.

"ఇంకాలేదు సర్. హోటల్ నుండి పోలీస్ కి ఫోన్ వెళ్ళింది. ఇంకా ఎవరూ రాలేదు. రాత్రయింది, కాబట్టి రేపు ప్రొద్దున్నే పోలీస్ రావచ్చంటున్నారు. ఫార్మాలిటీకి నే స్టేషన్ వెళ్ళి రిపోర్ట్ యివ్వాలట"

"ఓకే, నో ప్రాబ్లం. నీకు మొదటి అసైన్మెంట్ లోనే మంచి ఎక్స్ పీరియన్స్ వస్తోంది, గుడ్. బైనాక్యులర్ సేఫ్‌గా!"

"ఎస్ సర్. దాన్ని లాకర్ లోనే ఉంచాను. కానీ, ఆ పెన్ డ్రైవ్ లోని డేటా మీకెలా పంపను. హోటల్ లో వైఫై ఫెసిలిటీ ఉంది... " చెప్పబోయింది.

"నో షాజియా!" చెప్పాడు బాస్ అడ్డొస్తూ, "అందులో చాలా క్లాసిఫైడ్ డేటా ఉంది. అందుకని బయటి కంప్యూటర్స్, నెట్ వర్క్, నీ సెల్ ఫోన్ యివేవీ వాడొద్దు. హాకింగ్ జరిగితే చాలా ప్రమాదం"

"ఐతే, రేపు మార్నింగ్ ఫ్లైట్ కి ముంబై రానా సర్?" అడిగింది.

"ఏంటి, నీకప్పుడే భయమేస్తోందా?"

"నో సర్. ఆ డేటా మీకు అర్జెంటేమోనని అడిగాను, అంతే"

"డోంట్ వరీ! నీకోసం ఇంకో లాప్ టాప్ రెడీ చేయించి పంపిస్తాను. మన సాఫ్ట్ వేర్ లోడ్ చేయించి, అన్ని స్కాన్స్ చేయాలంటే ఓ రెండురోజులు పడుతుంది. ఈలోపు నువ్వింకో పని చెయ్యాలి"

"ఎస్ సర్, చెప్పండి"

"రేపు నువ్వెలాగూ పోలీస్ స్టేషన్ వెళ్ళాలిగా, రిపోర్ట్ చేయడానికి. అలాగే, హరిద్వార్ సిబిసిఐడి స్టేషన్ కెళ్ళు. ప్రకాష్ గోయల్ కి చెబుతాను, నువ్వొస్తున్నావని. ఆ జియాలజిస్ట్స్ వాడిన జిపిఆర్స్ ని, కేదార్ నాథ్ నుండి హరిద్వార్ కి పంపించారు. అందులో డేటా ఏమైనా ఉందేమో చూడు. వాటి మెమొరీ తక్కువే, ఐనా మనకేమైనా క్లూస్ దొరకొచ్చు"

"అలాగే సర్"

"ఓకే షాజియా. రిసెప్షన్ కి చెప్పి, వేరే రూంకి మారిపో. డిన్నర్ ముగించి రెస్ట్ తీసుకో. మన జాబ్ లో ఈ టెన్షన్స్ మామూలే. అదే టైంలో, రెస్ట్ కూడా చాలాముఖ్యం. సో రిలాక్స్, గుడ్ నైట్" చెప్పి ఫోన్ పెట్టేశాడు అరవింద్ నార్లేకర్.

బాస్ తో మాట్లాడాక షాజియాకి కాస్త ధైర్యం వచ్చింది. రూం మారాక, గణపతి ఆశ్రమానికి ఫోన్ చేసింది, కపర్ధితో విషయం చెబుదామని.

"మైగాడ్! గ్రాండ్ బసంత్, హరిద్వార్ లో మంచి పేరున్న హోటల్. అక్కడ దొంగతనమంటే నమ్మలేకపోతున్నాను. పోనీ, నే వచ్చి పికప్ చేయనా, యివ్వాల్టికి మా ఆశ్రమంలోనే ఉందురుగాని" అడిగాడు కపర్ధి.

"వద్దు, రూం మారిపోయాను. రేపుదయం పోలీస్ స్టేషన్ కి వెళ్ళాలి, రిపోర్టివ్వడానికి. నాతో వస్తారా?" అడిగింది.

"సారీ, రేపు స్టూడెంట్స్ ని షార్ట్ టూర్ కి తీసుకెళుతున్నా. పోనీ, నచికేత్ ని పంపించనా?"

"వద్దులెండి. అంతటి పండితుడు పోలీస్ స్టేషన్ కి రావడం బావుండదు. నే మేనేజ్ చేసుకుంటాను. గుడ్ నైట్"

మే 23, 2013

లీగసీ హోంస్, కరాచీ

సాయంత్రం నాలుగు కావస్తోంది. ఇఫ్తకారుద్దీన్ నుండి వచ్చిన మెసేజ్, హమీద్ ని బాగా డిస్టర్బ్ చేస్తోంది. సీరియస్ గా అలోచిస్తూ తిరిగి, తిరిగి ఆ మెసేజ్ నే చదువుతున్నాడు.

"మన ప్లాన్ ప్రకారం షాజియా లాప్ టాప్ ని దొంగతనం చేయించాను. ఆమె ఈరోజు ఉదయం పదకొండుకి, యిక్కడి లోకల్ పోలీస్ స్టేషన్ లో రిపోర్ట్ యిచ్చింది. అక్కడినుండి హరిద్వార్ సిబిసిఐడి ఆఫీస్ కి వచ్చింది. మన టీం ఆమెని ఫాలో చేస్తున్నారు. ఇక్కడి సర్కిల్ ఇన్స్ పెక్టర్, ప్రకాష్ గోయల్ ని ఆమె కలిసింది"

జియాలజిస్ట్స్ వాడిన జిపిఆర్స్ ని మసూద్ అలీ మార్చేశాడు. ఆ మరుసటి రోజే జిపిఆర్స్ తోబాటు, స్పాట్ లో దొరికిన వస్తువులన్నిటినీ హరిద్వార్ కి పంపించేశారు. ఆమె రొటీన్ గా ఆ వస్తువుల్ని చూడడానికి వెళ్ళిందా, లేక సిబిఐ కి యింకేదైనా డౌటొచ్చిందా అనే ప్రశ్న హమీద్ ని వేధిస్తోంది.

"ఏం మాట్లాడారో తెలుసుకో" మెసేజ్ టైప్ చేసి లాగాఫ్ చేశాడు.

పదిహేను నిముషాల తర్వాత లాగాన్ చేశాడు. రిప్లై సేవ్ అయ్యుంది "కేదారనాథ్ నుండి వచ్చిన ఏవో వస్తువుల్ని చూపించమని షాజియా అడిగిందట. వాటిని నిన్ననే సెషన్స్ కోర్ట్ లో హాండోవర్ చేశారట. కాబట్టి, కోర్ట్ లాకర్ రూంకి వెళ్ళిచూడాలి. లాకర్ రూం కేర్ టేకర్ మూడురోజులు సెలవులో వెళ్ళాడు. సోమవారం దాకా వెయిట్ చేయమని సిఐ ఆమెకి చెప్పాడు"

జియాలజిస్ట్స్ హత్య గురించి ఇఫ్తకారుద్దీన్ కి తెలియదు. ప్లానింగ్ లేని అలాంటి వాడికి డిటైల్స్ చెప్పడం అనవసరం, ప్రమాదం కూడా. హమీద్ తన సెల్ ఫోన్ తీశాడు. ఎంతో అవసరమైతే తప్ప, ఇండియాలోని తన లింక్ కి డైరెక్ట్ గా ఫోన్ చేయరాదు. కానీ, యిది చాలా అర్జెంట్ గా తెలుసుకోవాల్సిన విషయం. అటువైపు రింగ్ అవగానే కట్ చేశాడు. ప్రోటోకాల్ ప్రకారం, ఓ అరగంటలో తన లింక్, ఓ పబ్లిక్ బూత్ నుండి తిరిగి ఫోన్ చేయాలి.

సరిగ్గా అరగంటకి అతడి సెల్ ఫోన్ మోగింది.

"జీ సాయిదీ" వినిపించింది అటునుండి.

"నీ గిఫ్ట్ అందింది. దాని గురించి ఓ చిన్న ఇన్ఫర్మేషన్ కావాలి"

"అడగండి"

"దాని మాన్యుఫాక్చరింగ్ స్టాండర్డ్ ఏంటో తెలియడంలేదు. స్పెషల్ ఫీచర్స్ గురించి కూడా డిటైల్స్ కావాలి"

"అలాగే. ఓ గంటలో పంపిస్తాను" చెప్పి ఫోన్ కట్ చేశాడు అతడి లింక్.

సరిగా గంట తర్వాత, హమీద్ ఆ లింక్ కోసం ఏర్పాటు చేసుకున్న ఇ-మెయిల్ ఐ.డి. కి లాగాన్ అయ్యాడు. ఓ కొత్త డ్రాఫ్ట్ మెయిల్ అందులో సేవ్ అయ్యింది. ఓపెన్ చేశాడు.

"బేసిక్ క్వాలిఫికేషన్ – జియాలజీలో పోస్ట్ గ్రాడుయేట్. హైట్, ఫైవ్ ఫీట్ సిక్స్ ఇంచ్, మీడియం బిల్ట్, కలర్ వీటిష్, జూడో ఫైటర్ - బ్లాక్ బెల్ట్"

మెసేజ్ చదవగానే హమీద్ ప్రమాదాన్ని పసికట్టాడు. షాజియా, జియాలజీ లో పోస్ట్ గ్రాడుయేట్. కాబట్టి జిపిఆర్స్ గురించి తెలిసే ఉంటుంది. జియాలజిస్ట్స్ హత్య జరిగిన చోట, పోలీసులు ఫోటోలు తీసే ఉంటారు. కోర్ట్ లాకర్ రూంలోని జిపిఆర్స్, మార్చేయబడ్డాయనే విషయం ఆమె పసిగడితే, కేదారనాథ్ పోలీస్ స్టేషన్ లోని హెడ్ కానిస్టేబుల్ దొరికిపోతాడు. దాంతో, గ్లోబల్ ఎన్విరాన్మెంట్ కంపెనీ, ఓ క్రిమినల్ మానిపులేషన్ కేస్ లో యిరుక్కుంటుంది. తాను డెసిషన్స్ తీసుకోవాల్సిన టైం వచ్చింది.

మసూద్ అలీ కి ఓ మెయిల్ రాసి సేవ్ చేశాడు "కేదార్ నాథ్ పోలీస్ స్టేషన్ హెడ్ కానిస్టేబుల్ ని ఎలిమినేట్ చేసేయ్. ఆక్సిడెంట్ లా అనిపించాలి. జాగ్రత్తగా ప్లాన్ చేసుకో. దారిలో కార్తికేయాశ్రమం స్వామీజీని మాట్లాడించి వెళ్ళు"

ఓ అనుమానం హమీద్ ని వేధిస్తోంది. జియాలజిస్ట్స్ హత్యని ఓ రాబరీకేసనే ఇండియన్ మీడియా యిప్పటికీ రిపోర్ట్ చేస్తోంది. ఇండియన్ పోలీస్ అలా అనుకోవడమే తనకూ కావలసింది. కానీ, సిబిఐ సడన్ గా ఈ కేస్ లోకి ఎందుకు ఎంటరైంది!? మసూద్ అలీ, ఇండియాలో గ్లోబల్ కంపెనీని టేకోవర్ చేసి రెండురోజులైంది. కానీ, యింతవరకు ఇండియన్ పోలీస్, లేదా సిబిఐ నుండి ఎవరూ వచ్చి అతడిని కేస్ గురించి ఎంక్వైరీ చేయలేదు. అంటే సిబిఐ, మసూద్ ని అబ్జర్వేషన్ లో పెట్టిందా? తెలుసుకోవాలి, లేకపోతే మసూద్ నేరుగా ప్రమాదంలో పడొచ్చు.

ఫోన్ తీసి టోక్యోకి డయల్ చేశాడు. ఐ.ఎస్.డి. కాల్ కాబట్టి త్వరగానే రింగైంది.

"గుడ్ ఈవినింగ్, మసహిరో సాటో హియర్"

"సాటో సాన్! దిసీజ్ హమీద్ మిర్. హౌ ఆర్ యూ?" జపనీస్ లో సాన్ అంటే సీనియర్. అలా పిలిపించుకోవడం జపనీస్ కి చాలా యిష్టం. సాటోకి ప్రస్తుతం డెబ్బై ఏళ్ళు, అయినా చాలా ఏక్టివ్ గా ఉంటాడు. బాగా తెలిసిన వ్యక్తులకోసం మాత్రమే ప్రైవేట్ డిటెక్షన్ లాంటివి చేస్తుంటాడు. కానీ, నేరాల్లోమాత్రం యిన్వాల్వ్ అవడు.

"ఓహ్, హమీద్ భాయ్! ఐయాం ఫైన్. చాలా సంవత్సరాల తర్వాత ఫోన్ చేశావ్. ఎక్కడున్నావ్, ఏం చేస్తున్నావ్?"

"రిటైరై కరాచీలోనే సెటిలయ్యాను. డిపార్ట్ మెంట్ కి అవసరమైనప్పుడు చిన్నచిన్న పనులు చేస్తుంటాను"

"హమీద్ భాయ్ చిన్నచిన్న పనులు చేయడు, అది నాకు తెలుసు! ఓకే, డిటైల్స్ అడగను. చెప్పు, నేనేం చేయాలి?"

"మసూద్ అలీ తెలుసుగా?"

"నీ రైట్ హాండేగా, తెలుసు"

"ప్రస్తుతం ఇండియాలో ఉన్నాడు. ఓ ముఖ్యమైన పనిమీద రిషికేశ్ వెళుతున్నాడు. వాడిని సిబిఐ లేదా ఎన్ఐఏ ఫాలో చేయిస్తోందని నా డౌట్, డైరెక్ట్ గానో, లేదా ప్రైవేట్ ఏజెన్సీ ద్వారానో. కన్ఫర్మేషన్ కావాలి. ఇండియా వెళ్ళి, వాడి ఆపరేషన్ ని కవర్ చేయగలవా?"

"డేట్?"

"ఇరవైఐదు రాత్రి, ఢిల్లీనుండి బయలుదేరుతున్నాడు. ఎక్సాట్ డిటైల్స్ రేపు తెలుస్తాయి"

"డన్. నా ఇండియన్ వీసాకి, ఈనెల ఆఖరువరకు వేలిడిటీ ఉంది. రేపు రాత్రి బయల్దేర్తాను"

"నీ ఫీజ్ రేపు క్రెడిట్ చేయిస్తాను"

"ఫైన్ హమీద్ భాయ్" ఫోన్ పెట్టేశాడు సాటో.

రెండో మెసేజ్ ఇఫ్తకారుద్దీన్ కి టైప్ చేశాడు. తాను చాలా పెద్ద రిస్క్ తీసుకుంటున్నానని హమీద్ కి తెలుసు. కానీ, తాను ముక్తార్ కి ప్రామిస్ చేశాడు, ఎట్టి పరిస్థితుల్లోనూ ఐఎస్ఐ పేరు బయటికిరాదని. పైగా, తన ప్లాన్ కి అడ్డొచ్చేది ఎవరైనా సరే, ఎలిమినేషన్ తప్పదు. ఆఫ్ఘనిస్తాన్ ని, సోవియట్ యూనియన్ చెరనుండి విడిపించేందుకు కొన్ని వేలమందిని ఊచకోత కోయించాడు. ఆ రక్తదాహం హమీద్ లో యింకా చల్లారలేదు. ఇండియా మీద తన కసి తీర్చుకోవడానికి వచ్చిన ఈ గోల్డెన్ ఛాన్స్ ని, తాను ఎట్టి పరిస్థితుల్లోనూ వదులుకోలేడు.

మే 23, 2013

రిషికేశ్

రాత్రి పది దాటింది.

నీలకంఠ మహాదేవ్ ఆలయానికి కాస్త దూరంలో ఉన్న ఆ పురాతనమైన సత్రంలో, శర్వగ్ని ఉద్యమం మెంబర్స్ తిరిగి సమావేశమయ్యారు.

"ఏమంటున్నాడు, గ్లోబల్ ఎన్విరాన్మెంట్ కంపనీ కొత్త డైరక్టర్?" అడిగాడు మల్గోలా.

"వాడి పేరు జాన్ గోస్లింగ్. బ్రిటన్ నుండి వచ్చాడు. మనవాళ్ళు వాడిని ఫాలో అవుతున్నారు. వాడు సడన్ గా రేపు సాయంత్రం బయలుదేరి రిషికేశ్ కి వస్తున్నాడట. ఎవరికీ డౌట్ రాకుండా, ఓ ప్రైవేట్ టూరిస్ట్ బస్ లో టికెట్ బుక్ చేయించుకున్నాడు" చెప్పాడో మెంబర్.

"ఫ్రెండ్స్, మనం అనుకున్నట్టే జరుగుతోంది. నా అనుమానం నిజమైతే, వాడు కచ్చితంగా శత్రువులని కలవాలి. అదే జరిగితే, మన శత్రువులకి యింకోసారి స్ట్రాంగ్ వార్నింగ్ యివ్వాలి" చెప్పాడు మల్గోలా.

"ఈ జాన్ గోస్లింగ్ నే కిడ్నాప్ చేద్దాం. విషయం తెలిసిపోతుందిగా?"

"తొందరపడొద్దు. వాడు ఐఎస్ఐకి కేవలం పప్పెట్ కావచ్చు. అందుకని, ప్రస్తుతానికి వాడిని ఫాలో మాత్రం చేద్దాం. ఇంతకీ, ఢిల్లీలో ఆఫీసర్ షాజియా మీద అటాక్ చేసిందెవరో తెలిసిందా?"

"ఆ యిద్దరు పిక్ పాకెటర్స్ ని, బబ్లూతివారి హైర్ చేసుకున్నాడని తెలిసింది. వాడు బలదేవ్ సింగ్ మాలి గాంగ్ లో ఉన్నాడు. మరి, మాలి కూడా యిందులో యిన్వాల్వ్ అయ్యాడో లేదో యింకా తెలియదు. నిన్న సాయంత్రం, హోటల్ రూంనుండి ఆమె లాప్ టాప్ దొంగతనమైంది"

మల్గోలా తల ఊపాడు. బలదేవ్ సింగ్ మాలి, ఓ పవర్ ఫుల్ గాంగ్ లీడర్. అధికారంలో ఉండే రాజకీయనాయకుల కోసం కిడ్నాపింగ్స్, హత్యలు చేయిస్తుంటాడు. వాడి గాంగ్ పేరు వింటేనే ఢిల్లీ చుట్టుపక్కల నాలుగురాష్ట్రాలూ వణుకుతాయి.

"ఈ ఆఫీసర్ షాజియా, ఢిల్లీలో ఎవరినో రహస్యంగా కలవడానికి వెళ్లినట్టుంది" చెప్పాడు మల్గోలా.

"అవును. నిన్న లీలాపాలెస్ లో కూడా మన మెంబర్స్ ఆమె వెనక టేబిల్ లోనే కూచున్నారు. బ్రిటిష్ డెలిగేషన్ లో ఒకామె, షాజియా టేబిల్ దగ్గరే తూలిపడబోయిందట. ఆమె పర్స్ లోంచి కొన్ని వస్తువులు కిందపడ్డాయి. ఆ టైంలో రహస్యంగా పెన్ డ్రైవ్ లాంటిదేదో షాజియాకి ఆమె యిచ్చిందట"

"ఫ్రెండ్స్, మనం ఓపిగ్గా వెయిట్ చేయాలి, యివన్నీ రహస్యంగా చేయిస్తున్న అసలైన శత్రువు బయటపడేవరకూ. నా అనుమానం నిజమైతే, యిరవైఏళ్ళ క్రితం మన కుటుంబాల్ని నాశనం చేసినవాడే, యిప్పుడిదంతా చేయిస్తుండాలి. వాడిని బయటికి రప్పిస్తే, మన శర్వగ్ని ఉద్యమం పగ తీర్చుకోవచ్చు"

"ఆ విషయం మాకొదిలేయండి. నిన్న లీలాపాలెస్ లో కూడా మన మెంబర్స్ షాజియా వెనకే ఉన్నారు. ఆమె బయటికొచ్చేటప్పుడు కావాలనే లాబీలో ఆగారు. ఆమె మీద ఏవరైనా అటాక్ చేస్తే, సడన్ గా వెళ్ళి పట్టుకోవాలని. కానీ, ఈ ఆఫీసర్ కూడా మంచి ఫైటర్ లా ఉంది. మనవాళ్ళు వచ్చేలోపు, ఆ యిద్దరికీ బాగానే వడ్డించింది."

“ఆ యిద్దరూ పిక్ పాకెటర్స్ మాత్రమే. నిజంగానే మాలిగాంగ్ ఆమెని అటాక్ చేస్తే, ఒంటరిగా ఎదుర్కోగలదా అనేది నా డౌట్. పైగా, అటాక్ ఎప్పుడు, ఎక్కడ, ఎలా జరుగుతుందో మనకి తెలియదు”

“అటాక్ జరుగుతుందని అంత కచ్చితంగా మీరెలా చెప్పగలరు?”

“సింపుల్. నిన్న మధ్యాహ్నం ఢిల్లీలో ఆమె హాండ్ బాగ్ లాక్కోవడానికి ట్రై చేశారు. సాయంత్రం హరిద్వార్ లో ఆమె రూంలో దొంగతనం జరిగింది, లాప్ టాప్ పోయింది. అంటే, టెంపొరరీగా ఆమె యిన్వెస్టిగేషన్ కి అడ్డుపడ్డారనేగా. మరి యిన్వెస్టిగేషన్ పర్మనెంట్ గా ఆగిపోవాలంటే, ఆమెని ఎలిమినేట్ చేయడం ఒక్కటేదారి. అదే జరిగితే ఐఎస్ఐ కి, ఆ జియాలజిస్ట్ లకి ఉన్న లింక్ ఏంటో ఎప్పటికీ బయటపడదు. ఇండియాలో టూరిస్టులమీద, ముఖ్యంగా స్త్రీల మీద అటాక్స్, నేరాలు, హత్యలు మామూలే. కాబట్టి, యిదికూడా అలాంటి కేసుల్లో ఒకటిగా మిగిలిపోతుంది” చెప్పాడు మల్గోలా.

“అవును. రేపిస్ట్ లని సపోర్ట్ చేసే నేతలు చాలామందే ఉన్నారు మనకి. నేరాల్ని కంట్రోల్ చేయడం చేతకాక, స్త్రీల డ్రెస్ కోడ్ సరిగా లేకపోవడంవల్లే యివన్నీ జరుగుతున్నాయని స్టేట్ మెంట్స్ యిస్తున్నారు. ఇలాంటి లీడర్సే రేపు పార్లమెంట్ లో కూచుని, డార్విన్ సిద్ధాంతం ప్రకారం మానవజాతి, జంతువునుండి పరిణామం చెంది పుట్టింది. కాబట్టి, బలాత్కారం అనేది ప్రకృతిసహజం, దాన్ని ప్రాథమికహక్కుల్లో చేర్చాలని వాదించినా ఆశ్చర్యంలేదు” చెప్పాడో మెంబర్.

“మగవారిలో కొంతమంది తమ అనిమల్ టెండెన్సీస్ ని కంట్రోల్ చేసుకోలేరు, కాబట్టి ప్రపంచంలో ఉన్న ఆడవాళ్ళందరూ పరదాల వెనకే బతకాలనే ధోరణి వీరిది” చెప్పాడు, యింకో మెంబర్.

“ఓకే ఫ్రెండ్స్. మనలో యిద్దరు ఈ జాన్ గోస్లింగ్ ని ఢిల్లీనుండే ఫాలో అవ్వాలి. రిషికేశ్ లో దిగాక, ఎక్కడికి వెళుతున్నాడు, ఎవర్ని కలుస్తున్నాడు అబ్జర్వ్ చేద్దాం”

మే 24, 2013

ఉదయం పది కావస్తోంది

గణపతి ఆశ్రమం ముందు ఆటో దిగింది షాజియా. అక్కడికి రాగానే ఏదో తెలియని ఉత్సాహం వచ్చింది. లోనికి వెళుతుంటే, అది తనకి చాలా ఏళ్ళుగా తెలిసిన ఓ స్కూల్ లా అనిపించింది. కపర్ది కోసం అటూ, యిటూ చూస్తూ, వేగంగా మందిరం వైపుకి వెళుతోంది.

"ఏంటి మేడం. నామీద చణుకులు విసురుతున్నారట" వెనకనుండి వినిపించడంతో, తిరిగి చూసింది. నచికేత్, ఆమెని చూసి నవ్వుతూ అటే వస్తున్నాడు.

"చణుకులు ... అంటే?"

"సెటైర్లు. నేను పోలీస్ స్టేషన్ కి రావడం బావుండదన్నారట. నాకు శాస్త్రం మాత్రమే తెలుసనుకుంటున్నారా! అవసరమైతే భాయ్ లా కర్రసాము కూడా చేయగలను"

"కపర్దికి కర్రసాము కూడా వచ్చా!?" అడిగింది, ఆశ్చర్యంగా.

"అనుమానమా. రండి, చూద్దురుగాని" అంటూ ఆశ్రమానికి నైరుతిదిక్కులో ఉన్న ఓపెన్ స్పేస్ వైపుకి తీసుకెళ్ళాడు. అక్కడ ఏకాగ్రతతో ప్రాక్టీస్ చేస్తున్నాడు కపర్ది. అతడి చేతులు వేగంగా తిరుగుతున్నాయి. షాజియా ఆశ్చర్యంగా చూస్తోంది. కుడిపాదాన్ని స్ట్రైట్ గా ఉంచి, ఎడమపాదాన్ని తొంబై డిగ్రీల దిశలో ఉంచి కర్రని గుండ్రంగా తిప్పుతూ ప్రాక్టీస్ చేస్తున్నాడు. షాజియా ఆ భంగిమని చూపించి, నచికేత్ వైపు చూసి కళ్ళెగరేసింది.

"ఆ పొసిషన్ ని జాత అంటారు, నియుద్ధ టెక్నిక్" చెప్పాడు నచికేత్.

మాటలు వినిపించడంతో ప్రాక్టీస్ ఆపాడు కపర్ది. అతడి తలనుండి చెమట ధారలుకడుతోంది. టవల్ తో తల తుడుచుకుంటూ, షాజియా వైపుచూసి చిరునవ్వు నవ్వాడు. "పోలీస్ స్టేషన్ వెళ్ళొచ్చారా? ఏమైంది, మీ కంప్లైంట్ సంగతి?" అడిగాడు.

"కంప్లైంట్ రాసుకున్నారు. కానీ, నా లాప్ టాప్ తిరిగి దొరుకుతుందనే హోప్ నాకు లేదు"

"మరైతే మీ ప్రాజెక్ట్?" అడిగాడు నచికేత్.

"ఇంకో లాప్ టాప్ ఆర్డర్ చేశాను. రేపు సాయంత్రానికి రావచ్చు. ఎయిర్ పోర్ట్ కి వెళ్ళి తెచ్చుకోవాలి"

"మాట్లాడుతూ ఉండండి. నే త్వరగా స్నానం ముగించి వస్తాను" చెప్పి వెళ్ళాడు కపర్ది.

"కాస్తాగు భాయ్. మేడం నామీద సెటైర్లు విసిరిందన్నావుగా. నే కూడా కర్ర తిప్పి చూపిస్తాను" చెప్పాడు నచికేత్.

"ముందు సరిగా కడుపునిండా తినడం నేర్చుకో, చాలు. ప్రసాదాలు మాత్రం తింటూ, కంట్లో ప్రాణం పెట్టుకునుంటావు, నీకు కర్రసాములెందుకు" నవ్వుతూ అన్నాడు కపర్ది.

"ఆడవాళ్ళముందు నా పరువు తీసేశావు భాయ్. ఇక వెళ్ళు, తృప్తిగా స్నానం చేసి రా" చెప్పాడు నచికేత్ ఉడుక్కుంటూ.

"అబ్బో , పర్లేదు నచికేత్, నీక్కూడా రోషమొస్తోందే! ఎవరైనా మంచి పండితుల యింటినుంచి అమ్మాయిని తెచ్చి పెళ్ళి చేసేద్దాం"

"ముందు నువ్వు జులపాలు కత్తిరించుకుని, ఎవరినైనా చూసుకో భాయ్. నువ్వు లెక్చరర్ అంటే ఎవరూ నమ్మడంలేదు, హిమాలయాల్నుండి దిగొచ్చిన బైరాగి అనుకుంటున్నారు"

షాజియాకి వారి గొడవ చాలా తమాషాగా అనిపించింది. చాలా రోజుల తర్వాత మనసారా నవ్వుకుంది. "కర్రసాము సంగతి అటుంచు, పండితుడా! నిన్నొకటి అడగాలి, నా రిసర్చ్ కి సంబంధించింది"

"అడగండి" నవ్వుతూ అన్నాడు నచికేత్. అతడి మొహంలో ఇందాకటి ఉక్రోషంలేదు, చాలా ప్రశాంతంగా ఉన్నాడు.

"ప్లీస్ నచికేత్. నన్ను పేరుతోనే పిలువు, మనం ఫ్రెండ్స్, ఓ.కే. "

"అలాగే"

"రెండురోజుల క్రితం నే వచ్చినపుడు, నువ్వు మెడిటేషన్ చేయడం చూశాను. అందులో ఏకాగ్రతతో పాటు, జపాన్ని కౌంటింగ్ చేయడం కూడా చాలాముఖ్యం, అన్నాడు కపర్ది. ఎందుకని? నీ యిష్టమొచ్చినంతసేపు, కేవలం మెడిటేషనే చేయొచ్చుగా"

"ప్రకృతి బంధాల్లోంచి జీవాత్మ బయటపడే ప్రయత్నమే ఈ మెడిటేషన్. అందులో నేచర్ కంటే ఉత్తమమైన ఓ పరతత్వాన్ని ఏకాగ్రతతో ఉపాసన చేస్తాడు. ఆ టైంలో జీవుడు తనని తాను తెలుసుకోవడం అన్నది చాలా ముఖ్యం. తన ఉనికిని పూర్తిగా మర్చిపోతే, మూర్ఛలాంటి స్థితిని చేరుకుని, తిరిగి ప్రకృతి బంధాల్లోకి వచ్చేస్తాడు. అందుకని జపంలో చేసే కౌంటింగ్, జీవాత్మ తన ఉనికిని మర్చిపోకుండా సహాయం చేస్తుంది"

అర్థమైనట్టు తల ఊపింది షాజియా. చదువు, రూపం, ఉద్యోగం, డ్రెస్ కోడ్ లాంటి భేషజాల్ని వదిలిపెడితే, ఈ ప్రపంచంలో నేర్చుకోవాల్సింది ఎంతో ఉందని తెలుస్తుంది. కేవలం అద్దంలో ముఖసౌందర్యం చూసుకుంటూ, లేదా సమాజంలో తమ స్టేటస్ నో, బాంక్ బాలెన్స్ నో చూసుకుంటూ గర్విస్తూ గడిపితే, ఓ జీవితకాలం కూడా వృథాగా ముగిసిపోతుంది. ఇద్దరూ మెల్లగా నడుచుకుంటూ మందిరం వైపు వచ్చి పచ్చికమీద కూర్చున్నారు.

"మీ ఆశ్రమం గురించి ఏవైనా విశేషాలు చెప్పు, వినాలనుంది"

"అవన్నీ చెప్పాలంటే చాలా టైం పడుతుంది. అందుకని, నీకేం యిన్ఫర్మేషన్ కావాలో అడుగు"

"మీ ఆశ్రమం యిక్కడ ఎప్పటినుండి ఉంది?"

"పన్నెండోశతాబ్దం నుండి. ఆదిశంకరాచార్యుల గురించి వినేఉంటావు. వారి ముఖ్యశిష్యుల్లో సురేశ్వరాచార్యులు ఒకరు. ఆయన శిష్యులనుండి మా ఆశ్రమం పరంపర మొదలైంది. ఈ మందిరంలో ఉన్న శివలింగాన్ని సురేశ్వరాచార్యులు తమ శిష్యులకిచ్చారు. పన్నెండోశతాబ్దంలో ఈ స్థలాన్ని రాజపుత్రులు, అప్పటి మా గురువులకి దానంగా యిచ్చారట. ఈ మందిరం అప్పుడు కట్టిందే"

"అన్నట్టు అడగటం మర్చిపోయాను, మీ మందిరంలోని శివలింగం కాస్త డిఫరెంట్ గా ఉందేంటి?"

"పర్వతం ఆకారంలో ఉంది"

"అవును. ఎందుకని?"

"కారణం నాకూ తెలియదు. కానీ, కేదారనాథ్ లోని శివలింగం కూడా యిదే ఆకారంలో ఉంది"

"నువ్వెప్పుడైనా కేదారనాథ్ వెళ్ళావా?" అడిగింది షాజియా.

"ఓ, చాలాసార్లు వెళ్ళాను. మొన్ననే ఆలయం తలుపులు తెరిచారుగా. ఆ ఫంక్షన్ కి వెళ్ళాం"

"అదే రోజు రాత్రి, అక్కడ ఇద్దరు ఫారిన్ టూరిస్ట్ ల హత్య జరిగిందటగా. న్యూస్ లో చూశాను" చెప్పింది, నచికేత్ ఫీలింగ్స్ ని గమనిస్తూ.

"నేనూ విన్నాను. ఆరోజు పూజ ముగిశాక, మా గురువుగారు కాసేపు అక్కడే శంకరాచార్యుల సమాధిమందిరంలో కూచున్నారు. అప్పుడు ఆ యిద్దరూ కూడా వచ్చి కూచున్నారు. వాళ్లకి నేనే ప్రసాదాలు అందించాను"

"మీ గురువుగారితో వాళ్లేమైనా మాట్లాడారా?" అడిగింది షాజియా, తన టెన్షన్ ని దాచుకుంటూ. తమ డిస్కషన్, అనుకోకుండా తనకి కావలసిన యిన్ఫర్మేషన్ కి చాలాదగ్గరగా వచ్చింది.

"తెలియదు. ఆ టైంలో ప్రసాదాలు పంచడంలో బిజీగా ఉన్నా. పైగా గురువుగారు దొరికితే చాలు, జనం ప్రశ్నలు మొదలుపెట్టేస్తుంటారు. మేం అవన్నీ వింటూ కూర్చుంటే పనులుసాగవు"

నిట్టూర్చింది షాజియా. ఏదైతే తెలుసుకోవడానికి బాస్ తనని హరిద్వార్ కి పంపించారో, ఆ విషయం చాలా దగ్గరగా వచ్చి మిస్సైంది.

"మీ గురువుగారెప్పుడొస్తున్నారో తెలిసిందా?"

నచికేత్ తల అడ్డంగా ఊపాడు, తెలియదన్నట్టుగా.

"ఆదివారం వచ్చేస్తారు" సమాధానం మందిరం వైపునుండి వినిపించడంతో తలెత్తిచూసింది. కపర్ది స్నానం ముగించి అప్పుడే వచ్చాడు.

"ఏంటి, యివాళ మీ కాలేజికి సెలవా?" అడిగింది.

"నిన్న టూర్ కెళ్ళి రాత్రి లేట్ గా వచ్చాగా. అందుకని ఈరోజు ఆఫ్. జీతం యిస్తారనుకోండి" చెప్పాడు నవ్వుతూ.

నచికేత్ యిద్దరినీ మార్చి మార్చి చూస్తున్నాడు.

"ఏంటలా చూస్తున్నావ్?" అడిగింది షాజియా.

"ఇందాక నన్నేమో పేరు పెట్టి పిలవమన్నావ్. మరి మీయిద్దరూ మాత్రం అండీ, గిండీ, మీరు అంటూ గౌరవంగా పిలుచుకుంటున్నారే. చాలా అన్యాయం"

అతడి అమాయకత్వానికి ముచ్చటేసింది షాజియాకి. "అలాగేలే, మేంకూడా పేర్లతోనే పిలుచుకుంటాం" చెప్పింది నవ్వుతూ.

"అన్నట్టు షాజియా, యివాల్టికి నువ్వు మా ఆశ్రమంలోనే భోంచేయాలి, మొన్న ప్రామిస్ చేశావ్ గుర్తుందా" చెప్పాడు కపర్ది.

"అందుకేగా త్వరగా వచ్చాను. పైగా, ఈ పండితుడితో చాలా మాట్లాడాలి, చాలా విషయాలు తెలుసుకోవాలి"

"పోనీ భోంచేసి, అలా ఎటైనా వెళ్ళొద్దామా. ఇవ్వాళ ఎలాగూ నాకు డ్యూటీ లేదు"

"భాయ్, గుచ్చుపానీ వెళదాం" చెప్పాడు నచికేత్ అడ్డొస్తూ.

"మీరు చూశారా?" అడిగాడు కపర్ది, షాజియా వైపు చూసి.

"లేదు. గుచ్చుపానీ అంటే ఏంటి?"

"డెహ్రాడూన్ కి దగ్గరే. రాబర్స్ కేవ్ అని ఓ నేచురల్ గుహ ఉంది. కొద్ది హైట్ వరకూ గుహలో నీళ్లు ప్రవహిస్తూంటాయి. అదే గుచ్చుపానీ. చుట్టూ గ్రీనరీతో చాలా బావుంటుంది. వెళదామా?"

"నే రెడీ. బట్, ముందు నా రూంకెళ్ళి బైనాక్యులర్స్ తీసుకుని వెళదాం" చెప్పింది షాజియా. చిన్నప్పటినుండి ఆమెకి నేచర్ అంటే చాలా యిష్టం. ఎప్పుడు టూర్ కెళ్ళినా అలాంటి ప్లేసస్ నే సెలక్ట్ చేసుకుంటుంది.

ఆశ్రమంలో అందరూ నేలమీద కూచునే భోంచేస్తున్నారు. చూడగానే షాజియాకి ఏదో జ్ఞాపకం వస్తోంది, కానీ అదేంటో స్పష్టంగాలేదు. త్వరగా భోజనం ముగించి బయలుదేరారు.

"ఒక్క నిముషం, వచ్చేస్తాను" చెప్పి నచికేత్ మందిరం వైపుకి వెళ్ళాడు. షాజియా, కపర్దివైపుకి చూసి "ఏంటి పండితుడు, మళ్ళీ మెడిటేషనా?" అడిగింది.

కపర్ది తల అడ్డంగా ఊపాడు నవ్వుతూ, "మెడిటేషన్ కాదు, ఇరిటేషన్!"

"అంటే?"

"వెంటనే వెళ్ళిచూడు, తెలుస్తుంది"

షాజియా మందిరం వైపుకి వెళ్ళి చూసింది. నచికేత్ ఏదో కాప్సూల్ నోట్లో వేసుకుంటున్నాడు. షాజియా రావడం చూసి, తప్పుచేస్తూ దొరికిపోయిన చిన్నపిల్లాడిలా నవ్వాడు.

"ఏంటి, బి-కాంప్లెక్సా?" అడిగింది.

"అవును. అనర్వాలానుండి, గుచ్చుపానీకి నడిచే వెళ్ళాలి. ఒంట్లో కాస్త శక్తి కావాలిగా, అందుకని... "

"కపర్ది చెప్పింది నిజం, నచికేత్. సరిగా భోంచేయకుండా, యిలా మాత్రలు మింగితే ఉపయోగంలేదు. అందరూ నిన్ను పండితుడంటారుగా. మరి నువ్వేంటి, చిన్నపిల్లలు చాక్లెట్స్ అలవాటు చేసుకున్నట్టు, యిలా చాటుగా బి-కాంప్లెక్స్ కాప్సూల్స్ మింగుతున్నావు?"

"ప్రతిమనిషిలోనూ ఓ చిన్నపిల్లాడుంటాడుగా, షాజియా. అందరికిలాగే నాకూ ఓ బలహీనత ఉంది. ఏదో ఓరోజు దేవుడే దాన్ని వదిలిస్తాడు, అంతే?"

"చాలు, నీతో వాదించడం నావల్లకాదుగానీ, యిక బయల్దేరదామా?" చెప్పింది, చేతులు జోడిస్తూ.

షాజియా రూం మీదుగా హరిద్వార్ స్టేషన్ వెళ్ళి, ట్రెన్ లో డెహ్రాడూన్ చేరుకున్నారు. అక్కడినుండి లోకల్ బస్ లో అనర్వాలా చేరుకునేసరికి సాయంత్రం ఐదైంది. అనర్వాలా నుండి ఓ కిలోమీటర్ దూరంలోనే గుట్టమీదుంది గుచ్చుపానీ గుహ. నడిచే గుట్ట ఎక్కాలి. దారి పొడవునా షాజియా, నచికేత్ వాతాపిగణపతి ఆశ్రమం గురించి, యోగా గురించి ఏవేవో మాట్లాడుకుంటూ వస్తున్నారు. కపర్ది వారి వెనకే నడుస్తున్నాడు.

"నచికేత్, నే మొదటిసారి మీ ఆశ్రమానికి వచ్చినపుడు, కపర్ది అన్నాడు, నువ్వు నిజంగా పండితుడివే అని. మరి పండితుడికీ, జ్ఞానికీ తేడా ఏంటి?"

"ఫిలాసఫీ ప్రకారం నిజానికి తేడాలేదు. భగవద్గీత ప్రకారం, నిస్వార్థంగా కర్మలు చేస్తూ, కర్మఫలాన్ని బ్రహ్మాగ్నిలో ఆహుతిచేసే వ్యక్తినే పండితుడనాలి. కానీ ఈమధ్య, కేవలం కొన్ని పుస్తకాల్ని బట్టీపట్టి గడగడా చెప్పే వ్యక్తులు, తమనితాము పండితులని చెప్పుకుంటున్నారు. అందులోని సారం, అంటే ఎసెన్స్ ని గ్రహించడంలేదు. ఎక్కడికి వెళ్ళినా, అందరూ తమకి సాష్టాంగనమస్కారాలు చేయాలని, ప్రత్యేకంగా శాలువాలు కప్పి గౌరవించాలని ఎక్స్ పెక్ట్ చేస్తున్నారు. అలా చేయకపోతే రుసరుసలాడుతున్నారు. ఇలాంటి వారివల్లే పాండిత్యం వేరు, జ్ఞానం వేరనే ప్రచారం జరుగుతోంది"

షాజియా తన బైనాక్యులర్ లో దూరంగా ఉన్న గుట్టలని చూస్తోంది. చుట్టూ ఎటుచూసినా పచ్చదనమే కనిపిస్తోంది.

"నీకు తెలుసా, ఆ గుట్టలమీద చెట్లన్నీ మా ఆశ్రమం నాటినవే" చెప్పాడు కపర్ది.

"నిజంగా!?"

"అవును. వాటిని నాటడానికి, కాపాడ్డానికి చాలా కష్టపడ్డాం. గురువుగారు కూడా వారానికోరోజు వచ్చి మాతో పనిచేసేవారు. ఆవుపేడ, వేపాకులు, జీవామృతం లాంటి సహజమైన ఎరువులు, క్రిమిసంహారకాలు వాడి, నాలుగేళ్ళు కష్టపడితే యిప్పుడిలా ఈచోటంతా పచ్చగా కనిపిస్తోంది. పోయినేడాది వర్షాలుకూడా బాగాపడ్డాయి"

"మీ ఆశ్రమం ఇలాంటి ప్రాజెక్ట్స్ చేస్తూంటూందా?"

"మేం దీన్ని వనసేవ అంటాం. ఇప్పటికి, యిలాంటివి నలభైఐదు వనసేవ కార్యక్రమాలయ్యాయి. కాకపోతే, అక్రమంగా చెట్లు కొట్టేసేవారినుండి కాపాడలేకపోతున్నాం" చెప్పాడు నచికేత్.

మాటల్లోనే రాబర్స్ కేవ్ చేరుకున్నారు. గుహ బయటే కొన్ని ఫుడ్ షాప్స్ ఉన్నాయి. షాజియాకి చాలా థ్రిల్లింగ్ గా ఉంది. వెంటనే లోనికి వెళ్ళబోయింది.

"ఓ అరగంట ఆగుదాం" చెప్పాడు కపర్ది.

"ఎందుకు?"

"చెబుతాను. ఈ గుహ, ఓ అర కిలోమీటర్ పైనే పొడవుంటుంది. గుహలో ప్రవాహం అక్కడక్కడా అండర్ గ్రౌండ్ లోకి వెళుతుంది. కాస్త దూరంలోనే తిరిగి పైకొస్తుంది. చివర్లో ఓ వాటర్ ఫాల్ వస్తుంది"

"ఓకే, అయితే!?"

కపర్ది తన చేతి బాగ్ తీసి అందులోని గోలీల్ని చూపించాడు. అన్నీ లైట్ బ్లూకలర్ లోనే ఉన్నాయి. "మీ యిద్దరికీ ఇప్పుడో ఓ చిన్న టెస్ట్. నా బాగ్ లో ముప్పై గోలీలున్నాయి. ముందుగా నేను లోనికి వెళతాను. దారిలో అక్కడక్కడా ఒక్కో గోలీని నీటి అడుగులో ఉంచుతూ వెళతాను. నే ఎంటరై ఐదు నిముషాలయ్యాక, మీ యిద్దరూ నా వెనకేరావాలి, ఈ గోలీల్ని ఏరుకుంటూ. ఎవరెన్ని తెచ్చారో చివర్లో కౌంట్ చేద్దాం"

"ఇందులో టెస్టేంటి, గోలీలేరడం పెద్దపనా!?" అడిగింది షాజియా.

"తొందరపడకు, ఇక్కడే ఉంది అసలు కిటుకు" అంటూ వాచి చూసుకున్నాడు. టైం ఆరైంది. సూర్యుడు, గుహకి పశ్చిమంగా ఉన్న కొండవెనక్కి దిగడంతో, గుహలో చీకటి ముసురుకుంది. గుహలోంచి చాలామంది బయటికొచ్చేస్తున్నారు. కపర్ది, షాజియా వైపు చూసి చిరునవ్వు నవ్వాడు. అప్పుడర్థమైంది షాజియాకి, ఈ టెస్ట్ ఏంటో.

"ఈ టైంకి లోపల మసకచీకటిగా ఉంటుంది, గుహలో ఎవరూ ఉండరు. మీ యిద్దరూ అరగంటలో వాటర్ ఫాల్ దగ్గరికి రావాలి. పదికంటే ఎక్కువ గోలీలు తెచ్చినవారికి, నా ఖర్చుతో స్నాక్స్ కొనిస్తాను. ఈ ఫుడ్ షాప్స్ లో స్నాక్స్, నూడుల్స్ చాలా బావుంటాయి. పదికన్నా తక్కువ తెచ్చినవాళ్ళు నాకు కొనివ్వాలి, రైట్. నే ఎంటరవుతున్నాను" చెప్పి గుహలోకి వెళ్ళాడు కపర్ది.

షాజియా నచికేత్ కేసి చూసింది.

"మనం ప్రయత్నిస్తే చీకట్లోకూడా చూడొచ్చని మా గురువుగారంటుంటారు. భాయ్ అలాంటివి ప్రాక్టీస్ చేస్తుంటాడు. ఇప్పుడు మనకి అదే టెస్ట్ పెట్టాడు. సరే, మనిద్దరిలో ముందెవరు వెళదాం?" అడిగాడు నచికేత్.

"నువ్వు నాకంటే చిన్నవాడివి, కాబట్టి ఫస్ట్ ఛాన్స్ నీకే" చెప్పింది.

"నేనెలాగూ, బయటి ఆహారం తినను. ఆశ్రమంలో, లేదా గుడిలో నైవేద్యం అయ్యాక యిచ్చే ప్రసాదం మాత్రమే తింటాను. కాబట్టి ముందు నువ్వే వెళ్ళు, స్నాక్స్ తిందువుగాని"

"సరే అయితే నే వెళుతున్నా" చెప్పి గుహలోకి వెళ్ళింది షాజియా. లోపలంతా చిమ్మచీకటిగా అనిపించింది. మోకాళ్ళ లోతు వరకు నీళ్లు ప్రవహిస్తున్నాయి.

తన బైనాక్యులర్ లో నైట్ విజన్ సెట్ చేసి, థర్మోగ్రాఫ్ బటన్ నొక్కింది. కపర్ది థర్మోగ్రాఫ్ కనిపిస్తోంది. దాని మువ్ మెంట్స్ గమనిస్తూ వెళ్ళింది. ఓ చోట సడన్ గా థర్మోగ్రాఫ్ హైట్ తగ్గింది. అంటే, కపర్ది అక్కడ కాస్త వంగి, గోలీని ప్రవాహం అడుగులో పెట్టుండాలి, కొట్టుకుపోకుండా. అక్కడికి వెళ్ళి, నీటిలో అడుగుదాకా తన కుడిచెయ్యి పోనిచ్చి వెదికింది. గోలీ దొరికింది. దాన్ని తన పాకెట్ లో వేసుకుని ముందుకు వెళ్ళింది.

ఆమెకి ఓ చిలిపి ఆలోచనవచ్చింది. బైనాక్యులర్ కి ఎడమవైపున్న బటన్ నొక్కింది. అది థర్మోగ్రాఫ్ ఇమేజస్ ని రికార్డ్ చేసేందుకు వాడే బటన్. తానిక్కడ ఎన్నోరోజులు ఉండబోదు. ఎలాగూ రెండు, మూడు రోజుల్లో యిక్కడినుండి వెళ్ళిపోకతప్పదు. అందుకే కపర్ది జ్ఞాపకాల్ని రికార్డ్ చేసుకుంటోంది. వెళ్ళేముందు కపర్దికి, నచికేత్ కి దాన్ని చూపించి థ్రిల్ చేయాలి.

ఇరవైనిముషాల్లో, షాజియా ఆ గుహలోని వాటర్ ఫాల్ దగ్గరికి చేరుకుంది. మధ్య, మధ్యలో కొన్ని గోలీల్ని కావాలని వదిలేసింది. అన్నీ తనే తెస్తే, నచికేత్ చిన్నబుచ్చుకుంటాడు. మరో పదినిముషాలకి నచికేత్ కూడా అక్కడికి చేరుకున్నాడు.

"నీ కౌంట్ ఎంత?" అడిగింది, తన సెల్ ఫోన్ లోని టార్చ్ ని ఆన్ చేసి.

"ఎనిమిది, నీది?"

"పదహారు" చెప్పింది, చుట్టూ చూస్తూ.

కపర్ది అక్కడే దగ్గరలో నించుని యిద్దరినీ చూస్తున్నాడు. షాజియా అతడి దగ్గరికెళ్ళింది నవ్వుతూ "నాకు హాట్, హాట్ నూడుల్స్ కావాలి" డిమాండ్ చేసింది, తన గోలీల్ని చూపిస్తూ. ముగ్గురూ మాట్లాడుకుంటూ బయటికొచ్చారు. కపర్ది నూడుల్స్ ఆర్డర్ చేయడానికి వెళ్ళాడు.

"నువ్వుకూడా భాయ్ లా చీకట్లో చూడటం ప్రాక్టీస్ చేశావా, అన్ని గోలీలు ఎలా పట్టేశావ్!?" అడిగాడు నచికేత్ ఆశ్చర్యంగా.

"అది చాలా సీక్రెట్. నా ప్రాజెక్ట్ పూర్తయ్యాక, వెళ్ళబోయేముందు నీకు మాత్రమే చెబుతాలే" చెప్పింది, నూడుల్స్ బౌల్ ని అందుకుంటూ. కానీ, ఆ అవకాశం తనకి ఎప్పటికీరాదని, ఆక్షణంలో ఆమెకి తెలియదు. వేడివేడిగా పొగలు కక్కుతున్న నూడుల్స్ ని ఎంజాయ్ చేస్తూ తింటోంది.

మే 25, 2013
హరిద్వార్

హరిద్వార్ నుండి డెహ్రాడూన్ వెళ్ళే నేషనల్ హైవే-58 మీద, ఇరవై కిలోమీటర్ల దూరంలో ఉంది ఝుక్కర్ రైస్ మిల్. దానికి, కాస్తదూరంలో విసిరేసినట్టుగా ఉందో గోడౌన్. తమ టాక్సీ ఆ గోడౌన్ దగ్గరికి రాగానే స్లో చేయమని డ్రైవర్ కి సైగ చేశాడు, బల్లుతివారి. ఉదయం పదకొండుకే ఎండ తీవ్రంగా ఉంది.

"ఇదే హుజూర్" చెప్పాడు, వెనకసీట్ వైపుకి తిరిగి.

"ఈ గోడౌన్ ఎవరిది?" అడిగాడు వెనక సీట్లోని వ్యక్తి. అతడి పేరు, ఇఫ్తకారుద్దీన్. ఢిల్లీలోని పాకిస్తాన్ కన్సులేట్ లో ఇడిపి మేనేజర్ గా పనిచేస్తున్నాడు. అది కవర్ మాత్రమే. అతడి అసలు పని, ఐఎస్ఐ కి చెందిన జాయింట్ కౌంటర్ ఇంటలిజెన్స్ బ్యూరో(జెసిఐబి) లో సీనియర్ ఏజెంట్.

ఇఫ్తకారుద్దీన్ హైట్ ఐదడుగుల మూడంగుళాలు, చాలా లావుగా, ధృఢంగా ఉన్నాడు. మార్షల్ ఆర్ట్స్ ప్రాక్టీస్ వల్ల, చాలా చురుగ్గా కదులుతున్నాడు. అతడి చూపులు తీక్షణంగా ఉన్నాయి. కండబలంతో ఏదైనా సాధించుకోవచ్చు, అనే మనస్తత్వం. వెనకా, ముందూ చూసుకోకుండా, అన్ని పనులూ దూకుడుగానే చేస్తూంటాడు.

"డిస్ప్యూట్ లో ఉంది. ప్రస్తుతం వాడుకలో లేదు"

"సెక్యూరిటీ?"

"ఇక్కడెవరూ ఉండరు"

ఇఫ్తకారుద్దీన్, కార్ ఆపమని డ్రైవర్ కి సైగచేశాడు. కార్ దిగి, యిద్దరూ ఆ గోడౌన్ వైపు వెళ్ళారు. దాని చుట్టూ కాంపౌండ్ వాల్, ఆరడుగుల ఎత్తులో ఉంది. మెయిన్ గేట్, రోడ్ వైపుకి కాకుండా ఓ సైడ్ కి ఉంది. రోడ్ నుండి గోడౌన్ ఓ ముప్పై అడుగుల దూరంలో ఉంది.

"ఇక్కడికెలా రప్పిస్తున్నావ్?" అడిగాడు ఇఫ్తకారుద్దీన్.

"ఆ సంగతి నాకొదిలేయండి హుజూర్!"

"అడిగిందానికి ముందు తిన్నగా ఆన్సర్ చెప్పు. ఏం వదిలేయాలో, ఏం వదలకూడదో నాకు బాగా తెలుసు. ఏదైనా అటూ, యిటూ అయితే రిస్క్ నాకే"

"రెండురోజుల క్రితం సిబిసిఐడి ఆఫీస్ కి వెళ్ళిందిగా, కేదారనాథ్ నుండి వచ్చిన వస్తువులేవో చూసేందుకు. వాటి గురించి డిటైల్స్ నాకు తెలుసని ఫోన్ చేస్తాను, వెంటనే యిక్కడికి వచ్చేస్తుంది, అంతే"

"కేదారనాథ్ నుండి ఏమేం వచ్చాయో తెలుసా నీకు?"

"తెలీదు, కానీ తెలుసని బ్లఫ్ చేస్తాను"

"బేవకూఫ్, మనం డీల్ చేస్తోంది, ఓ స్పెషల్ ఆఫీసర్ తో. నువ్వు ఫోన్ చేయగానే, ఒంటరిగా వచ్చేయదు. వెనకే సిబిసిఐడి పోలీసులు కూడా దిగుతారు. అప్పుడుగానీ నీ ఖుజిలీ తీరదు. ఇదా నువ్వు ప్లాన్ చేసింది!?" కోపంగా అరిచాడు.

"హుజూర్, పోనీ ఎలా చేయమంటారో మీరే చెప్పండి"

"ఆమెకి నమ్మకం కలగించే వ్యక్తితో చెప్పించాలి. ఇక్కడికొచ్చాక, పోలీస్ ని కాకుండా యింకెవరినైనా కలిసిందా?"

"మొన్న ఎయిర్ పోర్ట్ నుండి ఒకతను, బైక్ మీద ఆమెని హోటల్ దగ్గర డ్రాప్ చేశాడు. నిన్న కూడా అతడితోనే గుచ్చుపానీ వెళ్ళొచ్చింది"

"ఎవరతను?"

"హరిద్వార్ లో గణపతి ఆశ్రమంలో ఉంటాడు. జుట్టు జులపాలు పెంచుకుని బైరాగిలా ఉన్నాడు. కానీ, అతనో లెక్చరరట"

కొద్దిసేపు ఆలోచించి చెప్పాడు ఇఫ్తకారుద్దీన్ "వద్దు. అతడిని మనం నమ్మించాలంటే చాలా టైం పట్టొచ్చు, పైగా, అతనింకెవరినైనా కన్సల్ట్ చేస్తే మనకి రిస్క్ కూడా. విషయం బయటికి రాకుండా ఓ ఆక్సిడెంట్ లా జరిగిపోవాలి, అంతే"

"మరెలా హుజూర్?"

"చెబుతాను, పద, ఓ ఆఫీసర్ని స్పాట్ కి రప్పించాలంటే, ముందు ఆమెలా ఆలోచించగలగాలి. కార్ లో ఏం మాట్లాడకు. నా హోటల్ రూంలో డిస్కస్ చేద్దాం. ఇంతకీ నీ టీం రెడీగా ఉందా?"

"ఆ విషయంలో ఫికర్ లేదు హుజూర్. నేనూ, నాటీంలో నలుగురూ యిలాంటివి చాలా చేశాం, మా స్కోర్ నలభైకి పైనే. ఫుల్ సెక్యూరిటీతో తిరిగే గూండాలు, పొలిటీషియన్స్ కూడా, మాచేతికి దొరికారంటే ఫినిష్, అంతే. ఈసారి టార్గెట్ ఓ స్పెషల్ ఆఫీసర్, పైగా అమ్మాయి. అందుకే చాలా ఉత్సాహంగా ఉన్నారు"

"అంటే!?"

బబ్లూ వెకిలిగా నవ్వాడు "మీకు తెలీందేముంది హుజూర్! ఆడగాలి ఎప్పుడోగాని తగలదు, ఈ బద్మాష్ లకి. పైగా, రేప్ చేసి చాలారోజులైందంటున్నారు"

"షటప్. వీలైనంత త్వరగా, సైలెంట్ గా ఆమెని ఎలిమినేట్ చేయాలి. లేనిపోని రిస్కులొద్దు"

"ఇందులో ఏ రిస్క్ లేదు హుజూర్, ఒక్క ఎవిడెన్స్ కూడా వదలం. అరుపులు, కేకలు కూడా వినిపించవు. ప్లీస్ సాబ్, పర్మిషన్ యిచ్చేయండి"

"వదలం, అంటున్నావు. అంటే, నువ్వు కూడానా!?"

"అదేంటి హుజూర్! నేను స్పాట్ లో లేకపోతే ఎలా!? నాక్కూడా ఆడగాలి సోకి చాలారోజులైందిగా!"

ఇఫ్తకారుద్దీన్ యింకేం మాట్లాడలేదు, అయిష్టంగా మొహంపెట్టి టాక్సీలో కూచున్నాడు. నిజానికి ఇఫ్తకారుద్దీన్ మనసులో ఉన్నది కూడా అదే. షాజియాని సింపుల్ గా ఎలిమినేట్ చేస్తే, సిబిఐ కి తప్పకుండా డౌటొస్తుంది. అప్పుడు ఆమె యిన్వెస్టిగేట్ చేస్తున్న కేస్, ఎంతదూరం వెళుతుందో ఎవరూ చెప్పలేరు. అదే రేప్ చేసి చంపేస్తే, ఇండియాలో యిలాంటివి మామూలే, కాబట్టి యిది ప్లాన్డ్ మర్డరని ఊహించలేరు.

అనుభవంలేని ఓ ఆఫీసర్ని, అదీ అమ్మాయిని, ఒంటరిగా యిక్కడికెందుకు పంపించారంటూ మీడియా గోల చేస్తుంది. అది భరించలేక, సిబిఐ వీలైనంత త్వరగా కేస్ ని క్లోస్ చేయిస్తుంది. హమీద్ కి యివన్నీ అర్థంకావు. ప్రతి విషయాన్నీ భూతద్దంలో చూసే, ఓల్డ్ లైన్ థింకింగ్ అతడిది. అందుకే, పనయ్యేదాకా తన ప్లాన్ డిటైల్స్ ని, హమీద్ కి చెప్పదలచుకోలేదు.

హమీద్ కి కావలసింది, ఓ ఏక్సిడెంట్ లో షాజియా చనిపోవడం, అంతే. తాను ప్లాన్ చేసింది కూడా, ఇండియాలో ఓ ఆక్సిడెంట్ లాంటిదే! ఇక్కడ స్త్రీలమీద అఘాయిత్యాలు జరిగితే ఓ వారంరోజులుంటుంది,

సెన్సేషన్. ఆ తర్వాత ఆన్యూస్ కి ప్రాముఖ్యత పోతుంది. రెండువారాలయ్యాక మానవహక్కులు, మానవాధికారాలు అన్నీ క్రిమినల్స్ కే వర్తించడం మొదలవుతుంది, బాధితుల్ని అందరూ మరచిపోతారు. ఆ తర్వాత, జరిగిందేదో జరిగింది, కంటికి కన్ను తీయడం మన సిద్ధాంతం కాదంటూ, కడుపునిండిన మేధావులు తీరిగ్గా ఉపన్యాసాలిస్తారు. అందుకే, ఇండియా యిప్పుడు క్రిమినల్స్ కి స్వర్గంగా మారుతోంది.

తాలిబాన్ లో చిన్నపిల్లలకి తాము ట్రైనింగ్ యిచ్చి, ఓ ఇండియన్ విమానాన్ని హైజాక్ చేయించి, కాందహార్ కి తీసికెళుతుంటే ఏమీ చేయలేక, నలుగురు భయంకరమైన టెర్రరిస్టుల్ని తమకప్పగించారు. తర్వాత, ఆ హైజాక్ టైంలో యిలాచేసుంటే ఎంత బావుండేదనే విష్ ఫుల్ థింకింగ్ తో తీరిగ్గా సినిమాలుతీసి, చూసుకుని సంతృప్తిపడే పిరికివాళ్ల దేశం యిది. ఇక్కడ ప్లానింగ్ తో అవసరమేంటి!?

మే 25, 2013

న్యూ ఢిల్లీ, బైకాజి కామా ప్లేస్

మధ్యాహ్నం పన్నెండున్నర దాటింది. గ్లోబల్ ఎన్విరాన్మెంట్ కంపెనీ, డైరెక్టర్ ఛాంబర్ బయట రెడ్ లైట్ వెలుగుతోంది, నో డిస్టర్బెన్స్ ని సూచిస్తూ. ఎంప్లాయీస్ లంచ్ హాల్ వైపుకి వెళుతున్నారు.

ఆలోచనల్లోనే తన ప్లాన్ కి తుదిమెరుగులు దిద్దుకుంటున్నాడు, మసూద్ అలీ, ఉరఫ్...జాన్ గోస్లింగ్. కంపెనీ ఇండియన్ బ్రాంచిని తాను టేకోవర్ చేసి నాలుగురోజులైంది. ఎంప్లాయీస్ అందరూ తనతో చాలా గౌరవంగానే బిహేవ్ చేస్తున్నారు. తనకి హిందీ, ఉర్దూ బాగా వచ్చినా, జాగ్రత్తగా, ఎవరికీ అనుమానం రాకుండా, బ్రిటిష్ ఏక్సెంట్ లో, ఇంగ్లీష్ లోనే అందరితో మాట్లాడుతున్నాడు.

రెండురోజుల క్రితం హమీద్ నుండి ఆర్డర్ వచ్చింది, కేదారనాథ్ పోలీస్ స్టేషన్ హెడ్ కానిస్టేబుల్ ని త్వరగా ఎలిమినేట్ చేయమని. అలాగే రిషికేశ్ లో కార్తికేయాశ్రమం స్వామీజీ భవభూతిసరస్వతిని కలిసి మాట్లాడాలి. ఎవరి దృష్టినీ ఆకర్షించకుండా, ఈ రెండు పనులు ముగించాలి.

ముందుగా స్వామీజీ కి ఫోన్ చేసి తనని తాను పరిచయం చేసుకున్నాడు "స్వామీజీ, న్యూస్ లో మీరు చూసే ఉంటారు. మా జియాలజిస్ట్ లని ఎవరో రాబర్స్ చంపేశారు. ఇప్పుడు కొత్తగా యింకో యిద్దరు జియాలజిస్టుల్ని పిలిపిస్తున్నాం. ఈలోపు, మీరు కంగారు పడతారేమోనని ఫోన్ చేస్తున్నాను" చెప్పాడు.

"నిజానికి నాకు చాలా భయంగా ఉంది. ఎప్పుడు ఏ పోలీస్ స్టేషన్ నుండి మాకు ఫోనొస్తుందోనని"

"నో, నో. ఇందులో మీరు భయపడాల్సిందేమీ లేదు. మేం పోలీస్ కి అన్ని డిటైల్స్ యిచ్చాం. కాబట్టి లీగల్ గా, మనం చేస్తున్న ఈ అన్వేషణలో ఏ తప్పూలేదు. ఈ విషయం గురించే మీతో కాస్త మాట్లాడాలి"

"అలాగే. కానీ, ఎక్కడైనా రహస్యంగా కలుద్దాం. ఎవ్వరూ మనని చూడ్డం మంచిదికాదు, ముఖ్యంగా మా మీడియా"

మసూద్ కి కావలసింది కూడా అదే, "ఓకే స్వామీజీ. మీరే చెప్పండి, ఎక్కడ కలుద్దాం"

"రేపు సాయంత్రం, స్వామీ దయానందాశ్రమంలో ఓ కార్యక్రమానికి హాజరవుతున్నాను"

"ఐతే, అక్కడికే వచ్చి కలుస్తాను"

"ముందు నే చెప్పేది పూర్తిగా వినండి. అక్కడ మనకి ఏంకాంతం దొరకదు" చెప్పాడు స్వామీజీ. ఆ తర్వాత ఎక్కడికి రావాలో డిటైల్డ్ గా వివరించాడు.

"ఓకే స్వామీజీ, రేపు సాయంత్రం కలుస్తాను" చెప్పి ఫోన్ పెట్టేశాడు మసూద్.

ఇక కేదారనాథ్ స్టేషన్ కి ఫోన్ చేయాలి. ఆఫీస్ నుండి చేయడం చాలా రిస్క్. ఎలాగూ లంచ్ టైం అయింది. రెడ్ లైట్ సైన్ ని ఆఫ్ చేసి బయలుదేరాడు. పార్కింగ్ లో అతడి కరోలా సిద్ధంగా ఉంది. "గో టు హయత్" చెప్పాడు, కార్ లో కూచుంటూ. తానో బ్రిటిషరని నమ్మించడానికి రోజు ఏదో ఓ స్టార్ హోటల్ కెళ్ళి, లంచ్ లో సాండ్విచ్ తీసుకుంటున్నాడు.

హయత్ హోటల్ లోని రెస్టరెంట్, వెనకవైపుంది. లిఫ్ట్ కూడా అటువైపే ఉంది. మసూద్ ని డ్రాప్ చేసి, డ్రైవర్ పార్కింగ్ కి వెళ్ళాడు. మసూద్ లిఫ్ట్ ఉన్న వైపునుండి ఓ చిన్న గేట్ దాటుకుని, హోటల్ కి యింకోవైపున్న బైలేన్ లోకి వెళ్ళాడు. ఆ బైలేన్ లో ట్రాఫిక్ తక్కువగా ఉంటుంది. అక్కడ కొన్ని మిడిల్ క్లాస్ రెస్టరెంట్స్, పాన్ షాప్స్ ఉన్నాయి. ఓ పబ్లిక్ టెలిఫోన్ బూత్ లోకి వెళ్ళి, కేదార్ నాథ్ పోలీస్ స్టేషన్ కి డయల్ చేశాడు. ప్యూర్ హిందీ లోనే మాట్లాడాడు. తనకి కావలసిన హెడ్ కానిస్టేబుల్ ని లైన్ లో పట్టుకోవడానికి ఐదు నిముషాలపైనే పట్టింది.

"కౌన్ హై బే, లంచ్ టైం మే?" తాత్సారంగా వినిపించింది అటునుండి. ఇండియాలోనూ, పాకిస్తాన్ లోనూ యిదే పరిస్థితి. పబ్లిక్ తో మర్యాదగా మాట్లాడ్డమనేది చాలామందికి తెలియదు. కేవలం తమ డిపార్ట్ మెంట్ లో పై అధికారులో, రాజకీయనాయకులో ఫోన్ చేస్తే మాత్రం, భాషలో మర్యాద వస్తుంది. అందుకే, అదే ట్రిక్ వాడాలని నిర్ణయించుకున్నాడు మసూద్.

"అబే, హరామ్ కే. కేదారనాథ్ లో చలికి మెదడు గడ్డకట్టిందారా నీకు? ఎవరితో మాట్లాడుతున్నావో తెలుసుకో ముందు" చెప్పాడు మసూద్. ఊహించినట్టే అటువైపు నుండి రియాక్షన్ వెంటనే మారిపోయింది.

"జీ సాబ్, ఎవరు మాట్లాడుతోంది?"

"హరిద్వార్ క్రైం బ్రాంచ్ డి.ఎస్.పి."

"జీ సాబ్"

"వారం, పదిరోజుల క్రితం, అక్కడినుండి కొన్ని ఐటంస్ వచ్చాయి. అందులో నువ్వేమైనా ఘప్లా చేశావా?"

"లేదు సాబ్" చెప్పాడు హెడ్ కానిస్టేబుల్, అతడి చెయ్యి వణుకుతోంది.

"మరిక్కడ మా టెక్నికల్ ఎక్స్ పర్ట్, ఏదో టాంపరింగ్ అయిందంటున్నాడే?"

"లేదు సాబ్, నేనేం చేయలేదు" అతడి మాటల్లో భయం స్పష్టంగా తెలుస్తోంది.

"ఎంత తీసుకున్నావ్?" కాజువల్ గా అడిగాడు మసూద్.

"లేదు సాబ్, నేనేం తీసుకోలేదు"

"బుకాయించకు, నిజం చెబితే నీకే మంచిది. ఎంక్వైరీ దాకా వెళ్ళిందంటే, ఆ తర్వాత నేనేం చేయలేను"

"సాబ్, అక్కడ దొరికిన మిషిన్స్ లో, ఏదో డేటా ఆ కంపెనీకి కావాలంటే హెల్ప్ చేశానంతే"

"ఎంతిచ్చారు?"

"ఎంతా లేదు సాబ్, ఓ యాబై అంతే"

"ఏంటి, యాభైలక్షలా?"

"సాబ్, ఛోటా ఆద్మీ హూఁ. నా కెపాసిటీకి అంతెవరిస్తారు. యాభైవేలు, అంతే"

"మరి నా వాటా?"

"మీరు పెద్దోళ్ళు సాబ్, ఈ చిన్నచిన్న అమౌంట్స్ మీకో లెక్కా. మాఫ్ కర్నా సాబ్" హెడ్ కానిస్టేబుల్ మాటల్లో కాస్త కాన్ఫిడెన్స్ వచ్చింది, అటువైపున్న అధికారి కూడా తనలాగే అని అర్థమవడంతో.

"సాలే, మాటలు బాగా నేర్చావురా"

"ఏదో మీ దయ సాబ్, యిలా బతుకుతున్నాను. ఇక్కడ కేసులేం రావు సాబ్. ఎప్పుడో సంవత్సరానికో దొంగతనం కేస్ వస్తే ఎక్కువ. ఏదో ఛాన్స్ దొరికిందని కాస్త ఆశపడ్డానంతే"

"సరేలే. ఈసారికి వదిలేస్తున్నా. ఆ కంపెనీకి, మిషిన్స్ లో యింకేదో డేటా చాలా అవసరమైనట్టుంది. నన్ను అప్రోచయ్యారు. పెద్ద అమౌంట్ ఆఫర్ చేశారు, అప్పుడే, నీ విషయం కూడా మాటల్లో వచ్చింది"

"నాకు తెలుసు సాబ్. మీకు చిన్నచిన్న అమౌంట్స్ ఏపాటి!"

"నువ్వు నాకు నచ్చావురా. టైం చూసుకుని నిన్ను హరిద్వార్ కి మార్పిస్తాను. నా దగ్గర పనిచేద్దువుగాని"

"అంతకంటేనా సాబ్"

"నే ఫోన్ చేసినట్టు ఎవరితోనూ అనకు. అన్నట్టు, ఆ కంపెనీ మనిషి నీక్కూడా ఓ గిఫ్ట్ తెచ్చాడు. ఇక్కడే నా ఎదురుగా కూచున్నాడు. ఎలాగూ, అతను రేపు కేదార్ నాథ్ కే వస్తున్నాడట. అందుకే నీకే డైరెక్ట్ గా యివ్వమన్నాను"

"చాలా థాంక్స్ సాబ్"

"స్టేషన్ లో వద్దు, అగస్త్యమునికెళ్ళి కలువు. అతనో ఫారినర్, అక్కడినుండి, హెలికాప్టర్ లో కేదారనాథ్ వెళుతున్నాడు"

"జీ సాబ్, ఎన్ని గంటలకి?" అడిగాడు. అగస్త్యముని ఓ హిల్ స్టేషన్. రిషికేశ్ కి నుండి కేదారనాథ్ వెళ్ళే దారిలోనే ఉంది. అక్కడినుండి కేదారనాథ్ కి హెలికాప్టర్ సర్వీసుంది. హెలికాప్టర్ లో వచ్చే యాత్రికులకి, కేదారనాథ్ లో ప్రత్యేకమైన ప్రవేశం ఉంది. త్వరగా దర్శనం ముగించుకుని, తిరిగి హెలిపాడ్ కి చేరుకోవడానికి వీలుగా.

"ఉదయం పదకొండుకల్లా అక్కడికి చేరుకో. యూనిఫాం లోనే వెళ్ళు, లేకపోతే అతను నిన్ను గుర్తుపట్టడం కష్టం. హెలిపాడ్ ఎదురుగా జై హోటల్ అని ఓ సెల్ఫ్ సర్వీస్ రెస్టరెంటుంది. అతను స్కార్లెట్ రెడ్ కలర్ కోట్, వైట్ ట్రౌజర్ వేసుకునుంటాడు. చేతిలో ఓ బ్రౌన్ కలర్ లెదర్ బాగ్ ఉంటుంది, హైడ్ సైన్ కంపెనీది"

"జీ సాబ్, వెళ్ళి కలుస్తాను"

"అతనితో ఏమీ మాటాడకు. వెళ్లి అతడి పక్కన సీట్లో కూచో. సరిగా పదకొండుకు అతను తన బాగ్ జిప్ తీసుంచుతాడు. అతను సైగ చేసినపుడు, త్వరగా బాగ్ లోంచి నీ గిఫ్ట్ తీసుకుని వెళ్ళిపో" చెప్పి ఫోన్ పెట్టేశాడు మసూద్. ఇండియాలో గిఫ్ట్ అనే మాట వినిపిస్తేచాలు, ఎంత పెద్ద బ్యూరోక్రాట్ అయినా సులభంగా బోల్తాపడతాడు.

మే 25, 2013

హరిద్వార్. గణపతి ఆశ్రమం

సాయంత్రం ఐదవుతోంది. "ఇంకాసేపు కూచో షాజియా! భాయ్ వచ్చేస్తాడు" చెప్పాడు నచికేత్. ఉదయంనుండి నచికేత్ తో ఆశ్రమం విషయాలు డిస్కస్ చేస్తూ, వాటిని నోట్ చేసుకుంటూ గడిపింది. తాను వచ్చేసరికే కపర్ది కాలేజికి వెళ్ళిపోయాడు.

"లేదు, నే వెళ్ళి రెడీ అవుతాను. రాత్రి ఎనిమిదికి నా లాప్ టాప్ వచ్చేస్తుంది, ఎయిర్ పోర్ట్ కి వెళ్ళి తెచ్చుకోవాలి. కపర్ది ఫోన్ చేశాడు, తన బైక్ మీదే తీసికెళతాడట. కాలేజినుండి డైరెక్ట్ గా నా రూంకే వస్తానన్నాడు" చెప్పి బయలుదేరింది షాజియా. నచికేత్ ఆమెకూడా ఆశ్రమం బయటివరకూ వచ్చాడు.

కపర్ది తనని డెహ్రాడూన్ కి తీసికెళతానంటే వద్దని చెప్పలేకపోయింది. ఎక్కడికైనా వెళ్లేటప్పుడు, ఎవరైనా జెంట్స్ తనకి తోడుగావస్తామంటే, వెంటనే పొడుచుకొచ్చే తన ఫిమేల్ ఎగోకి సడన్ గా ఏమైందో తనకే తెలియదు. ఇద్దరూ రాత్రి డిన్నర్, డెహ్రాడూన్ లోనే తీసుకోవాలని ప్లాన్ చేశారు.

తానింకో రెండు, మూడురోజులు హరిద్వార్ లో ఉంటుంది, అంతే. ఈరోజు శనివారం. ఆదివారం విద్యారణ్యసరస్వతి వచ్చేస్తున్నారు. సోమవారం, హరిద్వార్ కోర్ట్ లాకర్ రూం కేర్ టేకర్ వస్తాడు. ఇద్దరితోనూ మాట్లాడిన తర్వాత, ఎలాగూ తాను ముంబైకి తిరిగివెళ్ళాలి. ఈలోపే కపర్దితో తన పరిచయం, పూర్తిస్థాయి స్నేహంగా మారాలని మనసులో కోరుకుంటోంది. అందుకే డిన్నర్ కి తానే యిన్వైట్ చేసింది.

"నచికేత్, ఇలా అడుగుతున్నాని ఏమీ అనుకోకు. చనువుకొద్దీ అడుగుతున్నాను. ఓ లెక్చరర్ అయ్యుండి, కపర్ది అలా జుత్తు జడలుకట్టేలా పెంచుకున్నాడేంటి? అతడికి మొక్కులాంటిదేమైనా ఉందా?" అడిగింది బయటికొచ్చాక.

"అదీ, భాయ్ మా పూర్వం గురువుగారికి ఏదో మాటిచ్చాడట. అది పూర్తయ్యేదాకా జుట్టు కత్తిరించుకోనని చెపుతుంటాడు"

"ఏంటది?"

"నాకూ తెలియదు. అడిగినా చెప్పడు, నవ్వి ఊరుకుంటాడు"

"ఓకే, బై నచికేత్" చెప్పి కాస్తదూరం ఆటో స్టాండ్ వరకు నడిచింది.

ఆటో తీసుకుని హోటల్ కి వస్తోంది షాజియా. సడన్ గా ఓ స్కూటర్, ఆటోకి ఎడమవైపునుండి వేగంగా ఓవర్ టేక్ చేసింది. అంతలో కుడివైపు నుండి ఓ ట్రాక్స్ జీప్, ఆటోని దాటుకునివెళ్ళి ఆ స్కూటర్ కి వెనకనుండి డాష్ యిచ్చింది. స్కూటర్ నడుపుతున్న వ్యక్తి కిందపడిపోయాడు. ట్రాక్స్ లోంచి నలుగురు దిగారు. వారి చేతుల్లో స్టీల్ రాడ్స్ చూడగానే అలర్టై లేచాడు, స్కూటర్ నడుపుతున్న వ్యక్తి. అతను కష్టం మీద పరిగెడుతున్నాడు, ఓ కాలు కుంటుతోంది.

ఆటో ఆపించి, వేగంగా దిగింది షాజియా.

"వద్దు మేడం, ప్లీస్, వాళ్ళజోలికెళ్ళొద్దు" ఆటో డ్రైవర్ వారిస్తున్నా వినిపించుకోకుండా, తన సర్వీస్ రివాల్వర్ తీసి, ఆ నలుగురినీ వెంబడించింది. అప్పటికే నలుగురూ ఆ స్కూటర్ వ్యక్తిని చుట్టుముట్టారు. అతడి కేకలు వినిపిస్తున్నాయి. వెనకనుండి అటాక్ చేసింది షాజియా, ఒకడికి నడుము మీద, ఇంకొకడికి మోకాలి వెనకల కిక్స్ యిచ్చింది. ఆ యిద్దరూ పడిపోయారు. మిగిలిన యిద్దరూ తమ టార్గెట్ ని వదలేసి, ఆమె మీద అటాక్ చేయబోయారు. తన రివాల్వర్ చూపించింది, అంతే, నలుగురూ వేగంగా తమ ట్రాక్స్ వైపుకి పరిగెత్తారు.

చుట్టూచూసింది షాజియా. మరీ రద్దీగా లేకపోయినా, రోడ్ మీద కాస్త ట్రాఫిక్ ఉంది. కానీ, యింత గొడవ జరుగుతున్నా ఎవ్వరూ తమ వెహికల్ ని ఆపడంలేదు. కాస్త స్లో చేసి, చూసి వెళ్ళిపోతున్నారు. స్కూటర్ వ్యక్తి వైపు చూసింది. కిందపడ్డం వల్ల అతడి కుడికాలు దెబ్బతింది. అతడి మోచేతులనుండి రక్తం కారుతోంది. దగ్గరగా వెళ్ళి, అతడిని కూచోబెట్టింది.

"ఎవరు నువ్వు, వాళ్లెందుకు అటాక్ చేశారు?" అడిగింది.

అతనింకా షాక్ లోనే ఉన్నాడు. భయంతో వణుకుతున్నాడు. సమాధానం చెప్పకుండా, ఆమెవైపు భయంగా చూశాడు.

"నీకేం భయంలేదు, చెప్పు"

అతనేం మాట్లాడడంలేదు. తన రెండుచేతులతో మొహాన్ని దాచుకుని ఏడుస్తున్నాడు. ఆమెకేం చేయాలో తోచలేదు. ముందు అతడిని పోలీస్ స్టేషన్ కి తీసికెళ్ళి కంప్లైంట్ చేయించాలి. ఆ తర్వాత, ఏదైనా హాస్పిటల్ కి తీసుకెళ్ళాలి. తన ఆటో వైపుకి చూసింది. కానీ, అదెప్పుడో వెళ్ళిపోయింది. ఇంకో రెండుమూడు ఆటోల్ని ఆపేందుకు ట్రై చేసింది, కానీ ఎవ్వరూ ఆపడంలేదు. సగటు భారతీయుడికి ఏ గొడవలోనూ తలదూర్చడం యిష్టం లేదు. మానవత్వం లేకకాదు, కేవలం భయం వల్ల! నేరస్థుల కంటే ఎక్కువగా బాధితుల్ని, సాక్షులనే హరాస్ చేసే వ్యవస్థని మనమే తయారుచేసుకున్నాం.

షాజియా దృష్టి అతడి స్కూటర్ మీదికి మళ్ళింది. దాన్ని లేపి స్టార్ట్ చేసింది. అతడికి దగ్గరగా వచ్చి, తన చెయ్యి అందించింది. అతికష్టం మీద పైకి లేచాడు, నిలుచోవడమే కష్టంగా ఉందతడికి.

"కూచో, దగ్గరలో ఏదైనా పోలీస్ స్టేషన్ కెళ్ళి కంప్లైంట్ చేద్దాం" చెప్పింది.

అతను భయంతో తన రెండుచేతులూ అడ్డంగా ఊపాడు "వద్దు మేడం, మీకు తెలియదు. వాళ్ళు నన్ను చంపేస్తారు" హిస్టిరికల్ గా అరిచాడు.

"నీకేం భయంలేదు. నాకు యిక్కడి పోలీసులు తెలుసు, ముందు కూచో"

"వద్దు మేడం, ప్లీస్. పోలీస్ స్టేషన్ కి అసలొద్దు" చెప్పాడతను, యింకా వణికిపోతూ.

ఏం చేయాలో పాలుపోలేదు షాజియాకి "పోనీ, నా రూంకి వెళదాం. బాండేజ్ వేయిస్తాను" చెప్పింది.

అతను కష్టంగా వెనక సీట్ మీదకి ఎక్కాడు. తన రూంకి వెళ్ళేదాకా ఏం మాట్లాడలేదు. దారిలో మెడికల్ షాప్ లో బాండేజ్, కాటన్, గాయాలకి ఆయింట్ మెంట్ తీసుకుంది. అతను తన గాయాల్ని కడుక్కున్నాక సోఫామీద కూచోమని, ఆయింట్ మెంట్ రాసి బాండేజ్ వేసింది. తనకి తెలిసిన ట్రీట్ మెంట్ అంతే. అతడికి కాస్త ధైర్యం వస్తే, ఏదైనా హాస్పిటల్ కి తీసికెళ్లాలి.

"ఇప్పుడు చెప్పు, ఎవరు నువ్వు?"

"నేను హరిద్వార్ కోర్ట్ లో ఎంప్లాయీని మేడం"

"ఏం చేస్తుంటావ్?"

"సెషన్స్ కోర్ట్ లో, లాకర్ రూం కేర్ టేకర్"

షాజియా స్టన్ అయింది. తన యిన్ఫర్మేషన్ ప్రకారం అతను సెలవుమీద వెళ్ళాడు, మర్నాడు డ్యూటీలో తిరిగి జాయినవ్వాలి.

"ఎవరు నీ మీద అటాక్ చేసింది?" అడిగింది తన ఆశ్చర్యాన్ని కంట్రోల్ చేసుకుంటూ.

అతను భయంతో తల అడ్డంగా ఊపాడు.

"నేనూ డిపార్ట్ మెంట్ మనిషినే. భయంలేదు చెప్పు. ఇక్కడి సిబిసిఐడి లో సర్కిల్ ఇన్స్ పెక్టర్ నాకు తెలుసు"

ఆ మాటవినగానే ఆతడి భయం యింకా ఎక్కువైంది "ప్లీస్ మేడం, నన్నొదిలేయండి, ఎవరికీ కనిపించకుండా ఎటైనా దూరంగా వెళ్ళిపోతాను" చెప్పాడు, లేస్తూ.

"ఓకే, వదిలేస్తాను. ఇంతకీ ఏంటి విషయం, అదైనా చెప్పు?"

"కొన్నాళ్ళక్రితం, కేదారనాథ్ నుండి కొన్ని గన్నీబాగ్స్ వచ్చాయి మేడం. ఏదో కేస్ కి సంబంధించినవి. కోర్ట్ లో హేండోవర్ చేశారు"

"ఐతే?" అడిగింది, ఊపిరి బిగించి.

"వాటిని సీక్రెట్ గా బయటికి తీసుకురమ్మని, నన్ను చాలా ప్రెషర్ చేస్తున్నారు"

"ఎవరు?"

"ఎవరో అయితే నేను భయపడేవాడిని కాదు మేడం. పదేళ్ళుగా యిక్కడ కోర్ట్ లో పనిచేస్తున్నాను, నాకూ పోలీసులు తెలుసు"

"మరి?"

"నన్నొదిలేస్తానంటే చెబుతాను మేడం. ఇక్కడి సిబిసిఐడి లోని పెద్దవాళ్ళే నామీద ప్రెషర్ వేస్తున్నారు"

"ఎందుకు!?"

"తెలీదు మేడం. ఈ రాత్రికే ఆ గన్నీ బాగ్స్ ని, ఝుక్కర్ రైస్ మిల్ పక్కనే ఓ పాత గోడౌన్ లోకి చేర్చాలి. లేకపోతే నన్ను, నా భార్యపిల్లల్ని చంపేస్తామని బెదిరించారు. అందుకే వాళ్ళకి సరేనని చెప్పి, రహస్యంగా నా భార్య, పిల్లల్ని డెహ్రాడూన్ లో కాన్పూర్ కి ట్రైనెక్కించి వస్తున్నా. ఎలా తెలుసుకున్నారో, నామీద అటాక్ చేశారు"

షాజియాకి విషయం కాస్త క్లియరవుతోంది.

"ఆ గోడౌన్ ఎంతదూరంలో ఉంది?"

"సిటీ నుండి యిరవై కిలోమీటర్లుంటుంది"

"ఇప్పుడు నీమీద అటాక్ చేసింది, డిపార్ట్ మెంట్ మనుషులా?"

"కాదు మేడం. కానీ, వాళ్ళే వెనకుండి యిదంతా చేయిస్తున్నారు. నామీద అటాక్ చేసిన బద్మాష్ గాళ్ళు, చాలాకేసుల్లో అరెస్టై, కోర్ట్ కొచ్చేవాళ్ళు. కానీ, ఏకేస్ లోనూ సాక్ష్యం దొరకదు. ఆర్నెలల్లో బయటికొచ్చేస్తారు"

అంతలో అతడి సెల్ ఫోన్ మోగింది. భయంగా ఆ నెంబర్ కేసి చూశాడు.

"వాళ్ళేనా?" అడిగింది షాజియా.

అవునన్నట్టు తలూపాడు.

"తీసుకో, స్పీకర్ ఆన్ చేయ్. నీకేం భయంలేదు" చెప్పింది.

అతను కాల్ రిసీవ్ చేసుకుని, స్పీకర్ ఆన్ చేశాడు.

"అబే చిర్ కుట్, మాకు తెలీకుండా నీ ఫామిలీని ట్రైనెక్కించేసి, నువ్వూ చెక్కేద్దామనుకున్నావా. ట్రైన్ హరిద్వార్ మీదే వెళుతుందని కూడా మర్చిపోయావా?"

"మీరేం చెబుతున్నారు?"

"నీ భార్య, పిల్లల్ని యిక్కడే, హరిద్వార్ స్టేషన్ లోనే జాగ్రత్తగా దింపుకున్నాం"

"ప్లీస్, వాళ్ళనేం చేయకండి"

"అది నా చేతుల్లో లేదు, నఖరాలు చేయకుండా మేం చెప్పినట్టు చేయ్, రేప్పొద్దునకి వాళ్ళనొదిలేస్తాం"

అతను భయంగా షాజియా వైపు చూశాడు. ఒప్పుకోమన్నట్టు సైగ చేసింది.

"అలాగే చేస్తాను"

"రాత్రి పదకొండుకి కోర్ట్ లాకర్ రూంకి రా. ఓ వైట్ కలర్ ఇన్నోవా అక్కడే ఉంటుంది, డ్రైవర్ ఉండడు. కీస్, గాడీలోనే ఉంటాయి. నువ్వు లాకర్ రూం తీసి, గాడీలో మేం పెట్టిన గన్నీ బాగ్స్ ని లోపలికి చేర్చేసి, సీల్ వెయ్. కేదారనాథ్ నుండి వచ్చిన నాలుగు గన్నీ బాగ్స్ ని, ఇన్నోవాలో ఎక్కించు. తర్వాత, నువ్వే డ్రైవ్ చేసుకుని గోడౌన్ కి తీసుకురా, అంతే. చెప్పిందానికి ఏమాత్రం అటూ, యిటూ చేశావో, రేపు నీ భార్యపిల్లల డెడ్ బాడీస్ వెతుక్కుంటూ, చాలా చోట్ల తిరగాలి" చెప్పి ఫోన్ కట్ చేశాడు, అవతలి వ్యక్తి.

అతను భయంగా, అయోమయంగా షాజియా వైపు చూశాడు. షాజియా సీరియస్ గా ఆలోచిస్తోంది. బాస్ కి ఫోన్ చేసి చెబుదామనుకుంది. కానీ సిబిసిఐడి డిపార్ట్ మెంట్ లోని వ్యక్తులే కేస్ ని తారుమారు చేయాలని చూస్తున్నారంటే, దీని వెనక ఏదో పెద్దకుట్ర ఉండాలి. అన్నిటికన్నా ముఖ్యం, తనెదురుగా భయంతో వణికిపోతున్న ఆ కేర్ టేకర్ భార్య, పిల్లలు సేఫ్ గా తిరిగిరావడం. తనకి కావలసింది ఆ జిపిఆర్స్ లోని డేటా మాత్రమే. ఆ డేటాని, తన మొబైల్ ఫోన్ కి కాపీ చేసుకున్నాక, వాటిని ఎవరెక్కడికి తీసికెళ్ళినా తనకనవసరం.

కపర్దికి ఫోన్ చేసింది "ఇప్పుడే కొరియర్ సర్వీస్ నుండి ఫోనొచ్చింది. నా లాప్ టాప్, రేపు మధ్యాహ్నం ఫ్లైట్ కి వస్తోందట. అందుకని రేపు వెళదాం. నీకు వీలవుతుందా, లేక నేనే వెళ్ళిరానా?"

"నో ప్రాబ్లం. రేపే వెళదాం"

"బై కపర్దీ, సారీ" చెప్పి ఫోన్ కట్ చేసింది.

తర్వాత అతడివైపుకి తిరిగింది, యింకా వణుకుతున్నాడు. "ఒకే, రిలాక్స్. వాళ్ళు చెప్పినట్టే చేద్దాం. ముందు నువ్వెళ్ళి లాకర్ రూం తలుపుతీయ్. నే దూరంనుండి గమనిస్తుంటాను. గాడీలోంచి గన్నీబాగ్స్ ని లోనికి తీసికెళ్ళేటప్పుడు నేనూ నీ వెనకేవస్తాను. కేదారనాథ్ నుండి వచ్చిన బాగ్స్ నాకు చూపించు, చాలు. ఐదునిముషాల్లో నా పని అయిపోతుంది. తర్వాత, వాటిని తీసికెళ్ళి హేండోవర్ చేసెయ్. నీ భార్యపిల్లలు సేఫ్ గా తిరిగొస్తారు, భయపడకు" చెప్పింది.

ఆమె సరిగ్గా అలానే ఆలోచిస్తుందని ఇష్తకారుద్దీన్ ఊహించాడు.

మే 25, 2013

న్యూ ఢిల్లీ

రాత్రి తొమ్మిదైంది. ఎ.జి. ట్రావెల్స్ బస్, కాష్మీరీ గేట్ బస్ స్టేషన్ బయటినుండి రిషికేశ్ కి బయలుదేరింది. చివరినుండి రెండో సీట్ లో విండోవైపు కూచున్నాడు సాటో. ఇత్తెహాద్ ఎయిర్ లైన్స్ లో, సాయంత్రం నాలుగుకి ఢిల్లీ యింటర్నేషనల్ ఎయిర్ పోర్ట్ లో దిగాడు. ముందురోజు బయలుదేరే ముందే, ఆన్ లైన్ లో ఢిల్లీ నుండి రిషికేశ్ కి టికెట్ బుక్ చేసుకున్నాడు. కావాలనే వెనకవైపు సీట్ సెలక్ట్ చేసుకున్నాడు. మసూద్ అలీ కూడా అదే బస్ లోనే వెళుతున్నాడు. అతను పహాడ్ గంజ్ లో బస్ ఎక్కుతాడని హమీద్ చెప్పాడు.

కాజువల్ గా బస్ లోని పాసింజర్స్ ని గమనించాడు. ఇంకా చాలాసీట్లు ఖాళీగానే ఉన్నాయి. కొద్దిమంది తమలో తాము మాట్లాడుకుంటున్నారు. కొద్దిమంది విండోలోంచి బయటికి చూస్తూ, స్నాక్స్ తింటున్నారు. ఇంకా ఎవరూ అతడి దృష్టిని ఆకర్షించలేదు, కానీ తన ఎక్స్ పీరియన్స్ తో ఓ విషయం అతడికి అర్థమైంది. బస్ లో సిబిఐ ఆఫీసర్స్ ఎవరూ లేరు. ఎందుకంటే సిబిఐ మేనరిజంస్ అతడికి బాగా తెలుసు. ప్రైవేట్ డిటెక్టివ్ ఏజెన్సీల నుండి ఎవరైనా ఉండొచ్చు.

సరిగ్గా తొమ్మిదిన్నరకి బస్, పహాడ్ గంజ్ లో ఆగింది. చాలామంది ఎక్కుతున్నారు, మసూద్ కూడా ఎక్కి కూచున్నాడు. అతడి సీట్ డోర్ నుండి రెండోది. జాగ్రత్తగా అతడికి కుడివైపు, వెనకవైపు సీట్స్ లోని పాసింజర్స్ ని గమనించాడు. బస్ లోకి ఎక్కుతున్న పాసింజర్స్ వల్ల, కాస్త అతడి దృష్టి డిస్టర్బవుతోంది. అందరూ తమ సీట్స్ లో కూచున్నారు. చివరి పాసింజర్ అప్పుడే వస్తున్నాడు. సాటో అతడివైపు చూశాడు. ఏదో తేడాగా అనిపించింది. అతను డోర్ దగ్గరే ఆగి, డ్రైవర్ వెనక ఐల్ సీట్లో కూచున్న వ్యక్తివైపు చూసి చిన్నగా తలూపాడు. తర్వాత లోనికి వచ్చేటప్పుడు, ఓ క్షణం అతడి చూపులు మసూద్ మీదికి మళ్ళాయి. అతను సాటోకి రెండు సీట్స్ ముందు కూచున్నాడు.

చిన్నగా నవ్వుకున్నాడు సాటో. ఆ యిద్దరికీ ఎక్స్ పీరియన్స్ తక్కువగా ఉన్నట్టుంది. తమ టార్గెట్ ఎక్కే స్టాప్ లోనే యిద్దరూ ఎక్కారు. అనుభవం లేదనడానికి అది ఫస్ట్ సైన్. ఎక్కగానే, ముందుగా తమ సీట్లలో కూచుని చుట్టూ పరిస్థితుల్ని గమనించాలి. అలా కాకుండా, తన పార్టనర్ ఎక్కడున్నాడో ముందుగా గమనించడం, తర్వాత తన సీట్ వైపుకి వస్తూ, టార్గెట్ మీద దృష్టి పెట్టడం, రెండో సైన్.

బస్ తిరిగి బయలుదేరింది. ఓ ఐదు నిముషాలయ్యాక లేచాడు సాటో. జాగ్రత్తగా, రైలింగ్ పట్టుకుని నడుస్తూ డ్రైవర్ సీట్ వైపుకి బయల్దేరాడు. అది డ్రామా మాత్రమే, నిజానికి రైలింగ్ పట్టుకోవలసిన అవసరం అతడికి లేదు. నిత్యం చేసే వ్యాయామాలవల్ల, డెబ్బై ఏళ్ళ వయసులో కూడా తన ఆరోగ్యాన్ని కాపాడుకుంటున్నాడు. అందుకే టోక్యోనుండి ఇరవైమూడు గంటలు ఫ్లైట్ లో జర్నీ చేసికూడా, వెంటనే రిషికేశ్ కి బయలుదేరాడు. అదే యింకొకరైతే, జెట్ లాగ్ పేరుతో రెండురోజులు పడకేసేవారు. మిగిలిన పాసింజర్స్ ని కాజువల్ గా గమనిస్తూ, డ్రైవర్ కేబిన్ చేరుకున్నాడు. కండక్టర్ కూడా కేబిన్ లోనే ఉన్నాడు, సాటో రావడం చూసి బయటికొచ్చాడు.

"ఏం కావాలి సాట్?" అడిగాడు, వచ్చీరాని ఇంగ్లీష్ లో.

సాటో వాడికి హిందీలోనే సమాధానం చెప్పాడు "కాస్త ముందువైపు ఎక్కడైనా సీట్ ఖాళీ ఉంటే నాకివ్వు. ఈ వయసులో వెనకసీట్లో కుదుపులు భరించలేకపోతున్నాను"

"నెక్స్ట స్టాప్ అయ్యాక చూస్తాను సాబ్. ఆ తర్వాత ఎవరూ ఎక్కరు"

"ఓకే. థాంక్యూ" చెప్పి జపనీస్ స్టైల్ లో ఓసారి ముందుకు వంగి, వెనక్కితిరిగాడు సాటో. జాగ్రత్తగా తన జేబులోని పెన్ మీది బటన్ వత్తాడు. ఆ పెన్ కి పవర్ ఫుల్ కెమెరా అటాచ్ చేయబడింది. డిమ్ లైట్ లోకూడా అది మంచి రిసొల్యూషన్ ఫోటోలు తీయగలదు. బస్ లో లైట్స్ యింకా వెలుగుతున్నాయి. మెల్లిగా నడుస్తూ, తన సీట్ చేరుకున్నాడు. మసూద్ తనని గమనించలేదు, ఏదో మేగజైన్ చదవుతున్నాడు. తాను అతడిని కవర్ చేస్తున్నట్టు బహుశా మసూద్ కి తెలియదు. అది హమీద్ స్టైల్, ఎడమచేయి చేసేపనిని కుడిచేతికి తెలియనివ్వడు.

పాసింజర్స్ ఫోటోలన్నిటినీ పెన్ కెమెరా రికార్డ్ చేసి, అతడి షర్ట్ జేబులోని మొబైల్ ఫోన్ కి ట్రాన్స్ ఫర్ చేస్తోంది. తన సీట్ దగ్గరికొచ్చాక, మొబైల్ ఫోన్ బయటికితీశాడు. అతడి పక్కసీట్ పాసింజర్, అప్పటికే విండోసీట్లోకి జరిగి పడుకున్నాడు. అలా సీట్ మారాలనుకున్నప్పుడు, కనీసం ఓసారి అడగాలనే సభ్యత, చాలామందిలో లేదు. పైగా, సీట్ మారిపోయి, గాఢనిద్రలోకి జారుకున్నట్టు నటిస్తుంటారు. నవ్వుకుని, అతడి సీట్లోనే కూచున్నాడు సాటో.

తన సెల్ ఫోన్ లోని ఫోటోల్ని గమనిస్తూ, మధ్యమధ్య పాసింజర్స్ వైపు చూస్తున్నాడు. ఇంకెవరూ మసూద్ ని గమనిస్తున్నట్టు అతడికి అనిపించలేదు. పాసింజర్స్ ఒక్కొక్కరూ నిద్రలోకి జారుకుంటున్నారు. నెక్స్ట స్టాప్ లో మిగిలిన సీట్స్ కూడా నిండిపోయాయి. కండక్టర్, సాటో వైపుచూసి పెదవివిరిచాడు. సాటో పర్లేదన్నట్టుగా చెయ్యూపి, తన మొబైల్ లోని ఫోటోలలో, అనుమానం కలిగించిన ఆ యిద్దరి ఫోటోల్ని వేరుచేసి, ఓచోట సపరేట్ గా సేవ్ చేసుకున్నాడు.

ఎప్పటిపని అప్పుడే ముగించడం జపనీస్ పద్ధతి. అలసిపోయామనో లేదా ఏదో ఒక నెపంతో, పనులు వాయిదావేయడం వారికి అస్సలుపడదు. అందుకే మనదేశంలోని ఓ రాష్ట్రంకంటే చిన్నదేశమైనా, నిత్యం భూకంపాలొస్తున్నా, జపాన్ ప్రపంచంలో అగ్రరాజ్యాలకి సమానమైన స్థాయిని సాధించుకుంది.

బస్ లో లైట్స్ ఆఫ్ చేశారు, రెండు నైట్ బల్బ్స్ మాత్రం వెలుగుతున్నాయి. అక్కడక్కడా టోల్ గేట్స్ వచ్చినపుడు మాత్రం బస్ ఆగుతోంది. అలా ఆగినప్పుడల్లా, ఆ యిద్దరూ మసూద్ వైపు చూడటం, తర్వాత ఒకరినొకరు చూసుకోవడం గమనించాడు సాటో. వాళ్ళు మసూద్ ని ఫాలో అవుతున్నారని, సాటోకి యిప్పుడు కన్ఫర్మ్ అయింది.

ఇక మిగిలిన పాసింజర్స్ ని రాత్రంతా గమనించడం అనవసరం. టైం పదిన్నర కావస్తోంది. మసూద్ ఎలాగూ రిషికేశ్ లోనే దిగుతాడు. ఉదయం ఐదున్నరకి బస్ రిషికేశ్ చేరుకుంటుంది. అంతవరకు తాను రెస్ట్ తీసుకోవచ్చు. రిషికేశ్ లో దిగాక కూడా ఆ యిద్దరూ మసూద్ ని ఫాలో అయ్యారంటే, తన కన్ఫర్మేషన్ మెయిల్ హమీద్ కి వెళుతుంది. సీట్ పుష్ బాక్ ని లాగి, నిద్రలోకి జారుకున్నాడు సాటో.

మే 25, 2013

హరిద్వార్

సరిగ్గా రాత్రి పది ముప్పావుకి హరిద్వార్-రిషికేశ్ టూరిజం గెస్ట్ హౌస్ ముందు ఆటో దిగింది షాజియా. దేవ్ పురా లోని మేజిస్ట్రేట్ కోర్ట్ కి వెనకవైపుంది ఆ గెస్ట్ హౌస్. కోర్ట్ గేట్, మెయిన్ రోడ్ వైపుకే ఉంది. దాన్ని దాటుకుని, కాస్త ముందుకెళ్ళి ఎడమకి తిరిగితే, గెస్ట్ హౌస్. అక్కడినుండి ఓ చిన్న సందు, కోర్ట్ వెనకవైపుకి వెళుతుంది. ఒకటి, రెండు స్ట్రీట్ లైట్స్ వెలుగుతున్నా, అక్కడంతా చీకటిగానే ఉంది. జనసంచారం అసలు లేదు.

నెమ్మదిగా నడుస్తూ, కోర్ట్ కాంపౌండ్ వాల్ చేరుకుంది. కోర్ట్ వెనకభాగం చాలా చీకటిగా ఉంది. తన బైనాక్యులర్స్ బయటికితీసింది. నైట్ విజన్ సెట్ చేసి, బైనాక్యులర్స్ తో చుట్టూచూసింది. లాకర్ రూం అటువైపే ఉందని కేర్ టేకర్ అన్నాడు, కానీ అక్కడ నాలుగు రూంస్ కనిపిస్తున్నాయి. తానున్న చోటునుండి వాటి తలుపులు కనిపించడం లేదు, అంటే, తాను చూస్తోంది వాటి వెనకభాగం అయ్యుండాలి. అతనొస్తేగానీ లాకర్ రూం ఏదో తెలియదు. తానున్నచోటునుండి, ఆ రూంస్ దూరం వందమీటర్లకి పైనే ఉంటుంది. అక్కడంతా చెత్తగా ఉంది. తనకి కుడివైపుగా ఉన్న కాంపౌండ్ వాల్ కి లోపలివైపు, ఓ వైట్ కలర్ ఇన్నోవా నించుంది. ఆ ఇన్నోవాని గమనించింది. అందులో ఎవరూ లేరు.

సరిగ్గా పదకొండుకి, కేర్ టేకర్ ఇన్నోవా దగ్గరికొచ్చాడు. తాను చీకట్లో నించుంది. కాబట్టి, అతడికి కనిపించే ఛాన్స్ లేదు. షాజియా మాత్రం అతడిని బైనాక్యులర్స్ లో క్లియర్ గానే చూస్తోంది. అతను గాభరాగా, అటూయిటూ చూస్తూ, కోర్ట్ వెనకవైపుకి వచ్చాడు. అక్కడ నాలుగు రూంస్ లో, చెరోవైపు రెండున్నాయి. వాటి మధ్యలో ఓ చిన్న పాసేజ్ ఉంది. అతను అందులోంచి లోనికి వెళ్ళాడు. షాజియా ఊపిరి బిగించి చూస్తోంది. ఓ మూడునిముషాలకి అదే దారిలో తిరిగొచ్చాడు. ఈసారి ఇన్నోవా వెనకడోర్ తీసి, రెండు గన్నీబాగ్స్ దింపుకున్నాడు. వెహికల్ లో యింకో రెండు బాగ్స్ ఉన్నాయి. అతను వాటిని మోసుకుంటూ, తిరిగి పాసేజ్ నుండి లోనికి వెళ్ళాడు.

ఇదే సరైన టైం అనుకుంది షాజియా. బైనాక్యులర్స్ ని మెడకి తగిలించుకుని, కాంపౌండ్ వాల్ జంప్ చేసింది. అటువైపు దిగి చుట్టూచూసింది. వీలైనంత వేగంగా నడుస్తూ, నాలుగైదు నిముషాల్లో ఆ పాసేజ్ చేరుకుంది. అక్కడ కూడా చీకటిగానే ఉంది, ఎలాంటి అలికిడీ లేదు. బైనాక్యులర్స్ కంటికి ఆనించుకుంది. నైట్ విజన్ వల్ల క్లియర్ గా కనిపిస్తోంది.

పాసేజ్ దాదాపు యాభై అడుగుల పొడవుంటుంది. నెమ్మదిగా ఆ పాసేజ్ నుండి లోనికి వెళ్ళింది. ఎదురుగా కోర్ట్ హాల్ వెనకగోడ కనిపిస్తోంది. ఆ గోడకి, రూంస్ కి మధ్య ఇరవై అడుగుల దూరం ఉంది. షాజియా ముందు తన ఎడమవైపున్న రూంస్ వైపు చూసింది. అక్కడ రూంస్ కి తాళాలు వేసున్నాయి. కుడివైపుకి తిరిగింది. అక్కడా రెండు రూంస్ తలుపులు లాక్ చేసున్నాయి. మరి కేర్ టేకర్ ఎటువెళ్ళినట్టు!?

సడన్ గా ఆమె దృష్టి, ఆ రూంస్ ముందున్న ఫ్లోరింగ్ మీదికి మళ్ళింది. అక్కడ ... చీకట్లో రెండు శరీరాలు పడున్నాయి. షాజియా నిర్ఘాంతపోయింది. భయంతో ఆమె గుండె చప్పుడు, ఆమెకి వినిపిస్తోంది. తన సర్వీస్ రివాల్వర్ తీసింది. ఎడమచేత్తో బైనాక్యులర్ పట్టుకుని, చుట్టూ చూసింది. ఈసారి ఆమె దృష్టి ఎడమవైపు ఫ్లోరింగ్ మీదికి మళ్ళింది. అక్కడ, కాస్తదూరంలో యింకో మూడు శరీరాలు విసిరేసినట్టు పడున్నాయి. వాటిలో ఒకటి కాస్త కదిలినట్టనిపించింది.

కుడిచేత్తో రివాల్వర్ ని ఎయిమ్ చేసుకుని జాగ్రత్తగా అటువైపు వెళ్ళిచూసింది. అది కేర్ టేకర్ శరీరం. నైట్ విజన్ లో అతడి ఛెస్ట్ నుండి కారుతున్న రక్తం, నలుపురంగులో కనిపిస్తోంది. షాక్ తో ఓ నిముషం అలాగే నిలబడిపోయింది షాజియా.

తన సెల్ ఫోన్ తీసి, టార్చ్ ఆన్ చేసి చూసింది. ఆమె జీవితంలో అలాంటి ఘోరమైన దృశ్యం ఎప్పుడూ చూడలేదు. కేర్ టేకర్ ఛెస్ట్ దాదాపు తెగిపోయుంది. అతడి శరీరంలో కదలిక కూడా అప్పుడే ఆగిపోయింది. మిగిలిన యిద్దరివైపు చూసింది. భయంతో ఆమె కళ్ళు పెద్దవయ్యాయి. వారి మొహాల్ని గుర్తుపట్టగలిగింది. సాయంత్రం, ఆ కేర్ టేకర్ మీద అటాక్ చేసినవాళ్ళే. ఆ యిద్దరి చేతులు, మెడలు తెగిపడున్నాయి. అక్కడ ఫ్లోరింగంతా రక్తం. ఆమెకి కడుపులో వికారంపుట్టి వమిట్ అయ్యేలా ఉంది. అతికష్టంమీద తమాయించుకుని, సెల్ ఫోన్ లైట్ ని రెండోవైపు శరీరాలమీదికి తిప్పిచూసింది. అక్కడా అదే పరిస్థితి.

కాళ్ళు, చేతులు ఆడటంలేదు షాజియాకి. క్రైంసీన్ లోకి ఎంటరవడం యిదే మొదటిసారి తనకి. అందులోనూ ఒకేచోట ఐదుమంది రక్తంమడుగులో పడుండడం, తాను ఒంటరిగా రాత్రివేళ అక్కడికి రావడం. మనసంతా మొద్దుబారి పోతున్నట్టుగా ఉంది. రివాల్వర్ పట్టుకున్న కుడిచేయి వణుకుతూనే ఉంది. ఆక్షణంలో తనమీద ఎలాంటి అటాక్ జరిగినా, తాను సరిగా గురికూడా పెట్టలేదు. అసలు ట్రిగ్గర్ నొక్కేంత శక్తి కూడా యిప్పుడు తనకి లేదు. భయంతో పారిపోవాలనిపిస్తోంది. కళ్ళు భయంతో చుట్టూ చూస్తున్నాయి.

తడబడుతున్న అడుగులతో పాసేజ్ వరకూ తిరిగొచ్చి ఆగింది. ట్రైనింగ్ లో బాస్ చెప్పిన మాటలు గుర్తొచ్చాయి. ఇంతసేపూ తనమీద అటాక్ జరగలేదంటే, అక్కడ యింకెవరూ లేనట్టే. కేర్ టేకర్, ఫోన్ లో మాట్లాడిన ప్రకారం, అక్కడ యింకెవరూ ఉండరాదు. అతనొక్కడే రావాలి, గన్నీబాగ్స్ ని ఇన్నోవాలోకి మార్చాలి. కానీ యిక్కడ, అతడిమీద అటాక్ చేసిన నలుగురు కూడా ఉన్నారు. అంటే, వారి అసలు టార్గెట్, కేర్ టేకర్ కాదు ... తాను! అప్పుడు స్ఫురించిందామెకి, అసలతను లాకర్ రూం కేర్ టేకరే కాదు! తనని ఒంటరిగా యిక్కడికి రప్పించడానికి అలా డ్రామా ఆడారు.

తడబడుతూ, అతికష్టం మీద బైనాక్యులర్స్ తీసింది. తానొచ్చి యింకా రెండు నిముషాలే అయింది. థర్మోగ్రాఫ్ సెన్సర్ ఆన్ చేసి, రికార్డ్ బటన్ నొక్కింది. ఆమె చూస్తున్న దృశ్యం, అతి భయంకరంగా ఉంది. అందులో మొదట ఐదు థర్మోగ్రాఫ్స్ వేగంగా గజిబిజిగా కదులుతున్నాయి. అందులో ఒకటి మిగిలినవాటికంటే చాలా వేగంగా కదిలింది. మిగిలిన నాలుగు శరీరాల థర్మోగ్రాఫ్స్ రెండునిముషాల్లో హైట్ తగ్గిపోయి, నేలకి చేరుకున్నాయి. అంతలో యింకో థర్మోగ్రాఫ్ సీన్ లోకి వచ్చి, పదిసెకన్లలో అదికూడా పడిపోయింది. అది కేర్ టేకర్ అయ్యుండాలి. చివరి థర్మోగ్రాఫ్ మాత్రం కదులుతూ కోర్ట్ వైపుకి వెళ్ళిపోయింది. తర్వాత రెండునిముషాలకి యింకో థర్మోగ్రాఫ్, సీన్ లోకి వచ్చింది. అది తనదే, ఎందుకంటే చాలా స్లోగా, భయంగా కదులుతోంది.

రికార్డ్ బటన్ ఆఫ్ చేసి, వేగంగా తానొచ్చిన దారినే కాంపౌండ్ వాల్ చేరుకుని జంప్ చేసింది. మెయిన్ రోడ్ మీది కొచ్చి, రైట్ తీసుకుని, దేవ్ పురా పెట్రోల్ బంక్ దాకా నడిచింది. రోడ్ క్రాస్ చేసి అటువైపుకి వెళ్ళింది. ఇంకాస్తదూరం నడిచి ఓ ఆటోని ఆపింది. శాంతికుంజ్ కి పోనిమ్మని చెప్పి, నిదానంగా ఊపిరితీసుకుంది. తాను అనఫిషియల్ గా హరిద్వార్ కి వచ్చింది, కాబట్టి, నేరుగా పోలీస్ రిపోర్ట్ యివ్వడం మంచిది కాదు. అలా యిస్తే దేశంలోని మీడియా అంతా ఓ వారంరోజులు తన చుట్టే తిరుగుతుంది. పైగా, ఆ ట్రాప్ కి తానే టార్గెట్ అని తెలిస్తే, తన పరిస్థితి యింకా ఘోరంగా మారుతుంది. అందుకే శాంతికుంజ్ దగ్గర దిగేసి, నడుచుకుంటూ తన హోటల్ చేరుకోవాలి, ఎవరికీ ఏ అనుమానం రాకుండా.

మనసు, శరీరం కాస్త స్థిమితపడేందుకు, తానో సిబిఐ ఆఫీసర్నని తిరిగితిరిగి జ్ఞాపకంచేసుకుంటోంది. రెండునిముషాలకి ఆమెకి కాస్త కంట్రోల్ వచ్చింది. ఎంత ఫూలిష్ గా తానో ట్రాప్ లోకి వెళ్ళింది. అదే టైంకి, ఎవరో ఆ ఐదుమందినీ అక్కడే టార్గెట్ చేశారు. కాబట్టి, యిప్పుడిలా ఆటోలో కూచుని వెళుతోంది. లేకపోతే!?... ఆ ఆలోచనే చాలా భయంకరంగా ఉంది.

ఒంటరిగా ఆ ఐదుమంది కిరాతకులకి ఈటైంలో తాను చిక్కుంటే, ఈపాటికి తన గతి ఏమయ్యుండేది. ఆ ప్లేస్ ఎంత రిమోట్ గా ఉంది. అక్కడినుండి ఎంత గట్టిగా కేకలుపెట్టినా, ఎవరికీ వినిపించే ఛాన్స్ లేదు. బ్రేవ్ హార్ట్ ఉదంతం న్యూస్ లో చూసినప్పుడల్లా తనకి గగుర్పాటు కలిగేది. మనుషుల్లో యింత రాక్షసత్వం ఉందా అనిపించేది. అలాంటిది, తానే అటువంటి ట్రాప్ లోకి వెళ్ళిందంటే ... ఊహించడానికే భయంగా ఉంది.

మే 26, 2013

జై హోటల్, అగస్త్యముని హిల్ స్టేషన్

విసుగ్గా టైం చూసుకున్నాడు మసూద్ అలీ. పదకొండు దాటింది. కేదారనాథ్ స్టేషన్ హెడ్ కానిస్టేబుల్ యింకా రాలేదు. ఇండియాలోనూ, పాకిస్తాన్ లోనూ యిదే వరస. లంచం తీసుకోవడానికి కూడా టైంకి రాలేని బద్ధకం, బ్యూరోక్రసీకి. ఎప్పుడూ తమకోసం అందరూ వెయిట్ చేయాలి. అందులోనే గౌరవం అనుకుంటారు.

తానొచ్చి అరగంట దాటింది. రాగానే హోటల్లోకి వెళ్ళకుండా, బయటే నిలబడి కాజువల్ గా పది నిముషాలపాటు చుట్టూ గమనించాడు, మఫ్టీలో ఎవరైనా పోలీస్ డిపార్ట్ మెంట్ కి చెందిన వ్యక్తులున్నారేమోనని. ఆ హెడ్ కానిస్టేబుల్, తన మాటలకి బోల్తాపడ్డాడనే తాను అనుకున్నాడు. అయినా సరే, ఎవరినీ అంత తొందరగా నమ్మడం, లేదా తక్కువ అంచనా వేయడం మంచిదికాదు. హమీద్ నుండి తాను చాలా నేర్చుకున్నాడు. డౌట్ ఫుల్ కారెక్టర్స్ ఎవరూ కనిపించకపోవడంతో లోనికొచ్చి, ఓ కార్నర్ టేబిల్ సెలక్ట్ చేసుకుని కూచున్నాడు. తన బాగ్ నుండి స్కార్లెట్ రెడ్ కలర్ కోట్ తీసి వేసుకున్నాడు. ఇప్పుడా బాగ్ ఖాళీగా ఉంది, తాను తెచ్చిన గిఫ్ట్ తప్ప అందులో యింకేం లేవు.

అది సెల్ఫ్ సర్వీస్ రెస్టరెంట్. వెళ్ళి ఓ బ్లాక్ కాఫీ, గ్రిల్డ్ సాండ్విచ్ ఆర్డర్ చేసి తెచ్చుకున్నాడు. ఎంత నిదానంగా తిన్నా, పదినిముషాల్లో ఖాళీ అయ్యాయి. టైంపాస్ చేయడానికి, యింకో సాండ్విచ్ తెచ్చుకున్నాడు. వెయిట్ చేయడానికి తనకేం బాధలేదు. కానీ, అక్కడినుండి కేదారనాథ్ కి చివరి ట్రిప్ హెలికాప్టర్, పదకొండున్నరకి బయలుదేరుతుంది. అప్పటికే హోటల్ నుండి కొంతమంది హెలిపాడ్ వైపు బయలుదేరుతున్నారు. తానూ టైంకి రెస్టరెంట్ నుండి బయటికి వెళ్ళకపోతే అనుమానాలొస్తాయి, సాండ్విచ్ కోసం ఎవరూ హెలికాప్టర్ మిస్ అవరు.

విసుగ్గా రెస్టరెంట్ డోర్ వైపు చూశాడు, అప్పుడే వస్తూ కనిపించాడు హెడ్ కానిస్టేబుల్. తనని ఎవరైనా గమనిస్తున్నారేమోననే భయం, అనుమానాలేమీ లేవు, అతడిలో. త్వరగావచ్చి, మసూద్ పక్కనే కూచుని, 'సారీ' మెల్లగా గొణిగాడు. వీడి మొహానికి మేనర్స్ కూడా అనుకుంటూ, తన బాగ్ జిప్ తీశాడు మసూద్. ఇలాంటివి బాగా అలవాటైనట్టు, హెడ్ కానిస్టేబుల్ వెంటనే బాగ్ లో చెయ్యిపెట్టాడు.

అదే టైంకి మసూద్ చెయ్యి, ఆ బాగ్ కిందకి వెళ్ళడం అతను గమనించలేదు. అతడి తొందరపాటుకు నవ్వుకున్నాడు మసూద్, బాగ్ కిందున్న బటన్ నొక్కాడు. అంతే,...ఒక్క క్షణం హెడ్ కానిస్టేబుల్ మొహంలో కండరాలన్నీ బాధతో బిగుసుకున్నాయి. తన చేతిని రెట్టింపు వేగంతో బయటికి తీసుకున్నాడు. అతడి అరుపు వినిపించకుండా మసూద్ తన రెండోచేత్తో నోరు మూసేశాడు, నాలుగు సెకన్ల టైం చాలు, విషం పనిచేయడానికి.

ఐఎస్ఐ లోని బ్లాక్ ఆపరేషన్స్ డిపార్ట్ మెంట్ తయారుచేసిన వెపన్స్ లో, స్ప్రింగ్ స్నేక్ అన్నిటికన్నా బాగా సక్సెస్ అయింది. అదో ఆర్టిఫిషియల్ పాము. దాన్ని స్ప్రింగ్ లా చుట్టి, ఎక్కడికైనా సులభంగా తీసుకువెళ్ళొచ్చు. పాముకులాగే దానికీ పడగ, కోరలు అమర్చబడ్డాయి. బాగ్ కిందున్న బటన్ నొక్కగానే,

స్ప్రింగ్ విడుదలై 'కాటు' వేస్తుంది. పోస్ట్ మార్టంలో అనుమానం రాకుండా, సహజమైన పాముviషాన్నే కోరలమీదున్న సాచెస్ లో నింపాడు. ఏ ప్రాంతంలో దాన్ని వాడుతున్నారో, అక్కడి పాముల్లో చాలా విషపూరితమైన వాటి విషాన్ని, సాచెస్ లో నింపుతారు.

హెడ్ కానిస్టేబుల్ శరీరం టేబుల్ మీదికి వాలిపోయింది. మసూద్ చుట్టూ చూశాడు, చాలామంది త్వరగా హెలిపాడ్ వైపు బయలుదేరుతున్నారు, ఎవరూ తమని గమనించడంలేదు. కాజువల్ గా లేచి, రెస్టరెంట్ నుండి బయటికొచ్చాడు. అందరితో పాటు హెలిపాడ్ వైపుకు వేగంగా అడుగులు వేశాడు. కానీ, కేదారనాథ్ వెళ్ళే అవసరం తనకి లేదు. హెలిపాడ్ గేట్ బయటే, ఓ ఖాళీ టాక్సీ పట్టుకున్నాడు.

"క్యాహువా సాబ్, టికెట్ దొరకలేదా?" అడిగాడు టాక్సీ డ్రైవర్.

"నో టికెట్" అంటూ, చిన్నగా భుజాలెగరేశాడు మసూద్ "టేక్ మీ టు రిషికేశ్ ప్లీస్" చెప్పాడు, డోర్ వేసుకుంటూ.

మే 26, 2013

హరిద్వార్, గ్రాండ్ బసంత్ హోటల్

సెల్ ఫోన్ మోగుతూంటే ఉలికిపడి లేచింది షాజియా. టైం, ఉదయం పదవుతోంది. తనకి ఊహతెలిసిన దగ్గరనుండి ఏరోజూ అంతసేపు నిద్రపోలేదు. రాత్రి కోర్ట్ నుండి హోటల్ కి తిరిగొచ్చాక, చాలా సేపు భయంగా, టెన్షన్ గా ఉండింది. నిద్ర పట్టకపోవడంతో, మెడికల్ షాప్ కెళ్ళి ఓ నిద్రమాత్ర తెచ్చుకుని వేసుకుంది.

సెల్ ఫోన్ తీసిచూసింది, బాస్ లైన్ లో ఉన్నారు.

"గుడ్ మార్నింగ్ సర్"

"మార్నింగ్ షాజియా! నీ లాప్ టాప్ అందిందా"

"నిన్న సాయంత్రం ఎయిర్ పోర్ట్ కి వెళ్ళలేకపోయాను సర్, ఇవ్వాళ వెళుతున్నాను"

"ఎందుకని?"

షాజియా ఓసారి డీప్ బ్రీత్ తీసుకుని, జరిగిందంతా చెప్పింది.

అరవింద్ నార్లేకర్ స్టన్నయ్యాడు. ఉదయంనుండే న్యూస్ ఛానెల్స్ లో, హరిద్వార్ కోర్ట్ వెనక జరిగిన క్రిమినల్స్ హత్యగురించి చెబుతున్నారు. కానీ, ఆ న్యూస్ కి షాజియాతో సంబంధం ఉంటుందని ఊహించలేదు.

"మైగాడ్, షాజియా! అంత ఫూలిష్ గా ఎలా వెళ్ళావు!? కనీసం, నన్నోసారి అడగాలని కూడా అనిపించలేదా నీకు!?"

"నిజమే సర్. ఇందులో హరిద్వార్ సిబిసిఐడి లోని కొంతమంది యిన్వాల్వయ్యారని వాడన్నపుడు, నా ఫోకస్ అంతా ఆ జిపిఆర్స్ లోని డేటా ఎలా సంపాదించాలనే విషయం మీదే ఉండింది"

"టివి ఆన్ చేసి, ఏదైనా న్యూస్ ఛానెల్ పెట్టు"

"సర్ ఎందుకు!?" అడుగుతూనే టివి ఆన్ చేసింది.

"ఆ ఐదుమంది ఫోటోల్ని చూపిస్తున్నారుగా. అందులో ఎవడు నిన్ను మిస్ లీడ్ చేసింది"

"ఎడమనుండి రెండో ఫోటో సర్"

"గాడ్, వాడు బబ్లూతివారి. ఐనా, ఎవడో అనామకుడు సిబిసిఐడి గురించి అలా కథలు చెబితే నమ్మేస్తావా!? వాడు నిజంగా లాకర్ రూం కేర్ టేకరా, కాదా అని కూడా వెరిఫై చేసుకోకుండా, ఎంత రిస్క్ తీసుకున్నావు. ట్రైనింగ్ లో సీనియర్స్ చెప్పినవేవీ జ్ఞాపకంరాలేదా నీకు? నీకేమైనా జరిగుంటే, జీవితాంతం నన్నునేను క్షమించుకోలేకపోయేవాడిని"

"సారీ సర్. నిన్నరాత్రి స్పాట్ నుండి హోటల్ కి తిరిగొస్తున్నప్పుడు, నేనూ అదే అనుకున్నాను, ఎంత ఫూలిష్ గా ఆ ట్రాప్ లోకి వెళ్ళానని. లక్కీగా అదే టైంకి ఎవరో ఆ ఐదుమందినీ అక్కడే టార్గెట్ చేశారు. కాబట్టి, నే బతికిపోయాను, లేకపోతే... "

"నో షాజియా... ఇది కో ఇన్సిడెన్స్ కాదు! ఎవరో నిన్ను కవర్ చేస్తున్నారు!"

"సర్!?" అడిగింది అర్థంకానట్టు.

"ఎవరో నీ మువ్ మెంట్స్ ని జాగ్రత్తగా గమనిస్తూ, నిన్ను కవర్ చేస్తున్నారు. నీమీద అటాక్ జరుగుతుందని కచ్చితంగా వాళ్ళకి తెలుసు. అందుకే, అదే స్పాట్ లో ఆ ఐదుమందిని టార్గెట్ చేశారు"

"సర్, నన్ను కవర్ చేయడం ఏంటి!? ... నాకేం అర్థం కావడంలేదు"

"ఇప్పుడు నాకంతా క్లియర్ గా అర్థమవుతోంది. మన యిన్వెస్టిగేషన్ ని సీక్రెట్ గా అడ్డుకోవడానికి, మొదటినుండి ఓ గ్రూప్ ట్రై చేస్తోంది. అంతకంటే సీక్రెట్ గా యింకో గ్రూప్ నిన్ను కవర్ చేస్తోంది, ఈ యిన్వెస్టిగేషన్ ఆగిపోకుండా!"

"సర్, మీరు చెప్పిందేదీ నాకు అర్థం కావడంలేదు!?"

"ఇట్స్ ఓకే షాజియా! త్వరలోనే అన్నీ క్లియరవుతాయి. ముందు డెహ్రాడూన్ వెళ్ళి నీ లాప్ టాప్ తీసుకుని, నాకు ఫోన్ చేయ్, పాస్ వర్డ్ యిస్తాను. క్లైర్ యిచ్చిన పెన్ డ్రైవ్ లోని డేటా నాకు యి-మెయిల్ చేయ్"

"ఓకే సర్"

"రేపుదయం కోర్ట్ కెళ్ళి, లాకర్ రూం లోని జిపిఆర్స్ ని చూడు, వాటిలో ఏదైనా డాటా ఉంటే నాకు పంపించు. అక్కడినుండే నాకు ఫోన్ చేయ్"

"సర్. ఈ పరిస్థితుల్లో నేను కోర్ట్ వైపుకి వెళ్ళటం... !? "

"ఏంటి భయపడుతున్నావా!? డోంట్ వరీ, నీ వెనక నేనున్నాను. ఇప్పుడే హరిద్వార్ ఐజి తో మాట్లాడి, నీకు సెక్యూరిటీ ఏర్పాటు చేయిస్తాను"

"సర్, వద్దు. నన్నెవరో కవర్ చేస్తున్నారని యిందాక చెప్పారుగా. అదెవరో తెలుసుకోవాలంటే, నాచుట్టూ సెక్యూరిటీ లేకపోవడమే మంచిది. నే రేపు కోర్ట్ కి వెళతాను"

"గుడ్. కానీ, నిన్ను ట్రాప్ చేయించిందెవరో ముందుగా తెలుసుకోవాలి. బబ్లూ తివారి, బలదేవ్ సింగ్ మాలి గాంగ్ లో పనిచేసేవాడు. మాలికి, పొలిటికల్ క్రైమ్స్ తో సంబంధం ఉంది. కానీ, మన యిన్వెస్టిగేషన్ ని సీక్రెట్ గా ఆపాలని వాడెందుకు ట్రై చేస్తున్నట్టు"

"సర్. బహుశా బలదేవ్ సింగ్ మాలి యిందులో యిన్వాల్వ్ కాలేదేమో. బబ్లూ తివారి డైరెక్ట్ గా ఎవరితోనో డీల్ సెట్ చేసుకునుంటాడు"

"కావచ్చు. ఆ విషయం నే తెలుసుకుంటాను"

"ఎలా సర్?"

"సింపుల్. ఈ మధ్యనే హరిద్వార్ లోని అన్ని ఇంపార్టెంట్ ప్లేసస్ లో, సిసి టివి కెమెరాస్ సెట్ చేశారు. నిన్నటి ఫుటింగ్స్ చూస్తే తెలిసిపోతుంది. ఈపాటికే పోలీస్ ఆ పనిలో ఉండుంటారు"

"సర్, దాంతోపాటు నన్ను కవర్ చేస్తోందెవరో, ఎందుకు చేస్తున్నారో కూడా తెలుసుకుంటే, మన యిన్వెస్టిగేషన్ ని ఆపాలని ట్రై చేస్తున్న గ్రూప్ ఎవరో, వారి ప్లాన్స్ ఏంటో తెలుసుకోవచ్చుగా!?"

"కరెక్ట్. నీ పాయింట్ ఏంటి?"

"సర్, నిన్న ఆ స్పాట్ లో థర్మోగ్రాఫ్స్ రికార్డ్ చేశాను"

"ఎలా!? నువ్వెళ్ళేసరికే ఆ ఐదుమంది చనిపోయారుగా!?"

"ఎస్ సర్. కానీ, అదంతా నే కాంపౌండ్ వాల్ దూకి, అక్కడికి చేరుకునే లోపే జరిగింది!"

“సారీ షాజియా, ‘భయపడుతున్నావా’ అని యిందాక అడిగినందుకు. ఆ పరిస్థితుల్లో థర్మోగ్రాఫ్ రికార్డ్ చేశావంటే, నిజంగా నీకు చాలా ధైర్యం ఉంది. సరే, యింతకీ దాన్నుండి ఏమైనా తెలిసిందా?”

“ఆ ఐదుమందినీ చంపిన వ్యక్తి థర్మోగ్రాఫ్, కోర్ట్ వైపుకి వెళ్ళి మాయమైంది”

“వాట్!?... అంటే, ఆ ఐదుమందినీ చంపింది ఒకే వ్యక్తా!?”

“ఎస్ సర్, అదికూడా కేవలం నాలుగైదు నిముషాల్లో!”

“మైగాడ్! దిసీస్ అన్ బిలీవబుల్, షాజియా! ఆ రికార్డ్ ని వెంటనే మృణాలినికి పంపించు. అఫ్ కోర్స్, మన దగ్గరున్న థర్మోగ్రాఫ్ రికార్డ్స్ చాలా తక్కువే. అయినా, ఏ క్రిమినల్ తోనైనా మాచవుతుందేమో చూద్దాం”

“ఓకే సర్” చెప్పింది. సిబిఐ లోని రిసర్చ్ అండ్ డివలప్మెంట్ డిపార్ట్ మెంట్ లో సీనియర్ అనలిస్ట్ మృణాలిని. తమ స్పెషల్ బైనాక్యులర్స్ కి, థర్మోగ్రాఫ్ సెన్సర్స్ ని సెలక్ట్ చేసిన టెక్నికల్ కమిటీకి ఆమె లీడర్.

మే 26, 2013

లీగసీ హోంస్, కరాచీ

కోపం, అసహనంతో ఊగిపోతున్నాడు హమీద్ మిర్. ఉదయం పదికి ఇఫ్తకారుద్దీన్నుండి వచ్చిన మెసేజ్, తమ డిపార్ట్ మెంట్ లో, నెక్స్ట్ జనరేషన్ లోని ఇమ్మెచూరిటీకి అద్దంపడుతోంది. ఈ జనరేషన్ గురించి ముక్తార్ అహ్మద్, తనతో మజారీ క్విద్ దగ్గర అన్నమాటలు అక్షరాలానిజం. ఏ పనినీ సరిగా ప్లాన్ చేసుకోకుండా, ముందుకెళ్ళిపోవడం అన్నది హీరోయిజంకాదు, అదో వీక్ నెస్. ఎప్పుడర్థమౌతుంది ఈ జనరేషన్ కి!?

షాజియాని ట్రాప్ చేయబోయి, ఇఫ్తపారుద్దీన్ తానే ట్రాప్ అయ్యాడు. హరిద్వార్ మేజిస్ట్రేట్ కోర్ట్ వెనక, ఒకేసారి ఐదుమంది నటోరియస్ క్రిమినల్స్, ఘోరంగా హత్య చేయబడ్డారు. ఇండియన్ మీడియాకి యింతకంటే సెన్సేషనల్ టాపిక్ ఏముంటుంది. ఉదయం తొమ్మిదినుండే అన్ని ఛానెల్స్ లోనూ అదే న్యూస్ వస్తోంది. అది చూశాకే ఇఫ్తపారుద్దీన్ అలర్టై తనకి మెసేజ్ పెట్టాడంటే, రాత్రంతా తన టీం ఏం చేస్తోందో కూడా గమనించుకోలేదు. ఐఎస్ఐ, చివరికి యిలాంటి చేతకాని వెధవల చేతుల్లో పడబోతోంది. ఈరోజు ఆదివారం కాబట్టి కాస్త ఆలస్యమైంది, లేకపోతే యింకా త్వరగానే ఆ న్యూస్ వచ్చుండేది.

"ఇఫ్తకార్! నే చెప్పింది, ఆక్సిడెంట్ ప్లాన్ చేసి, ఆమెని ఎలిమినేట్ చేయమని. ఇలా ట్రాప్ చేయమని కాదు. చేతకానప్పుడు కనీసం సీనియర్స్ ని అడగాలనే కామన్ సెన్స్ కూడా లేదా నీకు?-ప్రోటోకాల్ 5ఎం. డిలిట్ ఎండ్ డ్రాఫ్ట్ న్యూ"

మెసేజ్ సేవ్ చేసి లాగాఫ్ చేశాడు. లండన్ నుండి క్లైర్, తమ డ్రాఫ్ట్ ఇ-మెయిల్స్ ని హాకింగ్ చేసే ఛాన్సుంది. అందుకే ప్రతి డ్రాఫ్ట్ మెయిల్ ని, చదవగానే డిలిట్ చేసి కొత్త డ్రాఫ్ట్ చేయమని రాశాడు. తాను సెలక్ట్ చేసుకున్న పాస్ వర్డ్ చాలా హార్డ్. కాబట్టి, హాకింగ్ అంత సులభం కాదు. కానీ, ఈసారి హమీద్ ఎటువంటి ఛాన్స్ తీసుకోదలచుకోలేదు. సరిగ్గా ఐదు నిముషాలకు లాగిన్ చేశాడు. రిప్లై డ్రాఫ్ట్ సేవ్ అయింది.

"హుకుం, నే పర్ఫెక్ట్ గానే ప్లాన్ చేశాను, నాకున్నంత టైంలో. కానీ, యిదెలా జరిగిందో నాకు తెలియదు. ప్లాన్ ప్రకారం, నా టీం పనిముగించి దూరంగా సేఫ్ ప్లేస్ కి పారిపోయి, ఈరోజు ఉదయం పది, పదకొండు మధ్యలో నాకు ఫోన్ చేయాలి"

"దీన్ని పర్ఫెక్షన్ అనుకుంటున్నావంటే, నీకంటే పనికిమాలిన వెధవ మన డిపార్ట్ మెంట్ లో లేడనే అర్థం. ఆమె నీ ట్రాప్ లో చిక్కుకుని చనిపోయుండినా, సిబిఐ దీన్నంత తేలిగ్గా వదిలేస్తుందా. నువ్వెలాగూ చస్తావ్. పైగా, మన డిపార్ట్ మెంట్ పేరుకూడా ఎక్స్ పోస్ చేసి చావబోతున్నావ్!"

"హుకుం, నేనెక్కడా ఎక్స్ పోస్ అవలేదు. హరిద్వార్ లో నే దిగిన హోటల్ కూడా చాలా చిన్నది. ఫోటో ఐ కార్డ్ అడగటంలాంటివేం లేవు. నా ప్లాన్ కూడా బబ్లూతో కార్లో డిస్కస్ చేయలేదు. నా రూంలోనే చేశాం. కాబట్టి సిబిఐ, మన దాకా రాలేదు"

"నువ్వా బబ్లూతో టాక్సీలో వెళ్ళావు. ఈన్యూస్ చూసి ఆ టాక్సీ డ్రైవర్, పోలీస్ కి ఇన్ఫర్మేషన్ యివ్వచ్చు. అంతెందుకు, వాడిని తీసుకుని రూంకొచ్చానంటున్నావు. నీ హోటల్ లో ఎవరైనా ఇన్ఫర్మేషన్ యివ్వచ్చు"

"టాక్సీ డ్రైవర్ నన్ను సరిగా చూడలేదు, హోటల్ లో కూడా మమ్మల్నెవరూ గమనించలేదు"

"ఇడియట్! పొలిటికల్ కిడ్నాపింగ్స్, మర్డర్స్ చేసే బలదేవ్ సింగ్ మాలికి కుడిభుజంలాంటి బబ్లూతివారి, వాడి నలుగురు డ్రీడెడ్ క్రిమినల్స్, హరిద్వార్ మేజిస్ట్రేట్ కోర్ట్ వెనక హత్యకి గురైతే, ఇండియన్ పోలీస్ దీన్నంత తేలిగ్గా వదిలేస్తుందా. పైగా, ఆ అమ్మాయి నీ ట్రాప్ లో పడలేదు. కాబట్టి, ఆ ట్రాప్ తనకోసమేనని సులభంగానే అర్థంచేసుకునుంటుంది. నా అంచనా నిజమైతే, ఈపాటికే సిబిఐ నీ మీద రెడ్ అలర్ట్ పెట్టుంటుంది"

"కానీ హుకుం, నే యిందులో ఇన్వాల్వయ్యానని ఎవరూ తెలుసుకోలేరు"

"అటే చుప్! లేదంటే, నేనే యిక్కడినుండి డెత్ స్క్వాడ్స్ పంపిస్తాను, నిన్ను ఎలిమినేట్ చేసేందుకు. న్యూస్ చూడవా అసలు. ఇండియాలోని అన్నిటూరిస్ట్ టౌన్స్ లోనూ, ముఖ్యమైన రోడ్స్ లో, హై రెసొల్యూషన్ సిసి టివి కెమెరాలు పెట్టారు. అందులో నిన్నూ, బబ్లూను పట్టుకోవడం ఎంతసేపు. మహా ఐతే, ఓ పది లేదా ఇరవైగంటల ఫుటింగ్స్ వెతకాలి, అంతే"

ఇష్తకారుద్దీన్ కాసేపు ఏం రిప్లై రాయలేకపోయాడు. అంతడీప్ గా ఆలోచించి ప్లాన్ చేయాలని ఎవరూ తనకి నేర్పలేదు. హమీద్ గురించి విన్నాడు. అతడి టీంలో ఎవరైనా తప్పుచేస్తే ఏం జరుగుతుందో కూడా విన్నాడు. అతడి భయం అదే యిప్పుడు.

"ఇంతకీ, ఆ ఐదుమందినీ అటాక్ చేసిందెవరో తెలుసుకున్నావా?" అడిగాడు హమీద్.

"ఆ ఐదుమంది మీద చాలా క్రిమినల్ కేసులున్నాయి. అందులో ఎవరో కక్ష కొద్దీ చంపుంటారు"

"ఇప్పుడు నువ్వు రాసిందే, అరగంట క్రితం న్యూస్ లో చెప్పారు. నాక్కావలసింది న్యూస్ కాదు, సాలిడ్ ఇన్ఫర్మేషన్...ఈ అటాక్ చేసిందెవరు?"

"ఇంకా తెలియదు హుకుం"

"సిబిఐ వచ్చి అరెస్ట్ చేసేదాకా అక్కడే లాడ్జ్ లో పడుకునుండు! రాత్రంతా నీ టీం ఏం చేస్తోందో కూడా నువ్వు గమనించుకోలేదు. నీలాంటి వెధవల్ని ముక్తార్ ఎలా భరిస్తున్నాడో నాకర్థంకావడం లేదు!"

"హుకుం, యిప్పుడ నన్నేం చేయమంటారు?"

"ఇండియాలో ఏళ్ళతరబడి క్లీన్ చేయని డీప్ గట్టర్స్ చాలా ఉన్నాయి. వాటిలో నీకు నచ్చిందాట్లో దూకి చావు. ఇక్కడికొచ్చి నా చేతికి దొరికావంటే, ఆఫ్ఘాన్ బార్డర్ లో ఏదైనా అండర్ గ్రౌండ్ సెల్ లో నిన్ను పెట్టించి, రోజుకో నరం చొప్పున కట్ చేయిస్తాను. అక్కడ ఎంత గట్టిగా మొత్తుకున్నా, ఎవ్వరూ చూసేందుకు కూడా రారు. నువ్వు చచ్చాక, ఆ సెల్ ని పైనుండి మట్టితో కప్పేస్తారు"

"ప్లీస్ హమీద్ సాబ్, ఒక్క ఛాన్స్ యివ్వండి. నేనెప్పుడూ మీలాంటి సీనియర్స్ దగ్గర పనిచేయలేదు. ప్లానింగ్, పర్ఫెక్షన్ లాంటివి ఎవరూ నాకు సరిగా నేర్పలేదు. అందుకే ఈ మిస్టేక్ జరిగింది"

డ్రాఫ్ట్ ఇ-మెయిల్ వైపు తదేకంగా చూశాడు హమీద్. క్షమించడం అన్నది హమీద్ కి తెలియదు. కానీ, యిప్పుడు తనకికూడా ఇండియాలో ఓ హాండ్ అవసరం, కనీసం తానక్కడికి వెళ్ళేవరకు. అందుకే ఓ నిర్ణయానికొచ్చాడు.

"ఇష్తకార్! నువ్విప్పుడు ఇండియాలో ఇల్లీగల్ గా ఉంటున్న, ఓ వాంటెడ్ క్రిమినల్ వి. నీకు డిప్లొమేటిక్ ఇమ్మూనిటీ రెండురోజుల క్రితమే పోయింది !"

"హుకుం, నాకర్థం కాలేదు, మీరేం చెబుతున్నారు!?"

"డ్యూటీలో జాయినైనప్పుడు, ఓ బ్లాంక్ పేపర్ మీద నీ సైన్ తీసుకునుంటారు, గుర్తుందా!? ఎవరైనా డిపార్ట్ మెంట్ కి గుదిబండగా తయారైతే, దాన్ని ఉపయోగిస్తాం. దానిమీద నీ రిసిగ్నేషన్ లెటర్ ఎప్పుడో ప్రింటైంది. నాలుగురోజుల వెనకటి డేట్ వేసి, యిప్పుడే దాన్ని ఢిల్లీలోని మన హైకమిషన్ కి పంపించే ఏర్పాటుచేస్తాను. దాంతోపాటు రెండురోజుల క్రితం డేట్ తో, నిన్ను రిలీవ్ చేసి పంపించమనే ఆర్డర్ కూడా వెళుతుంది. రేపు సాయంత్రం, మన హైకమిషనర్ నుండి ఢిల్లీలోని చాణక్యపురీ పోలీస్ స్టేషన్ కి, ఓ కంప్లైంట్ వెళుతుంది, నువ్వు కొన్ని ముఖ్యమైన పేపర్స్ దొంగతనం చేసి పారిపోయినట్టు"

ఆ మెసేజ్ చదువుతుంటే, ఇఫ్తకారుద్దీన్ కి కళ్ళు బైర్లుకమ్మాయి. ఇన్నేళ్ళూ డిపార్ట్ మెంట్ కి ఎంత సర్వీస్ చేశాడు. ఈరోజు తనవల్ల ఓ తప్పు జరిగిందని యింత పెద్ద శిక్షా!? ఇప్పటివరకు గౌరవంగా బతికిన తాను, ఓ నేరస్థుడిలా ఇండియాలో అందరినీ తప్పించుకుంటూ బతకాలి. తన కర్మకాలి, ఇండియన్ పోలీస్ కి లేదా సిబిఐ కి దొరికితే, పాకిస్తాన్ నుండి తనకి ఎటువంటి సహాయం దొరకదు.

"హుకుం, నేనిప్పుడు ఎక్కడికి వెళ్ళాలి, ఎలా బతకాలి?"

"నా దృష్టిలో, నువ్వు బతికుండే అర్హతని కోల్పోయావు! ఐనా ఓ ఛాన్స్ అడిగావు, కాబట్టి యిస్తున్నాను. హరిద్వార్ నుండి కాస్తదూరంలో, ఏదైనా విలేజ్ లో తలదాచుకో. నిన్నెవరూ గుర్తుపట్టకుండా జాగ్రత్తపడు. ప్రతి అరగంటకీ మెయిల్ బాక్స్ ఓపెన్ చేసి చూస్తూండు. నేను ఏ క్షణమైనా నిన్ను కాంటాక్ట్ చేయొచ్చు. అరగంటలో నాకు రిప్లై రావాలి. ఈసారి నే చెప్పే పనులు సరిగాచేస్తే, ఇండియానుండి యిక్కడికి వాపస్ రావడానికి ఛాన్సుంది. ఇంకో తప్పు చేశావంటే, నేనే సిబిఐకి యిన్ఫర్మేషన్ యిచ్చి, నిన్ను అరెస్ట్ చేయిస్తాను. ఈ మెసేజ్ చదివాక, వెంటనే డిలిట్ చేయ్"

చివరి మెసేజ్ సేవ్ చేసి, లాగాఫ్ చేశాడు హమీద్. ఇఫ్తకారుద్దీన్ చాలా పొరపాట్లు చేశాడు. ఇండియన్ పోలీస్ రికార్డ్స్ లో ఉన్న క్రిమినల్స్ ని వాడేటప్పుడు, తాను దూరంగా ఉంటూ పనులు చేయించుకోవాలి. వారిని మానిటర్ చేస్తూండాలి. అలాంటి క్రిమినల్స్ కి శత్రువులు చాలామంది ఉంటారు. ఈ క్రిమినల్స్, వేరే ఆపరేషన్స్ లో బిజీగా ఉన్న టైం చూసి శత్రువులు అటాక్ చేస్తారు, అప్పుడైతే వారికి చాలా సేఫ్ కాబట్టి. అందుకే బ్లాక్ ఆపరేషన్స్ లో, టీంకి దూరంగా ఉండి ఒకరు మానిటర్ చేస్తూండాలి. ఐఎస్ఐ లో, ప్రస్తుతం ఇఫ్తకార్ లాంటి వెధవలు చాలామందే ఉన్నారు. ఎవరూ వాళ్ళని బాగుచేయలేరు.

ముక్తారహ్మద్ కి ఫోన్ చేసి విషయం చెప్పాడు "నీ కాండిడేట్ కాబట్టి, ప్రాణాలతో బయటపడేందుకో ఛాన్సిచ్చాను. ఇక మీదైనా ఒళ్ళు దగ్గరపెట్టుకుని పనిచేయమను"

"ఓకే హమీద్, నే మాట్లాడతాను. ఇంతకీ నీ నెక్స్ట మువ్ ఏంటి? "

"మసూద్ అలీ నుండి ఓ కన్ఫర్మేషన్ రావాలి. అది రాగానే నా నెక్స్ట మువ్ చెబుతాను. ఈలోపు, నా పోలికలున్న స్లీపర్ ని అర్జెంట్ గా వెదుకించు"

"అంటే నువ్వుకూడా..... !? "

"ఎస్ ముక్తార్! నే వీలైనంత త్వరగా ఇండియా వెళ్ళాలి. మసూద్ కూడ ఒంటరిగా దీన్ని హాండిల్ చేయలేడు. ఇఫ్తకార్, ఎంతబాగా పనిచేస్తాడో చూశాంగా!"

"ఓకే హమీద్, కానీ, ఇలా దొంగదారిలో ఎందుకు వెళ్ళడం!? నిన్ను అఫిషియల్ గా మన హైకమిషన్ లోనే అపాయింట్ చేయించి మూడు, నాలుగు రోజుల్లో ఇండియాకి పంపిస్తాను"

"వద్దు. నే దొంగదారిలోనే వెళ్ళాలి, కారణం నీకు త్వరలోనే తెలుస్తుంది" చెప్పి ఫోన్ పెట్టేశాడు హమీద్.

టైం పదకొండు పది. సాటోకి తానిచ్చిన ఈ-మెయిల్ ఐడికి లాగిన్ చేశాడు. ఫస్ట్ రిపోర్ట్ వచ్చింది.

"హమీద్ భాయ్! నీ అనుమానం కొంతవరకు కరెక్టే. మసూద్ ని ఎవరో ఫాలో అవుతున్నారు. కానీ, అది సిబిఐ లేదా సిఐడి కాదు. ప్రొఫెషనాలిటీని బట్టి చెబుతున్నాను. ఫోటోలు అటాచ్ చేశాను. ఈ యిద్దరూ ఢిల్లీనుండి మసూద్ ని ఫాలో అవుతున్నారు. రిషికేశ్ లో దిగాక కూడా, హోటల్ వరకు ఫాలో అయ్యారు. ఆ తర్వాత కనిపించలేదు. నే మసూద్ ని కవర్ చేస్తున్నాను. మసూద్, ప్రస్తుతం అగస్త్యముని హెలిపాడ్ ఎదురుగా ఉన్న ఓ రెస్టరెంట్ నుండి బయటికొస్తున్నాడు. తిరిగి సాయంత్రం రిపోర్ట్ పంపిస్తాను"

అటాచ్ మెంట్ లోని ఫోటోల్ని ఓపెన్ చేశాడు. చూడగానే ఏదో అనుమానం మొదలైంది. ఆ యిద్దరినీ తానెక్కడో చూశాడు, ఈ మధ్యనే! ... ఎక్కడ?? ... సడన్ గా జ్ఞాపకం వచ్చింది హమీద్ కి!

మూడురోజుల క్రితం, ఇఫ్తకారుద్దీన్ ఢిల్లీనుండి పంపించిన ఫోటోలని ఓపన్ చేశాడు. షాజియాని ఫాలో చేస్తూ, క్యాబ్ రెస్టరెంట్ కి వెళ్ళినపుడు తీసిన ఫోటోలు. చివరి ఫోటోలో క్లెర్ ఉంది, అందులో షాజియాకూడా కనిపిస్తోంది. ఆమె వెనకున్న టేబుల్ లోని ముగ్గురు జెంట్స్ కూడా ఆ ఫోటోలో కనిపిస్తున్నారు. అందులో యిద్దరి ఫోటోలు, యిప్పుడు సాటో పంపిన ఫోటోలతో టాలీ అవుతున్నాయి!

ఇఫ్తకారుద్దీన్ గురించి వారికి తెలిసే ఛాన్స్ లేదు. అంటే, ... వాళ్ళు షాజియాని కవర్ చేస్తున్నారా!? అదే వ్యక్తులు యిప్పుడు మసూద్ ని కూడా ఫాలో అవుతున్నారు. ఈ కొత్త శతృవులెవరు!? గ్లోబల్ ఎన్విరాన్మెంట్ కంపెనీని ఎందుకని అనుమానిస్తున్నారు?? అర్జెంట్ గా తెలుసుకోవాలి, ... తెలుసుకుని ఎలిమినేట్ చేయాలి!

ముక్తార్ అహ్మద్ కి ఫోన్ చేశాడు "ఇండియానుండి ఐదుమంది స్లీపర్స్ వస్తారన్నావు, వచ్చారా?"

"వచ్చి రెండురోజులైంది. ఏంటి సడన్ గా అలా అడిగావు?" అడిగాడు ముక్తార్.

"మన ఐదుమంది ఫిదాయీలని, ఇవ్వాళ రాత్రి ఫ్లైట్ కి ఢిల్లీకి పంపించు"

"ఓకే, ఆ తర్వాత?"

"మిగిలింది ఇఫ్తకారుద్దీన్ పూర్తిచేస్తాడు, ఓ ట్రయల్ అసైన్మెంట్, అంతే" చెప్పి ఫోన్ పెట్టేశాడు.

సాటో పంపిన ఫోటోల్ని ఇఫ్తకారుద్దీన్ కి పంపించి, మెసేజ్ టైప్ చేశాడు.

ఇండియానుండి తన లింక్ పంపిన యిన్ఫర్మేషన్ ప్రకారం, షాజియా అనఫిషియల్ గా హరిద్వార్ కి వచ్చింది. సాటో రిపోర్ట్ ప్రకారం, మసూద్ ని ఫాలో చేస్తున్నది ప్రొఫెషనల్స్ కాదు, సిబిఐ అస్సలు కాదు. మరెవరు? ఎందుకు ఫాలో అవుతున్నారు!? జియాలజిస్ట్స్ హత్యజరిగిన విషయం తెలిసినరోజు, మొదటిసారి వచ్చిన డౌటే యిప్పుడు తిరిగివస్తోంది హమీద్ కి. ఇప్పటివరకూ ఇఫ్తకారుద్దీన్ మాత్రమే తెలివితక్కువ పనులతో ట్రాప్ అయ్యాడని అనుకున్నాడు. మరి తాను... !??

మే 26, 2013

డెహ్రాడూన్

షేరాదా ధాబా రెస్టరెంట్.

“షాజియా! ఎంతసేపు ఆ లాప్ టాప్ లో తలదూర్చడం? తిన్నాక చూడొచ్చుగా, డిషస్ చల్లారిపోతున్నాయ్” చెప్పాడు కపర్ది.

“జస్ట్, రెండే నిముషాలు. మా గైడ్ కి అన్నీ టైంకి రిపోర్ట్ చేయాలి. కాస్త ఆలస్యమైందంటే, ఫోన్ చేసి లెక్చర్ మొదలుపెడతాడు” చెప్పింది, లాప్ టాప్ మానిటర్ నుండి దృష్టి తిప్పకుండా.

మధ్యాహ్నం ఒంటిగంట దాటింది. అరగంట క్రితం, ఎయిర్ పోర్ట్ లోని కొరియర్ సర్వీస్ నుండి లాప్ టాప్ ని కలెక్ట్ చేసుకుని, యిద్దరూ రెస్టరెంట్ కి వచ్చారు. రాగానే బాస్ నుండి పాస్ వర్డ్ తీసుకుని, మార్గరెట్ క్లైర్ యిచ్చిన పెన్ డ్రైవ్ లోని ఫైల్స్ ఓపెన్ చేసింది. మొత్తం పదకొండు ఇ-మెయిల్ ఐడిలు, కొద్దిపాటి టైం గాప్ తో ఇండియానుండి, పాకిస్తాన్ నుండి ఏక్సెస్ అయ్యాయి. అందులో ఐదు ఐడిలు ఇండియాలోని ఏదో ఓ ఇంటర్నేషనల్ ఎయిర్ పోర్ట్ లో ఏక్సస్ అయ్యాక, ఓ రెండు, మూడు గంటల తర్వాత పాకిస్తాన్ లోని ఓ ఎయిర్ పోర్ట్ లో ఏక్సస్ అయ్యాయి. ఇంకో మూడు, మొదట పాకిస్తాన్ లోని ఎయిర్ పోర్ట్ లో, ఆ తర్వాత రెండు, మూడు గంటల గాప్ లో ఇండియన్ ఎయిర్ పోర్ట్ లో ఓపెన్ చేయబడ్డాయి. వాటినుండి ఇ-మెయిల్స్ వెళ్ళాయి. కాబట్టి, అవి ప్రయాణికులవి అయ్యుండాలి.

మిగిలిన మూడు ఐడిల్లో ఒక్కొక్కటి, ఇండియాలో ముంబై నుండి, హరిద్వార్, కేదార్ నాథ్, ఢిల్లీ నుండి ఏక్సస్ అయ్యాయి. తిరిగి, కొద్ది నిముషాల తేడాతో, కరాచీ లోని ఎఫ్.బి. ఏరియాలో ఏక్సస్ అయ్యాయి. వాటినుండి ఇ-మెయిల్స్ పంపించడంగాని, రిసీవ్ చేసుకోవడంగానీ జరగలేదు. కానీ, కొద్దినిముషాల తేడాతో రెండుదేశాల్లోనూ ఏక్సస్ అయ్యాయి.

అంటే, బాస్ చెప్పినట్టు డ్రాఫ్ట్ మెయిల్స్ లో సేవ్ చేసుండాలి. ఏక్సస్ చేసిన డేట్స్, టైం వివరాలన్నీ, క్లైర్ అందులో సేవ్ చేసింది. ఆ ఐడిలని హాకింగ్ చేయడానికి ట్రై చేసింది, కాని చాలా హార్డ్ పాస్ వర్డ్స్ కావడంతో వీలుపడలేదు. ఒక్క డ్రాఫ్ట్ ఇ-మెయిల్ మాత్రం పార్షియల్ గా హాక్ చేయగలిగింది. క్లైర్ హాక్ చేస్తున్న టైంలోనే దాన్ని డిలిట్ చేసుండాలి. ఆ మెసేజ్ ని ఓపెన్ చేసిచూసింది.

“ఆ హెడ్ కానిస్టేబుల్ నిన్ను చూశాడా?”

“లేదు”

“ఓకే, వాడి మీద ఓ కన్నేసుంచు”

“అవసరం లేదు. ఈ కేస్, హరిద్వార్ సిబిసిఐడి కి ట్రాన్స్ ఫర్ చేశారు. స్పాట్ లో దొరికిన వస్తువులన్నిటినీ, రేపు హరిద్వార్ కి తరలిస్తున్నారు. మనం జిపిఆర్స్ ని మార్చిన విషయం యిక ఎవ్వరూ కనుక్కోలేరు”

“గుడ్. వాటి లోని డేటా నాక్కావాలి. ఈ డ్రాఫ్ట్ ఇ-మెయిల్స్ ని డిలిట్ చేసేయ్”

ఊపిరి బిగబట్టి ఆ మెసేజ్ వైపే చూస్తోంది షాజియా. శత్రువు తమకన్నా చాలా అడ్వాన్స్డ్ గా ఉన్నాడు. బాస్ అనుమానించింది కరెక్టే. ఎన్విరాన్మెంట్ రిసర్చ్ పేరుతో మనదేశానికి వచ్చి, యింకేదో రిసర్చ్

చేస్తున్నారు. ఇంతకీ, ఐఎస్ఐ కి దీంట్లో ఏంటి సంబంధం!? ఏదో లింక్ ఉండుండాలి. ఆ మూడు ఐడిలు, ఇండియాలో వేర్వేరు చోట్లనుండి ఏక్సస్ అయ్యాయి. కానీ, పాకిస్తాన్ లో మాత్రం కరాచీ లోనే, అదికూడా ఎఫ్.బి. ఏరియాలోనే ఏక్సస్ అయ్యాయి. ఫైల్ ని అటాచ్ చేసి, బాస్ కి మెయిల్ చేసింది. బాస్ లాప్ టాప్ లో చూపించిన ఫోటోల్ని తనకి ఇ-మెయిల్ చేయమని రిక్వెస్ట్ పంపించింది. ఆ ఫోటోల్ని తాను సరిగా గమనించలేదు. వాటిలోని జిపిఆర్స్ మోడల్ ఏంటో గమనించాలి.

లాప్ టాప్ మూస్తూ, "సారీ" చెప్పింది, కపర్దివైపు చూసి.

"ఇట్స్ ఓకే! రిపోర్ట్ పంపించేశావా?" అడిగాడు, కపర్ది చిరునవ్వుతో.

అతడి అమాయకత్వానికి చిన్నగా నవ్వుకుంది షాజియా. అతడి దృష్టిలో తానో స్టూడెంట్, అంతే. తానో సిబిఐ ఆఫీసరని, నిన్న రాత్రే ఓ భయంకరమైన ట్రాప్ లో పడబోయి, తప్పించుకుందని అతడికి తెలిస్తే, యికమీద తనతో యిలా ఫ్రీగా మాట్లాడేందుకు, లేదా తనకి లిఫ్ట్ యివ్వడానికి కూడా హెసిటేట్ చేయొచ్చు. అందుకే, యింకొంతకాలం తన స్టూడెంట్ ఐడెంటిటీని యిలాగే కొనసాగించాలి. తానెవరో చెప్పాలా, వద్దా అనేది, ఇక్కడినుండి వెళ్ళేముందు డిసైడ్ చేసుకోవాలి.

"పంపించేశాను. ఇక హాయిగా మాట్లాడుకుంటూ తినొచ్చు"

"అయితే సర్వ్ చేయ్! ఈరోజు నేను నీ గెస్ట్ ని!"

"ఓకే, ష్యూర్" చెప్పింది నవ్వుతూ. డిషస్ వడ్డిస్తూ "చాలా థాంక్స్ కపర్దీ! ఆదివారం కూడా రెస్ట్ తీసుకోనివ్వకుండా, నీకు ట్రబులిచ్చాను" చెప్పింది.

"మాకు ఆదివారాలు, రెస్ట్ లాంటివేం ఉండవు. మా ఆశ్రమానికి ఎప్పుడూ ఏదో ఓ కార్యక్రమం ఉంటుంది. నిజానికి నేనే నీకు థాంక్స్ చెప్పాలి. ఈ ఆదివారం యిలా వెరైటీగా, స్పెషల్ లంచ్ కి పిలిచినందుకు. సరే, యింతకీ నీ ప్రాజెక్ట్ వర్క్ ఎలా నడుస్తోంది?"

"బాగానే అవుతోంది. నిన్న ఒక్కరోజులో నచికేత్ ఎన్ని విషయాలు చెప్పాడు నాకు. ఈ స్పీడ్ లో వెళితే, యింకో రెండు, మూడురోజుల్లో నా ప్రాజెక్ట్ కి కావలసిన డేటా పూర్తవుతుంది. తర్వాత ఢిల్లీ వెళ్ళి వారం, పదిరోజుల్లో థిసిస్ సబ్మిట్ చేయొచ్చు"

"అంత త్వరగా ముగించకు. పాపం, నచికేత్ బెంగపెట్టుకుంటాడు"

"ఎందుకు!?"

"నువ్వెళ్ళిపోతే, తర్వాత మెదడు తినడానికి వాడికెవరూ దొరకరుగా, అందుకని!"

"నచికేత్ సంగతి అటుంచు, నే త్వరలో వెళ్ళిపోతూంటే నీకేమనిపిస్తోంది, చెప్పు?" సడన్ గా అడిగింది. ఆ ప్రశ్న చాలా అనాలోచితంగా ఆమె నోటినుండి వచ్చేసింది, బహుశా తన సబ్ కాన్షస్ లోని ఫీలింగ్ అలా బయటపడింది. తానలా అడగడం తనకే ఆశ్చర్యంగా ఉంది. కపర్ది ఎలా ఫీలవుతున్నాడోనని చూసింది. అతడి మొహం నిర్లిప్తంగా ఉంది, తన ప్రశ్న అసలు వినిపించనట్టుగా.

"గురువుగారు యివాళ మధ్యాహ్నం వస్తున్నారు, తెలుసా" చెప్పాడు.

"ఓహ్ అలాగా! ఐతే, నే రేపుదయం ఆశ్రమానికి వస్తాను"

"అదేం కుదరదు, యివ్వాళ రాత్రి ఎనిమిదింటికి, ఓ స్పెషల్ ప్రోగ్రాం ఉంది. అందుకని వీలైనంత త్వరగా వచ్చేయ్. ప్రోగ్రాం తర్వాత, అక్కడే డిన్నర్"

"ఓకే. ఇంతకీ ఏంటా ప్రోగ్రాం?"

"వచ్చాక ఎలాగూ తెలుస్తుందిగా. అప్పటిదాకా కాస్త సస్పెన్స్ భరించు!"

మే 26, 2013

రిషికేశ్

చంద్రభాకా బ్రిడ్జ్ మీదుగా వేగంగా వెళుతోంది, ఓ వైట్ కలర్ టవేరా. బ్రిడ్జ్ దిగి, శివలోక్ హోటల్ దాటాక, రైట్ టర్న్ తీసుకుంది. శిష్యుడి రిస్ట్ వాచ్ లో టైం చూశారు భవభూతిసరస్వతి. సాయంత్రం ఏడు కావస్తోంది, అయినా కాస్త వెలుతురుగానే ఉంది, ఎండకాలం కావడంతో.

రిషికేశ్ నుండి సుమారు ఇరవై కిలోమీటర్ల దూరంలో, గంగానది ఒడ్డునే ఉంది, స్వామీ దయానందాశ్రమం. వేదాంతం, సంస్కృతభాషల మీద అధ్యయనాల కోసం, 1960లో స్వామీ దయానంద ఆ ఆశ్రమాన్ని స్థాపించారు. ఆశ్రమంలో గంగాధరేశ్వర మందిరం ఉంది. అందులో రాత్రి ఎనిమిదిన్నరకి, విద్యార్థులకి ఉపన్యాసం యివ్వడానికి వెళుతున్నారు భవభూతిసరస్వతి.

మరో కిలోమీటర్ వెళ్ళాక, ఆశ్రమం ముందు ఆగింది టవేరా. అక్కడే నిలబడి ఎదురుచూస్తున్న నిర్వాహకులు, స్వామీజీని రిసీవ్ చేసుకున్నారు. ఆయన వేగంగా లోనికి నడిచారు. ఉపన్యాసానికి ముందు చేయాల్సినవి యింకా చాలా ఉన్నాయి.

"బోట్ సిద్ధంగా ఉందా?" అడిగారు, నిర్వాహకుడి వైపు చూసి.

"గంటక్రితం నుండే సిద్ధంగా ఉంది, స్వామీజీ. ఇప్పుడే బయల్దేరదామా?"

"ఒక్క నిముషం, ముందు మందిరంలోకి వెళ్ళి దర్శనంచేసుకుని వస్తాను" చెప్పి వెళ్ళారు. పైకి ప్రశాంతంగా కనిపిస్తున్నా, ఆయన మనసులో మాత్రం ఆలోచనలు సుడులు తిరుగుతున్నాయి. గ్లోబల్ కంపెనీ కొత్త డైరెక్టర్, తనతో ఏం చెప్పబోతున్నాడు? ఇంత సడన్ గా, రహస్యంగా కలవమని ఎందుకు ఫోన్ చేశాడు!? కేదారనాథ్ లో జియాలజిస్ట్ హత్యజరిగిన విషయం, న్యూస్ లో చూసినప్పటినుండే ఆయనకి చాలా ఆందోళనగా ఉంది. పైగా, ఎన్నోరోజులపాటు ఆ కంపెనీనుండి ఎటువంటి మెసేజ్ రాలేదు. ఇప్పుడు, సడన్ గా యిలా ఈ మీటింగ్!

అయిదు నిముషాలయ్యాక స్వామీజీ బయటికొచ్చారు. ఆయన శిష్యులు ముగ్గురు, ఆశ్రమం నిర్వాహకుడు, అప్పటికే మోటర్ బోట్ దగ్గర నించుని రెడీగా ఉన్నారు.

"మీరంతా ఎందుకు? నే ఒక్కడినే వెళ్ళి, స్నానం ముగించుకుని వస్తాను. ఈలోపు పూజకి, ఉపన్యాసానికి ఏర్పాట్లు చూడండి" చెప్పారు.

"చీకటి పడుతోందిగా స్వామీజీ! పైగా, అభిషేకానికి గంగాజలం బిందెల్లో నింపుకోవాలి. అందుకే మేమూ వస్తాం" చెప్పాడో శిష్యుడు.

"అక్కర్లేదు. గంగాజలం నేనే నింపుకొస్తాను, నాకలవాటేగా. మీరంతా యిక్కడే ఆగండి" చెప్పి బోట్ లో ఎక్కారు స్వామీజీ. ఆయన వద్దన్నాక యింకేం మాట్లాడే ధైర్యం, ఆశ్రమం లో ఎవరికీలేదు. ఏదో బలమైన కారణం లేకుండా ఆయనలా చెప్పరని శిష్యులకి తెలుసు.

బోట్ నెమ్మదిగా, ఓ పదినిముషాల్లో అవతలితీరం చేరింది. బోట్ లోని రెండు బిందెల్ని, కాషాయవస్త్రాల్ని తీసుకుని దిగుతూ, అక్కడే ఆగమని యింజిన్ డ్రైవర్ కి సైగ చేశారు, స్వామీజీ.

అటువైపు తీరం నిర్మానుష్యంగా ఉంది. అక్కడినుండి కాస్తదూరంలో, తీరం వెంబడే చెట్లతో దట్టంగా ఉన్న ఓ వనం ఉంది. స్నానం తర్వాత ధ్యానానికి ఆ ప్లేస్ చాలా అనుకూలం. స్వామీజీ వేగంగా నడుస్తూ, వనంలోకి వెళ్ళారు. అప్పటికే మసకచీకటి పడుతోంది. త్వరగా స్నానం ముగించి, కాషాయం మార్చుకుని, బిందెల్లో గంగాజలం నింపుకున్నారు. తీరానికి కాస్త దూరంలో, ఓ అశ్వత్థ చెట్టుంది. దాని కిందికొచ్చి నిలుచున్నారు. గ్లోబల్ ఎన్విరాన్మెంట్ కంపెనీ డైరెక్టర్, జాన్ గోస్లింగ్ ని అక్కడికే రమ్మని చెప్పారు. చుట్టూ మసకచీకటి కమ్ముకుంటోంది. అతను ఈ ప్లేస్ ని కనుక్కోగలిగాడో, లేదో? ఇంకో పదినిముషాలు చూసి వెళ్ళిపోవాలి.

మరో ఐదునిముషాలు గడిచాయి. వెనకనుండి ఎవరో వస్తున్న అలికిడైంది. భవభూతిసరస్వతి చటుక్కున తిరిగిచూశారు. అప్పటికే ఆ వ్యక్తి దగ్గరగా వచ్చాడు, చీకట్లో సరిగా కనిపించడంలేదు, కానీ, ఫారినర్ అని మాత్రం తెలుస్తోంది.

"హలో స్వామీజీ! వెయిట్ చేయించినందుకు సారీ, ఈ ప్లేస్ ని వెతుక్కుంటూ రావడంలో కాస్త లేటైంది. బైదిబై, ఐయాం జాన్ గోస్లింగ్" ఇంగ్లీష్ లో చెప్పాడు, బ్రిటిష్ ఏక్సెంట్ లో.

"పర్లేదు, ఎంతసేపటినుండి వెతుకుతున్నారు?"

"సుమారు అరగంటైంది. నా కార్ యిక్కడే దగ్గర్లో పార్క్ చేశాను. వెళ్లి కూచుని మాట్లాడుకుందామా?"

"వద్దు, అంత టైంలేదు. చెప్పండి, ఎందుకు కలవమన్నారు?"

"ముఖ్యంగా రెండు విషయాలు మీతో మాట్లాడాలి. ఒకటి మా జియాలజిస్ట్ ల హత్యగురించి, మీరు చాలా వర్రీ అవుతుంటారు, రైట్?"

"అవును"

"ఇండియాలో యిలాంటివి కొత్తకాదుగా, స్వామీజీ! టైం చూసుకుని ఫారినర్స్ ని రాబరీ చేయడం, ఆ తర్వాత సాక్ష్యం దొరక్కుండా చంపేయడం, యివన్నీ మామూలేగా. ఇందులో మీరు భయపడాల్సిందేమీ లేదు"

"కానీ, ఆ జియాలజిస్ట్ లు మా ఆశ్రమం కోసం పనిచేస్తున్నారని ఎవరికైనా అనుమానం వచ్చినా కష్టమే. అసలే మా మీడియా, ఈమధ్య ప్రతి చిన్న విషయాన్నీ భూతద్దంలో చూపిస్తోంది"

"అదే మీ భయమైతే మీరు నిశ్చింతగా ఉండండి. మీరు సైన్ చేసిన అగ్రిమెంట్ ని మేం రహస్యంగా దాచేశాం! మీకూ, నాకూ తప్ప, యింకెవరికీ దాని గురించి తెలియదు"

"మరైతే వారికి వీసాలెలా అప్లై చేశారు!?" ఆశ్చర్యంగా అడిగారు, స్వామీజీ.

"సింపుల్! హిమాలయాల్లో గ్లేసియర్స్ రిట్రీట్ మీద స్వచ్ఛందంగా మా కంపెనీ రిసర్చ్ చేయిస్తోందని అప్లికేషన్స్ లో రాశాం. అసలు విషయం రాస్తే, లేనిపోని అనుమానాలొస్తాయిగా!"

"ఓహ్ అలాగా!" స్వామీజీకి యిప్పుడు కాస్త రిలీఫ్ గా ఉంది. పోలీసులు, మీడియా తమ ఆశ్రమందాకా రారు, అది చాలు తనకి.

జాన్ గోస్లింగ్ తన జేబులోంచి విసిటింగ్ కార్డ్ తీశాడు "ఇది నా కార్డ్, మీకు ఎప్పుడు ఎలాంటి డౌటొచ్చినా, భయమేసినా, కాంటాక్ట్ చేయండి. నా సెల్ ఫోన్ నెంబర్ కూడా అందులో ఉంది" చెప్పాడు అందిస్తూ.

"అలాగే"

"ఇకపోతే స్వామీజీ! మరో ముఖ్యమైన విషయం, అసలీ మీటింగ్ దాని గురించే!"

"చెప్పండి"

"దాదాపు ఇరవైఏళ్ళ క్రితం, మీ ఆశ్రమం హరిద్వార్ కోర్ట్ లో వాతాపిగణపతి ఆశ్రమం మీద ఓ కేస్ వేసింది. దానిగురించి మీకేమైనా తెలుసా?"

భవభూతిసరస్వతి భృకుటి ముడిపడింది. సడన్ గా టాపిక్ ఎటో వెళుతోంది, "ఆ విషయం యిప్పుడెందుకు?" అనుమానంగా అడిగారు.

"అవసరం ఉంది కాబట్టే అడుగుతున్నాను. చెప్పండి స్వామీజీ, ఆ కేస్ గురించి మీకు తెలుసా?"

"తెలుసు. అప్పటి మా గురువుగారు 1992 డిసెంబర్ లో ఆ కేస్ వేశారు"

"అదికూడా ప్రాచీనకేదారేశ్వరం గురించేనా?"

"అవును. వాతాపిగణపతి ఆశ్రమానికి అప్పుడు గురువుగా ఉండిన శివానందసరస్వతికి, ప్రాచీన కేదారేశ్వరానికి వెళ్ళేదారి తెలుసు"

"అయితే?"

"శంకరాచార్యుల శిష్యుల పరంపరలో మొదటినుండీ మేమూ ఉన్నాం. కాబట్టి, అక్కడికి వెళ్ళేందుకు, పూజలు జరిపేందకు మాకూ హక్కులున్నాయి, దారి మాకూ చెప్పాలని కేస్ వేశాం"

"మరి ఆ కేస్ ఏమైంది?"

"ఒకటి, రెండు హియరింగ్స్ తర్వాత ఆగిపోయింది"

"ఎలా!?"

"గణపతి ఆశ్రమం, పృథ్వీరాజ్ చౌహాన్ శాసనం గురించి కోర్ట్ కి చెప్పింది. దాని ప్రకారం, వారికిమాత్రమే ప్రాచీన కేదారేశ్వరం మీద హక్కులున్నాయని వాదించింది"

"తర్వాత?"

"నెలరోజుల్లో ఆ శాసనాన్ని తెచ్చి చూపించమని కోర్ట్ అడిగింది"

"ఆ తర్వాత?"

"ఆ సమయంలోనే శివానందసరస్వతి చనిపోయారు. ఆయన శిష్యుడు, అంటే ప్రస్తుతం గణపతి ఆశ్రమానికి గురువు, విద్యారణ్యసరస్వతి, అప్పుడు దేశసంచారంలో ఉన్నారు. ఆయన తిరిగివచ్చేసరికి అంతా అయిపోయింది"

"మరి కేస్?"

"మరో రెండువారాలు వాయిదావేశారు. ప్రాచీనకేదారేశ్వరం గురించి విద్యారణ్యసరస్వతికి చెప్పే అవకాశం, బహుశా శివానందసరస్వతికి వచ్చుండదని మా గురువుగారనేవారు. అప్పట్లో ఓ వ్యక్తి తరచూ మా గురువుగారిని కలిసి, ఈ కేస్ గురించి మాట్లాడేవాడు. ఆ టైంలో నన్నుకూడా బయటికి పంపించేసేవారు. కాబట్టి, నాకు వివరాలు తెలియవు"

"ఇంతకీ కేస్ ఏమైంది, స్వామీజీ?"

"విచిత్రంగా మా గురువుగారు, విభాండకసరస్వతి కూడా అదే సమయంలో చనిపోయారు. ఆ వ్యక్తికూడా తర్వాత ఎప్పుడూ మా ఆశ్రమానికి రాలేదు. నాకూ కేస్ పూర్తివివరాలు తెలియవు. దాంతో కేస్ ఆగిపోయింది. మాదేశంలో యిలాంటి పెండింగ్ కేసులెన్నో ఉన్నాయి. ఇంతకీ, యిప్పుడీ విషయం ఎందుకడిగారు?"

"ఆ కేస్ ని తిరిగి ఓపెన్ చేయించాలి. మీ లాయర్స్ తో మాట్లాడండి"

"ఎందుకు!?" ఆశ్చర్యంగా అడిగారు స్వామీజీ.

"అవసరం ఉంది. ఒక్కసారి కోర్ట్ నుండి ఆ ప్రాచీనకేదారేశ్వరాన్ని వెదకడానికి పర్మిషన్ తెచ్చుకుంటే, యిక మనకి ఎవరూ అడ్డుపడలేరు"

"అంటే, ... ఇప్పుడెవరు అడ్డుపడుతున్నారు!?" అడిగారు స్వామీజీ ఆందోళనగా. ఏదో అనుమానం మొదటినుండి ఆయన మనసుని తొలుస్తోంది. ప్రాచీనకేదారేశ్వరం గురించి అన్వేషణ తిరిగి మొదలైందని, శత్రువులకి తెలిసిపోయిందా...ఎలా!?

"అదేంలేదు స్వామీజీ, ఇండియాలో యిలాంటి క్రిమినల్ కేసుల యిన్వెస్టిగేషన్ అంత త్వరగా పూర్తికాదుగా. అది మీకూ తెలుసు. ఇంతలోనే మరో యిద్దరు జియాలజిస్ట్ లని యిక్కడికి రప్పిస్తే, చాలా అనుమానాలొస్తాయి. గ్లేసియర్ రిట్రీట్ గురించి అంత అర్జెంట్ గా రిసర్చ్ చేసేదేముంటుందని"

"అందుకని?"

"ఈ కేస్ తో సంబంధం లేకుండా, మనం యింకో కొత్త అగ్రిమెంట్ చేసుకుని, రిసర్చ్ ని తిరిగి మొదలుపెడదాం"

స్వామీజీకి విషయం కొద్దికొద్దిగా అర్థమవుతోంది. పైకి చాలా కాన్ఫిడెంట్ గా కనిపిస్తున్నప్పటికీ, జాన్ గోస్లింగ్ మొహంలో ఏదో ఆందోళన. దాన్ని దాచుకోవడానికి అతను చాలా ప్రయత్నం చేస్తున్నట్టుంది. అంటే, ఇన్వెస్టిగేషన్ ఏదో మలుపు తిరిగుండాలి! ఎవరికో, ఏదో అనుమానం వచ్చుండాలి. వీసా అప్లికేషన్స్ లో కూడా గ్లోబల్ కంపెనీ అసలువిషయం రాయలేదు!

రెండునిముషాలు ఆలోచించి చెప్పారు స్వామీజీ, "వద్దు, ఫైనల్ గా ఆ కేస్ పూర్తయ్యాకే మన ప్రయత్నాలు తిరిగి ప్రారంభిద్దాం, తొందరేంలేదు" తమ ఆశ్రమం పరువుపోకుండా కాపాడుకోవడం అన్నిటికన్నా ముఖ్యం.

"అలాకాదు స్వామీజీ, ఈ సమ్మర్ దాటితే, ముందు వర్షాలు, ఆ తర్వాత వింటర్. తిరిగి వచ్చే ఏడాది ఏప్రిల్ దాకా ఆగాలి"

"ఆగుదాం, మాకేం తొందరలేదు" చెప్పారు స్వామీజీ స్థిరంగా.

"కానీ, మాకుంది!" చెప్పాడు జాన్ గోస్లింగ్.

"ఏంటీ!?" అడిగారు స్వామీజీ, అర్థంకానట్టు.

"ఓ అసైన్మెంట్ తీసుకున్నాక, వీలైనంత త్వరగా పూర్తిచేయడం మా పాలసీ. మధ్యలో ఆపేసి యింకోటి మొదలెట్టడం, యిలా అన్నీ సగం, సగంగా చేయడం మీ ఇండియన్ కంపెనీలకి అలవాటేమోగాని, మాక్కాదు" చెప్పాడు జాన్ గోస్లింగ్.

సడన్ గా అతడి టోన్ లో వచ్చిన మార్పుని గమనించారు స్వామీజీ. తనకిలేని తొందర అతడికెందుకు!? ఎక్కడో, ఏదో తేడా వస్తోంది. ఓ నిర్ణయానికొచ్చినట్టు తల విదిలించారు "ఈ రిసర్చ్ యిక్కడితో ఆపేయండి. మన అగ్రిమెంట్ ని కాన్సిల్ చేసుకుందాం!"

"కానీ, స్వామీజీ... "

"ఇంకేం చెప్పొద్దు" చెప్పారు స్వామీజీ, చెయ్యి అడ్డంగా ఊపుతూ "ఇప్పటివరకూ మీకైన ఖర్చు మొత్తం మా ఆశ్రమం చెల్లిస్తుంది. ఈ విషయం యింతటితో వదిలేయండి"

"అదెలా కుదురుతుంది, స్వామీజీ!? మేం వేరే అసైన్మెంట్స్ తీసుకోకుండా, యిన్నిరోజులూ మీపనే చేశాం. ఇప్పుడు సడన్ గా మానేయమంటే ఎలా?" కోపంగా అడిగాడు జాన్ గోస్లింగ్.

అతడి కోపం చూసి స్వామీజీ మనసులో అనుమానం యింకా ఎక్కువైంది, "సరే... మన అగ్రిమెంట్ మొత్తం అమౌంట్ మీకు చెల్లిస్తాను. మీ రిసర్చ్ మాకవసరంలేదు, చాలా!" చెప్పారు అసహనంగా.

"చాలదు!" చెప్పాడు జాన్ గోస్లింగ్, ఆయన కళ్ళలోకి స్థిరంగా చూస్తూ.

"మరి, మీకేం కావాలి!?" అడిగారు స్వామీజీ, ఆశ్చర్యంగా.

"ఈ రిసర్చ్ ఆగడానికి వీల్లేదు! మన అగ్రిమెంట్ ప్రకారం, దీన్ని మధ్యలో ఆపే హక్కు మీకులేదు, మాకు మేం ఆపేయాలనుకుంటే తప్ప!"

"అంత పట్టుదల మీకేంటి!?"

"అది మీకనవసరం! మేం చెప్పినట్టు హరిద్వార్ కోర్ట్ లో కేస్, రిఓపన్ చేయించండి, అంతే!"

"మేమేం నీ బానిసలం కాదు, చెప్పిందల్లా చేయడానికి!" చెప్పారు స్వామీజీ కోపంగా, "ముందు మీమీదే కేస్ పెడతాను, నన్ను బెదిరిస్తున్నారని"

"అలాగే స్వామీజీ! ఏం చెబుతారు పోలీసులకి?" కామ్ గా అడిగాడు, జాన్ గోస్లింగ్.

ఒక్క క్షణంలో మౌనం ఆవహించింది, భవభూతిసరస్వతిని. ఏం చెప్పాలి పోలీసులకి!? ఏం చెప్పినా జియాలజిస్ట్ ల హత్యకేస్, తమ ఆశ్రమం మెడకి చుట్టుకుంటుంది. వాళ్ళని ఎవరు హత్యచేశారనే విషయం వదిలేసి, ఎందుకు పిలిపించారు, రహస్యంగా ఏం వెదికిస్తున్నారంటూ, మొత్తం ప్రశ్నలన్నీ తమచుట్టే తిరుగుతాయి. మంచి పేరున్న తమ ఆశ్రమం, ఓ క్రిమినల్ కేస్ కి సెంటర్ స్టేజిగా మారుతుంది. మీడియాకి యింతకంటే వేరే టాపిక్ ఉండదు. పైగా, తాను సైన్ చేసిన అగ్రిమెంట్ ఆ కంపెనీ చేతుల్లో ఉంది.

తనచుట్టూ ఉన్న ప్రపంచమంతా గిర్రున తిరుగుతున్నట్టుగా ఉంది, భవభూతిసరస్వతికి. ఆయన మొహంలో మార్పుల్ని గమనించి చిరునవ్వు నవ్వాడు జాన్ గోస్లింగ్ "మరేం భయంలేదు స్వామీజీ! ఈ రిసర్చ్ కొనసాగితేనే మీకూ, మాకూ మంచిది. అందుకని మేం చెప్పినట్టు చేయండి చాలు"

"ఎవరు మీరు?" అడిగారు కాస్త శక్తి కూడ గట్టుకుని.

"అంటే?"

"ఈ కంపెనీ ముసుగులో యింకెవరో ఉన్నారు. ఎవరు మీరు? ఇందులో మీకేంటి అంత ఆసక్తి!?"

"ముందుముందు మీకే తెలుస్తుంది. మేం మీ స్నేహితులమే కానీ, శత్రువులం కాదు"

తెలుస్తూనే ఉంది, మనసులో అనుకున్నారు స్వామీజీ. తన తొందరపాటువల్ల, కార్తికేయాశ్రమం ఓ ట్రాప్ లో యిరుక్కుంది. ఇక యిందులోంచి బయటపడేది, ఆ కంపెనీ దయతలచి వదిలేసినప్పుడే!

"ఓకే, స్వామీజీ! నే వెళ్ళాలి, ఇంకా చేయాల్సినవి చాలా ఉన్నాయి. ఈవారంలోనే కేస్ రిఓపెన్ చేయించండి" చెప్పి బయలుదేరాడు జాన్ గోస్లింగ్.

అతను వెళ్ళిన వైపే చూస్తూ, ఓ ఐదునిముషాలపాటు నిస్తేజంగా అలాగే నించున్నారు స్వామీజీ. ఒక్కసారిగా ఒంట్లో శక్తినంతా తోడేసినట్టుగా ఉంది. ఆలోచించడానికి కూడా మనసుకు శక్తి లేదు. దూరంగా జాన్ గోస్లింగ్ కార్ స్టార్టయిన శబ్దం వినిపించింది. తానూ బయలుదేరాలి, యింకా ఆలస్యమైతే అందరికీ అనుమానాలొస్తాయి. గంగాజలం నింపిన బిందెల్ని తీసుకోవడానికి అటువైపు కదిలారు.

అప్పుడు వినిపించిందో శబ్దం, ... చెట్టు పైనుండి ఎవరో భవభూతిసరస్వతి ముందుకు దభ్బున దూకారు. స్వామీజీ భయంతో రెండడుగులు వెనక్కివేసి, ఆ శబ్దం వచ్చిన వైపు చూశారు. చీకటిలో ఓ ఆకారం మాత్రం కనిపిస్తోంది. ఆ ఆకారం చేతిలో ఓ బరువైన ఖడ్గం ... గాల్లో వేగంగా తిరిగి, సేరుగా స్వామీజీకి గురిపెట్టబడింది. ఆ ఆకారం వైశాఖ పొసిషన్ లో నించుంది. పైనుండి, కిందివరకు నల్లని ముసుగు వేసుకోవడంవల్ల, ఆకారం చీకటిలో కలిసిపోయినట్టుంది.

"శతాబ్దాలుగా మీ ఆశ్రమం యిదేరకంగా తప్పులు చేస్తూనే ఉంది. ఎన్ని అనుభవాలైనా, మీకు బుద్ధి మాత్రం రావడం లేదు" చెప్పింది ఆ ఆకారం. గొంతునిబట్టి అది మగవాడి స్వరమని అర్థమైంది స్వామీజీకి. వెన్నులోంచి సన్నని వణుకు బయలుదేరింది. కాళ్ళు, చేతులు పారలైజైనట్టుగా అసలు కదలలేక పోతున్నాయి. నోటినుండి మాటకూడా రావడంలేదు.

"చరిత్రలో జరిగినవన్నీ మరచిపోయారా?" తిరిగి వినిపించింది ఆ ఆకారంనుండి.

"ఎవరు మీరు?" అతికష్టం మీద కూడబలుక్కుని అడిగారు స్వామీజీ. మృత్యువును అంత దగ్గరినుండి చూడడం అదే మొదటిసారి. తమ పూర్వీకులు శర్వగ్ని ఉద్యమంగురించి చాలా భయం, భయంగా చెప్పుకునేవారు.

"మల్గోలా!"

భవభూతిసరస్వతి కాళ్ళు, చేతులు అప్రయత్నంగా వణుకుతున్నాయి. 'మల్గోలా' చిన్నగా గొణిగారు, అర్థంకానట్టు. ఆ పేరు ఎప్పుడో విన్నట్టుంది, కానీ గుర్తురావడంలేదు.

"శర్వగ్ని ఉద్యమం గురించి మీ గురువులు మీకు చెప్పేఉంటారు. మీమాటల్లో చెప్పాలంటే, మేం మీకు శత్రువులం. ఎన్నిసార్లు, ఎన్నిరకాలుగా చెప్పినా, మీ బుద్ధిమాత్రం మారడంలేదు. చివరికి, మన దేశానికి శత్రువులతో కూడా చేతులు కలపడానికి సిద్ధమయ్యారే! మీకెందుకింత పట్టుదల!?"

స్వామీజీకి మాట పెగలడంలేదు.

"చివరిసారిగా చెబుతున్నాను. ప్రాచీనకేదారేశ్వరం మీద, మీకు ఎటువంటి హక్కులూ లేవు, వర్తించవు! మీరు సన్యాసులనే ఒకే ఒక్క కారణంగా, ప్రాణాలతో వదిలిపెడుతున్నాను. మళ్ళీ యిటువంటి ప్రయత్నాలు చేస్తే, శర్వగ్నుల క్రోధం ఎలా ఉంటుందో యింకోసారి నిరూపిస్తాం, ఖబడ్దార్!" చెప్పి, ఆ ఆకారం వేగంగా చీకటిలో కలిసిపోయింది.

స్వామీజీ కళ్ళు బైర్లుకమ్మాయి. శరీరం, మనసు అన్నీ ఒక్కసారిగా పారలైజ్ అయిపోయాయి. షాక్ తో అక్కడే పడిపోయారు. స్వామీజీ ఎంతసేపైనా తిరిగి రాకపోవడంతో, బోట్ యింజిన్ డ్రైవర్ వెతుక్కుంటూ అటువైపు వచ్చాడు. ఆ స్థితిలో ఆయన్ని చూసి ఏం చేయాలో తోచక, సెల్ ఫోన్ తీసి ఆశ్రమం నిర్వాహకుడికి ఫోన్ చేశాడు.

అక్కడికి కాస్తదూరంలో, ఓ చెట్టుమీద గుబురులో దాక్కుని అన్నీ గమనిస్తున్నాడు సాటో. నిజానికి మసూద్ అలీ(జాన్ గోస్లింగ్) వెళ్ళగానే తానూ బయలుదేరాలనే అనుకున్నాడు, ఉదయంనుండి ఎవరూ మసూద్ ని ఫాలో అవడం తనదృష్టికి రాలేదు. అలాంటిది, ఈ రిమోట్ ప్లేస్ లో ఎవరొస్తారులే అనిపించింది. రెండురోజులుగా ప్రయాణాలు చేస్తూండడంవల్ల, సాటోకి చాలా అలసటగా ఉంది. అయినా, చెట్టుదిగకుండా అక్కడే ఆగాడు. లాజిక్ ఈస్ ది ఫస్ట్ ఎన్మీ ఆఫ్ ట్రూత్ అనే సామెత అతడికి చాలాసార్లు అనుభవానికి వచ్చింది, యిప్పుడు కూడా!

మే 26, 2013

హరిద్వార్. గణపతి ఆశ్రమం

షాజియా, ఆశ్రమం ముందు ఆటో దిగేసరికి రాత్రి ఎనిమిదింపావు. చీకటి పడింది. మీటర్ కి డబ్బులిచ్చేసి, వేగంగా లోనికెళ్ళింది. ఆశ్రమమంతా నిశ్శబ్దంగా ఉండడంతో, అనుమానంగా చూస్తూ మందిరం వైపు అడుగులేసింది. అప్పటికే అందరూ అక్కడి లాన్ లో కూచునున్నారు.

ఆమెని చూసి, నచికేత్ లేచి వచ్చాడు "రా షాజియా, ఆలస్యమైందేంటి?"

"సారీ. ప్రోగ్రాం మొదలైందా?"

"ఇంకా లేదు. గురువుగారిప్పుడే బయటినుండి వచ్చారు. రా, పరిచయం చేస్తాను" అంటూ, మందిరానికి కుడివైపుగా ఉన్న రూంస్ కి తీసికెళ్ళాడు. షాజియాకి అదోలా ఉంది, తానేదో ప్రత్యేకమైన గెస్ట్ ఐనట్టు, తనని ఆయన రూంకి తీసికెళ్ళి పరిచయంచేయడం. నచికేత్ ఆమె ఫీలింగ్స్ ని గమనించడంలేదు, వేగంగా గురువుగారి రూంకి దారితీశాడు. షాజియా హెసిటేట్ చేస్తూనే వెళ్ళింది. ఆయన అప్పుడే బయటికొస్తున్నారు. నచికేత్ ని చూసి చిరునవ్వు నవ్వారు.

"ఏంటా పరుగు నచికేత్, ఎవరో తరుముకొస్తున్నట్టు?"

"గురువుగారూ, నే చెప్పానే ఓ రిసర్చ్ స్టూడెంట్, ఢిల్లీనుండి వచ్చిందని, తనే" చెప్పాడు, షాజియాని చూపించి.

షాజియా తడబడుతూ ఆయనకి రెండుచేతులు జోడించింది. షేక్ హాండ్, హాయ్, హలోలు మాత్రమే అలవాటైన తనకి, ఓ ఆశ్రమం గురువుని కలవడం యిదే మొదలు. ఆయన షాజియా వైపు చూసి చిన్నగా నవ్వారు.

"రండి, రండి. మీ పేరు?" అడిగారు.

"షాజియా... షాజియా అల్ తహీరా?"

"అల్ తహీరా, అంటే చాలా శుద్ధమైందని అర్థం. ఓ సూఫీ అయ్యుండి, మా ఆశ్రమం మీద థిసిస్ చేస్తున్నారంటే, నిజంగా మీ ఆదర్శం చాలా గొప్పది. ఇంతకీ, మా ఆశ్రమంలో మీకు నచ్చిన అంశం ఏంటి?"

"గురూజీ, నిజానికి యిక్కడ అన్నీ నచ్చాయి నాకు. ఈ నిరాడంబరత్వం, ప్రశాంతత, నేచర్ ని కాపాడేందుకు మీరుచేస్తున్న ప్రయత్నాలు. అన్నిటినీమించి, ఆదర్శాన్ని ముందుగా పాటించి, తర్వాత యింకొకరికి చెప్పే ప్రయత్నం చేయడం... అన్నీ నచ్చాయి. నా చిన్నప్పుడు పోగొట్టుకున్న బాల్యం, యిక్కడ మళ్ళీ దొరికినట్టుంది నాకు"

"అవన్నీ సరే షాజియా, నా గురించి ఒక్కమాట కూడా చెప్పవేం?" చిన్నపిల్లాడిలా అడిగాడు నచికేత్.

"నువ్వంటే నచ్చనివాళ్ళెవరుంటారు" చెప్పింది షాజియా "గురూజీ, నచికేత్ తో మాట్లాడుతూంటే అసలు టైమే తెలియదు. ఎన్ని మంచి విషయాలు చెప్పాడు నాకు. ఓ మంచి పండితుడయ్యుండి కూడా గర్వమనేదే లేకుండా, చిన్నపిల్లాడిలా అమాయకంగా ఉంటాడు"

ఆయన తలఊపుతూ "సరే పదండి, యిప్పటికే ఆలస్యమైంది" చెప్పారు, మందిరానికి దారితీస్తూ.

"నచికేత్, యింతకీ నీ భాయ్ కనపడడేం?" అడిగింది షాజియా.

నచికేత్ నొసలు చిట్లించి "ఇంకా అడగలేదేంటా అనుకుంటున్నాను. నాకు తెలుసు, నువ్వు కపర్ది కోసం మాత్రమే వస్తావు, నాకోసం కాదు. నాతో మాట్లాడ్డం, థిసిస్ అన్నీ ఓ సాకుమాత్రమే నీకు" ఉక్రోషంగా చెప్పాడు.

"అలా చిన్నపిల్లాడిలా అలగకు. మొన్నంతా నీతోనేగా కూచుని అన్నీ రాసుకున్నాను. కపర్ది కనిపించకపోతే అడిగాను, అంతే"

"ఇవ్వాళ కాలేజిలో ఆలస్యమైందిట. నువ్వు రావడానికి కాస్త ముందేవచ్చాడు. స్నానం ముగించి వస్తానని వెళ్ళాడు. తను కూడా రాగానే అడిగాడు, షాజియా యింకా రాలేదా అని. అందుకే మీ యిద్దరి మీద అనుమానమొస్తోంది నాకు"

"అదేంలేదు కానీ, యింతకీ ఏంటి ఈ రోజు ఫంక్షన్?" అడిగింది టాపిక్ డైవర్ట్ చేస్తూ.

"హేయ్ షాజియా, చాలా సేపైందా వచ్చి?" కపర్ది గొంతువిని అటువైపు చూసింది.

"లేదు, యిప్పుడే వచ్చాను" చెప్పింది చిరునవ్వుతో. కపర్ది చాలా ఫ్రెష్ గా కనిపిస్తున్నాడు. జులపాల్ని ఫ్రీగా వదిలేశాడు.

ముగ్గురూ మందిరం బయటి లాన్ లోకి వచ్చారు. విద్యారణ్యసరస్వతి అప్పటికే లాన్ లోని ఓ ఫోటోఫ్రేం స్టాండ్ ముందున్న దీపాల్ని వెలిగించారు. ఆ స్టాండ్ కి తెరవేసుంది. అందరూ శ్రద్ధగా నిలబడి చూస్తున్నారు. షాజియా నచికేత్ వైపుకి తిరిగి కళ్ళెగరేసింది, ఏమిటన్నట్టుగా.

నచికేత్, ఆ స్టాండ్ వైపు తలతిప్పి నెమ్మదిగా చెప్పాడు "దాదాపు ఇరవైఏళ్ళ క్రితం, మా ఆశ్రమం ఓ పెద్ద సమస్యలో పడబోయిందిట. కాస్తలో అప్పటి మా గురువుగారి ప్రాణాలే పోయేవట. అప్పుడు వారిని ఓ జంట కాపాడారు. ఆ ప్రయత్నంలోనే వారిద్దరి ప్రాణాలూ పోయాయట. ప్రతి సంవత్సరం, తమ మేరేజ్ డేకి మా ఆశ్రమానికొచ్చి, ఏదైనా మంచి విషయాలు చర్చించడం, మంచి కార్యక్రమాలు మొదలుపెట్టడం చేసేవారట. ఈరోజు వారి మేరేజ్ డే. అందుకని ప్రతి సంవత్సరం యిదేరోజు, ఆ దంపతులకి శ్రద్ధాంజలి ఘటిస్తాం"

అప్పటికే అందరూ మోకాళ్ళమీద కూచున్నారు. విద్యారణ్యసరస్వతి, ఫోటోఫ్రేం మీది తెరతీసి, పూలమాల వేశారు. అందరూ శ్రద్ధగా తలలు వంచి ప్రార్థన చేస్తున్నారు. షాజియా ఆ ఫోటో వైపు చూసి, నిశ్చేష్టంగా అలా నిలబడిపోయింది. ఒక్కక్షణం ఆమెకి తన చుట్టూ ఏం జరుగుతోందో అర్థంకాని అయోమయ స్థితి... షాక్ తో, ఫోటో వైపే చూస్తోంది... అది ... తన తల్లిదండ్రుల ఫోటో !!!

ఊహ తెలిసిన దగ్గరనుండి ఎప్పుడూ తన మనస్సు అంత తీవ్రమైన భావోద్వేగానికి గురికాలేదు. ఓవైపు మనసంతా ప్రశ్నలతో నిండిపోయింది. అసలేమిటిదంతా!?... ఎవరో జియాలజిస్ట్ ల హత్యకేస్ లో తానిక్కడికి రావడమేంటి, ఎక్కడ తాను పెరిగిన ముంబై? ఎక్కడ హరిద్వార్ లోని ఈ ఆశ్రమం!? తనకీ ఈ ఆశ్రమానికీ ఏంటి సంబధం!?... ఏదో సంబంధం ఉందని కళ్ళెదురుగానే కనిపిస్తోంది, తన పేరెంట్స్ ఫోటో రూపంలో. ఓ వింతప్రశ్న షాజియా మనసులో మొదలైంది... అసలు తానెవరు!?

అప్రయత్నంగా ఆమె కళ్ళలోనిండిన నీళ్ళు, బయటికిరావడానికి సిద్ధంగా ఉన్నాయి. తనకి తెలియకుండానే రెండుచేతులని దగ్గరగా తీసుకుని, మోకాళ్ళమీద కూచుంది. అయిదునిముషాల మౌనప్రార్థన తర్వాత, అందరూ నిశ్శబ్దంగా లాన్ లో కూచున్నారు.

షాజియా మాత్రం, మరో రెండు నిముషాలపాటు మోకాళ్ళమీదే కూచుండిపోయింది. ఓవైపు తన తల్లిదండ్రులకి ఈ ఆశ్రమం యిస్తున్న గౌరవానికి మనసంతా ఉద్వేగంగా అవుతున్నా, యింకోవైపు అన్నీ

సందేహాలే. ఆ ఫోటోలో ఉన్నది తన తల్లిదండ్రులేనని యిప్పుడే అందరికీ చెప్పేయాలనే ఎక్సైట్ మెంట్ ఓవైపు, అసలు తనకీ ఈ ఆశ్రమానికీ ఉన్న సంబంధం ఏంటో తెలుసుకోకుండా, తొందరపడొద్దనే వివేకం ఓ వైపు. ఆమె తన ఫీలింగ్స్ ని కంట్రోల్ చేసుకుని, లేచి లాన్ లో కూచునేవరకు, విద్యారణ్యసరస్వతి చిరునవ్వుతో ఎదురుచూస్తున్నారు. తర్వాత అందరివైపు చూశారు.

"మీ అందరికీ తెలుసు, ఈ ఫోటోలోని షంసుద్దీన్ హబీబ్ దంపతులు, తమ ప్రాణాలని త్యాగం చేసి, మన గురువైన శివానందసరస్వతిగారిని కాపాడారు. కృతజ్ఞతగా మరోసారి ఈ దంపతుల త్యాగాన్ని గురించి చెప్పుకుందాం. వీరి గురించి చెప్పుకునేముందు, అసలు సూఫీతత్వం అంటే ఏంటో మనం చెప్పుకోవాలి.

మనిషి ఆధ్యాత్మికంగా ఎదగాలంటే, ముందుగా తనని తాను తెలుసుకోగలగాలి. మన ఇంద్రియాల్లో కలిగే కోరికల గురించి మనసుకు తెలుస్తుంది. కానీ, మనసులో నిత్యం కలిగే ఆలోచనల గురించి ఇంద్రియాలకి తెలియదు. అంటే, మనసు అన్ని ఇంద్రియాల్లో వ్యాపించి, సుఖాలకోసం తహతహలాడేలా చేస్తోంది. జాగ్రత్తగా గమనిస్తే, నిజానికి సుఖాన్ని కావాలంటున్నదీ, అనుభవిస్తున్నదీ, మనసే తప్ప ఇంద్రియాలు కాదని తెలుస్తుంది. ఉదాహరణకి, రుచికరమైన పదార్థాన్ని తినాలనే ఆశని, జిహ్వాచాపల్యం అంటున్నాం. కానీ, దాన్ని తిన్నపుడు కలిగే సుఖం, తృప్తిరూపంలో మనసుకే చేరుతోంది. ఇంకా సరైన ఉదాహరణ చెప్పాలంటే, ఆ రుచికరమైన పదార్థాన్ని నిజంగా కాకుండా, కలలో తిన్నామనుకోండి. అప్పుడు కూడా మనసుకి తృప్తి కలుగుతోంది, తాత్కాలికంగా. కాబట్టి, ఇంద్రియాలనేవి మనసుకి సాధనాలు మాత్రమే.

ఇంకాస్త లోతుకి వెళితే, మనసు కూడా ఎవరికో సాధనమని అర్థమౌతుంది. ఎవరో ఈ మనసులో వ్యాపించి, యివన్నిటినీ అనుభవిస్తున్నారు. అదే జీవాత్మ. నేను, నాది అనే భావాలకి మూలం యిదే. సూఫీతత్వం కూడా, హిందూ ఫిలాసఫీలాగే, కోరికలని త్యాగం చేయడం, మనసులో నిత్యం కలిగే వికారాలని నియంత్రించుకోవడం, నిస్వార్థంగా సమాజసేవ చేయడం, నిత్యం దైవచింతనలో ఉండడంద్వారా, ఆధ్యాత్మిక ఉన్నతి సాధ్యమవుతుందని చెబుతోంది.

మనసూ, నేనూ ఒక్కటే అన్నది ప్రైమరీ స్టేజ్, మనందరం అదే స్టేజ్ లో ఉన్నాం. దాన్ని దాటుకుని మనసునుండి బయటపడి, మనసులో కలిగే వికారాలని గమనిస్తూ, నియంత్రించగలగడం హైయర్ స్టేజి. ఆ తర్వాతే ప్రకృతి బంధాల్లోంచి బయటపడడం సాధ్యమౌతుంది. పైపైని ఆచారాలు, డ్రెస్ కోడ్స్ యివన్నీ ప్రక్కనపెట్టి చూస్తే, అన్ని ఫిలాసఫీల మార్గం, లక్ష్యం ఒక్కటే అని అర్థమౌతుంది. హిందూ ఫిలాసఫీలోని మోక్షం, సూఫీతత్వంలోని ఫనా రెండూ ఒక్కటే.

హిందూమతంలోలాగే, సూఫిజంలో కూడా గురువుల సమాధులని దర్శించడం, వాటినుండి ప్రేరణ పొందడం అనేది సర్వసాధారణం. ప్యూర్ ఇస్లామ్ తత్వాన్ని చెప్పేవారు, దీన్ని సమర్థించరు. వారి దృష్టిలో, అలా సమాధులని ఆరాధించడం అనేది సింబల్స్, అంటే చిహ్నాలని ఆరాధించడంతో సమానం. కానీ, ఎంత వద్దనుకున్నా సింబాలిక్ వర్షిప్, అంటే చిహ్నాలని ఆరాధించడమన్నది, ఏదో ఓ రూపంలో మనకి ప్రతి సమాజంలోనూ సనాతనంగా కనిపిస్తుంది.

పదిహేడో శతాబ్దంలో ఓ సూఫీ గురువుండేవారు. పేరు, షంసుద్దీన్ హబీబల్లాహ్. ఆయన్ని మీర్జా ఝుంఝునా అని పిలిచేవారు. ఆయన మొదటిసారి తన గురువుని కలిసినప్పుడే తనలోని ఏడుచక్రాలూ చైతన్యంపొందాయని చెప్పారు. హిందూఫిలాసఫీలో కూడా ఈ ఏడుచక్రాలగురించి చెప్పబడింది. ఆయననేవారు, ఈ కనిపిస్తున్న ప్రపంచమంతా, మనకి కనిపించని ఓ సత్యం యొక్క నీడమాత్రమే. ఆ సత్యాన్ని తెలుసుకోవాలంటే అల్లా అనే కాంతి అవసరం అని. ఇది హిందూఫిలాసఫీలోని అద్వైతానికి చాలాదగ్గరగా ఉంది. ఆయన పేరునే, ఈ ఫోటోలో మీరు చూస్తున్న వ్యక్తికి పెట్టారు.

మీర్జా ఝుంఝునాకి తర్వాత, ఆరుమంది గురువులయ్యాక వచ్చిన యింకో గొప్ప గురువు, మౌలానా ఫజల్ అహ్మద్ ఖాన్. ఈయన్ని హుజూర్ మహరాజ్ అనేవారు. ఈయన సాధించినవాటిలో అన్నిటికన్నా

గొప్పవిజయం, ఆధ్యాత్మికతని, మతాన్ని పూర్తిగా వేరుచేయడం. అన్నిమతాల వ్యక్తులకీ, భేదం లేకుండా ఆధ్యాత్మికత మార్గం చూపించారు. దానికోసం ఎవ్వరూ మతంమారాల్సిన అవసరం లేదనేవారు. చివరికి తన వారసుడిగా ఓ హిందువును, మహాత్మా రామచంద్రజీమహరాజ్ ని నియమించారంటే, ఆయన ఆదర్శం ఎంతటిదో మీరే గమనించండి.

ఈ ఫోటోలోని షంసుద్దీన్ హబీబ్ దంపతులు కూడా, హుజూర్ మహరాజ్ మార్గాన్నే అనుసరించారు. వీరి పూర్వికులు మొదట్లో రాయపూర్ లో ఉండేవారు. అక్కడినుండి గుజరాత్ లోని జునాఘడ్ కి వెళ్ళి స్థిరపడ్డారు. అక్కడకూడా మతసామరస్యం కోసం చాలా కష్టపడ్డారు. చివరికి మన గురువుగారిని కాపాడే ప్రయత్నంలో, తమ ప్రాణాల్ని త్యాగంచేశారు. అప్పటి సంఘటనల్ని తలచుకుంటే, మనసు వికలం కావడం తప్ప వేరే ప్రయోజనం ఉండదు. అందుకని వారి త్యాగాన్ని మాత్రం స్మరిస్తూ, ఈరోజు సాయంత్రం హారతిని వారికే అర్పిద్దాం"

హారతి తర్వాత, గణపతి ఆశ్రమం వారు ప్రతిరోజు కార్యక్రమాల తర్వాత చేసే తమ ప్రార్థన శ్లోకాన్ని ఆలపించారు.

కామధేనువుదరిని నాట్యమాడే హరుని పదపీఠాన శిరసుంచి మ్రొక్కరా

స్థిరముగా సత్యమెప్పుడు నిబిడమైయుండు త్యాగాల పదతలాన శోధించరా

షాజియా యింకా తన భావోద్వేగం నుండి బయటపడలేదు. ఈ సాయంత్రం యిక్కడ జరుగుతున్నవన్నీ తనకి ఆశ్చర్యాన్నే కలిగిస్తున్నాయి. మనసునిండా ప్రశ్నలనే మిగులుస్తున్నాయి.

"షాజియా ఏంటలా ఉన్నావ్, ఆ కళ్లలో నీళ్ళేంటి!?" అడిగాడు కపర్ది.

ఆక్షణంలోనే కపర్దికి తానెవరో చెప్పేయాలనిపించింది, షాజియాకి. కానీ, తొందరపడొద్దని వివేకం హెచ్చరించింది. "ఏం లేదు. మీమతం కాకపోయినా, వారికి మీరిస్తున్న గౌరవానికి మనసంతా అదోలా అయిపోయింది, అంతే" చెప్పింది కళ్ళు తుడుచుకుంటూ. ముంబై వెళ్ళాక, తన మేనమామని చాలా ప్రశ్నలడగాలి. ఆయనంత సులభంగా చెప్పరు, ఏదో తెలియని భయం ఆయనకి.

"షాజియా, గురువుగారు నిన్ను పిలుస్తున్నారు" నచికేత్ వచ్చి పిలవడంతో అటు వెళ్ళింది. ఆయనింకా తన పేరంట్స్ ఫోటో దగ్గరే నించున్నారు. ఆశ్రమం స్టూడెంట్స్ ఒక్కొక్కరుగా వెళ్ళి, తన పేరంట్స్ ఫోటోముందు పూలు వేస్తున్నారు. షాజియాని దగ్గరికిరమ్మని సైగచేసి, తన దోసిలినుండా పూలుతీసి ఆమెకి అందించారు. షాజియా వాటిని తన పేరంట్స్ ఫోటో ముందుంచింది.

"గురూజీ" పిలిచింది.

ఆయన చిరునవ్వుతో ఆమెనిచూసి కనుబొమలు ఎగరేశారు.

"ఇందాక మీరు చెప్పిన మాటలు, మనసుకు హత్తుకునేలా అద్భుతంగా ఉన్నాయి. ఇన్ని మంచివిషయాలు తెలిసిన మీరు, సమాజానికెందుకు చెప్పడంలేదు? ఎవరోవచ్చి అడిగితే చెప్పడంవేరు, అది వారికి మాత్రమే పరిమితమౌతుంది. అందరికీ తెలిసేలా, అర్థమయేలా చెప్పరెందుకు? ప్రస్తుతం సమాజంలో ఎక్కడ చూసినా అసహనం, అసంతృప్తి, అశాంతి, పేరుకుంటున్నాయి"

ఆయన ఓక్షణం మౌనంగా షాజియావైపు చూశారు, "నిజం చెప్పాలంటే, యిప్పుడున్న పరిస్థితుల్లో ఎవరూ, ఎవరికీ, ఏమీ చెప్పడానికి అర్హులుకారు"

"అదేంటి!?" అడిగింది షాజియా ఆశ్చర్యంగా.

"ఎవరైనా మంచివిషయాలు చెప్పాలని మొదలెట్టగానే, మీ జనరేషన్ కి నాలికచివర్లో, సిద్ధంగా ఉండే ప్రశ్నేంటో తెలుసా, 'మామీద మోరల్ హై గ్రౌండ్స్ ప్లే చేయడానికి మీరెవరు?' అని. ఇంకొందరైతే మరో మెట్టు

ముందుకెళ్ళి, అలా చెప్పేవారి పర్సనల్ లైఫ్ లో ఏదో చిన్న లోపం లేదా బలహీనత ఉంటే తెలుసుకుని, దాన్నే విపరీతంగా ప్రచారం చేసేస్తున్నారు. అంటే, ఫలానా బలహీనత మీలో ఉంది కాబట్టి, మాకేం చెప్పడానికి మీరు పనికిరారు, అని ఎస్టాబ్లిష్ చేసేయడం.

ఎదుటివ్యక్తి చెప్పే విషయాన్ని లాజిక్ తో ఎదుర్కోలేకపోతే, వెంటనే వారు చెప్పే ప్రతివిషయాన్ని వెటకారంగా మార్చి, హాస్యం చేయడం మొదలెడతారు. అందుకే, చెప్పగలిగిన వ్యక్తులు మౌనంగా అయిపోయారు. వినయం, సహనం, మంచి వ్యక్తిత్వం, నిరాడంబరంగా ఉండడం, యివన్నీ ఒకప్పుడు మంచిగుణాలు. ప్రస్తుతం వీటినే బలహీనతలంటున్నారు. నీకు తప్పుచేసే దమ్ములేదు, కాబట్టే మంచివాడిలా ఉన్నావంటూ ప్రొవోక్ చేస్తుంటారు. ఇప్పుడు తలపొగరుతనమే కాన్ఫిడెన్స్ గా చెలామణీ అవుతోంది. అలాలేనివారిని అవుట్ డేటెడ్ సరకుగా చూస్తున్నారు. మాకు స్వతంత్రం ఉంది, యిష్టం వచ్చినట్టుంటాం, ఒళ్ళంతా కనిపించేలా బట్టలేసుకుంటాం, పబ్బులకెళ్ళి తాగితందనాలాడతాం, రేవ్ పార్టీలకెళతాం, ఏంకావాలంటే అది చేస్తాం, అడగడానికి మీరెవరు అంటుంటారు. కానీ, సంప్రదాయాల్ని పాటించేవారిని మాత్రం ప్రతిక్షణం అవహేళన చేస్తూంటారు, వారికీ స్వతంత్రం ఉందని అప్పుడు తట్టదు"

షాజియాకి ఆయన చెప్పింది అర్థమవుతోంది, తానుకూడా కాలేజిలో చదివేరోజుల్లో అలానే మాట్లాడేది. ఎవరేం చెప్పాలని చూసినా కోపం, చిర్రెత్తుకునివచ్చేది. వెంటనే ఎదుటివ్యక్తిలో లోపాల్ని వెదికేది. ప్రతిచిన్న విషయానికీ ఎగో తన్నుకువచ్చేది.

"నిజమే గురూజీ, కానీ, యిలా ఎందుకు జరుగుతోంది?" అడిగింది.

"ఎందుకంటే, బాధ్యతలే లేని సుఖంమీద మనకి వ్యామోహం ఎక్కువైంది. దానికి అడ్డొచ్చే ప్రతివ్యక్తీ, లేదా బంధం, మనకి శత్రువుల్లానే కనిపిస్తున్నాయి. తన బాధ్యతల్ని గుర్తుచేసే వ్యక్తి ఉనికి, అంటే ప్రజెన్స్ కూడా మనకి నచ్చడంలేదు. వెంటనే వారిని వదిలించుకునే ప్రయత్నం చేస్తాం. అదృష్టంకొద్దీ ఇప్పుడు యువతకి ఉద్యోగాల్లో మంచిజీతాలు వస్తూండడంతో, పెళ్లిచూపుల టైంలోనే తల్లిదండ్రుల గురించి, 'ఈ డస్ట్ బిన్స్ కూడా మనతోనే ఉంటాయా' అని అడిగే స్థాయికి ఎదిగిపోయారు. విచిత్రమేంటంటే, తమకి అవసరం పడ్డప్పుడు మాత్రం వారినుండి సహాయం రావాలి. అవసరం తీరాక, వెంటనే వారినుండి ఫ్రీడం కావాలి. సమాజంలో, యింట్లో, తాను తప్ప మిగిలిన అందరూ తమ డ్యూటీని సక్రమంగా చేస్తూండాలని ఎక్స్ పెక్ట్ చేయడం. ఎన్ని సౌకర్యాలున్నా ప్రస్తుతం మనలో పేరుకున్న అసహనం, అసంతృప్తి, వీటికిదే కారణం.

ఇక నాణేనికి రెండోవైపు చూస్తే, ప్రస్తుతం మనదేశంలో ఎక్కడ చూసినా గురువులే. భగవద్గీతనంతా జీర్ణించేసుకున్నవారిలా చేతులు తిప్పుతూ, చిరునవ్వులు చిందిస్తూ వ్యాఖ్యానాలు చేస్తుంటారు. కానీ, ఎవరైనా చిన్నపాటి విమర్శచేస్తే తట్టుకోలేరు, వెంటనే భాషాజాలం మారిపోతుంది. పైగా, యిలాంటి వ్యక్తులే నిత్యం సుఖభోగాల్లో తేలుతూ, రాజకీయ పలుకుబడి సంపాదించుకుని పైరవీలుచేస్తూ, తమ ఫాలోయర్స్ ని పెంచుకుంటూ ఆస్తులు కూడబెడుతున్నారు. వీరిలో కొంతమంది చేయకూడనివి చేసి దొరికిపోతున్నారు, అదివేరే విషయం. ప్రస్తుతం సమాజంలో కొందరేమో కనిపించిన బాబాకల్లా సాష్టాంగపడిపోతూంటే, యింకొందరు అందరినీ దొంగస్వాములని అనేస్తున్నారు.

ఒకప్పటి గురువులు, దైవంమీద భారంవేసి, కష్టాల్ని ఎలాతట్టుకోవాలో నేర్పించేవారు. అదే టైంలో తమ కర్తవ్యాన్ని వదిలేయకుండా, ఎలా నిర్వహించుకోవాలో చెప్పేవారు. కేరక్టర్ బిల్డింగ్ ఉండేది. కానీ, యిప్పుడలా కాదు. మావాడికింకా ప్రమోషన్ రాలేదు స్వామీజీ అనగానే, మొబైల్ ఫోన్ తీసి, తన పైరవీ ఉపయోగించి

ప్రమోషన్ యిప్పించేయాలి. అలా చేయ(లే)ని వ్యక్తి అసలు గురువేకాదు. ఆన్ లైన్ లో రెండువేలు చెల్లిస్తే, బ్రహ్మజ్ఞానాన్ని సిడిలో నింపి పంపించేవాడే గురువు.

ఇంకొందరైతే కాలదోషం పట్టిన పద్ధతుల్ని, సదాచారంపేరుతో సమాజం మీద రుద్దేస్తుంటారు. దేశ, కాల పరిస్థితుల్నిబట్టి వచ్చే చిన్నచిన్న మార్పులని కూడా సహించలేరు. అన్నీ శాస్త్రంచెప్పినట్టే పాటించాలి, శాస్త్రాన్ని మార్చే అధికారం నీకెక్కడిదీ, అంటూ హుంకరిస్తుంటారు. కానీ, తాము పాటించలేని పరిస్థితి వస్తేమాత్రం, వెంటనే నిశ్శబ్దంగా శాస్త్రాన్ని, పద్ధతుల్ని మార్చేస్తుంటారు. సాంప్రదాయాల పట్ల మీ జనరేషన్ అసహనానికి, యిలాంటి వ్యక్తులు కూడా ఓ ముఖ్యమైన కారణమే"

మే 26, 2013

లీగసీ హోంస్, కరాచీ

రాత్రి తొమ్మిదైంది. అసహనంగా కంప్యూటర్ మానిటర్ వైపుచూస్తున్నాడు హమీద్ మిర్. అప్పటికి ఐదుసార్లు లాగిన్ చేశాడు, కానీ, మసూద్ నుండి యింతవరకు కన్ఫర్మేషన్ రాలేదు. హమీద్ కి ఆకలి దంచేస్తోంది, ఇఫ్తకారుద్దీన్ ఎపిసోడ్ వల్ల ఉదయం నుండి సరిగా తినలేకపోయాడు.

లీగసీ హోం కేర్ టేకర్, అప్పటికే హమీద్ కి యిష్టమైన తఫ్తాన్స్, జానీవాకర్ డైనింగ్ టేబిల్ మీద సర్దివెళ్ళాడు. వెంటనే తినేయాలనే ఉంది హమీద్ కి. కానీ, మసూద్ నుండి మెసేజ్ వచ్చాకైతే కాస్త మనశ్శాంతితో తినొచ్చు. మసూద్ కెపాసిటీ మీద తనకి చాలా నమ్మకముంది. ఐతే, ప్రస్తుతం టైం తనకి అనుకూలంగా ఉన్నట్టులేదు. మసూద్ కూడా ఫెయిలైతే, తన రెండుచేతులూ ఒకేసారి విరిగినట్టే. ఇంకో రెండుసార్లు లాగిన్ చేశాక కనిపించింది, కొత్త డ్రాఫ్ట్ మెయిల్. కాస్త రిలీఫ్ గా ఊపిరి పీల్చుకుని ఓపన్ చేశాడు.

"హెడ్ కానిస్టేబుల్ పని అనుకున్నట్టే ముగిసింది. సాయంత్రం కార్తికేయాశ్రమం స్వామిని కలిసి మాట్లాడాను. మొదట్లో కేస్ రిఓపన్ చేయించడానికి ఒప్పుకోలేదు. బెదిరించాక ఒప్పుకున్నాడు. కానీ, యింతలో ఏమైందో తెలియదు, యిప్పుడే ఫోన్ చేసి, కేస్ రి ఓపన్ చేయలేమంటున్నాడు. తమ ఆశ్రమం పరువు పోయినా పర్లేదంటూ, చాలా భయం, భయంగా మాట్లాడాడు. ఇప్పుడేం చేయమంటారు?"

ఆలోచిస్తున్నాడు హమీద్. ఏం జరిగుంటుంది, భవభూతిసరస్వతి సడన్ గా ఎందుకు ఎదురుతిరిగినట్టు? ఆయన కో ఆపరేషన్ లేకుండా, తన ప్లాన్ అస్సలు ముందుకెళ్ళదు. ఇప్పటివరకూ చేసిందంతా వృథా అవుతుంది. మసూద్ ని ఫాలో అయిన గ్రూప్ ఏదైనా చేసిందేమో. సాటోనుండి కూడా మెసేజ్ యింకా రాలేదు. ఆలోచనలతోనే వెళ్ళి, డైనింగ్ టేబుల్ ముందు కూచున్నాడు హమీద్. ఓవైపు ఆకలి, మరోవైపు టెన్షన్. ముందు ఆకలి తీరితేగాని, ఆలోచనలు సరిగ్గా సాగేలాలేవు. అందుకే త్వరత్వరగా డిన్నర్ ముగించాడు. విస్కీ రెండుపెగ్స్ గ్లాస్ లో పోసుకుని తిరిగి కంప్యూటర్ ముందు కూచున్నాడు.

టైం చూసుకున్నాడు హమీద్. పదింపావు. కరాచీనుండి బయలుదేరిన ఫిదాయీలు, రేపు తెల్లవారి ముంబై చేరుకుంటారు. ముందు బహ్రైన్ వెళ్ళి, అక్కడినుండి ఫ్లైట్ మారి, ముంబైకి వెళ్ళాలి. ఎవరికీ అనుమానం రాకుండా, ఇండియాలో యిమిగ్రేషన్ పూర్తైందని తెలిస్తేగానీ తనకి నిద్రపట్టదు. చాలా సంవత్సరాల తర్వాత, తన జీవితంలో నిద్రలేని రాత్రులు తిరిగి మొదలయ్యాయి.

మే 27, 2013

హరిద్వార్

షాజియా సిబిసిఐడి ఆఫీస్ వెళ్ళి, ప్రకాష్ గోయల్ ని తీసుకుని, కోర్ట్ చేరుకునేసరికి ఉదయం పదకొండున్నరైంది. లాకర్ రూంస్, కోర్ట్ హాల్ క్రిందే అండర్ గ్రౌండ్ లో ఉన్నాయి. కోర్ట్ వెనకున్న వాటిలో, రెండు రికార్డ్ రూంస్, ఒకటి జడ్జిగారి ఛాంబర్, యింకోటి లాయర్స్ కి లంచ్ రూం. సెక్యూర్ లాకర్ రూంస్, అంత ఓపెన్ లో ఉండవని అతను చెబుతుంటే, షాజియాకి తలకొట్టేసినట్టయింది, అంత చిన్న విషయం తనకి తట్టనందుకు. ఏమీ తెలుసుకోకుండా, ఎంత సిల్లీగా మొన్న రాత్రి ట్రాప్ లో పడబోయింది.

కేర్ టేకర్ లాకర్ రూం తెరిచి, కేస్ నెంబర్ ప్రకారం వెతుక్కుంటూ వెళ్ళి, ఓ బాక్స్ లాక్ తీశాడు. తన రిజిస్టర్ లో డేట్ వేసి అందించాడు. ప్రకాష్ గోయల్ అందులో సైన్ చేశాక, గన్నీ బేగ్స్ సీల్ తీసి జిపిఆర్స్ ని బయటికి తీశాడు. వాటిని చూడగానే అనుమానం బలపడింది షాజియాకి, అవి ఎస్.ఐ.ఆర్.3000 మోడల్ వి. గ్లేసియర్స్ లోని ఐస్ మందం కొలవడానికి వాడే జిపిఆర్స్. కానీ, బాస్ తనకి పంపించిన ఫోటోల్లో ఉన్నవి రోవర్-సి మోడల్ జిపిఆర్స్.

మార్గరెట్ క్లైర్, హాక్ చేసిన మెసేజ్ లో కూడా జిపిఆర్స్ ని మార్చేయమని రాసుంది. అంటే, కేదారనాథ్ నుండి యిక్కడికి వచ్చేలోపే మార్చేసుండాలి. ఇక వీటిలో డేటాకోసం వెతకడం అనవసరం. బయటికొచ్చి బాస్ కి ఫోన్ చేసింది.

"ఎస్ షాజియా, ఎనీ మోర్ షాకింగ్ న్యూస్?" అడిగాడు అరవింద్ నార్లేకర్.

"ఎస్ సర్, జిపిఆర్స్ ని నిజంగానే మార్చేశారు"

"గుడ్ గాడ్, ఆర్ యూ ష్యూర్!?"

"ఎస్ సర్. మీరు పంపించిన ఫోటోల్లోవి రోవర్-సి మోడల్. కానీ, యిక్కడున్నవి ఎస్.ఐ.ఆర్.3000 మోడల్. కేదారనాథ్ నుండి వచ్చేటపుడు దారిలోనే మార్చేసుండాలి"

"సీల్ చేసి పంపించుంటారు కాబట్టి, దారిలో మార్చే అవకాశం లేదు. స్టేషన్ లోనే ఎవరో హెల్ప్ చేసుండాలి. అదెవరో తెలుసుకుంటే, యిందులో గ్లోబల్ కంపెనీకున్న లింకేంటో తెలిసిపోతుంది. ఓసారి కేదారనాథ్ వెళ్ళి, స్టేషన్ ఆఫీసర్ ని కలువు"

"ఎస్ సర్, ఇప్పుడే వెళతాను. ... సర్, హరిద్వార్ సిసి టివి రికార్డ్స్ లో ఏమైనా తెలిసిందా?"

"ఇంకాలేదు. రిషికేశ్ రోడ్ మీద, ఓ కార్ ముందు సీట్లో బబ్లూతివారి కనిపించాడట. ఎవరితో వెళ్ళాడో యింకా తెలియలేదు. కోర్ట్ ముందున్న హోటల్ మీద కూడా సిసి కెమెరా ఉంది. కానీ, రాత్రి తొమ్మిదిన్నర నుండి అది పనిచేయలేదు. ఓ చెట్టుకొమ్మ విరిగిపడ్డంతో వైర్స్ తెగిపోయాయి"

"మైగాడ్. అంటే, బబ్లూతివారి గాంగ్ అంత పర్ఫెక్ట్ గా ప్లాన్ చేసిందా!?"

"పర్ఫెక్ట్ ప్లాన్ వరకూ కరెక్టే. కానీ, వైర్స్ కట్ చేసింది బబ్లూ గాంగ్ కాదు! ఆ వెధవలకి అంత తెలివిలేదు. ఎందుకంటే, రాత్రి తొమ్మిదికి ఆ వెధవలు కోర్ట్ మెయిన్ గేట్ వైపు వెళ్ళడం, సిసి కెమెరాలో రికార్డైంది"

"సర్...అయితే మరెవరు చేసినట్టు!?" అడిగింది ఆశ్చర్యంగా.

"నిన్నెవరో కవర్ చేస్తున్నారని చెప్పానే, ఇది వాళ్ళ పనే అయ్యుంటుంది. ఇంకో విషయం షాజియా, నువ్వు హరిద్వార్ నుండి మొదటిరోజు నాకో రిపోర్ట్ పంపావు. అందులో ప్రతాప్ రామనారాయణ సింగ్ కేస్ ని రెఫర్ చేశావు, గుర్తుందా?"

"ఎస్ సర్. కానీ, దాని గురించి మీరేం చెప్పకపోవడంతో, ఈకేస్ కి సంబంధం లేదేమో అనుకున్నాను"

"నో, నో, రెండుకేస్ ల డిటైల్స్ మన ఫోరెన్సిక్ ఎక్స్ పర్ట్స్ కి పంపించాను, ప్రొఫైల్ మాచింగ్ కోసం. రెండు కేసుల్లోనూ, డెడ్ బాడీస్ మీది కట్స్ ఒకేరకంగా ఉన్నాయి. అంటే, గాయం ప్రొఫైల్, లోతుల్ని బట్టి చూస్తే, ఈ రెండు కేసులకీ చాలాదగ్గర సంబంధం ఉంది. సో, దీన్నిబట్టి నీకేమనిపిస్తోంది?"

"సర్, నాకేం అర్థమవడం లేదు"

"ప్రతాప్ రామనారాయణ సింగ్ ని చంపింది, జియాలజిస్ట్ లని చంపింది ఒకే గ్రూప్ అయ్యుండాలి. అదే గ్రూప్, మొన్నరాత్రి బబ్లూతివారి గాంగ్ ని కూడా చంపి, నిన్ను కవర్ చేసిందని నాకనిపిస్తోంది"

"మైగాడ్...సర్, ఆ గ్రూప్ ఎవరు? ఇదంతా ఎందుకు చేస్తున్నట్టు!?"

"తమ ఐడెంటిటీని రహస్యంగా కాపాడుకుంటూనే, మనకేదో చెప్పాలని ట్రై చేస్తున్నారు. ఐఎస్ఐకి, ఆ జియాలజిస్టులకి ఏదో సంబంధముంది. ఇందులో గ్లోబల్ ఎన్విరాన్మెంట్ కంపెనీ రోల్ ఏంటో కూడా మనం తెలుసుకోవాలి"

"సర్, ఆ కంపెనీ డైరెక్టర్ ని అరెస్ట్ చేస్తే?"

"కమాన్ షాజియా, కోర్ట్ లో మేజిస్ట్రేట్ తో చీవాట్లు తినాలనుందా నీకు! అరెస్ట్ వారెంట్ కావాలంటే, బలమైన ఎవిడెన్స్ కావాలి"

"క్లైర్ యిచ్చిన డ్రాఫ్ట్ మెసేజ్ ఉందిగా"

"ఆ మెసేజ్ ని ఎవరు, ఎవరికోసం డ్రాఫ్ట్ చేశారో ఎలా ప్రూవ్ చేయడం? పైగా, హాక్ చేసినవాటిని కోర్ట్ అసలు ఎంటర్టైన్ చేయదు"

"సర్, మరెలా?"

"అందుకే నిన్ను కేదారనాథ్ వెళ్ళమంటున్నాను. అక్కడి పోలీస్ స్టేషన్ లో ఎవరు జిపిఆర్స్ ని మార్చేందుకు హెల్ప్ చేశారో తెలుసుకుని అరెస్ట్ చేస్తే, ఎవరికోసం చేశారో తెలుస్తుంది. అటువంటి ఎవిడెన్స్ ని కోర్ట్ లో ప్రజెంట్ చేయొచ్చు. అందుకని వెంటనే బయల్దేరు"

మే 27, 2013
లీగసీ హోంస్, కరాచీ

ఉదయం ఏడు పది. హమీద్ రాత్రంతా మేలుకునే ఉన్నాడు. సాటోనుండి ఏదైనా మెసేజ్ వచ్చిందేమోనని మాటిమాటికీ మెయిల్ బాక్స్ ఓపన్ చేసి చూస్తున్నాడు. తెల్లవారి ఐదున్నరనుండి ఇఫ్తకారుద్దీన్ మెయిల్ బాక్స్ కూడా, మాటిమాటికీ ఓపన్ చేస్తున్నాడు.

జస్ట్ అప్పుడే ఇఫ్తకారుద్దీన్ నుండి కన్ఫర్మేషన్ మెసేజ్ వచ్చింది. ఫస్ట్ బాచ్ ఐదుమంది ఫిదాయీలు, సేఫ్ గా ముంబై ఇంటర్నేషనల్ ఎయిర్ పోర్ట్ నుండి, డొమెస్టిక్ టర్మినల్ కొచ్చారు. ఇమిగ్రేషన్ లో ఎవరికీ అనుమానం రాలేదు. తన ప్లాన్ లో మొదటి స్టెప్ సరిగా పూర్తయింది. అక్కడినుండి అందరూ ఢిల్లీ వస్తున్నారు, మసూద్ ని ఫాలో అయిన వ్యక్తుల్ని ట్రేస్ చేసి, కిడ్నాప్ చేయడానికి.

లాండ్ లైన్ ఫోన్ రిగవడంతో అతడి ఆలోచనలు డిస్టర్బ్ అయ్యాయి. ఈ టైంలో ఎవరు అనుకుంటూ, ఫోన్ తీశాడు.

"హమీద్ భాయ్, సాటో హియర్"

"సాటో సాన్, గుడ్ మార్నింగ్! ఎక్కడున్నారు?"

"సారీ, నిన్న రాత్రి కాంటాక్ట్ చేయలేకపోయాను"

"అదే నేనూ అనుకుంటున్నాను, ఏం జరిగింది?"

"మసూద్, రిషికేశ్ కి దూరంగా ఓ రిమోట్ ప్లేస్ కి వచ్చి ఎవరో స్వామీజీని కలిశాడు. మసూద్ మాట్లాడి వెళ్ళాక, సడన్ గా ఎవరో ఆ స్వామీజీ ముందు ప్రత్యక్షమయ్యాడు. ముఖంనుండి కాళ్ళవరకు ముసుగు వేసుకోవడం వల్ల క్లియర్ గా చూడలేకపోయాను. అతడి చేతిలో ఓ స్వోర్డ్, చాలా వెడల్పుగా ఉంది. దాన్ని చూపించి, స్వామీజీని ఏదో బెదిరించాడు. స్వామీజీ భయంతో కాసేపలాగే నిలబడిపోయారు"

"మైగాడ్... ఏం చెప్పాడు స్వామీజీకి?" అడిగాడు హమీద్.

"నేను చాలాదూరంలో, ఓ చెట్టుమీద ఉండడంవల్ల అతడి మాటలు వినిపించలేదు. అతను నిలుచున్న పొసిషన్, చీకట్లోకూడా స్వోర్డ్ ని కరెక్ట్ గా ఎయించేయడం యివన్నీ చూస్తే, అతడికి మార్షల్ ఆర్ట్స్ లో బాగా ప్రాక్టీస్ ఉందని చెప్పగలను. ఆ వ్యక్తి ఎంత సడన్ గా వచ్చాడో, అంతే సడన్ గా చీకట్లో కలిసిపోయాడు"

"తర్వాత?"

"నే చెట్టుదిగేలోపే అక్కడ జనం పోగయ్యారు. అప్పుడే దిగితే, అనుమానంకొద్దీ నన్ను పట్టుకుంటారని చెట్టుమీదే దాక్కున్నాను. పోలీసులు వచ్చివెళ్ళేసరికి రాత్రి రెండైంది. తర్వాత, చెట్టుదిగి చాలాదూరం నడవాల్సివచ్చింది. ఆ టైంలో టాక్సీ, ఆటో ఏదీ దొరకలేదు. సుమారు పన్నెండు కిలోమీటర్లు నడిచాక, ఓ ఆటో దొరికింది. రిషికేశ్ లో నా రూం చేరుకుని, వెంటనే నీకు ఫోన్ చేస్తున్నాను"

హమీద్ మనసులో సుడులు తిరుగుతున్నాయి. ***స్వోర్డ్... చాలా వెడల్పుగా ఉంది, మార్షల్ ఆర్ట్స్.*** ఆలోచనల్లో సడన్ గా ఒక పదం మనసులో మెదిలింది... ***శర్వగ్నులు!*** ఇరవైఏళ్ళ క్రితమే శర్వగ్ని ఉద్యమం పూర్తిగా నాశనమైందనుకున్నాడు. కానీ, తన అంచనా తప్పిందా!? అదింకా సజీవంగానే ఉందా!?...

ప్రాచీనకేదారేశ్వరం రహస్యాన్ని యింకా కాపాడుతోందా!? అప్రయత్నంగా హమీద్ చెయ్యి, కుడికంటి కిందున్న మచ్చని తడుముతోంది.

"హమీద్ భాయ్, నా అసైన్మెంట్ ముగిసింది. చివరగా నీకో బోనస్! ... అంటే, ఓ యిన్ఫర్మేషన్. ఇండియన్ యోగాలోలాగే, మాక్కూడా జపాన్ లో చిన్నప్పటినుండి చీకట్లో చూడ్డం ప్రాక్టీస్ చేయించారు. దాని హెల్ప్ తోనే నీకీ యిన్ఫర్మేషన్ యిస్తున్నాను"

"ఏంటి, చెప్పండి?" ఆలోచిస్తూనే అడిగాడు హమీద్.

అటునుండి సాటో చెబుతున్న విషయాన్ని ఊపిరి బిగబట్టి విన్నాడు. "థాంక్స్ సాటో సాన్, బై" చెప్పి ఫోన్ పెట్టేశాడు హమీద్. మనసంతా గజిబిజిగా ఉంది. ఇందులో ఏదో పజిల్ ఉంది. శర్వగ్ని ఉద్యమం తిరిగి ఆక్టివేట్ అయితే అయ్యుండొచ్చు. కానీ, ఇన్నేళ్ళ తర్వాత కరాచీనుండి తాను జాగ్రత్తగా ప్లాన్ చేసి, రహస్యంగా చేయిస్తున్న రిసర్చ్ గురించి, దానికెలా తెలిసిపోయింది!?

ఐఎస్ఐ నుండి ఎవరూ లీక్ చేసే ఛాన్స్ లేదు. ఎందుకంటే, తన ప్లానేంటో ముక్తారహ్మాద్ కి కూడా చెప్పలేదు. ఇండియాలోని తన లింక్ కి కూడా డిటైల్స్ తెలియవు. తన ఫెసిలిటేటర్, అమితాబ్ కిషోర్ కూడా, మారియన్ క్రోల్, భవభూతిసరస్వతి మాట్లాడుకున్నప్పుడు ఆ రూంలో లేడు... మరెలా సాధ్యం!?

ఆలోచనలతో బుర్ర వేడెక్కింది హమీద్ కి. సాటో మెసేజ్ ప్రకారం, రిషికేశ్ లో దిగాక మసూద్ ని ఎవరూ ఫాలో చేయలేదు. కానీ, సరిగ్గా మీటింగ్ టైంకి, ఆ ముసుగువ్యక్తి స్పాట్ కి చేరుకున్నాడంటే, మసూద్ ని వదిలేసి భవభూతిసరస్వతిని ఫాలో చేసుండాలి. అంటే, మసూద్, రిషికేశ్ లో భవభూతిసరస్వతిని కలుస్తాడని ఈ గ్రూప్ కి కచ్చితంగా తెలుసు... ఎలా!?

ఇఫ్తకారుద్దీన్ కి మెసేజ్ టైప్ చేశాడు. సరిగ్గా అరగంటయ్యాక తిరిగి లాగాన్ చేశాడు. ముంబై ఎయిర్ పోర్ట్ లో కూచున్న ఇఫ్తకారుద్దీన్, అరగంటలో ఏదో చేసేయగలడని కాదు. కానీ, కనీసం మెయిలైనా డిసిప్లిన్డ్ గా చూస్తున్నాడో, లేదో గమనించాలి. బద్ధకం ఓ సారి అలవాటైతే, పోగొట్టుకోవడం అంత సులభంకాదు. ప్రాణభయం ఒక్కటే దాన్ని పోగొట్టే ఛాన్సుంది, అదీ మామూలు మనుషుల్లో! ఇఫ్తకారుద్దీన్ లాంటి వెధవలు, ప్రాణంమీదికొస్తేగానీ మారరు! అందుకే, గమనించాలనే లాగిన్ అయ్యాడు హమీద్. కానీ, అతడి అంచనాలని తలక్రిందులు చేస్తూ, డ్రాఫ్ట్ లో రిప్లై సేవైంది.

ఓపెన్ చేసి చదివాడు. కాళ్ళకింద భూమి కదిలిపోతున్నట్టనిపించింది హమీద్ కి. ఒక్కసారిగా పజిల్ మొత్తం క్లియరైనట్టైంది. తప్పు తనవల్లే జరిగింది, దాని ఫలితం యిప్పుడు తానే అనుభవిస్తున్నాడు. నిశ్శబ్దంగా సాగిపోతున్న రిసర్చ్, సడన్ గా ఆగిపోయింది. పైగా, పోలీస్ కేస్, సిబిఐ ఎంక్వైరీ, వీటిని కవరప్ చేసుకోవడంలోనే తన టైం మొత్తం వేస్టవుతోంది. తన చేతుల్ని తానే కట్టేసుకున్నట్టైంది!

అక్కడ శత్రువు ఖండాదూసి తనని ఛాలెంజ్ చేస్తున్నాడు, ధైర్యం ఉంటే బయటికిరమ్మని. అతనెవరైనా, మొదటిసారిగా తనకి తగిన శత్రువే ఎదురయ్యాడు,...ఎదురులేని హమీద్ ప్లానింగ్ ని కూడా చెల్లాచెదురు చేయగలిగిన శత్రువు! ఇండియా వెళ్ళి, నేరుగా అతడిని ఎదుర్కోవాలనే ఉంది హమీద్ కి. కానీ, తన ప్లాన్ అన్నిటికన్నా ముఖ్యం. దానికి చేసుకోవాల్సిన ఏర్పాట్లింకా పూర్తికాలేదు. అందుకే, ముందీ శత్రువుని అర్జెంట్ గా తన దారినుండి తప్పించాలి, ఎవరికీ డౌట్ రాకుండా! అప్పుడుగాని భవభూతిసరస్వతికి ధైర్యం రాదు, కేస్ రి-ఓపన్ చేయించేందుకు.

హమీద్ మొహంలో సడన్ గా ఓ క్రూరమైన చిరునవ్వు ప్రత్యక్షమైంది. నిజమే, తానో తప్పుచేశాడు, ఫలితం అనుభవిస్తున్నాడు. అలాగే, తన శత్రువుకూడా ఓ తప్పుచేశాడు! కాబట్టి, ఫలితం అనుభవించి తీరాలి! హమీద్ వేయబోయే శిక్ష ... చావుకంటే చాలా భయంకరంగా ఉంటుంది! ఫిదాయీలతో చేయాలనుకున్న ప్లాన్ ని మార్చాడు హమీద్. ఇఫ్తకారుద్దీన్ కి డిటైల్డ్ గా రాసి, టైం చూసుకున్నాడు. ఎనిమిది కావస్తోంది.

ఇష్తకారుద్దీన్, ఫిదాయిలతో ఢిల్లీ చేరేసరికి పదకొండవుతుంది. అందరూ అక్కడినుండి సాయంత్రానికల్లా గమ్యం చేరుకోవాలి.

మసూద్ ఇ-మెయిల్ ఐడి కి లాగాన్ అయ్యాడు "మసూద్, స్వామీజీ సంగతి నే చూసుకుంటాను. ఈలోపు, అర్జెంట్ గా ఓ వందకిలోల సెంటెక్స్2-పి అరేంజ్ చేయ్. సోర్స్- లిబియా, అన్ టాగ్డ్. అలాగే ఓ యాభై లేసర్ హాండ్ టార్చిలు కొను, గ్లోబల్ కంపెనీ అకౌంట్లో. కెపాసిటీ 5కిలోవాట్స్, యుకె మేక్. డిలిట్ డ్రాఫ్ట్ మెసేజ్" సేవ్ చేసి, లాగాఫ్ చేశాడు.

సెంటెక్స్ ఓ ప్లాస్టిక్ ఎక్స్ ప్లోసివ్. ఆర్.డి.ఎక్స్, పి.యి.టి.ఎన్ ల కాంబినేషన్. పావుకిలో చాలు, ఓ పెద్ద విమానాన్ని కూడా రూపురేఖలు తెలీకుండా మసిచేసేందుకు. టెర్రరిస్టులకి ఇది చాలా ఫేవరేట్ ఆయుధంగా మారడంతో, 1991లో అంతర్జాతీయ ఒప్పందాల ప్రకారం, దీన్ని తయారుచేసేటప్పుడే ఓ డిటెక్షన్ టాగెంట్ ని కలపడం తప్పనిసరి చేశారు. ఒక్కో కంపెనీ ఒక్కో టాగెంట్ ని కలుపుతుంది. దాన్నుండి వచ్చే వాపర్స్ వల్ల, సెంటెక్స్ ని గుర్తించడం, ఎక్కడినుండి తెప్పించుకున్నారో తెలుసుకోవడానికి టాగెంట్ ఉపయోగపడుతుంది. నిజానికి సెంటెక్స్ ని తయారుచేసే కంపెనీలు 1987 నుండే టాగెంట్ ని ఉపయోగిచడం ప్రారంభించాయి. ఐతే, 1987 కన్నా ముందే తయారైన సెంటెక్స్ లో ఎలాంటి టాగెంట్ కలపబడలేదు.

లిబియా, 1975 నుండి 1981 వరకూ సెంటెక్స్2-పి ని భారీగా అంటే, సుమారుగా ఐదువందల టన్నులకి పైనే దిగుమతి చేసుకుంది. సెంటెక్స్2-పి వెరైటీలో పియిటిఎన్, వాక్స రెండింటినీ కలిపి బూస్టర్ గా ఛార్జ్ మధ్యలో ప్రత్యేకంగా అమర్చడం వల్ల, యిది ప్రమాదవశాత్తూ పేలే అవకాశం లేదు. మామూలుగా స్టోర్ చేస్తే, దీని షెల్ఫ్ లైఫ్ పదేళ్ళు. కానీ, సరైన వాతావరణంలో, తగిన జాగ్రత్తలతో స్టోర్ చేస్తే, ఎంతకాలం తర్వాతైనా వాడుకోవచ్చు.

2011లో లిబియాలో, గడాఫీ ప్రభుత్వం పతనమయ్యే టైంలో సుమారు నలభై టన్నుల సెంటెక్స్2-పి ని, రహస్యంగా ఐర్లాండ్ కి తరలించి, ఐఎన్ఎల్ఏ (ఐరిష్ నేషనల్ లిబరేషన్ ఆర్మీ) కి చేరవేశారు. లండన్ కనెక్షన్ వల్ల, మసూద్ కి ఐఎన్ఎల్ఏ తో లింక్స్ ఉన్నాయి. టాగెంట్ కలపని సెంటెక్స్2-పి, ఓ వందకిలోలు కొని ఇండియాకి తరలించడం, మసూద్ కి పెద్దపని కాదు.

మే 28, 2013

కేదారనాథ్

షాజియా, కేదారనాథ్ పోలీస్ స్టేషన్ చేరుకునే సరికి మధ్యాహ్నం పన్నెండున్నరైంది. నిన్న మధ్యాహ్నం టాక్సీ తీసుకుని, రాత్రికి గౌరీకుండ్ చేరుకుంది. తెల్లవారే బయలుదేరి, కాలినడకతో కేదారనాథ్ చేరుకుంది. మంచి ఎండకాలంలో కూడా అక్కడి చలి వణికిస్తోంది.

అప్పటికే అరవింద్ నార్లేకర్, అక్కడి డి.ఎస్.పి. కి ఫోన్ చేసి చెప్పడంవల్ల, ఆమె రాగానే స్టేషన్ లో హడావిడి మొదలైంది. ఆమెకి కూడా లంచ్ రెడీగా ఉంచారు. తింటూనే స్టేషన్ హౌస్ ఆఫీసర్ ని వివరాలడిగింది. స్పాట్ లో దొరికిన వస్తువుల్ని స్టేషన్ లో ఎలా హేండిల్ చేశారు, ఎలా పాక్ చేసి సీల్ వేశారు, అన్నీ డిటైల్డ్ గా వింది. ఎక్కడా డౌట్ రావడంలేదు.

"ఈ హత్య జరిగాక, యిక్కడినుండి ఎవరైనా ట్రాన్స్ ఫర్ అవడం లేదా రిజైన్ చేయడం జరిగిందా?" అడిగింది.

"లేదు మేడం. కానీ, జియాలజిస్ట్ ల హత్య జరిగాక నాలుగైదురోజుల తర్వాత, ఓరోజు రాత్రి స్టేషన్ లో మా హెడ్ కానిస్టేబుల్ మాత్రమే ఉన్నాడు. డ్యూటీలో ఉన్న నలుగురు కానిస్టేబుల్స్ కి ఏవో పనులుచెప్పి దూరంగా పంపించాడట. ఓ రెండుగంటలపాటు స్టేషన్ లో అతనొక్కడే ఉన్నాడు"

"ఐతే, ... మీరేం చెప్పాలనుకుంటున్నారు?"

"ఆ హెడ్ కానిస్టేబుల్ సడన్ గా చనిపోయాడు"

"ఎలా!?"

"పాము కరిచింది" చెప్పాడు స్టేషన్ హౌస్ ఆఫీసర్.

"మైగాడ్! ఎప్పుడు?" అడిగింది ఆశ్చర్యంగా.

"మొన్న ఆదివారంరోజు. అగస్త్యముని హెలిపాడ్ ఎదురుగా ఓ రెస్టరెంట్ లో. ఆరోజు అతడికి డ్యూటీ ఆఫ్. మరి, యూనిఫాంలో అక్కడికెందుకు వెళ్ళాడో ఎవరికీ తెలియదు"

"పోస్ట్ మార్టం అయిందా?"

"అయింది, రిపోర్ట్ కూడా యిప్పుడే వచ్చింది" చెప్పాడు, రిపోర్ట్ అందిస్తూ.

రిపోర్ట్ ని జాగ్రత్తగా చదివింది షాజియా. కార్డియాక్ బ్లడ్ సాంపిల్, స్కిన్ టిష్యూలలో పామువిషాన్ని గుర్తించారు. అతడి చేతిమీద పాముకాటు గుర్తుల ఫోటోలుకూడా రిపోర్ట్ లో ఉన్నాయి.

స్టేషన్ బయటికొచ్చి, బాస్ కి ఫోన్ చేసి చెప్పింది.

"సో.. షాజియా, మనకి బాడ్ లక్ ఒన్స్ అగైన్. వాడిని అరెస్ట్ చేసుంటే, ఈ కేస్ లో కనీసం కాస్త ప్రోగ్రెస్ ఉండేదేమో" చెప్పాడు అరవింద్ నార్లేకర్.

"సర్... నాకెందుకో యిది కోయిన్సిడెంటల్ అనిపించడం లేదు"

"వాడ్డూయూ మీన్!?"

"సర్, అతను ఆదివారంరోజు డ్యూటీలో లేడు. కానీ, యూనిఫాంలో అక్కడికి వెళ్ళాడు. హెలిపాడ్ ఎదురుగా ఉండే ఓ హోటల్లోకి పాము వచ్చే అవకాశం తక్కువ. బై ఛాన్స్ వచ్చినా, కుర్చీమీదికి పాకి, అక్కడ కూచున్న వ్యక్తి చేతిమీద కాటేయడానికి అస్సలు ఛాన్స్ లేదు"

"కానీ, పోస్ట్ మార్టం రిపోర్ట్ లో క్లియర్ గా అది స్నేక్ బైట్ అనే రాసుందన్నావ్?"

"అవును సర్"

"షాజియా, నువ్వేం చెప్పాలనుకుంటున్నావు. క్లియర్ గా చెప్పు"

"సర్ వెనం అనాలిసిస్ చేయిస్తే, ఏదైనా క్లూ దొరకొచ్చు"

"ఓకే, డి.ఎస్.పి. కి చెబుతాను. నువ్వు హరిద్వార్ వచ్చేయ్. అన్నట్టు, గణపతి ఆశ్రమం స్వామీజీ వచ్చారా?"

"ఎస్ సర్. నిన్న ఆశ్రమానికి వెళ్లాను"

"గుడ్, అసలు విషయం ఏమైనా కదిలించావా?"

"ఇంకా లేదు. మొదటి పరిచయంలోనే అడగడం బావోదని. పైగా, నేనో స్టూడెంట్ నని అందరితో చెప్పాను"

"ఓకే. బట్, ఒకటి, రెండురోజుల్లో ఎలాగైనా ఆయనతో విషయం కనుక్కొని, ముంబై వచ్చేయ్" చెప్పి ఫోన్ పెట్టేశాడు, అరవింద్ నార్లేకర్.

ఆయన అసహనం తెలుస్తోంది షాజియాకి. ఈ కేస్ చాలా మలుపులు తిరుగుతోంది. రోజులు గడుస్తున్నకొద్దీ, అనుమానాలు, కన్ఫ్యూజన్ ఎక్కువవుతున్నాయేగానీ, యిన్వెస్టిగేషన్ ఏమాత్రం ముందుకెళ్ళడం లేదు. తన ప్రయత్నంలో లోపంలేదు. కానీ, సక్సెస్ కాలేకపోతోంది. పైకెంత ఆదర్శంగా మాట్లాడినా, బాస్ లకి సక్సెస్ కావాలి, ... సక్సెస్ మాత్రమే కావాలి!

అంతలో తన సెల్ ఫోన్ మోగడంతో, ఆలోచనలనుండి బయటపడి నంబర్ చూసింది. అది గణపతి ఆశ్రమం నుండి. ఈటైంలో కపర్ది కాలేజిలో ఉంటాడు, కాబట్టి నచికేత్ అయ్యుండాలి.

"హాయ్ నచికేత్" చెప్పింది, రిసీవ్ చేసుకుంటూ.

"కపర్ది హియర్. షాజియా, ఎక్కడున్నావ్? చాలాసేపటినుండి నీ నంబర్ ట్రై చేస్తున్నాను" అతడి వాయిస్ చాలా ఆందోళనగా ఉంది.

"అనుకోకుండా కేదారనాథ్ కి వచ్చాను. సారీ, నీతో చెప్పాలనే అనుకున్నాను, కానీ..."

"నచికేత్ కూడా నీతో వచ్చాడా?" అడిగాడు కపర్ది, ఆమె మాటలకి అడ్డొస్తూ.

"లేదు. ఏంటి విషయం?"

"నచికేత్ కనిపించడం లేదు. ఉదయం పాలు తేవడానికి వెళ్ళినవాడు తిరిగిరాలేదు. హరిద్వారంతా వెతికాం. నాకు తెలిసిన అందరికీ ఫోన్ చేశాను. ఎక్కడికెళ్ళాడో ఎవరికీ తెలియదు"

"అతను వెళ్ళిన రూట్లో, ఏక్సిడెంట్ లాంటిదేమైనా జరిగిందేమో కనుక్కున్నావా?"

"అలాంటిదేం లేదు. అన్ని హాస్పిటల్స్ కి వెళ్ళొచ్చాను"

"మైగాడ్, మరైతే పోలీస్ కంప్లైంట్ యిచ్చారా?" అనుమానిస్తూ అడిగింది.

"ఇంకా లేదు. సాయంత్రం దాకా వెయిట్ చేసి, ఆ తర్వాత యివ్వాలనుకుంటున్నాం" చెప్పాడు కపర్ది. అతడి వాయిస్ చాలా డల్ గా ఉంది. షాజియాకి తెలుసు, కపర్దికి, నచికేత్ అంటే ఎంత అభిమానమో. ఇద్దరూ నిజంగా అన్నా, తమ్ముడిలానే ఉంటారు, కలిసి తిరుగుతూ, గొడవపడుతూ, వాదించుకుంటూ, ఒకర్నొకరు ఆటపట్టించుకుంటూ.

"డోంట్ వరీ. అతడికేం జరిగుండదు. నే వెంటనే బయల్దేరి వస్తున్నాను" చెప్పింది.

త్వరగా స్టేషన్ లోకి వెళ్ళి, ఎస్.హెచ్.ఓ. కి చెప్పింది, తనని వెంటనే హెలిపాడ్ కి తీసికెళ్ళమని. జీప్ ఎక్కాక, తన సెల్ ఫోన్ తోనే ఆన్ లైన్ టికెట్ కి ట్రై చేసింది. కేదారనాథ్ నుండి అగస్త్యముని కి సీట్స్ ఖాళీలేవు.

"ఏంటి మేడం, టికెట్ కోసం చూస్తున్నారా?" అడిగాడు ఎస్.హెచ్.ఓ.

"అవును, అర్జెంట్ గా హరిద్వార్ చేరుకోవాలి"

"ఆన్ లైన్ లో చాలాముందే బుక్ అయిపోతాయి. ఇంత ఎమర్జెన్సీలో మీకు నార్మల్ పద్ధతిలో దొరకవు"

"మరెలా?"

"నేనున్నాగా మేడం. నా తమ్ముడు పవన్ హంస్ లో హెలికాప్టర్ పైలెట్. ఇక్కడినుండి ఫాటాకి డైలీ ఐదారు ట్రిప్స్ కొడతాడు. ఇవాళ రెండున్నరకి వాడి లాస్ట్ ట్రిప్ ఉంది. వాడికి చెప్పి అడ్జస్ట్ చేయిస్తాను"

"థాంక్ యూ సో మచ్" చెప్పి టైం చూసుకుంది. హెలికాప్టర్ టైంకి బయలుదేరితే, మూడుకల్లా ఫాటా చేరుకుంటుంది. అక్కడినుండి హరిద్వార్ కి టాక్సీలోనే వెళ్ళాలి. కనీసం నాలుగుగంటలైనా పడుతుంది. సాయంత్రం ఏడుకల్లా గణపతి ఆశ్రమం చేరుకోవచ్చు.

మే 28, 2013

లీగసీ హోంస్, కరాచీ

మధ్యాహ్నం రెండున్నర. ఇఫ్తకారుద్దీన్ నుండి వచ్చిన మెసేజ్ చూస్తున్నాడు హమీద్. ముందురోజు రాత్రంతా మేలుకునే ఉన్నాడు, తన ప్లాన్ ని ఫైన్ ట్యూన్ చేసుకుంటూ. ఇఫ్తకారుద్దీన్, హమీద్ కి కావలసిన యిన్ఫర్మేషన్ యిచ్చేసరికి నిన్నరాత్రి పద్దైంది.

"హమీద్ సాబ్. ప్లాన్ ప్రకారం పనైంది. గిఫ్ట్ తీసుకుని భగువాలా విలేజ్ కి వచ్చాం. విలేజ్ బయట, ఇక్కడో పాత స్టోన్ క్రషర్ అద్దెకి తీసుకున్నాం. అందరం యిక్కడే ఉన్నాం. నెక్స్ట్ స్టెప్ ఎప్పుడు?"

"ఇప్పుడే కాదు. జాగ్రత్తగా ఉండండి. క్రషర్ ఓనర్ తో ఎవరు మాట్లాడారు?"

"మనవాళ్ళలో ఒకడిని పంపించాను"

"మీరుండే క్రషర్ చుట్టూ ఏమేం ఉన్నాయి?"

"ఎదురుగా యింకో క్రషరుంది. అందులో ఐదారుమంది పనిచేస్తున్నారు. చుట్టూ ఇంకేం లేవు. ఫర్లాంగ్ దూరంలో, ఓ గోడౌనుంది"

"మీ ఎదురుగా ఉన్న క్రషర్ లో ఎవరికీ డౌట్ రాలేదుగా?"

"లేదు, దాని కాంపౌండ్ వాల్ చాలా ఎత్తుగా ఉంది. మా క్రషర్ లోని షెడ్ కి తలుపు వెనకవైపుంది. అటువైపంతా ఫారెస్ట్ ఏరియా. జనసంచారం లేదు"

"గుడ్. గిఫ్ట్ జాగ్రత్త. మనవాళ్ళలో ముగ్గురు ఎప్పుడూ షెడ్ లోనే ఉండాలి, ఇద్దర్ని బయట కాపలా ఉంచు. బయటిపనులు నువ్వే చూసుకో"

మే 28, 2013

షాజియా గణపతి ఆశ్రమం చేరేసరికి సాయంత్రం ఏడున్నరైంది. దారిలో రెండుమూడుసార్లు ఫోన్ చేసి, నచికేత్ గురించి ఏమైనా తెలిసిందా అని కపర్ధిని అడిగింది.

ఆశ్రమంలో అందరూ దిగులుగా ఉన్నారు. మందిరం బయట లాన్ లోనే కూచున్నారు. చిన్నపిల్లాడిలా ఎప్పుడూ ఉత్సాహంగా తిరిగే నచికేత్, సడన్ గా కనిపించకుండా పోయేసరికి అందరికీ చాలావెలితిగా ఉంది. మాటిమాటికీ గురువుగారి వైపు, కపర్ది వైపు చూస్తున్నారు. కపర్ది కళ్ళు ఎరుపెక్కి ఉన్నాయి. ఆ స్థితిలో అతడిని చూస్తే షాజియాకి భయమేసింది.

"ఏమైనా తెలిసిందా?" సందేహిస్తూనే అడిగింది. లేదన్నట్టు తల అడ్డంగా ఊపాడు కపర్ది.

"పోలీస్ కంప్లైంట్ యిద్దాం"

"ఇప్పుడే వద్దు. రేపటిదాకా చూద్దాం" చెప్పాడు కపర్ది.

"ఎందుకు?"

"ఎవరైనా కాంటాక్ట్ చేస్తారేమో చూద్దాం"

"నువ్వేం చెబుతున్నావ్, ఎవరు కాంటాక్ట్ చేస్తారని చూడాలి? ఆలస్యం చేసేకొద్దీ నచికేత్ కే ప్రమాదం"

"అలాంటిది జరగరాదనే, యిప్పుడే పోలీస్ రిపోర్ట్ వద్దంటున్నాను"

షాజియా స్టన్ అయింది "కపర్దీ...యు మీన్, నచికేత్ ని ఎవరైనా కిడ్నాప్ చేశారనుకుంటున్నావా!?"

కపర్ది మౌనంగా తల ఊపాడు. ఏదో వింతైన భావం అతడి కళ్ళలో కనిపిస్తోంది.

"నచికేత్ అంటే నీకెంత యిష్టమో నాకు తెలుసు. ఈ కొన్నిరోజుల్లోనే, నాకే అతనంటే యింత అభిమానం ఏర్పడింది. కానీ, పోలీస్ రిపోర్ట్ యివ్వకపోవడం నేరమౌతుంది" చెప్పింది.

"ఇస్తే వాడి ప్రాణాలకే ప్రమాదం కావచ్చు"

"పోలీస్ ని అంత తక్కువగా ఎందుకంచనా వేస్తున్నావ్?"

"షాజియా, నేనెవరినీ తక్కువగా చూడ్డంలేదు. నచికేత్ ని కాపాడాలనుకుంటున్నా, అంతే. వాడిని సేఫ్ గా విడిపించాక, ఎవరేం చేసినా నాకభ్యంతరంలేదు"

షాజియా అర్థమైనట్టు తలూపింది "ఓకే. రిపోర్ట్ నే చేస్తాను. నాకూ, మీ ఆశ్రమానికీ సంబంధంలేదు. కాబట్టి, కిడ్నాపర్స్ కి డౌట్ రాదు"

"ట్రై చేయ్. ఐనా, నీకు పోలీసుల గురించి ఏం తెలుసని. నీ రిపోర్ట్ తీసుకోవడానికే కనీసం రెండురోజులు స్టేషన్ చుట్టూ తిరగాలి"

"నా లాప్ టాప్ పోయినప్పుడు రిపోర్ట్ యిచ్చాగా. వెంటనే తీసుకున్నారు"

"అది గ్రాండ్ బసంత్ హోటల్ ఇన్ఫ్లుయెన్స్ వల్ల కావచ్చు. ఇప్పుడో స్టూడెంట్ గా స్టేషన్ వెళ్ళిచూడు, తెలుస్తుంది. నచికేత్ నీకు బాయ్ ఫ్రెండా, యిద్దరూ కలిసి ఎక్కడెక్కడ తిరిగారు? ఇలాంటి ప్రశ్నలు చాలానే అడుగుతారు"

"నువ్వో లెక్చరర్ వయ్యుండి, పోలీస్ డిపార్ట్ మెంట్ గురించి యింత హీనంగా ఎందుకు మాట్లాడుతున్నావ్!?" అసహనంగా అడిగింది, షాజియా.

"షాజియా, నన్ను విసిగించకు. ఎవర్నీ విమర్శించే ఉద్దేశ్యం నాకులేదు. నచికేత్ ని సేఫ్ గా విడిపించే విషయంలో, నా దారికి ఎవరూ అడ్డురాకుంటే చాలు"

షాజియా ఆశ్చర్యంగా చూసింది. ఈ దేశంలో సగటుమనిషి, వీలైనంతవరకు పోలీస్ డిపార్ట్ మెంట్ ని అవాయిడ్ చేయడమే మంచిదనుకుంటాడు, అది తనకీ తెలుసు. కానీ, కపర్ది ఏదో దాస్తున్నాడని అతడి కళ్ళే చెబుతున్నాయి. నచికేత్ కి ఏదైనా అవుతుందేమోనన్న ఆందోళనని మించి, యింకేదో ఉంది అతడి మనసులో! నచికేత్ ని కచ్చితంగా ఎవరో కిడ్నాప్ చేశారని కపర్ది నమ్ముతున్నాడు, ఎందుకు!?

"ఎందుకు నచికేత్ లాంటి అమాయకుడిని..." ఆమె ప్రశ్న పూర్తయ్యేలోపే, ఓ సేవకుడు పరుగులు పెడుతూ వచ్చాడు, "గురువుగారూ, ఎవరో ఫోన్ చేశారు. నచికేత్ గురించి, రండి"

"ఎవరు?" అడిగాడు కపర్ది లేస్తూ.

"తెలీదు, లైన్ లో ఉన్నారు"

కపర్ది, ఆశ్రమం ఆఫీస్ వైపుకి పరుగులు పెట్టాడు. విద్యారణ్యసరస్వతి, షాజియా అతడి వెనకే వచ్చారు.

"హలో, ఎవరు?" అడిగాడు కపర్ది.

"అది నీకనవసరం. ముందు మీ ఆశ్రమం హెడ్ ని పిలువు" అటునుండి వినిపించింది.

కపర్ది గురువుగారి వైపు చూశాడు. షాజియా స్పీకర్ ఆన్ చేయమని సైగ చేసింది.

ఆయన స్పీకర్ కి దగ్గరగా వచ్చి "హలో, నేను విద్యారణ్యసరస్వతిని, చెప్పండి"

"నచికేత్ మాదగ్గర సేఫ్ గా ఉన్నాడు. మేం చెప్పినట్టు చేస్తే, సేఫ్ గానే తిరిగొస్తాడు"

వినగానే షాజియాకి అర్థమైంది, వాయిస్ ఛేంజింగ్ సాఫ్ట్ వేర్, లేదా వాయిస్ మిషిన్ వాడారని. చాలా ప్రొఫెషనల్స్ అయ్యుండాలి.

"చెప్పండి"

"మీ ఆశ్రమంలో చాలావిలువైన వజ్రాలున్నాయని మాకు తెలుసు. లైట్ ఎల్లో కలర్, అన్ పాలిష్డ్, ఒరిజినల్ వజ్రాలు. అవి మాక్కావాలి"

"కానీ, అవి సనాతనంగా మా గురువులనుండి వచ్చినవి. విశేషమైన పూజల్లో మాత్రమే వాటిని ఉపయోగిస్తాం. వాటిని మీకెందుకివ్వాలి?" అసహనంగా అడిగారు, విద్యారణ్య సరస్వతి.

"నచికేత్ ప్రాణాలతో తిరిగిరావాలని మీకు లేదా?"

"ఇది అన్యాయం, ఓ అమాయకుడిని అడ్డు పెట్టుకుని..." విద్యారణ్యసరస్వతి కోపంగా అంటూంటే, కపర్ది ఆయన మాటలకి అడ్డొచ్చాడు "వాటిని ఎక్కడ, ఎలా యివ్వాలి?" అడిగాడు స్పీకర్ ఫోన్ ముందుకొచ్చి.

"గుడ్, మీ గురువుగారికంటే నీకే కాస్త తెలివుంది. నీ పేరు?"

"కపర్ది"

"నచికేత్ నీకు చాలా క్లోస్ అనుకుంటాను"

"వాడు నా తమ్ముడు"

"గుడ్. తిరిగి రేపుదయం ఎనిమిదికి ఫోన్ చేస్తాను, రెడీగా ఉండు. ఈలోపు, పోలీస్ కి యిన్ఫార్మ్ చేయడంలాంటి తెలివైన పనులేవీ చేయొద్దని చెప్పు, మీ గురువుకి. నాకు ఏ మాత్రం డౌటొచ్చినా, తిరిగి ఫోన్ చేయను" అటునుండి కాల్ కట్ అయింది.

కపర్ది గురువుగారివైపు చూశాడు. ఎప్పుడూ ప్రశాంతంగా ఉండే ఆయన, చాలా అసహనంగా కనిపిస్తున్నారు.

"గురువుగారూ" పిలిచాడు.

"నాకేం చెప్పకు. నా మాటలకి అడ్డొచ్చి, ఆ వజ్రాలని యిచ్చేస్తామని ఎందుకన్నావ్?"

కపర్ది ఓసారి చుట్టూ చూశాడు. షాజియాతోపాటు ఆశ్రమంలోని అందరూ తమనే గమనిస్తున్నారు. అందరి మొహంలోనూ ఆదుర్దా. "ప్లీస్, అందరూ వెళ్ళండి. నన్ను గురువుగారితో కాసేపు ఒంటరిగా మాట్లాడనివ్వండి" చెప్పాడు.

అందరూ తమ రూంస్ కి వెళ్ళిపోయారు. షాజియా యింకా అక్కడే ఉండడంతో, కపర్ది ఆమెవైపు సీరియస్ గా చూశాడు. అతడినలా చూడడం అదేమొదలు, షాజియాకి. ఇన్ని రోజులుగా తనకి తెలిసిన కపర్దేనా యితను. అతడి కళ్ళు అగ్నిగోళాల్లా ఉన్నాయి. మరేం మాట్లాడకుండా బయటికి నడిచింది. కపర్ది తలుపులు మూసేశాడు.

"నచికేత్ ప్రాణాలకంటే, ఆ వజ్రాలు ముఖ్యమా మన ఆశ్రమానికి?" అడిగాడు కపర్ది.

"వాటి విలువ ముఖ్యంకాదు నాకు. అవి సనాతనంగా వచ్చినవి, మన ఆశ్రమానికి అవి గౌరవచిహ్నాలు. ఎవరికో భయపడి, వాటిని యిచ్చేయడానికి మనకి హక్కులేదు"

"నచికేత్ లాంటి మంచివ్యక్తి, పండితుడివల్ల మన ఆశ్రమానికొచ్చే గౌరవంముందు, ఆ రంగురాళ్ళనుండి వచ్చే గౌరవం ఏపాటిది, గురూజీ?"

"నువ్వెన్నైనా చెప్పు, నేను మాత్రం దీనికి ఒప్పుకోను" చెప్పారు విద్యారణ్యసరస్వతి, అసహనంగా.

"నచికేత్ ని కాకుండా నన్నో, ఆశ్రమంలో యింకెవరినో కిడ్నాప్ చేసుంటే, అప్పుడూ మీరిదేమాట అనగలిగేవారా?" కామ్ గా అడిగాడు కపర్ది.

విద్యారణ్యసరస్వతి ఏం మాట్లాడలేదు.

"గురూజీ, మీ దృష్టిలోనూ ఆ రంగురాళ్ళకి ఏ విలువాలేదని నాకు తెలుసు. నచికేత్, మీకు పూర్వాశ్రమంలో (సన్యాసం తీసుకోవడానికి ముందు) పుట్టిన కొడుకు కాబట్టి, వాడిని కాపాడేందుకు వజ్రాలిచ్చేస్తే, ఎవరైనా మిమ్మల్ని విమర్శిస్తారని మీ భయం"

"నన్ను విమర్శిస్తే బాధలేదు, ఆశ్రమాన్ని అప్రతిష్ట చేస్తారనే నా బాధంతా"

"ఎవరో ఏదో అంటారని, ఓ అమాయకుడిని కాపాడకుండా మౌనంగా ఉంటే, అది అన్యాయం కాదా?"

"అందుకే పోలీసులకి చెబుదామంటున్నాను"

"అలాచేస్తే, నచికేత్ సేఫ్ గా తిరిగొస్తాడనే నమ్మకం మీకుందా?" అడిగాడు కపర్ది.

విద్యారణ్యసరస్వతి ఏ మాట్లాడలేకపోయారు.

"గురువుగారూ, సన్యాసం తీసుకున్నాక మీకే బంధాలూలేవు. నచికేత్ మీకు కొడుకుకాదు. అతడి చిన్నప్పుడే, తల్లి చనిపోయింది. అందుకే నాలాగే, అనాథలా ఆశ్రమంలో చేరాడు. ఈ ఆశ్రమంలో అనాథలం చాలామందే ఉన్నాం. అందరినీ మీరు సమానంగానే చూడాలిగా. పైగా, నచికేత్ మంచి పండితుడు. నిరాడంబరత్వాన్ని, కర్మయోగాన్ని సాధించాడు. భవిష్యత్తులో ఈ ఆశ్రమానికి గురువయ్యే అన్ని అర్హతలూ

అతడికున్నాయి. కాబట్టి, అతడిని కాపాడుకునే బాధ్యత మన ఆశ్రమం మీదుంది, ముఖ్యంగా మీమీద, నామీద"

"కానీ, ఆ వజ్రాలు మన ఆశ్రమంనుండి దూరమైతే అరిష్టమని... "

"అది కేవలం ఓ నమ్మకం మాత్రమే. అలాంటి ఎన్నో నమ్మకాలని కాలం మార్చేసింది, అది మీకూ తెలుసు. అయినా మీరింతగా ఆలోచిస్తున్నారు, కాబట్టి మాటిస్తున్నాను. నచికేత్ ని విడిపించాక, ఆ వజ్రాల్ని సేఫ్ గా తీసుకొచ్చే బాధ్యత నాది, చాలా"

విద్యారణ్యసరస్వతి మౌనంగా తలూపారు "జాగ్రత్త. వాటికోసం నీ ప్రాణాలమీదికి తెచ్చుకోకు" చెప్పారు.

మే 28, 2013

కపర్ది తనని బయటికి పంపించాక, షాజియా యిక ఆశ్రమంలో ఉండలేక, తన హోటల్ రూంకి వచ్చేసింది. నచికేత్ కనబడ్డం లేదనగానే ఎంతగా పరుగులుపెడుతూ కేదారనాథ్ నుండి తిరిగొచ్చింది. కానీ, కపర్ది ఒక్కచూపుతో తనని బయటికి పంపించేశాడు... ఆశ్రమం విషయాలతో నీకేం సంబంధం అన్నట్టు. ఆమె ఎగో దెబ్బతింది.

కాసేపు ఆలోచించి, ఓ నిర్ణయానికొచ్చింది. ఇది ఎగో గురించి ఆలోచించే టైంకాదు. తాను అనఫిషియల్ గా యిక్కడికొచ్చింది. కానీ, ఓ అమాయకుడిని కాపాడ్డం, సిబిఐ ఆఫీసర్ గా తన కర్తవ్యం. కాబట్టి, పోలీస్ ని అప్రోచవడమే కరెక్ట్. సిబిసిఐడి సర్కిల్ ఇన్స్ పెక్టర్, ప్రకాష్ గోయల్ కి ఫోన్ చేసి, విషయం చెప్పింది.

"ఆశ్రమం నుండి రిపోర్ట్ చేయడానికి భయపడుతున్నారు. నేనే రిపోర్ట్ చేద్దామనుకుంటున్నాను" అడిగింది.

"తప్పకుండా. రేపు సాయంత్రంలోగా రిపోర్ట్ యివ్వండి, చాలు. ఈలోపు, నే కొన్ని అరేంజ్ మెంట్స్ చేయిస్తాను"

"రేపు సాయంత్రం అంటే ఆలస్యమవుతుందేమో?"

"అది ఫార్మాలిటీ మాత్రమే మేడం. నే యిప్పటినుండే పని మొదలెడతాను. ముందుగా గణపతి ఆశ్రమం ఫోన్ ని టాపింగ్ చేయించాలి. రేపుదయం కిడ్నాపర్స్ కాల్ చేసినప్పుడు, ఎక్కడినుండి చేస్తున్నారో ట్రేస్ చేయొచ్చు. అన్నట్టు, రేపు కాల్ ఎవరు తీసుకుంటున్నారు?"

"కపర్ది అని, ఆశ్రమంలోనే ఉంటాడు"

"అతడికి చెప్పండి, ఎలాగైనా కనీసం మూడు, నాలుగు నిముషాలపాటు కిడ్నాపర్స్ ని మాటల్లో పెట్టమని, లాండ్ లైన్ ట్రాకింగ్ కి అంతటైం కావాలి"

"అలాగే"

"మా ఆఫీసర్స్ టీం, మఫ్టీలో అతడిని ఫాలో చేస్తుంది. ఇంకో విషయం, అర్జెంట్ గా నచికేత్ ఫోటో నాక్కావాలి"

"ఓకే. ఇప్పుడే పంపిస్తాను. నాలుగురోజుల క్రితం మేం ముగ్గురూ గుచ్చుపానీకి వెళ్లాం. అక్కడ తీసిన ఫోటోలున్నాయి, నా సెల్ ఫోన్ లో" చెప్పింది.

ఇప్పుడు తిరిగి ఆశ్రమానికి వెళ్ళాలి, ప్రకాష్ గోయల్ చెప్పినవి కపర్దితో చెప్పాలి. కపర్ది బిహేవియర్ వల్ల తన ఎగో హర్టయినమాట నిజం. కానీ, తానో సిబిఐ ఆఫీసర్నని కపర్దికి తెలియదు. అతనున్న పరిస్థితుల్లో ఎవరైనా అలాగే బిహేవ్ చేస్తారు. అంతలో ఆమె సెల్ ఫోన్ రింగైంది, అది బాస్ నెంబర్ "వేర్ ఆర్ యూ, షాజియా?" అడిగాడు అరవింద్ నార్లేకర్, ఆమె రిసీవ్ చేసుకోగానే.

"సర్, హరిద్వార్ వచ్చేశాను"

"ఓకే. లిజన్, ఓ ఇంటరెస్టింగ్ డెవలప్మెంట్. హరిద్వార్ సిసి కెమెరా ఫుటేంగ్స్ లో, బబ్లూతివారి ఓ వ్యక్తితో కార్ లో వెళ్ళాడని చెప్పాగా. ఓ ఫుటేంగ్ లో అతను దొరికాడు, కానీ పిక్చర్లో అంత క్లారిటీలేదు"

“సర్... ఎవరతను?”

“పోలికల్నిబట్టి, వాడు ఇఫ్తకారుద్దీన్ అయ్యుండాలి. పాక్ హైకమిషన్ లో, ఓ మిడిల్ లెవెల్ ఎంప్లాయీ. కానీ, వాడు ఐఎస్ఐ ఏజెంటని మనకి తెలుసు”

“సర్. అంటే, యిదంతా ఐఎస్ఐ చేయించిందని ప్రూవ్ అయినట్టేగదా?”

“డోంట్ జంప్. నిన్న రాత్రి ఎనిమిదింటికి, పాక్ హైకమిషన్, ఢిల్లీలోని చాణక్యపురి పోలీస్ స్టేషన్ లో ఓ రిపోర్ట్ ఫైల్ చేసింది”

“ఏమని?”

“ఇఫ్తకారుద్దీన్ అనబడే తమ ఎంప్లాయీ, ఈనెల ఇరవైరెండోతేదీ రిజైన్ చేశాడు, ఇరవైఐదోతేదీ అతడిని రిలీవ్ చేశారు. నిన్నటిరోజు పాకిస్తాన్ తిరిగివెళ్ళడానికి టికెట్ కూడా బుక్ అయింది. ఐతే, నిన్న ఉదయంనుండి అతను కనిపించడం లేదు. ఇండియానుండి వెళ్ళేముందు, ఏవైనా కొంటానికి షాపింగ్ కి వెళ్ళుంటాడనుకున్నారు. కానీ, సాయంత్రమవుతున్నా రాకపోయేసరికి అలర్టై, తెలిసినచోటల్లా వెతికారు. అప్పుడు తెలిసిందట, అతను హైకమిషనర్ ఆఫీస్ నుండి కొన్ని ముఖ్యమైన పేపర్స్ ని దొంగతనం చేసి, మాయమయ్యాడని”

“సర్ ఇదంతా కవరప్... ”

“ఆగాగు, నే ఇంకా పూర్తిచేయలేదు. ఆ పేపర్స్ కోసం, ఇండియన్ యింటలిజెన్స్, అంటే ఎన్.ఐ.ఏ., అతడిని ఎక్కడో దాచినట్టు, పాక్ హైకమిషన్ కి అనుమానమట. అందుకని, అతను కనిపిస్తే వెంటనే అరెస్ట్ చేసి తమకి అప్పగించాలని రిపోర్ట్ లో రాశారు”

“సర్, ఇంతకంటే వైట్ లై యింకోటుండదు”

“కరెక్ట్. కానీ, ఇంత హైలెవెల్లో వాడిని కవరప్ చేస్తున్నారంటే, నిన్ను ట్రాప్ చేసి చంపించడానికి వాడు ప్లాన్ చేశాడనే విషయం మనకి తెలిసిపోతుందని, పాక్ లో ఎవరో ఊహించుండాలి”

“సర్, అలా ఐతే వాడీపాటికే ఇండియానుండి సైలెంట్ గా పారిపోయుండాలిగా. ఇలా రిపోర్టివ్వడం ఎందుకు? పైగా, మన పోలీస్ వాడిని అరెస్ట్ చేస్తే, యిదంతా ఐఎస్ఐ చేయించిందని తెలిసిపోతుందిగా?”

“నేనూ అలానే అనుకున్నా. కానీ, విచిత్రంగా వాడు మొన్నరాత్రి ఢిల్లీనుండి, ముంబై వచ్చాడు. నిన్న ఉదయం ముంబైనుండి, ఢిల్లీకి తిరిగి ఫ్లైట్ లో వెళ్ళాడు. అక్కడినుండి, ఓ నేవీబ్లూకలర్ వాన్ లో ఎటో వెళ్ళాడు. ట్రేస్ చేయిస్తున్నాను. అందుకే, నీకు ఫోన్ చేశాను. జాగ్రత్తగా ఉండు, తెలియని చోట్లకి ఒంటరిగా వెళ్ళకు”

“జిపిఆర్స్ ని మార్చేసిన విషయం ఎలాగూ మనకి తెలిసిపోయింది, కాబట్టి వాడిక నాజోలికి వస్తాడనుకోను. సర్, యింకో విషయం మీకు చెప్పాలి”

“ఏంటి?”

నచికేత్ కిడ్నాపైన విషయమంతా బ్రీఫ్ గా చెప్పింది, “పాపం, చాలా అమాయకుడు సర్. ఎలాగైనా అతడిని కాపాడాలనుకుంటున్నాను”

“ఓకే. మనకి వీలైనంత హెల్ప్ చేద్దాం, అనఫిషియల్ గా. ఇంతకీ డైమండ్స్ ఎవరు తీసికెళుతున్నారు?”

“కపర్ది అని, అతను కూడా ఆశ్రమంలోనే ఉంటాడు. నచికేత్ ని తన తమ్ముడిలా చూసుకుంటాడు. ఇక్కడే ఓ ప్రైవేట్ కాలేజిలో లెక్చరర్”

"ఓకే, నీ ఐ-కార్డ్ తీసికెళ్ళావుగా"

"ఎస్ సర్. నాతోనే ఉంది"

"దాని వెనక ఓ బ్లూకలర్ డాట్ ఉంది, ఎప్పుడైనా గమనించావా"

షాజియా తన ఐ-కార్డ్ తీసి చూసింది "ఎస్ సర్"

"అది లొకేషన్ ట్రాకర్. డాట్ వెనకల రెండు మైక్రోసెల్స్ ఉన్నాయి. బాడీహీట్ లేదా సన్ లైట్ తో ఛార్జవుతుంటాయి. నీలా దూకుడుగా వెళ్ళే ఆఫీసర్స్ మిస్ అయినప్పుడు, ట్రాక్ చేయడానికి పనికొస్తుంది. అఫ్ కోర్స్, ముందు నేను దాన్ని సాటిలైట్ ట్రాకింగ్ మోడ్ కి సెట్ చేయించాలనుకో. దాన్ని ఐ-కార్డ్ నుండి డిటాచ్ చేసి, అతడితోపాటు పంపించు, సీక్రెట్ గా"

"ఓకే సర్" చెప్పింది ఆశ్చర్యంగా. తమమీద యింత కంట్రోల్ ఉంటుందని ఊహించలేదు.

"అతడికి కూడా తెలియనివ్వకు. నీ లాప్ టాప్ తోనే మన వెబ్ సైట్ కి లాగిన్ చేసి, లొకేషన్ ఫైండర్ కి వెళ్ళు. నీకు ఆథరైసేషన్ నెంబర్, పాస్ వర్డ్ రేపుదయం యిస్తాను. అందులో నీ ఐ-కార్డ్ నెంబర్ ఎంటర్ చేసి, ట్రాక్ చేయ్. నువ్వో టాక్సీ తీసుకో, ఓ కిలోమీటర్ దూరం నుండే ఫాలోచేయ్. సిబిసిఐడి బాకప్ టీంని నీ వెనకేరమ్మను. నువ్వు లీడ్ చేయ్, డైరెక్ట్ గా అటాక్ చేయకు"

"థాంక్యూ సర్. కానీ, సిబిసిఐడి టీం రేపు కపర్దిని ఫాలో చేయబోతున్నారు"

"ఇంపాసిబుల్. వాయిస్ ఛేంజింగ్ సాఫ్ట్ వేర్ వాడారంటే, కిడ్నాపర్స్ చాలా ప్రొఫెషనల్స్ లా ఉన్నారు. అంత ఈసీగా ఎవర్నీ ఫాలో చేయనివ్వరు. స్లిప్ అవడం ఖాయం"

"ఓకే సర్, నే సిఐతో మాట్లాడతాను"

"బైదిబై షాజియా, నువ్వెక్కడున్నా గంటకోసారి ఫోన్ చేస్తూండు. ఇంకో ట్రాప్ లోకి వెళ్ళకు" చెప్పి ఫోన్ పెట్టేశాడు, అరవింద్ నార్లేకర్.

షాజియా, నచికేత్ గురించి ఆలోచిస్తూనే బాత్రూంకెళ్ళి ఫ్రెష్ అయింది. బయటికొచ్చి, టవల్ తో తుడుచుకుంటూ, అద్దంలో మొహంచూసుకుంటున్నప్పుడు, కుడికంటి మీద ఏదో లైట్ రిఫ్లెక్షన్ అవడంతో, అటువైపు చూసింది. ఆ రిఫ్లెక్షన్, మిర్రర్ పైనున్న ఓ నాట్ దగ్గరనుండి వస్తోంది. ఏదో చిన్న ప్లాస్టిక్ డబ్బా, నల్లగా ఉంది. దగ్గరగా వెళ్ళి, దాన్ని ఓపెన్ చేసి పరీక్షగా చూసింది. అందులో ఓ సింకార్డ్, రెండు మినియేచర్ బాటరీలున్నాయి, అంటే,...అదో బగ్! ఎవరో తన మాటలని రహస్యంగా వింటున్నారు... ఎవరు!?

బగ్ లోంచి సింకార్డ్ బయటికి తీసి, పర్స్ లో వేసుకుంది. దాని విషయం తర్వాత చూడొచ్చు. ముందు నచికేత్ ని విడిపించాలి, తర్వాతే మిగిలినవన్నీ. రూం లాక్ చేసి, రిసెప్షన్ లో కీస్ యిస్తూ, "నాకో కార్ కావాలి, దొరుకుతుందా?" అడిగింది. అప్పుడు టైం రాత్రి తొమ్మిది కావస్తోంది.

"ఆల్టో కారుంది మేడం, కానీ డ్రైవర్ లేడు" చెప్పాడు రిసెప్షనిస్ట్.

"పర్లేదు, నే డ్రైవ్ చేసుకుంటాను. రెండురోజులకి రెంట్ ఎంతవుతుంది"

"రోజుకి రెండువేలు, పెట్రోల్ మీరే కొట్టించుకోవాలి" చెప్పాడు, రిజిస్టర్ లో డిటైల్స్ ఎంటర్ చేస్తూ.

షాజియా సైన్ చేసి, కార్ కీస్ తీసుకుని త్వరగా బయల్దేరింది. ఇంకా చేయాల్సినవి చాలా ఉన్నాయి. ఐదునిముషాల్లో గణపతి ఆశ్రమం చేరుకుంది. కార్ బయటే పార్క్ చేసి, వేగంగా ఆశ్రమంలోకి నడిచింది. అంతా నిశ్శబ్దంగా, స్తబ్దుగా ఉంది. తానెప్పుడు వచ్చినా ఎదురొచ్చి, చిన్నపిల్లాడిలా గలగలా మాట్లాడే నచికేత్ లేని లోటు బాగా తెలుస్తోంది. గురువుగారి రూంకి వెళ్ళింది. ఆయన మొహంలోనూ ఆవేదన స్పష్టంగా తెలుస్తోంది.

"గురూజీ, కపర్ది ఎక్కడ?" అడిగింది.

"ఏదో పనుందని వెళ్ళాడు, నాకూ తెలియదు"

"అతనికో ముఖ్యమైన విషయం చెప్పాలి, ఎప్పుడొస్తాడు?"

"ఏమో"

"ఓకే, నే వెయిట్ చేస్తాను. గురూజీ, ... ఇంకో విషయం, మిమ్మల్నడగాలి"

"ఏంటి చెప్పు?"

"ఆ డైమండ్స్ ని నాకోసారి చూపిస్తారా"

"ఎందుకు?"

"తిరిగి వాటిని చూడగలమో లేదో, అందుకని ఫోటోస్ తీసుకుందామనుకుంటున్నాను, నచికేత్ ని విడిపించాక, పోలీస్ రిపోర్టివ్వటానికి పనికొస్తాయి" చెప్పింది, అప్పటికే తాను పోలీస్ ని కాంటాక్ట్ చేసినట్టు ఆయనతో చెప్పడం యిష్టంలేక.

ఆయన ఓ నిముషం ఆలోచించి "సరే పద" చెప్పారు. ఇద్దరూ మందిరానికి వచ్చారు. ఆయన గర్భగుడి లోనికి వెళ్ళి కుడివైపునున్న ఓ ద్వారాన్ని తీశారు. మామూలుగా చూస్తే, అక్కడో డోర్ ఉన్నట్టు అనుమానం కూడా రాదు. ఆ డోర్ వెనక ఓ లాకర్ ఉంది. తాళాలు తీసి, ఓ ఇత్తడి భరిణని బయటికి తీసుకొచ్చారు.

భరిణని తెరిచి చూపించారు "వీటిని భాసురాలంటారు. మామూలుగా బాంక్ లాకర్ లోనే ఉంచుతాం. మొన్న కేదారనాథ్ కి తీసికెళ్ళాలని తెప్పించాను"

"ఏదీ, యిలా యివ్వండి" అంటూ భరిణని అందుకుని చూసింది. అవి నేచురల్ డైమండ్స్, పార్షియల్ గా పాలిష్ చేయబడ్డాయి. లేత పసుపురంగులో ఉన్నాయి. వజ్రాల గురించి తెలియనివారికి అవి రంగురాళ్ళలానే కనిపిస్తాయి, షాజియాకి కూడా. కానీ, షాజియా వాటిని గమనించడంలేదు, ఆ భరిణని జాగ్రత్తగా చూస్తోంది. హెక్సగన్ ఆకారంలోని ఆ భరిణ మధ్యలో ఓ ప్లేట్ ఉంది. ఆ ప్లేట్ అంచులో రింగ్ లా ఉండి, మధ్యలో లొత్త ఉంది. వజ్రాలు ఆ లొత్తలోనే ఉన్నాయి. భరిణ హైట్ ని బట్టి చూస్తే, ప్లేట్ కింద ఖాళీ ఉన్నట్టనిపించింది.

"గురూజీ, ఈ కిందిభాగంలో ఏముంది?" అడిగింది.

"అక్కడేంలేదు, ఖాళీయే" చెప్పి, ఆ ప్లేట్ మధ్యలో పిడిని పట్టుకుని పైకెత్తి చూపించారు. షాజియా భరిణని కిందుంచి "ఒక్క నిముషం, ఫోటో తీసుకుంటాను" చెప్పి, తన మొబైల్ లో భరిణని మాత్రం ఫోటోలు తీసింది. డైమండ్స్ ఉంచిన ప్లేట్ ని ఆయననుండి అందుకుని, భరిణ పక్కనే ఉంచి, రెండింటి ఫోటోలు తీసుకుంది.

తర్వాత, ఆ ప్లేట్ ని పైకెత్తి భరిణలో ఉంచింది. అప్పుడు తన లొకేషన్ ట్రాకర్ ని, వేళ్ళ సందులోంచి జాగ్రత్తగా ఆ ప్లేట్ కింద ఖాళీస్పేస్ లోకి జార్చింది. ఆయన గమనించారేమోనని చూసింది, కానీ విద్యారణ్యసరస్వతి ఈ లోకంలో ఉన్నట్టులేదు, ఆలోచనల్లో మునిగిపోయారు. నచికేత్ మీద ఆయనకి చాలా అభిమానం ఉన్నట్టుంది. భరిణని ఆయనకి తిరిగిచ్చేసింది.

"గురూజీ, యిక నే వెళ్ళొస్తాను, కపర్దికి చెప్పండి, రేపుదయం ఏడింటికల్లా వస్తాను"

"ఇంకాసేపు ఆగు, కపర్ది వచ్చేస్తాడు" ఆయన స్వరంలో అభ్యర్థనని గమనించింది షాజియా, "అలాగే" చెప్పింది. ఇప్పుడే రూంకెళ్ళి తాను చేసేదేం లేదు. నచికేత్ సేఫ్ గా తిరిగొస్తేగాని తనకి నిద్రపట్టదు.

మే 28, 2013

నచికేత్ కళ్ళుతీసి చుట్టూ చూశాడు. అంతా చిమ్మచీకటిగా ఉంది, ఒళ్ళంతా గాలిలో తేలిపోతున్నట్టుగా అనిపిస్తోంది. కలో,నిజమో తెలియని స్థితి...తానెక్కడున్నాడు. కాసేపు ఆలోచించాక, నెమ్మదిగా గుర్తొచ్చింది. ఉదయం అభిషేకానికి పాలు తెస్తున్నప్పుడు, సడన్ గా ఎవరో వెనకనుండి తన మొహాన్ని గుడ్డతో మూసేశారు. మత్తైన వాసనకి స్పృహపోయింది. తర్వాత ఏం జరిగిందో తనకి తెలియదు. ఇప్పుడు టైం ఎంతైందో, తానెక్కడున్నాడో ఏమీ అర్థంకావడంలేదు.

కష్టంమీద లేచి నిలుచున్నాడు. చేతులు చాపబోయాడు, సగంలోనే ఏదో అడ్డొస్తోంది. తడిమిచూశాడు. కాసేపటికి అర్థమైంది, తానో డ్రమ్ లాంటి దాంట్లో ఉన్నాడు. పైభాగం మాత్రం చేతికందడంలేదు. నిస్పృహగా దాని గోడలని తన చేతుల్తో బాదాడు. ఓ నిముషం తర్వాత, ఏదో తలుపుతీసిన శబ్దం. కాస్త వెలుగు లోనికొచ్చింది. తనకి ఎదురుగా ఓ కిటికీలాంటిది తెరుచుకుంది, వేగంగా అటువైపు కదిలిచూశాడు.

అటువైపు ఓ లైట్ వెలుగుతోంది. రూం గోడకి దగ్గరగా ఓ స్టాండ్ కి, బ్లాక్ బోర్డ్ పెట్టుంది. అక్కడో వ్యక్తి నిలుచున్నాడు. పైనుండి, కిందివరకు నల్లటి ముసుగులో ఉన్నాడు. ఓసారి నచికేత్ వైపుచూసి, బోర్డ్ మీద చాక్ తో రాశాడు.

"నీకు ఆకలేస్తోందా?"

నచికేత్ అవునన్నట్టు తలూపాడు.

అతను బోర్డ్ మీద రాసింది చెరిపేసి, తిరిగి రాశాడు "నువ్వు మాటాడొచ్చు. నే మాత్రం బోర్డ్ మీదే రాస్తాను. నీకు తింటానికేం కావాలి?"

"ముందు నేనెక్కడున్నానో చెప్పు?" అడిగాడు నచికేత్ భయంగా.

"నీకేం భయంలేదు. మీ గురువు మేం చెప్పినట్టు చేస్తే, రేపు నిన్నొదిలేస్తాం"

నచికేత్ కి కొద్దికొద్దిగా విషయం అర్థమవుతోంది. తనని కిడ్నాప్ చేశారు, ఇప్పుడు తానో బందీ.

"మీరెవరు?" అడిగాడు.

"అనవసరమైన ప్రశ్నలొద్దు. నీకేం కావాలోచెప్పు"

"ఏదైనా మందిరంనుండి ప్రసాదం కావాలి, వేరేవి తినను"

"అలాంటివి యిక్కడ దొరకవు. బ్రెడ్, బిస్కెట్స్, చాయ్ లేదా సమోసాలు కావాలంటే చెప్పు" రాసి నచికేత్ వైపుకి తిరిగాడతను.

నచికేత్ తల అడ్డంగా ఊపాడు.

"అయితే నీ ఇష్టం, పస్తులుండు. నేచర్ కాల్స్ కి వెళ్ళాలంటే తిరిగి శబ్దం చేయ్" రాసి, నచికేత్ చదివాక చెరిపేసి వెళ్ళిపోయాడు ముసుగువ్యక్తి. వెళుతూ కిటికీమూసి, లైట్ కూడా ఆఫ్ చేసేశాడు. తిరిగి తనచుట్టూ చీకటి. నచికేత్ భయంతో కళ్ళు మూసుకున్నాడు, గట్టిగా అరవాలనిపిస్తోంది. కానీ, ధైర్యం చాలడంలేదు. అసలు తనకి మెలకువ ఎందుక్కలగాలి. స్పృహలేని స్థితిలో కనీసం భయంలేదు. ఇప్పుడు భయం, చీకటి తనకి నిద్రపట్టనివ్వవు.

మనసుని డైవర్ట్ చేసుకోవడానికి ఏవేవో ఆలోచిస్తున్నాడు. 'ద్వితీయాద్వైభయం భవతి' అనే శృతివాక్యం గుర్తొచ్చింది. ఇది బ్రహ్మదేవుడు కమలంలో పుట్టాక, తనచుట్టూ యింకో ప్రాణిగానీ, వస్తువుగానీ కనిపించని సమయంలో, తన మనసులో అనుకున్న వాక్యం. ఈవాక్యం, ద్వేషంతోకూడిన రెండోప్రాణివల్ల భయం ఏర్పడుతోందని చెబుతోందేగాని, తానుతప్ప రెండో ప్రాణే లేదని అర్థంకాదని ఆదిశంకరాచార్యులు వ్యాఖ్యానించారు. తర్వాత, బ్రహ్మదేవుడు తనకి తోడుగా రెండోప్రాణి ఉంటే బావుంటుందని కూడా (స ద్వితీయమైచ్ఛత్) అనుకున్నాడు. మనసులో ఆలోచనలతో, నచికేత్ క్రమంగా డైలీరియం స్థితికి చేరుకుంటున్నాడు.

మే 28, 2013

రిషికేశ్

రాత్రి పదకొండుకు నీలకంఠ మహాదేవ్ ఆలయానికి కాస్త దూరంలో ఉన్న పురాతనమైన సత్రంలో, శర్వగ్ని ఉద్యమం ఎమర్జెన్సీ మీటింగ్ జరుగుతోంది.

"బీగిల్స్ రెడీగా ఉన్నాయా?" అడిగాడు మల్గోలా, ఓ బాగ్ ని అందిస్తూ.

"రెడీ, మేం కూడా" చెప్పాడో మెంబర్. అతను ఎయిర్ ఫోర్స్ సెక్యూరిటీలో సీనియర్ ఆఫీసర్. డ్యూటీలో తరచుగా బీగిల్ జాతికుక్కల్ని ఉపయోగిస్తుంటారు, మత్తు పదార్థాలు, ఎక్స్ ప్లోసివ్స్ లాంటివి పసికట్టేందుకు.

"గుడ్, బాగ్ లో ఓ జత బట్టలున్నాయి, స్నిఫింగ్ చేయించి రెడీగా ఉండండి"

"ఎస్, మల్గోలా. మేం నాలుగు టీంస్, రిషికేశ్ లో రెడీగా ఉంటాం. ఐదో టీం, మీరు చెప్పిన స్పాట్లో ఉంటుంది. అందరం కాంటాక్ట్ లో ఉంటాం, కాల్ ట్రాకింగ్ కి ఏర్పాట్లు కూడా పూర్తయ్యాయి"

"ఓకే, నేనడిగింది తెచ్చారా?"

"ఇవిగో" చెప్పాడతను, కాప్సూల్స్ ఉన్న ఓ స్ట్రిప్ అందిస్తూ.

"దీన్ని కూడా స్నిఫింగ్ చేయించావా?"

"అవసరం లేదు. ఇది వాటికి అలవాటేగా"

"ఫ్రెండ్స్, మృత్యు చదరంగంలో శత్రువులు మరో స్టెప్ వేశారు, చాలా డేంజరస్ స్టెప్. అమాయకుల ప్రాణాలతో చెలగాటమాడుతున్న వారిని వెతికి, పట్టుకుని ఎలిమినేట్ చేయాలి. ఎలాంటి జాలి, దయ చూపించొద్దు. కనీసం, వాళ్ళ డెడ్ బాడీస్ చూశాకైనా, నిద్రపోతున్న మన సిస్టం కళ్ళు తెరుచుకుంటాయేమో చూద్దాం"

మే 29, 2013

గణపతి ఆశ్రమం

ఉదయం ఎనిమిది కావస్తోంది. అరగంటనుండి విద్యారణ్యసరస్వతి, కపర్ది ఫోన్ దగ్గరే ఉన్నారు.

కిడ్నాపర్స్ ఆశ్రమాన్ని గమనిస్తూంటారనే అనుమానంతో షాజియా దాదాపు ఓ కిలోమీటర్ దూరంలోనే తనకార్ ని పార్క్ చేసింది.

ఆమె లాప్ టాప్ లో లొకేషన్ ఫైండర్ సిద్ధంగాఉంది. రిసాట్1- సాటిలైట్ మేప్, మంచి రెసొల్యూషన్ తో ఆ ఏరియాని చూపిస్తోంది. రిసాట్1- ఉపగ్రహం, 2012లో అగ్రికల్చరల్ రిసర్చ్, వరదనష్టం అంచనాల కోసం లాంచ్ చేయబడింది. కానీ, దాని అసలు ఉపయోగం వేరే ఉంది. సిబిఐ, రా డిపార్ట్ మెంట్స్ కి అవసరమైనప్పుడు సేవలందించడం. దాని సింథటిక్ అపెర్చర్ రాడార్, దట్టంగా మబ్బులు పట్టినప్పుడుకూడా మంచి రిసొల్యూషన్ పిక్చర్స్ ని యివ్వగలదు.

షాజియా టైం చూసుకుంది. సరిగ్గా ఎనిమిదైంది. మేప్ లో ఓ రెడ్ డాట్ కనిపిస్తోంది. అది తన ట్రాకర్, నిన్నరాత్రి రహస్యంగా తాను భరిణలో పెట్టింది. రాత్రి కపర్ది తిరిగొచ్చేసరికి ఒంటిగంటైంది. తాను సిబిసిఐడి కి రిపోర్టిచ్చిన విషయం, ప్రకాష్ గోయల్ తనకి చెప్పిన జాగ్రత్తలు అతడితో చెప్పింది. ఏమీ మాట్లాడకుండా తలూపి, రూంకి వెళ్ళిపోయాడు. అతడి మనసింకా కోపంతో ఉడుకుతోందని కళ్ళుచూస్తేనే అర్థమైంది.

మరో రెండునిముషాలకి, గణపతి ఆశ్రమం ఫోన్ మోగింది. కపర్ది తీసుకున్నాడు.

"రెడీ?" వినిపించింది, అటునుండి.

"రెడీ. కానీ, ఈ ఫోన్ టాప్ చేయబడిందని నా అనుమానం. ఇంకో నెంబరిస్తాను, దానికి ఫోన్ చేయ్" చెప్పాడు కపర్ది.

"టాప్ చేయడమేంటి, అంటే పోలీస్ కి... "

"ప్లీస్ నామాట విను, మేం రిపోర్ట్ చేయలేదు. పోలీస్ కి ఎలాగో తెలిసిపోయింది. అందుకే యింకేం మాట్లాడకు, నెంబర్ రాసుకో. సరిగ్గా రెండునిముషాలకి నే అక్కడుంటాను" చెప్పాడు కపర్ది. అటువైపు వ్యక్తి నెంబర్ రాసుకోగానే ఫోన్ పెట్టేసి, వేగంగా ఆశ్రమం బయటికి పరిగెత్తాడు.

తన బైక్ తీసుకుని, ఆశ్రమానికి కాస్తదూరంలో ఉన్న ఓ ఫోన్ బూత్ చేరుకున్నాడు. బూత్ ఓనర్ తనకి తెలిసినవాడే. బూత్ ఆఫీస్ టేబిల్ వైపు చూశాడు. అక్కడ యిద్దరు వ్యక్తులు సీరియస్ గా కంప్యూటర్ లో ఏదో చూస్తున్నారు. కపర్ది వచ్చిన అలికిడికి డిస్టర్బైనట్టు అతడి వైపు చూశారు. కపర్ది బూత్ తలుపుతీయగానే ఫోన్ మోగింది.

"కపర్ది హియర్" చెప్పాడు ఫోన్ తీసి.

"ఈ కొత్త నాటకమేంటి, ఈ నెంబర్ ఎవరిది?" అనుమానంగా అడిగాడు, అటువైపు వ్యక్తి.

"ఇదో పబ్లిక్ బూత్ నెంబర్, కావాలంటే తర్వాత వెరిఫైచేసుకో. నాకు నచికేత్ ని విడిపించుకోవడమే ముఖ్యం. అందుకనే పోలీస్ డిపార్ట్ మెంట్ మధ్యలో అడ్డురాకుండా యిలాచేశాను. ఈ నెంబర్ ని టాప్ చేయడానికి పోలీస్ కి యింకో రెండు, మూడు నిముషాలే పడుతుంది. టైం వేస్ట్ చేయకుండా, త్వరగా చెప్పు"

"డైమండ్స్ ఎక్కడ?"

"నాదగ్గరే ఉన్నాయి. చెప్పు, ఎక్కడికి రావాలి?"

"హైవే74- మీద, కంగ్రి విలేజ్ వైపుకి రా. విలేజ్ రోడ్ టర్నింగ్ దగ్గర, ఓ వాన్ ఉంటుంది. వెనకడోర్ తీసుంటుంది. అందులో ఎక్కి, డోర్ వేసుకో. డైమండ్స్ తప్ప నీదగ్గర యింకేం ఉంచుకోకు, సెల్ ఫోన్, గాడ్జెట్స్, ఏవీ. పదిహేను నిముషాల్లో అక్కడికి రా. లేటైతే ఆ వాన్ వెళ్ళిపోతుంది, ఆ తర్వాత నో ఫోన్ కాల్ "

"అలాగే. వాన్ కలరేంటి, ఎలా గుర్తుపట్టను?"

"నేవీబ్లూకలర్ వాన్" చెప్పి, అటునుండి ఆ వ్యక్తి కాల్ కట్ చేశాడు.

కపర్ది ఫోన్ పెట్టేసి, తన బైక్ తీశాడు. కంగ్రి విలేజ్, హరిద్వార్ నుండి నజీబాబాద్ వెళ్ళే హైవే74- మీద, ఆరుకిలోమీటర్ల దూరంలో ఉంది. కానీ, తానిప్పుడున్న చోటునుండి అక్కడికి చేరుకోవాలంటే, హరిద్వార్ సిటీమీదుగానే వెళ్ళాలి.

కపర్ది బైక్ స్టార్టవగానే, కంప్యూటర్ ముందుకూచున్న వ్యక్తి, తన మొబైల్ తీసి, కాల్ చేశాడు "ఔరంగాపూర్ భిక్కూ విలేజ్, పబ్లిక్ బూత్ నుండి" చెప్పాడు లేస్తూ. అతడితో ఉన్న రెండోవ్యక్తి అప్పటికే బయటికొచ్చి స్కూటర్ తీశాడు. బూత్ లోంచి, గోధుమరంగులోని ఓ బీగిల్ స్నిఫర్ డాగ్ వచ్చి, అతడి స్కూటర్ ముందువైపు ఎక్కినించుంది.

దూరంగా, రిషికేశ్ నుండి ఎనిమిదిమంది శర్వగ్ని ఉద్యమం మెంబర్స్, నాలుగు టీంలుగా విడిపోయారు. ఒక టీం బైక్ మీద, రెండోది వేగనార్ లో, మూడోది స్కూటర్ మీద, నాలుగోది టాటాసుమోలో, ఔరంగాపూర్ భిక్కూ విలేజ్ వైపు బయలుదేరారు. ప్రతి టీం దగ్గరా, ఓ బీగిల్ స్నిఫర్ డాగ్ ఉంది. ఏం వాసన పట్టాలో అప్పటికే వాటికి తెలుసు.

కపర్ది మువ్ మెంట్స్ ని గమనిస్తున్న షాజియా తన కార్ స్టార్ట్ చేసింది. అతను తానున్నవైపుకే వస్తున్నాడు. అంతలో ఆమె సెల్ ఫోన్ మోగింది, అది ప్రకాష్ గోయల్ నెంబర్.

"హలో సర్, చెప్పండి"

"మిస్ షాజియా, ఇందులో మా ఇన్వాల్వ్ మెంట్ వద్దనుకుంటే, రిపోర్ట్ చేయకుండా ఉండాల్సింది. మాతో యిలా ఆడుకోవడం ఏం బాలేదు" కోపంగా అన్నాడు.

"సర్ మీరేం చెబుతున్నారు, నాకర్థం కావడంలేదు"

"మీరిప్పుడు ఎక్కడున్నారు?"

"గణపతి ఆశ్రమం నుండి కాస్త దూరంలో"

"ఐదునిముషాల క్రితం కిడ్నాపర్స్ ఫోన్ చేశారు. కానీ, కపర్ది తమ ఆశ్రమం ఫోన్ టాపింగ్ చేశారు, రెండు నిముషాల్లో యింకో నెంబర్ కి చేయమని వాళ్ళకి చెప్పాడు. అతనిచ్చిన రెండోనెంబర్ ని టాపింగ్ లో పెట్టేందుకు మాకు మూడు నిముషాలు పట్టింది"

"సారీ, అతనెందుకలా చేశాడో నాకూ తెలియదు"

"చూస్తూంటే, అతడి బిహేవియర్ మీదే డౌటొస్తోంది నాకు"

"ఎందుకు?"

"మీకు తెలుసో లేదో, మా టీం నిన్న రాత్రినుండే ఆశ్రమాన్ని అబ్జర్వ్ చేస్తోంది. నిన్నరాత్రి కూడా అతను ఒంటరిగా హైవే వైపు వెళ్ళాడు. అతడిని ఫాలో చేయాలని ట్రైచేశారు. కానీ, మంత్రంవేసినట్టు మాయమయ్యాడు. సడన్ గా రాత్రి చాలా లేట్ గా తిరిగొచ్చాడు"

"ఛ..ఛ. అలాంటిదేం లేదు. రాత్రి నేనూ ఆశ్రమంలోనేగా ఉన్నాను. అతనొచ్చాకే నా రూంకి వెళ్ళాను. నచికేత్ అంటే అతడికి చాలా అభిమానం. మనసు బాగా డిస్టర్బవడంతో ఏకాంతంకోసం అలా వెళ్ళొచ్చాడు, అంతే"

"అంతే ఐతే, యివాళ కిడ్నాపర్స్ కి ఫోన్ టాపింగ్ విషయం ఎందుకుచెప్పాలి? తనేం మాట్లాడాడో, ఎక్కడున్నాడో తెలియదు. చివర్లో, నేవీబ్లూకలర్ వాన్ యింతే వినిపించింది. మీరే చెప్పండి, యిప్పుడు మేమేం చేయాలి?"

"ప్రస్తుతం అతను హరిద్వార్ సిటీవైపుకే వస్తున్నాడు" చెప్పింది షాజియా, లాప్ టాప్ లో రెడ్ డాట్ ని గమనిస్తూ.

"మీకెలా తెలుసు!?"

"బాస్ తో చెప్పి, కపర్ధిని ట్రాక్ చేయడానికి ఏర్పాట్లు చేశాను. నే ఫాలో అవుతుంటాను. మీరు నా వెనకే వచ్చేయండి"

"ఓకే, అతనింకోసారి స్లిప్ అవకుండా చూడండి" చెప్పి ఫోన్ పెట్టేశాడు.

షాజియా తన కార్ ని రివర్స్ చేసుకుని రెడీ అయింది. రియర్ వ్యూ మిర్రర్ లో, కపర్ధి బైక్ కనిపిస్తోంది. అతను తనని దాటుకునివెళ్ళి రెండు నిముషాలయ్యాక కార్ స్టార్ట్ చేసింది. లాప్ టాప్ లో రెడ్ డాట్ ని ఫాలో అవుతూ, తమ మధ్య గాప్ కనీసం ఓ కిలోమీటర్ ఉండేలా జాగ్రత్తగా వెళుతోంది.

కపర్ధి, కిడ్నాపర్స్ తో ఎందుకలా చెప్పాడు!? పోలీస్ టీం తనని ఫాలో అయితే, కిడ్నాపర్స్ కి అనుమానం రావచ్చని అతడి భయంకావచ్చు. నచికేత్ ని సేఫ్ గా విడిపించేంతవరకు పోలీస్ టీం, కిడ్నాపర్స్ మీద అటాక్ చేయదని రాత్రి అతడితో చెప్పింది. బహుశా, తన మాటల్ని కపర్ధి నమ్మలేదు. ఓ స్టూడెంట్ మాటల్ని పోలీసులు కేర్ చేయరని అనుకున్నాడేమో.

ఆలోచిస్తూనే సెల్ తీసి, ప్రకాష్ గోయల్ కి ఫోన్ చేసింది "అతనిప్పుడు ఎన్.హెచ్.74- మీదున్నాడు, త్వరగా రండి" చెప్పింది. కాల్ కట్ చేసి, లాప్ టాప్ వైపుచూసింది. కపర్ధి సడన్ గా తన స్పీడ్ పెంచాడు. ఏక్సిలేటర్ ని బలంగా తొక్కింది. సిబిసిఐడి టీం రావడానికి ఎంత టైం పడుతుందో అనుకుంటూ, లాప్ టాప్ వైపు చూసి ఉలికిపడింది. రెడ్ డాట్ ఓ చోట ఆగిపోయింది. తానిప్పుడు రెండుకిలోమీటర్ల దూరంలో ఉంది, స్పీడ్ కాస్త తగ్గించింది. కపర్ధి, హైవేమీద ఓ బైలేన్ దగ్గర ఆగాడు, లొకేషన్ చూసింది. అది కంగ్రి విలేజ్ రోడ్.

ఇంకో కిలోమీటర్ ముందుకెళ్ళి కార్ ఆపేసింది. రెడ్ డాట్ యింకా కదలడంలేదు...ఏం జరిగుంటుంది? వెంటనే అక్కడికి వెళ్ళాలనుంది, షాజియాకి. కానీ, తొందరపడి యింకో ట్రాప్ లోకి వెళ్ళొద్దని బాస్ ఆర్డర్. సిబిసిఐడి టీం వచ్చేసరికి మరో పదినిముషాలు పట్టింది. తన వెనకే రమ్మని ప్రకాష్ గోయల్ కి సైగచేసి, కార్ ని పోనిచ్చింది. మరో రెండునిముషాల్లో అందరూ స్పాట్ కి చేరుకున్నారు. అక్కడ ఎవ్వరూ లేరు, కపర్ధి బైక్ మాత్రం పార్క్ చేసుంది.

షాజియా విస్తుపోయి చూసింది బైక్ వైపు. ప్రకాష్ గోయల్, అతడి టీంకూడా ఆమెనే చూస్తున్నారు. షాజియా తన లాప్ టాప్ కేసి మరోసారి చూసింది. రెడ్ డాట్ అక్కడే ఉంది. బైక్ దగ్గరికెళ్ళి, సైడ్ కారేజ్ ఓపెన్ చేసిచూసింది. అందులో ఉంది, డైమండ్స్ బాక్స్. ఆత్రంగా మూత తీసింది, ...డైమండ్స్ లేవు! బాక్స్ లోని ప్లేట్ పైకెత్తి తన బ్లూ కలర్ డాట్ ని తీసుకుని, తెల్లబోయిచూసింది ప్రకాష్ గోయల్ వైపు.

"ఇప్పుడర్థమైందా మేడం, అతడి మీద నాకు డౌటెందుకొచ్చిందో. ఎంత బాగా స్లిప్ అయ్యాడో చూశారా?"

షాజియా యింకా షాక్ లోనే ఉంది. ఎంత సీక్రెట్ గా లొకేషన్ ట్రాకర్ ని, డైమండ్స్ బాక్స్ లోకి చేర్చింది. కానీ, ఫలితంలేదు. బహుశా కిడ్నాపర్స్ బాక్స్ నిక్కడే వదిలేసి, డైమండ్స్ మాత్రమే తీసుకురమ్మని కపర్దితో చెప్పుండొచ్చు. అతనున్న స్థితిలో, వాళ్ళు చెప్పింది చేయడం తప్ప వేరేదారి లేదు. అర్థంచేసుకునే సహనం పోలీసులకి లేదు. పోలీస్ రిపోర్ట్ వద్దని కపర్ది ఎందుకన్నాడో, యిప్పుడర్థమౌతోంది.

బైక్ పరిసరాల్ని గమనించింది. కాస్త దూరంలో, ఏదో ఫోర్ వీలర్ వెళ్ళిన టైర్ గుర్తులు కనబడుతున్నాయి.

"డాగ్ స్క్వాడ్ ని పిలిపించండి" చెప్పింది, ఆలోచిస్తూ. ప్రకాష్ గోయల్ కోపంగా ఏదో చెప్పబోయాడు, కానీ ఆమె ఫీలింగ్స్ ని గమనించి, తన సెల్ ఫోన్ తీశాడు.

షాజియా ఆ టైర్ గుర్తుల్ని చూస్తూ వెళ్ళింది. అవి తిరిగి హైవే వైపుకే వెళ్ళాయి. సిఐ ఆమె వెనకే వచ్చాడు, "మాట్లాడాను. డాగ్ స్క్వాడ్ పన్నెండుకల్లా వచ్చేస్తుంది" చెప్పాడు.

"అంత టైం పడుతుందా?" ఆశ్చర్యంగా అడిగింది.

"ఇంతకంటే త్వరగా ఎప్పుడూ డాగ్ స్క్వాడ్ దొరకదు. మామూలుగా కనీసం పది, పన్నెండుగంటలు పడుతుంది" అసహనంగా చెప్పాడు ప్రకాష్ గోయల్.

మే 29, 2013

ఈస్ట్ గంగా బైపాస్ రోడ్ మీద కుదుపుల్ని లెక్కచేయకుండా వేగంగా వెళుతోంది నేవీబ్లూకలర్ లోని ఓ టాటా మొబైల్ రెస్టరెంట్ వాన్. తనని తాను బాలెన్స్ చేసుకుంటూ, చుట్టూ చూశాడు కపర్ది. అంతా చిమ్మచీకటిగా ఉంది.

సరిగ్గా పదిహేను నిముషాల క్రితం కంగ్రి విలేజ్ రోడ్ మీద బైక్ ఆపాడు, అప్పటికే వాన్ స్టార్ట్ చేసి రెడీగా ఉంది. ముందు సీట్లో ఎవరున్నారో చూసే టైంలేదు. వెనకనుండి ఎక్కి తలుపేసుకోగానే వాన్ బయల్దేరింది. టర్నింగ్ తీసుకుని హైవేదాటి, బైపాస్ రోడ్ మీదికెక్కింది. హైవే74-, ఈస్ట్ గంగా బైపాస్ రోడ్ రెండూ పారలల్ గా నజీబాబాద్ కి వెళతాయి. మధ్యలో అక్కడక్కడా రెండూ కలుస్తూ, విడిపోతూంటాయి.

సరిగ్గా అదే టైంకి, ఓ స్కూటర్ హైవే మీదుగా వచ్చి బైక్ పక్కనే ఆగింది. స్కూటర్ వెనకసీట్లో కూచున్న వ్యక్తి దిగాడు. అతడితో పాటు గోధుమరంగులోని ఓ బీగిల్ స్నిఫర్ డాగ్ దూకింది. నేలకి అడుగున్నర మాత్రమే ఎత్తు, పొట్టికాళ్లు, మూసుకున్న పొడవైన చెవులు, యివి బీగిల్ జాతికుక్కల ప్రత్యేకతలు. చూడ్డానికి చాలా మైల్డ్ గా ఉంటాయి, కాబట్టి, వీటిని ఎయిర్ పోర్ట్స్ లో ఎక్కువగా వాడతారు, డ్రగ్స్, బాంబ్స్ లాంటివాటిని పట్టుకునేందుకు. భూకంపాలొచ్చినపుడు, శిథిలాలమధ్య యిరుక్కున్న మనుషుల్ని వెదకడంలోనూ యివి చాలా సహాయంచేస్తాయి.

"కమాన్ బాయ్" చెప్పాడతను బైక్ ని చూపించి. దాని బెల్ట్ అతడి చేతిలో ఉంది. అది బైక్ చుట్టూ తిరిగి, తనకి కావలసిన వాసనని గుర్తించింది. వాన్ వెళ్ళిన దారిలోకి జంప్ చేసింది. అప్పటికే స్కూటర్ ని తిప్పి రెడీగా ఉన్నాడు డ్రైవింగ్ సీట్లోని వ్యక్తి. బెల్ట్ ని చేత్తోపట్టుకుని, వేగంగా స్కూటర్ ఎక్కాడు రెండోవ్యక్తి. మరో నిముషానికి, ఈస్ట్ గంగా బైపాస్ రోడ్డెక్కారు. ఆ తొందరలో, కాస్త దూరంలో హైవే74- మీదే పార్క్ చేసున్న వైట్ కలర్ అంబులెన్స్ మారుతివాన్ ని ఆ యిద్దరూ గమనించలేదు. వారి వెనకే అంబులెన్స్ కూడా బైపాస్ రోడ్ మీదికొచ్చింది. తర్వాత పదినిముషాలకి, షాజియా తన టీంతో కంగ్రి విలేజ్ టర్నింగ్ చేరుకుంది.

కపర్ది కళ్ళు చీకటికి అడ్జస్టయ్యాయి. సంవత్సరాల ప్రాక్టీస్ వల్ల, ఐదునుండి, పదినిముషాల్లో అతడి కళ్ళు చీకట్లోకూడా చూడగలవు. వాన్ లో ఎడమవైపు ఓ బెంచీతప్ప యింకేం లేవు. వెనకనుండి డ్రైవర్ కేబిన్ కి వెళ్ళడానికి, నాలుగుమెట్లున్న స్టెయిర్ కేస్, అక్కడే ఓ చిన్న తలుపు ఉన్నాయి. గడియతీసిన అలికిడవడంతో డోర్ వైపు చూశాడు, ఎవరో వస్తున్నారు. చప్పున బెంచీమీద కూచుని గమనిస్తున్నాడు కపర్ది. అటునుండి ఓ వ్యక్తి దిగాడు. పైనుండి, పాదాలవరకు నల్లటి ముసుగు వేసుకున్నాడు. పాదాలకి కాన్వాస్ షూస్, చేతులకి రబ్బర్ గ్లౌస్... తన ఆనవాలుకూడా దొరక్కుండా చాలా జాగ్రత్తలు తీసుకున్నాడు.

అతడి గొంతుకి ఓ వాయిస్ మిషిన్ బిగించుంది, వాయిస్ ఛేంజింగ్ కోసం. ఏక్సిడెంట్ లేదా జబ్బుల కారణంగా మాటపడిపోయినవారికి వాయిస్ మిషన్ ఉపయోగపడుతుంది. మాటాడాలని ట్రై చేసినపుడు ఎపిగ్లాటిస్ లో వచ్చే కదలికల్ని అది వాయిస్ గా మారుస్తుంది.

"డైమండ్స్ చూపించు" దగ్గరికి వచ్చి చెప్పాడతను.

"ముందు నా తమ్ముడిని చూపించు" చెప్పాడు కపర్ది.

"అక్కడికే వెళుతున్నాం, అతితెలివి చూపించకు. ఇక్కడ నువ్వెన్ని ప్రశ్నలడిగితే, అక్కడ వాడి చేతులనుండి అన్ని వేళ్ళు కట్ అవుతాయి"

కపర్ది మనసు చివుక్కుమంది. మారుమాట్లాడకుండా, తన పాంట్ సీక్రెట్ పాకెట్ లోంచి డైమండ్స్ ని బయటికితీశాడు. ఓ హేండ్ కర్చీఫ్ లో చుట్టి తెచ్చాడు వాటిని. ముడివిప్పి చూపించాడు. అతను తలాడించి కేబిన్ కి వెళ్ళిపోయాడు. తిరిగి చీకటి ఆవరించింది. బయటికి చూడలేకపోయినా, కపర్ది యిప్పుడు వాన్ ఎటు వెళుతోందో ఊహించుకోగలడు. ఆ ఏరియా అంతా తనకి బాగా తెలుసు. మట్టి వాసనని, చెట్లవాసననిబట్టి, వాన్ ప్రస్తుతం పథారీ ఫారెస్ట్ రేంజ్ లో వెళుతోంది. పగలుకూడా అక్కడ జనసంచారం ఉండదు.

మరో ఐదునిముషాలకి వాన్ ఆగింది. ముసుగు వ్యక్తి వచ్చి కపర్ది కళ్ళకి గంతలుకట్టాడు. వాన్ వెనకడోర్ తీసి, కపర్ది చెయ్యిపట్టుకుని దింపాడు. ఓ రూంలోకి తనని తీసుకువెళుతున్నట్టు అర్థమైంది కపర్దికి.

"ఈరూంలో ఓ జత బట్టలుంచాను. నే బయటికెళ్ళాక డ్రస్ మార్చుకో, అండర్ గార్మెంట్స్ కూడా. తిరిగి కళ్ళకి గంతలుకట్టుకుని రెడీగా ఉండు, నే వచ్చాక చెక్ చేస్తాను" చెప్పి వెళ్లాడు ముసుగువ్యక్తి. తలుపు బయటినుండి గడియపెట్టాక, కపర్ది గంతలు విప్పిచూశాడు. ఆ గది చాలా ఎత్తుగా ఉంది. పైకప్పుకి దగ్గరలో ఓ వెంటిలేటర్ మాత్రం ఉంది. అక్కడినుండే కాస్త వెలుతురొస్తోంది. నేలమీద ఓ జతబట్టలు పడున్నాయి. కిడ్నాపర్స్ చాలా జాగ్రత్తలు తీసుకుంటున్నారు. కపర్ది తన డ్రస్ మార్చుకున్నాడు.

వాన్ ఆగిన ఐదునిముషాలకి ఓ ఫర్లాంగ్ దూరంలో, చెట్లమధ్యలోకి స్కూటర్ వచ్చి ఆగింది. ఇద్దరూ దిగారు, బీగిల్ స్నిఫర్ డాగ్ ముందుకు దూకుతోంది. బెల్ట్ పట్టుకున్న వ్యక్తి, అతికష్టంమీద దాన్ని వెనక్కిలాగుతూ "క్వైట్ మైబాయ్" చెప్పాడు, వాన్ వైపు చూస్తూ. గంటదాటింది, కానీ వాన్ అక్కడినుండి కదలడంలేదు. మరో అరగంట వెయిట్ చేశారు. వాన్ నుండి ఎలాంటి అలికిడి లేదు.

వాన్ పక్కనే ఓ రూం ఉంది, బహుశా సిమెంట్, పనిముట్లలాంటివి ఉంచుకునే రూంకావచ్చు. ఏం చేద్దామన్నట్టుగా ఒకర్నొకరు చూసుకున్నారు. మరో పదినిముషాలు చూసి, యిద్దరూ ఆ రూం వైపుకి అడుగులు వేశారు, జాగ్రత్తగా అటూ, యిటూ చూస్తూ. బీగిల్, సైలెంట్ గా వారితో వస్తోంది. చెరోవైపూ చూస్తున్న ఆ యిద్దరూ తమ వెనక, చెట్లమధ్యలో నిశ్శబ్దంగా కదులుతున్న ఆకారాల్ని గమనించలేదు.

రూం మరో యాభై అడుగులదూరంలో ఉంది. అప్పుడు వినిపించింది సన్నని అలికిడి. ఉలిక్కిపడి వెనక్కి తిరగబోయారు, కానీ అప్పటికే ఆలస్యమైంది. నల్లని ముసుగుల్లో ఉన్న రెండు ఆకారాలు చాలా దగ్గరికివచ్చేశాయి. వాటి బలమైన చేతుల్లోని హేండ్ కర్చీఫ్స్, ఆ యిద్దరి ముక్కులకి అదమబడ్డాయి. రూం వెనకనుండి నిశ్శబ్దంగా వచ్చిన మూడో ముసుగువ్యక్తి, పదడుగుల దూరంనుండే డార్ట్ గన్ ట్రిగ్గర్ నొక్కాడు. గన్ నుండి ఓ సిరంజ్ వేగంగావచ్చి బీగిల్ డాగ్ కి గుచ్చుకుంది. పదిసెకన్లలో అది గాఢనిద్రలోకి జారుకుంది. దాని యజమానులు అప్పటికే ఆ స్థితిలోకి జారుకున్నారు.

మూడోవ్యక్తి దూరంగా చెట్లమధ్యలోకి చూసి, చెయ్యి ఊపాడు. రెండునిముషాల్లో వైట్ కలర్ మారుతివాన్ వచ్చి రూం దగ్గర ఆగింది. దాని డ్రైవర్ దిగి, వేగంగావెళ్ళి టాటా మొబైల్ రెస్టరెంట్ వాన్ తీసుకువచ్చాడు. ముసుగువ్యక్తులు బీగిల్ ని, దాని యజమానుల్ని వాన్ వెనక ఎక్కించి తాళ్ళతో కట్టేశారు. నోళ్ళకి టేప్ వేసి, మొహాలకి ముసుగులు తొడిగి వాన్ డోర్ వేసేశారు. రెస్టరెంట్ వాన్ దూరంగా వెళ్ళిపోయింది.

ఇద్దరు ముసుగువ్యక్తులు వైట్ మారుతి వాన్ ఎక్కారు, ఒకరు డ్రైవర్ సీట్లో, యింకొకరు ఫ్రంట్ సీట్ లో కూచున్నారు. మూడోవ్యక్తి రూం తలుపుతీశాడు. కపర్ది విడిచిన బట్టల్ని చెక్ చేశాడు. తర్వాత కపర్దిని చెక్ చేశాడు. షర్ట్ జేబులో ఏదో తగలడంతో తీసి "ఏంటివి?" అడిగాడు.

"బి కాంప్లెక్స్, నచికేత్ కోసం" చెప్పాడు కపర్ది.

అతను వాటిని బయటికి తీసికెళ్ళి, వెలుతుర్లో చెక్ చేసి తిరిగిస్తూ "పద" చెప్పాడు. మారుతి వాన్ రివర్స్ చేసి సిద్ధంగా ఉంది. కపర్దిని వానెక్కించి అతను తిరిగి రూంలోకి వచ్చాడు. ఓ నిముషం తర్వాత బయటికొచ్చి, వాన్ వెనకసీట్లో ఎక్కగానే బయలుదేరింది. అప్పుడు టైం పది దాటింది.

మే 29, 2013

"కిడ్నాపర్స్ వెహికల్ బైపాస్ రోడ్ తీసుకున్నట్టుంది" చెప్పాడు ప్రకాష్ గోయల్, స్నిఫర్ డాగ్స్ వైపుచూస్తూ.

డాగ్ స్క్వాడ్ వచ్చేసరికి పన్నెండున్నరైంది. హరిద్వార్ కి దగ్గరలోని ఎ.టి.ఎస్ ట్రైనింగ్ కాంప్ నుండి, లాబరేడర్ డాగ్ ని తెప్పించారు. స్నిఫర్ డాగ్స్ లో చాలా బలమైన జాతి లాబరేడర్. అరమీటర్ పైన ఎత్తు, దాదాపు ముప్పైకిలోల బరువున్న ఆ డాగ్, నలుపురంగులో ఉంది.

దానివెనకే షాజియా, సిబిసిఐడి టీం తమ వెహికల్స్ లో ఫాలో చేసి, పథారీ ఫారెస్ట్ రేంజ్ లోని రూం చేరుకున్నారు. రూంలోంచి పొగ వస్తోంది. టీం మెంబర్స్ యిద్దరు తమ రివాల్వర్స్ తీసి గురిపెడుతూ, తలుపు గడియ తీశారు. రూం ఖాళీగా ఉంది. మధ్యలో ఏవో బట్టలు కాలిపడున్నాయి. పొగ వాటినుండే వస్తోంది. లాబరేడర్ డాగ్ ని లోనికి తీసుకొచ్చారు. అది కాలిన బట్టలచుట్టూ తిరిగి, తన ట్రైనర్ వైపు చూసింది, తానేం చేయలేనన్నట్టు. ప్రకాష్ గోయల్, షాజియావైపుచూసి భుజాలెగరేశాడు.

షాజియా బయటికొచ్చి, రూం పరిసరాల్ని పరిశీలించింది. టైర్ గుర్తుల్ని బట్టి అక్కడికి రెండు ఫోర్ వీలర్స్ వచ్చుండాలి. వాటిని చూపించింది ప్రకాష్ గోయల్ కి.

"స్నిఫర్ డాగ్, ఈ గుర్తుల్ని బట్టి హెల్ప్ చేయగలదా?" అడిగింది.

ప్రకాష్ గోయల్ కి అప్పటికే చాలా విసుగ్గా ఉంది. ఐనా అడుగుతోంది సిబిఐ ఆఫీసర్ కాబట్టి, ముభావంగా ట్రైనర్ వైపు చూశాడు. లాబరేడర్ని ఆ వెహికల్స్ నించున్నచోటికి తీసుకొచ్చారు. ఇందులో ఏ వెహికల్ ని ట్రేస్ చేయాలి అడిగాడు ట్రైనర్.

షాజియా వాటిలో చిన్నవెహికల్ టైర్ గుర్తుల వైపుచూపించింది. ట్రైనర్, ఆ వెహికల్ నిలుచున్నచోట చుట్టూ స్నిఫింగ్ చేయించి "లీడస్, గుడ్ బాయ్" చెప్పాడు. తిరిగి అందరూ తమ వెహికల్స్ ఎక్కారు. మరో అరగంట ఆ డాగ్ వెనకే వెళ్ళి, వెహికల్స్ ఓ చోట ఆగిపోయాయి. అక్కడ, పథారి ఫారెస్ట్ రేంజ్ నుండి గంగానది పాయ ప్రవహిస్తోంది. అది తిరిగి నేషనల్ హైవే74- వైపుకే వెళ్ళి గంగానదిలో కలుస్తుంది. లాబరేడర్ ప్రవాహంవైపు చూసి, ట్రైనర్ వైపుచూసింది. ప్రవహించేనీటిలో అవి వాసన పట్టలేవు. టైర్ల మధ్యదూరాన్ని బట్టి, ఆ చిన్న వెహికల్ మారుతీవాన్ సైజ్ లో ఉండుండాలి. సులభంగా దాన్ని మోటార్ లాంచ్ లోకి ఎక్కించుంటారు.

ప్రకాష్ గోయల్, షాజియావైపు చూశాడు, అయిందా, లేక ఇంకేమైనా మిగిలుందా అన్నట్టు.

"వాపస్ వెళ్ళి ఆ పెద్ద వెహికల్ ని ఫాలోచేయించి చూద్దాం" చెప్పింది, అతడి ఫీలింగ్స్ ని పట్టించుకోకుండా. తిరిగి అందరూ అక్కడికెళ్ళేసరికి మధ్యాహ్నం రెండైంది. అప్పటికే హైవేమీది ఓ ఢాబానుండి అందరికీ లంచ్ తెప్పించాడు, ప్రకాష్ గోయల్. వెహికల్స్ లో కూచునే త్వరగా లంచ్ ముగించారు. షాజియా ఓ సాండ్విచ్ మాత్రం తీసుకుంది.

ఈసారి లాబరేడర్ వెనక చాలాదూరం ప్రయాణించారు. అది అడవిలో ఎక్కడెక్కడో వెళ్ళి, చిడియాపూర్ ఫారెస్ట్ రోడ్స్ మీదుగా తిరిగి హైవేకి చేరుకుంది. ఆ వెహికల్ తిరిగి ఈస్ట్ గంగా బైపాస్ రోడ్లోకి వెళ్ళిందని అర్థమైంది. అప్పుడు టైం సాయంత్రం ఐదు. అందరూ బాగా అలసిపోయారు. కిడ్నాపర్స్ తమని ఏమార్చి

తిప్పుతున్నారని తెలుస్తోంది. ప్రకాష్ గోయల్ తోపాటు, అందరి మొహాల్లోనూ విసుగు, అసహనం చూసి యింకేంచేయాలో తోచక షాజియా, బాస్ కి ఫోన్ చేసింది.

"హలో షాజియా, యిప్పుడే నేనే చేద్దామనుకుంటున్నాను, చెప్పు"

ఉదయంనుండి జరిగిందంతా చెప్పింది షాజియా, "సర్, కపర్దిని కూడా కిడ్నాపర్స్ తీసికెళ్ళిపోయారు, యిప్పుడేం చేయను?" అడిగింది.

"కిడ్నాపర్స్ వాడిన వెహికల్ ఏది, మళ్ళీ చెప్పు?" అడిగాడు అరవింద్ నార్లేకర్.

"ఓ నేవీబ్లూకలర్ వాన్"

"టైర్స్ గుర్తుల్ని బట్టి ఎంతపొడవుంటుంది?"

"సుమారు పదిహేనడుగులుండొచ్చు"

"మైగాడ్. దిసీస్ అన్ బిలీవబుల్!"

"ఏంటి సర్?"

"షాజియా, నేచెప్పేది జాగ్రత్తగా విను. ఇష్తకారుద్దీన్, మొన్న ముంబైనుండి ఢిల్లీ వచ్చాడని చెప్పాగా. వాడితో పాటు యింకో ఐదుగురున్నారు"

"సర్... ఎవరు?"

"తెలియదు. నల్లటి ముసుగుల్లో ఉన్నారు, ఆడవాళ్ళలాగా. కానీ, బిల్ట్ ని బట్టి మగవాళ్ళేనని తెలుస్తోంది"

"ఐఎస్ఐ?" అడిగింది షాజియా.

"ముఖ్యమైన పాయింట్ ఏంటంటే, ఇష్తకారుద్దీన్, ఆ ఐదుగురితో పాటు ఢిల్లీనుండి నేషనల్ హైవే119- మీదుగా వెళ్ళాడు, ఓ నేవీబ్లూకలర్ టాటా407- మొబైల్ రెస్టరెంట్ వాన్ లో. అందరూ నజీబాబాద్ దగ్గర హైవేమీద ఓ రెస్టరెంట్ లో, మధ్యాహ్నం రెండుకు లంచ్ తీసుకున్నారు. ఇంకా చాలా ఫుడ్ ఐటంస్ పాకింగ్ చేయించుకున్నారు. ఇదంతా అక్కడ దగ్గర్లోని సిసి కెమెరా ఫుటింగ్స్ లో రికార్డయింది. నేనేం చెబుతున్నానో నీకర్థమైందనుకుంటాను"

"నో సర్, నాకేం అర్థం కావడంలేదు"

"నువ్విప్పుడు ఎక్కడున్నావ్?"

"హైవే74- మీద"

"నజీబాబాద్ దగ్గరే ఈ రెండు హైవేస్ కలుస్తాయి"

"సర్ అంటే!?" అడిగింది అయోమయంగా. బాస్ ఏం చెప్పాలనుకుంటున్నారు.

"షాజియా, నీకింకా అర్థంకాలేదా. నచికేత్ ని కిడ్నాప్ చేసింది, కచ్చితంగా ఇష్తకారుద్దీనే!"

ఆక్షణం షాజియాకి షాక్ తో మెదడు మొద్దుబారినట్లైంది. ఏంటిదంతా... ఇష్తకారుద్దీన్, నచికేత్ లాంటి అమాయకుడిని కిడ్నాప్ చేయడమేంటి!? గణపతి ఆశ్రమానికి వారసత్వంగా వచ్చిన వజ్రాల్ని డిమాండ్ చేయడమేంటి!? హరిద్వార్ వచ్చినప్పటినుండి, తనచుట్టూ అదృశ్యంగా ఏవో వలయాలు ఏర్పడుతున్నాయి. కానీ, వాటిని తాను గుర్తించేలోపే, తమ రూపాన్ని మార్చేసుకుంటున్నాయి. చుట్టూ ఉన్న ప్రపంచమంతా గిర్రున తిరుగుతున్నట్టుంది.

“లిజన్ షాజియా. నచికేత్ ని ఎరగా వాడుకుని, వాడు నిన్నింకో ట్రాప్ లోకి లాగబోతున్నాడని నా డౌట్. అందుకే ఫోన్ చేశాను”

“సర్, నాకేం పాలుపోవడంలేదు. ఇప్పుడు నన్నేం చేయమంటారు?”

“నజీబాబాద్ దగ్గర వాడు చాలా ఫుడ్ ఐటంస్ పాకింగ్ చేయించుకున్నాడంటే, అక్కడే దగ్గరలో ఎక్కడో మకాం పెట్టుండాలి. అందుకే, మీ అందర్నీ హైవే74-మీద తిరిగేలా చేస్తున్నాడు. ఇష్తకారుద్దీన్ ఫోటో, ఆ మొబైల్ రెస్టరెంట్ వాన్ ఫోటోల్ని నీ సెల్ కి పంపించాను. వెంటనే దాన్ని నజీబాబాద్ చుట్టుపక్కల అన్ని స్టేషన్స్ కి పంపించమని ప్రకాష్ కి చెప్పు. వాడు కనిపించగానే అరెస్ట్ చేయకుండా, ఫాలో అవమను. ముందు నచికేత్ ఎక్కడున్నాడో తెలుసుకున్నాక, వాడిమీద అటాక్ చేయొచ్చు”

“ఓకే సర్”

“బి కేర్ ఫుల్ షాజియా. ఒంటరిగా సాహసాలు చేయకు” చెప్పి ఫోన్ పెట్టేశాడు, అరవింద్ నార్లేకర్.

కపర్దిని తీసుకుని వైట్ కలర్ మారుతివాన్, భగువాలా చేరేసరికి సాయంత్రం ఆరైంది. నిజానికి హరిద్వార్ నుండి అక్కడికి చేరుకోవడానికి ముప్పావుగంటకూడా పట్టదు. తనని కన్ఫ్యూజ్ చేయడానికే ఎక్కడెక్కడో తిప్పుతున్నారని కపర్దికి అర్థమైంది. మొదట ఫారెస్ట్ రూట్స్ లోపెళ్ళి మోటార్ లాంచ్ ఎక్కించారు. గంగానది కెనాల్ మీదుగా, హైవే వైపు వాపస్ వచ్చి, తిరిగి చిడియాపూర్ ఫారెస్ట్ రేంజిలోకి, అక్కడినుండి మళ్లీ బైపాస్ రోడ్ మీదికి వాన్ ని మళ్ళించారు. వీలైనంత వరకూ హైవేని అవాయిడ్ చేస్తున్నారు. బహుశా సిసిటివి కెమెరాలుంటాయని జాగ్రత్త పడుతున్నారు. కానీ, తనకి యిక్కడి ప్రతిచెట్టూ, పుట్టా వాసన తెలుసని కిడ్నాపర్స్ కి తెలియదు.

"దిగు" వాయిస్ మిషిన్ నుండి వినిపించడంతో, లేచాడు కపర్ది. అక్కడి చప్పుడును బట్టి, దగ్గరలో స్టోన్ క్రషర్ ఉండాలి. లోనికొచ్చాక, ఓ రూంలోకి తీసికెళ్లి, కళ్ళకికట్టిన గంతలు విప్పారు. అక్కడ చాలా చీకటిగా ఉంది. అతడి కళ్ళు అడ్జస్టవుతున్నాయి.

"నచికేత్ ఎక్కడ?" అడిగాడు, చీకట్లో చూస్తూ.

"రెండునిముషాలాగు, నీకే తెలుస్తుంది" వాయిస్ మిషిన్ నుండి వినిపించింది. అతను దూరంగా వెళుతున్నాడని అర్థమైంది.

సరిగ్గా రెండు నిముషాలకి రూంలో లైట్ వెలిగింది. కళ్ళు చిట్లించి చుట్టూచూశాడు కపర్ది. సడన్ గా అతడి దృష్టి, ఓ మూలగా ఉన్న కాంక్రీట్ చిమ్నీ మీదకి మళ్ళింది. అది పెద్ద చిమ్నీ. దాని పైభాగం, రూం సీలింగ్ మీదకి వెళ్లింది. నేలకి ఐదడుగుల ఎత్తులో, ఆ చిమ్నీకి కిటికీలాంటిది ఉంది. ఆత్రంగా వెళ్లి దాన్ని తెరిచాడు. లోనుండి రెండు కళ్ళు, జీవం లేనట్టు తనవైపే చూస్తున్నాయి.

"నచికేత్,... నావైపు చూడు, నే వచ్చేశాను. ఇక నీకేం భయంలేదు" చెప్పాడు కపర్ది.

నచికేత్ ఏమీ మాట్లాడ్డంలేదు. కపర్ది కిటికీలోంచి తన చేతుల్ని పోనిచ్చి, అతడి భుజాల్ని కుదిపాడు "నచికేత్... నచికేత్... ప్లీస్ మాట్లాడు" గట్టిగా చెప్పాడు.

నచికేత్ లో కాస్త చలనం వచ్చింది, నిస్తేజంగా కపర్ది వైపు చూశాడు. అతడి పెదవులమీద చిరునవ్వు, ట్రాన్స్ లో ఉన్నట్టు చెప్పడం మొదలుపెట్టాడు "యథా సౌమ్యైకేన మృత్పిండేన సర్వం మృణ్మయం విజ్ఞాతంస్యాత్. అంటే, బంకమట్టి గురించిన జ్ఞానంవల్ల, దాన్నుండి తయారుచేయబడే కుండ మొదలైనవాటి జ్ఞానం కలుగుతోంది. బంకమట్టి, కుండ రెండూ వేర్వేరైతే, ఇదెలా సాధ్యం. కాబట్టి, కుండ అనేది బంకమట్టికి వికారంమాత్రమే... "

కపర్దికి అతడి మనస్థితి అర్థమవుతోంది. భయంవల్ల, ఒంటరితనంవల్ల నచికేత్ మనసు మొద్దుబారింది. ఇంకోసారి నచికేత్ ని గట్టిగా కుదిపాడు "నచికేత్, నేను, భాయ్ ని. వచ్చేశాను. ఇక్కడినుండి నిన్ను తీసికెళ్తాను. నీకేం భయంలేదు... నా వైపు చూడు, ప్లీస్" చెప్పాడు అతడి చెంపలమీద తడుతూ.

అప్పటికి నచికేత్ చూపులు కాస్త నార్మల్ అయ్యాయి. మనసు ట్రాన్స్ లోనుండి బయటపడడంతో, కళ్ళు భయంతో నిండాయి "భాయ్...భాయ్" అంటూ కపర్ది చేతుల్ని గట్టిగా పట్టుకున్నాడు. నచికేత్ కన్నీరు ధారగా కపర్ది చేతుల మీద పడుతోంది.

"నచికేత్, నే వచ్చేశాను. నీకేం భయంలేదు. ఇక్కడినుండి నిన్ను తీసికెళతాను. గురువుగారు కూడా నీమీద బెంగపెట్టుకున్నారు" చెప్పాడు కపర్ది.

"ఇప్పుడే తీసికెళ్లు" చెప్పాడు నచికేత్, అతడి చేతులింకా వణుకుతూనే ఉన్నాయి.

"అలాగే. ఏమైనా తిన్నావా లేదా?"

నచికేత్ తల అడ్డంగా ఊపాడు "ఉదయం ఓ గ్లాస్ పళ్ళరసం తాగాను" చెప్పాడు.

కపర్ది మొహం కోపంతో జేవురించింది. తనచేతుల్ని విడిపించుకుని రూం తలుపుదగ్గరికి వెళ్ళి బాదాడు. ఓ నిముషం తర్వాత ముసుగువ్యక్తి వచ్చాడు

"ఏం కావాలి?" అడిగాడు, వాయిస్ మిషిన్ ద్వారా.

"మీరు మనుషులా, రాక్షసులా! ఉదయం నుండీ తింటానికి ఏమీ యివ్వకుండా, ఈ అమాయకుడ్ని యిలా హింస పెట్టేందుకు మీకు మనసెలావచ్చింది?" కోపంగా అడిగాడు. అతడి పిడికిళ్ళు బిగుసుకున్నాయి. ఒక్క చిన్న అవకాశం దొరికితే, కిడ్నాపర్స్ ని చంపేయాలనేంత ఆవేశం వచ్చింది

"ఓ చిన్న కరెక్షన్. ఈ ఉదయంనుండి కాదు, నిన్న ఉదయంనుండి!"

"ఏంటీ?" అరిచాడు కపర్ది, ఆవేశంతో అతడి తలలో నరాలు చిట్లిపోయేలా ఉన్నాయి.

"ఏం చేయను, నీ తమ్ముడికి ఏదైనా గుడినుండి ప్రసాదం కావాలి, ఇంకేం తినడట. అలాంటివి ఈ చుట్టుపక్కల్లో దొరకవు. బలవంతంచేసి, ఈరోజు ఉదయం పళ్ళరసం యిచ్చాను"

కపర్దికి ఏంచెప్పాలో అర్థంకావడంలేదు. పస్తులుండి చావడానికైనా సిద్ధమేగానీ, నచికేత్ తన నియమాలు మాత్రం వదులుకోడు.

"మీక్కావలసింది డైమండ్సేగా. ఇవిగో, తీసుకుని యిప్పుడే మమ్మల్ని వదిలేయండి" చెప్పాడు కపర్ది, డైమండ్స్ ని అతడికిస్తూ.

"మా సేఫ్టీ కూడా చూసుకుని వదిలేస్తాం"

"అంటే?"

"పోలీసులకి ఎలాగో తెలిసిపోయిందన్నావుగా. అందుకని, ఈరాత్రికి అందరం కలిసే బయల్దేరదాం. మా వెనకాల ఎవరూ ఫాలో అవడంలేదని కన్ఫర్మ్ చేసుకున్నాక, మీ యిద్దరినీ దారిలో దింపేస్తాం. ఈలోపు తింటానికేమైనా కావాలంటే చెప్పు"

"ఏవైనా పళ్ళు తెప్పించండి. ఎలాగో నచికేత్ కి సర్దిచెప్పి నే తినిపిస్తాను"

"ట్రై చేస్తాను"

"అలాగే రెండు, మూడు బి-కాంప్లెక్స్ కాప్సూల్స్ కావాలి. అవి వేసుకుంటే వెంటనే ఒంట్లోకి శక్తి వచ్చేస్తుందని వాడి నమ్మకం"

"నీ దగ్గరే ఉన్నాయిగా. ఉదయం డ్రస్ మార్చుకున్నప్పుడు చూశాను"

"ఎక్స్ పైరీ డేట్ ముగిసింది. తొందరలో చూసుకోలేదు" చెప్పాడు కపర్ది తనజేబులోంచి కాప్సూల్స్ తీసి చూపిస్తూ. ముసుగువ్యక్తి వాటిని తీసుకుని లైట్ దగ్గరికి వెళ్ళిచూశాడు. ఓ కాప్సూల్ ని బయటికితీసి చూశాడు. దాన్ని తన జేబులో వేసుకుని, మిగిలినవి కపర్దికి తిరిగిచ్చేసి బయటికెళ్ళాడు.

మే 29, 2013

శర్వగ్ని ఉద్యమం, నాలుగు టీంస్, సాయంత్రం ఆరుకి బిజ్నౌర్-హరిద్వార్ బైపాస్ రోడ్ చేరుకున్నారు. ఉదయం ఔరంగాపూర్ భిక్కూ గ్రామంనుండి మొదలైన అన్వేషణ యింకా కొనసాగుతూనే ఉంది. చుట్టుపక్కల పాతిక గ్రామాలు వెతికారు, ఎవరికీ అనుమానం రాకుండా.

శ్యామీవాలా విలేజ్ పూర్తయ్యేసరికి, బీగిల్ డాగ్స్ బాగా అలసిపోయాయి. ఓ అరగంటైనా రెస్ట్ కావాలి వాటికి. తెచ్చుకున్న రొట్టెలు, బిస్కట్స్, వాటర్ బాటిల్స్ అన్నీ ఖాళీ అయ్యాయి. అందరూ బైపాస్ రోడ్ మీది ఢాబా చేరుకున్నారు. అక్కడ టీ, బిస్కట్స్ తప్ప యింకేంలేవు. వాటినే ఆర్డర్ చేసి కూచున్నారు.

"మన బాకప్ టీం, ఉదయం నుండి కాంటాక్ట్ లో లేదు. ఏం జరిగిందో తెలియదు"

"అవును. వాళ్ళు కాంటాక్ట్ చేసుంటే, మనపని చాలా సులభమయ్యేది"

"ఇక భగువాలా మిగిలింది"

"అక్కడా దొరక్కపోతే?"

"ఈసారి నజీబాబాద్ వైపు వెళదాం"

"అక్కడుండే ఛాన్స్ లేదు. అది హైవేమీదుంది, కిడ్నాపర్స్, చాలా రిమోట్ ప్లేసస్ నే వెతుక్కుంటారు"

"ఏమైనా సరే, మళ్ళోలా చెప్పినట్టు, ఈరాత్రిలోపు అన్ని ప్లేసస్ వెతకాల్సిందే. అవసరమైతే నిద్రమానుకుని వెదుకుదాం, పదండి"

మే 29, 2013

నచికేత్ కి నచ్చచెప్పి, ఎలాగో రెండు అరటిపళ్ళు తినిపించాడు కపర్ది, "రాత్రికి మనల్ని వదిలేస్తారు, వెంటనే ఆశ్రమానికి వెళ్ళిపోదాం" చెప్పాడు.

తలుపు తీస్తున్న అలికిడికి, ఇద్దరూ అటువైపు చూశారు. ముసుగువ్యక్తి వచ్చాడు, అతడితోపాటు యింకో ముగ్గురు ముసుగుల్లో వచ్చారు. రాగానే, కపర్దిని నిలబెట్టి, చేతులు వెనక్కి విరిచికట్టారు. కళ్ళకి గంతలుకట్టి, "పద" చెప్పాడు.

"ఏమైంది?" అడిగాడు కపర్ది.

"మీ పోలీసులకి తెలివితేటలెక్కువయ్యాయి" కోపంగా చెప్పాడతను, "మా వెహికల్ ఫోటోని చూపించి అన్నిచోట్లా ఎంక్వైరీ చేస్తున్నారు. నువ్వు పొద్దున నాతో ఫోన్లో చెప్పాక, బయట ఓ కన్నేసి ఉంచమని నా కొలీగ్స్ కి చెప్పాను. ఇందాక పళ్ళు తేవడానికి వెళ్ళినప్పుడు, పోలీస్ మువ్ మెంట్స్ ని గమనించాడు"

"ఇప్పుడేం చేయబోతున్నారు?"

"కిడ్నాప్ రూల్స్ ప్రకారం మీ ఇద్దర్నీ యిక్కడే చంపేసి, డైమండ్స్ తీసికెళ్ళాలి. కానీ, నువ్వు నాతో నిజం చెప్పావన్న ఒకేఒక్క కారణంగా వదిలేస్తున్నాను. త్వరగా పద, వాన్ రెడీగా ఉంది"

"మరి నచికేత్?"

"మావాళ్ళు పైనుండి తీసుకొస్తారు" చెప్పాడతను, కపర్దిని బయటికి తోస్తూ.

"ప్లీస్, వాడికో బి కాంప్లెక్స్ కాప్సూల్ యివ్వండి, చాలా వీక్ గా ఉన్నాడు"

"వాన్ లో యిస్తాను, పద" చెప్పాడతను.

కపర్దిని కాస్తదూరం నడిపించి, వైట్ మారుతివాన్ లోకి ఎక్కించారు. కిడ్నాపర్స్ లో ముగ్గురు అతడితోనే ఎక్కారు. నచికేత్ ని ముందుసీట్లో ఎక్కించి, ఒకడు అతడి పక్కనే కూర్చున్నాడు. ఇంకో వ్యక్తి డ్రైవింగ్ సీట్లో ఎక్కి స్టార్ట్ చేసి, రియర్ వ్యూ మిర్రర్ కేసి చూశాడు. సరిగ్గా అదే టైంకి, ఓ నేవీబ్లూ కలర్ టాటా మొబైల్ రెస్టరెంట్ వాన్, తమని దాటుకుని వెళ్ళింది. దాని వెనకే, మారుతివాన్ ఫాలో అయింది.

మే 29, 2013

షాజియా, సిబిసిఐడి టీంతో నజీబాబాద్ చేరేసరికి సాయంత్రం ఏడైంది. అప్పటికే ఇఫ్తకారుద్దీన్ ఫోటో, మొబైల్ రెస్టరెంట్ వాన్ ఫోటో చుట్టుపక్కల అన్ని స్టేషన్స్ కి పంపించారు. ప్రకాష్ గోయల్ ఫోన్ చేసి, ప్రతి ఎస్.హెచ్.ఓ. తోనూ ప్రత్యేకంగా మాట్లాడాడు. సిబిఐ జాయింట్ డైరెక్టర్ నుండి వచ్చిన ఆర్డరని తెలియడంతో, అందరూ పరుగులు పెడుతున్నారు.

"మిస్ షాజియా. ఇప్పుడే భగువాలా పిఐనుండి ఫోనొచ్చింది. ఆ వాన్, భగువాలా దగ్గర ఉదయం కనిపించిందట, వెళ్దామా" చెప్పాడు ప్రకాష్ గోయల్.

"ఓకే, ఆ ఇన్ఫార్మర్ ని తీసుకుని, పిఐని హైవేమీదకి రమ్మని చెప్పండి. దారిలో మనం పికప్ చేసుకుందాం, మీరు నాతోనే రండి" చెప్పింది, డోర్ తీసి కార్ స్టార్ట్ చేస్తూ. నిజానికి భగువాలా మీదుగానే యిప్పుడందరూ నజీబాబాద్ చేరుకున్నారు. ఈ యిన్ఫర్మేషన్, ఓ అరగంట ముందే తెలిసుంటే ఎంత బావుండేది అనుకుంది, ఏక్సిలేటర్ ని పూర్తిగా తొక్కుతూ.

ట్రాఫిక్ హెవీగా ఉంది, షాజియా ఎంత ప్రయత్నించినా స్పీడ్ గా వెళ్ళలేకపోతోంది. ఓవైపు మనసులో ఆలోచనలు. ఇఫ్తకారుద్దీన్ లాంటి నీచుడి చేతిలో చిక్కుకున్న నచికేత్ కి, కపర్దికి ఏమవుతుందో అనే దిగులు. ఐఎస్ఐకి ఈ ఆశ్రమంతో ఏంటి వైరం!? బాస్ చెప్పినట్టు, యిదంతా తనని ట్రాప్ చేయడానికా... లేక దీనంతటికీ వెనక యింకేదైనా పెద్ద కుట్ర ఉందా?

ఆలోచనల్లో మునిగిపోయిన షాజియా, దారిలో బైక్ ఆపి వెయిట్ చేస్తున్న భగువాలా పిఐని, ఇన్ఫార్మర్ ని గమనించలేదు. ప్రకాష్ గోయల్, తమ కార్ ని లీడ్ చేయమని అతనికి సైగచేశాడు. మరో పదినిముషాలకి భగువాలా అవుట్ స్కర్ట్స్ లోని స్టోన్ క్రషర్ చేరుకున్నారు. సిబిసిఐడి టీం కూడా వెనకే వచ్చేసింది.

ప్రకాష్ గోయల్, షాజియాని అక్కడే ఆగమని సైగచేసి, తన రివాల్వర్ తీశాడు. టీంలో యిద్దరిని క్రషర్ వెనకభాగం కవర్ చేయమని సైగచేశాడు. మిగిలిన టీం మెంబర్స్ జాగ్రత్తగా అడుగులువేస్తూ, చుట్టూ గమనిస్తూ లోనికి వెళ్ళారు. మరో రెండు నిముషాలకి అర్థమైంది, అక్కడ ఎవరూలేరని. షాజియా కూడా వచ్చిచూసింది. ఎక్కడా అనుమానం కలిగించే వస్తువులు లేవు. ఫింగర్ ప్రింట్స్ ఏవైనా దొరుకుతాయేమో రేపొచ్చి చూడాలి, అనుకుంటూ బయటికొచ్చింది.

"ఇక్కడే చూశావా, కరెక్టేనా?" ప్రకాష్ గోయల్, ఆ ఇన్ఫార్మర్ ని అడుగుతున్నాడు.

"ఇక్కడే సాబ్. ఫోటోలో ఉన్న వాన్ లాంటిదే. నెంబర్ జ్ఞాపకం లేదు"

సడన్ గా షాజియా దృష్టి, ఎదురుపైపున్న మరో క్రషర్ మీద పడింది. దాని గేట్ నుండి ఎవరో బయటికొస్తున్నారు, వర్కర్ లా ఉన్నాడు. వేగంగా వెళ్ళి అతడిని ఆపింది.

"ఈ క్రషర్ ఎవరిది?" అడిగింది.

"మూతబడి చాలా ఏళ్ళైంది. రెండురోజుల క్రితమే ఎవరో వచ్చారు. రిపేరీ చేసుకుంటున్నట్టుంది" చెప్పాడతను.

"వాళ్ళని చూశావా?"

"లేదు మేడం. ఇద్దరు, ముగ్గురు లేడీస్, ముసుగులేసుకున్నారు"

అంతలో ప్రకాష్ గోయల్ వచ్చి ఫోటో చూపించి అడిగాడు "ఈ వాన్ ని ఎప్పుడైనా చూశావా?"

"ఇది వాళ్ళదే సాబ్, యింతసేపూ యిక్కడే ఉండింది. అరగంటక్రితమే వెళ్ళింది"

"ఎటు వెళ్ళింది?"

"హైవే వైపుకి"

ప్రకాష్ గోయల్, హైవేమీది ట్రాఫిక్ కంట్రోల్ జీప్ కి ఫోన్ చేశాడు "భగువాలా వైపునుండి, హైవేమీదికి నేవీబ్లూ కలర్ టాటా మొబైల్ రెస్టరెంట్ వాన్ ఏదైనా వచ్చిందా?" అడిగాడు.

"ఎస్ సర్, ఇప్పుడే బోక్సావాలి దగ్గర అలాంటి వాన్ మాకెదురైంది. జిల్మిల్ ఫారెస్ట్ రోడ్ వైపుకి వెళ్ళింది"

ప్రకాష్ గోయల్, షాజియావైపు చూశాడు "పదండి మేడం, ఆ వాన్ చిడియాపూర్ ఫారెస్ట్ రోడ్ లోకి వెళ్ళింది, ఫాస్ట్ గా వెళితే పట్టుకోవచ్చు. మీరూ నాతో వచ్చేయండి, ఆ రోడ్ మీద స్పీడ్ గా నడపడం మీవల్ల కాదు. మీ కార్ ని మా కొలీగ్ తీసుకొస్తాడు" చెప్పాడు తన జీపెక్కుతూ.

మరో పదిహేను నిముషాల తర్వాత, శర్వగ్ని ఉద్యమం స్క్వాటర్ టీం, స్టోన్ క్రషర్ చేరుకుంది. వారి దగ్గరున్న బీగిల్ స్నిఫర్ డాగ్ ఆగకుండా ముందుకు దూకుతూ, క్రషర్ లోనికి వెళ్ళడానికి ట్రై చేస్తోంది. క్వైట్, చెప్పాడు దాని మాస్టర్, తన సెల్ ఫోన్ తీస్తూ. మిగిలిన మూడు టీంస్ కి ఫోన్ చేసి, వెంటనే అక్కడికి రమ్మని చెప్పాడు. క్రషర్ లోపల లైట్స్ లేవు. అంతా చీకటిగా ఉంది. నైట్ విజన్ గాగుల్స్ వేసుకుని చూశాడు. అక్కడ ఎలాంటి అలికిడీలేదు.

మిగిలిన టీంస్ అక్కడికి చేరుకునే సరికి, యింకో ఐదునిముషాలు గడిచాయి. వారితో ఉన్న బీగిల్స్ కూడా లోనికెళ్లడానికి దూకుతున్నాయి. అంటే, వాటికి కావలసిన స్మెల్ యిక్కడే ఉంది. వాటిని సైలెంట్ చేసి, నిశ్శబ్దంగా క్రషర్ ని చుట్టుముట్టారు. వారి చేతుల్లో ఖండాలు రెడీగా ఉన్నాయి. లోపల ఎవరూలేరని మరో రెండు నిముషాలకి అర్థమైంది. బీగిల్స్ క్రషర్ లోంచి వెనక్కి వెళ్ళి, అక్కడినుండి ఓ ఫుట్ పాత్ వైపుకి లీడ్ చేయడంతో, అందరూ తమ వెహికల్స్ లో బీగిల్స్ వెనకే వెళ్ళి, తిరిగి హైవే చేరుకున్నారు.

మే 29, 2013

చిడియాపూర్ ఫారెస్ట్ రేంజ్, ఉత్తరాఖండ్ లోని ఓ అభయారణ్యం. ఎత్తుగా పెరిగిన పచ్చగడ్డి, చిత్తడి లేళ్ళు (స్వాంప్ డీర్స్) యిక్కడి ప్రత్యేకత. హైవే-74 నుండి, ఓ మట్టిరోడ్ అడవిలోకి వెళుతుంది. రెండుకిలోమీటర్లు ఆ గతుకుల రోడ్ మీద వెళ్ళాక ఆగింది, వైట్ కలర్ మారుతివాన్. దానికంటే ముందే బయల్దేరిన నేవీబ్లూకలర్ మొబైల్ రెస్టరెంట్ వాన్, అప్పటికే మరో మూడు కిలోమీటర్లు అడవిలోకి వెళ్ళి ఆగింది.

"దిగు" చెప్పాడు ముసుగువ్యక్తి, కపర్దితో.

"నచికేత్ ని కూడా దింపండి" చెప్పాడు కపర్ది. అతడితో కూచున్న ముగ్గురు కిడ్నాపర్స్ ఉన్నట్టుండి లేచి, అతడి భుజాలు పట్టుకుని బలవంతంగా వాన్ బయటికితోశారు.

"పోలీసుల్నే కాదు, నిన్నుకూడా నమ్మలేం. ఇదే రోడ్ మీద, యింకాస్త దూరంలో నీ తమ్ముడిని దింపేస్తాం, వచ్చి తీసికెళ్ళు" చెప్పాడు ముసుగువ్యక్తి, కపర్ది చేతులకి కట్లు వదులుచేస్తూ.

"ప్లీస్, మీకు డైమండ్స్ యిచ్చేశాగా, వాడిని వదిలేయండి" చెప్పాడు కపర్ది, చేతులు విడిపించుకుంటూ.

అప్పటికే ముసుగువ్యక్తి వాన్ ఎక్కేశాడు "త్వరగా వచ్చేయ్, ...అన్నట్టు, చెప్పడం మర్చిపోయాను. బి-కాంప్లెక్స్ కొనడానికి టైం చాల్లేదు. అందుకే, నువ్వు తెచ్చినవాటిలోనే ఒకటి నచికేత్ తో మింగించాను. సో... బెస్టాఫ్ లక్" చెప్పి వాన్ తలుపు మూసేశాడు. వాన్ వేగంగా అడవిలోకి వెళ్ళిపోయింది.

కట్లు విడిపించుకుంటున్న కపర్ది, వాడి మాటలకి స్టన్నయ్యాడు "రేయ్, ఆగరా... బాస్టర్డ్స్" అంటూ అతను పెట్టిన కేక, అడవిలో ప్రతిధ్వనించింది.

కాప్సూల్స్ ఎక్స్ పైరీ అయ్యాయని తాను చెప్పినప్పుడు, వాడు స్ట్రిప్ ని చూస్తూ, అందులోంచి ఓ కాప్సూల్ ని తీసుకున్నాడు. వాడి అసలుద్దేశ్యం యిప్పుడర్థమవుతోంది. కోపంతో కపర్ది మొహం జేవురించింది, కపోలాల నరాలు చిట్లిపోయేలా ఉన్నాయి. కట్లు విడిపించుకుని, కళ్ళకి కట్టిన గంతల్ని విప్పాడు. చిరుతలా ఆ వాన్ వెళ్ళిన వైపుకి పరుగులుతీశాడు.

మే 29, 2013

సిబిసిఐడి టీం, బోక్సావాలీ దాటుతుండగా షాజియా సెల్ ఫోన్ మోగింది. అది సిబిఐ ముంబై ఆఫీస్ నుండి. కానీ, అరవింద్ నార్లేకర్ నెంబర్ కాదు.

"హలో" చెప్పింది రిసీవ్ చేసుకుంటూ.

"షాజియా, డిసీస్ మృణాలిని. హౌ ఆర్ యూ?"

"ఫైన్ మేడం" చెప్పింది ఆశ్చర్యపోతూ. ఆమె డైరెక్ట్ గా తనకి ఫోన్ చేస్తుందని ఊహించలేదు, పైగా ఈటైంలో.

"నాలుగురోజుల క్రితం థర్మోగ్రాఫ్ రికార్డ్స్ పంపించావుగదా, దాని గురించి నీతో మాట్లాడాలి. ఆర్ యూ ఫ్రీ నా?"

"ఎస్ మేడం" చెప్పింది షాజియా, టెన్షన్ ని దాచుకుంటూ.

"మన రికార్డ్స్ లో ఉన్న ఏ థర్మోగ్రాఫ్స్ తోనూ అది టాలీ కాలేదు, బట్... "

"చెప్పండి?" షాజియాకి తన గుండెచప్పుడు స్పష్టంగా వినిపిస్తోంది.

"నువ్వు పంపించిన డేటాలో రెండు రికార్డ్సున్నాయి, రైట్?"

"ఒకటేగా, మేడం!" చెప్పింది ఆశ్చర్యపోతూ.

"లేదు, రెండున్నాయి. ఒకటి ఇరవైఐదో తారీకుది, రెండోది ఇరవైనాలుగున రికార్డ్ చేసింది"

అప్పుడు గుర్తొచ్చింది షాజియాకి, ఇరవైనాలుగోతేదీ గుచ్చుపానీ వెళ్ళినప్పుడు గుహలో తీసింది. మృణాలినికి మెయిల్ పంపించేటప్పుడు పొరపాటున అదికూడా వెళ్ళినట్టుంది.

"అది, ముందురోజు యిక్కడ ఫ్రెండ్స్ తో పిక్నిక్ వెళ్ళినప్పుడు సరదాకి తీశాను. బై మిస్టేక్ మీకు పంపించుంటాను" చెప్పింది షాజియా.

"ముందు నేచెప్పేది జాగ్రత్తగా విను, షాజియా. నువ్వు ముందురోజు రికార్డ్ చేసిన థర్మోగ్రాఫ్, రెండోరోజు కోర్ట్ వెనక ఐదుమందినీ చంపినవ్యక్తి థర్మోగ్రాఫ్, రెండూ పర్ఫెక్ట్ గా టాలీ అవుతున్నాయి"

"వాట్!?" అరిచింది షాజియా. ప్రకాష్ గోయల్ ఆమెవైపు ఆశ్చర్యంగా చూశాడు. షాజియా అతడి ఫీలింగ్స్ ని గమనించే స్థితిలోలేదు. ఆశ్చర్యం, భయం, కన్ఫ్యూజన్ అన్నీ కలగలిసిన స్థితి, మనసు మొద్దుబారిపోతోంది.

"నువ్వెవరితో పిక్నిక్ వెళ్లావో నాకు తెలియదు. కానీ, అతను చాలా ప్రమాదకరమైన వ్యక్తిలా ఉన్నాడు. అందుకే, జాగ్రత్తగా ఉండు. ఇది చెబుదామనే ఫోన్ చేశాను"

షాజియాకి కళ్లు తిరుగుతున్నట్టైంది. ఇదంతా చేసింది, చేస్తోంది... కపర్ది! అక్కడ నిన్నెవరో కవర్ చేస్తున్నారని బాస్ చెప్పినప్పుడైనా తనకి కపర్దిమీద డౌట్ రాలేదు. అతనో లెక్చరర్ మాత్రమే అనుకుంది. కానీ, అనుక్షణం తనని గమనిస్తున్నాడని తెలుసుకోలేక పోయింది. ఆరోజు రాత్రి ఐదుమందిని దారుణంగా చంపేసి, మరుసటిరోజు ఎంత కూల్ గా తనతో డెహ్రాడూన్ వచ్చాడు. తాను లాప్ టాప్ లో పనిచేసుకుంటుంటే, ఎంత అమాయకంగా ఎదురుగా కూచుని చూశాడు!

"షాజియా,... ఈ విషయం యింకా బాస్ కి చెప్పలేదు, నీ ఒపీనియన్ ఏంటి?" అడిగింది మృణాలిని.

"ప్లీస్ మేడం. నన్ను కొంచెం ఆలోచించుకోనివ్వండి. బాస్ కి నేనే చెబుతాను" చెప్పి కాల్ కట్ చేసింది. కళ్ళముందు మంచుతెరలు కరుగుతున్నట్టుగా ఉంది. ఇఫ్తకారుద్దీన్, ఎందుకు నచికేత్ ని కిడ్నాప్ చేశాడో యిప్పుడు అర్థమవుతోంది. ఇప్పుడు వాడి టార్గెట్ తాను కాదు... కపర్ది!

కానీ, అసలైన ప్రశ్న అలానే ఉండిపోయింది. తానో కేస్ గురించి హరిద్వార్ వచ్చింది. దాంతో కపర్దికి ఏంటి సంబంధం? తన ప్రతి మువ్ మెంట్ నీ గమనిస్తూ, తనని కవర్ చేస్తున్నాడు. అంటే, ...జియాలజిస్ట్ లని కూడా కపర్దే చంపుండాలి!! తన రూంలో బగ్ ని కూడా అతనే ఏర్పాటుచేసుండాలి.. ఎందుకు!? గణపతి ఆశ్రమంలో తన తల్లిదండ్రుల ఫోటో?... ప్రశ్నలు, ఆలోచనలు, గందరగోళంగా ఆమె తలలో సుడులు తిరుగుతున్నాయి. ఓ ప్రశ్న ముగిసేలోపు, మరిన్ని ప్రశ్నలు, భయాలు చుట్టుముడుతున్నాయి.

ఫారెస్ట్ రోడ్ గతుకులకి జీప్ అదుపుతప్పేలా ఉంది. కానీ, ఆమె దేన్నీ గమనించే స్థితిలోలేదు, బుద్ధితోపాటు, శరీరంలోని శక్తినంతా ఎవరో లాగేసుకున్నట్టుంది. పారలైజ్ ఐనట్టు స్తబ్దుగా కూచుంది. ఈ సుదీర్ఘమైన రోజు ఎప్పటికి ముగుస్తుంది!? ఎలా ముగుస్తుంది!? అసలు రేపటి ఉదయాన్ని తాను చూస్తుందా... చూసినా అదెలా ఉండబోతోంది!?

చీకట్లో దృష్టిని ఏకాగ్రం చేసి, ఫారెస్ట్ రోడ్ మీద పరుగులు తీస్తున్నాడు కపర్ది. అప్పటికి మూడుకిలోమీటర్లు దాటాడు. నుదుటిమీదుగా చెమట ధారలు కడుతోంది. సడన్ గా అతడి దృష్టి, చీకట్లో తనవైపుగా వస్తోన్న ఓ ఆకారంమీద పడింది. అది...నచికేత్. ట్రాన్స్ లో ఉన్నట్టుగా, గాల్లో తేలిపోతున్నట్టుగా వస్తున్నాడు. కపర్ది అతడిని జాగ్రత్తగా పట్టుకున్నాడు. నచికేత్ నిలబడలేనట్టు నేలకి జారిపోయాడు.

కపర్ది నేలమీద కూచుని, నచికేత్ తలని తన ఒడిలో పెట్టుకుని ఆందోళనగా చూశాడు. అప్పటికే నచికేత్ ఊపిరితీసుకోవడానికి అవస్థపడుతున్నాడు. అతడి తల నిలవలేకపోతోంది. కపర్ది చేతుల్ని గట్టిగా పట్టుకున్నాడు, నచికేత్ కళ్ళు ఏటో శూన్యంలోకి చూస్తున్నాయి. అతడి నోటినుండి చివరిమాట వినిపించింది "భాయ్... భాయ్" అని, అంతే, అతడి ఊపిరి ఆగిపోయింది.

"నచికేత్... నచికేత్!" అంటూ కపర్ది పెట్టిన కేకలు, అడవిలో ప్రతిధ్వనించాయి. కపర్ది నిశ్చేష్టుడై నచికేత్ వైపు చూస్తూండిపోయాడు. బాధ, కోపం, కసి కలగలసి కపర్ది కళ్ళనుండి ధారగా కారుతున్నాయి. అతడి చూపులు సడన్ గా కాస్తదూరంలోని వాన్ మీదికి మళ్ళాయి ... అది నేవీ బ్లూకలర్ వాన్... ఉదయం తానెక్కిందే! అదింకా యిక్కడే ఉందంటే...శత్రువు తనరాకకోసం యిక్కడే ఎదురుచూస్తూండాలి!

నచికేత్ తలని జాగ్రత్తగా నేలమీదుంచి, కపర్ది వేగంగా ఆ వాన్ వైపువెళ్ళాడు. అతడి పిడికిళ్ళు బిగుసుకున్నాయి. జాగ్రత్తగా, సైడ్ నుండి పాకుతూ వాన్ ముందుకి వచ్చాడు. డ్రైవింగ్ సీట్లో ఎవరూ లేరు. వెనక్కివచ్చి వాన్ డోర్ తీశాడు. లోపల యిద్దరు ముసుగు వ్యక్తులు బెంచిమీద కూచున్నారు, కానీ కదలికలేదు. అనుమానంగా వాన్ ఎక్కిచూశాడు. ఆ యిద్దరి మెడల దగ్గరినుండి రక్తంకారుతోంది, బెంచి ప్రక్కనే ఓ ఖండా పడుంది. ఏదో అనుమానం అతడి మనసులో తళుక్కుమంది. ఆత్రంగా వారి మొహాలమీదినుండి ముసుగులు లాగాడు. ఒక్క క్షణం ఊపిరి ఆగినట్టైంది, కపర్దికి. దిగ్భ్రాంతితో చూశాడు వారివైపు.

సరిగ్గా అప్పుడే, కాస్తదూరంలో పోలీస్ జీప్ సడన్ బ్రేక్ తో ఆగింది. ఆలోచనల్లో మునిగిపోయిన షాజియా, అనుమానంగా ప్రకాష్ గోయల్ వైపు చూసింది, ఎందుకాపావన్నట్టు. అతను మౌనంగా సైగచేశాడు, రోడ్ వైపు చూపిస్తూ. షాజియా అటుతిరిగి చూసింది. అక్కడ, రోడ్ మధ్యలో ఓ మనిషి పడున్నాడు. జీప్ హెడ్ లైట్స్ వెలుగులో గుర్తుపట్టింది...అది నచికేత్!

ఒక్కదూకుతో జీప్ దిగి పరుగెత్తింది. "నచికేత్...నచికేత్" పిలుస్తూ, అతడి ముక్కుదగ్గర చెయ్యిపెట్టి చూసింది, షాక్ తో ఆమె మొహం పాలిపోయింది. దిక్కుతోచనట్టు, ప్రకాష్ గోయల్ వైపుచూసింది. కానీ, అతడి దృష్టి నచికేత్ మీదలేదు, ...కాస్తదూరంగా నించున్న ఓ వాన్ ని చూస్తున్నాడు. షాజియా అయోమయంగా అటువైపుచూసి ఉలిక్కిపడింది...వాన్ వెనకనుండి దిగుతున్న ఆకారాన్ని ఎంత చీకట్లో అయినా గుర్తుపట్టగలదు... ఆరడుగుల ఎత్తు, జడలుకట్టిన జుట్టు...కపర్ది!

అప్పుడే సిబిసిఐడి టీం కూడా వచ్చేసింది. అప్పటికే ప్రకాష్ గోయల్ తన రివాల్వర్ తీసి, కపర్దికి గురిపెట్టాడు.

"హాండ్సప్... చేతులు తలవెనక ఉంచు, మోకాళ్ళమీద కూచో. ఏమాత్రం కదిలినా, నాకు డౌటొచ్చినా, ముందు నిన్ను కాల్చేసి, తర్వాతే ఎంక్వైరీ చేయిస్తాను"

షాజియా విస్తుపోయి యిద్దరివైపూ చూసింది "సర్... మీరేం చేస్తున్నారు!?... అతను కపర్ది... "

ప్రకాష్ గోయల్ ఆమెని తనచేత్తోనే వారించాడు, "నాకంతా క్లియర్ గా అర్థమైంది, కాసేపట్లో మీక్కూడా అర్థమౌతుంది" చెప్పి, తన టీం వైపుచూసి "సెర్చ్ హిం" చెప్పాడు.

అప్పటికే టీం కపర్దిని చుట్టుముట్టింది. కపర్ది షర్ట్ పాకెట్ నుండి ఓ కాప్సూల్ స్ట్రిప్ తీసి, ప్రకాష్ గోయల్ కి అందించారు. పాంట్ పాకెట్ నుండి ఓ హేండ్ కర్చీఫ్ లో కట్టిన చిన్నమూటలాంటిది బయటికితీశారు. ప్రకాష్

గోయల్ దాన్ని విప్పాడు. షాజియా షాక్ తో దానివైపు చూసింది... అవి... డైమండ్స్! నిన్న ఆశ్రమంలో తాను చూసినవే!

"ఇప్పుడర్థమైందా, మిస్ షాజియా?" అడిగాడు ప్రకాష్ గోయల్.

షాజియా అయోమయంగా చూసింది. ఏం అర్థంకావాలో... అసలేం జరుగుతోందో, ఏదీ తనబుద్ధికి అందడంలేదు. కపర్దివైపు చూసింది. అతను తనకన్నా ఎక్కువ షాక్ లో ఉన్నాడు, ఆ డైమండ్స్ వైపే చూస్తూ.

సిబిసిఐడి టీంలో యిద్దరు అప్పటికే వాన్ డోర్ తీశారు, "సర్... వాన్ లో రెండు డెడ్ బాడీస్ ఉన్నాయి" చెప్పాడో ఆఫీసర్. షాజియా వేగంగా వాన్ దగ్గరికెళ్ళి చూసింది. బాడీస్ మొహాల్ని చూడగానే ఏదో అనుమానం మొదలైంది. మరింత దగ్గరగా వచ్చి సెల్ టార్చ్ వెలుగు ఫోకస్ చేసింది. ఎక్కడో చూసింది ఆ యిద్దరినీ! ముంబైలో... కాదు, హరిద్వార్లో ...కాదు, డెహ్రాడూన్ ఎయిర్ పోర్ట్ ... కాదు, మరెక్కడ? ... ఢిల్లీ! ...అవును ఢిల్లీలో, తాను మార్గరెట్ క్లైర్ ని కలవడానికి వెళ్ళినరోజు... క్యూబ్ రెస్టరెంట్ లో, తన వెనకటేబుల్ లోనే కూచున్నారు! సడన్ గా ఆమె దృష్టి, వాన్ లో, రక్తం మడుగులోపడున్న ఖండామీదికి వెళ్ళింది. అంతలో ప్రకాష్ గోయల్ కూడా వచ్చిచూశాడు.

"మిస్ షాజియా. మీకు క్రిమినల్స్ గురించి సరైన ఐడియా లేదనుకుంటాను. ఫీల్డ్ కి కొత్తగదా, ఓ రెండుమూడేళ్ళు ఎక్స్ పీరియన్సైతే మీకే తెలిసిపోతుంది. క్రైం జరగ్గానే, మోటో ఏంటి, ఎవరు చేసుంటారనే ఓ ఎస్టిమేట్ మనకి వచ్చేస్తుంది. డైమండ్స్ ని ఆశ్రమంనుండి కొట్టేయడానికి, కపర్దే ఈ కిడ్నాప్ డ్రామా ఆడించాడు. మనం ఫాలో చేయడానికి వీల్లేకుండా, మీ లొకేషన్ ట్రాకర్ ని బైక్ లోనే వదిలేశాడు. కిడ్నాప్ లో తనకి హెల్ప్ చేసిన ఆ యిద్దరినీ కూడా చంపేశాడు"

షాజియా నమ్మలేనట్టు తల అడ్డంగా ఊపింది "నచికేత్ అతడికి తమ్ముడికంటే ఎక్కువ" చెప్పింది, నమ్మలేనట్టు.

"ఓహో, అందుకే హెరాయిన్ ఓవర్ డోస్ యిచ్చి చంపేశాడంటారా?" కూల్ గా అడిగాడు ప్రకాష్ గోయల్.

"వాట్, ... హెరాయిన్ !? ఏంటి మీరంటోంది!?"

కపర్ది జేబులో దొరికిన కాప్స్యూల్ స్ట్రిప్ ని ఆమెకి అందించాడు, ప్రకాష్ గోయల్, "ఇవేంటో చూడండి" చెప్పాడు.

షాజియా తన సెల్ ఫోన్ టార్చ్ ఆన్ చేసి, వాటిని చూసింది "ఇవి బి-కాంప్లెక్స్ కాప్స్యూల్స్"

"ఎక్స్ పైరీ డేట్ చూడండి"

షాజియా స్ట్రిప్ ని తిప్పిచూసింది "ఎక్స్ పైరీ డేట్ ముగిసింది" చెప్పింది అర్థంకానట్టు.

"బహుశా మీకు డ్రగ్స్ గురించి తెలీదనుకుంటాను. మనదేశంలో బి-కాంప్లెక్స్, పారాసిటమాల్ లాంటివి, ఎవరైనా నేరుగా మెడికల్ షాప్ నుండి కొనొచ్చు, డాక్టర్ ప్రిస్క్రిప్షన్ అవసరంలేదు. అందుకని డ్రగ్స్ ని, యిలా ఎక్స్ పైరీ డేట్ ముగిసిన స్ట్రిప్స్ లో ఉంచి అమ్ముతున్నారు. ఢిల్లీ, గుర్గావ్, నోయిడాల్లో మొదలైన ఈ మహమ్మారి, యిప్పుడు హరిద్వార్, రిషికేశ్ లకి కూడా వచ్చేసింది. స్మెల్ బట్టే నాకు తెలిసిపోయింది, రెగ్యులర్ గా యిలాంటివి డీల్ చేస్తుంటాంగా. ఆ స్ట్రిప్ లోంచి ఓ కాప్స్యూల్ వాడబడింది, చూశారా" చెప్పాడు స్ట్రిప్ వైపు చూపిస్తూ.

షాజియా దానివైపు చూసి తల ఊపింది. నచికేత్ కి బి-కాంప్లెక్స్ వేసుకునే అలవాటుంది. అది అలవాటు అనేకంటే వీక్ నెస్ అనడం కరెక్ట్ గా ఉంటుంది. వాటిని వేసుకోకపోతే నీరసంగా అనిపించడం, వేసుకోగానే తనకి శక్తి వచ్చేసినట్టు ఫీలవడం, అతడికి మామూలే. శారీరకంగా బలహీనంగా ఉండే వ్యక్తుల్లో యిలాంటి అపోహలుంటాయి.

"ఓ కాప్సూల్ లో ఉండే ప్యూర్ హెరాయిన్ ని డైల్యూట్ చేసి, ఇరవైఐదునుండి, ముప్పైఐదు డోసస్ యివ్వచ్చు. అలాంటిది ఒకే వ్యక్తికి, అదీ నచికేత్ లాంటి బలహీనమైన మనిషికి, యిస్తే ఏమవుతుంది?... ఓవర్ డోసై, కార్డియాక్ అరెస్టవుతుంది. పోస్ట్ మార్టంలో ఎలాగూ యిదంతా బయటపడబోతోంది. కానీ, మీకు అర్థం అవడానికి చెబుతున్నాను"

షాజియా యిదంతా నమ్మలేనట్టు కపర్దివైపు చూసింది. నిన్న హోటల్ రూంనుండి తను బాస్ తో మాట్లాడింది కూడా వెంటనే బగ్ ద్వారా కపర్దికి తెలిసిపోయుండాలి. అందుకే లొకేషన్ ట్రాకర్ ని బైక్ లో వదిలేశాడా లేక...!? నిన్న బాస్ తనమాటల్లో, ఇఫ్తకారుద్దీన్ ఓ నేవీబ్లూకలర్ వాన్ లో వెళ్ళాడని చెప్పారు. కపర్ది దాన్ని తెలివిగా యిలా వాడుకున్నాడా!? బాస్ లాగే తానుకూడా యిదంతా ఇఫ్తకారుద్దీన్ పనే అనుకుంది. తమ టీం రావడం మరో ఐదు, పది నిముషాలు ఆలస్యమయ్యుంటే, కపర్ది డైమండ్స్ తో నిశ్శబ్దంగా యిక్కడినుండి తప్పుకునుండేవాడా!?

అప్పటికే కపర్ది చేతులకి సంకెళ్ళువేసి, జీపెక్కిస్తున్నారు. అతడి చూపులుమాత్రం నేలమీద పడున్న నచికేత్ మీదే ఉన్నాయి. పగ, కోపం, అసహనం, నిస్సహాయత, అన్నీనిండిన ఆకళ్ళు చింతనిప్పుల్లా ఉన్నాయి. ఈ కళ్ళేనా, మొదటిచూపుతోనే తనని ఆకర్షించింది! ఓ రకమైన స్తబ్దతని, అడాలసెన్స్ లోకూడా రాని సెన్సిటివ్ ఫీలింగ్స్ ని తనకి కలిగించింది...ఎలాగైనా ఇంకొన్ని రోజులు హరిద్వార్ లోనే ఆగిపోవాలన్న కోరికని కలిగించింది ... ఈ కళ్ళేనా!!?

కాస్తదూరంగా, చెట్లమధ్య దాక్కుని శర్వగ్ని ఉద్యమం నాలుగు టీంస్, అక్కడ జరుగుతున్నవన్నీ గమనిస్తున్నారు. విషాదం, కోపం, పగతో వారి మొహాలు ఎరుపెక్కి ఉన్నాయి. తమ నాయకుడు మల్గోలాని పోలీసులు అరెస్ట్ చేశారు... ఇప్పుడేం చేయాలి?

మే 29, 2013
లీగసీ హోంస్, కరాచీ

రాత్రి ఎనిమిదైంది. "మిషన్ కంప్లీటెడ్" ఇష్తకారుద్దీన్నుండి వచ్చిన చివరి డ్రాఫ్ట్ మెసేజ్ ని డిలిట్ చేశాడు, హమీద్ మిర్. అతడి పెదవులమీద క్రూరమైన చిరునవ్వు. హమీద్ కిప్పుడు సంతృప్తిగా ఉంది.

మసూద్ అలీ, రిషికేశ్ వెళ్ళినప్పుడు కవర్ చేయడానికి, సాటోలాంటి సీనియర్ ని తాను ఇండియాకి పంపిచడం మేలైంది. విపరీతమైన ఓపికతో పాటు, సాటోకున్న మరో అడ్వాంటేజ్, అతను యోగా ఎక్స్ పర్ట్ కావడం. చీకట్లోకూడా అతడి కళ్ళు చూడగలవు. భవభూతిసరస్వతిని బెదిరించిన ముసుగువ్యక్తి, ఆరడుగుల ఎత్తున్నాడని, పైగా అతడి జుట్టు ఇండియాలోని బైరాగుల్లా చాలాపొడుగ్గా, జులపాలు కట్టుందని సాటో గమనించగలిగాడు.

అలాంటి వ్యక్తి రిషికేశ్ చుట్టుపక్కలున్నాడేమో కనుక్కోమని ఇష్తకారుద్దీన్ కి మెసేజ్ చేశాడు. ఫస్ట్ బాచి ఫిదాయీలని ఢిల్లీలో డ్రాప్ చేశాక, ఇష్తకారుద్దీన్ మాత్రం రిషికేశ్ కి వచ్చి, ఈ జులపాల వ్యక్తిని ట్రేస్ చేయాలని హమీద్ మెసేజ్. కానీ ఇష్తకారుద్దీన్, ముంబై ఎయిర్ పోర్ట్ నుండి యిచ్చిన రిప్లైతో మొత్తం విషయం క్లియరైంది. అలాంటివ్యక్తి, హరిద్వార్ లోని గణపతి ఆశ్రమంలో ఉన్నాడని, పాజియాని డెహ్రాడూన్ ఎయిర్ పోర్ట్ నుండి పికప్ చేసుకున్నట్లు బల్లుతివారి తనతో చెప్పాడని, ఇష్తకారుద్దీన్ రిప్లై యిచ్చాడు.

అప్పుడర్థమైంది హమీద్ కి, తానెక్కడ తప్పుచేశాడో. విద్యారణ్యసరస్వతి ఎప్పుడూ నిజమే మాట్లాడతాడని, నేరుగా జియాలజిస్ట్ లని పంపించి, 'ప్రాచీనకేదారేశ్వరాన్ని మీరెప్పుడైనా చూశారా?' అని అడిగించాడు. ఈ ఆరడుగులవ్యక్తి అప్పుడే అలర్టైయ్యుండాలి. గణపతి ఆశ్రమంలోనే తన శత్రువుంటాడని హమీద్ అప్పుడు ఊహించలేకపోయాడు. చరిత్రలో ఎప్పుడూ శర్వగ్నులు, గణపతిఆశ్రమానికి దూరంగా ఉంటూనే కాపాడారు, తమ ఉనికిని రహస్యంగా ఉంచుకునేందుకు. వారి ప్లాన్స్, మువ్ మెంట్స్ అన్నీ చాలా సీక్రెట్ గానే ఉండేవి. హఠాత్తుగా అటాక్ చేసి, క్షణాల్లో మాయమయ్యేవారు. పేరు, ప్రచారాలకి ఆశపడకుండా రహస్యంగా పనిచేయడమే వారి ఆయుధం!

తన అంచనాప్రకారం, శర్వగ్ని ఉద్యమం తిరిగి ఆక్టివేట్ అయ్యుండే ఛాన్స్ లేదు. ఈ వ్యక్తికి దానిగురించి తెలిసుండాలి. కేవలం భవభూతిసరస్వతిని భయపెట్టడానికి, ఉద్యమం పేరుని వాడుకునుండాలి. కానీ, తనలాగే తన అతనుకూడా ఓ తప్పుచేశాడు, తన జులపాలని కవర్ చేసుకోకుండా! చీకట్లో కనిపించదులే అనుకునుండాలి. ఇలాంటి శత్రువుని ఎదుర్కోవడానికి ఇష్తకారుద్దీన్ చాలడు. తానే చావుదెబ్బ తినబోయి, లక్కీగా తప్పించుకున్నాడు.

తాను నేరుగా అతడిని ఎలిమినేట్ చేయించుంటే, తర్వాత భవభూతిసరస్వతిని నమ్మించడం, ఆయన మనసులో ఏర్పడిన భయాల్ని పోగొట్టడం సాధ్యంకావు. అందుకే, ఫిదాయీలని, ఇష్తకారుద్దీన్ ని

ఉపయోగించి, తన అజ్ఞాతశత్రువుని ట్రాప్ చేసి, అరెస్ట్ చేయించాడు. అదికూడా, అతడికి తమ్ముడికన్నా ఎక్కువైన నచికేత్ ని బలిచ్చి, ఆ నేరాన్ని అతడిమీదికే నెట్టడంద్వారా! తనని ఎక్స్ పోస్ చేయాలనుకునే వారికి, తన ప్లాన్స్ కి అడ్డొచ్చేవారికి, హమీద్ వేసే శిక్ష ఎలా ఉంటుందో తెలియాలిగా! ఎలాగైనా చివర్లో నచికేత్ ని చంపేయాలనే ప్లాన్ చేశాడు. కానీ, కపర్ది తనతో డ్రగ్స్ తీసుకురావడంతో, తనపని యింకా సులభమైంది.

తన శత్రువుతోపాటు, యిప్పుడు గణపతి ఆశ్రమంకూడా ఈకేస్ లో కూరుకుపోతుంది. జియాలజిస్ట్ లని చంపడం ద్వారా, శత్రువు అజ్ఞాతంగా ఉంటూ ఐఎస్ఐని ఎక్స్ పోస్ చేయాలని ట్రై చేశాడు. ఇప్పుడు అతనే పోలీస్ కి ఎక్స్ పోస్ అయ్యాడు. ఇండియన్ మీడియాకి యింతకంటే మంచి టాపిక్ ఉండదు. కనీసం రెండు, మూడు నెలలపాటు హంగామా చేస్తారు. ఆ టైంచాలు తనకి, భవభూతిసరస్వతిని కన్విన్స్ చేసి, కేస్ రి-ఓపన్ చేయించడానికి,... తన ప్లాన్ అమలుచేయడానికి!

ఇఫ్తకారుద్దీన్ నుండి యింకో మెసేజ్ వచ్చింది "హమీద్ సాబ్. మీరు చెప్పినట్టే పని పూర్తి చేశాను. పాకిస్తాన్ కి తిరిగిరావడానికో ఛాన్స్ యిస్తానన్నారు"

హమీద్ ఓ నిముషం ఆలోచించి, "ఫిదాయిల్ని ఘజియాబాద్ వెళ్ళి వెయిట్ చేయమను. నువ్వు మాత్రం హస్నాబాద్ చేరుకుని, నన్ను కాంటాక్ట్ చెయ్" కొత్త మెసేజ్ ని డ్రాఫ్ట్ లో సేవ్ చేసి లాగాఫ్ చేశాడు. హస్నాబాద్ వెస్ట్ బెంగాల్లో ఉంది. అక్కడినుండి బాంగ్లాదేశ్ కి సులభంగా పారిపోవచ్చు. పది నిముషాలయ్యాక తిరిగి లాగాన్ చేశాడు, రిప్లై వచ్చింది.

"హుకుం, హస్నాబాద్ చాలాదూరం. నేపాల్ బార్డర్ నుండి అయితే సులభంగా ఎస్కేపవచ్చు"

"అలాగే. అర్జెంట్ గా ఇండియన్ అథారిటీస్ చేతుల్లోచిక్కి చావాలనుంటే నీ యిష్టం"

"మాఫీ హుకుం. మీరేం చెబితే అదే చేస్తాను"

"గుడ్. ట్రైన్ లేదా బస్ లో వెళ్ళు. హస్నాబాద్ చేరాక మెసేజ్ యివ్వు"

లాగాఫ్ చేసి, ముక్తార్ అహ్మద్ కి ఫోన్ చేశాడు. "ఎస్ హమీద్, ఏంచేస్తోంది మన ఫస్ట్ బాచి?" అడిగాడు ముక్తార్.

"ట్రయల్ ఆపరేషన్, బాగానే చేశారు. ఇప్పుడు ఢిల్లీదగ్గరే, ఘజియాబాద్ లో మకాం పెట్టబోతున్నారు"

"మరి ఇఫ్తకారుద్దీన్?"

"వాడి సంగతి వదిలేయ్, ఎలాగో పాకిస్తాన్ కి లాక్కొస్తాను. తర్వాత నీ యిష్టం. ఇంతకీ ఎంతమంది స్లీపర్స్ రెడీ అయ్యారు?"

"ఇండియాకి వెళ్ళిన ఐదుగురు కాకుండా, అరవైమంది. ఫేసస్, హైట్స్ మన ఫిదాయిలతో టాలీ అయ్యాయి. వీసాలుకూడా యిప్పించేశాను"

"వెంటనే స్లీపర్స్ ని రప్పించు. మన ఫిదాయిలందరికీ రోవర్-సి మోడల్ జిపిఆర్స్ మీద ట్రైనింగ్ యిప్పించమన్నాను. ఎంతవరకు వచ్చింది?"

"నడుస్తోంది, ఇంకో మూడురోజుల్లో పర్ఫెక్షన్ వస్తుందంటున్నాడు, ట్రైనర్"

"గుడ్, నా పోలికలున్న స్లీపర్ వచ్చాడా?"

"రెండురోజులైంది వచ్చి"

“వాడి పాస్ పోర్ట్ నాకు పంపించు. రేపు ఢిల్లీ వెళుతున్నాను. టికెట్ బుక్ చేయించు”

“ఏంటింత సడన్ గా. హమీద్, యిప్పుడైనా చెప్పు, నీ ప్లానేంటి!?”

“ప్లీస్ ముక్తార్. చూశావుగా, ఎంత సీక్రెట్ గా ఉంచినా సిబిఐకి ఎలా తెలిసిపోయిందో. నాపనేదో నన్ను చేయనీ. మనకిదే లాస్ట్ ఛాన్స్, యిదికూడా మిస్సయితే యిలాంటిదిక దొరకదు”

“ఓకే, ఓకే. డిటైల్స్ అడగను. వెపన్స్ అరేంజ్ చేయనా?”

“వద్దు, యిది కన్వెన్షనల్ వెపన్స్ తో చేసే యుద్ధంకాదు. నాక్కావలసినవి ఇండియాలోనే ఏర్పాటు చేసుకుంటాను. నీతో కాంటాక్ట్ చేయడానికో ఇ-మెయిల్ ఐడి, పాస్ వర్డ్ సెటప్ చేయించు. ఫిదాయీల్ని రెడీగా ఉండమను, నే మెసేజ్ చేయగానే ఇండియాకి పంపించు”

“అంతమందినీ ఒకేసారి పంపితే డౌటొస్తుందేమో?”

“పర్లేదు. వేర్వేరు ఎయిర్ పోర్ట్స్ ద్వారా ఇండియాలోకి పంపించు. ఓ అయిదుగురిని బస్ లో, యింకో నలుగురిని ట్రైన్ లో యిలా పంపించు”

“ఓకే హమీద్. నీమీద నాకు పూర్తిగా నమ్మకముంది. అందుకే మన డిజికి కూడా చెప్పకుండా రిస్క్ తీసుకుంటున్నాను. పాకిస్తాన్ పేరు బయటికిరాకుండా చూసుకో”

“నీకెప్పుడో మాటిచ్చాను. హమీద్ మిర్ మాటంటే మాటే!”

“బై హమీద్”

“బై ముక్తార్. త్వరలో మన కల నెరవేరబోతోంది. ఇండియాని కోలుకోలేనంత పెద్ద దెబ్బకొట్టబోతున్నాం!”

“ఆల్ దిబెస్ట్ హమీద్! పైనుండి క్వైదేఅజమ్(జిన్నా) రెహమత్ (ఆశీర్వాదం) ఎప్పుడూ మనకుంటుంది”

“ఆమీన్”

మే 31, 2013

గణపతి ఆశ్రమం

సాయంత్రం ఏడైంది. నచికేత్ అంత్యక్రియల్ని ముగించి, ఆశ్రమం సభ్యులు తిరిగొచ్చారు. అందరూ తమ రూంస్ లోకి వెళ్ళిపోయారు. ఒక్కతే మౌనంగా, లాన్ లో ఓ బెంచీమీద కూచుంది షాజియా. రెండురోజులుగా కన్నీళ్ళుకార్చి ఆమె కళ్ళు ఎర్రగా ఉన్నాయి. జీవితంలో యింత విషాదాన్ని చూడ్డం ఇదేమొదలు. ఈ ఆశ్రమంలో అడుగుపెట్టగానే, తను కోల్పోయిన బాల్యం గుర్తురావడం, కొద్దిరోజుల్లోనే కపర్ది, నచికేత్, తనకి మంచి ఫ్రెండ్సవడం, అంతలోనే ఈ విషాదం. తానో పీడకలని చూస్తున్నట్టుంది, ఇదంతా ఓ కలై, అందులోంచి వెంటనే ఎవరైనా తనని మేల్కొలిపితే ఎంతబావుండుననిపిస్తోంది.

అన్నిటికన్నా ఆమెని బాధపెట్టిన విషయం, కపర్ది ఎందుకిలాచేశాడన్నది. జియాలజిస్టులని ఎందుకు చంపాడు, బబ్లుతివారి గాంగ్ నుండి తననెందుకు కాపాడాడు? ఇప్పుడు కేవలం డైమండ్స్ కోసం, తమ్ముడిలాంటి నచికేత్ ని ఎందుకు చంపుకున్నాడు, అసలేంటిదంతా!? ఇంకా విచిత్రం, విద్యారణ్యసరస్వతి అతడికి బెయిల్ యిప్పించాలని ట్రై చేయడం, ...అదికూడా నచికేత్ అంత్యక్రియలకి రావడానికి!

"గురువుగారు నిన్ను పిలుస్తున్నారు" ఓ సేవకుడొచ్చి చెప్పడంతో లేచింది. ఇక హరిద్వార్ లో ఉండాలనిపించడంలేదు, ఉండీ తాను చేయగలిగిందేమీలేదు. తానో సిబిఐ ఆఫీసర్నని విషయం చెప్పేసి రేపే వెళ్ళిపోవాలి. ఆలోచిస్తూనే గురువుగారి రూం చేరుకుంది. తలుపులు తీసే ఉన్నాయి, ఆయన నేలమీదే కూచునున్నారు. ఆయన మొహం నిర్లిప్తంగా ఉంది. నచికేత్ చనిపోయాడన్న బాధ కనిపించడంలేదు.

"రా షాజియా. నువ్వేం ఆలోచిస్తున్నావో, ఎంత బాధపడుతున్నావో నాకు తెలుసు. ఈ ఆశ్రమానికి నచికేత్ లేని లోటు ఎవరూ తీర్చలేరు. కానీ, బాధ్యత అన్నటికన్నా ముఖ్యం, ఎలాంటి పరిస్థితుల్లో ఉన్నా దాన్ని మర్చిపోలేంగా. శత్రువు చాలా వేగంగా వెళుతున్నాడు. మనం త్వరగా ఏదో ఒకటిచేసి అడ్డుకోవాలి"

"గురూజీ, మీరు దేనిగురించి మాట్లాడుతున్నారు, నాకేం అర్థంకావడం లేదు?"

"కపర్దిని విడిపించాలి. నువ్వనుకుంటున్నట్టు అతనో లెక్చరర్ మాత్రమేకాదు, చంద్ బర్దాయి వంశానికి మిగిలిన ఆఖరి వారసుడు. అతను లేకుండా మా ఆశ్రమానికి రక్షణలేదు"

"కానీ, నచికేత్ ని కిడ్నాప్ చేయించి... "

"కపర్ది అలాంటి పనిచేస్తాడని నువ్వుకూడా ఎలా అనుకుంటున్నావు!?" ఆమె ప్రశ్న పూర్తికాకముందే అందుకున్నారు విద్యారణ్యసరస్వతి "నచికేత్ ని నిజంగానే తన తమ్ముడిలా చూసుకున్నాడు"

"నేనూ అలాగే అనుకున్నాను. కానీ, కపర్దిజేబులోంచి డ్రగ్స్, డైమండ్స్ దొరకడం చూశాక, నమ్మక తప్పడంలేదు" కాస్త కోపంగా చెప్పింది షాజియా. రెండురోజుల క్రితం నచికేత్, ఆ ఫారెస్ట్ రోడ్ మీద అనాథశవంలా పడున్న దృశ్యం యిప్పటికీ మర్చిపోలేకపోతోంది.

"షాజియా, పైకి కనిపించేవన్నీ నిజాలు కావు. నిజమేంటో తెలియనప్పుడు మనకళ్ళే మనల్ని మోసం చేస్తాయి"

"నిజమేంటో నాకిప్పుడు బాగా తెలుస్తోంది, గురూజీ. మీకూ నచికేత్ లాంటి కొడుకుండి, అతడికే యిలా జరిగుంటే, అప్పుడూ మీరిలాగే మాట్లాడేవారా?" నిష్ఠూరంగా అడిగింది.

ఆయన ఓక్షణం మౌనంగా చూశారు "షాజియా, నచికేత్ నిజంగా నా కొడుకే. నేను సన్యాసం తీసుకోవడానికి రెండుసంవత్సరాల ముందు పుట్టాడు"

"వాట్, ఇది నిజమా!?" ఇప్పటివరకు తనకి తగిలిన షాక్ లన్నింటికన్నా యిదే పెద్దషాక్.

"నే యింతవరకు ఎప్పుడూ అసత్యం పలకలేదు. సన్యాసం తీసుకున్నాక నాకు బంధాలుండవు. అతడి తల్లి చనిపోవడంతో, అనాథగా యిక్కడచేరాడు"

"ఈ విషయం నచికేత్ కి తెలుసా?"

"తెలుసు"

"కపర్ధికి?"

"తెలుసు, ఇంకెవరికీ తెలియదు. అందుకే, నచికేత్ ని విడిపించేందుకు డైమండ్స్ యివ్వనన్నాను. కానీ, కపర్ధి బలవంతంగా నన్నొప్పించి వాటిని తీసికెళ్ళాడు"

"మరైతే కపర్ధి జేబులో డ్రగ్స్ ఎందుకున్నాయి. వాటితోనే నచికేత్ చనిపోయాడని, పోస్ట్ మార్టంలో కన్ఫర్మ్ యింది. పైగా, డైమండ్స్ కపర్ధి దగ్గరే ఉన్నాయి. అతనే యిదంతా చేశాడనడానికి ఇంతకంటే ఏంకావాలి?"

"అతనే యివన్నీ చేసుంటే, యిక్కడికొచ్చిన రోజునుండీ నిన్నెందుకు కాపాడుతున్నాడు!?"

షాజియా ఉలికిపడింది. ఈయనకివన్నీ ఎలా తెలుసు? ఏంచెప్పాలో తెలీక, అయోమయంగా చూసింది.

"నచికేత్ ని విడిపించేందుకే, కపర్ధి అలా ప్లాన్ చేశాడు. అతడి స్నేహితుల్లో కొందరు ఎయిర్ పోర్ట్, ఇండస్ట్రియల్ సెక్యూరిటీ డిపార్ట్ మెంట్స్ లో ఉన్నారు. వారి డ్యూటీలో బీగిల్ జాతికుక్కలని ఉపయోగిస్తుంటారు, పాసింజర్స్ ఎవరైనా రహస్యంగా డ్రగ్స్ తీసికెళుతుంటే పట్టుకోవడానికి. అదే టెక్నిక్ తో, ఓ బాకప్ టీం తనని సులభంగా వెంబడించేందుకు, ఆ డ్రగ్స్ తన జేబులో ఉంచుకున్నాడు. ఇంకేవైనా గాడ్జెటరీస్ తీసికెళితే, కిడ్నాపర్స్ కి అనుమానం రావచ్చు. పైగా, నచికేత్ కి కూడా బి-కాంప్లెక్స్ వేసుకునే అలవాటుందిగా"

షాజియా మౌనంగా తల ఊపింది. నచికేత్ బలహీనతగురించి తనకీ తెలుసు... ఏదో ఓరోజు, దేవుడే దాన్ని వదిలిస్తాడు అంటున్నప్పుడు, అతడి మొహంలోని అమాయకత్వం యింకా తన కళ్ళముందు కదులుతున్నట్టే ఉంది. కళ్ళలో నీళ్లు తిరుగుతుంటే తుడుచుకుని, విద్యారణ్యసరస్వతి వైపు చూసింది.

"అలాగే, అతడి మరో నాలుగు టీంస్ కూడా నచికేత్ ని వెతికేప్రయత్నం చేశాయి. ముందురోజు రాత్రి నచికేత్ బట్టల్ని హరిద్వార్ తీసికెళ్ళి, వారి బీగిల్ డాగ్స్ కి వాసన చూపించాడు. కిడ్నాపర్స్ కి అనుమానం రాకుండా, యిక్కడే దగ్గర్లో ఉన్న పబ్లిక్ బూత్ నెంబర్ యిచ్చి, తన బాకప్ టీంతో కాల్ ట్రేస్ చేయించాడు. ఔరంగాపూర్ భిక్కూనుండి కిడ్నాపర్స్ ఫోన్ చేశారని తెలియడంతో, ఆ నాలుగు టీంస్, బీగిల్స్ తో అక్కడికి చేరుకుని చుట్టుపక్కల గ్రామాలన్నీ వెతికాయి"

"మరి ఆ టీంస్ ఏమయ్యాయి?"

"బాకప్ టీం, కపర్ధిని వెంబడించింది. కానీ, కిడ్నాపర్స్ కి దొరికిపోయింది. మిగిలిన నాలుగుటీంస్, భగూవాలా చేరేలోపే, కిడ్నాపర్స్ కి పోలీసులు తమ వాన్ ని వెతికిస్తున్నారని తెలిసిపోవడంతో, ఆ క్రషర్ నుండి పరుగులుతీశారట. దారిలో ముందుగా కపర్ధిని బలవంతంగా వాన్ నుండి దించేశారు, ఆ టైంలోనే

డైమండ్స్ ని అతడి పాంట్ జేబులో వేసుండాలి. అతడి బాకప్ టీంలోని యిద్దరినీ చంపి, ఆ వాన్ లో పడేసి వెళ్ళారు"

"మరి నచికేత్ కి డ్రగ్ ఎవరిచ్చారు?"

"కిడ్నాపర్స్. వాన్ ఎక్కించేందుకు ముందే మింగించారట. అది డ్రగ్ అని కిడ్నాపర్స్ గమనించుండాలి. మీ పోలీసులు, ఆ వాన్ ఫోటోని చూపించి హడావిడి చేసుండకపోతే, కిడ్నాపర్స్ అర్ధరాత్రిదాకా ఆ స్టోన్ క్రషర్లోనే ఆగుండేవారు. అతడి నాలుగు టీంస్ భగూవాలా చేరుకుని, కిడ్నాపర్స్ ని చంపేసి, నచికేత్ ని విడిపించుండేవి"

"కానీ, నచికేత్ ని చంపితే కిడ్నాపర్స్ కేంటి లాభం?"

"నేరం కపర్ది మీదికి నెట్టేందుకు. అందుకే, కోట్లవిలువచేసే డైమండ్స్ ని కూడా వదిలేశారు"

"మరిదంతా చేయడంవల్ల, కిడ్నాపర్స్ కి ఒరిగిందేంటి?" ఆశ్చర్యంగా అడిగింది.

"తమదారికి అడ్డురాకుండా, కపర్దిని ఈకేస్ లో యిరికించేశారు"

షాజియా అయోమయంగా చూసింది, అర్థంకానట్టు.

ఆయనే తిరిగి చెప్పారు, "కపర్ది తన స్నేహితులతో కలిసి, రెండేళ్ళక్రితం ఓ ఉద్యమాన్ని తిరిగి ప్రారంభించాడు. దాని పేరు శర్వగ్ని ఉద్యమం. నిజానికది పన్నెండో శతాబ్దంలోనే పుట్టింది. తన స్నేహితుడైన విమలానంద, శాంతిమార్గంలో పర్యావరణాన్ని కాపాడేందుకు ప్రయత్నించి హత్యకు గురికావడంతో, యింకోదారిలేక ఈ రహస్యమైన ఉద్యమాన్ని తిరిగి ప్రారంభించాడట. ముందు నాక్కూడా చెప్పలేదు. మొన్న కేదారనాథ్ నుండి తిరిగొచ్చాకే నాకు చెప్పాడు.

ఈ ఉద్యమం లీడర్ ని మల్గోలా అంటారు. నిజానికి మల్గోలా అనేది పృథ్వీరాజ్ చౌహాన్ కి చాలా యిష్టమైన శతఘ్ని పేరు. చంద్ బర్దాయి రాసిన పృథ్వీరాజ్ రాసోలోకూడా దాని ప్రస్తావన వస్తుంది. లీడర్ అసలు పేరు తెలియకుండా కాపాడ్డంతోబాటు, పృథ్వీరాజ్, చంద్ బర్దాయిలని గౌరవంగా గుర్తుచేయడానికి, మల్గోలా అనే పేరుని వాడేవారు. కపర్ది, ప్రస్తుతం శర్వగ్ని ఉద్యమానికి మల్గోలా. ఒకప్పుడు ఆ ఉద్యమంలోని వ్యక్తుల వారసులు, ప్రస్తుతం ఎయిర్ పోర్ట్ సెక్యూరిటీ, సి.ఐ.ఎస్.ఎఫ్., ప్రైవేట్ సెక్యూరిటీ ఏజెన్సీస్ యిలాంటివాటిలో సెటిలయ్యారు. అప్పుడప్పుడు రహస్యంగా కలుసుకుంటున్నారట"

"ఇదంతా ఏంటి గురూజీ. నాకు నిజంగానే పిచ్చెత్తేలా ఉంది. ఇప్పుడైనా అర్థమయ్యేలా చెప్పండి"

"చెబుతాను, నువ్వో సిబిఐ ఆఫీసర్ వి. ఓ కేస్ యిన్వెస్టిగేట్ చేయడానికి హరిద్వార్ వచ్చావు, అవునా?"

"మీకెలా తెలుసు!?" ఆశ్చర్యంగా అడిగింది.

"కపర్ది చెప్పాడు. మీరు టూర్ మీద రిషికేశ్ వచ్చినప్పుడే అతడికి తెలుసు. అక్కడి గైడ్, కపర్దికి స్నేహితుడే. నువ్వు హరిద్వార్ వచ్చాక, మొదటిసారి అతడి బైక్ ఎక్కినప్పుడు, నీ సర్వీస్ రివాల్వర్ ని అతను గమనించాడు"

అప్పుడర్థమైంది షాజియాకి. ఆరోజు తన హోల్ స్టర్, అందులోని రివాల్వర్ కనబడకుండా షర్ట్ ని టక్ చేసుకోకుండా లూస్ గా వదిలేసింది. కాని, తాను బైక్ ఎక్కి కూచున్నప్పుడు, రివాల్వర్ కపర్దికి వత్తుకునుండాలి.

"నీకు తెలుసా, నీ పేరులో అల్ తహీరా అనేది మా గురువుగారే చేర్చారు. మా ఆశ్రమంలో నీ తల్లిదండ్రుల ఫోటోని చూసినప్పుడైనా నువ్వు బయటపడి, ఓపెన్ గా మాట్లాడతావని అనుకున్నాం. కానీ, నీలోని సిబిఐ

ఆఫీసర్, నీ గొంతు నొక్కేసింది. అందుకే, నీ చిన్ననాటి స్నేహితుడిని కూడా గుర్తించలేక, తప్పుగా అర్థం చేసుకుంటున్నావు"

షాజియా స్టన్నైంది "నా చిన్ననాటి స్నేహితుడు...ఎవరు!?"

"కపర్ది! రిషికేశ్ లో నిన్ను చూడగానే, తన చిన్ననాటి ఫ్రెండ్ వని అతడికి అర్థమైంది. నీ కళ్ళు, మొహం నీ చిన్నప్పటిలానే ఉన్నాయి, ఏం మార్పులేదు"

"మరి నాతో ఏం మాట్లాడకుండానే వెళ్ళిపోయాడు!?"

"అప్పటికే అతడి జీవితం చాలామలుపులు తిరిగింది. తానెవరోచెప్పి, ప్రశాంతమైన నీ జీవితాన్ని గందరగోళం చేయడం యిష్టంలేక, నిన్ను గమనించనట్టుగా అక్కడినుండి వచ్చేశాడు.. కానీ జియాలజిస్ట్ ల హత్యకేస్ లో, సిబిఐ నిన్నే పంపిస్తుందని అతను ఊహించలేదు. చిన్నప్పుడు మీ ఇద్దరూ కలిసి ఆడుకునేవారు, ఈ ఆశ్రమంలో, జునాఘడ్ లో. నీకు నోరుతిరగక కపర్దిని, కోపీ అంటూ పిలిచేదానివి. కపర్దికి చిన్నప్పుడు నిజంగానే ముక్కుమీద కోపం. కాబట్టి, కోపీ అనే పేరు అతికినట్టుందని మేమంతా నవ్వుకునేవాళ్ళం. నచికేత్ కి అప్పటికింకా రెండేళ్ళు. చాలా తంటాలుపడి, వాడిని ఎత్తుకునేదానివి, వద్దంటే వినేదానివికాదు. వాడుకూడా నీ చంక దిగేవాడుకాదు"

"నాకేవీ జ్ఞాపకంలేవు గురూజీ. కానీ, కపర్దిని, నచికేత్ ని చూడగానే, ఏదో తెలియని ఆత్మీయత ఏర్పడినమాట నిజం. ఇక్కడికొచ్చినప్పటినుండి, అన్నీ విచిత్రమైన అనుభవాలే. ఏదీ అర్థంకాదు, అంతలో యింకోటి జరిగిపోతుంది. చివరికి నచికేత్ యిలా దారుణంగా హత్యచేయబడడం. ఆ కేస్ లోనే కపర్ది అరెస్టవడం... "

"అది చెప్పాలంటే, ముందు గ్లోబల్ ఎన్విరాన్మెంట్ కంపెనీ గురించి చెప్పాలి. కార్తికేయాశ్రమం స్వామీజీ రహస్యంగా ఆ కంపెనీని కలిశారని శర్వగ్ని ఉద్యమానికి తెలిసిందట. దాంతో ఆ కంపెనీని అబ్జర్వేషన్లో పెట్టారు"

"కేదారనాథ్ లో ఆ యిద్దరు జియాలజిస్ట్స్ మిమ్మల్ని కలసినప్పుడు ఏం మాట్లాడారో తెలుసుకొమ్మని మా బాస్ నన్ను హరిద్వార్ పంపించారు"

"నే ఎప్పుడైనా ప్రాచీనకేదారేశ్వరానికి వెళ్ళానా అని అడిగారు, లేదని చెప్పాను. దాంతో, కపర్దికి ఆ యిద్దరిమీద మరింత అనుమానం మొదలైందట. నిశ్శబ్దంగా వారిని ఫాలో అయ్యాడు. ఆ ఇద్దరూ చారోబారి గ్లేసియర్ దగ్గర మాట్లాడుకుంటున్నప్పుడు అర్థమైంది, వాళ్ళు ఐఎస్ఐ కోసం పనిచేస్తున్నారని"

"మైగాడ్, తర్వాత!?"

"గ్లేసియర్ రిట్రీట్ మీద రిసర్చ్ పేరుతో, రహస్యంగా ప్రాచీనకేదారేశ్వరాన్ని వెదుకుతున్నారట. అందుకే ఆ యిద్దరినీ చంపేశాడు. ఐబి స్థాయిలో యిన్వెస్టిగేషన్ జరుగుతుందనీ, దాంతో ఐఎస్ఐ ఎక్స్ పోసవుతుందనీ అలా చేశాడు. కానీ, యిన్వెస్టిగేషన్ కి నువ్వొస్తావని కపర్ది ఊహించలేదు"

"గురూజీ, అడ్డొస్తున్నందుకు సారీ,... ఇంతకీ ప్రాచీనకేదారేశ్వరం అంటే ఏంటి?"

"అదో రహస్యమైన మందిరం. వేలసంవత్సరాలుగా మనదేశం కాపాడుకుంటూ వస్తున్న ఓ రహస్యం. పదోశతాబ్దంనుండి, దాన్ని కాపాడే బాధ్యత మా ఆశ్రమానికివ్వబడింది"

"అందులో ఏముంది?"

"నాకు తెలియదు"

"మరి, ఐఎస్ఐ దాన్ని వెదికిస్తే, కపర్దికేంటి ప్రాబ్లం!?"

"అసలు శర్వగ్ని ఉద్యమం పుట్టిందే, ప్రాచీనకేదారేశ్వర రహస్యాన్ని కాపాడేందుకు!"

"అంటే?"

"రూప్ కుండ్ సరస్సు గురించి, అందులోని అస్థిపంజరాల గురించి ఎప్పుడైనా విన్నావా?"

"విన్నాను" చెప్పింది షాజియా, ఆశ్చర్యపోతూ. సడన్ గా టాపిక్ యింకో డైరెక్షన్ లోకి మారడంతో. రూప్ కుండ్, హిమాలయాల్లోని ఓ సరస్సు, నందాదేవి వెళ్ళేదారిలోనే ఉంది. పంతొమ్మిదో శతాబ్దం చివర్లో, ఆ సరస్సులో వేసవిలో మంచుకరిగినప్పుడు అస్థిపంజరాలు కనిపిస్తున్నాయని రిపోర్ట్స్ వచ్చాయి. అప్పటి బ్రిటిష్ గవర్నమెంట్, అవి జపనీస్ సైన్యానివనుకుంది.

తర్వాత వాటిమీద కొన్ని పరీక్షలుచేసి, బహుశా అవి కాశ్మీర్ కి చెందిన జనరల్ జోరావర్ సింగ్ సైన్యానివి కావచ్చని అనుకున్నారు. కానీ 2004 లో, డిఎన్ఏ టెస్ట్ ద్వారా అవి తొమ్మిదోశతాబ్దానికి చెందినవని తెలిసింది. విచిత్రం ఏంటంటే, అన్ని అస్థిపంజరాలకీ, కపాలం వెనకభాగాల్లో పగుళ్ళుండడం.

"ప్రాచీనకేదారేశ్వరాన్ని కాపాడే బాధ్యత మా ఆశ్రమానికి రావడానికి, అదే నాంది అని మా గురువుగారు చెప్పేవారు. నీకు అర్థమయేలా చెప్పాలంటే, ఓ ఇరవై సంవత్సరాల వెనక్కి వెళ్ళాలి, ... 1993కి "

జనవరి 23, 1993
రిషికేశ్

వశిష్టగుహ, రిషికేశ్ నుండి దాదాపు యాభైకిలోమీటర్ల దూరంలో గంగానది ఒడ్డులో ఉంది. మెడిటేషన్ చేయడానికి ఆ గుహ చాలా అనుకూలం. ప్రశాంతమైన ప్రకృతి, నిర్మలంగా ప్రవహించే గంగానది, మనసుకు ఏకాగ్రతనిస్తాయి.

వశిష్టగుహకి ఎదురుగా, నదికి అవతలగట్టు మీద ఓ చిన్న గుట్ట ఉంది. దానిమీద ఓ చిన్న గుహ ఉంది. పగలుకూడా అక్కడ జనసంచారం ఉండదు. ఎప్పుడూ నిర్మానుష్యంగా ఉండే ఆ గుహలో, ఆరోజు హోమాగ్ని వెలుగుతోంది. దానికి ఎదురుగా యిద్దరు ఆజానుబాహువులు కూచున్నారు, ఒకరు ఉత్తరం ముఖంగా, యింకొకరు తూర్పుముఖంగా. సరిగ్గా సాయంత్రం ఆరుకి ఉత్తరం ముఖంగా కూచున్న వ్యక్తి, అగ్నిసాక్షిగా ప్రమాణం చేశాడు, ఈరోజు తనకి చెప్పబడిన రహస్యాన్ని కాపాడతానని.

అతడి పేరు జల్హణసూర్, రిషికేశ్ లోని డివైన్ సర్వెంట్స్ అనే స్వచ్ఛందసంస్థకి ఛైర్మన్. ఆ సంస్థ, ఇంటర్నేషనల్ రెడ్ క్రాస్ సంస్థకి అనుబంధంగా పనిచేస్తుంది. ప్రకృతి వైపరీత్యాలు లేదా యుద్ధం వచ్చినప్పుడు, ప్రపంచంలో ఎక్కడికైనా వెళ్ళి, బాధితులకి సేవచేయడం, దాని పని. పదేళ్ళక్రితం, సంస్థకి రెడ్ క్రాస్ గుర్తింపు వచ్చింది. సంస్థ మెంబర్స్ అందరికీ, రెడ్ క్రాస్ ఐ-కార్డ్స్ యిచ్చింది. ఇంతేకాకుండా జల్హణసూర్, రిషికేశ్ లోని ఓ ఆయుర్వేద యూనివర్సిటీకి గౌరవ ఛైర్మన్ కూడా. ఇదంతా పైకి కనిపించే కవరప్. నిజానికి ఆ సంస్థలోనే రహస్యంగా యింకో గ్రూప్ ఉంది, శర్వగ్ని ఉద్యమం! చంద్ బర్దాయి వంశానికి చెందిన జల్హణసూర్, తన తండ్రి చనిపోవడంతో మూడురోజుల క్రితం శర్వగ్ని ఉద్యమానికి మల్గోలా స్థానానికి వచ్చాడు.

“జల్హణ్, ఈ రహస్యాన్ని కాపాడ్డం మన బాధ్యత. మనలో ఒకరు చనిపోతే, యింకొకరు దీన్ని చనిపోయిన వ్యక్తి వారసుడికి చెప్పాలి. చరిత్రలో ఏ సమయంలోనైనా, కేవలం యిద్దరికి మాత్రమే ఈ విషయం తెలుసు. పన్నెండో శతాబ్దం నుండి యిదే మనపద్ధతి” చెప్పారు, తూర్పుముఖంగా కూచున్న వ్యక్తి. ఆయనపేరు శివానందసరస్వతి.

“అర్థమైంది గురూజీ. కానీ, కారణం ఏంటి?”

శివానందసరస్వతి చిరునవ్వు నవ్వారు “చెబుతాను. ఎనిమిదో శతాబ్దంలో జరిగిన చారిత్రాత్మకమైన రాజస్థాన్ మహాయుద్ధంలో, అరబ్ సైన్యాలు చిత్తుగా ఓడిపోయి సింధునది అవతలివైపుకి పారిపోయాయి. గుర్జర ప్రతిహారరాజు నాగభటుడు, చాళుక్యరాజు జయసింహవర్మన్ కలిసి, జునైద్ నేతృత్వంలోని అరబ్ సైన్యాలని చిత్తుగా ఓడించారు. ప్రతిహారులే తర్వాత రాజపూట్ లేదా రాజపుత్రులుగా ప్రసిద్ధిచెందారు. ఉత్తర భారతమంతా వారి అధీనంలోనే ఉండేది.

తొమ్మిదోశతాబ్దంలో అరబ్ రాజు బషర్, యింకోసారి తన సైన్యాలని సమీకరించుకుని దాడికి ప్రయత్నించాడు, కానీ సింధ్ సరిహద్దులుకూడా దాటకముందే ఓడిపోయాడు. ఆ తర్వాత, ఓ శతాబ్దంపాటు భారతదేశంవైపు కన్నెత్తి చూసే ధైర్యం కూడా అరబ్బులకి లేకపోయింది. కానీ, రహస్యంగా కొంతమందిని మనదేశంలోకి పంపించి, గూఢచర్యం చేశారు. రాజుల మధ్య గొడవలు, బలహీనతలు, లోటుపాట్లు తెలుసుకోవడానికి.

హిమాలయాల్లో సనాతనంగా ఓ రహస్యమైన కేదారేశ్వరమందిరం ఉందని, యిక్కడి ప్రతిహార రాజులు, చాళుక్యులు, కొంతమంది గురువులు, దాన్ని జాగ్రత్తగా కాపాడుకుంటున్నారని, అదే యిక్కడి రాజుల ఐకమత్యానికి ముఖ్యకారణం అని, ఆ గూఢచారుల ద్వారా అరబ్బులకి తొమ్మిదోశతాబ్దంలో తెలిసింది. ఇక్కడి స్వార్థపరులు కొంతమందిని లొంగదీసుకుని, ఆ మందిరం వెళ్ళేదారిని అరబ్బులు తెలుసుకున్నారు. ఆ మందిరం మీద దాడిచేయడం ద్వారా, యిక్కడి రాజుల అహాన్ని దెబ్బతీసి, తమ ప్రతీకారం తీర్చుకోవాలని, రెండువేలమంది అరబ్బులతో రహస్యంగా, ముజాహిదీలనే ఓ దండుని తయారుచేసుకున్నారు.

చలికాలంలో హిమాలయాల్లో జనసంచారం ఉండదు, కాబట్టి ఆ సమయంలో దాడి చేశారు. ఈ విషయం చివరినిముషంలో ప్రతీహారులకి తెలియడంతో, హడావిడిగా తమ సైన్యాన్ని పంపించారు. అందులో మొదటవెళ్ళిన ఐదువందల అరవైమంది, ఆ అరబ్ సైన్యాన్ని రూపకుండ్ సరస్సు దగ్గర ఎదుర్కొన్నారు. కానీ అరబ్ సైన్యం సంఖ్య, వారికి నాలుగురెట్లు ఎక్కువగా ఉండడంతో, వారిచేతుల్లో రాజపుత్రుల సైన్యం ఓడిపోయింది.

ఆ ఐదువందల అరవైమందికీ శిరోఘాతం విధించబడింది. అంటే, వరుసలో నిలబెట్టి, వెనక ఎత్తైన చెట్టుకొమ్మలనుండి తాళ్ళకి బరువైనరాళ్లు కట్టి, చాలా పైకెత్తి వదలడం, అవి వేగంగావచ్చి తలల వెనక తగలడంతో మరణం. వారి శవాల్ని రూపకుండ్ సరస్సులో పడేశారు. వారి అస్థిపంజరాలని యిప్పటికీ చూడొచ్చు. తర్వాత, హిమాలయాల్లో వాతావరణం ఉన్నట్టుండి మారడంతో, అవలాంచ్ ల్లో ముజాహిదీలు చిక్కుకుని చనిపోయారు.

అందులో కొద్దిమందిమాత్రం ప్రాణాలతో బయటపడి, సింధునది అవతలికి పారిపోయారు. కానీ, వారి ప్రయత్నాలు మాత్రం ఆగలేదు. రహస్యంగా కొనసాగించారు, కొంతమంది అరబ్ సైన్యంలో చేరారు, కొంతమంది టర్క్ సైన్యంలో చేరారు. కానీ, వారి లక్ష్యం ఒక్కటే, ప్రాచీనకేదారేశ్వరం! అప్పుడప్పుడు రహస్యంగా కలుసుకుంటుండేవారు.

ఈ సంఘటనతో ప్రాచీనకేదారేశ్వరాన్ని కాపాడుకుంటున్న రాజపుత్రులు, అప్పటి సన్యాసులు మేల్కొన్నారు. అప్పటివరకు ప్రాచీనకేదారేశ్వరం అంటూ ఒకటుందని శత్రువులకి తెలియదనే అనుకున్నారు. మనదేశంలో కూడా, చాలా కొద్దిమందికి మాత్రమే అలాంటి మందిరం ఒకటుందని తెలుసు. ఇంకా కొద్దిమందికి మాత్రమే అక్కడికి వెళ్ళేదారి తెలుసు. అదృష్టంకొద్దీ, ముజాహిదీలకి సహాయం చేసిన స్వార్థపరులకి కూడా ప్రాచీనకేదారేశ్వరం ఎక్కడుందో తెలియదు. అది రూపకుండ్ సరస్సు దగ్గరుందనే వదంతినే వారూ నమ్మారు.

అప్పటినుండి, ప్రాచీనకేదారేశ్వరాన్ని కాపాడేందుకు వదంతుల్ని సృష్టించడం మొదలైంది. సోమనాథ్ లోని శివాలయంలోకి విపరీతంగా ధనం, బంగారం, వజ్రాలని చేర్చడంద్వారా, అందరి దృష్టిని అటువైపుకి మరలించారు. హిమాలయాల్లోని ప్రాచీనకేదారేశ్వరంనుండి ఆ సంపదని సోమనాథ్ కి తరలిస్తున్నట్టు రహస్యమైన సమాచారాల్ని సృష్టించారు. ఈ విషయాలు మెల్లగా దేశందాటి, సింధునది అటువైపు ముజాహిదీలకి వెళ్ళాయి.

పదోశతాబ్దంలో టర్కులదాడి మొదలైంది. ముజాహిదీలు యిచ్చిన రహస్యమైన సమాచారాలు విని, అనేకసార్లు దండెత్తిన గజనీమహమ్మద్, చివరికి 1025లో సోమనాథ్ మీద దాడిచేసి, ఆ సంపదనంతా తీసికెళ్ళాడు. సోమనాథ్ ఆలయాన్ని కాపాడే ప్రయత్నంలో, దాదాపు యాభైవేలమంది బలయ్యారు. దాంతో గజనీమహమ్మద్ మతోన్మాదం, అహంకారం సంతృప్తిచెంది, ప్రాచీనకేదారేశ్వరాన్ని దోచుకున్నానని భావించి తిరిగివెళ్ళాడు.

అలా ప్రాచీనకేదారేశ్వరం, బయటి శత్రువులనుండి కాపాడబడింది. కానీ, దేశంలోపల యింకో అంతర్యుద్ధం మొదలైంది. ఆలయ రహస్యాన్ని కాపాడుతున్న గురువుల మధ్యలో పోటీ మొదలైంది.

ఎనిమిదో శతాబ్దం చివర్లో, ఆదిశంకరాచార్యులకి ఈ ఆలయరహస్యాన్ని కాపాడే బాధ్యతని, అప్పటి రాజులు, గురువులు అప్పగించారు. తర్వాత, ఆయన తనశిష్యుల్లో ఒకరైన సురేశ్వరాచార్యులకి ఆ బాధ్యతనిచ్చారు.

సురేశ్వరాచార్యులు తమ సమాధిప్రవేశానికి ముందు, శిష్యుల్ని పరీక్షించి, వారిలో రహస్యాల్ని కాపాడే నిబ్బరం కలిగిన విద్యావాచస్పతికి ఆ బాధ్యతని అప్పగించారు. వాతాపిగణపతి ఆశ్రమం ఆయన్నుండే మొదలైంది. పరీక్షలో ఓడిపోయిన వారిలో అసూయ మొదలైంది. ఎందుకంటే, ఆ ఆలయం రహస్యం తెలిసినవారికి అప్పటి రాజుల ఆదరం దొరికేది, ప్రత్యేకమైన మర్యాదలుండేవి. ఓడిపోయినవారిలో బాగాపేరున్న కార్తికేయదీక్షితులు సన్యాసంతీసుకుని, కార్తికేయాశ్రమం స్థాపించారు. అహంకారం నిండిన పండితుల కారణంగా పోటీ, అసూయ, ద్వేషాలు క్రమంగా పెరిగి, రెండు ఆశ్రమాల మధ్య, శాశ్వతమైన శతృత్వానికి దారితీశాయి.

తర్వాత, పన్నెండోశతాబ్దంలో ఘోరీ దండయాత్రల సమయంలో, అప్పటి కార్తికేయాశ్రమం గురువులు ముజాహిదీలతో చేతులుకలిపి, ప్రాచీనకేదారేశ్వరాన్ని తామే వెదికించి స్వాధీనం చేసుకోవాలని ప్రయత్నించారు. విషయం రాజపుట్ చక్రవర్తి, పృథ్వీరాజ్ చౌహాన్ దృష్టికి వెళ్ళింది. ఓ దట్టమైన రాగిఫలకంమీద రాజశాసనం వెలువడింది, ప్రాచీనకేదారేశ్వరం మీద పూర్తిహక్కులు, కేవలం వాతాపిగణపతి ఆశ్రమానికే చెందుతాయని, ఆ శాసనానికి విరుద్ధంగా ఎవరైనా ప్రాచీనకేదారేశ్వరాన్ని వెదికే ప్రయత్నం చేస్తే, మరణశిక్ష తప్పదని!

ఈ శాసనాన్ని అమలుచేసే బాధ్యతని, శతృవులనుండి మన ఆశ్రమాన్ని కాపాడే బాధ్యతని పృథ్వీరాజ్, తన స్నేహితుడైన చంద్ బర్దాయికి అప్పగించాడు. అప్పటినుండి, ఈ రహస్యం కేవలం యిద్దరే వ్యక్తులకి తెలియాలనే నియమం వచ్చింది" చెప్పారు శివానందసరస్వతి.

"మరి శర్వగ్ని ఉద్యమం?"

"ఆ శాసనాన్ని అమలు చేయడానికి, చంద్ బర్దాయికి ఓ రహస్యమైన సైన్యం అవసరమైంది. రాజపుత్రుల సైన్యంలో మొదటినుండి శర్వభిల్లులు చాలాయుద్ధాల్లో పాల్గొనేవారు. సనాతనంగా ప్రకృతి ఆరాధన వారి జీవితంలో కలిసిపోయింది, ముఖ్యంగా చెట్లని ఆరాధించేవారు. ధైర్యం, సాహసం, నిశ్శబ్దంగా దాడిచేసి శతృవుల్ని మట్టుపెట్టడం, యివన్నీ వారి సొత్తు. అలాంటివారిలో, పృథ్వీరాజ్ కు విధేయులైన రెండువందలమంది కుటుంబాలని ఎన్నుకుని చంద్ బర్దాయి, శర్వగ్ని ఉద్యమాన్ని ప్రారంభించాడు. వారెవరికీ ప్రాచీనకేదారేశ్వరం గురించి తెలియదు. తమ నాయకుడు మల్లోలా చెప్పింది చేయడం మాత్రం తెలుసు"

"కృతజ్ఞతలు గురూజీ. ఇన్నిరోజులూ కొద్దికొద్దిగా తెలిసిన విషయాలన్నీ యిప్పుడు చాలా స్పష్టంగా అర్థమయ్యాయి. విద్యారణ్యసరస్వతి స్వామీజీకి కూడా యివన్నీ తెలుసా?"

"శర్వగ్ని ఉద్యమం గురించి, మీ వంశంగురించి విద్యారణ్యకి తెలుసు. కానీ, ప్రాచీనకేదారేశ్వర రహస్యం మాత్రం తెలియదు. ఇక వెళదాం. ఆలస్యమైతే నదిదాటడం కష్టం" చెప్పారు శివానంద సరస్వతి లేస్తూ.

గుహనుండి బయటికొచ్చి, ఎదురువైపు తీరంలో ఉన్న ఓ మోటార్ లాంచికి సైగచేశారు. నదిదాటి, అటువైపు ఆగున్న ఇంపాలా కార్ ఎక్కారు. అక్కడినుండి హరిద్వార్ వచ్చేసరికి ఎనిమిదైంది. అప్పటికే ఆశ్రమంలో చాలాసందడిగా ఉంది. కొత్తగా దీక్షతీసుకున్న విద్యారణ్యసరస్వతి, తన మొదటి తీర్థయాత్రకి వారణాసికి వెళ్ళి వచ్చారు. ఆశ్రమంలో వేదాంతం చదువుకుంటున్న విద్యార్థులంతా అతడి చుట్టూచేరి, ఏవేవో ప్రశ్నలేస్తున్నారు. ఎవరేం అడిగినా వివరంగా చెప్పడం విద్యారణ్యసరస్వతికి అలవాటు. శివానందసరస్వతి చాలా క్లుప్తంగా, నిగూఢంగా చెబుతారు, అవసరానికి మించి ఒక్క పదంకూడా దొర్లదు.

శివానందసరస్వతిని చూడగానే అందరూ లేచారు. విద్యారణ్యసరస్వతి వచ్చి గురువుగారికి సాష్టాంగ నమస్కారం చేశారు.

"ఎలా జరిగింది కాశీయాత్ర?" అడిగారు శివానంద సరస్వతి.

"భవ్యంగా జరిగింది గురూజీ. రేపు రామేశ్వరానికి బయలుదేరాలనుకుంటున్నాను"

"ఇవ్వాళేగా వచ్చారు. రేపొక్కరోజు ఆగండి. షంసుద్దీన్ హబీబ్ కూడా పరివారంతో వస్తున్నారు. మనందరం ఒకేసారి కలవడం అరుదు" చెప్పాడు జల్హణసూర్.

"ఆయన ప్రతి ఏడూ మే నెలలోగా వచ్చేది!?" అడిగారు విద్యారణ్యసరస్వతి.

"ఏదో పనుండి ఫతేపూర్ సిక్రీకి వచ్చారట. ఎలాగూ యింతదూరం వచ్చాంగదా అని, యిక్కడికీ ప్లాన్ చేశారు"

విద్యారణ్యసరస్వతి, గురువుగారి వైపు చూశారు. ఆయనకూడా తలూపడంతో "అలాగే గురూజీ. అన్నట్టు సాయంత్రం హారతి అయింది. మీకు ఫలాహారం సిద్ధంగా ఉంది" చెప్పారు.

"వద్దు. ఇవ్వాళ్టికి నేను, జల్హణ్ ఉపవాసం ఉండాలి. మీరందరూ కానివ్వండి. ఇంతకీ పిల్లలేం చేస్తున్నారు" అడిగారు శివానందసరస్వతి.

విద్యారణ్యసరస్వతి సమాధానం చెప్పకుండా, చిరునవ్వుతో నైరుతిదిక్కులో వ్యాయామానికోసం ఉన్న ఖాళీస్థలం వైపు చూపించి తల ఊపారు. ముగ్గురూ అటువైపు వెళ్ళారు.

జల్హణ్ సూర్ ముగ్గురు కొడుకులు, దృష్టిని ఏకాగ్రం చేసి అక్కడ ఖండా ప్రాక్టీస్ చేస్తున్నారు. పెద్దవాడు బలభద్రకి పదహారేళ్ళు, రెండోవాడు వీర్చంద్ కి పదమూడు. వారిద్దరికీ తమ పూర్వీకుల పేర్లే పెట్టారు. మూడోవాడు కపర్దికి తొమ్మిదేళ్ళు. అతడికీ తమవంశంవారి పేరే పెడదామనుకున్నారు. కానీ, శివానందసరస్వతి అతడికి కపర్ది అనేపేరు సూచించారు. 'రెండుదశాబ్దాల తర్వాత రాబోయే ఓ మహావిపత్తు, ఇతడి వల్ల తప్పుతుంది, కపర్ది రక్షింపబడతాడు' అనేవారు. ఆయనమాటలు పొడుపుకథల్లా ఉండేవి, ఎవరికీ ఓ పట్టాన అర్థమయ్యేవికావు.

పెద్దవాళ్ళిద్దరితో పోలిస్తే, కపర్ది చేతిలో ఖండా చాలావేగంగా తిరుగుతోంది. అసలు ఖండా కనిపించడంలేదు, గాలిలో దానిశబ్దం మాత్రమే వినిపిస్తోంది. శివానందసరస్వతి చిరునవ్వుతో జల్హణసూర్ వైపు చూశారు "వీడివేగానికి, గాలికూడా ఖండాదాటి వీడిని తాకలేదేమో" చెప్పారు.

ఉత్తరభారత ప్రాంతాల్లో ఖండా అని పిలవడే ఆ ఖడ్గం, రెండువైపులా పదునుగా ఉంది. మనదేశంలో వేల సంవత్సరాలుగా యుద్ధాల్లో ఖండాని వాడారు. కానీ దాని డిజైన్ ని మెరుగుచేసి, దృఢంగా మార్చిన గొప్పదనం మాత్రం పృథ్వీరాజ్ చౌహాన్ దే. పిడినుండి పైవరకు వెడల్పు పెంచుతూ వెళ్ళి, చివర్లో టిప్ వద్ద చాలా షార్ప్ గా మార్చాడు. అలా వెడల్పుగా ఉండే ఖడ్గానికి బలం చాలదని, పృథ్వీరాజ్ దాని మధ్యలో వెన్నుపూసలాంటి అరేంజ్ మెంట్ చేసి దృఢంగా చేయడంద్వారా ఎన్నో యుద్ధాలు గెలిచాడు. రాజపుత్రులకి ఖండా చాలా ముఖ్యమైన గౌరవచిహ్నం.

గురువుగారిని చూసి ముగ్గురూ ప్రాక్టీస్ ఆపారు. "పదండి, త్వరగా భోజనాలు ముగించి పడుకోండి. రేపుదయం త్వరగా లేవాలి" చెప్పాడు జల్హణసూర్.

"ఎందుకు నాన్నా?" అడిగాడు కపర్ది. పెద్దవాళ్ళిద్దరికీ తండ్రిముందు నోరువిప్పే ధైర్యంలేదు, అదీ గురువుగారి ముందు.

"రేపు షంసుద్దీన్ వస్తున్నారు"

ఆ మాటతో కపర్దికి ఉత్సాహం వచ్చేసింది. వెంటనే ఖండాని ఒరలోదాచి బయల్దేరాడు.

జనవరి 24, 1993

షంసుద్దీన్ హబీబ్ పరివారం రాకతో, గణపతి ఆశ్రమమంతా చాలా ఉత్సాహంగా ఉంది. రాగానే ఆశ్రమంలోని ప్రతి విద్యార్థినీ, సేవకుడినీ వెళ్ళి పలకరించారు. ఉదయంనుండే కపర్ది, షాజియా పోటీపడి ఆడుతున్నారు. షాజియా, తన చంకలో నచికేత్ ని ఎత్తుకునే పరిగెడుతోంది. నచికేత్ తల్లి వెనకనుండి అరుస్తూనే ఉంది "జాగ్రత్త, బాబు పడిపోతాడు" అంటూ. నచికేత్ కూడా షాజియా చంక దిగనంటున్నాడు.

ఓ సేవకుడు ఆవుపేడను జల్లెడలో వేసి కడుగుతుంటే చూసి, షాజియా ఆగింది. కపర్దిని చూసి కళ్ళెగరేసింది, ఏంటన్నట్టు. అతడికీ అర్థంకాకపోవడంతో ఆ సేవకుడినే అడిగాడు.

"గురువుగారికి కోసం గోధుమలు శుద్ధి చేస్తున్నా"

"ఛీ..ఛీ.. పేడతోనా!?" అడిగింది షాజియా.

"ఇవి గోవు వదిలిన భిక్ష. ఆవుకి గోధుమలు పెడితే వేగంగా తినేస్తుంది. అందులోంచి కొన్ని గింజల్ని పేడలో వదిలేస్తుంది. అందరు దేవతలూ గోవులోనే ఉన్నారు, కాబట్టి పేడలో వచ్చిన గింజలు, దేవతలిచ్చిన భిక్ష. వీటితో చేసిన రొట్టెలనే గురువుగారు తింటారు"

షాజియా మొహం వికారంగా పెట్టింది. వెనకనుండి షంసుద్దీన్ రావడం గమనించలేదు.

"గుడ్డీ, ప్రతి పద్ధతి, ఆచారం వెనక ఏదో మహత్తరమైన కారణం ఉంటుంది. నీకు తెలుసా, మన గురువుగారికి దివ్యదృష్టి ఉంది. భవిష్యత్తులో జరగబోయేవి ఆయనకి ఉన్నట్టుండి తెలుస్తాయట. గోభిక్షని తినడం వల్లే అది సాధ్యమైందట" చెప్పాడు షంసుద్దీన్.

షాజియాకి సగం, సగం అర్థమైంది, "పదకోపి పోదాం, నాన్నకి ఛాన్స్ దొరికితేచాలు, క్లాస్ పీకుతారు. జునాఘడ్ లోనూ యింతే" చెప్పింది. తన చంకలోని నచికేత్ ని చూసి "వీడొకడు, జారి, జారిపోతుంటాడు. సరిగా కూచోరా" కసురుకుంది. రెండేళ్ళ నచికేత్ మాత్రం నవ్వుతూనే ఉన్నాడు. పిల్లల్ని చూసి నవ్వుకున్నాడు, షంసుద్దీన్. వారి అమాయకత్వంలోనే అతడికి దైవత్వం కనిపిస్తోంది.

పదేళ్ళక్రితం శివానందసరస్వతి, జునాఘడ్ వెళ్ళినప్పుడు 'ఏకమేవా అద్వితీయం బ్రహ్మ' అనే వాక్యం గురించి ఉపన్యాసం యిస్తున్నపుడు, వింటున్న వారిలో ఉన్నట్టుండి ఎవరోలేచి ప్రశ్నవేశారు.

"ఈమాట భగవంతుడికి సమానం ఎవ్వరూ లేరని మాత్రమే చెబుతోంది, మీరంటున్నట్టు భగవంతుడు తప్ప వేరే జగత్తేదీలేదని చెప్పడంలేదే, గురూజీ?"

శివానందసరస్వతిని ఆశ్చర్యపరచింది, అడిగిన వ్యక్తి రూపం! అతనో ముస్లిం అని తెలుస్తోంది. వయసు ముప్పైలోపే ఉండాలి. తన ఉపన్యాసం వినడమే ఆశ్చర్యం. పైగా, అంతమందిలో లేచి ప్రశ్నించడం యింకా ఆశ్చర్యం. అంతలో అక్కడి ఆలయం ధర్మకర్త వచ్చి ఆయన్ని పరిచయం చేశాడు.

తర్వాత వారిద్దరిమధ్య చాలాసేపు చర్చ జరిగింది. అలామొదలైన వారి ఆధ్యాత్మికస్నేహం, వ్యక్తిగతంగా కూడా స్నేహంగా మారింది. ఆశ్రమానికి, జునాఘడ్ కి రాకపోకలు మొదలయ్యాయి. జల్హణ్ కి జునాఘడ్ లో

పూర్వికులనుండి వచ్చిన ఓ రాజమహల్, ఎస్టేట్ ఉన్నాయి. అప్పుడప్పుడు అక్కడికి వెళుతూండడంతో, షంసుద్దీన్ హబీట్ తో స్నేహం బలపడింది.

షంసుద్దీన్ హబీట్ భార్య సిద్దిఖా, జల్హణసూర్ భార్య గౌరన్, నచికేత్ తల్లి జాహ్నవి ఓచోట చేరిపోయారు, తమ కష్టసుఖాలు మాట్లాడుకోవడానికి. శివానందసరస్వతి పూజముగించి, హారతిచ్చే సమయానికి అందరూ మందిరం చేరుకున్నారు. నచికేత్ తల్లిమాత్రం దూరంగా ఉండిపోయింది. సన్యాస నియమాల ప్రకారం, ఆమె విద్యారణ్యసరస్వతిని చూడ్డానికి వీల్లేదు. పూజ తర్వాత, అందరూ కింద కూచునే భోజనం చేశారు.

"ఇలా కిందకూచుని తినడంలోకూడా ఏదైనా రహస్యం ఉందా, గురూజీ?" అడిగారు షంసుద్దీన్.

"ఆహారం భూమినుండే వచ్చింది, కాబట్టి భూమికి దగ్గరగా కూచుని తినడంలో, కృతజ్ఞతా భావం ఉంది. ఇకపోతే మనకి సెంటరాఫ్ గ్రావిటీ బొడ్డుకి కాస్త పైనుంటుంది. నేలమీద కూచున్నప్పుడు, అది భూమికి దగ్గరగా ఉంటుంది. కాబట్టి, తినేటప్పుడు చాలా సౌకర్యంగా అనిపిస్తుంది" చెప్పారు విద్యారణ్యసరస్వతి "ఇది నా అభిప్రాయం మాత్రమే, సైన్స్ ఒప్పుకుంటుందో లేదో తెలియదు"

"మీరు సైన్సంటుంటే జ్ఞాపకం వచ్చింది. డార్విన్ సిద్ధాంతం ప్రకారం మనిషికూడా, జంతువునుండే పరిణామం చెందిపుట్టాడట. కానీ అన్ని మతాలూ, దేవుడు ప్రత్యేకంగా మనిషిజాతిని సృష్టించాడనే చెబుతున్నాయిగా. మీ అభిప్రాయం ఏంటి?" అడిగారు షంసుద్దీన్.

"మనిషి జంతువునుండి పరిణామం చెంది పుట్టాడని ప్రాచీనులకి కూడా తెలుసు" చెప్పారు శివానంద సరస్వతి అందుకుంటూ "ఉదాహరణకి మహాభారతంలో, విష్ణుసహస్రనామాల సందర్భంలో ధర్మరాజు, భీష్ములవారితో 'కింజపన్ముచ్యతే జంతుర్జన్మసంసార బంధనాత్' అని అడుగుతాడు. అంటే, జంతువులు ఎవరివల్ల జన్మ, సంసార బంధనాలనుండి ముక్తిని పొందుతాయి అని. ఎన్నో జంతుజన్మలయ్యాక, మానవజన్మ వచ్చాకే ముక్తి అని శాస్త్రాలన్నీ చెబుతున్నాయి. అయినా ధర్మరాజంతటివాడు యిలా అడిగాడంటే, మన ముందుతరాల వారికి ఈ అవగాహన ఉన్నట్టే"

"మరైతే ఈ విషయాల్ని రహస్యంగా ఎందుకుంచారు?" అడిగారు విద్యారణ్యసరస్వతి.

"జంతువునుండి పుట్టావని చెబితే, తిరిగి జంతుత్వంలోకే వెళ్ళిపోతాడని భయంకావచ్చు. సమాజం భద్రంగా ఉండాలంటే, తనకితాను కొన్ని నియమాల్ని విధించుకోక తప్పదు, అవి కేవలం నమ్మకంమీద ఆధారపడినవైనా సరే! అన్నింటినీ మూఢనమ్మకాలంటూ కొట్టేస్తే, మనకి మిగిలేది కేవలం జంతత్వమే"

అందరూ ఆసక్తిగా వింటున్నారు. మంచి విషయాలు మాట్లాడుకుంటూ, ప్రశాంతంగా భోంచేయడంవల్ల ఆరోగ్యం, మనసు రెండూ బావుంటాయి. ప్రస్తుతం చాలామంది యిళ్ళలో టివిల్లో విపరీతమైన ద్వేషం, ఆవేశాలతో నిండిన సీరియల్స్, సినిమాలు లేదా సెన్సేషనల్ న్యూస్, యిలాంటివి చూస్తూ తినడంవల్ల జీర్ణక్రియమీద, మనసుమీద చాలా చెడుప్రభావం పడుతోంది. కానీ, ఎవరు చెప్పినా వినేస్థితిలోమాత్రం సమాజంలేదు.

"గురూజీ, హిందూ సాంప్రదాయంలో స్త్రీదేవతల్ని పూజిస్తాం. ఇస్లాంలో ఈ సంప్రదాయం కనబడదే?" ఓ శిష్యుడు అడిగాడు. ప్రశ్న శివానందసరస్వతినే అడిగాడు, కానీ అతడి చూపులుమాత్రం షంసుద్దీన్ మీదే ఉన్నాయి.

శివానందసరస్వతి చిరునవ్వుతో షంసుద్దీన్ వైపు చూసి, "మీరు ప్రశాంతంగా భోంచేయడం మావాడికి నచ్చినట్టులేదు. చూడండి, మాటలతో యుద్ధానికి పిలుస్తున్నాడు"

"గురూజీ, యిలాంటి యుద్ధాలు ఎన్నైనా సంతోషమే. ఒకరి మతాన్ని, పద్ధతుల్ని, యింకొకరు తెలుసుకోవడంవల్ల స్నేహం, అవగాహన పెరుగుతాయి. కానీ, యిప్పుడు దేశంలో నడుస్తోందే, మతం పేరుతో

ద్వేషం, విధ్వంసం, అల్లర్లు, హత్యలు వీటితోనే చాలా భయమేస్తుంది. న్యూస్ చూస్తూంటే, మనిషి మతాన్ని ఎంత తప్పుగా అర్థంచేసుకున్నాడో తెలుస్తోంది" చెప్పారు షంసుద్దీన్.

తర్వాత, ఆ శిష్యుడివైపు చూశారు "డివైన్ ఫెమినైన్ అనేది అన్ని మతాల్లోనూ ఉంది, కొన్నిట్లో నిగూఢంగా, కొన్నిట్లో బహిరంగంగా. ఉదాహరణకి, ఇస్లాంలో మహమ్మద్ ప్రవక్త కూతురు ఫతీమా, దేవతగా గౌరవం పొందింది. మహమ్మద్ ప్రవక్త ఆమెని తన తల్లి అన్నారు. ఆమాటకి ఎన్నో రహస్యమైన అర్థాల్ని సూఫీగురువులు రాశారు. అలాగే, ఖురాన్ లో స్త్రీదేవతలు అల్లత్, అల్-ఉజ్జా, మన్నత్ లు అల్లా కూతుర్లని చెప్పబడింది.

ఇస్లాం ప్రకారం, స్త్రీత్వం అన్నది ప్రకృతికి కంటిన్యుయేషన్. అంటే, స్త్రీ సృష్టింపబడదు, సృష్టిస్తుంది. పురుషుడే సృష్టింపబడతాడు. అలా సృష్టింపబడే ప్రతి పుంసత్వానికి ముందు, వెనక ఓ స్త్రీత్వం ఉంటుంది. ఖురాన్ లో అల్లాకి తొంభైతొమ్మిది పేర్లు చెప్పబడ్డాయి. వాటిని జలాల్, జమాల్ అని రెండు విభాగాలుగా చేశారు. జలాల్ విభాగంలోని పేర్లు అల్లా మహత్తును, శక్తిని, తప్పుచేస్తే శిక్షించడం మొదలైన తండ్రిగుణాల్ని సూచిస్తాయి. జమాల్ విభాగంలోని పేర్లు దయని, అనుగ్రహాన్ని, క్షమ, ప్రేమ మొదలైన తల్లిగుణాల్ని సూచిస్తాయి. ఖురాన్ ప్రకారం, జన్నత్(స్వర్గం) తల్లిపాదాల దగ్గరే ఉంటుంది. కాబట్టి, మాతృస్వామ్య లేదా పితృస్వామ్య వ్యవస్థలనేవి, సామాజికమైన కారణాలతో ఏర్పడినవేగాని, మతంనుండి కాదు"

"మీరు చెప్పింది నిజం. కానీ, దురదృష్టం ఏమిటంటే, ఓవైపు స్త్రీదేవతల్ని ఆరాధిస్తూనే, సామాజికంగా స్త్రీలని అణచివేయడం, అవమానించే విషయంలో ప్రపంచంలోని మతాలన్నీ ఒకదానితో ఒకటి పోటీపడ్డాయి" చెప్పారు, శివానందసరస్వతి.

అంతలో ఓ సేవకుడు పరుగులు పెడుతూ రావడంతో, అందరి దృష్టి అతడిమీదకి మరలింది "గురూజీ, ఏదో రిజిస్టర్ పోస్ట్ వచ్చింది. మీరే సంతకం చేయాలట" చెప్పాడు.

అప్పటికే శివానందసరస్వతి భోజనం ముగిసింది. షంసుద్దీన్ వైపుకి చూశారు "మీరు నిదానంగా కానివ్వండి, అనుమతిస్తే నే వెళతాను" చెప్పారు.

"భలేవారే, గురూజీ. మీరు నన్నడుగుతున్నారా!"

శివానందసరస్వతి లేస్తూ, జల్హణసూర్ వైపు చూశారు. ఏదో సీరియస్ విషయమని అతడికి అర్థమైంది. ఆయన వెళ్ళిన రెండు నిముషాలకి తానూ లేచి, చేతులు కడుక్కుని గురువుగారి రూం చేరుకున్నాడు. ఆయనచేతుల్లో ఏవో కోర్ట్ కాగితాలు, సీరియస్ గా చూస్తున్నారు.

"ఏంటి గురూజీ?"

"హరిద్వార్ కోర్ట్ నుండి నోటీస్. వచ్చేనెల ఫైనల్ హియరింగ్"

"నోటీస్,... దేనిగురించి గురూజీ!?"

"ప్రాచీనకేదారేశ్వరం మీద కార్తికేయాశ్రమానికి కూడా హక్కులున్నాయంటూ, రెండునెలల క్రితం కేస్ వేశారు. మొదటి రెండు హియరింగ్స్ అయ్యాయి. ఈలోపే మీనాన్నగారు చనిపోయారు. వచ్చేనెల 21నుండి కోర్ట్ లో విచారణ మొదలవుతుంది. పృథ్వీరాజ్ చౌహాన్ మనకిచ్చిన శాసనాన్ని కోర్ట్ లో చూపించాలి. లేదా, అక్కడికి వెళ్ళేదారిని మనమే వారికి చెప్పాలి. ఇన్నేళ్ళ తర్వాత వీరికి తిరిగి ధైర్యం ఎలావచ్చింది!?"

"నాకు అనుమానంగానే ఉండింది గురూజీ, యిలాంటిదేదో అవుతుందని"

"ఎందుకని?"

"మనవాళ్ళిచ్చిన యిన్ఫర్మేషన్ ప్రకారం, పాక్ హైకమిషన్ లో పనిచేసే హమీద్ మిర్ అనే ఏజంట్, దేశంలో చాలాచోట్ల మతఘర్షణల్ని క్రియేట్ చేయిస్తున్నాడు. బాబరిమసీద్ కూల్చివేతని సాకుగా వాడుకుని దేశమంతా అల్లర్లు వ్యాపించేలా చేస్తున్నాడు"

"ఎలా?"

"హర్కతుల్ అన్సార్ టెర్రరిస్టులతో వాడో కిరాయిసైన్యాన్ని రెడీ చేసుకున్నాడు. కాన్పూర్, మీరట్, ముంబై యిలా ముఖ్యమైన సిటీల్లో ముస్లింలు ఎక్కువగా ఉన్నచోట్ల రహస్యంగా అటాక్స్ చేయించి, అవి హిందూవర్గాలు చేయిస్తున్నాయని వదంతులు పుట్టిస్తున్నాడు. అలాగే హిందువుల పుణ్యక్షేత్రాల్లో దాడులు చేయించి, ముస్లింలమీదికి ఉసిగొలుపుతున్నాడు. ఇప్పటికి మూడొందలమందిదాకా ఆ దాడుల్లో చనిపోయారు"

"ఈ నోటీస్ కి, నువ్వు చెప్పే విషయానికి ఏంటి సంబంధం?"

"పోయిన మూడునెలల్లో వాడు చాలాసార్లు కార్తికేయాశ్రమానికి వచ్చాడు. విభాండకసరస్వతిగారితో ఏకాంతంగానే మాట్లాడుతున్నాడు. ఎవరికీ విషయం తెలియదు. ఇది వాడి ఫోటో"

శివానందసరస్వతి ఫోటోని అందుకుని చూశారు. అర్థమైనట్టు తలూపి "వీడికెలా తెలిసుంటుంది. వీడు...!?" అడిగారు ప్రశ్నార్థకంగా.

జల్హణసూర్ తల ఊపాడు "ముజాహిదీ. వీడి పూర్వీకులు, షేక్ అహ్మద్ సిర్హింది ఫాలోయర్స్" చెప్పాడు.

"మనవాళ్ళని జాగ్రత్తగా ఉండమను. అనవసరమైన గొడవల్లోకి వెళ్ళొద్దు" చెప్పారు శివానందసరస్వతి, ఫోటోని తిరిగిస్తూ.

"అలాగే గురూజీ. ఈ నోటీస్ విషయం ఏంచేద్దాం?"

"వేరేదారిలేదు, కోర్ట్ కి వెళ్ళడంతప్ప. పూజాస్థలాల చట్టంప్రకారం, సనాతనంగా కొనసాగుతున్న సంప్రదాయాల మీద స్టేటస్ కో ఉంది, అవి ప్రాథమికహక్కులకి సంబంధించినవైతే తప్ప. కాబట్టి, పృథ్వీరాజ్ యిచ్చిన రాజశాసనం యిప్పటికీ వర్తిస్తుంది. దాన్ని కోర్ట్ లో చూపిస్తే కేస్ కొట్టేస్తారు"

"నాకెందుకో అనుమానంగా ఉంది గురూజీ. ఇంత సింపుల్ గా తేలిపోయేదైతే, వీడు అసలీ ప్రయత్నమే మొదలుపెట్టేవాడు కాదు"

"వాడి ఉద్దేశ్యం నాకు తెలుసు"

"ఏంటి గురూజీ!?" అడిగాడు జల్హణ్ ఆశ్చర్యపోతూ.

"ఆ శాసనాన్ని మనం రహస్యంగా దాచామని వాడికి తెలుసు. కోర్ట్ లో చూపించడానికి, దాన్ని మనం బయటికి తీయకతప్పదు. ఆ సమయంలో మనమీద దాడిచేసి, దాన్ని నాశనం చేసేస్తే, యిక మనకు వేరేదారుండదు"

జల్హణ్ పిడికిళ్ళు బిగుసుకున్నాయి "ఎన్ని అనుభవాలైనా కార్తికేయాశ్రమానికింకా బుద్ధి రావడంలేదు. ఎప్పటికీ గుర్తుండేలా ఓసారి భయపెడతాను, పర్మిషన్ యివ్వండి గురూజీ"

"ఆవేశంవద్దు, మనం కోర్ట్ లో గెలుస్తాం. కార్తికేయాశ్రమం మనకి శత్రువుకాదు. వాళ్ళుమాత్రం మనని శత్రువులనుకుంటున్నారు. హమీద్ లాంటి ప్రమాదకరమైన శక్తులతో చేతులుకలిపితే ఏమవుతుందో, వారికి ముందుముందు తెలిసొస్తుంది. ఈలోపు ఆ శాసనాన్ని మనం జాగ్రత్తగా కాపాడుకుంటే చాలు"

"గురూజీ, మరి ఎప్పుడు ప్రయాణమవుదాం?"

"మనకింకా నెలరోజుల సమయం ఉంది. ఎవరికీ అనుమానం రాకుండా నేను తీర్థయాత్రల నెపంతో కాశీ వెళ్ళి, అక్కడినుండి ద్వారకకి వస్తాను, మధ్యలో అక్కడక్కడా మజిలీచేస్తూ. ద్వారకలో కొన్నిరోజులుండి, సోమనాథ్ వెళ్ళి, శివరాత్రికి ముందురోజు, అంటే వచ్చేనెల పద్దెనిమిదికి జునాఘడ్ చేరుకుంటాను"

"కానీ గురూజీ, వాడు కావాలని మీరు వెళ్ళేదారిలో అల్లర్లు సృష్టిస్తే?"

"వాడిని ఏమార్చడానికే యిదంతా. శాసనాన్ని ఎక్కడ దాచామో వాడికి తెలియదు. నేవెళ్ళిన ప్రతిచోటికీ వాడి మనుషులుకూడా వస్తూంటారు, మతకలహాలు సృష్టించేందుకు. శర్వగ్నులు, ఎప్పటికప్పుడు వాళ్ళని కనిపెట్టాలి. వాళ్లేదైనా మొదలుపెట్టేలోపే, అక్కడినుండి మకాం మార్చేస్తాను. ఎక్కడినుండి ఆ శాసనాన్ని మనం బయటికి తెస్తున్నామన్నది, వాడి ఊహకి కూడా అందకుండా జాగ్రత్తపడాలి"

జల్హణసూర్ తలూపాడు "నేనూ మీవెంటే వస్తాను"

"భయపడకు, ప్రస్తుతం నాకేమీ అవదు. రాజశాసనాన్ని బయటికి తెచ్చేంతవరకు, వాడు నేరుగా దాడిచేయడు. విద్యారణ్య కూడా రామేశ్వరం వెళుతున్నాడు, కాబట్టి, మా యిద్దరిలో ఎవరా శాసనాన్ని కోర్ట్ కి తీసుకొస్తామనే అనుమానం వాడికుంటుంది. పైగా, నువ్వే మల్లోలా అని వాడికి అనుమానం కూడా రానివ్వకూడదు. మా ఆశ్రమానికి వచ్చివెళ్ళే ఎంతోమంది అతిథుల్లో నువ్వొ ఒకడనే అందరూ నమ్మాలి. నీ పరివారంతో వచ్చేనెల పదిహేనుకల్లా జునాఘడ్ చేరుకో"

"అలాగే గురూజీ, తర్వాత?" అడిగాడు జల్హణసూర్.

"మిగిలింది, నేనక్కడికి చేరుకున్నాక మాట్లాడుకుందాం"

ఎవరో వస్తున్న అలికిడవడంతో మాట్లాడ్డం ఆపారు. విద్యారణ్యసరస్వతి, షంసుద్దీన్ హబీబ్ వచ్చారు.

"గురూజీ, ఏదైనా సమస్యా?" అడిగారు విద్యారణ్యసరస్వతి.

"కార్తికేయాశ్రమం మనమీద కేస్ వేసిందని చెప్పాగా, దాని తాలూకు హియరింగ్ వచ్చేనెల్లో మొదలౌతుంది" చెప్పారు శివానందసరస్వతి.

"మరి, నా రామేశ్వరంయాత్రని వాయిదా వేసుకోనా?"

"వద్దు. కాలినడకన కాకుండా, ఏదైనా జీప్ లేదా కార్ లో వెళ్ళు. అవసరమైతే త్వరగా తిరిగిరావాలి. రోజుకి రెండుమార్లు ఫోన్ చేస్తూండు"

షంసుద్దీన్, ముగ్గురివైపు మార్చిమార్చి చూశాడు. జల్హణసూర్ వైపు చూసి కళ్ళెగరేశాడు, ఏంటి విషయమన్నట్టు.

"రెండు ఆశ్రమాల మధ్య ఓ వివాదం, శతాబ్దాలుగా ఉంది. ఇప్పుడు కోర్ట్ వరకు వెళుతోంది" చెప్పాడు జల్హణసూర్.

"షంసుద్దీన్, మాకు మీ సహాయం కావాలి. వచ్చేనెల శివరాత్రి సమయానికి నేను, నా శిష్యులు నలుగురు జునాఘడ్ చేరుకుంటాం, భావనాథ్ మందిరంలో జరిగే ఉత్సవాల్లో పాల్గోడానికి. అక్కడ మామీద దాడి జరగొచ్చు.. " చెబుతున్నారు శివానందసరస్వతి.

"గురూజీ, ఈ షంసుద్దీన్ బతికుండగా మీమీద, అదీ జునాఘడ్ లో దాడిజరగడమా. అంత ధైర్యం ఎవడికొచ్చిందో చెప్పండి చాలు. మిగిలింది నే చూసుకుంటాను. మీరు నిశ్చింతగా ఉండండి"

"శత్రువు ... బయటినుండి వచ్చాడు. మతకలహాల్ని అడ్డుగా పెట్టుకుని, మామీద దాడిచేసే ప్రయత్నంలో ఉన్నాడు"

అర్థమైనట్టు తలూపాడు షంసుద్దీన్.

"నాక్కూడా ఉత్సవాలు చూడాలనుంది. కానీ, గురూజీ వద్దంటున్నారు. ఏమైనా జరగొచ్చని భయపెడుతున్నారు" చెప్పాడు జల్హణసూర్. తన అసలు ఐడెంటిటీ షంసుద్దీన్ కి తెలిస్తే, అతడి ప్రాణాలకే ప్రమాదం.

"జల్హణ్ ఏంటి, నువ్వుకూడా! నే ఉండగా జునాఘడ్ లో ఎవరికీ ఏహానీ జరగదు. మీ వంశాలు కత్తిపట్టడం మర్చిపోయాయేమో. మేమింకా మర్చిపోలేదు. నువ్వు నీ ఫామిలీతోసహా శివరాత్రికి అక్కడికొస్తున్నావ్, వారంరోజులు మాయింట్లోనే మకాం. ఇంకేమైనా మాట్లాడావంటే, నీకు మన స్నేహంమీద నమ్మకంలేనట్టే" ఆవేశంగా చెప్పాడు, షంసుద్దీన్.

జల్హణసూర్ అతడివైపు చూసి చిన్నగానవ్వాడు. గుజరాత్ లోని మోలెసలాం గరాసియా ముస్లింలు, ఒకప్పటి రాజపుత్రులు. ఇస్లాంని స్వీకరించి సూఫీలయ్యారు. కానీ, పూర్వపు పద్ధతులు కొన్నింటిని మాత్రం వదులుకోలేదు. అందులో ఖడ్గం పట్టడం కూడా ఒకటి.

"నేనూ అదే చెబుతున్నా గురువుగారికి, నువ్వుండగా మాకు భయమేంటి! శివరాత్రికి నే ఫామిలీతో సహా జునాఘడ్ వచ్చేస్తున్నా. ఇదే నా డెసిషన్" చెప్పాడు, గురువుగారివైపు చూసి చిన్నగా నవ్వుతూ.

శివానందసరస్వతి నవ్వుకున్నారు. జల్హణసూర్ ఖండాతిప్పితే ఎలా ఉంటుందో ఆయనకి బాగాతెలుసు. శత్రువు కంటికికూడా తెలియకుండా కనురెప్పల వెంట్రుకల్ని కోసేసే వేగం, షార్ప్ నెస్ అతడిది. అత్యంత పురాతనమైన, రహస్యమైన నియుద్ధ లో ఆరితేరాడు. షంసుద్దీన్ కి తెలియదు, కాబట్టి అమాయకంగా మీవంశాలు కత్తిపట్టడం మర్చిపోయాయేమో అంటున్నాడు.

"షుక్రియా" చెప్పాడు షంసుద్దీన్.

"ఐతే ఓ కండిషన్!"

"ఏంటి?"

"మనందరం, పగలు మా పూర్వికుల రాజమహల్ లో గడపాలి. అప్పుడు మీరు మాకు అతిథులు. రాత్రికి అందరం మీయింటికి వద్దాం. అప్పుడు మేం మీకు అతిథులు, సరేనా?"

"అలాగే. చూద్దాం, ఎవరు అతిథి మర్యాదలు బాగాచేస్తారో. మరి గురూజీ, మీరుకూడా మా యింట్లోనే దిగాలి"

"వద్దు. నే భావనాథ్ మందిరంలోనే ఉంటాను. అక్కడ నాకు కొన్ని కార్యక్రమాలున్నాయి"

"మీ కార్యక్రమాలకి నే అడ్డురాను. కనీసం ఒక్కరోజైనా మా యింట్లో గడపాలి" చెప్పాడు షంసుద్దీన్ హబీబ్.

"అలాగే. మన చేతుల్లో ఏముంది, దైవం ఎలా నిర్ణయిస్తే అలానే జరుగుతుంది"

ఫిబ్రవరి 12, 1993

రిషికేశ్

కార్తికేయాశ్రమంలోని ఆ గదిలో నిశ్శబ్దం అలుముకుంది. ఇద్దరు వ్యక్తులు సీరియస్ గా ఆలోచిస్తున్నారు.

“మా మనుషులు శివానందసరస్వతిని క్లోస్ గా ఫాలో అవుతున్నారు. ప్రస్తుతం ద్వారక చేరుకున్నారు. కానీ, యిప్పటివరకు అనుమానం కలిగించే ఎలాంటి మువ్ మెంట్స్ లేవు” చెప్పాడు హమీద్ మిర్.

“ఆ శాసనాన్ని హరిద్వార్ లో ఉంచలేదు. ఎక్కడో రహస్యంగా దాచారు” చెప్పారు విభాండకసరస్వతి. ఆయన కార్తికేయాశ్రమానికి గురువు.

“మరి శర్వగ్నులు, శివానందసరస్వతిని కాపాడుతూంటారని మీరన్నారు. కానీ, మావాళ్ళకి యింతవరకూ అలాంటి ఛాయలేం కనిపించలేదే!?”

“శర్వగ్నులు అంత సులభంగా బయటపడరు. రహస్యంగా ఉండడమే వారి ఆయుధం. ఊహించనిరీతిలో అటాక్ చేసి మాయమవుతుంటారు. మీ మనుషుల్లో ఎవరైనా కనిపించకుండాపోయారా?”

“లేదు. కానీ, యిద్దరు మాత్రం వారణాసిలో జరిగిన ఏక్సిడెంట్ లో చనిపోయారు. బైక్ లో వెళుతుండగా కరెంట్ వైర్ తెగిపడింది”

“అది ఏక్సిడెంట్ కాదు, కచ్చితంగా శర్వగ్నులపనే!”

హమీద్ తలూపాడు. బహుశా కార్తికేయాశ్రమంవారి మనసులో శర్వగ్నులంటే ఏర్పడిన భయంవల్ల అలా అనుకుంటుండొచ్చు. నిజమేంటో తెలుసుకోవాలి... అంటే, ఏసిడ్ టెస్ట్ చేయకతప్పదు!

కానీ, ఐఎస్ఐని యిందులో తాను యిన్వాల్వ్ చేయదలుచుకోలేదు. ఇదంతా పైవాళ్ళకి కూడా తెలియకుండా రహస్యంగా చేయాలి. కాబట్టి, హర్కతుల్ అన్సార్ టెర్రరిస్ట్ గ్రూప్ ని వాడుకుంటున్నాడు. ఆ గ్రూప్ లీడర్ హఫీజ్ మాలిక్ ని తీహార్ జైల్ నుండి విడిపిస్తానని ప్రామిస్ చేశాడు. తన ప్లాన్ సక్సెస్ అవాలంటే, హఫీజ్ మాలిక్ సహాయం అవసరం. శతాబ్దాలుగా ముజాహిదీలు రహస్యంగా చేస్తున్న ప్రయత్నాలు, వారి చిరకాలవాంఛ, నెరవేరేందుకో అవకాశం వచ్చింది.

“ఓకే స్వామీజీ, నే బయల్దేరతాను. అర్జెంట్ గా ముంబై వెళ్ళాలి. ఏదైనా అవసరమైతే ఫోన్ చేస్తాను” చెప్పి బయల్దేరాడు హమీద్.

దారిలో ఓ పబ్లిక్ బూత్ దగ్గర టాక్సీ ఆపించి, ఫోన్ చేశాడు.

“వికార్ మొహ్మద్” అటునుండి వినిపించింది. హర్కతుల్ అన్సార్ లో అత్యంత ప్రమాదకరమైన వ్యక్తి, వికార్ మొహ్మద్. తమ లీడర్ ని జైల్ నుండి విడిపించుకునేందుకు, రెండేళ్ళుగా ప్రయత్నిస్తున్నాడు. హైదరాబాద్ లో బాగా పేరున్న ఓ మసీద్ లో ప్లాస్టిక్ ఎక్స్ ప్లోసివ్స్ దాచాడు. అవి పొరపాటున పేలడంతో, అతడి ప్లాన్స్ బయటపడ్డాయి. దాంతో, ప్రస్తుతం అండర్ గ్రౌండ్ లో ఉన్నాడు.

"హమీద్"

"బోలియే హుజూర్"

"టైం దగ్గరికొస్తోంది, తయారుగా ఉండండి"

"రెడీ హుజూర్, నలభైమంది నాతోనే తిరుగుతున్నారు"

"రేపటిలోగా ద్వారక చేరుకోండి"

ఫిబ్రవరి 14, 1993

రాత్రి తొమ్మిదికి ద్వారకలోని తీన్ బత్తి సర్కిల్ నుండి రెండు లగ్జరీ బస్సులు బయలుదేరాయి. వారం క్రితం జైపూర్ నుండి టూర్ మీద బయల్దేరిన నూటపదిమంది యాత్రికులు, ద్వారకమీదుగా జునాఘడ్ వెళుతున్నారు. అనుకోకుండా ద్వారకలో మరో ఐదుమంది ప్రత్యేకమైన యాత్రికులు వారికి తోడయ్యారు.

అందరికీ ఆశ్చర్యం, సంతోషం కలిగించిందేంటంటే, ఎప్పుడూ ఓచోట ఆగకుండా దేశమంతా సంచారంచేసే శివానందసరస్వతి, తనని కూడా జునాఘడ్ తీసికెళ్ళాలని వారిని అడగడం. బయల్దేరడానికి సరిగ్గా పదిహేను నిముషాలముందు, ఆయనా నిర్ణయం తీసుకుని, తన నలుగురు శిష్యులతో బస్ ఎక్కారు.

బస్సులు ద్వారకదాటి హైవే చేరుకున్నాయి. గుజరాత్ స్టేట్ హైవే6- మీదుగా పోర్ బందర్ వెళ్ళి, అక్కడినుండి జునాఘడ్ వెళ్ళాలి. రాత్రి పన్నెండున్నరకల్లా జునాఘడ్ చేరుకుంటారు. ప్రయాణికులు మెల్లగా నిద్రలోకి జారుకుంటున్నారు. శివానందసరస్వతికి మాత్రం నిద్రపట్టడంలేదు. ఎంత ప్రయత్నించినా కార్తికేయాశ్రమం ధోరణిలో మార్పులేదు. చివరికి పాకిస్తాన్ ఏజంట్స్ తో చేతులు కలిపారు. హరిద్వార్ లో బయల్దేరినప్పటినుండి తన ప్రతికదలికని గమనిస్తున్నారు.

తనని ఫాలో అవుతున్న హమీద్ మనుషుల్ని ఏమార్చడానికే, ఉన్నట్టుండి బస్ లో బయలుదేరాలని నిర్ణయం తీసుకున్నారు. రేపటికల్లా జల్హణసూర్ తన పరివారంతో జునాఘడ్ చేరుకుంటాడు. తనకి పూర్వం ఉన్న గురువులు, దాదాపు వందేళ్ళుగా ఆ శాసనాన్ని భావనాథ్ మందిరంలోనే రహస్యంగా దాచారు. అప్పటినుండి గణపతి ఆశ్రమం, ప్రతి శివరాత్రికి భావనాథ్ మందిరం ఉత్సవాల్లో పాల్గోవడం మొదలైంది. పూజాకార్యక్రమాలతోపాటు, తమ శాసనాన్ని ఓసారి చూసుకునేందుకు అదో మంచి అవకాశం. దాదాపు వారం రోజులు యిక్కడే మకాం వేసేవారు. ఈసారి శివరాత్రి మరుసటిరోజే తానూ, జల్హణ్ హరిద్వార్ బయల్దేరాలి... పృథ్వీరాజ్ శాసనాన్ని తీసుకుని, ఎవరికీ అనుమానం రాకుండా.

రాత్రి పన్నెండు కావస్తోంది. బస్సులు హైవేమీద వంథలి టౌన్ దాటాక, ముందు వెళుతోన్న బస్ డ్రైవర్ సడన్ బ్రేక్ వేశాడు. దూరంగా రోడ్ మధ్యలో, ఓ స్కార్లెట్ రెడ్ కలర్ మారుతిజెన్ కార్, ఓ మహీంద్రా జీప్ ఆగున్నాయి. ఓవర్ టేక్ చేసేటప్పుడు గుద్దుకున్నట్టున్నాయి, రోడ్ బ్లాకైంది. ఆక్సిడెంట్ అయినట్టుంది, అనుకుంటూ డ్రైవర్ బస్ ఆపి దిగాడు.

సరిగ్గా అప్పుడు, చీకట్లోంచి వినిపించింది గన్ షాట్. బస్ డ్రైవర్ కాలికి బుల్లెట్ తగలడంతో పడిపోయాడు. డోర్ తీయబోతున్న వెనక బస్ డ్రైవర్ కూడా ఆగి భయంతో చుట్టూచూశాడు. పొదల చాటునుండి ఐదుమంది ఎ.కె.47 మిషిన్ గన్స్ తో బయటికొచ్చారు. ముగ్గురు ముందు బస్ వైపు, ఇద్దరు వెనక బస్ వైపు వెళ్ళారు. అప్పుడే మేలుకుని, హడావిడిగా లేవబోతున్న పాసింజర్స్ కి తమ గన్స్ గురిపెట్టారు.

మరో నిముషంలో రెండు బస్ లు హైవేనుండి కుడివైపుకి టర్న్ తీసుకుని షాపూర్ వైపు బయల్దేరాయి. సగం నిద్రలో లేచిన పాసింజర్స్, భయంతో హైజాకర్స్ వైపు చూస్తున్నారు. గతుకుల రోడ్డుమీద ప్రయాణించి, మరో పదినిముషాల్లో షాపూర్ గ్రామం బయటున్న గవర్నమెంట్ స్కూల్ ఆవరణలోకి చేరుకున్నాయి.

ఫిబ్రవరి 15, 1993

న్యూఢిల్లీ

చాణక్యపురిలోని పాకిస్తాన్ హైకమిషన్ ఆఫీస్ లో, ఉదయం తొమ్మిదికే హడావిడి మొదలైంది. ఎప్పుడూ డల్ గా ఉండే ఆఫీస్ వాతావరణం ఒక్కసారిగా మారిపోయింది. స్టాఫ్, గుంపులుగా అక్కడక్కడా నించుని నెమ్మదిగా మాట్లాడుకుంటున్నారు. వారివారి సర్కిల్, డెసిగ్నేషన్ లని బట్టి రకరకాల రూమర్స్, కథలు అల్లబడుతున్నాయి. కానీ, టాపిక్ మాత్రం ఒక్కటే! ... నూటపదిహేనుమంది యాత్రికులతో ద్వారకనుండి వెళుతున్న రెండు బస్ లని, హర్కతుల్ అన్సార్ తీవ్రవాదులు హైజాక్ చేశారు. డిమాండ్, ... వారి లీడర్ హాఫీజ్ మాలిక్ విడుదల! ఐఎస్ఐ యిందులో యిన్వాల్వ్ అవలేదని ఓ గ్రూప్ బల్లగుద్ది చెబుతూంటే, యింకో గ్రూప్ మాత్రం యిదంతా రహస్యంగా పాకిస్తానే చేయిస్తోందని వాదిస్తోంది.

డిప్లొమేటిక్ వీసా సెక్షన్ లో మాత్రం నిశ్శబ్దం అలుముకుంది. ఆ సెక్షన్ ఆఫీసర్, హమీద్ మిర్ చాలా స్ట్రిక్ట్. ఎవరైనా పనులొదిలేసి గాసిప్ చేస్తే వెంటనే పనిష్మెంట్ తప్పదు. అందుకే, అందరూ తమ ఎక్సైట్మెంట్ ని దాచుకుని మౌనంగా పనిచేసుకుంటున్నారు. హమీద్ మాత్రం తనరూంలోని టివిసెట్ ముందుకూచుని, సీరియస్ గా న్యూస్ చూస్తున్నాడు. హైజాక్ గురించే చెబుతున్నారుగానీ, ఇంతవరకూ ఇండియన్ గవర్నమెంట్ రియాక్షన్ ఏంటో తెలియదు. ఫోన్ మోగడంతో టివి వాల్యూం తగ్గించి, తీసుకున్నాడు.

"హమీద్, ఏంటీ డెవలప్మెంట్!?" అడిగాడు అటునుండి ముక్తార్ అహ్మద్.

"హర్కత్ లో యంగ్ బ్లడ్ ఉత్సాహం చూపిస్తున్నట్టుంది, తమ లీడర్ ని విడిపించుకునేందుకు"

"నన్ను ఏమార్చాలని చూడకు. ఇదంతా నీ పనే, నాకు తెలుసు"

"అనవసరంగా నేనేదీ చేయనని కూడా నీకు తెలిసుండాలే!"

"హమీద్...ప్లీస్! నే చెప్పేది విను. హఫీజ్ యిక్కడికొచ్చాడంటే, మనకి మొదలవుతుంది తలనెప్పి. రోజుకో కొత్త సమస్యని క్రియేట్ చేస్తాడు. అసలే ఆఫ్ఘనిస్తాన్ బార్డర్ లో విపరీతమైన టెన్షన్ ఉందిప్పుడు"

"ముక్తార్! హాఫీజ్ లాంటి వెధవల్ని ఎంతోమందిని తయారుచేశాం. సమస్యేంటంటే, తర్వాత యిలాంటివాళ్ళని కంట్రోల్ చేయడం మర్చిపోయి, మనమే వారిచేతుల్లో కీలుబొమ్మల్లా ఆడుతున్నాం. అందుకే రోజుకో తలనెప్పి మనకి"

"నీకు ఛాన్స్ దొరికితే చాలు. మొత్తం ఐఎస్ఐ అడ్మినిస్ట్రేషన్నే ఏకడం మొదలెడతావు. ఇంతకీ, వాడితో యిప్పుడు మనకేం పని?"

"మన కల నెరవేరాలంటే, కాశ్మీర్ కొలిమి మండుతూనే ఉండాలి. అది హాఫీజ్ లాంటి లోకల్స్ వల్లే అవుతుంది. అందుకని వాడివిషయం నాకొదిలేయ్"

"బట్, హమీద్. వాడిని విడిపిస్తే, నేరుగా యిక్కడికేగా వస్తాడు... "

"కొన్నాళ్ళేగా" చెప్పాడు హమీద్ అడ్డొస్తూ, "తిరిగి కాశ్మీర్ లోయకే పంపిద్దాం. ఈలోపు వాడు కంట్రోల్ తప్పితే, నేనే వాడిని ఎలిమినేట్ చేస్తాను, సరేనా!"

"నీ యిష్టం. పైనుండి నన్నెవరైనా అడిగితే, కాల్ నీకే డైవర్ట్ చేస్తాను" చెప్పి ఫోన్ పెట్టేశాడు, ముక్తార్ అహ్మద్.

హమీద్ చిన్నగా నవ్వుకున్నాడు. మాటవరసకి అలా అంటాడేగానీ, ముక్తార్ ఎప్పుడూ తన టీంని పైవాళ్ళ కోపానికి ఎక్స్ పోస్ చేయడు. చాలా జాగ్రత్తగా కవర్ చేస్తాడు. అలా చేయలేకపోతే బాస్ సీట్లో కూచోవడం సాధ్యంకాదు. ముక్తార్ అసలు సమస్య అదికాదు, తనకి తెలియకుండా తనటీం ఏమీ చేయకూడదు. అన్నీ తనకి తెలియాలి. ఐతే, హమీద్ ఎప్పుడూ తన ప్లాన్స్ ఏంటో చెప్పడు, నిశ్శబ్దంగా అమలు చేసేస్తుంటాడు. అదీ ముక్తార్ అసలు ప్రాబ్లం!

ఫోన్ తిరిగి రింగవుతోంది "ఎస్" చెప్పాడు తీసి.

"సర్, అనీఫ్ హియర్"

"చెప్పు, ఎక్కడున్నావ్?"

"షాపూర్ రోడ్ మీదే, ఓ ఢాబా హోటల్ లో రూంతీసుకున్నాను. ఇక్కడినుండి స్కూల్ ఓ అరకిలోమీటరుంటుంది. కానీ, బైనాక్యులర్ లో అంతా క్లియర్ గానే కనిపిస్తోంది" చెప్పాడు అనీఫ్.

"నైట్ విజన్ ఉందా?"

"ఉంది సర్"

"గుడ్. నీ పని అబ్జర్వేషన్ మాత్రమే. మూడుగంటలకోసారి ఫోన్ చేస్తూండు. అంతా నార్మల్ అయితే, మూడు రింగ్సయ్యాక కట్ చేసెయ్. నాలుగోరింగ్ దాటితే, నే ఫోన్ తీస్తాను. బై అనీఫ్" చెప్పి ఫోన్ పెట్టేశాడు, హమీద్.

ఐఎస్ఐ లోని జాయింట్ కౌంటర్ ఇంటలిజెన్స్ బ్యూరో(జెసిఐబి), ఇండియన్ అఫైర్స్ వింగ్, ఢిల్లీలోని పాకిస్తాన్ హైకమిషన్ నుండే తన ఆపరేషన్స్ కొనసాగిస్తుంది. హమీద్ ప్రస్తుతం దానికి హెడ్. అనీఫ్ ఆ వింగ్ లో జూనియర్. అతడి ఎక్స్ పీరియన్స్ మూడేళ్ళే. అయితే, అతితెలివికి పోకుండా చెప్పింది చెప్పినట్టు చేయడం, ఎట్టి పరిస్థితుల్లోనూ రూల్స్ దాటకపోవడం, అతడి ప్లస్ పాయింట్స్. అందుకే ఈ హైజాక్ ని దూరంనుండి గమనించడానికి అనీఫ్ ని పంపించాడు.

ఫిబ్రవరి 15, 1993

జునాఘడ్, మనదేశంలోని పురాతనమైన నగరాల్లో ఒకటి. గుజరాత్ పశ్చిమప్రాంతంలోని సౌరాష్ట్రలో, గిర్నార్ పర్వతాల పాదాలదగ్గరుంది. స్వతంత్రం వచ్చిన సమయంలో భారత్, పాక్ ల మధ్య వివాదంలో చిక్కుకున్న మూడు ముఖ్యమైన ప్రాంతాల్లో జునాఘడ్ కూడా ఒకటి. మిగిలినవి కాశ్మీర్, హైదరాబాద్.

వివాదం ముదిరిన టైంలో, జునాఘడ్ నవాబ్ మొహమ్మద్ మహబత్ ఖాన్ తన కుటుంబంతో సహా పాకిస్తాన్ పారిపోయాడు. వేరేదారిలేక, దివాన్ షానవాజ్ భుట్టో భారత ప్రభుత్వాన్ని ఆహ్వానించాడు, జునాఘడ్ ని స్వాధీనం చేసుకొమ్మని. ఆయన కొడుకే జుల్ఫికర్ అలీ భుట్టో, తర్వాత పాకిస్తాన్ ప్రధానమంత్రిగా ఎన్నికయ్యాడు.

జునాఘడ్ కి ఆపేరు రావడానికి కారణమైన పాతకోట ఉపెర్ కోట్, నగరం మధ్యలో ఉంది. అది క్రీస్తుపూర్వం 312లో చంద్రగుప్తమౌర్యుని కాలంలో కట్టబడింది. కోటకి తూర్పుగా ముల్లావాడ ప్రాంతంలో ముస్లింలు స్థిరపడ్డారు. అక్కడి ఓ రెండతస్తుల యింటి టెర్రెస్ మీద, ముగ్గురువ్యక్తులు నించుని నెమ్మదిగా మాట్లాడుకుంటున్నారు. ముగ్గురి చేతుల్లోనూ చాయ్ కప్స్.

"ఇది వాడి పనే. స్వామీజీని ఆపేందుకే ఈ హైజాక్ డ్రామా ఆడుతున్నాడు" చెప్పాడు జల్వాణ్ సూర్, కింద యింటి ఆవరణలో ఆడుకుంటున్న కపర్ది, షాజియాలని కాజువల్ గా గమనిస్తూ. మౌనంగా తల ఊపాడు షంసుద్దీన్, కోటకి కాస్తదూరంలో ఉన్న ఓ పేద్ద శిలవైపుచూస్తూ. ఉదయం తొమ్మిదికి నీరెండలో అది మెరుస్తోంది. అశోకుని కాలంనాటి శిలాశాసనాలు దానిమీదున్నాయి.

"కానీ న్యూస్ లో యింకోరకంగా చెబుతున్నారు?" అడిగింది షంసుద్దీన్ భార్య, సిద్దిఖా.

"అది బహానా(సాకు) మాత్రమే. గవర్నమెంట్, హఫీజ్ ని విడుదలచేసినా, గురువుగారిని మాత్రం హైజాకర్స్ వదలరు. వాడి అసలైన ప్లాన్, ఆయన్ని భావనాథ్ చేరుకోనివ్వకుండా ఆపడమే"

"ఎందుకు!?" అడిగాడు షంసుద్దీన్.

"మనం హరిద్వార్ లో కలిసినప్పుడు చెప్పాగా, కార్తికేయాశ్రమం మా ఆశ్రమంమీద కేస్ వేసిందని. గురూజీ దానిగురించే యిక్కడికొస్తున్నారు. దాని గురించిన ఏదో ఆధారం యిక్కడుందట. ఆ కేస్ వేయించిందికూడా, ఈ ఐఎస్ఐ ఏజెంట్ హమీద్ మిర్. ఎలాగైనా మనం గురువుగారిని విడిపించాలి"

"గురువుగారు బస్ లో ఎందుకొచ్చినట్టు? నాకు చెబితే, వేరే వెహికల్ అరేంజ్ చేసేవాడినిగా"

"అది, సడన్ గా తీసుకున్న డెసిషన్. వాడి మనుషులు ఆయన్ని క్లోస్ గా ఫాలో అవుతున్నారని నా అనుమానం. వారిని ఏమార్చి యిక్కడికి రావాలని అలా చేశారట. నిన్న బయల్దేరేముందు నాకు ఫోన్ చేసి చెప్పారు"

"సరే జల్వాణ్. నే మాటిచ్చాను, నీకు, గురువుగారికి కూడా! యిక్కడ మీమీద ఈగకూడా వాలదని"

"నాకు తెలిసినవారిద్వారా సెంట్రల్ హోంసెక్రటరీతో మాట్లాడించాను" చెప్పాడు జల్వాణ్ అడ్డొస్తూ, "ఇవాళ సాయంత్రానికి కమెండోస్ వచ్చేస్తున్నారు. వాళ్ళకి మనం హెల్ప్ చేస్తే చాలు" చెప్పాడు జల్వాణ్. స్నేహితుడితో

అబద్ధం చెప్పాల్సివచ్చినందుకు అతడికి బాధగానే ఉంది. తనకంత పరిచయాలూలేవు, కమెండోస్ ఎవరూ రావడంలేదు. శర్వగ్నుల్లో మెరికల్లాంటివారిని తీసుకుని తానే వెళ్ళాలి. షంసుద్దీన్ కి యివన్నీ తాను చెప్పలేదు.

“సరే, ఈలోపు షాపూర్ లో ముస్లిం మతపెద్దల్ని తీసుకుని నేనే ఆ స్కూల్లోకి వెళతాను, హైజాకర్స్ తో మాట్లాడ్డానికి” చెప్పాడు షంసుద్దీన్.

“మీరుకాదు వెళ్ళాల్సింది, నేను!” చెప్పింది సిద్ధిఖా.

జల్హణ్, ఆమెవైపు ఆశ్చర్యంగా చూశాడు “మీరా!? వద్దు బెహన్, చాలా ప్రమాదం. పైగా, స్కూల్ చుట్టుపక్కల పోలీస్ వాన్ గానీ, యింకేదైనా వెహికల్ గానీ కనిపించినా సరే, యాత్రికుల్ని చంపేస్తామని హైజాకర్స్ బెదిరించారు”

“నే షాపూర్ లోనే పుట్టిపెరిగాను. అక్కడ మతసామరస్యం కోసం, నా చిన్నప్పటినుండి ఎన్నో కార్యక్రమాల్లో పాల్గొన్నాను. హిందువుల పండగలు, ఉత్సవాల్లో డెకరేషన్ నుండి, క్లీనింగ్ దాకా అన్నిట్లోనూ, నేనూ, మా ఫ్రెండ్స్ పనిచేసేవాళ్ళం. అలాగే రంజాన్, మొహరం పండుగల టైంలో, హిందువులు మాకు సహాయం చేశారు. ఇప్పటికీ ఏదైనా గొడవొస్తే నన్ను పిలిపిస్తుంటారు, మీడియేషన్ కి”

షంసుద్దీన్ ఆమెవైపు చూసి తల ఊపాడు “సిద్ధిఖా చెప్పింది నిజం. పైగా, ఆ స్కూల్ ముస్లింలు ఎక్కువగా ఉన్న ఏరియాలో ఉంది. కాబట్టి, యిదింకో మతఘర్షణకి దారితీయకుండా జాగ్రత్తపడాలి”

“అన్నిటికన్నా ముఖ్యం, ఆ యాత్రికుల పరిస్థితేంటో చూడాలి” చెప్పింది సిద్ధిఖా “వారికి ఆహారం, నీళ్ళైనా దొరుకుతున్నాయో లేదో. నే వెళితే, నా ఫ్రెండ్స్ తో కలిసి ఆ ఏర్పాట్లు చేస్తాను”

“కానీ హైజాకర్స్ మిమ్మల్ని రానివ్వాలిగా?” అడిగాడు జల్హణ్.

“తప్పకుండా రానిస్తారు. వారికి నమ్మకం కలిగించే పూచీనాది. కమెండోస్ విషయం మీరిద్దరూ చూసుకోండి”

“మీరు చాలా సాహసం చేసి వెళుతున్నారు, థాంక్స్”

“భాయ్ సాబ్, థాంక్స్ ఎందుకు. నా భర్తమాట నిలబెట్టేందుకు ట్రై చేస్తున్నా, అంతే”

ఫిబ్రవరి 15, 1993

షాపూర్

ఊరికి పశ్చిమంగా, దాదాపు ఊరి బయటుంది, గవర్నమెంట్ హైస్కూల్. ఓ ఫర్లాంగ్ దూరంలో ఆగి, స్కూల్ వైపు చూసింది సిద్ధిఖా. ట్రెడిషనల్ గా బురఖా వేసుకుని వచ్చింది. జీవితంలో యిప్పటివరకు తాను డీల్ చేసిన గొడవలు వేరు. అవి నైబర్స్ మధ్య అవగాహన, లేదా సహనం లేకపోవడం వల్ల వచ్చినవి. కానీ యిది, హర్కతుల్ అన్సార్ టెర్రరిస్టులతో వ్యవహారం. ఏమాత్రం పొరపాటు చేసినా యాత్రికులతోపాటు, తన ప్రాణాలూ పోతాయి. పైగా, తనతోపాటు షాజియాని కూడా తీసుకొచ్చింది, హైజాకర్స్ కి నమ్మకం కలిగించడానికి. షాజియా చాలా గొడవచేసింది, కోపీతో ఆడుకోవాలి, నేను రానని. ఎలాగో కన్విన్స్ చేసి తీసుకొచ్చింది.

స్కూల్ టెర్రస్ మీద యిద్దరు టెర్రరిస్ట్ లు బైనాక్యులర్స్ తో చుట్టూ గమనిస్తున్నారు. మొత్తం ఎంతమందున్నారో తాను లోనికెళితేగాని తెలియదు. చేత్తో ఓ తెల్లరుమాల్ పట్టుకుని ఊపుతూ నెమ్మదిగా స్కూల్ వైపుకు నడిచింది. రెండోచేత్తో షాజియా చెయ్యి పట్టుకుంది. స్కూల్ ఇంకో వందమీటర్ల దూరంలో ఉంది. టెర్రస్ మీదనుండి చూస్తున్న టెర్రరిస్టులు అలర్టయ్యారు. గన్స్ ని ఆమెకి గురిపెట్టారు. ఆమె డ్రెస్ కోడ్, చేతిలో తెల్లరుమాల్ ని, ఆమె పక్కనే నడుస్తున్న చిన్నపిల్లని చూసి ఆగారు. ఆమె యాభైమీటర్ల దూరంలోకి వచ్చాక, ఆగమని సైగచేశాడో టెర్రరిస్ట్. తనతో ఉన్న టెర్రరిస్ట్ కి ఏదో చెప్పి, దిగి వచ్చాడు.

"ఎవరు నువ్వు?" అడిగాడు, గన్ ఆమెకి గురిపెడుతూ.

"నా పేరు సిద్ధిఖా, ఈ ఊరే"

"ఐతే!? నీకిక్కడేం పని?"

"ఊర్లోని ముస్లిం పెద్దలు పంపించారు, మీతో మాట్లాడ్డానికి"

"దేనిగురించి?"

"లోపలున్న యాత్రికులగురించి. మా ఊళ్ళో చిన్న, చిన్న గొడవలున్నప్పటికీ, హిందూ, ముస్లింల మధ్య మంచి అవగాహన ఉంది. కానీ యిప్పుడు, ఈ హైజాక్ కారణంగా అపనమ్మకం ఏర్పడుతోంది. ఇది ముస్లింలు ఎక్కువగా ఉండే ఏరియా, కాబట్టి మేమే మీకు హెల్ప్ చేశామని రూమర్స్ వస్తున్నాయి"

"అయితే, నాకు లెక్చరివ్వడానికొచ్చావా?" అడిగాడతను అసహనంగా.

"ప్లీస్, భాయ్. నేచెప్పేది విను. మీకు, గవర్నమెంట్ కి మధ్య మేం కల్పించుకోం. యాత్రికులకి ఆహారం, నీళ్ళు మాత్రం యివ్వనిస్తే చాలు. మీ పనయ్యాక మీరెళ్ళిపోతారు. కానీ, దీని గురించి రేపు మాకు, హిందువులకు మధ్య గొడవలు మొదలైతే, మా బతుకు దుర్భరం అవుతుంది. ఈటైంలో మేం యాత్రికులకు సహాయం చేస్తే, కనీసం ముందుముందు గొడవలు రాకుండా ఉంటాయి. కాస్త ఆలోచించండి, మీరైనా వాళ్ళకి తినేందుకు ఏదో ఒకటి అరేంజ్ చేయాలిగా"

అతను ఆలోచిస్తున్నట్టు తలూపాడు. "ఇక్కడే ఆగు" చెప్పి స్కూల్లోకి వెళ్ళాడు. మరో ఐదు నిముషాలయ్యాక, ఇంకో టెర్రరిస్ట్ తోపాటు బయటికొచ్చాడు. బహుశా అతను లీడరయ్యుండాలి.

"నీ పేరు?" అడిగాడు లీడర్, చాలా కరుగ్గా. అతడిపేరు వికార్ మొహ్మద్.

"సిద్దిఖా"

"ఇదెవరు?" అడిగాడు, గన్ ని షాజియా వైపు చూపిస్తూ. షాజియా అప్పటికే భయంతో తల్లిని గట్టిగా పట్టుకుంది.

"నా కూతురు, షాజియా. నేను మిమ్మల్ని మోసం చేయడానికి రాలేదు, భాయ్.. "

"నోర్మూసుకో" సడన్ గా అరిచాడు, వికార్ మొహ్మద్. షాజియా భయంతో ఏడుస్తోంది. "అడిగినప్పుడు మాత్రం మాట్లాడు" చెప్పి తనమనిషి వైపు తిరిగాడు "మొహంమీది బురఖా తీయించి, దీని ఫోటోతీసుకో. ఊళ్ళోకెళ్ళి కనుక్కురా. ఇది చెప్పిందాంట్లో ఏదైనా తేడా ఉంటే, తల్లీ, బిడ్డా యిద్దరినీ చంపేసి, యిక్కడే పాతిపెడదాం"

సిద్దిఖా మనసు చివుక్కుమంది. తామూ మనుషులనే గౌరవంలేకుండా అది, ఇది, దీన్ని అంటూ మాట్లాడుతున్నాడు. స్త్రీలంటే అంత లోకువైపోయింది వెధవలకి. తర్వాత గంటసేపు అక్కడే రోడ్ మీదే ఆగింది. ఓవైపు షాజియాని సముదాయించలేక, యింకోవైపు టెర్రరిస్ట్ లీడర్ అనుమానపు చూపులు భరించలేక, నరకంలా ఉంది. కానీ, తప్పదు. ఈ ఊర్లో శాంతికోసం, తన భర్తమాట నిలబెట్టడంకోసం, భరించాలి. మొదటి టెర్రరిస్ట్ తిరిగొచ్చాక, యిద్దరూ కాస్త పక్కకెళ్ళి మాట్లాడుకున్నారు.

మరో ఐదునిముషాలకి తిరిగొచ్చి "సరే, లోపల వందమంది పైనే ఉన్నారు. అందరికీ నువ్వొక్కదానివే ఎలా అరేంజ్ చేస్తావు?" అడిగాడు.

"నాతో యింకో నలుగురు ఆడవాళ్ళని తీసుకొస్తాను. రొట్టెలు, బిస్కట్లు, నీళ్ళ బాటిల్స్ అన్నీ వాన్ లో తెచ్చి, యిక్కడే దింపుకుంటాం"

"వెళ్ళు. కానీ, మోసం చేయాలని చూశావో, ముందు నీకూతురి ప్రాణాలుపోతాయి, జాగ్రత్త. దీన్నిక్కడే వదిలివెళ్ళు" చెప్పాడు, షాజియా చెయ్యిపట్టుకుని లాగుతూ.

బాధతో సిద్దిఖా మొహం చిన్నబోయింది. ఇవి తన జీవితంలో అన్నిటికన్నా దురదృష్టకరమైన క్షణాలు. అతికష్టంమీద షాజియాని విడిపించుకుని, షాపూర్ గ్రామంవైపుకి పరిగెత్తింది. తిరిగొచ్చి షాజియాని తన చేతుల్లోకి తీసుకునేవరకూ తనకి శాంతిలేదు. మనసుకు ఆలోచించే శక్తిలేకుండా మొద్దుబారేలా చేయమని అల్లాని ప్రార్థిస్తోంది. టెర్రరిస్ట్ లు యింత క్రూరంగా ఉంటారని అనుకోలేదు, కాస్తం నమ్మకం కలిగిస్తే చాలనుకుంది. వాడు ఏకంగా తన కూతుర్నే తననుండి లాగేసుకుంటాడని ఊహించలేదు.

ఆమె తిరిగొచ్చేసరికి మధ్యాహ్నం పన్నెండున్నర కావచ్చింది. ఓ టెర్రరిస్ట్ వచ్చి, మెటల్ డిటెక్టర్స్ తో తమని, ఆహారాన్ని చెక్ చేసి లోనికెళ్ళేందుకు మరో అరగంట పట్టింది. ముసుగులు తీసి మొహాలు చూపించమని అడిగాడు. ఆ తర్వాత లోనికి తీసికెళ్ళాడు. మెయిన్ గేట్ వైపు స్కూల్ బిల్డింగ్ ఉంది. ప్లే గ్రౌండ్ వెనకుంది. అక్కడ, ప్లే గ్రౌండ్ లో యాత్రికుల్ని కూచోబెట్టారు.

"ఈ కాఫిర్లకి మీమొహాలు చూపించే అవసరంలేదు, ముసుగులేసుకోండి. ఎవరితోనూ మాట్లాడొద్దు. ముస్లింలలో చెడబుట్టారు" తిట్టాడు, టెర్రరిస్ట్ లీడర్.

సిద్దిఖా, ఆమెతో వచ్చిన నలుగురు, మనసు రాయిచేసుకుని అవన్నీ భరిస్తున్నారు. సిద్దిఖామాత్రం ముసుగు వేసుకోలేదు. లోనికెళ్ళగానే, ముందు ఆమె చూపులు షాజియాని వెతికాయి. కిందే కూచుని, యాత్రికుల్లో యింకో చిన్నపిల్లతో ఏదో చెబుతోంది, బాగా ఏడ్చినట్టుంది, కళ్ళు ఎర్రబడ్డాయి. తల్లిని చూడగానే పరిగెత్తుకుంటూ వచ్చింది. ఎత్తుకోగానే గట్టిగా హత్తుకుని "అమ్మీ, నన్నెందుకు వదిలేసి వెళ్ళావు. ఇప్పుడే మనింటికి వెళ్ళిపోదాం" అంటూ ఏడుస్తోంది.

షాజియాని సముదాయించి, యాత్రికులవైపు చూసింది సిద్ధిఖా. అలాంటి దృశ్యాన్ని ముందెప్పుడూ చూడలేదు. చిన్నపిల్లలు, వయసులో ఉన్నవాళ్లు, ముసలివాళ్ళు... అందరి మొహాల్లోనూ ప్రాణభయం, ఏం జరగబోతోందో అనే టెన్షన్. తమని కూడా అనుమానంగానే చూస్తున్నారు. తన కూతుర్ని కాసేపు యిక్కడ వదిలివెళ్ళేందుకే తనకి ప్రాణాలు పోయినట్టుగా అనిపించింది. పాపం యాత్రికులు, రాత్రినుండి ప్రాణాలు అరచేతిలో పెట్టుకునున్నారు.

మౌనంగానే అందరికీ రొట్టెలు, నీళ్ళు సర్వ్ చేయడం మొదలుపెట్టారు. చిన్నపిల్లలకి బిస్కట్స్ యిచ్చారు. టెర్రరిస్ట్ లు మొత్తం ఐదుమందున్నారు, లీడర్ తో కలిపి. ఇద్దరు టెర్రస్ పైనుండి గమనిస్తున్నారు. మిగిలిన ముగ్గురు యాత్రికుల్ని కవర్ చేస్తున్నారు.

యాత్రికుల గుంపులోనే, ఓవైపుగా కూచునున్నారు శివానందసరస్వతి, ఆయన నలుగురు శిష్యులు. షాజియాని చూడగానే ఆయనకి అర్థమైంది, వచ్చింది సిద్ధిఖా అని. సిద్ధిఖా ఆయన్ని చూసి తలమాత్రం ఊపింది. తనకేం వద్దని సైగచేశారు. ఆయన కళ్లు యింకేమో చెబుతున్నాయి. ఏదో వైపుకు చూడమని సైగ చేస్తున్నాయి. కానీ, ఆమె గమనించే లోపే ఓ టెర్రరిస్ట్ అటువైపు రావడంతో ముందుకు కదిలింది.

సరిగ్గా అరగంటకి టెర్రరిస్ట్ ల లీడర్ తన చెయ్యి పైకెత్తాడు "ఇక వెళ్ళండి. ఈ కాఫిర్లకి సేవచేసింది చాలు" చెప్పాడు. విధిలేక సిద్ధిఖా, ఆమెతో వచ్చిన నలుగురు బయల్దేరారు.

వికార్ మొహ్మద్ వైపు చూసి, "రాత్రికి కూడా ఆహారం తెస్తాం, ప్లీస్ కాదనకండి" చెప్పింది.

అతను ఓ నిముషం ఆలోచించాడు. "నీ కూతుర్ని కూడా తీసుకురా. ఏదైనా అటూ, యిటూ అయిందో, తెలుసుగా" చెప్పాడు, షాజియా వైపు గన్ చూపించి.

సిద్ధిఖా తలూపింది "థాంక్యూ, భాయ్ సాబ్" చెప్పింది వెళుతూ.

"నోర్మూసుకుని వెళ్ళు, ఎవడే నీకు భాయ్. కాఫిర్లకి సేవచేసి, కాళ్ళుకడిగి, వారిదయతో బతకాలనుకుంటోంది, సిగ్గులేకుండా. ఇంతకంటే చావడం మేలు. పైగా ఇంగ్లీష్, దీని మొహానికి" మళ్ళీ తిట్లు మొదలెట్టాడు. వినలేక త్వరగా బయటికి నడిచారు.

'అమిర్ ఖుస్రో ఎండ్ సూఫీ డివోషనల్ పొయట్రీ' సబ్జెక్ట్ మీద డాక్టరేట్ చేసిన తాను, ఇప్పుడీ వెధవల తిట్లు భరించాల్సివస్తోంది. మానవత్వం మర్చిపోయి, హింస, మతవిద్వేషాలతో దేశాన్ని రక్తసిక్తంచేస్తున్న వీరికి ఇస్లాంగురించి తానేం చెప్పగలదు. ఇలాంటివారి కారణంగా ఇస్లామిక్ టెర్రరిజం లాంటి కొత్తమాటలు పుట్టుకొస్తున్నాయి. వాటిని విన్నప్పుడల్లా, గౌరవంగా బతుకుతున్న తనలాంటి ముస్లింలకి చెవుల్లో ఆసిడ్ పోసినట్టుంటుంది.

బయటికినడుస్తూ, సడన్ గా తలతిప్పి స్కూల్ బిల్డింగ్ వైపు చూసింది, అక్కడినుండి ఎవరో తనని గమనించినట్టైంది. క్లాస్ రూంస్ తలుపులన్నీ గడియవేసే ఉన్నాయి, రెండు తప్ప. వాటి తలుపులు మాత్రం కొద్దిగా తెరుచుకునున్నాయి. అక్కడినుండే తననెవరో చూస్తున్నారు. అప్పుడర్థమైంది, గురువుగారేం సైగచేశారో. టెర్రరిస్టుల పెద్దగుంపే దాక్కునుండాలి స్కూల్ లో. బయటికి మాత్రం, ఐదుమందే కనిపిస్తున్నారు. ఎందుకని, ఏంటి వీరి ఉద్దేశ్యం!?

ఫిబ్రవరి 15, 1993

జునాఘడ్ నుండి భావనాథ్ వెళ్ళేదారిలో, జాడేశ్వర్ మందిరం ఎదురుగా రోడ్డుకి ఓ ఫర్లాంగ్ దూరంలో ఉంది, ఆ రాజమహల్. ఊరికి దూరంగా విసిరేసినట్టుగా ఉంది. ఐదెకరాల ఆ ఎస్టేట్ చుట్టూ పదడుగుల ఎత్తున్న ప్రహరీగోడ ధృఢంగాఉంది. స్టీల్ తో చేయబడిన మెయిన్ గేట్, రాజమహల్ ముఖద్వారాలు మూడువందల సంవత్సరాలు గడిచినా ధృఢంగానే ఉన్నాయి.

రాత్రి ఏడు కావస్తోంది. జల్వాణసూర్ కుటుంబంలో అందరూ షంసుద్దీన్ హబీబ్ యింటికి వెళ్ళారు. జల్వాణ్ మాత్రం రాజమహల్ కి తిరిగొచ్చాడు, శర్వగ్నులతో ఎమర్జెన్సీ మీటింగ్ కి. కేవలం నలుగురు శర్వగ్నుల్ని మాత్రం పిలిచాడు. మిగిలిన రెండొందలమంది జునాఘడ్ లో, భావనాథ్ లో యాత్రికుల్లా దిగారు. రాజమహల్ ప్రాంగణంలోని మర్రిచెట్టు కింద మీటింగ్ ఏర్పాటు చేయబడింది.

ఆ చెట్టుకిందే ఓ శివాలయం ఉంది. అది రాజమహల్ కంటే వందేళ్లముందు కట్టబడింది. అందులో శివలింగం, దాని వెనక గోడలో చెక్కబడ్డ నటరాజ విగ్రహం ఉన్నాయి. అలయం వెనక ఓ చిన్నవాగు ప్రవహిస్తోంది. అది భావనాథ్ వైపునుండి వచ్చి, సోన్ రేఖ్ నదిలో కలుస్తుంది. ప్రహరీగోడకి అటూ, యిటూ వాగు లోనికి రావడానికి, బయటికెళ్ళడానికి అనుకూలంగా రెండు స్లూయిస్ గేట్లున్నాయి. సాయంత్రందాకా కపర్ది, షాజియా అక్కడే ఆడుకున్నారు. ఆరోజు ఉదయం జరిగిన సంఘటనలతో షాజియా యింకా షాక్ లోనే ఉంది. ముభావంగానే కపర్ది వెనక తిరుగుతోంది.

రాజమహల్ కేర్ టేకర్ కిరీట్ సోలంకి, అతడిభార్య సురభి, మెయింటెనెన్స్ తోపాటు రాజమహల్ కి సంబంధించిన అన్ని పనులు చూసుకుంటారు. కపర్ది అంటే సురభికి చాలా అభిమానం. చిన్నప్పటినుండి, ఎప్పుడు జునాఘడ్ వచ్చినా ఆమె చంకలోనే ఉండేవాడు. ఆ వాగుని, శివాలయాన్ని చూపిస్తూ అతడికి ఏవేవో కథలుచెప్పేది. కపర్ది, ఆ వాగుకి సురభినది అని పేరు పెట్టేశాడు. ఆ మందిరం, వాగు పరిసరాలంటే శివానందసరస్వతికి చాలా యిష్టం. ఇక్కడ ధ్యానం బాగా కుదురుతుంది అంటారు. పైగా, తీరిక దొరికినప్పుడు యిక్కడికొచ్చి శిల్పాలుచెక్కడం ఆయన హాబీ. అందుకే, మందిరంలో ఓ ఉలి, సుత్తి ఎప్పుడూ ఆయనకోసం సిద్ధంగా ఉంచారు.

"ఫ్రెండ్స్. లేటెస్ట్ న్యూస్ ప్రకారం, గవర్నమెంట్ రేపుదయం హఫీజ్ మాలిక్ ని విడుదలచేసేలా ఉంది. మనం ఏం చేసినా, ఈ రాత్రిలోపే చేయాలి" చెప్పాడు జల్వాణ్.

"వాడిని విడుదలచేస్తే ఎలాగూ యాత్రికుల్ని వదిలేస్తారుగా. వారితో గురువుగారు కూడా వచ్చేస్తారు. మనం సైలెంట్ గా ఉండండం మంచిదేమో" అడిగాడొక మెంబర్.

"మరి స్కూల్లోని టెర్రరిస్ట్ లు ఎలా తప్పించుకుని వెళతారో ఆలోచించావా?"

"అదెంతపని, యాత్రికుల్లో ఎవరో ఒకరిద్దరిని హ్యూమన్ షీల్డ్ గా వాడుకుంటారు"

"అదే అసలు ప్లాన్! మన గురువుగారినే షీల్డ్ గా తీసికెళ్ళి, సరిగా ఈనెల ఇరవైన హరిద్వార్, లేదా ఢిల్లీదగ్గర వదిలేస్తారు. అప్పుడు కోర్ట్ లో గణపతి ఆశ్రమం ఓడిపోకతప్పదు. ఇప్పటికే రెండు వాయిదాలయ్యాయి. ఇంకోసారి వాయిదా అడిగే ఛాన్స్ లేదు"

వింటున్న నలుగురికీ విషయం సీరియస్ అని అర్ధమైంది.

"అయితే, ఏంచేద్దాం?"

"అటాక్ చేయకతప్పదు. ఇన్ఫర్మేషన్ ప్రకారం టెర్రరిస్ట్ లు ఐదుమందున్నారు. అది పైకి కనిపిస్తున్న నెంబర్. కానీ స్కూల్ గదుల్లో రెండింటిలో యింకొంతమంది దాక్కున్నారు. నా అంచనా ప్రకారం సుమారు ముప్పై లేదా నలభైమంది ఉండాలి"

"లీడర్?"

"పోలికల్నిబట్టి, వాడు వికార్ మొహ్మద్ అయ్యుండాలి"

"అంతమంది ఎందుకు దాక్కున్నట్టు. ఇంకేదో ప్లాన్ చేస్తున్నారనుకుంటా. బహుశా, గురువుగారు రాజశాసనాన్ని బయటికి తేగానే అటాక్ చేయడానికేమో?" చెప్పాడు, అంతవరకు నిశ్శబ్దంగా వింటున్న నాలుగో మెంబర్.

జల్హణసూర్ అతడి వైపు సీరియస్ గా చూశాడు "ఈరాత్రికి మనం అటాక్ చేస్తున్నాం. వారి ప్లాన్ ఏమయ్యుంటుందో రేపు తీరిగ్గా ఆలోచించుకోవచ్చు!"

"సారీ మళ్ళోలా, చెప్పండి"

"ఈరోజు ఉదయంలానే రాత్రికి కూడా, ఆ ఐదుమంది ముస్లిం స్త్రీలు యాత్రికులకి ఆహారం తీసికెళుతున్నారు. ఈమధ్యే షాపూర్లోంచి హైవే వైపుకి డ్రైనేజ్ వేస్తున్నారు. అది స్కూల్ కాంపౌండ్ వాల్ కి దగ్గరగా వెళుతోంది. స్కూల్ గేట్ దగ్గర యింకా డ్రైనేజ్ వేయలేదు. వరుసగా రెండుమూడురోజులు స్కూల్ కి సెలవులొచ్చినపుడు వేయాలని ప్లాన్. మనం ఐదుమంది ఆ డ్రైనేజ్ ద్వారానే పాక్కుంటూ గేట్ దగ్గరికి చేరుకోవాలి"

అందరూ ఊపిరి బిగబట్టి వింటున్నారు. ఏకే47- గన్స్ తో వచ్చిన నలభైమంది టెర్రరిస్ట్ లమీదికి, తాము ఐదుమంది ... అదీ కేవలం ఖండాలతో అటాక్ చేయాలి!

ఫిబ్రవరి 15, 1993

సిద్ధిఖా, తన నలుగురు ఫ్రెండ్స్ తో స్కూల్ ముందు దిగేసరికి రాత్రి తొమ్మిదైంది. షాజియాని కూడా తీసుకొచ్చింది. ఈసారి రానంటేరానని షాజియా చాలా మొండికేసింది. చాలా కష్టంమీద కన్విన్స్ చేసి తీసుకొచ్చింది. దారిలో పోలీసులు ఆపి ప్రశ్నలు వేయడంతో, మరో పదిహేను నిముషాలు ఆలస్యమైంది.

ఉదయంలాగే, స్కూల్ కాంపౌండ్ గోడకి యాభై అడుగులదూరంలో వాన్ దిగారు. సరంజామా దింపుకోగానే వాన్ దూరంగావెళ్ళింది. స్కూల్ టెర్రస్ పైనుండి చూస్తున్న టెర్రరిస్ట్ తన సెర్చ్ లైట్ వారివైపుకి తిప్పాడు. మొహాలు చూపించమని సైగ చేయడంతో ముసుగులు తీశారు. వారిమొహాల్నీ, షాజియానికూడా చూశాక, వాడు అక్కడినుండే చెయ్యూపాడు, లోనికి రమ్మని. సిద్ధిఖా తాను ముందు నడుస్తూ, వారిని తనవెనకే రమ్మని చెప్పింది.

ఐదుగురూ, సరంజామా మోసుకుంటూ స్కూల్ గేట్ చేరుకున్నారు. గేట్ దాటితే ఓ చిన్న అడ్డుగోడ ఉంది. గేట్ నుండి స్కూల్లోకి ఎవరూ నేరుగా చూసే వీల్లేకుండా. అడ్డుగోడకి ఓ వైపునుండి ఎంట్రీ, యింకోవైపునుండి ఎక్సిట్. సరిగా గేట్ దగ్గరికి రాగానే సిద్ధిఖా ఆగింది. తనతో వస్తున్న నలుగురినీ కూడా నిశ్శబ్దంగా తనవెనకే రమ్మని సైగచేసి, సడన్ గా కాంపౌండ్ వాల్ కి, డ్రైనేజికి మధ్య ఉన్న కాస్త గేప్ లోకి వెళ్ళినిలుచుంది. ఐదుగురూ ఆ గేప్ లోకి వెళ్లగానే, డ్రైనేజిలోంచి ఐదు ఆకారాలు పైకిలేచాయి. ఆమె ఫ్రెండ్స్ అరవబోయారు. ఆమె సైగచేయడంతో తమాయించుకున్నారు.

ఆ ఐదు ఆకారాలు బురఖాల్లోనే వచ్చాయి. వారిచేతుల్లోంచి సరంజామాని త్వరగా తీసుకుని గేట్ వైపుకి కదిలాయి. ఓ ఆకారం, సిద్ధిఖా చేతినుండి షాజియాని తనచేతుల్లోకి తీసుకుంది. షాజియా గింజుకుంటూ ఏడవడం మొదలుపెట్టింది. అది జల్హణసూర్ అని షాజియాకి తెలియదు, ... ఆమె తల్లికికూడా! కమెండోస్ అక్కడికి వస్తారని మాత్రం సిద్ధిఖాకి తెలుసు. మనసు రాయిచేసుకుని షాజియాని అప్పగించింది. ఇప్పుడు జరగబోయేదేంటో ఆమెకి తెలుసు. అందులోంచి తన కూతురు ప్రాణాలతో తిరిగొస్తుందో... లేక!?

ఐదుగురూ లోనికెళ్ళాక, ఓ టెర్రరిస్ట్ వచ్చి ఆహారం డబ్బాల్ని చెక్ చేశాడు. తర్వాత అందరినీ లోనికి తీసికెళ్ళాడు. షాజియాని కిందకి దింపి చుట్టూచూశాడు జల్హణ్. టెర్రరిస్ట్ లీడర్, వికార్ అహ్మద్ స్కూల్ బిల్డింగ్ వెనకగోడవైపు నించుని, అక్కడే సెట్ చేసిన టివిలో న్యూస్ చూస్తున్నాడు. ఈ హైజాక్ గురించి, రేపు హాఫీజ్ మాలిక్ విడుదల గురించి న్యూస్ లో చెబుతుంటే, వాడి మొహంలో సంతోషం తాండవం చేస్తోంది. మాటిమాటికీ తన గన్ పైకెత్తుతూ, మిగిలిన ఇద్దరివైపు చూస్తున్నాడు. టెర్రస్ మీది యిద్దరు కూడా, అప్పుడప్పుడూ వచ్చి న్యూస్ చూస్తున్నారు.

యాత్రికుల మధ్యలో ఓ స్టాండ్ కి బల్బ్ వేసుంది. అదొక్కటే అక్కడ వెలుగుతోంది. జల్హణ్, బిస్కెట్స్ పిల్లలకిస్తూ శివానందసరస్వతి కూచున్న వైపుకి కదిలాడు. రెండోచేత్తో షాజియా చెయ్యిపట్టుకుని నడిపించుకుంటూ వస్తున్నాడు. మిగిలిన శర్వగ్నులు, రొట్టెల్నీ, నీళ్ళబాటిల్స్ ని పంచుతూ చెరోవైపుకీ వెళుతున్నారు. ఇద్దరు టెర్రరిస్ట్ ల వైపుకి, ఇద్దరు టెర్రస్ కి వెళ్ళే మెట్లవైపుకి మెల్లగా కదులుతున్నారు.

షాజియా, శివానందసరస్వతిని చూసి గుర్తుపట్టి ఏదో అనబోయింది. నిశ్శబ్దంగా ఉండమని ఆయన సైగచేయడంతో సైలెంటైంది. జల్హణ్ ఆమెచెయ్యి వదిలేసి, మెల్లగా వికార్ మొహ్మద్ ఉన్నవైపుకి కదిలాడు.

చేతులు బిస్కెట్స్ పంచుతున్నాయి, కానీ చూపులుమాత్రం వాడిమీదే. వాడికి నాలుగైదు అడుగులదూరంలోకి వచ్చేశాడు.

అప్పటికే మిగిలిన నలుగురు శర్వగ్నులు తమ పొసిషన్స్ చేరుకున్నారు. జల్హణ్ వారిని చూసి తలూపాడు. రెప్పపాటులో ఖండాలు బయటికితీసి అటాక్ చేశారు. జల్హణ్ చేతిలోని ఖండా, వికారహ్మాద్ మెడని తాకింది. అదే టైంకి, ఇద్దరు శర్వగ్నులు వేగంగా టెర్రస్ మీదికి పెళ్ళారు, మిగిలిన యిద్దరూ కిందున్న టెర్రరిస్ట్ లని ముగించారు.

ఒకే నిముషంలో ఐదుమంది టెర్రరిస్టుల్ని నరికేయడంతో, యాత్రికులు స్టన్ అయ్యారు. భయంతో కేకలుపెట్టడం మొదలుపెట్టారు. కిందున్న యిద్దరు శర్వగ్నులు, వాళ్లని అరవొద్దని కంట్రోల్ చేస్తున్న క్షణంలో, జల్హణసూర్ సూటిగా స్కూల్ బిల్డింగ్ వైపుకి పరుగులుతీశాడు. ఎంత ప్రయత్నించినా, యాత్రికుల అరుపులు స్కూల్ బిల్డింగ్ లో దాక్కున్న టెర్రరిస్టులకి వినిపించే ఉంటాయి. అసలైన యుద్ధం యిప్పుడు మొదలవుతుంది.

టెర్రస్ మీదికెక్కిన యిద్దరు శర్వగ్నులు వీలైనంత వేగంగా దిగి, జల్హణ్ కి సహాయం చేయడానికొస్తూ, కొన్ని క్షణాలు అలాగే కొయ్యబారిపోయి చూశారు. జల్హణ్ ఖండావేగం గురించి విన్నారు. కానీ, నిజమైన అటాక్ లో ఎప్పుడూ చూడలేదు. అతడి పాదాలు, వైశాఖ, ప్రత్యాలీఢ పొసిషన్స్ లోకి వేగంగా మారుతున్నాయి. చేతిలో ఖండా కనబడ్డంలేదు, అది గాల్లో వేగంగా కదులుతున్న శబ్దం, టెర్రరిస్ట్ ల కేకలు మాత్రం వినిపిస్తున్నాయి. గన్ ఎక్కుపెట్టే ఛాన్స్ కూడా యివ్వకుండా అతడి ఖండా వారి మెడనరాల్ని కోసేస్తోంది. కొన్ని క్షణాలకి యిద్దరూ ఈలోకంలోకి వచ్చి, అతడికి సహాయం చేయడానికి పెళ్ళారు.

మరో ఐదునిముషాల్లో అక్కడి నేలంతా రక్తసిక్తమైంది. ముప్పైఐదుమంది టెర్రరిస్టుల శరీరాలు తెగిపడ్డాయి. పనవగానే, తన అనుచరులవైపు చూసి సైగచేశాడు. ఖండాల్ని ఒరల్లో దాచేసి, క్షణాల్లో అందరూ గేట్ నుండి బయటికొచ్చారు. సిద్ధిఖా, ఆమె నలుగురు స్నేహితులు ఊపిరి బిగబట్టి భయంభయంగా అక్కడే నించున్నారు. వారికి కేకలు మాత్రం వినబడ్డాయి. లోపలేం జరిగిందో చూసేందుకు ధైర్యం చాలడంలేదు. జల్హణ్ ఆమెని చూసి, లోనికెళ్ళమని చేత్తో సైగచేశాడు.

సిద్ధిఖా స్కూల్లోకి పరుగులుతీసింది. మిగిలిన నలుగురుకూడా, భయపడుతూ ఆమె పెనకేపెళ్ళారు. సిద్ధిఖా నేరుగా స్కూల్ పెనక గ్రౌండ్ లోకి పెళ్ళింది. అప్పటికే అక్కడ చాలా గందరగోళంగా ఉంది. యాత్రికుల్లో కొందరు బయటికి పరుగులు తీయబోతూ, మధ్యలో ఆగి అటూ, యిటూ చూస్తున్నారు. ముసుగుల్లో తమవైపుకి వస్తున్న సిద్ధిఖాని, ఆమె స్నేహితుల్ని చూసి భయంతో, అనుమానంతో ఆగిపోయారు. మిగిలిన యాత్రికులు నేలమీదే కూచుని భయంతో మొహాలు కప్పుకుని, తమ కులదైవాల్ని తలుచుకుంటున్నారు. ఏం జరుగుతోందో తెలియక కొందరు ఏడుస్తున్నారు.

శివానందసరస్వతి ఒళ్ళోకూచుని అటూ, యిటూ చూస్తున్న షాజియాని చూశాక, సిద్ధిఖా మామూలు మనిషైంది. ఆ క్షణాల్ని జీవితంలో ఎప్పటికీ మరచిపోలేదు. షాజియా పరుగులుపెడుతూ తల్లి దగ్గరికి వచ్చేసింది. ఉదయం కంటే, యిప్పుడు అమ్మీ చాలాత్వరగా వచ్చేసింది, అదే షాజియా సంతోషం. అంతకుమించి, యింకేమీ అర్థమయ్యే వయసుకాదు తనది.

సిద్ధిఖా, అందరినీ నిశ్శబ్దంగా ఉండమని సైగచేసింది. ఆమె స్నేహితులు కూడా ముసుగులు తీశారు. ఐదుగురు ఆడవాళ్లని చూశాక, యాత్రికులు కాస్త స్థిమితపడ్డారు. సిద్ధిఖా తన స్నేహితుల్లో యిద్దరికి ఏదో చెప్పి బయటికిపంపింది. సద్దుమణిగాక చెప్పింది "ఇందాక ముసుగుల్లో వచ్చింది, బ్లాక్ కమెండోస్ అట.

మాకు సడన్ గా గేట్ దగ్గర ఎదురయ్యారు. మమ్మల్ని ఆపేసి లోనికొచ్చారు, టెర్రరిస్టులందర్నీ చంపేశారు. కాబట్టి మీకిప్పుడు భయంలేదు. మేం షాపూర్లోనే పుట్టి పెరిగాం. మీకు సహాయం చేయాలనేవచ్చాం"

అందరి మొహాల్లోనూ రిలీఫ్, బ్రతుకుమీద ఆశ తిరిగిపుట్టింది. "మా స్నేహితులు పోలీసుల్ని తీసుకురావడానికి వెళ్ళారు. పోలీస్ వచ్చేవరకూ కాస్త ఓపిగ్గా ఉండండి చెప్పింది"

ఫిబ్రవరి 16, 1993
న్యూఢిల్లీ

ఉదయం నాలుగవుతోంది. పాకిస్తాన్ హైకమిషన్ ఆఫీస్ లో ఒక్కరూంలో మాత్రం లైట్ వెలుగుతోంది. రాత్రంతా మేలుకునే ఉన్నాడు హమీద్.

రాత్రి తొమ్మిదిన్నరకి అనీఫ్ నుండి ఫోనొచ్చింది. స్కూల్ టెర్రస్ మీది టెర్రరిస్ట్ లు కనబడ్డంలేదని. యాత్రికులు, హడావిడిగా అటు, యిటు పరిగెడుతున్నారని చెప్పాడు. కాస్త దగ్గరగావెళ్ళి కనుక్కోమని చెప్పాడు, హమీద్.

మరో గంటన్నర తర్వాత అనీఫ్, ఓ పబ్లిక్ బూత్ నుండి తిరిగి ఫోన్ చేశాడు. స్కూల్లోకి పోలీసులు, న్యూస్ రిపోర్టర్స్ అప్పటికే వచ్చేశారు. వికారహ్మద్ తో సహా టెర్రరిస్టులందర్నీ ఇండియన్ కమెండోస్ చంపేసి, యాత్రికుల్ని విడిపించారని. విచిత్రం ఏంటంటే గన్స్ వాడలేదు, కత్తులతోనే అటాక్ చేశారని, ఐదే నిముషాల్లో అందర్నీ ఫినిష్ చేశారని చెప్పాడు.

హమీద్ దవడకండరాలు బిగుసుకున్నాయి. ఇది కచ్చితంగా కమెండో ఆపరేషన్ కాదు. ఎందుకంటే, రేపటికల్లా హాఫీజ్ మాలిక్ ని గవర్నమెంట్ నిజంగానే విడుదలచేస్తోంది. న్యూస్ లో మాత్రమే కాకుండా, తన సోర్సస్ ద్వారా కూడా ఈ విషయం కన్ఫర్మ్ చేసుకున్నాడు. అంతలోనే ఈ షాకింగ్ న్యూస్. అంటే, ... కార్తికేయాశ్రమం చెప్పిందే నిజం. అది కేవలం భ్రమకాదు ... శతాబ్దాలుగా ప్రాచీనకేదారేశ్వరాన్ని అజ్ఞాతంగా కాపాడుకుంటూ వస్తున్న, శర్వగ్ని ఉద్యమం అనే భయంకరమైన నిజం!

ఇదంతా ఎలాజరిగిందో కనుక్కుని ఫోన్ చేయమని అనీఫ్ కి చెప్పాడు. దానికోసమే ఎదురుచూస్తున్నాడు. మరో పదినిముషాలకి ఫోన్ మోగింది. అనీఫ్ చెబుతుంటే, డిటైల్స్ మౌనంగా విన్నాడు హమీద్.

"ఈ సిద్దిఖా ఎవరో కనుక్కున్నావా?"

"ఎస్ సర్. ఆమెది షాపూరే. నిఖా అయ్యాక జునాఘడ్ వెళ్ళింది. ఆమె పోలీస్ కి, ప్రెస్ కి చెప్పినవన్నీ కరెక్టే"

"క్లోస్ గా ఫాలో చేయ్, ఎక్కడికెళుతోంది, ఎవరెవర్ని కలుస్తోంది, అన్ని డిటైల్స్ మధ్యాహ్నంలోగా కలెక్ట్ చేసుకో"

"రైట్ సర్. పన్నెండులోపే తిరిగి ఫోన్ చేస్తాను"

"అక్కర్లేదు, నేనే జునాఘడ్ వస్తున్నాను. సరిగ్గా పదకొండున్నరకి రాజ్ కోట్ ఎయిర్ పోర్ట్ నుండి నన్ను పికప్ చేసుకో" చెప్పి ఫోన్ పెట్టేశాడు హమీద్. సీరియస్ గా ఆలోచిస్తున్నాడు. మృత్యు చదరంగం మొదలైంది, తానే మొదలుపెట్టాడు. శత్రువులు తమ స్టెప్ వేశారు. ఇప్పుడు తనవంతు.

తిరిగి ఫోన్ తీశాడు. ఇప్పుడు అర్జెంట్ గా తనకి కనీసం ఓ వందమంది కావాలి. ఈ అవసరం రాదనే అనుకున్నాడు, కానీ వచ్చింది.

అటువైపు రింగయ్యాక, నాలుగంకెల ఎక్స్ టెన్షన్ నంబర్ కొట్టాడు. అది తీహార్ జైల్లోని ఓ అధికారిది. అతను హర్కతుల్ అన్సర్ సింపథైసర్. అటువైపు ఫోన్ తీయగానే, తన కోడ్ వర్డ్ చెప్పాడు హమీద్. కాల్ ట్రాన్స్ ఫర్ అవుతోంది,...జైల్లోని ఓ సెల్ కి! చాలాసేపు రింగయ్యాక అటునుండి ఎవరో ఫోన్ తీశారు, "హఫీజ్ మాలిక్" వినిపించింది, నిద్రమత్తులో ఉన్న స్వరం.

ఫిబ్రవరి 17, 1993

జునాఘడ్

“సారీ బెహెన్, మా కారణంగా మీరా వెధవలతో అన్ని మాటలు పడ్డారు” చెప్పాడు జల్హణ్, సిద్ధిఖా వైపు చూస్తూ. ముందుగా అనుకున్న ప్రకారం, అందరూ పగలు జల్హణ్ యింటికి వచ్చారు. మర్రిచెట్టు కింద, శివాలయానికి ఎదురుగా కిందే కూచున్నారు.

“సారీ ఎందుకు భాయ్ సాబ్. యాత్రికుల్ని, స్వామీజీని విడిపించడం నా డ్యూటీ అనుకున్నాను, చేశాను. అయినా యిందులో నేను చేసిందేంటి. అంతా కమెండోస్ చేశారు. కానీ, ఆ ఐదు, పది నిముషాలు మాత్రం గుండె ఆగిపోతోందేమోనన్నంత టెన్షన్ పడ్డమాట నిజం” చెప్పింది సిద్ధిఖా.

ఇప్పుడామె జునాఘడ్ లో హీరోయిన్ అయిపోయింది. ఎంత వద్దనుకున్నా, మీడియా ఆమెని ఆకాశానికెత్తేసింది. కమెండోస్ గురించి తనకేం తెలియదని, యాత్రికులకి అన్నం, నీళ్ళు యివ్వడానికి మాత్రం వెళ్ళానని మీడియాతో చెప్పింది. సెంట్రల్ హోంమినిస్ట్రీ కూడా, యిది తమ కమెండోస్ చేసిందే అంటూ క్రెడిట్ కొట్టేసింది. కానీ, యిది ఎవరు చేశారో రహస్యంగా ఇన్వెస్టిగేట్ చేయమని సిబిఐకి ఆర్డర్స్ వేసింది.

“ఇంతకీ షాజియా ఎలా ఉంది? పాపం చిన్నపిల్ల, బాగా భయపడినట్టుంది” చెప్పాడు జల్హణ్, కాస్తదూరంలో ఆడుకుంటున్న పిల్లల్ని చూస్తూ. షాజియా ముందులా ఉత్సాహంగా కనబడ్డంలేదు. ముభావంగా కపర్దితో తిరుగుతోంది. ఏం అడిగినా సమాధానంకూడా చెప్పడంలేదు. సిద్ధిఖా ఎదురుగా కనబడకపోతే భయపడిపోతోంది.

“పర్లేదు, యింకో రెండుమూడురోజులకి సర్దుకుంటుంది” చెబుతూ, ఏవో మాటలు వినిపించడంతో తలతిప్పి అటుచూసింది. షంసుద్దీన్ వస్తున్నారు.

“సారీ జల్హణ్, మావాళ్ళని విడిపించుకుని వచ్చేసరికి యింత లేటైంది” చెప్పాడు షంసుద్దీన్, కూచుంటూ.

“మరేం పర్లేదు. మీరిప్పుడు మా అతిథులు. పైగా, మీరుచేసిన సహాయం సామాన్యమైంది కాదు. మేమే కాదు, గణపతి ఆశ్రమం, ఈ జునాఘడ్ ప్రాంతం మీరు చేసిన సహాయాన్ని ఎప్పటికీ గుర్తుంచుకుంటాయి”

“మరీ తాటిచెట్టు పైకెక్కించకు. పడిపోతే నా కాళ్ళు విరుగుతాయి. సరే, యిప్పుడేంటి ప్రోగ్రాం, గురువుగారిని చూడ్డానికి వెళదామా?”

“లేదు. గురువుగారు భావనాథ్ మందిరంలో బిజీగా ఉంటారు. పైగా, శత్రువులు ఆయన్ని గమనిస్తుంటారు. కాబట్టి, మనం నేరుగావెళ్ళి ఆయన్ని కలవడం కుదరదు. రేపు సాయంత్రం ప్రవచనం ఉంది. అప్పుడు అందరితో పాటు మనంకూడా వెళదాం, ఎవరికీ డౌట్ రాకుండా”

“అలాగే. ఇంతకీ ఏ సబ్జెక్ట్ మీద ప్రవచనం?”

“సాధకుడికి గురువు అవసరం ఉందా, లేదా. ఉంటే ఎంతవరకు అవసరం, అనే టాపిక్ మీద”

"భలే, నాకు చాలా యిష్టమైన టాపిక్. రేపు గురువుగారికి, అడుగడుక్కూ అడ్డుపడతాను" చెప్పాడు షంసుద్దీన్ ఉత్సాహంగా.

"రేపటి సంగతి అటుంచు. ప్రస్తుతం ఆకలి దంచేస్తోంది, వెళదామా"

"అలాగే. కానీ, కాస్త కడుపు ఖాళీగా ఉంచుకో. రాత్రికి మాయింట్లో డిన్నర్. చేసినవన్నీ ఖాళీ అయ్యేదాకా ఎవరినీ వదలను"

ఫిబ్రవరి 17, 1993

రాత్రి పదిన్నర

భావనాథ్ ఆలయం ముఖద్వారం తలుపులుమూయించి తాళం వేయించాడు, జితుభాయ్ చూడాసామా. అతను ఈ మధ్యే ఆలయానికి ధర్మకర్తగా నియమించబడ్డాడు. ఈసారి శివరాత్రికి పదిలక్షలమందికి పైనే రాబోతున్నారని, ఏర్పాట్లన్నీ జాగ్రత్తగా దగ్గరుండి చూసుకుంటున్నాడు. ఏదైనా లోపం జరిగితే, కొత్తగా వచ్చిన తననే అందరూ విమర్శిస్తారు.

అతను తన క్వార్టర్స్ చేరేసరికి పదకొండైంది. అతడి భార్య, పిల్లలు రాజ్ కోట్లో ఉంటారు. ఆ టైంలో యిక భోజనం వద్దనుకుని, పడకెక్కాడు. సరిగ్గా అప్పుడే ఎవరో తలుపుతట్టారు. విసుక్కుంటూ వెళ్ళి తలుపుతీసాడు. అది ఓ నలభై ఏళ్ళ వ్యక్తి, అతడి మొహం చాలా సీరియస్ గా ఉంది. జేబులోంచి ఐ-కార్డ్ తీసి చూపిస్తూ "మిర్, ఫ్రం సిఐడి" చెప్పాడతను.

"ఎస్ సర్" చెప్పాడు, లోనికి పిలుస్తూ.

"ఫస్టాఫ్ ఆల్... నే చెప్పబోయే విషయాల్ని సీక్రెట్ గా ఉంచు. లీకైతే నీకే ప్రమాదం" చెప్పాడతను.

చూడాసామా తల ఊపాడు, విషయం సీరియస్ అయ్యుండాలి

"శివరాత్రి పూజలకి, హరిద్వార్ నుండి ఎవరో శివానందసరస్వతి స్వామీజీ వస్తున్నారని విన్నాం, నిజమేనా?"

"అవును వచ్చారు, ఆయన ప్రతిసంవత్సరం వస్తారు"

"ఆయన భావనాథ్ ఆలయంనుండి, ఓ పవిత్రమైన వస్తువును రహస్యంగా తరలించే ప్రయత్నంలో ఉన్నారని యిన్ఫర్మేషన్ వచ్చింది. ఆయన మీద దృష్టిపెట్టడానికే వచ్చాను"

"ఛ..ఛ, స్వామీజీ అలా ఎందుకు చేస్తారు, నాకు నమ్మకంలేదు" చెప్పాడు ఆశ్చర్యపోతూ.

"నీ నమ్మకాలు అటుంచు. మా మనిషి ఒకడు యిప్పటికే యాత్రికుల్లో చేరిపోయి, ఆయన్ని అబ్జర్వ్ చేస్తున్నాడు. నువ్వు మాకు కాస్త కో ఆపరేట్ చేయ్, చాలు" చెప్పాడు మిర్, ఓ ఫోటో అందిస్తూ.

"అలాగే, చెప్పండి"

"మావాడి మీద నువ్వో దృష్టిపెట్టుంచు. స్వామీజీ అనుచరులు, వాడిమీద అటాక్ చేసే ఛాన్సుంది. అందుకని నువ్వు వాడిని గమనిస్తూండు. నువ్వు ధర్మకర్తవి కాబట్టి, ఎవరికీ నీమీద డౌట్ రాదు. ఏదైనా జరిగితే నన్ను వెంటనే అలర్ట్ చేయ్"

"ఒకే సర్. మీ ఫోన్ నెంబర్?"

"ఫోనొద్దు" చెప్పాడతను, తన బాగ్ నుండి ఓ వాకీటాకీ తీసిస్తూ, "దీని రేంజ్ పద్దెనిమిది కిలోమీటర్లు. దీంతో నన్ను కాంటాక్ట్ చేయ్" చెప్పాడు.

"అలాగే"

"ఇంకోవిషయం. ఆలయంలో అర్చకులకి స్వామీజీ మీద విపరీతమైన గౌరవం, నమ్మకం. అందువల్ల దేనికీ ఆయనకి అడ్డుచెప్పరు. నువ్వే కాస్త జాగ్రత్తగా ఆయన్ని గమనిస్తూండు"

ఫిబ్రవరి 18, 1993

భావనాథ్ లోని శివమందిరం చాలా ప్రాచీనమైంది. ఇక్కడి స్వయంభూ శివలింగం, పురాణకాలాల నుండి పూజలందుకుంటోంది. ప్రతి సంవత్సరం, శివరాత్రికి దాదాపు పదిలక్షలమంది భక్తులు యిక్కడికి చేరుకుంటారు. ఈ ఉత్సవాల్లో హిమాలయాలనుండి వచ్చే నాగబాబాలు ఏనుగులెక్కి ఊరేగడం, తర్వాత నృత్యాలుచేస్తూ అర్ధరాత్రికి మందిరం చేరుకోవడం యిక్కడి ప్రత్యేకత.

మందిరం బయట ఆవరణలో, శివానందసరస్వతి ఉపన్యాసానికి ఏర్పాట్లు చేయబడ్డాయి. ద్వారకనుండి వస్తూ హైజాక్ అయిన యాత్రికుల్లో ఆయనకూడా ఉన్నారని చాలా ఆలస్యంగా మీడియాకి తెలిసినా, విషయం వెంటనే దేశమంతా పాకింది. ఇసుకేస్తే రాలనంతమంది జనం అప్పటికే అక్కడికి చేరుకున్నారు. ఆయన గురించి తెలుసు కాబట్టి, అందరూ నిశ్శబ్దంగా ఉన్నారు. ఆయనకి అనవసరమైన మాటలు నచ్చవు. అటువంటి వాతావరణం ఏర్పడుతోందని గమనిస్తే, నిశ్శబ్దంగా అక్కడినుండి వెళ్ళిపోతారు. అంతే, ఎవర్నీ విమర్శించరు.

ఆయన ఉపన్యాసం గంటక్రితం మొదలైంది "... కాబట్టి మనకి ఎంత జ్ఞానం, నిగ్రహం ఉన్నా, గురువు సహాయం లేనిదే అతీంద్రియమైన విషయాలు అర్థంకావు, ముక్తి రాదు. ఆదిశంకరులు కూడా తమ భజగోవిందంలో, గురుచరణాంబుజ నిర్భర భక్తః సంసారాత్ అచిరాద్భవముక్తః అన్నారు. గురువు పాదాల్ని సేవిస్తేచాలు, మోక్షం త్వరలోనే వస్తుంది"

వింటున్న వారిలో ఓ వ్యక్తి లేచి "గురూజీ, కాస్త ఆగండి" అనడంతో అందరూ తలలు తిప్పి చూశారు. బయటినుండి వచ్చిన చాలామందికి షంసుద్దీన్ గురించి తెలియదు. అందుకే విచిత్రంగా చూస్తున్నారు.

"గురువుకున్న జ్ఞానం పరిమితమైంది. భగవంతుడు లేదా అల్లా అనండి, ఆయనేమో సత్యం, జ్ఞానమనంతం బ్రహ్మ. అలాంటప్పుడు నేరుగా భగవంతుడినే పట్టుకోవచ్చుగా, మధ్యలో ఈ గురువులెందుకు, వారికి సేవలుచేయడమెందుకు. ఇదంతా టైం వేస్ట్ కాదా?"

షంసుద్దీన్ హబీబ్, ఆ ప్రశ్నని తనకోసం కాక, వింటున్నవారికోసమే అడిగాడని గురువుగారికి తెలుసు.

"మంచి ప్రశ్న. అక్షరాలు, గుణింతాలతో అవసరంలేకుండా, నేరుగా పదహారేళ్ళకి కాలేజికి వెళ్ళొచ్చుగా. అక్షరాలతో అవసరమేంటి!?" అడిగారు చిరునవ్వుతో "కాలేజిలో పెద్ద, పెద్ద పుస్తకాలు చదివి అర్థం చేసుకోవడానికి అక్షరాలు, గుణింతాల జ్ఞానం, వాటితో పదాలకు, పదాలతో వస్తువులకు లేదా విషయానికి ఉన్న సంబంధం తెలుసుకోవాలి. కాబట్టి, గురువుకూడా అక్షరాల్లాగే మనకి శాశ్వతంగా మార్గదర్శనం చేస్తూంటాడు. సూఫీ గురువు ఖాజా మొయినుద్దీన్ ఛిస్టీ కూడా, తన గురువుగారైన అలీ ఎల్ హుజ్విరీ సమాధిని చాలామార్లు దర్శించి ప్రార్థనలు చేసేవారుగా!"

షంసుద్దీన్ తలూపాడు. అలా మొదటిసారి సమాధి దగ్గరికి వెళ్ళినప్పుడే ఛిస్టీ, తన గురువుని 'దాతా గంజ్ బక్ష్' అని పిలిచారు. తర్వాత ఆ పేరే ఆయనకి శాశ్వతమైంది. గురువుగారు సరైన ఉదాహరణతో తనకి కౌంటరిచ్చారు. అయినా సరే, ఈ టాపిక్ ని అంత సులభంగా వదిలే ఉద్దేశ్యం తనకి లేదు.

"కానీ స్వామీజీ, అద్వైతం ప్రకారం బ్రహ్మ, అంటే భగవంతుడు నిర్గుణుడు. అలాంటప్పుడు, అతడిగురించి గురువు మాత్రం చెప్పగలిగిందేంటి. బాష్కలి, బాధ్వుల సంవాదంలా, చివరికి మౌనంగా ఉండడంతప్ప"

అడిగాడు. వింటున్న వారికి అతడిని చూస్తున్న కొద్దీ, చాలా విచిత్రంగా అనిపించింది. తమకికూడా తెలియని విషయాలేవో అతను అడుగుతున్నాడు.

"ఇది ఎలక్ట్రానిక్స్ యుగం కాబట్టి, దాన్నే ఉదాహరణగా తీసుకుందాం. హోల్ అంటే ఏంటి?" అడిగారు శివానందసరస్వతి, అందరినీ చూస్తూ.

"హోల్ అనేది ప్రత్యేకంగా లేదు. ఎలక్ట్రాన్ లేకపోవడాన్నే హోల్ అంటాం" ఓ స్టూడెంట్ అందుకున్నాడు.

"కరెక్ట్. దాని గురించి తెలుసుకోవాలంటే, ముందు ఆటం అంటే ఏంటో, ఎలక్ట్రాన్ అంటే ఏంటో తెలుసుకోవాలిగా. అలాగే, నిర్గుణత్వాన్ని అర్థం చేసుకోవడానికి ముందు గుణాల్ని తెలుసుకోవాలి"

"మీ ఫిలాసఫీ అంతా విచిత్రంగా ఉంది స్వామీజీ. ఓవైపు శివుడాజ్ఞ లేనిదే చీమైనా కుట్టదంటారు, యింకోవైపు భగవంతుడు నిర్గుణుడు, ఏకర్మల్నీ చేయడు, కేవలం మనంచేసే కర్మల ఫలాన్ని మాత్రం మనకి అందిస్తుంటాడంటారు" చెప్పాడు షంసుద్దీన్, యిలాంటి చర్చ మొదలైతే యిక మైమరచి లీనమైపోతాడు.

"ఇది దంతాలకి, నాలిక్కి ఉన్న సంబంధంలాంటిది. పదార్థాన్ని దంతాలు నమిలితేగాని, నాలికకి దాని రుచి అందదు, జీర్ణక్రియ మొదలవదు. తీపిపదార్థాల విషయం పేరనుకోండి. నే చెబుతున్నది మామూలువాటి గురించి. కానీ, యింతగా సహాయంచేసే దంతాలు మాత్రం, ఏ రుచినీ గ్రహించవు, ఆశించవుకూడా. అలాగే, భగవంతుడు మనంచేసే కర్మలని చూర్ణంచేసి, ఫలాన్ని మనకి అందిస్తాడు, తాను మాత్రం వాటిని ఆశించడు, అనుభవించడు"

ఉపన్యాసం ముగిశాక, శివానందసరస్వతి అందరికీ నారింజపళ్ళను పంచిపెట్టారు. గుజరాత్ లో యిది నారింజపళ్ళ సీజన్. జనం తోపులాట లేకుండా, ఆయనే అందరిదగ్గరికీ వచ్చి అందిస్తున్నారు. షంసుద్దీన్ కి కాస్త దూరంలో కూచున్నాడు జల్హణ్ సూర్. అతడికి పళ్ళని అందిస్తూ, శివానందసరస్వతి స్టేజి వైపు తలతిప్పి సైగచేశారు.

అక్కడ, ఓవ్యక్తి నించుని ఆయన్నే గమనిస్తున్నాడు. గంధం రంగు కుర్తా, పైజమా వేసుకున్నాడు. జల్హణ్ అతడివైపు అనుమానంగా చూశాడు. శివానందసరస్వతి, చిన్నగా తల ఊపి, "నిన్నటి నుండి నావెనకే తిరుగుతూ, అన్నీ గమనిస్తున్నాడు" చెప్పారు.

జల్హణ్ అర్థమైనట్టు తల ఊపాడు.

"ఇంకో విషయం, ఎల్లుండి ఉదయం, మనిద్దరం ఢిల్లీ వెళుతున్నాం. రాజ్ కోట్ నుండి ఫ్లైట్ టికెట్స్ చేయించు" చెప్పారు.

ఫిబ్రవరి 18, 1993

రాత్రి ఒంటిగంట దాటింది

షాపూర్ పశ్చిమంవైపు, చాలా సంవత్సరాలుగా ముస్లింలు ఎక్కువగా సెటిలయ్యారు. సిద్ధిఖా తల్లిదండ్రులు, బంధువులు కూడా అక్కడే సెటిలయ్యారు. వారి మంచి ప్రవర్తన, విశాలభావాల కారణంగా, ఊర్లో హిందూ, ముస్లింల మధ్య మంచి అవగాహన ఏర్పడింది. గడచిన యిరవై ఏళ్ళుగా ఏ గొడవలు, అనుమానాలు లేకుండా, ఎవరిళ్ళలో వారు మైమరచి సుఖంగా నిద్రపోగలుగుతున్నారు.

మరో అరగంటకి, ఆవైపు హైవేమీద ఓ బస్ ఆగింది. గుర్తు తెలియకుండా దాని నెంబర్ ప్లేట్ మార్చబడింది. అందులోంచి అరవైమంది దిగారు. వారికి దారి చూపించే పని అనీఫ్ ది. రెండు రోజులుగా షాపూర్లో తిరిగి, యిళ్ళు, వీధులు బాగా గుర్తుంచుకున్నాడు. హమీద్ మాత్రం బస్ లోనే కూచున్నాడు.

కాషాయం రంగులోని గంధాలతో అందరూ మొహాల్ని కవర్ చేసుకున్నారు. ఊళ్లోకి వెళ్ళేదారిలోనే ట్రాన్స్ ఫార్మరుంది. దాన్ని షార్ట్ సర్క్యూట్ చేసి వెళ్ళారు. అనీఫ్ చూపించిన యిళ్ళగడియల్ని నిశ్శబ్దంగా బయటనుండి వేసేశారు. మరో రెండునిముషాలకి షాపూర్లో హాహాకారాలు మొదలయ్యాయి. ముందుగా సిద్ధిఖా తల్లిదండ్రుల్ని, బంధువుల్ని, తర్వాత వారి స్నేహితుల్ని నరికేశారు. పిల్లలతో సహా మొత్తం డెబ్బైమందిని చంపేశారు.

కిటికీల్లోంచి భయంతోచూస్తున్న వారికి తమ కత్తుల్ని చూపించి బెదిరించారు, "టెర్రరిస్టులకి సహాయంచేసి, మా హిందూ యాత్రికుల్ని హైజాక్ చేయించినందుకు, ఈ ఫామిలీకి యిది మా గిఫ్ట్. వీళ్ళ శవాల్ని ముట్టినా, సమాధి చేసేందుకు సహాయం చేసినా, రేపు మీకూ యిదేగతి పట్టిస్తాం. ఇది హిందూస్తాన్, యిక్కడ మాతో పెట్టుకుని ఎవరూ బతకలేరు, ఖబడ్దార్!"

బస్ లోనే కూచున్న హమీద్ కి షాపూర్ నుండి వస్తున్న కేకలు, ఆర్తనాదాలు వినిపిస్తున్నాయి. అతడి మొహంలో పైశాచికమైన సంతోషం. ప్యూర్ ఇస్లాంకి పట్టిన మకిలిని, కాస్త తానూ వదిలిస్తున్నాడు.

ఫిబ్రవరి 19, 1993

శివరాత్రి పర్వదినం. ఉదయం నాలుగునుండే భావనాథ్ మందిరంలో పూజాకార్యక్రమాలు మొదలయ్యాయి. జునాఘడ్ లో కూడా తెల్లవారే సందడి మొదలైంది. ఆదమరచి నిద్రపోతున్న జల్హణ్ కి ఉన్నట్టుండి మెలకువైంది. రాత్రి అందరూ షంసుద్దీన్ యింట్లోనే పడుకున్నారు. అటూ, యిటూ చూశాడు. అతడి భార్య, పిల్లలు, షాజియా అందరూ మంచి నిద్రలో ఉన్నారు.

ఏదో జరిగింది, జల్హణ్ మనసు చాలా కలవరంగా ఉంది. లేచి, తలుపు తీసి హాల్లోకి వచ్చాడు. షంసుద్దీన్ అక్కడే పచార్లు చేస్తున్నాడు. అతడి మొహం చూడగానే అనుమానం యింకా ఎక్కువైంది జల్హణ్ కి. అంత విచారంగా ఎప్పుడూ అతడిని చూడలేదు.

"ఏంటి షంసుద్దీన్, ఏం జరిగింది?" అడిగాడు.

"షాపూర్లో నా భార్య పేరంట్స్ ని, బంధువుల్ని నరికేశారు. ఇప్పుడే ఓ గంటముందు, అక్కడినుండి ఫోన్ వచ్చింది" చెప్పాడు కళ్ళు తుడుచుకుంటూ.

"మైగాడ్, ఎవరు చేశారు!?"

"తెలీదు. కానీ, హిందూ మతోన్మాదులని ఊరంతా అనుకుంటోంది"

"కాదు, ఇది ఖచ్చితంగా వాడి పనే!"

"ఎవడు?"

"గురువుగారు చెప్పారే...బయటినుండి వచ్చిన శత్రువు. మొన్న బస్ హైజాక్ చేయించాడు. ఇప్పుడు షాపూర్లో నరమేధం. ఇదే వాడి మోడస్ ఆపరెండీ. అరాచకాలు చేయడం, మతవిద్వేషాలు రెచ్చగొట్టడం, వాటి మధ్యలో తనకి కావాల్సింది సాధించుకోవడం. పద వెంటనే వెళదాం"

"సిద్దిఖిని అప్పుడే పంపించాను. మీరంతా గాఢనిద్రలో ఉన్నారు. అందుకే ఆగిపోయాను"

"భలేవాడివే, నన్ను లేపొచ్చుగా. ఇలాంటి టైంలోనా మొహమాటాలు. పద, నేనూ వస్తాను"

"నువ్వొద్దు. నే ఒక్కడినే వెళతాను"

"అదేంటి!?"

"అక్కడ పరిస్థితేం బాలేదు. పైగా, ఈరోజు శివరాత్రి. నువ్వుకూడా యిక్కడ లేకపోతే, వాడు గురువుగారి మీద అటాక్ చేయొచ్చు"

జల్హణ్ తల ఊపాడు. విషయం పూర్తిగా తెలీకపోయినా, షంసుద్దీన్ సరిగానే ఆలోచిస్తున్నాడు.

"జల్హణ్, నే వెళుతున్నాను. షాజియాని మీదగ్గరే ఉండనీ. ఇంకోమాట, ఈ విషయాలేవీ గురువుగారికి యిప్పుడే చెప్పకు, చాలా బాధపడతారు. నే తిరిగొచ్చాక చెబుదాం" చెప్పాడు షంసుద్దీన్.

ఫిబ్రవరి 19, 1993

మధ్యాహ్నం మూడు కావస్తోంది

జల్హణ్, తన ఎదురుగా నేలమీద కూచున్న వ్యక్తిపైపు నిర్లిప్తంగా చూశాడు. అతడి చేతులు వెనక్కి విరిచి కట్టబడ్డాయి. అప్పటికే యిద్దరు శర్వగ్నులు అతడి మోకాలిచిప్పలు చితికిపోయేలా కొట్టారు. అరుపులు వినబడకుండా, నోటికి టేప్ వేశారు. అది రాజమహల్లోని ఓ అండర్ గ్రౌండ్ రూం.

మధ్యాహ్నం ఒంటిగంటకి అతడిని భావనాథ్ మందిరం దగ్గరే కార్నర్ చేసి తీసుకొచ్చారు. 'ఎవరో యాత్రికుడు, ఉపవాసం చేయలేక మూర్ఛపోయాడు, హాస్పిటల్ కి తీసికెళుతున్నామని' చెప్పారు, ఎవరికీ అనుమానం రాకుండా. కానీ ఓ జతకళ్ళు వారినే గమనిస్తున్నాయని ఊహించలేకపోయారు. తమ ఇన్నోవా వెనకసీట్లో వాడిని పడుకోబెట్టి తీసుకొచ్చారు. వచ్చేదారిలో ఓ పాత అంబాసిడర్ తమ వెనకేరావడం చూసి ఆగారు. దాని వెనక అద్దంమీది స్టికర్ ని బట్టి, అది భావనాథ్ దేవస్థానంది. అది తమ ఇన్నోవాని ఓవర్ టేక్ చేసి, జునాఘడ్ వైపు వెళ్ళాక, టర్నింగ్ తీసుకుని రాజమహల్ కి వచ్చారు.

"నువ్విక్కడివాడివి కాదని మాకు తెలుసు. స్వామీజీనెందుకు ఫాలో అవుతున్నావ్ త్వరగా చెబితే నీకే మంచిది. నీ మోకాళ్లు పోయాయి. ఇక మోచేతులు, తర్వాత చెవులు, కళ్ళు యిలా అన్నీ పోగొట్టుకున్నాక, చివరికి చెప్పేదేదో యిప్పుడే చెప్పేయ్" చెప్పాడు జల్హణ్, అతడి నోటికున్న టేప్ తీస్తూ.

"చెబితేమాత్రం, నన్నొదిలేస్తారా!?"

"ఇప్పుడే వదలం. కానీ, పనయ్యాక నిన్ను పోలీసులకు హాండోవర్ చేస్తాం"

"అంతకంటే మీ చేతుల్లో చావడమే నయం, నేనేం చెప్పను"

జల్హణ్, శర్వగ్నులవైపు చూసి తల ఊపాడు. కాస్తదూరంలో ఉంచిన ఏసిడ్ బాటిల్ తీసుకున్నారు.

"ఇది కాంసంట్రేటెడ్ ఆసిడ్. కళ్ళలో, మొహంమీద పడ్డప్పుడు చాలాబావుంటుంది, ఎంజాయ్" చెప్పాడు జల్హణ్.

అతను గింజుకుంటున్నాడు. శర్వగ్నుల్లో ఒకరు అతడిని వెనక్కి వంచి, మొహాన్ని పైకెత్తి పట్టుకున్నాడు. రెండో వ్యక్తి ఆసిడ్ బాటిల్ మూతతీసి అతడి మొహానికి దగ్గరగా తెచ్చాడు. ఆసిడ్ ఘాటైన వాసన తెలుస్తోంది. అతడి కళ్ళు భయంతో పెద్దవయ్యాయి.

"వద్దు, ఆగండి... ప్లీస్, చెప్పేస్తాను" అరిచాడు.

"త్వరగాచెప్పు. అబద్ధం చెబుతున్నట్టు నాకేమాత్రం డౌటొచ్చినా, బాటిల్ మొత్తం నీ మొహంమీదే ఖాళీ అవుతుంది"

"ప్లీస్...నిజమే చెబుతాను. స్వామీజీని ఫాలో చేయమని ఆర్డర్స్"

"ఎవరిచ్చారు?"

"నాకు తెలీదు. పైనుండి ఆర్డర్స్ వచ్చాయి"

"నువ్వెవరు?"

"హర్కతుల్ అన్సార్ గ్రూప్"

"మీ టార్గెట్ కాశ్మీర్ కదా, మీకిక్కడేం పని?"

అతనేం మాట్లాడలేదు. ఏసిడ్ బాటిల్ అతడి కళ్ళకి మరింత దగ్గరికొచ్చింది. కళ్ళు గట్టిగామూసుకున్నాడు. పదిచుక్కలు ఆసిడ్ మొహంమీద పడ్డాయి. వాడి అరుపులు వినిపించకుండా, నోరునొక్కి పెట్టారు. బాధతో పదినిముషాలు గింజుకున్నాడు.

"చెప్పు, మీ ప్లానేంటి?" అడిగాడు జల్హణ్.

"ఈ రాత్రికి షాపూర్లో షంసుద్దీన్ కుటుంబం మీద అటాక్ జరగబోతోంది. అందర్నీ చంపేయమని ఆర్డర్. నేను మాత్రం స్వామీజీనే ఫాలో చేస్తూండాలి. నాకింతే తెలుసు"

"షంసుద్దీన్ ని ఎందుకు టార్గెట్ చేస్తున్నారు?"

"వాడు, వాడి భార్య ఇస్లాంకి ద్రోహం చేసి, ఇండియన్ కమెండోస్ కి సహాయం చేశారు. మా లీడర్ వికార్ మొహ్మద్ ని చంపించారు. అందుకే పగతీర్చుకోవాలని ఆర్డర్స్ వచ్చాయి"

జల్హణ్ తల ఊపాడు. ఎలాగైనా షంసుద్దీన్ ని కాపాడాలి, అది తమ బాధ్యత. "మీరు మొత్తం ఎంతమందున్నారు?" అడిగాడు.

"తెలీదు. నే మొదటిబాచిలో వచ్చాను. నాతో వచ్చిన ఫిదాయీలందర్నీ కమెండోస్ చంపేశారు. ఇప్పుడు రెండోబాచిలో ఎంతమంది దిగారో నాకు తెలీదు"

"ఎక్కడ దిగారు?"

"జునాఘడ్ లో"

"ఏ రూట్లో షాపూర్ మీద అటాక్ చేయబోతున్నారు?"

"వాడ్లా రూట్"

జల్హణ్, శర్వగ్నులకి సైగచేశాడు. ఇద్దరూ వాడి నోటికి టేప్ వేసి, అండర్ గ్రౌండ్ లోనే యింకో రూంలో వేసివచ్చారు. రాత్రికి శర్వగ్నులు వాడినిదూరంగా తీసికెళ్ళి ముగించేస్తారు. జల్హణ్ సీరియస్ గా ఆలోచిస్తున్నాడు. షాపూర్ హత్యాకాండతో యిప్పటికే జునాఘడ్ చుట్టుపక్కల చాలా టెన్షన్ గా ఉంది. సి.ఆర్.పి.ఎఫ్. దిగింది. యాత్రికులుకూడా ఎక్కువగా ఉండడంతో, స్టేట్ గవర్నమెంట్ తటపటాయిస్తోంది. లేకపోతే, ఈపాటికే కర్ఫ్యూ డిక్లేరయ్యుండేది.

తమ శత్రువు ఓ రక్తపిశాచి. నిన్నరాత్రి, షాపూర్లో డెబ్బైమంది అమాయకుల్ని నరికించాడు. ఇప్పుడు షంసుద్దీన్ కుటుంబాన్ని టార్గెట్ చేయబోతున్నాడు. కానీ,... వీటన్నింటి వెనక, వాడి ప్లాన్ యింకేదో ఉంది. తానెవరో తెలిసే అవకాశం వాడికిలేదు. ఇప్పుడు తాను షంసుద్దీన్ ని కాపాడ్డానికి వెళితే, యిక్కడ గురూజీకి సెక్యూరిటీ ఉండదు. అదీకాక, రేపుదయం ఫ్లైట్ కి ఢిల్లీ వెళ్ళాలని ఆయన చెప్పారు. అంటే, ఈ రాత్రికో, తెల్లవారో ఆయన పృథ్వీరాజ్ శాసనాన్ని తీసుకొస్తారు. కాబట్టి, తానిక్కడే ఆగకతప్పదు. కాసేపు ఆలోచించి ఓ నిర్ణయానికొచ్చాడు.

"మనవాళ్ళందర్నీ అలర్ట్ చేయండి" చెప్పాడు. ఈటైంలో శర్వగ్నులందర్నీ యిక్కడికి పిలిపించడం మంచిదికాదు, ఎవరికైనా అనుమానం రావచ్చు. పైగా అంత టైంకూడా లేదు. అందుకని, వారికే చెప్పడం మొదలుపెట్టాడు. మరోగంటకి ప్లాన్ ఫైనలైంది.

ఫిబ్రవరి 19, 1993

భావనాథ్

రాత్రి ఎనిమిది కావస్తోంది. కొంతమంది నాగబాబాలు అప్పుడే ఆలయం చేరుకుని, మృగికుండ్ లో స్నానాలు చేస్తున్నారు. అర్ధరాత్రి మందిరంలో పూజలు మొదలయ్యేసరికి, నాగబాబాలు ఏనుగులమీద ఊరేగింపుగా బయల్దేరి, శంఖాలు, బూరలు ఊదుతూ, మందిరానికి వస్తారు. దారిలో కొంతమంది బాబాలు నాట్యం చేస్తారు. ఈ ఊరేగింపు చూడ్డానికే చాలామంది శివరాత్రికి భావనాథ్ చేరుకుంటారు.

శివానందసరస్వతి ఆధ్వర్యంలో, మందిరం లోపల మూలవిరాట్టు దగ్గర శుద్ధి కార్యక్రమాలు మొదలయ్యాయి. దర్శనాలు ఆపి, గర్భాలయం తలుపులువేశారు. ఆలయం ధర్మకర్త, జితుభాయ్ చూడాసామా దగ్గరుండి కావలసిన ఏర్పాట్లు చేయిస్తున్నాడు. అతడికి ఈ పద్ధతి అంతా కొత్తగా అనిపిస్తోంది. ఉత్సాహంగా పాల్గొంటున్నాడు.

గర్భాలయంలోని శివలింగం, స్వయంభూలింగమని ప్రసిద్ధి. క్రీస్తుపూర్వం రెండువేల సంవత్సరాలకన్నా ముందునుండే, యిక్కడ పూజలందుకుంటోందని చరిత్ర చెబుతోంది. శివానందసరస్వతి శిష్యులు రుద్రనమకం, పురుషసూక్తం, శ్రీసూక్తం, అంభరిణీసూక్తం తర్వాత మన్యుసూక్తం మంత్రాలు ఏకధాటిగా చెబుతున్నారు. ఆయన మౌనంగా అభిషేకం ముగించి, శివలింగం పైనున్న నాగరాజుని తీశారు. తర్వాత, రుద్రాక్షలు, వెండి కవచంతీసి, తనతోనే ఉన్న ఆలయం పూజారికి అందించి సైగచేశారు. వాటిని నియమం ప్రకారం మృగికుండ్ సరస్సుకు తీసుకువెళ్ళి శుద్ధిచేసి, మేళ,తాళాలతో ఊరేగింపుగా తీసుకురావాలి. పూజారి వాటిని తీసుకునివెళ్లాడు.

తర్వాత శిష్యులకి సైగచేసి, పానపట్టమీది వెండికవచాన్ని తీయించారు. అది తీయడం కాస్తకష్టం. దగ్గర, దగ్గరగా అమర్చిన, చిన్నసైజు స్టెయిన్ లెస్ స్టీల్ బోల్టులతో, అది కిందున్న రాతి పానపట్టకి బిగించబడింది. పానపట్టలో రంధ్రాలుచేసి, నట్లని వాటిలోకి దిగగొట్టారు. పైనుండి బోల్టుల్ని తిప్పితే కవచం ఫిక్సవుతుంది. అయితే తీసేటప్పుడే చాలా జాగ్రత్త అవసరం. ఏదైనా బోల్ట్ తుప్పు పట్టుంటే, నూనెవేసి నిదానంగా తిప్పాలి. విరిగితే, తిరిగి ఫిక్స్ చేయడం చాలాకష్టం. అందుకే శివరాత్రికి మాత్రమే దాన్ని తీసి శుద్ధిచేయడం ఆనవాయితీ అయింది.

కవచం తీశాక, దాన్ని బయటికి తీసుకెళ్ళి శుద్ధిచేయమని వారికి సైగచేశారు. ఆయన శిష్యులు బయటికివెళుతూ, గర్భగుడి తలుపులు దగ్గరగా వేశారు. తర్వాత పానపట్టని, శివలింగాన్ని ఆయనే జలాలతో శుద్ధిచేసి, అక్కడి నిర్మాల్యాలని తీశారు. అక్కడ, శివలింగానికి కుడివైపు, పానపట్టమీద ఓ చిన్న రాతిపలక ఉంది. జాగ్రత్తగా గమనిస్తేగాని తెలియదు. దాన్ని పైకితీసి, కింద ఖాళీస్థలంలోనుండి ఓ బరువైన వెండిపెట్టెని బయటికితీశారు. కొద్దిగా తెరచున్న తలుపుసందులోంచి ఓ జత కళ్లు, జాగ్రత్తగా అన్నీ గమనిస్తున్నాయి.

ఆ పెట్టె చాలా పురాతనమైంది. దానికి నాలుగువైపులా ఏవో అక్షరాలు సంస్కృతంలో చెక్కబడ్డాయి. ఆ అక్షరాల మధ్యలో ఉన్న చక్రాలని తిప్పి, వాటిని సరైన అక్షరాలకి ఎదురుగా చేరిస్తే, మూత తెరుచుకుంటుంది. ఎడమవైపునుండి మొదలుపెట్టి, క్రమంగా గౌ, డ, పా, ద అక్షరాలకి ఎదురుగా నాలుగుచక్రాల పిడులని ఉంచారు. గౌడపాదాచార్యులు, ఆదిశంకరాచార్యులకి గురువు. మూతతీసి, పృథ్వీరాజ్ శాసనాన్ని

చూసుకున్నారు. దట్టమైన రాగి ఫలకంమీద సంస్కృతంలో అచ్చువేయబడిన శాసనం అది. దానిమీద పృథ్వీరాజ్ రాజముద్ర ఉంది. సంవత్సరానికోసారి దాన్ని చూసుకోవడంలో ఓ సంతృప్తి.

తిరిగి మూతవేసి, పెట్టెని ఓ కాషాయవస్త్రంలో చుట్టారు. ఈలోపు, ఆయన శిష్యులు కవచాన్ని శుద్ధిచేసి తెచ్చారు. తిరిగి దాన్ని పానపట్టమీద బిగించేసరికి, ఆలయం పూజారి తిరిగొచ్చారు. అలంకారాలు ముగించి, సామవేదమంత్రాలతో అభిషేకం, తర్వాత గర్భాలయం తలుపులుతీసి మంగళహారతి చేసేసరికి రాత్రి పది. అప్పటికే చాలామంది భక్తులు మందిరంచేరుకున్నారు. తర్వాత మంత్రపుష్పం ముగించి, భజనలు ప్రారంభించారు.

ఫిబ్రవరి 19, 1993

జునాఘడ్ నుండి సోమనాథ్ వెళ్ళే స్టేట్ హైవే-32 మీద దాదాపు ఆరుకిలోమీటర్లు వెళ్ళాక, ఎడమకి తిరిగితే వాడ్లా వెళ్లేరోడ్. జునాఘడ్ నుండే యింకో రోడ్, ఇవానగర్ మీదుగా వెళ్ళి వాడ్లా చెరువు దగ్గరికి వెళుతుంది. రెండు దారులూ వాడ్లా చెరువుదగ్గర కలుస్తాయి. అక్కడినుండి షాపూర్, మూడు కిలోమీటర్ల దూరంలో ఉంది.

జునాఘడ్ లోని ఓ కేటరింగ్ ఏజెన్సీ, సాయంత్రం ఐదునుండి వాడ్లా చెరువు దగ్గర టెంట్లు వేయిస్తోంది. ఉత్తరాంచల్ నుండి, సోమనాథ్ మీదుగా వస్తున్న నూటయాభైమంది యాత్రికులకోసం, యాభై టెంట్లు వేశారు. సరిగా రాత్రి ఎనిమిదికి, రెండు బస్సుల్లో యాత్రికులు అక్కడికి చేరుకున్నారు. అందరూ మగవాళ్ళే. దిగగానే, బాచీలుగా చెరువుకి వెళ్ళి స్నానాలు ముగించుకున్నారు.

"నాష్టా ఎన్ని గంటలకి?" అడిగాడో యాత్రికుడు.

"పదికల్లా వచ్చేస్తుంది. మీరొస్తున్నట్టు ముందే చెబితే ఎనిమిదికల్లా అరేంజ్ చేసేవాడిని" చెప్పాడు కేటరింగ్ మేనేజర్, కంప్లైంట్ చేస్తున్నట్టు.

"భావనాథ్ మందిరందగ్గరే దిగాలనుకున్నాం. కానీ మధ్యాహ్నాం రెండుకి ట్రస్ట్ మెంబర్ ఫోన్ చేసి, ఈసారి రష్ చాలా ఉంది, వేరే ఏర్పాటు చేసుకోమన్నాడు. సాయంత్రం నాలుగుకల్లా రావాలనే సోమనాథ్ నుండి త్వరగా బయల్దేరాం. దారిలో విపరీతమైన ట్రాఫిక్ జాం. అప్పుడే నీకు ఫోన్ చేశాను"

"సరే, నాష్టా వచ్చేలోపు కావాలంటే భావనాథ్ వెళ్ళి దర్శనం చేసుకునిరండి"

"అలాగే. రేపుదయంకూడా నాష్టాకావాలి. తొమ్మిదికల్లా అరేంజ్ చేయ్. పదిన్నరకి మేం వెళ్ళిపోతున్నాం"

యాత్రికుల్లో కొంతమంది ఓ బస్ తీసుకుని, భావనాథ్ మందిరానికి బయల్దేరారు. కొంతమంది తాము అర్ధరాత్రే దర్శనం చేసుకుంటామని ఆగిపోయారు. శివరాత్రినాడు, అర్ధరాత్రి సమయంలో భావనాథ్ మందిరంలో విశేషమైన శివసాన్నిధ్యం ఉంటుందని నమ్మకం.

ఓ పదిమంది యాత్రికులుమాత్రం, ఈలోపు చుట్టుపక్కల గ్రామాలు చూసొస్తామని బయల్దేరారు. మెల్లగా నడుచుకుంటూ, మాట్లాడుకుంటూ షాపూర్ వైపుకివెళ్ళారు. వారిలో ఇద్దరి పాంట్ జేబుల్లో వాకీటాకీలున్నాయి. వాటి వైర్స్ హెడ్ సెట్స్ కి కనెక్ట్ చేయబడ్డాయి. అవి కోబ్రా మైక్రోటాక్ సి.ఎక్స్.టి.85 మోడల్ వాకీ-టాకీలు. సుమారు పదిహేనుకిలోమీటర్ల రేంజ్ ఉంటుంది.

అలాంటివే మరో రెండు వాకీ-టాకీలు టెంట్స్ లో ఆగిన యాత్రికుల దగ్గర, యింకో రెండు భావనాథ్ వెళ్ళిన యాత్రికులదగ్గర ఉన్నాయి. ఇంకోటి జల్వాణ్ దగ్గరుంది. షాపూర్ మీద ఎటునుండి అటాక్ జరిగినా, ఎదుర్కొనేందుకు నూటయాభైమంది శర్వగ్నులు రెడీ అయ్యారు.

ఫిబ్రవరి 19, 1993

షంసుద్దీన్, సిద్ధిఖా, రాత్రి పదికి షాపూర్ నుండి తమ కార్లో జునాఘడ్ కి బయల్దేరారు. ఇద్దరి మొహాల్లోనూ కళ, కాంతిలేవు. నిన్న, మొన్నవరకు చూసిన బంధువులు, స్నేహితులు, పిల్లలు అందర్నీ ఒకేరోజులో పోగొట్టుకోవడం, ఎంత భయంకరమైన నిశ్శబ్దాన్ని మిగులుస్తుందో అనుభవించేవారికే తెలుస్తుంది.

అంత్యక్రియలకి రావడానికి కూడా ముస్లింలు భయపడ్డారు. కానీ, షంసుద్దీన్ కుటుంబం గురించి తెలిసిన కొంతమంది హిందువులు ధైర్యంగా ముందుకురావడంతో, ముస్లింలకి కూడా ధైర్యంవచ్చి సహాయం చేశారు. సాయంత్రానికి అంత్యక్రియలు ముగిశాయి.

ఇక షాపూర్లో ఉండి చేయగలిగిందిలేదు. పైగా హిందూమతోన్మాద శక్తులు పెద్ద ఎత్తున ఆయుధాలతో జునాఘడ్ లో దిగారని, ఎప్పుడైనా రెండో అటాక్ జరగొచ్చని రూమర్లు వస్తున్నాయి. అవి విని, ముస్లింలు కూడా ఎదుర్కోవడానికి ఏర్పాట్లు చేసుకుంటున్నారు. ఇంకోవైపు షాపూర్ హింసకి ప్రతీకారంగా, ముస్లింలే భావనాథ్ యాత్రికుల్ని అటాక్ చేయబోతున్నారనే రూమర్లు. ఇవన్నీ ఎవరు పుట్టిస్తున్నారో షంసుద్దీన్ కి అర్థమైంది.

అందుకే బయల్దేరారు. తాను, సిద్ధిఖా జునాఘడ్ లో ఉంటే, కనీసం ముస్లింలకి ధైర్యంచెప్పి, శాంతికి ప్రయత్నాలు చేయొచ్చు. రెండువైపులా ఆవేశాల్ని తగ్గించి, అసలు శత్రువుని ఎక్స్ పోస్ చేయాలి. చాపకింద నీరులా వాడు రెండుమతాల మధ్య గొడవలుపెట్టి, తన ప్లాన్ ని రహస్యంగా అమలుచేస్తున్నాడు. వాడి ప్లాన్ కి, శివానందసరస్వతి యిక్కడికి రావడానికి ఏదో సంబంధం ఉంది. తనకి విషయం పూర్తిగా తెలియకపోయినా, శివానందసరస్వతి గురించి, జల్హణ్ గురించి బాగా తెలుసు. ఎలాగైనా వారిని కాపాడుకోవాలి.

ఫిబ్రవరి 19, 1993

సరిగా రాత్రి పది పదిహేనుకల్లా కాటరింగ్ కంపెనీ వాన్, వాడ్లా చెరువుదగ్గరి టెంట్స్ కి చేరుకుంది. భావనాథ్ దర్శనానికి వెళ్ళిన యాత్రికులు అప్పటికే తిరిగొచ్చేశారు. షాపూర్ వైపువెళ్ళిన పదిమంది మాత్రం యింకా తిరిగారాలేదు. రాత్రంతా షాపూర్ లో మాటువేసి, ఏదైనా అనుమానం వస్తే, టెంట్స్ లోని శర్వగ్నుల్ని అలర్ట్ చేయడం వారి డ్యూటీ.

అందరికీ నాష్టా సర్వ్ చేశారు. ఉపవాసాల టైంలో, గుజరాత్ లో సాధారణంగా చేసే ఫలహారాలు బటాకాపవ్వా, సేవుసల్ వేడివేడిగా అందించారు. అందరూ ఆకలిమీదున్నారు. తెచ్చిన నాష్టా అంతా ఖర్చైపోయింది. కేటరింగ్ వాన్ వెళ్ళిపోయింది.

శర్వగ్నులు మాట్లాడుకుంటూ టెంట్స్ లో కూచున్నారు. కొంతమంది బయటే పచార్లు చేస్తున్నారు. చల్లటి గాలివీస్తోంది. పడుకునే ఉద్దేశ్యం ఎవరికీ లేదు. షాపూర్ వెళ్ళిన గ్రూప్ అప్పటికి రెండుసార్లు కాంటాక్ట్ చేసింది. ఎక్కడా అనుమానంవచ్చే మువ్ మెంట్స్ లేవు. కానీ, యిలాంటి అటాక్స్ అర్ధరాత్రి దాటాకే జరుగుతాయి. అందుకే, నిద్రపోకుండా అలర్ట్ గా ఉన్నారు.

కానీ, వారికి తెలియదు, తాము తిన్న నాష్టాలో, యుడిడైన్(మార్ఫిన్) నిద్రమాత్రలు కలపబడ్డాయని. మెల్లగా ఒక్కొక్కరు నిద్రలోకి జారుకుంటున్నారు. కొంతమంది, అతికష్టంమీద నిద్రని ఆపుకోవడానికి చెరువుకి వెళ్ళి మొహం కడుక్కుంటున్నారు. మరో అరగంటకి అందరూ గాఢనిద్రలోకి జారుకున్నారు. చివర్లో అనుమానం వచ్చిన ఓ మెంబర్, జల్వాణ్ ని వాకీటాకీలో కాంటాక్ట్ చేసి విషయం చెప్పాడు. అప్పుడు రాత్రి పదకొండున్నర. దూరంగా ట్రాన్స్ ఫార్మర్ పేలింది. వాడ్లాలో చీకటి ఆవరించింది.

మరో మూడునిముషాలకు ఇవానగర్ దారినుండి గుర్తుతెలియని ఓ బస్ వచ్చి, చెరువు పక్కనే ఆగింది. అందులోంచి, నల్లని ముసుగుల్లో డెబ్బైమంది దిగారు. హమీద్ కూడా బస్ దిగి, వారివైపుచూసి తలఊపాడు. వారిచేతుల్లో తల్వార్లు చీకట్లో మెరుస్తున్నాయి. గాఢనిద్రలో ఉన్న శర్వగ్నులమీద తమ కసుంతా తీర్చుకుని, శవాల్ని లాక్కుంటూ తీసికెళ్ళి చెరువులో పడేశారు. వాడ్లా చెరువు రక్తంమడుగైంది.

హమీద్ మొహంలో తృప్తితోకూడిన చిరునవ్వు. శతాబ్దాలుగా కార్తికేయాశ్రమాన్ని భయపెట్టిన శర్వగ్నుల్ని, ఒక్కరాత్రిలో తాను ముగించేశాడు. ఇంకా మిగిలిన శర్వగ్నుల్ని కూడా, యిక్కడినుండి వెళ్ళేలోపే ముగించేయాలి. తనదారికి అడ్డొచ్చేవారందరికీ యిదేగతి. అప్పుడే అతడి వాకీటాకీ జీవంపోసుకుంది.

ఫిబ్రవరి 19, 1993

భావనాథ్ మందిరంలో భజనలు తారాస్థాయిలో కొనసాగుతున్నాయి. రాత్రి పదకొండు ముప్పావు కావస్తోంది. శివానందసరస్వతి, తన శిష్యులకి సైగచేసి లేచారు. మందిరం వెనక తమ విడిది రూంకి వెళ్లారు. ఎవరికీ అనుమానం రాకుండా, చేతిలోని కాషాయం బట్టని తలకి పేటాలా చుట్టుకుని, పైనుండి శాలువా కప్పుకుని బయటికొచ్చి చూశారు. జనం భజనలో లీనమై ఉన్నారు. కొద్దిమంది నిద్ర ఆపుకోలేక తూగుతున్నారు. ఎవరూ ఆయన్ని గమనించడంలేదు.

ఉత్తరంవైపున్న మహాద్వారంనుండి బయటికొచ్చారు. అప్పటికే నాగబాబాల ఊరేగింపు, నాట్యాలు మందిరానికి దగ్గరగా వచ్చేశాయి. అందరి దృష్టి వారిమీదే. జనాన్ని తప్పించుకుంటూ, ఆటోస్టాండ్ చేరుకున్నారు. శివరాత్రి ఉత్సవాల కారణంగా, ఆటోలు, టాక్సీలు రాత్రంతా తిరుగుతూనే ఉన్నాయి.

ఓ ఆటో ఎక్కి "ముల్లావాడాకి పోనీ" చెప్పారు డ్రైవర్ కి. ఈ టైంలో జల్పాణ్, తన కుటుంబంతో సహా షంసుద్దీన్ యింట్లో ఉంటాడు. ఎవరూ ఊహించని టైంలో తానక్కడికి వెళ్ళిపోవడం మంచిది. పైగా, ఓరోజు తనింట్లో ఉండాలని షంసుద్దీన్ అడిగాడు. రేపు మధ్యాహ్నం పన్నెండుకు ఫ్లైట్లో ఢిల్లీ వెళ్ళి, హరిద్వార్ చేరుకోవాలి. మర్నాడు కోర్ట్ లో శాసనాన్ని చూపిస్తే, యిక ఏ సమస్యా ఉండబోదు.

మందిరం మహాద్వారం దగ్గరినుండి, రెండుకళ్ళు మాత్రం ఆయన్ని గమనిస్తున్నాయి. ఆలయం ధర్మకర్త, జితుభాయ్ చూడాసామా, తన అనుమానం నిజమైనట్టు తల ఊపాడు. మొన్నరాత్రి సిబిసిఐడి ఆఫీసర్ మిర్ తన యింటికొచ్చి మాట్లాడినప్పటినుండి, స్వామీజీ కదలికల్ని గమనిస్తున్నాడు. మధ్యాహ్నం ఒంటిగంటకి ఆలయం వెనకవైపునుండి సడన్ గా ఎవరో అటాక్ చేసి, సిబిసిఐడి మనిషిని ఎత్తుకెళ్ళారు. వాళ్ళని ఫాలోచేసి, ఎక్కడికెళతారో తనకి రిపోర్ట్ చేయమని మిర్ చెప్పడంతో, తన అంబాసిడర్ లో ఫాలో చేశాడు.

వేగంగా తన ఆఫీస్ రూంకి వెళ్ళి, ఆ వ్యక్తి యిచ్చిన వాకీటాకీ తీశాడు. "మిర్ కమిన్... మిర్ కమిన్, ఓవర్" చెప్పాడు.

"మిర్ ఆన్ లైన్. చెప్పు, ఓవర్"

"మీరు చెప్పిందే నిజమైంది. స్వామీజీ గర్భాలయంనుండి ఏదో పెట్టెని బయటికితీశారు. ఇప్పుడే ఆటోలో జునాఘడ్ వైపుకి బయల్దేరారు, ఓవర్"

"ఎప్పుడు తీశారు?"

"సుమారు తొమ్మిదిగంటలకి"

"మరిప్పుడా చెప్పడం. ఇంతసేపూ ఏంచేస్తున్నావ్?"

"అది... ఆయనేం చేయబోతున్నారో చూద్దామని ఆగాను"

"ఆయనతో యింకెవరైనా ఉన్నారా?"

"లేదు, ఒంటరిగానే బయల్దేరారు"

"ఓకే. నే చూసుకుంటాను, దీనిగురించి యింకెవ్వరితో మాట్లాడకు, ఓవర్" చెప్పి వాకీటాకీ మీది నాబ్ ని తిప్పాడు, హమీద్ మిర్. వాడ్లా చెరువు దగ్గర పనిముగిసింది. ఇప్పుడు తన అసలైనపని మొదలైంది, స్వామీజీని అటాక్ చేసి, పృథ్వీరాజ్ శాసనాన్ని లాక్కోవాలి.

తనవాళ్ళకి సైగచేశాడు "నే అర్జెంట్ గా జునాఘడ్ వెళ్ళాలి, బస్ తీసికెళుతున్నాను. మీలో పదిమంది నాతోరండి" చెప్పాడు. మిగిలినవారివైపు చూసి, "మీరు, ఈ యాత్రికుల బస్ తీసికెళ్ళండి"

"జీ హుజూర్, ఎక్కడికి?" ఓ టెర్రరిస్ట్ అడిగాడు.

"షాపూర్. అక్కడ ఒక్క ముస్లింని కూడా వదలొద్దు, అడ్డంగా నరికేయండి...బట్, తలలకి కాషాయం గంధాలు కట్టుకుని బస్ దిగండి"

బస్ లో కూచోగానే వాకీటాకీలో అనీఫ్ ని కాంటాక్ట్ చేశాడు, రెండో ఫ్రీక్వెన్సీలో.

"ఎక్కడున్నావ్?"

"సర్, యిక్కడే రాజమహల్ ఎదురుగా, జాడేశ్వర్ మందిర్ దగ్గర"

"అక్కడేదైనా మువ్ మెంటుందా?"

"లేదు"

"విను. భావనాథ్ వైపునుండి, ఓ ఆటో అటే రాబోతోంది. అందులో మన టార్గెట్ వస్తోంది, గమనిస్తూండు. ఆటో కనిపించగానే కాంటాక్ట్ చేయ్, నే వస్తున్నాను. ఓవర్"

ఫిబ్రవరి 19, 1993

జల్హణ్ తనగదిలో అసహనంగా పచార్లుచేస్తూ వాకీటాకీపైపు చూస్తున్నాడు. టైం పన్నెండు కావస్తోంది. ఇంకా మెసేజ్ లేదు. ఏదో మోసం జరిగింది. షాపూర్ వెళ్ళిన శర్వగ్నుల్లో నలుగురిని అర్జెంట్ గా వాడ్లా చెరువుదగ్గరికి చేరుకుని తనకి రిపోర్ట్ చేయమని అరగంట క్రితం చెప్పాడు. ఇంకో రెండు నిముషాలకి వాకీటాకీలో గరగరమని శబ్దం వచ్చింది. వెంటనే దాన్ని చేతిలోకి తీసుకున్నాడు.

"మల్గోలా కమిన్, ఓవర్"

"మల్గోలా హియర్, చెప్పు, ఏంజరిగింది?"

"మల్గోలా... చాలా ఘోరం జరిగింది. మనవాళ్లందర్నీ చంపేసి చెరువులో వేశారు"

జల్హణ్ ఊపిరి ఆగినట్టైంది, మెదడు మొద్దుబారింది. తాను విన్నది మనసులోకి ఇంకేందుకు మరో నిముషం పట్టింది.

"నే వస్తున్నా, అక్కడే ఆగండి" చెప్పాడు.

"వద్దు, మల్గోలా... వాడిక్కడే ఎక్కడో మాటేసి ఉంటాడు"

"మరీ మంచిది, వాడి శవం ఆనవాలుకూడా దొరక్కుండా తరిగేస్తాను" చెప్పాడు జల్హణ్, ఊగిపోతూ. కోపంతో అతడి కణతలు అదురుతున్నాయి. కళ్ళు చింతనిప్పుల్లా మారాయి.

"ప్లీస్ మల్గోలా, ఈ టైంలో నువ్వెవరో వాడికి తెలిసిపోవడం మంచిదికాదు. పైగా, నువ్వుకూడా అక్కడ లేకపోతే స్వామీజీకి సేఫ్టీ ఉండదు"

జల్హణ్ కి, అతను చెప్పాలనుకుంటోంది అర్థమౌతోంది. ఆవేశంలో తాను అసలువిషయం మర్చిపోతున్నాడు. శతాబ్దాలుగా రహస్యంగా ఉండడం, రహస్యంగా అటాక్ చేయడమే శర్వగ్నుల ఆయుధం. తామెవరో తెలిసిపోతే, యిక శత్రువుల పని సులభమవుతుంది.

ఐనా, యిదెలా సాధ్యం...తమగురించి శత్రువుకి అంత సడన్ గా ఎలా తెలిసిపోయింది!? ఆవేశం తగ్గించుకుని ఆలోచించాడు. అప్పుడు తట్టింది... తమ అండర్ గ్రౌండ్ రూంలో ఉన్న టెర్రరిస్ట్! ...కావాలనే స్వామీజీ దృష్టిని ఆకర్షించి పట్టుబడ్డాడు... వాడో ఎర మాత్రమే! యింకెవరో వాడిని గమనిస్తూ, శర్వగ్నుల్ని ఫాలో అయ్యారు... అంటే, తన గురించికూడా శత్రువుకి తెలిసిపోయుండాలి!

ఫిబ్రవరి 19, 1993

అర్ధరాత్రి పన్నెండు పదికి, శివానందసరస్వతి ఎక్కిన ఆటో జునాఘడ్ చేరుకుంది.

"స్వామీజీ, ముల్లావాడలో ఎక్కడికెళ్ళాలి?" అడిగాడు డ్రైవర్.

"ఖకే రాజ్వాహియా మసీద్ కి పోనీ"

ఆటో డ్రైవర్ ఆశ్చర్యపోతూ తల ఊపాడు. ఈ స్వామీజీకి అక్కడేం పనో అనుకుంటూ. కాస్త దూరంలో తమ వెనకే ఓ స్కూటర్ వస్తోంది.

మరో ఐదునిముషాల్లో, మసీద్ ముందు ఆటో దిగారు స్వామీజీ. దిగేముందే ఓ వందనోట్ ని డ్రైవర్ కిచ్చి, "చిల్లర ఉంచుకో" చెప్పారు. మసీద్ ఎదురుగా ఉన్న సందులోకి వేగంగా నడిచారు. ఈటైంలో తనని చూస్తే షంసుద్దీన్ ఆశ్చర్యపోతాడు అనుకుంటూ, మరో రెండునిముషాల్లో అతడింటికి చేరుకున్నారు. ఆశ్చర్యపోవడం ఆయనవంతైంది, షంసుద్దీన్ యింటికి తాళం వేసుంది. ఏం చేద్దాం అనుకుంటూ ఓ నిముషం ఆలోచించారు. ఆటోకూడా వెళ్ళిపోయింది.

తాను జల్వాణ్ కి చెప్పకుండా యిలా సడన్ గా రావడం తప్పైందేమో అనిపిస్తోంది. పోనీ, జల్వాణ్ యింటికే వెళ్ళి చూద్దాం అనుకుంటూ వెనక్కి తిరిగారు. సరిగ్గా అప్పుడే ఏదో కార్ సందులోకి వస్తోంది. దాని హెడ్ లైట్స్ కాంతిపడకుండా, కళ్ళకి చేతులు అడ్డుపెట్టుకుని చూశారు. కార్ ఆయనకి దగ్గరగావచ్చి ఆగింది. డ్రైవింగ్ సీట్లోంచి దిగుతున్న షంసుద్దీన్ ని చూసి స్వామీజీ ఆశ్చర్యపోయారు.

"స్వామీజీ...మీరు, యిక్కడ, ఈ టైంలో!?" అడిగాడు షంసుద్దీన్ ఆశ్చర్యపోతూ.

"జల్వాణ్ యిక్కడే ఉంటాడని వచ్చేశాను. ఈటైంలో మీరెక్కడికెళ్ళి వస్తున్నారు?" అడిగారు, వెనకసీట్లోంచి దిగుతున్న సిద్దిఖాని చూస్తూ.

"పనిమీద షాపూర్ వెళ్ళాం. రాత్రి పదికే బయల్దేరాం. దారిలో టైర్ పంచరైంది. స్టెప్నీ కూడా లేదు. దాంతో లేటైంది" చెప్పింది సిద్దిఖా, తన భర్తకి సైగచేస్తూ. రాక, రాక ఆయన తమ యింటికొచ్చారు. ఈ టైంలో షాపూర్ విషయాలు మాట్టాడ్డం బావుండదు.

"లోనికిరండి, స్వామీజీ. జల్వాణ్ కి యిప్పుడే ఫోన్ చేస్తాను" చెప్పి, యింటి తాళం చెవులు బయటికి తీశాడు షంసుద్దీన్. సరిగ్గా తాళం తీస్తున్నప్పుడు ఏదో చప్పుడైంది. తలతిప్పి వీధివైపుకి చూశాడు. ఎవరో పరుగులుపెడుతూ యిటే వస్తున్నారు. ఎందుకో అతడి సిక్స్త్ సెన్స్ ప్రమాదాన్ని శంకించింది.

"స్వామీజీ, మీరు లోనికెళ్ళండి" అంటూ వెంటనే ఆయన్ని, సిద్దిఖాని లోనికి పంపించి తిరిగి తాళం వేశాడు. సరిగ్గా అదే టైంకి ముసుగుల్లో వచ్చిన పదిమంది షంసుద్దీన్ ని చుట్టుముట్టారు.

హమీద్, తనమొహం కవర్ చేసుకుని, కాస్త వెనకగా వచ్చాడు, "స్వామీజీ ఎక్కడ?" కరుగ్గా అడిగాడు.

"ఏ స్వామీజీ, యింట్లో నా భార్యతప్ప ఎవరూలేరు. నే యిప్పుడే వస్తున్నా"

“నోర్మూయ్, సాలే. మర్యాదగా తలుపు తీయ్. లేకపోతే, యిదే నీ ఆఖరి రోజవుతుంది” అరిచాడు హమీద్, తన తల్వార్ ని చూపిస్తూ.

చుట్టుపక్కల యిళ్ళనుండి జనంలేచి తొంగిచూస్తున్నారు. కొంతమంది ధైర్యంచేసి, లైట్లువేసి బయటికొస్తున్నారు. ఈలోపు సిద్దిఖా, స్వామీజీని యింటి పెరట్లోకి తీసికెళ్ళింది. అక్కడినుండి ఓ రివాల్వింగ్ గేట్ యింకో యింట్లోకి దారితీస్తోంది. ఈ గొడవకి వాళ్ళుకూడా అప్పుడే లేచి తలుపుతీశారు.

“స్వామీజీ, వీళ్ళు మా బంధువులే. మీరిక్కడే దాక్కునుండండి, బయటికి రాకండి. నే యిప్పుడే వస్తాను” చెప్పింది.

“అలాగే, జల్షణ్ కి ఫోన్ చేసి వెంటనే రమ్మను” చెప్పారు శివానందసరస్వతి, ఆ యింట్లోకి వెళుతూ. అక్కడే ఉండే ఉద్దేశ్యం తనకిలేదు. తానిక్కడుంటే ఈ అమాయకుల ప్రాణాలుపోతాయి.

వెంటనే ఆ యింటినుండి బయటపడి, వెనకవీధినుండి పరుగులు తీశారు. ఎలాగైనా దామోదర్ కుండ్ చేరుకోవాలి. అది యిక్కడినుండి మూడు కిలోమీటర్లుంటుంది, యిందాక తాను ఆటోలో వచ్చినదారిలోనే ఉంది. ఆ సరస్సులోనుండి, జల్షణ్ యింటికి ఓ రహస్యమైన సొరంగం ఉంది.

సిద్దిఖా తిరిగి యింట్లోకొచ్చేసరికి ఎవరో బయటినుండి తలుపులు తీశారు. హమీద్ మిర్ లోనికొచ్చాడు, “నీ మియా బతికుండాలనుకుంటే, స్వామీజీని ఎక్కడ దాచావో చెప్పు” అరిచాడు. వాడి మనుషులు నలుగురు లోనికొచ్చారు.

“స్వామీజీ ఎవరు? ఇక్కడెవరూలేరు. మీరేదో తప్పు అడ్రస్ కొచ్చినట్టున్నారు” చెప్పింది, కాస్త భయపడుతూ.

“ఇది మాటలతో వినేరకం కాదు, బయటికీడ్చుకు రండి. మీ యిద్దరూ యిల్లంతా వెదకండి, స్వామీజీ కనిపిస్తే లాక్కురండి” చెప్పాడు హమీద్.

అప్పటివరకు ఓపిగ్గా మాట్లాడిన సిద్దిఖాకి సహనం నశించింది. ఇందాక పెరట్లోకి వెళ్ళొచ్చే టైంలో తన ఖైజార్ ని నడుముదగ్గర దాచుకుని వచ్చింది. ఖైజార్ తీసి, ఒక్కసారిగా తనమీదికొస్తున్న యిద్దరిమీదికి లంఘించింది. ఆడదేం చేస్తుందిలే అని కాజువల్ గా వస్తున్న ఆ యిద్దరూ స్టన్నయ్యారు. ఆ గేప్ చాలు, యిద్దరినీ గాయపరిచి బయటికి పరుగెత్తింది.

అంతలో హమీద్ తన కాలుచాపి, ఆమెకి అడ్డుపెట్టాడు. దాంతో సిద్దిఖా తలుపుదగ్గరే బోర్లపడింది. అది చూశాడు షంసుద్దీన్, అతడి రక్తం మరిగింది. టెర్రరిస్టుల్లో ఒకడి చేతిలోంచి తల్వార్ లాక్కుని ఎదురుతిరిగాడు. ఆ ఊపులో ఇద్దరిని నరికేశాడు. సిద్దిఖా తిరిగిలేవబోతోంది. హమీద్ వెనకనుండి ఆమె జుట్టుపట్టుకుని, మెడకి తల్వార్ ఆనించాడు.

“అటే తల్వార్ పడేయ్, లేకపోతే నీ బీవీ ప్రాణాలుపోతాయ్” గట్టిగా అరిచాడు హమీద్.

“వద్దు, నా ప్రాణాలుపోయినా పర్లేదు. వీళ్ళనిమాత్రం వదలొద్దు, నరికేయ్” అరిచింది సిద్దిఖా, తన భర్తని చూస్తూ.

హమీద్ కోపం హద్దులుదాటింది. తల్వార్ ని ఒక్కసారిగా ఆమె కడుపులోకి దింపాడు. ఆమె ఆర్తనాదం విని, చుట్టుపక్కల చూస్తున్నవారికి గుండెలవిసిపోయాయి. ధైర్యంగా బయటికొచ్చిన ఒకరిద్దరు మాత్రం, హమీద్ ని చూస్తూ ఆగిపోయారు.

226 ✷ కపర్ది

షంసుద్దీన్ అప్పటికే తల్వార్ కిందపడేశాడు. "సిద్ధిఖా... సిద్ధిఖా" అంటూ అరుస్తున్నాడు. అతడి రెండుచేతులూ వెనక్కివిరిచి పట్టుకున్నారు. ఇంట్లోంచి వచ్చిన యిద్దరి వైపు చూశాడు హమీద్. వాళ్ళు అడ్డంగా తలలూపడంతో, చుట్టుపక్కల యిళ్ళ జనంవైపు చూశాడు.

"మీకు తెలుసా, ఇది మొన్న హిందూ యాత్రికులకి ఆహారం యిచ్చే సాకుతో షాపూర్ వెళ్ళి, ఇండియన్ కమెండోలకి సహాయంచేసి, మన జిహాదీలని చంపించింది. నిన్న షాపూర్లో, హిందూమతోన్మాదులు డెబ్బైమంది మనవాళ్ళని నరికేశారు. అందులో దీని బంధువులు కూడా ఉన్నారు. అయినా సిగ్గులేకుండా ఈ షంసుద్దీన్, వీడి భార్య, కాఫిర్లతో, వారి స్వామీజీలతో స్నేహం చేస్తున్నారు. వారి పుస్తకాలు చదువుతారు, వారిళ్ళలో తింటారు. వీళ్ళనేంచేయాలి, మీరే చెప్పండి"

కిందపడిపోయిన తన భార్యవైపే చూస్తున్న షంసుద్దీన్ కి, వాడి ప్లాన్ అర్థమైంది, "వీడిమాటల్ని నమ్మొద్దు. వీడు పాకిస్తాన్నుండి వచ్చాడు. మనకి, హిందువులకి గొడవలుపెట్టి దేశమంతా రక్తపాతం చేస్తున్నాడు" చెప్పాడు జనంవైపు చూసి. ఎవరికీ ముందుకు రావడానికి ధైర్యం చాలడంలేదు.

హమీద్, అతడివైపు కోపంగా చూశాడు "అటే నువ్వూ, నీలాంటివాళ్ళూ, ఇస్లాం అనే మంచినీటి కొలనుకు పట్టిన పాచి మీరు. మీలాంటివాళ్ళనుండి ఇస్లాంని శుద్ధిచేసిగానీ, మా జిహాదీల తల్వార్లు శాంతించవు"

సిద్ధిఖా అతికష్టంమీద లేచికూచుంది. తనలో అంత శక్తి, ధైర్యం ఎలా వచ్చాయో తనకే తెలీదు. హమీద్ వైపుచూసి గట్టిగా అరిచింది, "నోర్మూయరా కుత్తే! ఇస్లాం గురించి నీలాంటి పెధవలు మాట్లాడితే, వింటానికే అసహ్యంగా ఉంటుంది" చెప్పి చుట్టుపక్కల వారివైపుచూసింది "మీకు మాగురించి బాగా తెలుసు. వీడిగురించి తెలీదు. నిన్న షాపూర్లో మా బంధువుల్ని చంపించింది వీడే.. " ఆమె మాటలింకా పూర్తికాలేదు, ఆర్తనాదం మాత్రం వినిపించింది. హమీద్ చేతిలోని తల్వార్, ఆమె వీపులోంచి బలంగా గుచ్చుకుంది.

షంసుద్దీన్, అతి కష్టంమీద తనని పట్టుకున్న టెర్రరిస్టుల్ని విడిపించుకుని, కిందపడిన తల్వార్ అందుకున్నాడు. ఇంకో టెర్రరిస్టుని నరికేశాడు. హమీద్, వేగంగా కదిలి మరో తల్వార్ ని అతడి కడుపులోకి దింపాడు. "యా అలీ" అతడి చివరికేక గాల్లో కలిసిపోయింది.

"మనవాళ్ళ శవాల్ని తీసికెళ్ళి బస్సెక్కించండి, చుట్టుపక్కల యిళ్ళన్నీ గాలించండి" చెప్పాడు టెర్రరిస్టులకి. ఎవిడెన్స్ వదిలే ప్రశ్నేలేదు. ఇదంతా మతఘర్షణల్లాగే కనిపించాలి.

జనంవైపు చూసి, "వీడు, వీడి కుటుంబం, మన మతానికే ద్రోహంచేశారు. మనవాళ్ళని చంపించిన హిందూగురువును దాచారు. మన కబరస్థాన్ లో వీళ్లని పాతిపెట్టేందుకు కూడా వీల్లేదు. నా మాటలుమీరితే, రేపు మీకూ యిదేగతి, గుర్తుంచుకోండి" చెప్పాడు బయల్దేరుతూ.

ఫిబ్రవరి 19, 1993

రాత్రి ఒంటిగంట కావస్తోంది

కపర్దికి ఉన్నట్టుండి మెలకువైంది. మనసంతా కలవరంగా ఉంది. లేచి చుట్టూచూశాడు. తల్లి, షాజియా, అన్నలూ గాఢనిద్రలో ఉన్నారు. నాన్న కనిపించలేదు. హాల్ వైపు చూశాడు. అక్కడ లైట్ వెలుగుతోంది. అదీ విషయం, నాన్న ఏదో ఆందోళనలో ఉన్నారు. అందుకే తనకి నిద్ర డిస్టర్బైంది. చిన్నప్పటినుండి కపర్దికి యిది బాగా అనుభవమైంది. లేచి హాల్లోకి వచ్చాడు.

"ఏంటి నాన్నా, నిద్ర పట్టడంలేదా?" అడిగాడు.

జల్హణ్ నిర్లిప్తంగా చూసి, కపర్ది తలపైతి తన చెయ్యిపోనిచ్చి చిన్నగా నిమిరాడు. ఏమని చెప్పాలి. ఏం చెప్పినా అర్థమయ్యే వయసుకాదు, కపర్దిది. తనకి ప్రాణాలకన్నా ఎక్కువైన శర్వగ్నుల్లో మూడొంతులమంది శత్రువుల మోసానికి దారుణంగా బలయైపోయారు. వారి శవాలు వాడ్లా చెరువులో అనాథప్రేతాల్లా పడున్నాయి, తన తొందరపాటువల్ల. ఈ విషయం తెలిసాక కూడా, తానిక్కడినుండి కదల్లేని పరిస్థితి.

ఇలాంటి శత్రువుని ఎదుర్కొనేందుకు, బహుశా తమకి ప్రత్యేకమైన ట్రైనింగ్ అవసరం. మారుతున్న కాలం, పరిస్థితుల్ని బట్టి శర్వగ్నిసైన్యాన్ని పదునుపెట్టాలి. బ్రిటిష్ పాలన మొదలయ్యాక, ముజాహిదీలకి ఫండింగ్ ఆగిపోయింది. వారి ప్రయత్నాలు, దాడులు ఆగిపోవడం వల్ల, రెండు శతాబ్దాలుగా శర్వగ్ని ఉద్యమం కూడా తన పదను కోల్పోతూ వచ్చింది.

"మల్హోలా కమిన్" వాకీటాకీ తిరిగి గరగరలాడింది.

"చెప్పు"

"షాపూర్ మీద అటాక్ జరుగబోతోంది. ముస్లింల ఏరియాలని టార్గెట్ చేస్తున్నారు"

"నే వస్తున్నా. అంతదాకా ఆగండి" చెప్పాడు, తన ఖండా అందుకుంటూ.

అంతలో తలుపుతట్టిన శబ్దం వినబడింది. వేగంగా వెళ్ళి తీశాడు. అక్కడ శివానందసరస్వతి, ఆయన బట్టలు, ఒళ్ళంతా తడిసిపోయాయి.

"స్వామీజీ, రండి... ఏం జరిగింది!?" అడిగాడు ఆశ్చర్యపోతూ.

"షంసుద్దీన్ యింటినుండి నీకు ఫోన్ రాలేదా?" ఆదుర్దాగా అడిగారు స్వామీజీ.

"లేదు, అయినా మీరక్కడికెందుకు... " ఏదో అడగబోయిన జల్హణ్, గురువుగారు చెయ్యెత్తడంతో ఆగిపోయాడు.

"అవన్నీ తర్వాత, ముందు ముల్లావాడ వెళ్ళు. అక్కడదాడి జరిగింది"

పరిస్థితి చేతులుదాటిందని అర్థమైంది జల్హణ్ కి. గురువుగారిని చూసుకొమ్మని కపర్దికి సైగచేసి బయల్దేరాడు. పదిమంది శర్వగ్నుల్ని తన టాటాసుమోలో ఎక్కించుకుని క్షణాల్లో జునాఘడ్ వైపు వెళ్ళాడు.

కపర్ది, ఓ కండువా తెచ్చి గురువుగారికి అందించాడు, తుడుచుకోవడానికి. ఆయన భుజానికి పెద్దగాయమైంది. మెడికేటెడ్ కాటన్, డెటాల్ తెచ్చి గాయాన్ని తుడుస్తూ, “ఏం జరిగింది, గురూజీ?” అడిగాడు.

“ఏంలేదు, ఏదో చిన్నదెబ్బ అంతే. నువ్వింకా పడుకోలేదేంటి?” అడిగారు.

“మరీ నన్ను చిన్నపిల్లాడిని చేయకండి, నాకన్నీ అర్థమౌతున్నాయి. షంసుద్దీన్ అంకుల్ కి ఏం జరిగింది? ఎవడు మీమీద దాడిచేసింది? ఒక్కసారి నాకు చూపించండి, చాలు. వాడి తలతెచ్చి మన ఆశ్రమం గుమ్మానికి వేలాడేస్తాను”

“అంత ఆవేశం ఎందుకు, నిజంగా నువ్వింకా చిన్నపిల్లాడివేగా. అన్నీ నాన్నగారు చూసుకుంటారులే. వెళ్ళి పడుకో”

“కుదరదు. ఇక్కడ మీకింత గాయమై రక్తమొస్తూంటే పట్టించుకోకుండా, నాన్న ఖండాతీసుకుని యింతరాత్రి ఎటో వెళ్లారు. ఇదంతా చూసికూడా నాకు నిద్దరెలా వస్తుంది, చెప్పండి”

అతడి కోపానికి ముచ్చటేసింది గురువుగారికి. కపర్ది తలమీద నిమిరి చిన్నగా నవ్వారు.

“అదిగో గురూజీ. నన్నిలా ఏమారిస్తేమాత్రం ఒప్పుకోను. ఇవాళ వాడిగురించి మీరు చెప్పాల్సిందే. లేదా, నేనూ ఖండాతీసుకుని యిప్పుడే షంసుద్దీన్ అంకుల్ యింటికి వెళతాను. వాడిని నరికి పోగులుపెట్టిగాని తిరిగిరాను”

“తొందరపడకు. వాడిని ఎదుర్కోవాలంటే నీ భుజాల్లో యింకా శక్తిరావాలి. బాగా ప్రాక్టీస్ చేయ్. ఏదో ఓరోజు వాడు నీ చేతికి దొరక్కపోడు. అప్పుడుమాత్రం వాడిమీద జాలి చూపించకు”

“వాడిమీదా... నా కాలిగోరుకూడా జాలిచూపించదు. అయినా ఎప్పుడు వాడు నాకు చిక్కేది, అది చెప్పండి ముందు. లేదా, నే యిప్పుడే వెళతాను” కపర్ది పట్టుబట్టాడు.

శివానందసరస్వతి ఓ క్షణం ఆలోచించారు. ఏదో ఒకటిచేసి యిప్పుడీ కుర్రవాడిని ఆపాలి, “నీకు రెండు అవకాశాలు దొరుకుతాయి. సరిగా ఉపయోగించుకో. నాకో మాటివ్వు”

“చెప్పండి గురూజీ”

“వాడిని చంపేదాకా, నీ జుత్తు కత్తించుకోనని మాటివ్వు”

“అలాగే గురూజీ, చంద్ బర్దాయీ ఖండామీద ప్రమాణం చేస్తున్నా. వాడి నరనరాలూ తెంపి, చిత్రహింస చేసి చంపుతాను. మీరెక్కడున్నా వాడికేకలు మీకు వినిపిస్తాయి”

ఫిబ్రవరి 20, 1993

జల్హణ్ తిరిగొచ్చేసరికి తెల్లవారింది. శివానందసరస్వతి రాత్రంతా మేల్కొనే ఉన్నారు. కపర్ది యింతసేపు మెలకువగా ఉండి, యిప్పుడే నిద్రపోయాడు.

జల్హణ్, ఆయనవైపుచూసి తల అడ్డంగా ఊపాడు. అతడి కళ్ళలో నీళ్ళు చూడగానే ఆయనకి అర్థమైంది, షంసుద్దీన్, సిద్దిఖా యికలేరని. అతను రాత్రి బయలుదేరే సమయానికే ఆయనకి అనుమానంగా ఉండింది.

"సిద్దిఖా, నా మాట వినలేదు, నీకు అప్పుడే ఫోన్ చేసుంటే, యిలా జరిగుండేది కాదు"

"తప్పు నాదే గురూజీ. మీరు పూజాకార్యక్రమాల్లో బిజీగా ఉన్నారని, షాపూర్ లోజరిగినవేవీ మీకు చెప్పలేదు. షంసుద్దీన్ కూడా వద్దన్నాడు. ఈరోజు నాజీవితంలో చాలా చెడ్డరోజు. మన శర్వగ్నులు నూటయాభైమంది కూడా బలైపోయారు"

"ఏంటీ!?"

జల్హణ్ జరిగిందంతా చెప్పాడు. "శర్వగ్నుల్ని, షంసుద్దీన్ కుటుంబాన్నికూడా కాపాడుకోలేకపోయాను, నేను, నాఖండా అన్నీ వృథా"

"మనతో, ఆశ్రమంతో ఎంతగా కలిసిపోయారు. రెండుమతాల ఆధ్యాత్మిక గ్రంథాల్ని చదివి, ఎప్పుడూ వాటిలో ఏకత్వాన్నిగురించి మాట్లాడే షంసుద్దీన్ కుటుంబం యికలేదంటే మనసు తట్టుకోలేకపోతోంది. అదికూడా నన్ను కాపాడే ప్రయత్నంలో, ఆ దంపతులు యిలా చనిపోవడం...ఎంత దురదృష్టం" శివానందసరస్వతి కళ్ళు తుడుచుకున్నారు.

కాసేపు ఇద్దరూ మౌనంగా ఉండిపోయారు.

"జల్హణ్, అంత్యక్రియలకి నేనూవస్తాను"

"వద్దు గురూజీ, అక్కడి పరిస్థితేం బాలేదు"

"అయినా సరే... "

"ప్లీస్ గురూజీ. నామాట వినండి. షంసుద్దీన్ బంధువులు, స్నేహితులుకూడా ముందుకు రావడానికి భయపడుతున్నారు. జునాఘడ్ కి, తనవాళ్ళకి ఎంత చేశాడు! ఇప్పుడు అతడి నిజాయితీనే కొంతమంది అనుమానిస్తున్నారు. మిగిలినవాళ్ళు నోరెత్తడానికే భయపడుతున్నారు. చివరికి, వాళ్ళని ఈ ఊళ్ళో పాతిపెట్టడానిక్కూడా వీల్లేదంటున్నారు"

"ఎందుకని!?"

"భయం, అనుమానం ఒకసారి మనసులోకి వస్తే వదిలించుకోవడం కష్టం. నే ఎవర్నీ తప్పుపట్టడంలేదు గురూజీ,... కానీ, షంసుద్దీన్, సిద్దిఖాలాంటి మంచిమనుషులని కూడా అనుమానిస్తే, యిక సమాజంలో నమ్మకం అనేమాటకి అర్థంలేదు. అదికూడా, ఎవడో బయటినుండి వచ్చిన ఓ వెధవ మాటల్ని నమ్మి, లేదా వాడికి భయపడి"

"మర్రైతే... ?" సందేహిస్తూ ఆగిపోయారు శివానందసరస్వతి.

"సిద్దిఖా అన్నయ్య, నూరుద్దీన్ బాంబేలో ఉంటారు. ఆయనకి ఫోన్ చేశాను. కానీ, వచ్చేసరికి ఆలస్యంకావచ్చు. నే యింకోసారి వెళ్ళి, ముల్లావాడలో అతడి స్నేహితుల్ని రిక్వెస్ట్ చేస్తాను. మీకు చెప్పి వెళదామనే వచ్చాను. ఇంకో విషయం గురూజీ... "

"ఏంటి?"

"దయచేసి బయటికిరాకండి. ఉదయం ఎనిమిదినుండి కర్ఫ్యూ డిక్లేర్ చేస్తున్నారు. మన శత్రువు మాత్రం యింకా స్వేచ్ఛగానే తిరుగుతున్నాడు. అందుకే మిగిలిన యాభైమంది శర్వగ్నుల్ని యిక్కడే ఉంచేస్తున్నాను"

"అంటే, నువ్వొక్కడివే వెళతావా!?"

"తప్పదు. ఇప్పుడా రాజశాసనం మీ దగ్గరే ఉంది. కాబట్టి, యిక్కడే సేఫ్టీ అవసరం"

"మొండితనం వద్దు, జల్హణ్... "

"లేదు, గురూజీ. అన్నీ ఆలోచించే వెళుతున్నాను. షంసుద్దీన్, సిద్దిఖా, శర్వగ్నులు, వీరి ప్రాణాలకంటే నా జీవితం ముఖ్యంకాదు. ప్రాచీనకేదారేశ్వరం కంటే ఏదీ ముఖ్యంకాదు. దయచేసి, నే తిరిగొచ్చేవరకు ఎవరితోనూ ఈ విషయం చెప్పకండి. షాజియా చిన్నపిల్ల, తట్టుకోలేదు" చెప్పి బయల్దేరాడు జల్హణ్.

శివానందసరస్వతి మౌనంగా కళ్ళు తుడుచుకున్నారు. ఏంటీ పరీక్ష!? తరతరాలుగా ప్రాచీనకేదారేశ్వరాన్ని కాపాడేందుకు అంకితమైన శర్వగ్నులు, తమ వారికి దూరంగా యిక్కడ దారుణంగా హత్యచేయబడ్డం, వారి శవాలు దిక్కులేకుండా ఓ చెరువులో పడుండడం. ఏ గుర్తింపూ లేకుండా, మతఘర్షణల్లో చనిపోయిన అనాథల్లా, ఎవరిచేతుల్లోనో వారి అంత్యక్రియలు... అదికూడా ఎప్పుడో తెలియదు. కర్ఫ్యూ సమయంలో ఎవరు పట్టించుకునేది? నిజంగా ఈ శివరాత్రి, తమకి కాళరాత్రి!

ఇటు తనకోసం, తనకిచ్చిన మాటకోసం, షంసుద్దీన్ దంపతులు కూడా దారుణంగా నరికేయబడ్డారు. పైగా, వారిమీద లేనిపోని అపనిందలు. ఇవన్నీ చూస్తూ ఏమీ చేయలేని తన నిస్సహాయత. అనుకున్న ప్రకారం, యివాళ రాజకోట్ వెళ్ళి ఢిల్లీ ఫ్లైట్ ఎక్కాల్సింది. కానీ, ఒక్క రాత్రిలో అంతా తారుమారైంది. ఇంట్లో ఒక్కొక్కరు నిద్రలేస్తున్నారు. కపర్దిమాత్రం నిద్ర నటిస్తూ అన్నీ విన్నాడు. అంతా కాకపోయినా, కొంతవరకు విషయం అతడికి అర్థమైంది.

శివానందసరస్వతి లేచి బయటికొచ్చారు, తనని చూసి ఎవరికీ అనుమానం రాకూడదని. దూరంగా మర్రిచెట్టు, దానికింద శివాలయం కనిపిస్తున్నాయి. నిన్నరాత్రి దామోదరకుండ్ లోని సొరంగంలోంచి వచ్చేటప్పుడే భుజానికి పెద్దగాయమైంది. కానీ, సొరంగమార్గంలో ఈ శివాలయం వెనక్కి చేరుకునేవరకు తాను గమనించుకోలేదు. మెల్లగా నడుచుకుంటూ శివాలయానికొచ్చారు. వాగులో స్నానంముగించి, శివాలయంలో కూచుని కాసేపు ధ్యానం చేశారు.

ఓ రెండుగంటల తర్వాత, కపర్ది ఆయన్ని వెతుక్కుంటూ వచ్చాడు. షాజియాకూడా అతడి వెనకే వచ్చింది.

"నే చెప్పలే కోపీ, గురువుగారు యిక్కడే ఉంటారని" నవ్వుతూ చెప్పింది, ఆయన్నిచూసి. శివానందసరస్వతి ఆమెవైపు జాలిగా చూశారు. ఆరేళ్ళకే తల్లిదండ్రుల్ని పోగొట్టుకుంది.

"ఇంట్లోకి వెళదాం రండి, గురూజీ. నిన్నంతా మీరు ఉపవాసం ఉన్నారట. అమ్మ మీకోసం పాలు కాచింది" పిలిచాడు కపర్ది.

శివానందసరస్వతి లేచారు. ఇప్పుడేమీ తీసుకునే ఆసక్తిలేదు. అర్జెంట్ గా చేయాల్సిన కొన్నిపనులున్నాయి. విద్యారణ్యకు ఫోన్ చేసి, వెంటనే ఆశ్రమానికి తిరిగిరమ్మని చెప్పాలి. తమ లాయర్ కి ఫోన్ చేసి, యిక్కడి కర్ఫ్యూవల్ల రేపు కోర్ట్ కి రాలేకపోతున్నామని, వాయిదాకి అప్లికేషన్ పెట్టించాలి. ఇప్పుడున్న పరిస్థితుల్లో, కోర్ట్ కూడా వాయిదాకి ఒప్పుకోక తప్పదు.

ఫిబ్రవరి 20, 1993

జునాఘడ్

అసహనంగా హోటల్ రూంలో పచార్లుచేస్తున్నాడు, హమీద్. మధ్యాహ్నం రెండు కావస్తోంది. తానేదైతే జరక్కూడదనుకున్నాడో అదే జరిగింది. జునాఘడ్ జిల్లా మొత్తం కర్ఫ్యూ విధించారు. పదిలక్షలమంది యాత్రికులు యిక్కడున్నప్పుడు కర్ఫ్యూ విధించడం, ఇంపాసిబుల్ అనుకున్నాడు. కానీ, స్టేట్ గవర్నమెంట్ కఠినమైన నిర్ణయం తీసుకుంది. ఇది సాకుగా వాడుకుని, గణపతి ఆశ్రమం మరో వాయిదాకి హరిద్వార్ కోర్ట్ లో అప్లికేషన్ పెట్టింది. ఇప్పుడే కార్తికేయాశ్రమం నుండి ఫోనొచ్చింది.

తానెంత బాగా ప్లాన్ చేసినా, పృథ్వీరాజ్ శాసనాన్ని స్వామీజీనుండి లాక్కోలేకపోయాడు. షంసుద్దీన్ యింటినుండి ఆయన ఎటువెళ్ళారో, ఎలా మాయమయ్యారో ఎవరికీ తెలియదు. బహుశా ఆయన రాజమహల్ కే వెళ్ళుండాలి. ఆ రాజమహల్, రిషికేశ్ నుండి వచ్చిన జల్హణ్ అనే వ్యక్తిది. అతడికీ, గణపతి ఆశ్రమానికీ, శర్వగ్నులకీ ఏదో సంబంధం ఉంది. బహుశా, అతనే శర్వగ్నుల లీడరయ్యుండాలి.

ప్రస్తుతం అనీఫ్ ని, షంసుద్దీన్ యింటిదగ్గరే మాటేసి, ఏం జరుగుతోందో తనకి రిపోర్ట్ చేస్తూండమని పంపించాడు. ఉదయం నుండి రెండుసార్లు అనీఫ్ రిపోర్ట్ చేశాడు. ఉదయం తొమ్మిదికి పోలీసులొచ్చి, శవాల్ని పోస్ట్ మార్టంకి తీసుకెళ్ళారు. జల్హణ్ కూడా వారివెంటే వెళ్ళాడు.

ఇప్పుడే, ఓ అరగంటక్రితం శవాల్ని తీసుకుని తిరిగొచ్చారు. అంత్యక్రియలకి సహాయం చేయాలని అందర్నీ జల్హణ్ బతిమాలుతున్నాడు. కానీ, ఎవరూ ముందుకు రావడంలేదు. గుడ్...ఇండియన్ ముస్లింలకి ఆమాత్రం భయం, అనుమానం ఉండాలి. అప్పుడే, ఐఎస్ఐ తన ప్లాన్స్ ని చక్కగా ఇంప్లిమెంట్ చేయొచ్చు.

తన టార్గెట్ షంసుద్దీన్ కుటుంబం కాదు. తనదారికి అడ్డొచ్చారు, ఎలిమినేట్ చేయబడ్డారు, అంతే. తన నిజమైన టార్గెట్...ప్రాచీన కేదారేశ్వరం! దాన్ని సాధించి, కొల్లగొట్టి, ముజాహిదీల పగతీర్చాలి. అప్పుడుగాని, తన రక్తదాహం చల్లారదు. ఫోన్ మోగడంతో ఆలోచనలనుండి బయటపడ్డాడు. అనీఫ్ నుండే అయ్యుండాలి

"హలో" చెప్పాడు తీసి.

"సర్, ఎ.ఎం. మీతో అర్జెంట్ గా మాట్లాడాలట" అది తన సెక్రెటరీ, ఢిల్లీలోని పాక్ కన్సులేట్ నుండి.

"అలాగే. నే తర్వాత కాంటాక్ట్ చేస్తాను" చెప్పాడు హమీద్. ముక్తార్ అహ్మద్ కి అంత అర్జెంట్ ఏంటో అనుకుంటూ.

"ఓకే సర్. ఎనీ మెసేజ్... "

"నథింగ్. నే ఎక్కడున్నానో కూడా చెప్పకు" ఫోన్ పెట్టేశాడు. చిన్నగా నవ్వుకున్నాడు. ముక్తార్ వీక్ నెస్ ఏంటో తనకి బాగాతెలుసు. ఇక్కడేం జరుగుతోందో తెలుసుకోవాలి. అతడికి ప్రతిక్షణం ఎవరైనా అప్ డేట్ చేస్తూండాలి. తానేమో ఒక్క యిన్ఫర్మేషన్ కూడా ఇస్లామాబాద్ కి వెళ్ళనివ్వడు. అందుకే ఫోన్ చేసుంటాడు.

ఫిబ్రవరి 20, 1993

జల్హణ్ తిరిగొచ్చేసరికి సాయంత్రం ఏడైంది. అతడి మొహంలో దుఃఖం, ఎంత ప్రయత్నించినా ఆపుకోలేకపోతున్నాడు. ఇంట్లో అందరికీ ఆందోళన మొదలైంది. శివానందసరస్వతి, మౌనంగా ఉండమని వారికి సైగచేసి, జల్హణ్ ని శివాలయం వైపుకి తీసుకెళ్ళారు.

"వెళ్ళి స్నానం చేసిరా" చెప్పారు, వాగుని చూపించి. అతడి స్నానం ముగిశాక, యిద్దరూ మందిరందగ్గరే కూచున్నారు.

"ఎన్నిరకాలుగా బతిమాలినా, ఎవరూ ముందుకురాలేదు గురూజీ. జునాఘడ్ లో పూడ్చిపెట్టేందుకు కూడా వీల్లేదన్నారు. చేసేదిలేక, నేనే దూరంగా తీసికెళ్ళి అన్నీ ముగించాను"

"ఫోన్ చేయకపోయావా. సహాయానికి ఎవరినైనా పంపించేవాడిని"

"నాకు ఎవరి సహాయం అవసరంలేదు, గురూజీ. కానీ, ఎందుకో మానవసంబంధాల మీదే నమ్మకం పోతోంది"

"ఈ సమయంలో అలా అనిపించడం సహజం. మనసుని కాస్త స్థిమితం చేసుకో, జల్హణ్. మరి, చనిపోయిన శర్వగ్నులకి దహనసంస్కారాలు...?" ప్రశ్నని మధ్యలోనే ఆపేశారు శివానందసరస్వతి.

"మార్చురీలో ఉందారు. ఇక్కడి సోషల్ వర్కర్స్ లో నాకు తెలిసిన కొంతమంది సహాయం చేస్తున్నారు. రేపు ఉదయం, నేనూ వారితోవెళ్ళి సంస్కారాలు పూర్తిచేస్తాను"

"అన్నట్టు, సిద్దిఖా అన్నయ్య, నూరుద్దీన్ ఎప్పుడొస్తున్నారు?"

"రాత్రి పదికి. నేనే రాజ్ కోట్ స్టేషన్ కెళ్ళి తీసుకొస్తాను. నా రెడ్ క్రాస్ ఐడెంటిటీ చూపించి, ఉదయం కర్ఫ్యూపాస్ తీసుకున్నాను"

"ఎలాగైనా రేపే షాజియాని, ఆయన్ని యిక్కడినుండి పంపించేయ్"

"గురూజీ... !?" ప్రశ్నార్థకంగా చూశాడు జల్హణ్. ఆయనలా అంటున్నారంటే, ఏదో ప్రమాదం రాబోతోందనే అర్థం. ఆయన సిక్స్త్ సెన్స్ కి అప్పుడప్పుడు జరగబోయేవి తెలుస్తాయి.

శివానందసరస్వతి తల ఊపారు. తన చేతిలోని కాషాయం బట్టముడి విప్పి ఓ ఇత్తడి పెట్టెని తీశారు. "శాసనం యిందులోనే ఉంది. రేపే దీన్నెక్కడైనా దాచేయ్. ఈ పరిస్థితుల్లో దీన్ని మనతోనే ఉంచుకోవడం మంచిదికాదు. తర్వాత ఎప్పుడైనా వచ్చితీసుకుందాం. లాయర్ కి చెప్పి కేస్ వాయిదాకి అప్లికేషన్ పెట్టించాను" చెప్పారు.

ఫిబ్రవరి 21, 1993

షాజియా తన మేనమామతో వెళ్ళిపోవడంతో, యిల్లంతా నిశ్శబ్దం అలుముకుంది. కపర్ది కూడా ఏం తోచక, ఓ మూల మౌనంగా కూచున్నాడు. జల్వాణ్, తన భార్య గౌరన్ కి మాత్రం జరిగినవి చెప్పాడు. పిల్లల ఎదురుగా ఆ విషయాలేవీ ఎత్తకుండా, వేరేగదిలో కూచుని మాట్లాడుకున్నారు. షాజియాకి మాత్రం, మీ అమ్మానాన్న అనుకోకుండా బొంబేకి వెళ్ళారు, నిన్నూ అక్కడికే రమ్మంటున్నారని చెప్పారు.

జునాఘడ్ నుండి బొంబేకి, డైరెక్ట్ ట్రైన్ లో టికెట్స్ దొరక్కపోవడంతో, రాజకోట్ నుండి సాయంత్రం ఫ్లైట్ కి టికెట్స్ చేయించాడు, జల్వాణ్. కర్ఫ్యూ టైం కాబట్టి, త్వరగా మధ్యాహ్నం పన్నెండుకే జునాఘడ్ నుండి బయల్దేరారు.

జల్వాణ్ తిరిగొచ్చేసరికి రాత్రి ఎనిమిదైంది. శివానందసరస్వతి అతడిని ప్రశ్నార్థకంగా చూశారు. జల్వాణ్ తలూపాడు, పనైందన్నట్టు. తర్వాత, యిద్దరూ వేరుగాకూచుని మాట్లాడుకున్నారు.

"మనకి కూడా టికెట్స్ చేయించేశాను గురూజీ. అందరం రేపు ఫ్లైట్ కి ఢిల్లీ వెళ్ళిపోదాం" చెప్పాడు జల్వాణ్, టికెట్స్ చూపిస్తూ.

"మరి, మిగిలిన శర్వగ్నులు?"

"జునాఘడ్ నుండి యాత్రికులందరినీ వెంటనే ఖాళీచేయించాలని గవర్నమెంట్ తొందరపడుతోంది. ఎవరు యాత్రికులో, ఎవరు టెర్రరిస్టులో గుర్తించడం చాలా కష్టమౌతోందట. అహ్మదాబాద్ కి, రాజ్ కోట్ కి స్పెషల్ బస్సులు వేశారు"

"అందుకని?"

"అల్లర్లలో ఇక్కడ చిక్కుకుపోయిన యాత్రికులని చెప్పి, మనవాళ్లందరికీ కర్ఫ్యూపాస్ లకి అప్లైచేశాను. ఈ రాత్రికిగాని, రేప్పొద్దునగాని పోలీస్ డిపార్ట్ మెంట్ నుండి ఎవరైనావచ్చి, వెరిఫై చేసి పాస్ లిస్తారు. రేపుదయం గవర్నమెంట్ ఏర్పాటుచేసిన బస్ లో అహ్మదాబాద్ వెళ్ళి, అక్కడినుండి తమ ఊళ్ళకి వెళతారు"

"అన్నట్టు, యిందాక లాయర్ ఫోన్ చేశారు, కోర్ట్ మన అభ్యర్థనకి ఒప్పుకుందట. హియరింగ్ వచ్చేనెలకి పోస్ట్ పోన్ అయింది"

"అయితే, వచ్చేనెల నే ఒక్కడినే రహస్యంగా యిక్కడికొచ్చి, ఆ శాసనాన్ని తీసుకొస్తాను గురూజీ"

"అలాగే, చూద్దాం విధినిర్ణయం ఎలా ఉందో!" చెప్పారు శివానందసరస్వతి.

ఆ రాత్రి యింట్లో ఎవరూ భోజనం చేయలేదు. ఎవరికీ మనసు సరిగాలేదు. శర్వగ్నులుకూడా నిన్నటినుండి ఏమీ తినలేదు. జరిగింది వాళ్ళకి తెలుసు. తమ లీడర్ మల్లోలా మనసులో అగ్నిపర్వతాలు రగులుతున్నాయనీ తెలుసు. కానీ, శత్రువుని ఎదుర్కోవడానికి తగిన అవకాశం వచ్చేవరకు, తామేమీ చేయలేరు.

పిల్లలుమాత్రం ముభావంగా కాస్త ఎంగిలిపడ్డారు. జల్వాణ్ కొడుకుల్లో పెద్దవాళ్ళిద్దరికీ నాన్న చాలాబాధలో ఉన్నారని, తమనుండి ఏదో దాస్తున్నారని అనుమానం వేసింది. షంసుద్దీన్ పరివారంకూడా రెండురోజులనుండి రావడంలేదు. షాజియాని, తన మేనమామ వచ్చి సడన్ గా తీసికెళ్ళిపోయారు. ఇదంతా చూస్తూంటే, ఏదో

జరక్కూడందే జరిగిందనే అనుమానం వాళ్ళని వేధిస్తోంది. కపర్దికి విషయం కొంతవరకు అర్థమైంది, కానీ, షాజియా ఉన్నట్టుండి వెళ్ళిపోవడంతో ముభావంగా అయిపోయాడు.

రాత్రి పదికావచ్చింది. హాల్లో ధ్యానంలో కూచున్న శివానందసరస్వతి ఉన్నట్టుండి లేచారు. కపర్ది ఆయన్ని చూసి " గురూజీ, ఏమైనా కావాలా?" అడిగాడు.

"నాతో వస్తావా?"

"అలాగే, ఎక్కడికి?" అడిగాడు కపర్ది లేస్తూ.

"రా చెబుతాను" ఆయన బయటికి దారితీశారు.

ఇద్దరూ బయట మర్రిచెట్టుకిందున్న శివమందిరం చేరుకున్నారు. "నే లోనికెళ్ళి కాసేపు సమాధి అవస్థలో ఉంటాను. నువ్వు యిక్కడే కూచుని, ఎవరైనా వస్తే తలుపుతట్టు" చెప్పి మందిరంలోకి వెళ్ళి, తలుపేసుకున్నారు. కపర్ది, మర్రిచెట్టుకిందే కాసేపుకూచున్నాడు. ఏం తోచక, చిన్న, చిన్నగులకరాళ్ళేరుకుని నదిలోకి విసిరేస్తూ టైం పాస్ చేస్తున్నాడు. ఈ టైంలో షాజియా యిక్కడుంటే ఎంత బావుండేది అనుకుంటూ.

మరో అరగంట గడిచింది. జల్హణ్, గౌరన్ తమరూంలో కూచుని షంసుద్దీన్ కుటుంబానికి జరిగిన దారుణం గురించి చిన్నగా మాట్లాడుకుంటున్నారు. పక్కగదిలో పిల్లలు పడుకున్నారు, తమ మాటలు వాళ్ళకి వినిపించడం మంచిదికాదు. శర్వగ్నులు, కాస్తదూరంగా ఉన్నగదుల్లో పడుకున్నారు.

ఇంటర్ కాం మోగడంతో లేచి, ఫోన్ తీశాడు జల్హణ్. అది సెక్యూరిటీనుండి, "సర్ పోలీసులొచ్చారు. ఏదో వెరిఫై చేయాలంటున్నారు"

జల్హణ్ కి అర్థమైంది "పంపించు" చెప్పాడు.

బయటికొచ్చి కేర్ టేకర్, కిరీట్ సోలంకికి చెప్పాడు, శర్వగ్నుల్ని లేపమని. మెయిన్ గేట్ నుండి పోలీస్ జీప్, వాన్ లోనికొచ్చాయి. వాన్ ని కాస్తదూరంలో ఆపేసి, జీప్ మాత్రం బిల్డింగ్ ముఖద్వారం దగ్గరికొచ్చి ఆగింది

"హలో, ఐయామ్ వైజయంత్, ఫ్రం సి.ఆర్.పి.ఎఫ్" చెప్పాడు లావుగా ఉన్న వ్యక్తి జీప్ దిగుతూ. అతడితోపాటు నలుగురు కానిస్టేబుల్స్ దిగారు.

జల్హణ్ అతడికి షేక్ హాండిస్తూ చూశాడు. వయసు ముప్పై ఉండొచ్చు, చాలా ధృఢంగా ఉన్నాడు.

"మీరేనా పాస్ కి అప్లైచేసింది, యాత్రికులెక్కడ?" అడిగాడతను.

"ఇప్పుడే పడుకున్నారు, వచ్చేస్తారు. రండి, కూచుని మాట్లాడుకుందాం" చెప్పాడు జల్హణ్.

"పర్లేదు. ఇక్కడే కూచుందాం. కుర్చీలు, ఓ టీపాయ్ లేదా చిన్న టేబిల్ తెప్పించండి"

జల్హణ్, కేర్ టేకర్ కి సైగచేశాడు. అంతలో శర్వగ్నులు లేచివచ్చారు.

"ఒక్కొక్కరుగా వచ్చి, మీ పేరు, అడ్రస్, మీ ఊళ్ళో మీకు తెలిసిన యిద్దరి పేర్లు, ఫోన్ నెంబర్లు యివ్వండి" చెప్పాడు కూచుంటూ.

అతను రిజిస్టర్ లో రాసుకుంటుంటే, యింకో కానిస్టేబుల్ అవే డిటైల్స్ ని చిన్న స్లిప్స్ లో రాస్తున్నాడు. స్లిప్ ని అందిస్తూ, వాన్ వైపుకి చూపించాడు.

"తడవకి యిద్దరి ప్రకారం వాన్ వెనక్కెళ్ళి, స్లిప్స్ చూపించండి. మా వాళ్ళు పాస్ కి ఫోటో తీసుకుంటారు. తర్వాత మీరెళ్ళి పడుకోవచ్చు. రేపుదయం వెరిఫై చేసుకున్నాక, కర్ఫ్యూ పాస్ లు పంపిస్తాం" చెప్పాడు.

వైజయంత్, జల్హణ్ వైపుచూసి, వెరిఫై చేసుకున్నాక "మీ యింట్లో ఎవరికైనా పాస్ లు కావాలా?" అడిగాడు.

"మేం రేపు రాజ్ కోట్ వెళ్ళాలి, ఫ్లైట్ కి ఢిల్లీ వెళుతున్నాం. అందరికీ పాస్ కోసం అప్లై చేశాను"

వైజయంత్ తలూపాడు "అలాగే, ముందు యాత్రికుల వెరిఫికేషనయ్యాక, మీ యింట్లో అందరివీ ఫోటోలు తీసుకుందాం"

దాదాపు నలభైమందిదాకా శర్వగ్నుల వెరిఫికేషన్ అయింది. వైజయంత్ మిగిలిన ఇద్దరు కానిస్టేబుల్స్ వైపుచూసి, "మీరు వీరితో లోనికెళ్ళి డిటైల్స్ తీసుకురండి" చెప్పాడు.

జల్హణ్ లేచి వారిని లోనికి తీసికెళుతున్నాడు. అప్పుడు సడన్ గా అతడి దృష్టి, వాన్ దగ్గరినుండి తిరిగొస్తున్న శర్వగ్నులమీదికి మళ్ళింది. నిద్ర డిస్టర్బయినట్టు మొహాల్ని రెండుచేతుల్తో రుద్దుకుంటూ నడుస్తున్నారు. శర్వగ్నులకి అలాంటి అలవాట్లులేవు. ఎంత నిద్ర చెడినా వారి అటెన్షన్ చెక్కుచెదరదు. ఇంకోసారి పరీక్షగా వారి మొహాలవైపు చూశాడు. వాళ్ళు...తన మనుషులుకారు... యింకెవరో... మొహాల్ని దాచుకుని తన యింట్లోకి జొరబడుతున్నారు!

ఇంతసేపూ తన వెనకనుండి వాళ్ళు యింట్లోకి వెళుతుండడం వల్ల గమనించుకోలేదు. తన రెండువందలమంది శర్వగ్నుల మొహాలూ తనకి బాగాగుర్తు, నిద్రలోకూడా వారిని మర్చిపోలేడు. మోసం జరిగిందని అర్థమైంది, వసారాలో స్టాండ్ కి ఉంచిన ఖండా వైపుకి దూకాడు. దాన్ని తీసేలోపే, వెనకనుండి ఓ గన్ బారెల్ అతడి తలకి బలంగా ఒత్తుకుంది.

"అతితెలివి, సాహసం అన్ని టైంస్ లో పనిచేయవు. నీ యింట్లో ముప్పైఐదుమంది నా ఫిదాయీలున్నారు. వారి చేతుల్లో ఏకే47- లున్నాయి. లోపల నీ భార్య, పిల్లలు, బయట వాన్ లో నీ శర్వగ్నులు నలభైమంది, యిప్పుడు మా బందీలు" కరుకుగా వినిపించింది వెనకనుండి.

అంతసేపూ కూచున్న వైజయంత్, సడన్ గాలేచి తన రివాల్వర్ తీశాడు. డిటైల్స్ యిస్తున్న మిగిలిన శర్వగ్నుల్ని కాల్చేశాడు. అది సైలెన్సర్ అమర్చిన రివాల్వర్. ఆరుమంది శర్వగ్నులు పడిపోయారు. కానిస్టేబుల్స్ తమ గన్స్ తో మిగిలిన నలుగురిని కాల్చేశారు.

"ఎవరు నువ్వు?" అడిగాడు జల్హణ్, తనని తాను కంట్రోల్ చేసుకుంటూ.

"పరిచయాలు అనవసరం, నేనెవరో నీకు తెలుసు. టైం వేస్ట్ చేయకుండా నాకేం కావాలో యిచ్చేస్తే, నీవాళ్ళని ప్రాణాలతో వదిలేస్తాను. నిన్ను మాత్రం చంపక తప్పదు" చెప్పాడు హమీద్.

"నీకేం కావాలి?"

"గుడ్. మీ స్వామీజీ తెచ్చిన రాజశాసనం కావాలి. ఎక్కడుందో త్వరగాచెప్పు, అలాగే మీ స్వామీజీని కూడా మాకప్పగించు"

"అది ఎప్పటికీ నీ చేతికి చిక్కదు" చెప్పాడు, జల్హణ్ పళ్లు బిగిస్తూ. భగవంతుడా, ఒక్క అవకాశం యివ్వు, నావాళ్ళని కాపాడుకునేందుకు, ఈ నీచుల్ని నరికేందుకు మనసులోనే ప్రార్థిస్తున్నాడు.

హమీద్ తన మనుషులకి సైగచేశాడు. ఇంట్లోంచి జల్హణ్ భార్య గౌరన్ ని, అతడి కొడుకులిద్దర్నీ తీసుకొచ్చారు.

"బయటికి తీసికెళ్ళండి" చెప్పాడు హమీద్, తన బారెల్ తో జల్హణ్ ని తోస్తూ. "మొన్న రాత్రి, నీ ఫ్రెండ్ షంసుద్దీన్ కూడా యిలాగే, అనవసరమైన మొండితనం చూపించాడు. వాడి భార్య యింకో రెండాకులు

ఎక్కువే చదివింది. ఏమైందో చూశావుగా, పూడ్చిపెట్టడానికింత నేలకూడా దక్కలేదు. ఇప్పుడు నీవంతు" చెప్పాడు బయటికి దారితీస్తూ.

జల్హణ్ ఆలోచిస్తున్నాడు... ఒకే ఒక్క అవకాశం కావాలి.

హమీద్, వైజయంత్ వైపు చూసి "అనీఫ్, వాన్ లో ఉన్నవీడి మనుషుల్ని బాచిలుగా దింపి, ఫినిష్ చేయ్. వీడు నోరెలా విప్పడోచూస్తాను" చెప్పాడు.

వాన్ లోంచి పదిమంది శర్వగ్నుల్ని దింపారు. వారి కాళ్ళు చేతులు కట్టివేయబడున్నాయి, నోళ్ళకి టేప్ వేశారు. ఒంటిమీద అండర్ గార్మెంట్స్ మాత్రం కనిపిస్తున్నాయి. అంటే, వారి బట్టల్ని ఫిదాయీలు వేసుకుని తన యింట్లోకి వెళ్ళారు. అందుకే, మిగిలిన శర్వగ్నులకి అనుమానం రాలేదు. హమీద్ సైగచేయగానే, టెర్రరిస్టులు ఆ పదిమందినీ కాల్చేశారు. జల్హణ్ పిల్లలు, గౌరన్ నిశ్చేష్టులై చూస్తున్నారు. ఏం జరుగుతోందో వారికేం అర్థంకావడంలేదు.

దూరంగా వాగుదగ్గర ఆడుకుంటున్న కపర్ది, యిక్కడి శబ్దాలకి అలర్టయ్యాడు. ఓ చెట్టుచాటునుండి చూశాడు. తనవాళ్ళందరూ ప్రమాదంలో ఉన్నారని అర్థమైంది. సడన్ గా గుర్తొచ్చింది, ఉదయం అన్నలు మర్రిచెట్టుకిందే ఖండా ప్రాక్టీస్ చేశారు. తర్వాత వాటిని మందిరం వెనకగోడకున్న స్టాండ్ లో ఉంచివెళ్ళారు.

"స్టాపిట్, అదిక్కడలేదు" గట్టిగా అరిచాడు జల్హణ్.

"ఎక్కడుంది?"

"స్వామీజీ నిన్నే తీసికెళ్ళిపోయారు"

"బుకాయించకు, స్వామీజీ యిక్కడే ఉన్నారని నాకుతెలుసు"

"లేదు, ... నిజంగానే వెళ్ళిపోయారు... " జల్హణ్ మాట యింకా పూర్తికాలేదు, హమీద్ తిరిగి వాన్ వైపు సైగచేశాడు. ఈసారి మిగిలిన ముప్పైమందినీ దింపి వరుసగా కాల్చేశారు.

"నీవాళ్ళ ప్రాణాలు నాకో లెక్కకాదని యిప్పటికైనా తెలుసుకో, ఇక నీ భార్య, పిల్లలు మిగిలారు"

జల్హణ్ కళ్ళు అగ్నిగోళాల్లా మారాయి, ఒక్కుదుటన వంగి, హమీద్ వైపుతిరిగాడు. తనచేతుల్ని వేగంగా తిప్పుతూ, గాల్లో ఎగిరి హమీద్ ఎదమీద బలమైన కిక్ యిచ్చాడు. హమీద్ కిందపడిపోయాడు. జల్హణ్ వాడిచేతుల్లోంచి గన్ లాక్కోబోయాడు. అంతలో, టెర్రరిస్టులు గౌరన్ ని, పిల్లల్నీ కాల్చేశారు. అనీఫ్ వేగంగావచ్చి జల్హణ్ వీపుకి గురిపెట్టి కాల్చాడు. జల్హణ్ కిందపడిపోయాడు, అంతా అయిపోయింది, తనకుటుంబం, షంసుద్దీన్, శర్వగ్నులు అందరినీ కోల్పోయాడు. ఆ బాధముందు, బుల్లెట్లు వీపులోంచి దిగినబాధ కనిపించడంలేదు.

హమీద్ లేచి, తన ఎకే47- ని జల్హణ్ తలకి గురిపెట్టాడు. "నీకు నిజంగా తెలివిలేదు, నిన్ను చంపాకైనా మేం నీ యింటినిసోదా చేసి, ఆ శాసనాన్ని, స్వామీజీని తీసుకుపోవడం ఖాయం. అలాంటపుడు, అదేదో ముందే చెప్పేస్తే, నిన్నుమాత్రమే చంపేసి వెళ్ళేవాడిని. కనీసం, నీ వాళ్ళైనా మిగిలేవారు. ఇప్పుడు చెప్పు, ఏం సాధించావు, నీ మొండిపట్టుదలతో"

అనీఫ్ వైపుచూశాడు. "వెళ్ళి యిల్లంతా గాలించండి, ఆ శాసనం యిక్కడే ఎక్కడో ఉంది. కేర్ టేకర్ ని, వాడి భార్యని తీసుకుని మూలమూలలు వెతకండి. శాసనాన్ని, స్వామీజీని తీసుకురా, వీడికి చూపించి ఆ తర్వాతే చంపుతాను"

అనీఫ్, టెర్రరిస్టులందర్నీ తీసుకుని వేగంగా యింట్లోకి వెళ్ళాడు. హమీద్, జల్హణ్ ని చూసి చిరునవ్వునవ్వాడు "ఇంకాసేపే నీకీబాధంతా. మావాళ్ళు తిరిగిరాగానే, యింకో రెండు బుల్లెట్స్ నీ తలలోకి పంప్ చేస్తాను, తృప్తిగా పైకి పోదువు గాని"

"ఈ జన్మలో ఆ శాసనం నీకు దొరకదు" చెప్పాడు జల్హణ్, బాధని భరిస్తూ.

"చూద్దాం... " హమీద్ యింకా ఏదో అనబోతున్నాడు. గాల్లో ఏదో శబ్దమైంది, కంటిచివర ఏదో మెరిసినట్టై, సడన్ గా వంగాడు. అదే అతడి ప్రాణాల్ని కాపాడింది. కపర్ది చేతిలో ఖండా వేగంగా కదిలింది. హమీద్ మెడకి తగలాల్సిన ఖండా, వాడి కుడికంటి కింద తగిలింది. వాడు బాధతో గన్ కిందపడేసి కుడికంటిని చేతుల్తో మూసుకుంటూ, కపర్దికేసిచూశాడు.

జల్హణ్ అతికష్టంమీద పాకుతూ వాడిగన్ ని అందుకోబోయాడు. హమీద్ తిరిగి వేగంగా తన గన్ అందుకున్నాడు, కుడికన్ను బాధతో మూసుకుపోయింది. ఎడమకంటితోనే చూస్తూ ఏకే47-ని కపర్ది వైపుకి తిప్పాడు. అదే టైంకి, జల్హణ్ అతికష్టంమీద పాకుతూ వాడిగన్ బారెల్ని పట్టుకుని, కపర్దికి సైగచేశాడు, పారిపొమ్మని. కానీ, కపర్ది వినే స్థితిలోలేడు. హమీద్, ఆత్రంగా ట్రిగ్గర్ నొక్కాడు. నాలుగు బుల్లెట్స్ జల్హణ్ ఎదని పంచర్ చేశాయి. కపర్ది వైపు చివరిచూపులు చూశాడు.

అంతలో, ఎక్కడినుండి వచ్చారో, ఊహించలేనంత వేగంగా శివానందసరస్వతి వచ్చి, కపర్దిని రెండుచేతుల్లో ఎత్తుకుని మందిరం వైపుకి పరుగులుతీశారు. జల్హణ్ కళ్ళు ఆయన వెళ్ళినవైపే చూస్తున్నాయి. అరనిముషంలో ఆయన మందిరం వెనక్కివెళ్ళారు. అప్పటికే జల్హణ్ కళ్ళు మూతపడుతున్నాయి, అనంతమైన చీకటి తనచుట్టూ ఆవరిస్తోంది. అతడి చేతులు నిర్జీవంగా వాలిపోయాయి.

హమీద్, తనగన్ లాక్కుని మందిరంవైపుకి పరిగెత్తాడు. ఆఫ్టరాల్ స్వామీజీ, ఎంతదూరం పరిగెత్తగలడు, అదీ ఓ కుర్రాడిని భుజానేసుకుని. ఇంకో రెండు నిముషాల్లో తన చేతికి దొరక్కతప్పదు. కర్చీఫ్ ని కుడికంటికింద అదిమిపట్టి, చీకట్లో జాగ్రత్తగా చూస్తూ మందిరం వెనక్కివెళ్ళాడు. అక్కడో చిన్న స్టోర్ రూం లాంటిది ఉంది, తలుపుకు గడియలేదు. కాలితో తలుపుని తన్ని, లోనికి చూశాడు. అక్కడ ఎవరూలేరు. తిరిగి మందిరం వైపుకొచ్చి చుట్టూచూశాడు. ఎక్కడా అలికిడిలేదు. మందిరం తలుపులు తీసే ఉన్నాయి. మనిషి దాక్కునేంత స్పేస్ అక్కడ లేదు.

ఎక్కడికెళ్ళినట్టు? మొన్నకూడా స్వామీజీ యిలానే షంసుద్దీన్ యింటినుండి మాయమయ్యారు. అసహనంతో, కోపంతో హమీద్ రక్తం ఉడుకుతోంది. తన జీవిత లక్ష్యం, చేతికి చిక్కినట్టే చిక్కి జారిపోతోంది.

ఆ స్టోర్ రూం కిందినుండే ఓ సొరంగం, దామోదర్ కుండ్ కి వెళుతుందని హమీద్ ఊహకి అందలేదు. అది శతాబ్దాల క్రితమే నిర్మించబడింది. అనుకోకుండా ఏదైనా ప్రమాదం వస్తే తప్పించుకోవడానికి. దాని గురించి జల్హణ్ కి, అతడి భార్య గౌరన్ కి, శివానందసరస్వతికి మాత్రమే తెలుసు.

ఆవేశంతో, కోపంతో గింజుకుంటున్న కపర్దిని రెండుచేతుల్తో పట్టుకుని, ఆ సొరంగంలోంచి వెళ్ళడం సాహసం అని శివానందసరస్వతికి తెలుసు. పైగా, కపర్దికింకా ఈత రాదు. దామోదరకుండ్ దరిదాపుల్లోకి వచ్చినప్పుడు సొరంగంలో నీళ్ళుంటాయి. ఓ నిముషంపాటు ఊపిరిబిగించి సొరంగంనుండి బయటికి ఈదాలి. కానీ, ఈ పరిస్థితుల్లో యింతకంటే తాను చేయగలిగిందిలేదు.

చంద్ బర్దాయి వంశంలో మిగిలిన ఈ ఒక్కడినైనా కాపాడుకోవాలి. తాను, జల్హణ్ ఊహించిన దానికంటే, శత్రువు చాలారెట్లు బలంగా ఉన్నాడు. కర్ఫ్యూ టైంలో కూడా ఓ పోలీస్ వాన్ ని దొంగతనంగా తీసుకువచ్చాడు. మందిరంలో ఉన్న తనకి బయటి కేకలు వినిపించాయి, కాబట్టి కనీసం కపర్దినైనా కాపాడగలుగుతున్నాడు.

ఫిబ్రవరి 22, 1993

అసహనంగా ఫోన్ కేసి చూస్తున్నాడు హమీద్. నిన్నరాత్రి ఎంత వెదికినా స్వామీజీగానీ, ఆ కుర్రవాడుగానీ దొరకలేదు. కుడికంటికింద లోతైనగాయం పెట్టే బాధకన్నా, ఆ యిద్దరూ తప్పించుకుపోవడమే హమీద్ ని ఎక్కువగా బాధపెడుతోంది. రాత్రంతా తన ఫిదాయీలతో యిల్లంతా వెదికించినా ఆ శాసనం మాత్రం దొరకలేదు. సాక్ష్యాలు మిగలకూడదని, కేర్ టేకర్ ని, అతడి భార్యని, సెక్యూరిటీ గార్డ్స్ ని కూడా చంపించేశాడు.

అసలే కోపం, అసంతృప్తి, అసహనాలతో ఉడికిపోతున్న హమీద్ కి, నిన్నరాత్రి హోటల్ రూంకి తిరిగిరాగానే తన సెక్రటరీ పెట్టిన టెలెక్స్ మెసేజ్ మరింత యిరిటేషన్ తెప్పించింది. తెల్లవార్లూ నిద్రపట్టలేదు. ఉదయం తొమ్మిదికి నేరుగా ఐ.ఎస్.ఐ. డిజి(డైరెక్టర్ జనరల్) నుండి ఫోన్ రాబోతోందని, రెడీగా ఉండమని మెసేజ్. ఆయన తనతో నేరుగా మాట్లాడే రోజు తన సర్వీస్ లో వస్తుందని అనుకోలేదు.

సరిగా తొమ్మిదికి ఫోన్ మోగింది. మొదటిరింగ్ కే తీశాడు హమీద్, "గుడ్ మార్నింగ్, హుజూర్" చెప్పాడు వినయంగా.

"హమీద్, వేర్ ఆర్యూ?" అటునుండి డిజి అడిగాడు. ఆయన వాయిస్ చాలా సీరియస్ గా ఉంది.

"సర్, రాజకోట్ దగ్గరున్నాను..."

"ఫర్గెట్ ఎవ్రీథింగ్. వెంటనే బయల్దేరి, ఇస్లామాబాద్ కి వచ్చేయ్. కం అండ్ రిపోర్ట్ టు ముక్తార్ ఇమ్మీడియట్లీ"

"ఎస్ సర్... సర్, ఎనీ ప్రాబ్లం?" సందేహిస్తూనే అడిగాడు.

"నాటెటాల్. నిన్ను ఆఫ్ఘనిస్తాన్ కి షిఫ్ట్ చేస్తున్నాను" చెప్పి ఫోన్ పెట్టేశాడు డిజి.

హమీద్ కి అర్థమైంది. ఇదంతా ముక్తార్ పనే. తనని కాంటాక్ట్ చేయలేదనే కోపంతో డిజి దాకా వెళ్ళుంటాడు. అసహనాన్ని కంట్రోల్ చేసుకుంటూ ఆలోచించాడు హమీద్. ఛ, ఛ, కోపంలో తానలా అనుకున్నాడు, కానీ ముక్తారహ్మద్ అలా చేసుండడు. ముక్తార్, తన సబార్డినేట్స్ గురించి ఎప్పుడూ పైవారికి కంప్లైంట్ చేయడు. ముక్తార్ దృష్టిలో అలా చేయడం అంటే, తన అసమర్థతని ఒప్పుకున్నట్టే. పైగా, చిన్నచిన్న విషయాలు డిజి దాకా వెళ్ళవు.

ఇప్పటికిప్పుడు ఇండియాని వదిలివెళ్ళడం తనకిష్టంలేదు. జునాఘడ్ బస్టాండ్, స్టేషన్ లలో, రాజ్ కోట్ ఎయిర్ పోర్ట్ లో, యిలా అన్నిచోట్లా మాటేసి, శివానందసరస్వతిని పట్టుకోవాలని అనుకున్నాడు. కానీ, యిప్పుడు తానింకేం చేయలేడు. అర్జెంట్ గా ఇస్లామాబాద్ వెళ్ళిపోవాలి, తప్పదు. తిరిగి యిలాంటి అవకాశం ఎప్పుడొస్తుందో,... అసలు వస్తుందో, రాదో కూడా తనకి తెలియదు. కానీ, ప్రస్తుతం మాత్రం ఓ ముజాహిదీగా తాను ఓడిపోయాడు ... అదికూడా తమ టార్గెట్ కి చాలాదగ్గరగా వచ్చి!

ఫిబ్రవరి 22, 1993

హరిద్వార్

శివానందసరస్వతి, తన శిష్యులు, కపర్దితోపాటు గణపతి ఆశ్రమం చేరుకునేసరికి సాయంత్రం ఏడుదాటింది. నిన్న జల్వాణ్ తనకి ఫ్లైట్ టికెట్స్ చూపించినప్పుడు, వాటిని బుక్ చేసిన ఏజంట్ పేరు ఆయనకి గుర్తుండింది. రాత్రి దామోదరకుండ్ నుండి బయటపడి, దగ్గరలో కనిపించిన పోలీస్ పాట్రోల్ వెహికల్ ని ఆపారు. ఆయన్ని పోలీసులు గుర్తుపట్టలేక పోయారు. అల్లర్లలో తమ బాగ్స్, టికెట్స్ అన్నీ పోగొట్టుకున్నామని చెప్పి, బుకింగ్ ఏజెంట్ యింటిదాకా డ్రాప్ చేయమని రిక్వెస్ట్ చేశారు.

ఆ ఏజెంట్ జల్వాణ్ కి తెలిసినవాడే. మతఘర్షణల్లో జల్వాణ్ కుటుంబమంతా చనిపోయిందని విని, చాలా బాధపడ్డాడు. ఈ విషయం ఎవరికీ చెప్పొద్దని శివానందసరస్వతి అతడికి చెప్పారు. రాత్రికి అతడింట్లోనే ఉండిపోయారు. అప్పటికీ కపర్దిలో యింకా ఆవేశం చల్లారలేదు. అతికష్టం మీద రాత్రంతా ఆయన సముదాయిస్తూనే ఉన్నారు.

శివానందసరస్వతి, భావనాథ్ మందిరం లో తన శిష్యులు నలుగురు ఇరక్కుపోయారని చెప్పడంతో, ఆ ఏజంట్, జల్వాణ్ కుటుంబానికి బదులు ఆ నాలుగు టికెట్స్ ని, శిష్యుల పేరుమీద మార్పించాడు. ఉదయం ఆ ఏజెంటే వెళ్ళి అందరికీ కర్ఫ్యూపాస్ లు తీసుకొచ్చాడు.

తానే భావనాథ్ వెళ్ళి, శిష్యుల్ని తీసుకొస్తానని ఆయన చెప్పడంతో, అతను తన కార్ యిచ్చాడు. ఆయన భావనాథ్ వెళ్ళి, ఓ నాలుగుగంటల తర్వాత తిరిగొచ్చారు. జల్వాణ్ కుటుంబానికి, అతడింట్లో చనిపోయిన యాత్రికులకు దహనసంస్కారాలు చేయించాలని, భావనాథ్ మందిరం అర్చకుడికి చెప్పివచ్చారు. పోలీసులొచ్చి, ఫార్మాలిటీస్ ముగించి, శవాల్ని అప్పగించేందుకు, కనీసం రెండురోజులైనా పడుతుంది.

తర్వాత, అదే కార్లో అందరినీ రాజ్ కోట్ ఎయిర్ పోర్ట్ దాకా డ్రాప్ చేయించాడు. ఫ్లైట్ టేకాఫ్ అయ్యేవరకూ ఆయనకి ఆందోళనగానే ఉండింది, శత్రువు తిరిగి ఎటునుండైనా దాడిచేస్తాడేమోనని. ఆయన భయమంతా కపర్ది గురించే.

గురువుగారు సడన్ గా తిరిగిరావడంతో ఆశ్రమమంతా సందడి మొదలైంది. ఆశ్రమంలో చాలాకాలంగా ఉన్నవారిని పిలిచి, ఏకాంతంగా కపర్ది విషయం మాట్లాడారు. అతనో అనాథ అనే యికపై అందరూ ప్రచారం చేయాలని చెప్పారు. తర్వాత, విద్యారణ్యసరస్వతి ఎక్కడిదాకా వచ్చారో కనుక్కోమని చెప్పి, స్నానానికి వెళ్ళారు. ఎంత అలసిపోయున్నా, మనసెంత విచారంగా ఉన్నా, నిత్యనైమిత్తికాలని వదులుకోలేరు.

సాయంత్రం పూజ ముగిశాక, తన శిష్యులకి ఓ కాగితం ముక్కని అందించారు. అందులో ఏదో శ్లోకం ఉంది. తనతోపాటు ఆ శ్లోకాన్ని చెప్పమని సైగచేశారు.

కామధేనువుదరిని నాట్యమాడే హరుని పదపీఠాన శిరసుంచి మ్రొక్కరా

స్థిరముగా సత్యమెప్పుడు నిబిడమైయుండు త్యాగాల పదతలాన శోధించరా

ఇకమీద ప్రతిరోజు హారతి సమయంలో, ముఖ్యమైన సందర్భాల్లోనూ ఈ శ్లోకాన్ని చెప్పాలని చెప్పారు. ఆయన అలాంటి శ్లోకాలు ఎన్నో రాశారు. అది ఆయన హాబీ.

హారతి ముగిశాక, ఆయన శిష్యులు, విద్యారణ్యసరస్వతి గ్వాలియర్ దాటారని, రేపు తెల్లవారేసరికి వచ్చేస్తారని చెప్పారు. మూడురోజులుగా ఉపవాసం ఉండడం వల్ల, ఒళ్ళు తూలుతున్నట్టనిపించింది. అయినా ఏమీ తినాలని అనిపించడం లేదు. కపర్దిని పిలిచి కాసేపు ఏకాంతంగా మాట్లాడారు. "నీకెవ్వరూ లేరని బాధపడకు, యికమీద ఈ ఆశ్రమమంతా నీదే. మీ నాన్నగారి బాధ్యతని యిప్పుడు నువ్వుతీసుకోవాలి. ఇక్కడే ఉంటూ, ఈ ఆశ్రమాన్ని రక్షిస్తానని నాకు మాటివ్వు" చెప్పారు.

అతడి వయసుకి యివన్నీ అర్థంకావని ఆయనకి తెలుసు. కానీ, ఎలగోలా కపర్ది మనసుని డైవర్ట్ చేయాలి. ఓ పెద్ద బాధ్యత తనమీదుందనే నమ్మకం కలిగించాలి. అన్నిటికన్నా ముఖ్యం, అతడి జీవితానికో లక్ష్యాన్ని చూపించడం. అదే లేకపోతే, కపర్ది జీవితం తెగిన గాలిపటంలా అవుతుంది.

"నీకు రెండో అవకాశం దొరుకుతుంది. అప్పుడు వాడిని వదలిపెట్టకు. కానీ, అన్నిటికన్నా ముఖ్యం, ప్రాచీనకేదారేశ్వరం. దాన్ని కాపాడ్డం మనందరి బాధ్యత. అదిప్పుడు నీ మీదుంది"

"అందులో ఏముంది గురూజీ?" నిన్న రాత్రి తర్వాత, మొదటిసారి మాట్లాడాడు కపర్ది.

"ముందు, ముందు నీకే తెలుస్తుంది, విద్యారణ్య చెబుతాడు, ముందీ ప్రసాదం తిను" చెప్పారు. కపర్ది తింటుండగా ఆయనే తిరిగి చెప్పారు "నా గదిలోని లాకర్లో ఓ రిజిస్టర్ ఉంది. అందులో శర్వగ్నుల కుటుంబాల వివరాలున్నాయి. నువ్వు పెద్దవాడయ్యాక దాన్ని తీసుకో. వారి పిల్లల్లో ఆసక్తి ఉన్నవారితో కలిసి, శర్వగ్ని ఉద్యమాన్ని తిరిగి ప్రారంభించు"

తర్వాత కపర్దిని తన గదికి తీసికెళ్ళి, ఏవో మాటలు చెబుతూ నిద్రపుచ్చారు. రాత్రి పది కావస్తోంది. ఎందుకో ఆయన మనసంతా ఆందోళనగా ఉంది. రెండురోజులుగా ఏవో విచిత్రమైన సంకేతాలు తన సిక్స్ సెన్స్ కి వస్తున్నాయి. తిరిగి మందిరానికి వెళ్ళారు. మౌనంగా ప్రార్థిస్తూ మందిరంలో కూచున్నారు. అనంతమైన కాంతి తనచుట్టూ వ్యాపించి, తనని అందులోకి కలిపేసుకుంటున్న భావన. అలా ఎంతసేపు గడిచిందో ఆయనకే తెలీదు.

తెల్లవారు ఝామున ఓ శిష్యుడు అటువైపుగా వచ్చాడు. గురువుగారిని చూడగానే ఏదో అనుమానం వేసింది. దగ్గరగా వెళ్ళిచూశాడు. పద్మాసనంలోనే ఆయన శరీరం ఓ వైపుకు ఒరిగి, తల మందిరం తలుపుకి ఆనుకుంది. ఆయన నడినెత్తిమీది బ్రహ్మరంధ్రం పగిలుంది. మరో గంటకి విద్యారణ్యసరస్వతి ఆశ్రమం చేరుకున్నారు.

మే 31, 2013

గణపతి ఆశ్రమం

"…..అదీ జరిగింది. నాకు వివరాలు చెప్పే అవకాశం, మా గురువుగారికి దొరకలేదు. జునాఘడ్ లో జరిగిన ఘోరాలగురించి కపర్ది తనకి తెలిసినంత చెప్పాడు. ఆ శాసనం ఎక్కడుందో, ప్రాచీనకేదారేశ్వరం ఎలా వెళ్ళాలో యివేవీ నాకు తెలియవు. ఆయన నాకోసం ఏదైనా రాసుంచారేమోనని ఆశ్రమంలో అన్నిచోట్లా వెదికాను. కానీ, ఏమీ దొరకలేదు." చెప్పడం ముగించారు, విద్యారణ్యసరస్వతి.

వింటున్న షాజియా యింకా షాక్ లోనే ఉంది. మనసంతా అదోలా అయిపోయింది. తన జీవితం కపర్దితో, ఈ ఆశ్రమంతో యింతగా ముడిపడుందని కల్లోకూడా ఊహించలేదు.

"మరి ఐఎస్ఐ ఎందుకు రహస్యంగా ఆ మందిరాన్ని వెదికిస్తున్నట్టు?"

"అది నువ్వు తెలుసుకోవాలి. నాకు తెలిసిందంతా చెప్పేశాను"

"గురూజీ, మరి నాకెందుకు యివేవీ జ్ఞాపకం లేవు!?"

"అప్పటికి నీ వయసెంత? ఆరేళ్ళుకూడా లేవు. పైగా, బాంటేకి వెళ్ళిపోయావు. ఎలా గుర్తుంటాయి?"

ఓ ఐదు నిముషాలు మౌనంగా ఉండిపోయింది, షాజియా. ఇప్పుడేం చేయాలి? తలలో ఎన్నో ఆలోచనలు సుడులు తిరుగుతున్నాయి.

"నే యిప్పుడే కపర్దిని కలవాలి, వెళ్ళొస్తాను" చెప్పి బయల్దేరింది.

మరో పది నిముషాల్లో సిబిసిఐడి ఆఫీస్ చేరుకుంది. కపర్దితో ఏకాంతంగా మాట్లాడాలని చెప్పడంతో, అతడిని ఇంటరాగేషన్ సెల్ కి మార్చారు. అందరినీ దూరంగా పంపించి, కపర్దివైపు చూసింది. నచికేత్ మరణం కపర్దిని ఎంతగా కుంగదీస్తోందో, అతడి కళ్ళలోకి చూస్తే తెలుస్తోంది.

"గురూజీ మొత్తం చెప్పేశారా?" అడిగాడు నిర్లిప్తంగా.

"నీకెలా తెలుసు?" ఆశ్చర్యంగా అడిగింది.

"లేకపోతే, నువ్వు నన్ను చూడ్డానికి రావుగా!"

"కపర్దీ, ఏంటిదంతా!? ఆ జియాలజిస్టుల్ని చంపాల్సిన అవసరం నీకేంటి? సిబిఐ, రా, ఎన్ఐఏ లాంటి డిపార్ట్ మెంట్సున్నాయి. ఎవరికైనా యిన్ఫర్మేషన్ యిస్తే చూసుకుంటారుగా?"

"ఏం చూసుకుంటారు?"

అతడి ప్రశ్న అర్థంకానట్టు చూసింది, షాజియా.

"ఎక్కడుందో తెలియని ప్రాచీనకేదారేశ్వరం మందిరాన్ని, ఎవరో విదేశీయులు రహస్యంగా వెదుకుతున్నారు. వారి మాటల్ని బట్టి, ఐఎస్ఐ కోసం యిదంతా చేస్తున్నారని నాకు తెలిసింది. ఈ విషయం నే ఎవరికైనా చెప్పినా, వాళ్ళడిగే మొదటి ప్రశ్న, ఆ మందిరంలో ఏముంది అని. ఏం సమాధానం చెప్పను? … నాక్కూడా తెలియదు, కానీ మా ఆశ్రమం, మావంశం దాని రహస్యాన్ని వేలసంవత్సరాలుగా కాపాడుతున్నాయని చెబితే, నన్నో పిచ్చోడనుకుంటారు తప్ప, ఎవరూ సీరియస్ గా తీసుకునుండరు"

"అందుకని, నేరుగా చంపేయడమేనా!? నువ్వో లెక్చరర్ వి, దేశంలో లీగల్ సిస్టం ఒకటుందని మర్చిపోయావా?"

"నువ్వు చెప్పే ఆ సిస్టం ఎంత బాగా పనిచేస్తోందో నీకూ తెలుసు. భోపాల్ గాస్ లీక్ కేస్, స్టాక్ ఎక్స్చేంజ్ లో బాంబుపేలుళ్ళ కేస్, యిలాంటివి చాలా ఉదాహరణలున్నాయి. విమలానంద, నాస్నేహితుడు. పర్యావరణంకోసం శాంతిమార్గంలో పోరాడాడు. కానీ, ఏం సాధించాడు? ఇసుకమాఫియా అతడిని హత్యచేసింది, మరి నీ సిస్టం ఏం చేయగలిగింది?" ఆవేశంగా అడిగాడు, కపర్ది "ఇలాంటి ఆర్గనైజ్డ్ క్రైమ్స్ ని, నీ సిస్టం ఎప్పుడూ సరిగా ఎదుర్కోలేదు. నేరాలు జరక్కముందే ఆపగలగడం ఎఫిషియన్సీ అనిపించుకుంటుంది. అవి జరిగాక కూడా, ఒక్కో కోర్టులో సంవత్సరాలకొద్దీ నాన్చి, చివరికి సరైన ఆధారాలు లేవంటూ అందరినీ వదిలేస్తూంటే, చేతకాక నిస్సహాయంగా చూసే వ్యవస్థమీద యిప్పటికే అందరికీ నమ్మకం పోతోంది. అందుకే, ఉత్తరాఖండ్ ఇసుకమాఫియా లీడర్ ప్రతాప్ రామనారాయణ్ సింగ్ ని చంపేశాం. ఇప్పుడక్కడ అక్రమరవాణాలులేవు. పంటపొలాలు బీడుగా మారడంలేదు"

షాజియాకి ఏం సమాధానం చెప్పాలో అర్థం కావడం లేదు. అసలు విమలానంద కేస్ గురించి కూడా తనకేమీ తెలియదు "ఒకడిని చంపితే, ఇంకొకడు పుట్టుకొస్తాడు. అప్పుడేం చేస్తావు?" అడిగింది.

"అలా పుట్టుకురావడానికి, కనీసం ఐదేళ్ళు పడుతుంది. ఆలోపు వాడినీ చంపేస్తాం!"

"నీకసలు చట్టమంటే గౌరవమే లేదా!?"

"ఉంది. కానీ, సిస్టం పేరుతో మీరు ఆలస్యం చేసినకొద్దీ, క్రిమినల్స్ చెలరేగిపోతున్నారు. కోట్ల టన్నుల యినుప ఖనిజాల్ని అక్రమంగా మన పోర్టులనుండి ఎగుమతి చేసినప్పుడు, నీ సిస్టం ఎక్కడ నిద్రపోతోంది? ఓ నిజం తెలిసాక కూడా, అసలు యిన్వెస్టిగేషన్ అవసరమా, లేదా? ఎవరితో చేయించాలి? అనే డెసిషన్స్ తీసుకునేందుకే మీకు సంవత్సరాలు పడతాయి. ఈలోపే జరగకూడని నష్టాలన్నీ జరిగిపోతాయి. తర్వాత, మీ సిస్టం చేతగానితనాన్ని కవరప్ చేసుకుంటూ, రిపోర్ట్స్ తయారుచేయడానికే మీకున్న టైం సరిపోదు" చెప్పాడు కపర్ది.

"కానీ... " ఆవేశంగా ఏదో చెప్పబోయింది.

కపర్ది తనచెయ్యి పైకెత్తాడు, యింకేం మాట్లాడొద్దన్నట్టు "మా నాన్న, గురువులు, ప్రాచీనకేదారేశ్వరాన్ని కాపాడే బాధ్యతని నాకిచ్చారు. నాపని నే చేశాను, అంతే. ఐనా, నావిషయం వదిలేయ్. ఐఎస్ఐ రహస్యంగా, ఆ జియాలజిస్ట్ ల జిపిఆర్స్ ని మార్పించిందని నీకు తెలిసిందిగా, మరి నువ్వేం చేయగలిగావు చెప్పు?"

కపర్ది ఏం చెప్పాలనుకుంటున్నాడో షాజియాకి అర్థమౌతోంది. క్లైర్ యిచ్చిన డిటైల్స్ కూడా ఎవిడెన్స్ గా పనికిరావని తన బాస్ చెప్పారు.

"గురువుగారు ఇప్పుడు నీకు మొత్తం చెప్పారుగా. మరి గ్లోబల్ ఎన్విరాన్మెంట్ కంపెనీ, యికమీద రిసర్చ్ కొనసాగించకుండా ఆపగలదా, నీ సిస్టం? ఆ కంపెనీ డైరెక్టర్ జాన్ గోస్లింగ్, కార్తికేయాశ్రమం స్వామీజీని బెదిరించాడు, మా ఆశ్రమం మీద కేస్ రిఓపెన్ చేయించమని. దీనికి నేనే సాక్షి. అదికూడా వదిలేయ్. నిన్ను దారుణంగా చంపించేందుకు ఐఎస్ఐ, పక్కా ప్లాన్ చేసి, కిరాయిగూండాల్ని ఏర్పాటు చేసిందనికూడా నీకు తెలుసుగా? మరి ఐఎస్ఐ ని కోర్ట్ బోన్ లో నిలబెట్టగలదా నీ సిస్టం, చెప్పు?"

ఆ రాత్రిని తలుచుకోగానే ఒళ్ళు జలదరించింది షాజియాకి. ఆ గూండాలని కపర్ది చంపేసుండకపోతే, ఈపాటికి తానేమైయ్యుండేది.

"ఆ రాత్రి నీకేదైనా జరిగుంటే, నువ్వు చెబుతున్న సిస్టం ఎన్నిసంవత్సరాలు యిన్వెస్టిగేట్ చేసినా, అసలు విషయం తెలుసుకోగలిగేదా, ఐఎస్ఐ ని ఎక్స్ పోస్ చేయగలిగేదా?"

"కపర్దీ, నువ్వు చెప్పేవి నిజమే కావచ్చు. కానీ, నువ్వనుకున్నంత లెథార్జీ మన వ్యవస్థకిలేదు... "

"ప్రూవ్ చేయగలవా?" సడన్ గా అడిగాడు అడ్డొస్తూ.

షాజియా కాసేపు ఆలోచించింది. తనని హత్యచేయించేందుకు ప్లాన్ చేసిన ఇష్తకారుద్దీన్ ని పాకిస్తాన్ తేలిగ్గా వదిలించుకుంది. ఇప్పుడు తాను కష్టపడి వాడిని పట్టుకున్నా పెద్దగా ప్రయోజనం ఉండబోదు. పైగా, వాడిక్కడే ఫ్రీగా తిరుగుతూ, నచికేత్ లాంటి అమాయకుడిని బలిపెట్టి, కేస్ ని కపర్దిమీదికి డైవర్ట్ చేయగలిగాడు. తానేం చేయగలిగింది? కాసేపు క్రితం వరకూ, కపర్దే ఆ డైమండ్స్ కోసం నచికేత్ ని చంపించాడని తానూ అనుకుంది. గురువుగారు తనకంతా చెప్పకపోయుంటే, కళ్ళకి కనిపించిందే నిజమనుకుని బాంబేకి వెళ్ళిపోయుండేది.

కపర్ది ఏం చెప్పాలనుకుంటున్నాడో అర్థమౌతోంది. కాసేపు ఆలోచించి, ఓ నిర్ణయానికొచ్చింది. సూటిగా అతడి కళ్ళలోకి చూసి చెప్పింది, "ప్రూవ్ చేస్తాను. ఏది ఏమైనా సరే, నచికేత్ ని హత్యచేసిన నీచుల్ని వదిలిపెట్టను. రేపే బాంబే వెళుతున్నాను. నే తిరిగొచ్చేవరకు, యిక్కడి పోలీస్ కి డిటైల్స్ ఏవీ చెప్పకు"

"నాగురించి ఆలోచించకు. ఇప్పటికే కార్తికేయాశ్రమం, కేస్ ని రిఓపెన్ చేయించింది. జూన్ నాలుగో తేదీ గురువుగారు కోర్ట్ కి వెళ్ళాలట. దానిగురించి ఆలోచించు"

"కానీ, ప్రాచీనకేదారేశ్వరం గురించి గురువుగారికి ఏమీ తెలియదుగా!?"

"అవును. ఆ విషయం కోర్ట్ లో ఆయన చెప్పగానే, దాన్ని వెదికించేందుకు తమకి పర్మిషన్ యివ్వాలని కార్తికేయాశ్రమం కోర్ట్ ని రిక్వెస్ట్ చేస్తుంది. ఆ తర్వాత గ్లోబల్ ఎన్విరాన్మెంట్ కంపెనీ, బహిరంగంగానే తన రిసర్చ్ కొనసాగిస్తుంది"

అప్పుడర్థమైంది షాజియాకి. ఆ కంపెనీ ముసుగులో, ఐఎస్ఐ మనదేశంలోకి ధైర్యంగా జొరబడి, తన రిసర్చ్ కొనసాగిస్తుంది. పృథ్వీరాజ్ యిచ్చిన శాసనం, యిప్పుడు గణపతి ఆశ్రమం స్వాధీనంలో లేదు. అది దొరికితేగానీ, గ్లోబల్ కంపెనీని కోర్ట్ లో అడ్డుకోవడం ఎవరికీ సాధ్యంకాదు.

ఆమె ఫీలింగ్స్ ని చదువుతున్నట్టుగా చెప్పాడు కపర్ది, "చూద్దాం, నువ్వు చెబుతున్న సిస్టం, ఎంతవరకు ఐఎస్ఐ ని ఆపగలుగుతుందో? వెళ్లిరా, బెస్టాఫ్ లక్!"

జూన్ 1, 2013
టన్నాహౌస్, ముంబై

మధ్యాహ్నం పన్నెండు దాటింది. సి.బి.ఐ. జాయింట్ డైరెక్టర్ ఛాంబర్ నిశ్శబ్దంగా ఉంది. సెంట్రల్ ఎ.సి. డక్ట్ నుండి నెమ్మదిగా వీస్తున్న గాలిశబ్దం మాత్రం వినిపిస్తోంది. అరవింద్ నార్లేకర్ మనసంతా ఉద్విగ్నంగా ఉంది. డీప్ బ్రీత్ తీసుకుని, రివాల్వింగ్ ఛెయిర్ వెనక్కివాల్చి షాజియాకేసి సీరియస్ గా చూశాడు. రెండుగంటలపాటు, షాజియా చెప్పింది విని, బుర్ర బాగా వేడెక్కింది.

"థాంక్స్ షాజియా, ఇరవై ఏళ్ళుగా నన్ను వేధిస్తున్న ప్రశ్నలకి యివాళ సమాధానం దొరికింది"

"సర్" అడిగింది అర్థంకానట్టు.

"డిపార్ట్ మెంట్ లో చేరాక, నా మొదటి కేస్ అది. 1993లో షాపూర్ స్కూల్లో టెర్రరిస్ట్ లని ఎవరు చంపారో ఇన్వెస్టిగేట్ చేయమని నన్ను పంపించారు. కానీ, ఎంత ప్రయత్నించినా ఆ కేస్ లో ఒక్కడుగుకూడా ముందుకు వేయలేకపోయాను. రిసాల్వ్ చేయలేక, ఫైల్ క్లోస్ చేస్తున్నప్పుడు, మా బాస్ నాకేసి అదోలా చూశారు. ఆ చూపులు యిప్పటికీ నాకు గుర్తున్నాయి"

"ప్లీస్ సర్, మనం ఎలాగైనా గ్లోబల్ ఎన్విరాన్మెంట్ కంపెనీని ఆపాలి"

"ప్రాచీనకేదారేశ్వరం కోసం, ఐఎస్ఐ ఎందుకింత రహస్యంగా వెదుకుతోంది!?"

"అది, ప్రస్తుతం బతికున్న వాళ్ళెవరికీ తెలియదు. కానీ, వేల సంవత్సరాలుగా ఓ ఆశ్రమం, ఓ ఉద్యమం దాన్ని రహస్యంగా కాపాడుకుంటూ వచ్చాయంటే... "

"షాజియా, ఇలాంటి లాజిక్స్ కోర్ట్ లో పనిచేయవు" చెప్పాడు అడ్డొస్తూ.

"కానీ సర్, ఇదంతా చేయిస్తోంది ఐఎస్ఐ. నేషనల్ సెక్యూరిటీ మాటర్ అని చెప్పి, కోర్ట్ లో అడ్డుకోలేమా?"

"అలా చెప్పాలంటే, ముందీ గ్లోబల్ కంపెనీకి, పాకిస్తాన్ తో ఉన్న లింకేంటో ఎక్స్ పోస్ చేయాలి!"

"సర్, మనం ఏమీ చేయకుండా యిలా ఆలోచిస్తూ కూచుంటే, పరిస్థితులు చేతులుదాటి పోవచ్చు. కపర్ది, ఓ ప్రైవేట్ కాలేజి లెక్చరర్, ఓ మామూలు మనిషి. అతను చేసినంతకూడా మనం చేయలేకపోతే... " అసహనంగా అంది. లీగల్ సిస్టం గురించి కపర్ది అన్నమాటలే ఆమెకి జ్ఞాపకం వస్తున్నాయి.

"కూల్ డౌన్ షాజియా. అసహనంతో ఏమీ సాధించలేం. వెనకా, ముందూ చూసుకోకుండా దూకితే, దెబ్బలు తగిలించుకోవడం తప్ప, ప్రయోజనంలేదు. సెంట్రల్ హోంసెక్రెటరీ యివ్వాళ ముంబైలోనే ఉన్నారు, నేవెళ్ళి కలిసొస్తాను"

షాజియా అర్థంకానట్టు చూసింది. అరవింద్ నార్లేకర్ ఆమె ఫీలింగ్స్ గమనించి చెప్పాడు "నీ ఫ్రెండ్ కి నిరూపించాలిగా, మన సిస్టం నిజంగానే పనిచేస్తుందని. అతడి ఛాలెంజ్ ని నే ఏక్సప్ట్ చేశానని చెప్పు. ఈ కేస్ ని వెంటనే సిబిఐకి ట్రాన్స్ ఫర్ చేయిస్తున్నాను"

"థాంక్యూ సర్" చెప్పింది. బాస్ తలుచుకుంటే యిదేమంత పెద్ద విషయంకాదు.

"కపర్ది, నువ్వంటున్నట్టు ఓ మామూలు మనిషికాదు. దేశం బయటినుండి, లోపలినుండికూడా జరుగుతున్న కుతంత్రాల్ని, టైంకి వాటిని సమర్ధంగా ఎదుర్కోలేని మన వ్యవస్థ చేతగానితనాన్ని ఎత్తి చూపిస్తున్న ఓ ఛాలెంజ్, ఓ రివల్యూషనరీ అతను. అతనే జియాలజిస్టుల్ని ఎలిమినేట్ చేసుండకపోతే, ఐఎస్ఐ ప్లాన్ మన దృష్టికి వచ్చుండేదే కాదు"

"సర్, మరైతే కపర్దిని... "

"అవన్నీ నే చూసుకుంటాను. ఈలోపు నువ్వో పనిచేయ్"

"ఎస్ సర్"

"ఇఫ్తకారుద్దీన్, నిన్న హస్నాబాద్ లో ఓ సిసిటివి ఫుటేజ్ లో కనిపించాడు. అంటే, బాంగ్లాదేశ్ రూట్ లో పారిపోటోతున్నాడు"

"మైగాడ్. కానీ, ఎలా సర్, బార్డర్ సెక్యూరిటీ ఉంటుందిగా?"

"కాస్త కరెంట్ అఫైర్స్ తెలుసుకుంటూండు. హస్నాబాద్ నుండి టాకీ టౌన్ చేరుకుంటే, ఇచామటీ నది రూట్లో అటూ, యిటూ చాలామందే వెళుతూ, వస్తూంటారు. 2011లో దుర్గాపూజ టైంలో, బాంగ్లాదేశ్ నుండి దాదాపు లక్షమంది అక్రమంగా వచ్చుంటారని న్యూస్ పేపర్స్ గోలపెట్టాయి. దాంతో సెక్యూరిటీ పెంచారు. కానీ, జమాతుల్ మొజాహిదీన్ టెర్రరిస్టులు మాత్రం, యిప్పటికీ ఫ్రీగా యిటూ, అటూ తిరుగుతూనే ఉంటారు"

"సర్, జమాతుల్... అది బాంగ్లదేశీ టెర్రరిస్ట్ ఆర్గనైజేషన్ గదా. ఇఫ్తకారుద్దీన్ కెందుకు హెల్ప్ చేస్తారు?"

"మన విషయానికొచ్చేసరికి, అందరూ ఒకటైపోతారు. సరే, ముందు విషయానికొద్దాం. వెంటనే అక్కడికెళ్ళు, ఇఫ్తకారుద్దీన్ నాక్కావాలి, ప్రాణాలతో. నీమీద హత్యాప్రయత్నం, నచికేత్ హత్యకేస్ లలో వాడిని అరెస్ట్ చేసి, కోర్ట్ కి ఈడ్చుకురా. అది నీ టార్గెట్"

"ఎస్ సర్. నే రెడీ"

"గుడ్" ఇంటర్ కాం తీసి, తన సెక్రటరీ బిభాస్ సేన్ ని రమ్మని పిలిచాడు అరవింద్ నార్లేకర్.

"షాజియా కొల్ కతా వెళుతోంది, మధ్యాహ్నం ఫ్లైట్ కి టికెట్ బుక్ చేయ్" చెప్పాడు బిభాస్ రాగానే.

"అలాగే సర్"

"అక్కడినుండి తను నేరుగా హస్నాబాద్ వెళ్ళాలి, బై రోడ్. ఎంత టైం పట్టొచ్చో కాస్త కనుక్కో"

"జస్ట్ ఎనభై కిలోమీటర్లు సర్. గంటన్నరలో వెళ్ళిపోవచ్చు. గంగాపూర్, మినాఖాన్ రూటైతే త్వరగా వెళ్ళొచ్చు"

"మాప్ చూడకుండానే చెప్పేస్తున్నావ్, నీకెలా తెలుసు!?"

"హస్నాబాద్ నా నేటివ్ ప్లేస్ సర్" చెప్పాడు బిభాస్ సేన్.

అరవింద్ నార్లేకర్ తల ఊపాడు, ఆలోచిస్తూ "ఓ పనిచేయ్. నువ్వు కూడా తనతోటే వెళ్ళు. వెంటనే టికెట్స్ బుక్ చేసిరా" చెప్పాడు. బిభాస్ బయటికెళ్ళాక, షాజియావైపు చూశాడు "హస్నాబాద్ పోలీస్ కి చెబుతాను, నీక్కావలసిన హెల్ప్ చేయమని"

"ప్లీస్ సర్,... ఈ ఆపరేషన్ సోలోగా హాండిల్ చేద్దామనుకుంటున్నాను. ఇఫ్తకారుద్దీన్ నన్ను దారుణంగా చంపిచేందుకు ప్లాన్ చేశాడని కాదు. నా తమ్ముడిలాంటి నచికేత్ ని చంపిన వాడిని అంత తేలిగ్గావదలను"

"ఆర్ యూ షూర్!?"

"ఎస్ సర్. నాకి ఛాన్స్ కావాలి" చెప్పింది, డిమాండ్ చేస్తున్నట్టుగా.

"ఓకే, ప్రొసీడ్. నాకు ఇష్తకారుద్దీన్ కావాలి. బట్, ... వాడిని ప్రాణాలతో పట్టుకునే ఛాన్స్ మిస్సైతే, కనీసం ప్రాణాలతో పారిపోకుండా చూసుకో. నే చెప్పింది అర్థమైందనుకుంటాను!"

షాజియా ఓక్షణంపాటు విస్తుపోయింది. తర్వాత తలూపింది, మనసులో చాలా టెన్షన్ ఫీలవుతూ. అవసరమైతే తనచేత్తో ఇష్తకారుద్దీన్ ని చంపాలి! తెలీకుండానే ఆమె చేతులు వణుకుతున్నాయి.

అరవింద్ నార్లేకర్ బయటికెళ్ళాక, బిభాస్ తో చెప్పి యింటికెళ్ళింది. ఆమె మేనత్త, అబీదా చాలా సంతోషపడిపోయింది. ఆమె కళ్ళలో నీళ్ళు తిరుగుతున్నాయి. అన్నిరోజులు షాజియాని వదిలి ఎప్పుడూ ఉండలేదు.

"ఇక నిన్నెక్కడికీ వెళ్ళనివ్వను. నిఖాకి రమ్మని మెసేజ్ పెడతాను. పెళ్ళయ్యేదాకా ఓ చోట కుదురుగా ఉండు. ఆ తర్వాత... " ఆవిడ పాటికి ఆవిడ ఏదో చెప్పుకుపోతోంది.

"అబీదా, ఇదిగో నిన్నే... యిప్పుడేగా వచ్చింది. తనని కాస్త రెస్ట్ తీసుకోనీ" చెప్పారు నూరుద్దీన్ అడ్డొస్తూ.

షాజియా ఆయనకేసి సీరియస్ గా చూసింది "మామాజీ, నే కలకత్తా వెళుతున్నాను. రెండురోజుల్లో తిరిగొస్తాను" చెప్పి తన రూంలోకి నడిచింది. త్వరగా స్నానం ముగించి వచ్చేసరికి, బ్రేక్ ఫాస్ట్ రూంకే తీసుకొచ్చారు ఆయన "మీ అత్త మళ్ళీ అలిగింది, నువ్వే ఓదార్చాలి" చెప్పారు నవ్వుతూ.

"మామాజీ. మీతో మాట్లాడాలి" చెప్పింది.

"ఏంటి విషయం షాజియా, వచ్చినప్పటినుండి చాలా సీరియస్ గా ఉన్నావు?"

"నేను... ఓ కేస్ గురించి హరిద్వార్ వెళ్ళాను. గణపతి ఆశ్రమానికి ఆకేస్ కి సంబంధం ఉంది"

ఆయన మొహం ఒక్కసారిగా తెల్లబోయింది. ఏమీ మాట్లాడలేకపోయారు.

"నాకన్ని విషయాలు తెలిశాయి మామాజీ. అలాగే నా కర్తవ్యంకూడా. ఓ విషయం మాత్రం తెలుసుకోవాలి, చెబుతారా?" అడిగింది.

ఆయన మౌనంగానే తలూపారు.

"నా చిన్నప్పుడు జరిగినవేవీ నాకు గుర్తులేవు. చివరికి మా అమ్మ ఎలా ఉండిందోకూడా, ఎందుకని?"

"నిన్ను బొంబేకి తీసుకొచ్చాక, చాలారోజులు అవే జ్ఞాపకాలతో సతమతమయ్యేదానివి. చాలా భయపడి, రాత్రిళ్ళు నిద్రకూడా పోకుండా ఏడుస్తూ కూచునేదానివి. స్కూల్ కికూడా వెళ్ళేదానివికావు. అప్పుడు నా ఫ్రెండొకడు సలహా యిచ్చాడు, సైక్రియాట్రిస్ట్ కి చూపించమని"

"తర్వాత?"

"చూపించాను. నీ మెమొరీస్ ని పూర్తిగా ఎరేజ్ చేస్తేగాని, నువ్వు మామూలుమనిషివి కాలేవని చెప్పారు. దాంతో సైకోథెరపీద్వారా, నీ చిన్ననాటి జ్ఞాపకాలన్నిటినీ తుడిచేశారు"

షాజియా అర్థమైనట్టు తలూపింది. ఆమె ఫీలింగ్స్ ని గమనించి ఆయనే తిరిగిచెప్పారు "సారీ గుడ్డీ... ఆ టైంలో యింతకంటే వేరేదారి లేకపోయింది"

"ఛ...ఛ మామాజీ. మీరేం సారీ చెప్పనవసరం లేదు. నా మంచికోరే చేశారు, నాకేం బాధలేదు" చెప్పింది.

"మరెందుకలా ముభావంగా ఉన్నావు?"

"ఏంలేదు మామాజీ. కలకత్తానుండి తిరిగొచ్చాక అన్నీ చెబుతాను"

జూన్ 1, 2013

గణపతి ఆశ్రమం

మధ్యాహ్నం పన్నెండుకు ఓ పోలీస్ జీప్ ఆశ్రమం ముందు ఆగింది. సర్కిల్ ఇన్స్ పెక్టర్ ప్రకాష్ గోయల్ డ్రైవింగ్ సీట్లో ఉన్నాడు. కపర్ది ముందుసీట్లో కూచున్నాడు. అతడి చేతికున్న సంకెళ్ళు తీస్తూ చెప్పాడు, ప్రకాష్ గోయల్ "నీకింత ఇన్ఫ్లుయెన్సుందని ఊహించలేదు. సేరుగా సిబిఐ జాయింట్ డైరెక్టర్ తోటే ఫోన్ చేయించావే" వ్యంగ్యంగా అన్నాడు, కపర్దిని దిగమని సైగచేస్తూ.

"నాకే ఇన్ఫ్లుయెన్స్ లేదు సర్. షాజియా, ఓ స్టూడెంటనే అనుకున్నా. కానీ, తను సిబిఐ ఆఫీసరట. ఇదంతా ఆమే చేసింది" చెప్పాడు కపర్ది దిగుతూ.

"గుడ్. బాగానే కవరప్ చేసుకుంటున్నావ్. ఓ విషయం మాత్రం గుర్తుపెట్టుకో. రికార్డ్స్ ప్రకారం నువ్వింకా మా కస్టడీలోనే ఉన్నావు. అందుకని, హరిద్వార్ వదిలివెళ్ళకు. వీలైనంతవరకు మీ ఆశ్రమంలోనే ఉండు. లేకపోతే నా ఉద్యోగం పోతుంది"

"అలాగే సర్. ఇంతకీ షాజియా ఎప్పుడు తిరిగొస్తుందట?"

"తెలీదు. కలకత్తా వెళుతోందట. రేపో, ఎల్లుండో రావచ్చు" చెబుతూ జేబులోంచి ఓ ఫోటోతీసి, కపర్దికి అందించాడు, "ఎవరికీ చెప్పకు, వీడిని పట్టుకోవడానికి వెళ్ళిందట"

కపర్ది ఫోటో అందుకుని చూశాడు "ఎవడు సర్, వీడు?"

"ఎవడో ఇష్తకారుద్దీన్ అట. నీ తమ్ముడిని కిడ్నాప్ చేయించింది వీడే అనుకుంటున్నారు"

పర్ది తలూపి, ఆలోచిస్తూనే ఆశ్రమంలోకి నడిచాడు. షాజియా సడన్ గా కలకత్తాకెళుతోంది, అంటే వీడు హస్నాబాద్ రూట్లో బాంగ్లదేశ్ కి పారిపోతుండాలి. షాజియా ఒంటరిగావెళ్ళి వాడిని పట్టుకోగలదా, లేక ఐఎస్ఐ ఆమెకోసం అక్కడింకో ట్రాప్ వేసుంచిందా? సిబిఐ తననిప్పుడు రహస్యంగా విడిపించింది. ఇవన్నీ తనకి తెలిసేలా చేసింది. బయటికొస్తే తాను ఊరికే కూచోడని సిబిఐకి తెలుసు. ఐనా వదిలేశారంటే,.... అఫిషియల్ గా తాముచేయలేని పనిని, అనఫిషియల్ గా తాను చేయాలనే కావచ్చు.

ఏమైనా, ముందుగా గురువుగారితో మాట్లాడాలి. ఎంతటి సన్యాసైనా, తన కొడుకు ఘోరంగా హత్యచేయబడిన విషయాన్ని తట్టుకోవడం కష్టమే. పైకెంత గంభీరంగా కనిపించినప్పటికీ, విద్యారణ్యసరస్వతి మనసులో చాలాబాధ పడుతుంటారు. నచికేత్ అంత్యక్రియలకి తనని బెయిల్ మీద బయటికి రప్పించేందుకు ఆయన చాలా ప్రయత్నాలు చేశారు, సాధ్యం కాలేదు. అది తన దురదృష్టం.

ఆయన్ని ఓదార్చాక, తాను కలకత్తా బయల్దేరాలి. సాయంత్రం ఆరుకు డెహ్రాడూన్నుండి ఫ్లైటుంది. టికెట్ దొరికితే రాత్రి పదికల్లా కలకత్తా చేరుకోవచ్చు. దొరక్కపోతే, యింకో గంటలో తన బైక్ మీదే బయల్దేరాలి. కనీసం పదిహేనుగంటలు పడుతుంది, హస్నాబాద్ చేరుకోవడానికి.

జూన్ 1, 2013

టాకీ, పశ్చిమబెంగాల్

షాజియా, బిభాస్ కలకత్తా ఎయిర్ పోర్ట్ నుండి హస్నాబాద్ చేరుకునేసరికి సాయంత్రం ఆరున్నరైంది. మరో పదినిముషాల్లో టాకీ లోని బగన్ బారి గార్డెన్ హౌస్ చేరుకున్నారు. అదో లాడ్జ్, ఇచామొటి నది ఒడ్డునే ఉంది. బిభాస్, ఉదయమే ఎవరితోనో మాట్లాడి, అందులో రెండు రూంలు బుక్ చేయించాడు. నదికి యిటువైపు ఇండియా. నది దాటితే, అటువైపు ఖులానా జిల్లా, బాంగ్లాదేశ్.

గార్డెన్ హౌస్ లోని పచ్చని లాన్, ప్రశాంతమైన కొలను అద్భుతంగా ఉన్నాయి. కానీ, షాజియా దేన్నీ పట్టించుకునే స్థితిలోలేదు. ఆమె ఆలోచనలన్నీ ఇష్తకారుద్దీన్ మీదే. ఇక్కడికైతే వచ్చేసింది. కానీ, వాడినెలా పట్టుకోవాలి?

చెకిన్ అయ్యాక, పదినిముషాల్లో తయారై ఆమె రూంకొచ్చాడు, బిభాస్. కొంచెం ఆశ్చర్యపోతూ, తలుపుతీసింది.

"మేడం, మీరేదో పనిమీద యిక్కడికొచ్చారని నాకర్థమైంది. మీరే హాండిల్ చేసుకుంటానంటే ఓకే. కానీ, బాస్ నన్ను మీకూడా పంపారంటే, నానుండి ఏదో సహాయం ఉంటుందనేగా. నేనేదైనా హెల్ప్ చేయాలంటే, కనీసం అదెలాంటి పనో, ఏరకమైన హెల్ప్ కావాలో, అదైనా చెప్పండి"

ఓ క్షణం ఆలోచించింది షాజియా. తనకున్న టైం చాలా తక్కువ. పైగా, యిక్కడ తనకెవరూ తెలియదు. తన బాగ్ లోంచి ఇష్తకారుద్దీన్ ఫోటోతీసి, బిభాస్ కి అందించింది "వీడిని పట్టుకోవాలి. బాంగ్లాదేశ్ లోకి పారిపోతున్నాడని బాస్ అన్నారు"

బిభాస్ ఆ ఫోటోకేసి చూశాడు "ఎవరు మేడం, వీడు?" అడిగాడు.

"పాక్ కన్సులేట్ లో క్లర్క్. ఏవో డాక్యుమెంట్లు దొంగతనం చేశాడట. మనమే చేయించామని పాకిస్తాన్ గోల పెడుతోంది. అందుకే వీడిని అరెస్ట్ చేసి, అప్పగించాలి"

"అర్థమైంది మేడం. నాక్కాస్త టైం యివ్వండి. ఇక్కడ బార్డర్ దాటించే లోకల్స్ లో ఎవరో వాడికి హెల్ప్ చేస్తుండాలి. వెళ్ళి కనుక్కొస్తాను"

"నేనూ వస్తాను"

"ముందు నేవెళ్ళి అలా బార్డర్ దాటించే వ్యక్తులగురించి తెలుసుకుని వస్తాను. తర్వాత యిద్దరం వెళదాం"

"ఓకే. వీడికి జెయూఎం టెర్రరిస్ట్ గ్రూప్ హెల్ప్ చేస్తుండాలి. లేకపోతే, బాంగ్లాదేశ్ నుండి పాకిస్తాన్ వెళ్ళలేడు" చెప్పింది.

బిభాస్ తలాడించి, "ఓకే, కనుక్కుంటాను. ఓ గంటలో వచ్చేస్తాను" చెప్పాడు.

"ఎవరికీ డిటైల్స్ చెప్పకు. ఇండియాలో ఓ అమ్మాయిని పెళ్ళిచేసుకుని, మోసం చేసి పారిపోతున్నాడని చెప్పి, కవర్ చేయ్"

బిభాస్ వెళ్ళాక, ఓ గంటసేపు బయట లాన్లో కూచుంది. ఆమె మనసింకా స్థిమితంగా లేదు. కాసేపు కపర్ది గురించి ఆలోచించింది.

సరిగ్గా గంటయ్యాక తిరిగొచ్చాడు బిభాస్. ఆత్రంగా అతడికేసి చూసింది. లాన్లో కూచుంటూ చెప్పాడు "మేడం, ఇక్కడ దొంగగా బార్డర్ దాటించే వ్యక్తులు ఆరుమందున్నారు. అందలో నలుగురు చేపలు పట్టుకుని బ్రతికేజనం. మిగిలిన యిద్దరూ పని, ఉద్యోగం యిప్పిస్తామని బాంగ్లాదేశ్ నుండి ఇండియాకి మనుషుల్ని తీసుకొస్తుంటారట"

"ఓకే?"

"ముందా ఫిషర్ మెన్ ని పట్టుకుందాం. చివరి యిద్దరూ మామూలుగా అటునుండి వచ్చేవారికే సహాయం చేస్తుంటారు"

"సరే పద, వెళదాం"

"మేడం, ప్లీస్! డిన్నర్ ముగించి వెళదాం. చాలా ఆకలిగా ఉంది. మీకు తెలుసా, యిక్కడ హిల్సా, రోహూ రెండురకాల చేపలు చాలా ఫేమస్. రొయ్యలుకూడా చాలా బావుంటాయి, లేదంటే... "

షాజియా చెయ్యి పైకెత్తింది ఆపమన్నట్టు "నాకేమీ తినే మూడ్ లేదు. నువ్వు తినేసిరా, నే వెయిట్ చేస్తుంటాను" చెప్పింది.

బిభాస్ యింకేం మాట్లాడకుండా రెస్టరెంట్ కి వెళ్ళాడు. అతను తిరిగొచ్చేసరికి తొమ్మిది దాటింది. చాలా నెలల తర్వాత నేటివ్ ప్లేస్ కి వచ్చాడు. అందుకే, నెమ్మదిగా తనకిష్టమైనవన్నీ లాగించి వచ్చాడు. పైగా, షాజియా ఫీలింగ్స్ ని గమనించకుండా, తాను తిన్నవాటి రుచిని వర్ణిస్తున్నాడు. ఇంకాసేపు, ఈ గోల భరించకతప్పదు అనుకుంది. ఇప్పుడు తనకి, బిభాస్ సహాయం అవసరం.

బయటికొచ్చి ఆటో తీసుకుని, టాకీ మున్సిపల్ గెస్ట్ హౌస్ దగ్గర దిగారు "ఇక్కడే వెయిట్ చేయ్, యింకా పనుంది, ఫుల్ నైట్ యిస్తాం" చెప్పాడు బిభాస్ ఆటోడ్రైవర్ కి. వాడు సంతోషంగా తలాడించాడు. ఫుల్ నైట్ అంటే మీటర్ మీద ఐదొందలు వసూలవుతుంది.

గెస్ట్ హౌస్ కి ఉత్తరంగా ఓ అయిదునిముషాలు నడిచాక, కొన్ని గుడిసెలు కనిపించాయి. ఇక అప్పటినుండి మొదలైంది యాతన. అలాంటి రోడ్లు, పరిసరాలు మనదేశంలో ఉంటాయని షాజియా కల్లోకూడా ఊహించలేదు. ఎక్కడ చూసినా విపరీతంగా చెత్తపేరుకుంది. అది చాలదన్నట్టు, కుళ్ళిన చేపలవాసన. చాలామంది మగవాళ్ళు పాకలబయటే తాగిపడున్నారు. కాస్త మెలకువగా ఉన్నవారిని మొహమ్మద్ వకాస్ గురించి అడుగుతూ, మరో గంటసేపు తిరిగి, ఓ పాక చేరుకున్నారు. ఇంట్లో అతడి భార్య మాత్రం ఉంది.

"బయటికెళ్ళాడు. వచ్చేస్తాడు, కూచోండి" చెప్పింది, నులకమంచం చూపించి.

బిభాస్ కూచునేశాడు. షాజియామాత్రం నిలుచునే దిక్కులుచూస్తోంది. పదకొండున్నర కావస్తోందనగా వచ్చాడు, మహమ్మద్ వకాస్. బిభాస్ అతడితో లోకల్ బెంగాలీ యాసలో చెప్పాడు, ఇష్తకారుద్దీన్ ఫోటో చూపిస్తూ.

"ఈ అమ్మాయికో అక్క ఉంది. వీడు ఆమెని నిఖాచేసుకుని, యిప్పుడు మోసంచేసి పారిపోతున్నాడు. కాస్త సహాయంచేస్తే, ఓ ఆడకూతురి జీవితం కాపాడొచ్చు" చెప్పాడు, తన పాంట్ జేబుల్ని తడుముకుంటూ. అది లోకల్ సింబల్, నీకు కావలసినంత ముడుతుందని.

అతను ఆ ఫోటో అందుకుని, టార్చ్ వేసి చూశాడు. కాసేపు ఆలోచించి చెప్పాడు "నా దగ్గరికైతే రాలేదు. సర్దార్ ని కాని, అజొయ్ ని గాని అడిగిచూడండి"

"అబ్దుల్ లతీఫ్?"

"ఆ, వాడిని కూడా ట్రైచేయండి"

"మీ నలుగురు కాకుండా యింకెవరైనా ఉన్నారా?" అడిగింది షాజియా.

మహమ్మద్ వకాస్ సీరియస్ గా చూసి "ఇంకెవడికైనా దమ్ముందా, మాకు పోటీగా దిగడానికి!?" కోపంగా అడిగాడు.

"వకాస్ భాయ్, తనకిపేం తెలియవు, కోపం చేసుకోకు. తన అక్క జీవితం పాడవుతోందిగదా, అందుకని అలా అడిగింది, అంతే" చెప్పాడు బిభాస్ కవర్ చేస్తూ. ఎక్కువ మాట్లాడొద్దని షాజియాకి సైగచేశాడు.

మహమ్మద్ వకాస్ తలాడించి, "వీడితో ఎంత వసూలు చేద్దామనుకుంటున్నారు" అడిగాడు. షాజియా అర్థంకానట్టు చూసింది.

"మా ఇన్ఫర్మేషన్ ప్రకారం, వీడిక్కడ సుమారు ఐదులక్షలు సంపాదించాడు. భార్యకి సగమైనా యివ్వాలిగా" చెప్పాడు బిభాస్.

"సరే, నాకేదైనా ఇన్ఫర్మేషనొస్తే చెబుతాను. ఫోన్ నెంబరిచ్చి వెళ్ళు. బీస్ టకా నాకు"

ఈసారి వాడన్నది అర్థమైంది షాజియాకి. రెండున్నర లక్షలో ఇరవైశాతం, అంటే యాభైవేలు వీడికివ్వాలి.

"అలాగే, వకాస్ భాయ్. మేం బగన్ బరి గెస్ట్ హౌస్ లో ఉంటాం. నాపేరు బిభాస్. ఏమైనా తెలిస్తే ఫోన్ చేయ్. ఇంకా మిగిలిన ముగ్గురినీ అడిగి లాడ్జికి వెళతాం" చెప్పాడు బిభాస్ లేస్తూ. టైం సరిపోతుందో లేదో అనుకుంది షాజియా.

"ఈ అమ్మాయిని తీసుకుని రాత్రిపూట తిరగడం మంచిదికాదు. నేవెళ్ళి కనుక్కొస్తాను. మీరు గెస్ట్ హౌస్ కెళ్ళండి" చెప్పాడు మహమ్మద్ వకాస్. యాభైవేలు కళ్ళముందు ఆడుతున్నాయి, వాడికిక నిద్రపట్టదు.

"మనంకూడా వెళదాం" చెప్పింది షాజియా. బిభాస్ ఆమెకి సైగచేశాడు వద్దన్నట్టు. ఆటో ఆగినచోటికి నడుస్తున్నప్పుడు చిన్నగా ఇంగ్లీష్ లో చెప్పాడు "వాడు చెబుతోంది కూడా కరెక్టేగా. ఇప్పుడు మనకి యిన్ఫర్మేషన్ మాత్రమే తెలుస్తుంది. ఆ క్లర్క్ ఎక్కడో రహస్యంగా దాక్కునుంటాడు. వాడిని ఎవరు, ఎప్పుడు, ఎక్కడ బార్డర్ దాటించబోతున్నారో తెలిస్తే, సరిగ్గా అదే టైంకి మీరు అటాక్ చేయొచ్చు" చెప్పాడు.

షాజియా కాస్త కన్విన్సయింది. తనకైతే యిప్పటికిప్పుడు ఇష్తకారుద్దీన్ ని పట్టుకుని టార్చర్ చేయాలనుంది. కానీ, అవకాశం రావాలిగా. రూంకి తిరిగొచ్చేసరికి అర్ధరాత్రి పన్నెండు. ఆకలిగా అనిపించి, రిసెప్షన్ కి ఫోన్ చేసింది, ఈ టైంలో తింటానికేమైనా దొరుకుతుందా అని. ఆలూ ఫింగర్ చిప్స్, చాయ్ మాత్రం ఉన్నాయని చెప్పడంతో అవే తెప్పించుకుంది. తింటుండగా సెల్ ఫోన్ మోగింది. ఏదో కొత్త నెంబర్.

"హలో ఎవరు!?" అడిగింది షాజియా ఆశ్చర్యపోతూ.

"నేను, కపర్ది"

షాజియా ఒక్క క్షణం తన చెవుల్నే నమ్మలేకపోయింది. పోలీస్ కస్టడీలో ఉన్న కపర్ది, ఈటైంలో తనకెలా ఫోన్ చేసినట్టు.

"కపర్దీ...ఎక్కడినుండి!?"

"నాకూ తెలియదు!"

"అంటే!?"

"నన్ను హరిద్వార్ నుండి చాలాదూరంలో, ఏదో గెస్ట్ హౌస్ కి మార్చారు. మీ బాస్ పోలీసులతో మాట్లాడారట"

"అలాగా"

"నీకు చెబుదామని చాలాసార్లు ట్రై చేశాను. లైన్ దొరకలేదు. ఇంతకీ ఎక్కడున్నావు?"

"టాకీ, వెస్ట్ బెంగాల్"

"ఓహ్, అక్కడేం పని!?"

"ఏదో చిన్నపని, అంతే. రెండురోజుల్లో వచ్చేస్తాను" చెప్పింది షాజియా. ఇష్టకారుద్దీన్ విషయం కపర్దికి తెలిస్తే, వెంటనే యిక్కడికొచ్చేస్తాడు. అనవసరంగా అతడిమీద యింకో కేస్ పడుతుంది. అందుకని అసలు విషయం చెప్పలేదు. దీన్ని తానే హాండిల్ చేయాలి, చేసి కపర్దికి నిరూపించాలి, మన సిస్టం పనిచేస్తుందని.

"టాకీలో హోటల్స్ అంత సేఫ్ కాదని విన్నాను. బాంగ్లాదేశ్ వైపునుండి చొరబాట్లు ఎక్కువట. జాగ్రత్తగా ఉండు"

"ఉంటాను. కానీ, నువ్వొకటి మర్చిపోతున్నావు. నేను స్టూడెంట్ ని కాను, సిబిఐ ఆఫీసర్ని! నేనే భయపడితే ఎలా?"

"అఫ్ కోర్స్, డిపార్ట్ మెంట్ నీకు మంచి హోటల్లోనే రూం బుక్ చేయిస్తుందిగా! ఇంతకీ ఏ హోటల్లో దిగావు?"

"బగన్ బరి గెస్ట్ హౌస్"

"ఓకే, త్వరగా వచ్చేయ్. ఇంకో మూడురోజుల్లో కేస్ హియరింగ్ కి వస్తోంది"

"అలాగే" చెప్పి ఫోన్ పెట్టేసింది.

తనలాగే కపర్దికూడా అసలువిషయం చెప్పడంలేదని ఆమెకి తెలియదు. అతనిప్పుడు ధన్ బాద్ దాటాడు. ఓ పబ్లిక్ బూత్ నుండి ఫోన్ చేశాడు. ఇంకో మూడు గంటల్లో టాకీ చేరుకుంటాడు.

జూన్ 2, 2013

ఉదయం నాలుగున్నర కావస్తోంది. డోర్ బెల్ మోగడంతో ఉలికిపడి లేచింది షాజియా. వెళ్ళి తలుపుతీసింది. బిభాస్ అప్పటికే తయారుగా ఉన్నాడు.

"మేడం, త్వరగా వెళ్ళాలి. వాడు ఐదున్నరకల్లా బార్డర్ దాటబోతున్నాడట. ఇప్పుడే వకాస్ వచ్చి చెప్పాడు" ఆత్రంగా చెప్పాడు.

షాజియా నిద్రమత్తు వదిలిపోయింది. "పదే నిముషాల్లో వచ్చేస్తాను. ఈలోపు ఏదైనా ఆటో లేదా టాక్సీతీసుకుని, బయట లాన్లో వెయిట్ చేయ్" చెప్పి బాత్రూంకి వెళ్ళింది.

షాజియా వచ్చేసరికి, బిభాస్ ఆటోతో రెడీగా ఉన్నారు.

"పద" చెప్పింది ఆటోలో కూచుంటూ.

ఆటో కదలగానే, "వకాస్ ఎక్కడ?" అడిగింది.

"వెళ్ళిపోయాడు. పదివేలు అడ్వాన్స్ యిచ్చాను. పనయ్యాక మిగిలిందివ్వాలి"

"ఎవరు దాటిస్తున్నారట వాడిని?"

"అబ్దుల్ లతీఫ్"

"ఎలా?"

"బోట్లో"

"వాట్, బిఎస్ఎఫ్ పట్టుకుంటే!?"

"వీసా ఉందిగా మేడం!"

"వీసా!?" అనుమానిస్తూ అడిగింది. ఇష్తకారుద్దీన్ కి యింత త్వరగా బాంగ్లాదేశ్ వీసా ఎలా దొరికింది?

"అబ్దుల్ భార్య, ఖులానా నుండి వచ్చిందట. ఆమె అప్పుడప్పుడూ పుట్టింటికి వెళ్ళేందుకు, మల్టిపుల్ ఎంట్రీ వీసా చేయించుకుందట"

"అయితే?"

"ఇక్కడి ట్రెడిషనల్ ముస్లిం స్త్రీలు బురఖాల్లోనే ఉంటారు. కాబట్టి, ఎవరినైనా బార్డర్ దాటించాలంటే వారికి బురఖావేసి, తన భార్య వీసాతో అటువైపుకి తీసికెళతాడట"

"మరి రిటర్న్?"

"ఏముంది. అటునుండి ఎవరో ఒకరు యిల్లీగల్ గా యిటువైపుకి వచ్చే యిమిగ్రెంట్స్ దొరుకుతారు వాడికి. ఇలా రెండువైపులా ట్రాఫికింగ్ చేసి, బాగానే దండుకుంటున్నాడట"

"మరి మనకెందుకు ఇన్ఫర్మేషన్ యిచ్చాడు!?"

"వాడికి రావలసింది యిప్పటికే ఇష్తకారుద్దీన్నుండి వసూలైంది. మనమిచ్చేది బోనస్!"

"అంటే?"

"సరిగ్గా ఉదయం ఐదున్నరకి, ఇఫ్తకారుద్దీన్ బిపిడి పిక్నిక్ స్పాట్ కొచ్చి, తన బోటెక్కితే అటువైపుకి తీసికెళతాడు. రాకపోతే డీల్ కాన్సిల్, అంతే. ఇక్కడ ఎవడి తలరాత వాడిదేనట!"

"ఇంతకీ పిక్నిక్ స్పాట్ ఎక్కడుంది?"

"ఘాట్ రోడ్ చివర్లో, నది ఒడ్డునే"

"మనం అక్కడే మాటేద్దాం"

"అలాగే మేడం. వాడొచ్చి అబ్దుల్ ని కలవగానే మనకి సైగచేస్తాడు. అప్పుడు మీరు అటాక్ చేయొచ్చు"

మరో పది నిముషాలకి మున్సిపాలిటీ గెస్ట్ హౌస్ దగ్గర దిగి, ఆటోని అక్కడే ఆగమని చెప్పారు. నది వెంబడి నడుస్తూ, బిపిడి పిక్నిక్ స్పాట్ చేరుకున్నారు. మరో ఐదు నిముషాలకు ఓ బైక్, ఆటోని దాటుకుని చెట్ల మధ్యలోవెళ్ళి ఆగింది.

ఇద్దరూ ఎడమకి తిరిగి టాకీ ఘాట్ రోడ్లో కాస్తదూరం నడిచారు. తెల్లవారుతోంది, కానీ ఎక్కువ సందడిలేదు. ఓ బోట్, పిక్నిక్ స్పాట్లో ఆగుంది. నది ఒడ్డును ఆనుకుని ఓ చిన్న రూం ఉంది. దానికి ఎమిగ్రేషన్ ఆఫీస్ బోర్డ్ వేలాడుతోంది. అక్కడే కాస్తదూరంలో ఓ వ్యక్తి నించున్నాడు. బిభాస్ ని చూసి చిన్నగా తల ఊపాడు. అతనే అబ్దుల్ అయ్యుండాలి.

టాకీ గవర్నమెంట్ కాలేజి దాటాక, షాజియా రోడ్ పక్కన లాన్లో ఓ చెట్టుకింద కూచుంది, తన మొబైల్ ఫోన్ తీసి, కాజువల్ గా చూస్తూ. బిభాస్ ఆమెకి ఎదురువైపు, ఓ పదిహేను అడుగులదూరంలో ఉన్న సిమెంట్ బెంచీమీద పడుకున్నాడు. అతను అబ్దుల్ ని గమనిస్తున్నాడు. మరో ఇరవైనిముషాలు గడిచాయి. ఎలాంటి సందడి లేకపోవడంతో, అనుమానంగా అబ్దుల్ వైపుకి చూసింది. కానీ, అతను తనవైపు చూడ్డంలేదు, అతడి దృష్టంతా ఘాట్ రోడ్ మీదే ఉంది.

మరో ఐదు నిముషాలు గడిచాయి. షాజియాకి చాలా అసహనంగా ఉంది. సరిగ్గా అప్పుడు, అబ్దుల్ రోడ్ వైపు చూస్తూ తన చెయ్యి ఊపాడు. అటునుండి ముసుగులో ఓ ఆకారం దగ్గరికొస్తోంది. ఆ ఆకారం తమని క్రాస్ చేశాక బిభాస్, షాజియాని చూసి తలూపాడు. షాజియా లేచింది. చేతులు పాంట్ జేబుల్లో ఉంచి కాజువల్ గా నడుస్తూ రోడ్ మీదికొచ్చింది. అబ్దుల్ అప్పటికే తన బోట్ చేరుకున్నాడు.

షాజియా తన రివాల్వర్ తీసి ఆ ఆకారం మెడవెనక నొక్కింది, "హాండ్సప్! ఏమాత్రం తెలివితేటలు చూపించినా ఛస్తావ్" చెప్పింది. తనకి వెంటనే కాల్చేయాలనే కసి ఉన్నా, ముందు వాడోకాదో కన్ఫర్మ్ చేసుకోవాలి.

ఆ ఆకారం ఆగింది "నీకేం కావాలి? డబ్బులైతే నాదగ్గర లేవు" బెంగాలీలో చెప్పింది. అది కచ్చితంగా ఆడగొంతే.

"ముసుగుతీయ్... ఒకే చేత్తో. రెండో చెయ్యి కదిపినా కాల్చేస్తాను" చెప్పింది షాజియా, అనుమానంగా.

ఆ ఆకారం కుడిచెయ్యి పైకెత్తి ముసుగుతీసింది. ఆమె నిజంగానే ఓ బెంగాలీ స్త్రీ. చూడగానే షాజియా షాక్ తింది.

"ఎవరునువ్వు!?" అడిగింది షాజియా ఆశ్చర్యంగా. ఆమె అబ్దుల్ వైపు చూపించి "అబ్దుల్ భార్యని" చెప్పింది. షాజియా రివాల్వర్ తీసి, వెళ్ళమన్నట్టు సైగచేసింది. అబ్దుల్ భార్య, వేగంగా ఎమిగ్రేషన్ రూం వైపుకు వెళ్ళింది.

మరి ఇఫ్తకారుద్దీన్ ఎక్కడ, అనుకుంటూ ఘాట్ రోడ్ వైపుకి తిరగబోయింది షాజియా. సరిగ్గా అప్పుడే ఆమె నుదుటికి ఓ రివాల్వర్ ఒత్తుకుంది "సిబిఐ లో ట్రైనింగ్, మరీ యింత ఘోరంగా ఉంటుందని నే ఎప్పుడూ

ఊహించలేదు! గుడ్, ... ఎలాగైతేనేం, వెళ్ళేముందు, నిన్ను కూడా ఫినిష్ చేసే ఛాన్స్ దొరికింది నాకు" బురఖాలోంచి ఓ మగగొంతు కరుగ్గా వినిపించింది. అతను మొహంమీది బురఖాతీసి, వేగంగా ఎడంచేత్తో షాజియా చేతిలోంచి రివాల్వర్ ని లాక్కున్నాడు.

షాజియా మొహంలో జుగుప్స తారాస్థాయికి చేరుకుంది. డౌట్ లేదు, వాడు ఇష్తకారుద్దీనే. గెడ్డం, మీసాలు, జుట్టు తీసేశాడు "కుత్తే, మీలా అమాయకులని దారుణంగా చంపేసి, దొంగగా పారిపోయే ట్రెనింగ్ యింకే దేశంలోనూ యివ్వరు. నా ప్రాణాలుపోయినా నిన్నిక్కడినుండి కదలనివ్వను" ఆవేశంగా చెప్పింది. తమని అబ్దుల్ మోసం చేశాడా లేక తామే వాడి సైగని సరిగా అర్థం చేసుకోలేదా!

ఇష్తకారుద్దీన్ వెకిలిగా నవ్వాడు. "ఎంతైనా నీ ఇండియన్ మెంటాలిటీ పోదుగా, కిందపడినా మాదే పైచేయి అనడం మీకు అలవాటేగా" చెప్పాడు ట్రిగ్గర్ మీద వేలుబిగిస్తూ. షాజియా ఉన్నట్టుండి, వాడూహించనంత వేగంగా మోకాళ్ళు మీద కూచుంటూ, తన కుడిచేత్తో వాడి పొట్టలోకి పంచ్ యిచ్చింది.

వాడి బాలెన్స్ తప్పింది, రివాల్వర్ చేతిలోంచి జారిపోతోంది. రెండడుగులు వెనక్కి వేసి తమాయించుకున్నాడు. అంతలో షాజియా లేచి, గాల్లో ఎగరబోయింది. కానీ, అప్పటికే ఇష్తకారుద్దీన్ తన రివాల్వర్ ని తిరిగి ఆమెకి గురిపెట్టాడు. సరిగ్గా అప్పుడు, వాడి వెనక ఓ ఆకారం గాల్లో వేగంగా కదిలి, వాడి వీపుని తన మోకాలితో తాకింది. ఇష్తకారుద్దీన్ బోర్లపడబోయి తమాయించుకున్నాడు.

షాజియా అటువైపు చూసింది... కపర్ది. ఆమె కళ్ళు ఆశ్చర్యంతో పెద్దవయ్యాయి. అప్పటికే కపర్ది తన ఖండా బయటికితీశాడు. ఇష్తకారుద్దీన్, రివాల్వర్ ని అతడివైపుకి తిప్పబోతున్నాడు. కపర్ది ఖండాతో వాడి కుడిచేతిని అటాక్ చేశాడు.

కపర్ది ఎడమకంటి చివర ఏదో దృశ్యం, అతడి సిక్స్త్ సెన్స్ ని అలర్ట్ చేసింది. ఖండా విసురుతూ, సడన్ గా మోకాళ్ళమీద కూచున్నాడు. సైలెన్సర్ అమర్చిన రివాల్వర్ నుండి నిశ్శబ్దంగా దూసుకొచ్చిన బుల్లెట్, కపర్ది తల వెంట్రుకల్ని తాకుతూవెళ్ళి ఇష్తకారుద్దీన్ గుండెలోకి దిగింది. వాడి గావుకేక గాల్లో కలిసిపోయింది. నేలకు ఒరిగిపోయాడు.

షాజియా, కపర్ది యిద్దరూ స్టన్నై అటుకేసి చూశారు. బిభాస్ చేతిలోని రివాల్వర్, యిప్పుడు కపర్ది వైపుకు తిరుగుతోంది.

"బిభాస్! ఏంటి నువ్వు చేస్తోంది!?" కేక పెట్టింది షాజియా. అదే టైంకి కపర్ది, ఓ కంకరరాయి తీసి వేగంగా బిభాస్ చేతికి విసిరాడు, ప్రక్కకి వంగుతూ. రాయి తన చేతిని తాకేలోపే, బిభాస్ రివాల్వర్ పేల్చాడు. ఈసారి బుల్లెట్ కపర్ది తలమీదరాసుకుంటూ నేలలోకి దిగబడింది. కపర్ది తన రెండుచేతులతో తలని పట్టుకున్నాడు. అతడి తలనుండి రక్తం కారుతోంది.

షాజియా కోపంగా చూసింది బిభాస్ వైపు. వాడిచేతికి రాయి తగలడంతో రివాల్వర్ కిందపడింది. తమాయించుకుని, దాన్ని తిరిగి తీసుకుని షాజియాకి గురిపెట్టాడు. అసలేం జరుగుతోందో అర్థం కావడంలేదు, షాజియాకి. అంతలో కాస్త దూరంనుండి టప్ మని చిన్న శబ్దం వచ్చింది. సైలెన్సర్ అమర్చిన యింకో రివాల్వర్ పేలింది. బిభాస్, ఎడమ మోకాల్లోకి బుల్లెట్ దిగడంతో కింద పడిపోయాడు.

షాజియా అశ్చర్యంగా అటువైపు చూసింది. ఎవరో నలుగురు వేగంగా వస్తున్నారు. ముగ్గురు బిభాస్ వైపుకి పరుగుతీశారు. ఒకరు తనవైపుకే వస్తున్నారు. భయంతో ఆమె కళ్ళు పెద్దవయ్యాయి.

"షాజియా, రిలాక్స్. డిసిస్ అభిజిత్ భిస్కుటే... ఎస్.పి, సిబిఐ కోల్ కతా" చెప్పాడతను. షాజియా రిలీఫ్ గా ఊపిరితీసుకుంది. అంటే, బాస్ తనని ఒంటరిగా పంపించలేదు. తనని ముందుకునెట్టి, వెనకే సీనియర్స్ ని పంపించి వలపన్నారు.

“థాంక్యూ సర్” చెప్పింది, కింద కూచుంటూ. అప్పటికే కపర్దికి స్పృహ తప్పుతోంది. అతడి తలని తన చేతిలోకి తీసుకుని చూసింది. రక్తం ధారగా కారుతోంది. ఆందోళనగా చూసింది.

“డోంట్ వరీ. సర్ఫేస్ ఇంజురీ, అంతే. హి విల్ బి ఆల్ రైట్ సూన్. పద, ముందు హస్నాబాద్ వెళదాం. నాకు తెలిసిన డాక్టరున్నాడు. తలకి బేండేజ్ వేయిస్తే, యిక టెన్షన్ లేదు” చెప్పాడు అభిజిత్.

అంతలో మిగిలిన ముగ్గురూ బిభాస్ చేతుల్ని వెనక్కి విరిచికట్టారు. వాడి షర్ట్ చింపి నోటికి కట్టారు. అభిజిత్ సైగచేయడంతో, కాస్తదూరంలో లాల్ మధాట్ గర్ల్స్ హైస్కూల్ వెనకనుండి రెండు బొలెరోలు వచ్చాయి. ఒక బొలెరోలో కపర్దిని ఎక్కించి, షాజియా, అభిజిత్, యింకో ఆఫీసర్ ఎక్కారు.

మిగిలిన యిద్దరు ఆఫీసర్స్ కి బగన్ బరి గెస్ట్ హౌస్ వెళ్ళి, చెకౌట్ చేయించి లగేజి తీసుకుని హస్నాబాద్ రమ్మని చెప్పాడు అభిజిత్. వాళ్ళు తలూపి, బిభాస్ ని, ఇష్తకారుద్దీన్ శవాన్ని రెండో బొలెరోలో ఎక్కించారు.

జూన్ 2, 2013
గోరాచంద్ రోడ్, కోల్ కతా

సెంట్రల్ ఫోరెన్సిక్ లాబ్ మూడో అంతస్తులోని రూం నెంబర్-27 నిశ్శబ్దంగా ఉంది. టైం మధ్యాహ్నం మూడు దాటింది. నిస్తేజంగా మంచంమీద పడుకున్న కపర్దిని మాటిమాటికీ చూస్తోంది షాజియా. చాలా నెమ్మదిగా ఊపిరి తీసుకుంటున్నాడు, పల్స్ కూడా చాలా స్లోగా ఉంది.

ఉదయం హస్నాబాద్ లో ఫస్ట్ ఎయిడ్ చేశాక, ఎందుకైనా మంచిది స్కానింగ్ చేయించమని డాక్టర్ చెప్పాడు. అక్కడినుండి కోల్ కతా లోని లాబ్ కి తీసుకొచ్చారు. స్కానింగ్ రిపోర్ట్ నార్మల్ అని తెలిశాక, షాజియా మనసు కుదుటపడింది. కానీ, యిక్కడికొచ్చి ఆరుగంటలైనా, కపర్ది యింకా కళ్ళు తెరవకపోవడంతో కాస్త ఆందోళనగా ఉంది.

"డోంట్ వరీ, సెడిటివ్ యిచ్చాను. కనీసం పన్నెండుగంటల రెస్ట్ అవసరం అతడికి" యిందాకే డాక్టర్ చెప్పి వెళ్ళాడు. ఆమెకి తెలీకుండానే కన్నీళ్ళు చెంపలమీదినుండి కారిపోతున్నాయి. కపర్ది తనకోసం పదిహేను గంటలు బైక్ మీదొచ్చాడు. తనని కాపాడ్డంకోసం, బుల్లెట్ దెబ్బతిన్నాడు. కాస్త అటూ, యిటూ జరిగుంటే అతడి ప్రాణాలే పోయేవి.

బాస్ తనకి కోలకతా లోని సీనియర్స్ తో బాకప్ అరేంజ్ చేశాడు, ఇష్తకారుద్దీన్ ని పట్టుకోవడానికి. అక్కడితో ఆగకుండా, కపర్దిని సీక్రెట్ గా తనకోసం వచ్చేలా చేశాడు. బహుశా ఏదో అనుమానం ఆయనకి వచ్చుండాలి. బిభాస్ చేసిందే అన్నిటికన్నా ఎక్కువగా షాజియాని షాక్ కి గురిచేసింది. వాడికి యిందులో ఏంటి సంబంధం!? వాడికి రివాల్వర్ ఎక్కడిది, అంత పర్ఫెక్ట్ గా ఎలా షూట్ చేయగలిగాడు!?

హస్నాబాద్ నుండి బయల్దేరగానే బాస్ కి ఫోన్ చేసింది. ఆయనకి కొద్దిరోజులుగా బిభాస్ మీద డౌట్ గా ఉండిందట. తనని హరిద్వార్ పంపిన విషయం, బాస్ కి తప్ప యింకెవరికీ తెలియదు. అలాంటపుడు, తాను హరిద్వార్ కి వచ్చినరోజునుండే ఎవరో తనని ఫాలో అవడం, ఢిల్లీలో క్యూబ్ రెస్టరెంట్లో తన హాండ్ బాగ్ కొట్టేయడానికి ట్రైచేయడం, తర్వాత జరిగినవన్నీ ఆయనకి వాడిమీద అనుమానం తెప్పించాయి. బిభాస్ ని అబ్జర్వేషన్ లో పెట్టించారు.

ఆ టైంలో వాడి పర్సనల్ మొబైల్ కి ఓ మిస్డ్ కాల్ వచ్చింది, ... ఓ ఇండియన్ సెల్ నుండే, కానీ ఆ కాల్ కరాచీనుండి వచ్చింది. అదొచ్చిన కాసేపటికి బిభాస్, పర్మిషన్ తీసుకుని ఆఫీస్ నుండి ఓ కిలోమీటర్ దూరంలో ఉన్న ఓ పబ్లిక్ బూత్ కెళ్ళి, ఫోన్ చేసి తిరిగొచ్చాడు.

దాంతో, వాడిమీద అనుమానం బలపడింది. వాడిని రెడ్ హాండెడ్ గా పట్టుకోవాలని, తనతో హస్నాబాద్ పంపించి, బాకప్ టీంని సెట్ చేశారు. వెనకే రహస్యంగా కపర్దిని కూడా పంపించారు, ఇష్తకారుద్దీన్ మీద కసితీర్చుకోవడానికి కపర్దికి ఓ అవకాశం యిచ్చినట్టుంటుందని! మన సిస్టం నిజంగానే పనిచేస్తుందని అతడికి నమ్మకం కలిగించాలని! కానీ, తనని కాపాడే ప్రయత్నంలో కపర్దికిలా జరుగుతుందని అరవింద్ నార్లేకర్ ఊహించలేదు.

లాబ్ ఐదో అంతస్తులోని యింకో రూంలో, ఉదయం నుండి బిభాస్ కి యింకోరకమైన ట్రీట్మెంట్ నడుస్తోంది. వాడితో నిజం చెప్పించడానికి సిబిఐ టీం, ముందు మామూలుపద్ధతుల్లో ఇంటరాగేషన్ చేశారు. లాభం లేకపోవడంతో థర్డ్ డిగ్రీ ట్రైచేశారు. అదీ పనిచేయకపోవడంతో, షాజియా బాస్ ని కాంటాక్ట్ చేసింది.

"డెత్ ఛాంబర్ ట్రై చేయమను" చెప్పాడు అరవింద్ నార్లేకర్.

"సర్, డెత్ ఛాంబర్... అంటే!?"

"అభిజిత్ కి తెలుసు. నే శాంక్షన్ చేశానని చెప్పు"

షాజియా ఫోన్ పెట్టేసి, అభిజిత్ కి చెప్పింది. అతను అర్థమైనట్టు తలాడించి, చిన్నగా విజిల్ వేశాడు.

"డెత్ ఛాంబర్ అంటే ఏంటి?" అడిగింది.

"చూస్తావుగా, నీకే అర్థమౌతుంది. దాన్ని రెడీ చేయడానికి మూడు, నాలుగ్గంటలు పడుతుంది. అందాకా నీ ఫ్రెండ్ ని కనిపెట్టుకునుండు" చెప్పి వెళ్ళాడు అభిజిత్.

సాయంత్రం ఏడుకు తిరిగొచ్చాడు అభిజిత్. కపర్దిని చూసుకోవడానికి ఓ ఆఫీసర్ని రూంలో ఉంచి, ఐదో అంతస్తుకు వెళ్ళారు. అభిజిత్ ఆమెని ఓ సెక్యూర్ రూంలోకి తీసికెళ్ళాడు. అక్కడున్న పెద్ద గ్లాస్ ఛాంబర్ని చూపించాడు. అది సుమారు ఆరడుగుల ఎత్తు, పదడుగుల పొడవు, అంతే వెడల్పుగా ఉంది. దాన్నిండా ఏదో లిక్విడ్ నింపారు.

ఇద్దరు ఆఫీసర్స్, బిభాస్ ని లాక్కొచ్చి ఆ ఛాంబర్లో వేసి, వాడి తలని బలవంతంగా నీళ్ళలో ముంచారు. వాడు గింజుకుంటుంటే చూసి "ఇది మామూలు టెక్నిక్కేగా?" అడిగింది. కాసేపు చూడమన్నట్టు సైగచేశాడు అభిజిత్. మరో మూడు నిముషాలకి బిభాస్ ఆ ద్రవాన్ని తాగేయడం మొదలెట్టాడు. షాజియా ఊపిరి బిగించి చూస్తోంది. ఆఫీసర్స్ వాడినిక పైకితీస్తారని ఊహించింది. కానీ, మరో ఇరవై నిముషాలు గడుస్తున్నా వాడి తలని అలాగే అదిమిపెట్టారు.

బిభాస్ నే గమనిస్తోంది షాజియా. ఒక్కక్షణం ఏమీ అర్థంకాలేదు. ఈపాటికి అతడి ఊపిరి ఆగిపోవాల్సింది. కానీ, బిభాస్ ఊపిరితీసుకుంటున్నాడు! ఆశ్చర్యంగా చూసింది అభిజిత్ వైపు. అతను చిరునవ్వు నవ్వాడు.

"ఆ ఛాంబర్లో ఉన్నది, పెర్ ఫ్లూరోఆక్టిల్ బ్రోమైడ్. అందులో చాలా ఎక్కువమోతాదులో ఆక్సిజన్ కరిగించబడుంది. కాబట్టి, వాడు మునిగిపోయినా ఊపిరి తీసుకుంటున్నాడు. కానీ, బలవంతంగా ముంచడంవల్ల, వాడికి మాత్రం తాను చనిపోతున్నాననే భావనే కలుగుతుంది" చెప్పాడు.

తర్వాత వాడిని బయటికితీసి కింద పడుకోబెట్టారు. ఊపిరితిత్తులనుండి లిక్విడ్ కక్కించి, అరగంట గేప్ యిచ్చారు. రూంలోని లైట్స్ తీసేశారు, ఓ రెడ్ కలర్ నైట్ బల్బ్ తప్ప. కాసేపటికి బిభాస్ కళ్ళు తీశాడు. తానెక్కడున్నాడో అర్థంకాని స్థితి. అతి కష్టంమీద లేచి కూచున్నాడు. అతడి కళ్ళు చీకటికి అడ్జస్టవుతున్నాయి. ఉన్నట్టుండి లేచి పారిపోబోయాడు. ఆఫీసర్స్ తిరిగి బిభాస్ ని పట్టుకుని ఛాంబర్లో వేసి, తలని లిక్విడ్ లోకి అదిమారు.

రూంలో లైట్స్ తిరిగి వెలిగాయి "ఇది సెకండ్ సెషన్" చెప్పాడు అభిజిత్ "ఇలాంటివి యింకో రెండు సెషన్స్ అయితే, వాడు పాడ్డం మొదలెడతాడు. మనమేం అడిగినా చెప్పేస్తాడు"

"ఎలా!?"

"అప్పటికి వాడికి తాను చనిపోయి, ఇంకోలోకం చేరాననే భావన పూర్తిగా కలుగుతుంది. ఫ్రీగా మాట్లాడ్డం మొదలెడతాడు. ఈకేస్ గురించి నీకే తెలుసు, కాబట్టి నువ్వే అడుగు వాడిని. ప్రతి ప్రశ్నకీ సజెషన్స్ యిస్తూ అడగాలి"

"ఈ టెక్నిక్ బావుందే. మరెందుకు బాస్ నుండి శాంక్షన్ అవసరమైంది?"

"ఈ ట్రీట్మెంట్ తర్వాత కొద్దిరోజుల్లోనే వాడికి పిచ్చెక్కే ఛాన్సుంది, శాశ్వతంగా. హ్యూమన్ రైట్స్ సంఘాలకి తెలిస్తే చాలా గొడవవుతుంది. అందుకే చాలా రేర్ కేసుల్లో మాత్రమే దీన్ని వాడతాం, అదికూడా పైనుండి శాంక్షన్ ఉంటేనే"

షాజియా అర్థమైనట్టు తలూపింది.

మరో రెండు సెషన్స్ అయ్యాయి. టైం రాత్రి తొమ్మిది కావచ్చింది. రూంలో రెడ్ కలర్ నైట్ బల్బ్ మాత్రం వెలుగుతోంది. బిభాస్ భుజాలకి ఎయిర్ బాగ్స్ తగిలించి, ఛాంబర్లో తేలేలా చేశారు.

అభిజిత్, షాజియాకేసి చూసి సైగచేశాడు. షాజియాకూడా ఎయిర్ బాగ్స్ కట్టుకుని, ఛాంబర్లోకి వెళ్ళి, వాడి పక్కనే తేలుతోంది. మిగిలిన అందరూ ఓవైపు, స్క్రీన్ వెనకదాక్కుని గమనిస్తున్నారు. కాసేపటికి బిభాస్ కి మెలకువొచ్చింది. డల్ గా నవ్వుతూ అటూ, యిటూ చూశాడు. కళ్ళు సగం మూసుకుని ఉన్నాయి. తాను బతికున్నాననే స్పృహపోయిన స్థితి అది. ఏదో వింతలోకంలో తేలుతున్న స్థితి.

"ఎక్కడినుండి వస్తున్నావ్?" అడిగింది షాజియా.

"టాకీ. నువ్విక్కిడికెలా వచ్చావ్?" మెల్లగా గొణిగాడు బిభాస్.

"నేకూడా చనిపోయాగా. వకాస్ మనల్ని మోసం చేశాడనుకుంటా!" చెప్పింది షాజియా, సజెషన్ యిస్తూ.

"వాడి మొహం, వాడికేం తెలీదు. అబ్దుల్ లతీఫ్ నా మనిషి. వాడికి నేనే చెప్పాను, ఇష్తకారుద్దీన్ ని బార్డర్ దాటించమని"

"మరి వాడి భార్య కూడా ఎందుకొచ్చింది?"

"ఎమిగ్రేషన్ ఆఫీసర్ కి మొహం చూపించడానికి. పాస్ పోర్ట్ మీద స్టాంపేశాక, బోటెక్కించేటప్పుడు మనిషిని మార్చేస్తాడు. ఆమె యింటికెళుతుంది, ఇష్తకారుద్దీన్ బోటెక్కుతాడు"

"వాడిని బార్డర్ దాటిస్తే నీకేంటి లాభం?"

"అదో ట్రాప్ అంతే. ఇఛామొటీనది మధ్యకి రాగానే, వాడిని చంపేసి నదిలో పడేయాలి, అదీ ముందొచ్చిన ఆర్డర్"

"తర్వాత?"

"బాస్ నిన్ను హస్నాబాద్ పంపించే ఛాన్సుందని సాయిదీ ఊహించారు. అందుకే నన్ను అలర్ట్ చేశారు. అదే జరిగితే, ఇద్దరినీ ఒకేసారి ఎలిమినేట్ చేసెయమని చెప్పారు. మధ్యలో వాడెవడో జులపాలేసుకుని అడ్డొచ్చాడు, లేకపోతే మీ యిద్దర్నీ ముగించేసి, ఒకర్నొకరు కాల్చుకున్నారని బాస్ కి రిపోర్ట్ చేసేవాడిని"

"ఇష్తకారుద్దీన్ సరే, నన్నెందుకు టార్గెట్ చేశావు?"

"నువ్వు ముందునుండి అన్నిటికీ అడ్డు తగిలావట. అందుకే సాయిదీ చెప్పారు"

"సాయిదీ... ఎవరు!?"

"సాయిదీ... నా అబ్బూ"

"నిజమా, నాకు తెలీదే, అబ్బూపేరేంటి!?"

"హమీద్ మిర్, కరాచీలో ఉంటారు"

షాజియా ఊపిరి బిగబట్టి వింటోంది. ఎవడీ హమీద్ మిర్!? బిభాస్, వాడి కొడుకు... సిబిఐ లో తమ బాస్ కి సెక్రెటరీ... ఇదెలా సాధ్యం!?

"నీ అసలు పేరేంటి?"

“రసూల్ మిర్”

“మరి నువ్వు ఇండియాలో ఎందుకుండిపోయావ్, కరాచీకే వెళ్ళుండొచ్చుగా, కనీసం బతికుండేవాడివి?”

“అమ్మీ చిన్నప్పుడే పోయింది, బాంగ్లాదేశ్ వార్ టైంలో. అబ్బూ కరాచీ వెళ్ళిపోయారు. నన్ను నానీ యింట్లో వదిలేశారు. ఇల్లీగల్ గా బార్డర్ దాటి, హస్నాబాద్ వచ్చేశాం. పేర్లు మార్చుకుని ఇండియాలో సెటిలయ్యాం”

“మరి, నీ అబ్బూతో తిరిగి ఎలా కాంటాక్ట్ అయ్యావ్?”

“ముందునుండి కాంటాక్ట్ లోనే ఉన్నాంగా. బాగా చదువుకుని, ఐపిఎస్ లేదా సిబిఐ లేదా రా డిపార్ట్ మెంట్లో చేరాలని చెప్పేవారు. మార్షల్ ఆర్ట్స్, షూటింగ్ నేర్చుకోమన్నారు. పాకిస్తాన్ కి చాలా అవసరమైనప్పుడు నన్ను వాడుకుంటానని చెప్పేవారు. నీ గురించి సాయిదీకి మొదట నేనే ఇన్ఫర్మేషన్ యిచ్చాను”

షాజియాకి విషయం క్లియర్ గా అర్థమవుతోంది. విద్యారణ్యసరస్వతి చెప్పిన ఫ్లాష్ బాక్ లోని బయటి శత్రువే, ఈ హమీద్ మిర్ అయ్యుండాలి. వాడే తన తల్లిదండ్రుల్ని, బంధువుల్ని పొట్టన పెట్టుకున్నాడు. షాపూర్లో ఎంతోమంది అమాయకుల్ని నరికించాడు. కపర్ది పేరెంట్స్ ని, అన్నల్ని, శర్వగ్నుల్ని దారుణంగా చంపించాడు. ఇప్పుడు తిరిగి మనదేశంలో ఏదో చేయబోతున్నాడు. అన్నిటికీ ఒకే కారణం... ప్రాచీనకేదారేశ్వరం!

“నీ అబ్బూకి ఏంకావాలట. జియాలజిస్టులతో ఏదో వెదికిస్తున్నారు?” అడిగింది.

“తెలీదు, సాయిదీ ఏదీ పూర్తిగా చెప్పరు. ఆయనేం చెబితే అదిచేయాలి, అంతే!”

“అబ్బూ యిప్పుడు ఎక్కడున్నారు?”

“ఇండియాలో”

షాజియా ఉలికిపడింది. శత్రువు చాలావేగంగా వెళుతున్నాడు, ఎలాగైనా ఆపాలి అని విద్యారణ్యసరస్వతి చెప్పింది గుర్తుకొచ్చింది.

“ఇండియాలో... అక్కడేం పని!?” అడిగింది తమాయించుకుని.

“తెలీదు. అబ్బూ ఎవర్నీ నమ్మరు. ఎవరికీ ఏదీ పూర్తిగా చెప్పరు. తప్పుచేస్తే మాత్రం చంపేస్తారు”

“మరి నువ్వు తప్పుచేస్తే?”

“నన్నుకూడా చంపేస్తారు. క్వైదేఅజమ్ కలల్ని నిజంచేయాలి. అందుకోసం ఎప్పుడైనా, ఎవరినైనా, ఎంతమందినైనా ఖుర్బాన్ చేయొచ్చు అంటారు”

షాజియా నమ్మలేనట్టు చూసింది. క్వైదేఅజమ్... అంటే, మహమ్మదాలీ జిన్నా, పాకిస్తాన్ ఫౌండర్. ఏంటీ హమీద్ మిర్ ప్లాన్? ఏం చేయబోతున్నాడు? తనరూంకి తిరిగొచ్చాక, బాస్ కి ఫోన్ చేసింది.

“హమీద్ మిర్, 1993వరకు ఢిల్లీలోని పాక్ కన్సొలేట్లో పనిచేశాడు. వాడు ఐఎస్ఐ ఏజెంటని మనకి తెలుసు. కానీ, వాడే దేశంలో మతకల్లోలాలు సృష్టిస్తున్నాడని అప్పుడెవరూ ఊహించలేకపోయారు” చెప్పాడు అరవింద్ నార్లేకర్.

“సర్, వాడు తిరిగి ఇండియాలో అడుగుపెట్టేశాడు”

“నే చూసుకుంటాను, డోంట్ వరీ!”

జూన్ 3, 2013

కార్తికేయాశ్రమం, రిషికేశ్. రాత్రి పది కావస్తోంది

"మీకు గుర్తుండాలి. చివరిరోజుల్లో మీ గురువుగారిని కలవడానికి చాలామార్లు వచ్చేవాడిని" చెప్పాడు హమీద్.

అప్పటివరకూ అనుమానంగా అతడివైపే చూస్తున్న భవభూతిసరస్వతి నెమ్మదిగా తలూపారు. అదే రూపం, వయసు మీదపడింది, అంతే. ఇన్నేళ్ళ తర్వాత ఎక్కడినుండో ఊడిపడ్డాడు.

"ఈ కేస్ రిఓపెన్ చేయించమని చెప్పింది, నేనే" చెప్పాడు హమీద్.

"అంటే...ఈ గ్లోబల్ ఎన్విరాన్మెంట్ కంపెనీ...?"

"నాదే, మీకేం భయంలేదు. అప్పుడు మీ గురువుగారి చివరికోరిక తీర్చలేకపోయాను. ఇప్పుడు తిరిగి ఆ ఛాన్స్ దొరికింది. అందుకే వచ్చాను"

"చెప్పండి"

"రేపు కోర్ట్ లో హియరింగ్. మీరు స్వయంగా అటెండవ్వాలి"

"కానీ... శర్వగ్నులు.. !?" భయంగా చెప్పారు స్వామీజీ.

"జాన్ గోస్లింగ్ మీకు చెప్పుండాలే. శర్వగ్నులంటూ యిప్పుడెవరూ లేరు. మిమ్మల్ని బెదిరించింది, గణపతి ఆశ్రమంలో ఉండే ఓ అనాథ, అంతే. వాడిపేరు కపర్ది. ఇప్పడో మర్డర్ కేస్ లో పోలీసులు వాడిని అరెస్ట్ చేశారు. న్యూస్ లో చూసుంటారు"

"చూశాను. కానీ... "

"స్వామీజీ, మీకేం భయంలేదు. వాడిక మీజోలికి రాలేడు"

"సరే, నన్నేం చేయమంటారు?"

"ముందీ అగ్రిమెంట్ మీద సైన్ చేయండి. రేపటి డేట్ తో అగ్రిమెంట్ చేయించాను. రేపు కోర్ట్ మనకి అనుకూలంగా ఇంటరిం ఆర్డర్ యిస్తుందని నానమ్మకం" చెప్పాడు హమీద్, పేపర్స్ ని ఆయన ముందుంచుతూ.

భవభూతిసరస్వతి దాన్నోసారి చదివి సంతకం చేశారు. ఈసారి అగ్రిమెంట్ కాస్త మార్చారు, తమ ఆశ్రమం ఎప్పుడు వద్దనుకుంటే అప్పుడు రిసర్చ్ ఆగిపోతుంది, గ్లోబల్ కంపెనీకి ఖర్చులు మాత్రం చెల్లించాలి. ఆ క్లాస్ చదివాక ఆయనకి కాస్త రిలీఫ్ గా అనిపించింది.

"మొదటినుండి గణపతి ఆశ్రమం అడుగడుగునా మీకెలా అడ్డుపడిందో, కోర్ట్ లో డిటైల్డ్ గా చెప్పండి" చెప్పాడు హమీద్, అగ్రిమెంట్ అందుకుంటూ.

"అలాగే"

“గణపతి ఆశ్రమం, ప్రాచీనకేదారేశ్వరానికి దారి చెప్పలేకపోతే, మనమే వెదికించుకునేందుకు పర్మిషన్ యివ్వమని కోర్ట్ ని అడుగుదాం”

భవభూతిసరస్వతి తలూపారు.

“ఇంకో ముఖ్యమైన విషయం... ” చెప్పాడు హమీద్ ముందుకు వంగుతూ.

జూన్ 3, 2013

టన్నాహౌస్, ముంబై

తన లాప్ టాప్ లో హమీద్ మిర్ ఫోటోకేసి సీరియస్ గా చూస్తున్నాడు అరవింద్ నార్లేకర్. అప్పటికే వాడి ఫోటోల్ని అన్ని ఎయిర్ పోర్ట్స్ కి, ఇమిగ్రేషన్ ఆఫీసులకి పంపించాడు. రా డిపార్ట్ మెంట్ రికార్డ్స్ ని వెదికి, హమీద్ గురించి లేటెస్ట్ ఇన్ఫర్మేషన్ డౌన్ లోడ్ చేసుకున్నాడు.

ఆఫ్ఘన్ లో రక్తపాతం సృష్టించి, మజారిషరీఫ్ ని విడిపించడంతో హమీద్, పాకిస్తాన్ లోని ఇంటలిజెన్స్ వర్గాల్లో ఓ హీరో అయ్యాడు. చాలా మొండిపట్టు, అనుకున్నది సాధించేవరకు వదిలిపెట్టని మనస్తత్వం, బ్లాక్ ఆపరేషన్స్ లో పర్ఫెక్ట్ ప్లానింగ్ అతడి అసెట్స్. అన్నిటినీ మించి, తన మాటవినని వ్యక్తుల్ని, తనదారికి అడ్డొచ్చినవారిని నిర్దాక్షిణ్యంగా ఎలిమినేట్ చేయడం అతడి మోడస్ ఆపరెండీ.

మన ఇన్ఫర్మేషన్ ప్రకారం హమీద్ మిర్, జేఐఎమ్(జాయింట్ ఇంటలిజెన్స్ మిసిలేనియస్) నుండి రిటైరయ్యాక, కరాచీలోనే ఉన్నాడు. తర్వాత ఎటువంటి అసైన్మెంట్స్ ని అతడికివ్వలేదు. కానీ, యిక్కడ జరుగుతున్నవి చూస్తే, వీడింకా ఆక్టివ్ గానే ఉన్నాడని తెలుస్తోంది. ఐఎస్ఐ రహస్యంగా వీడికేదైనా అసైన్మెంట్ యిచ్చిందా, లేక వీడే ఒంటరిగా ఏదైనా ప్లాన్ చేశాడా?

ఇష్తకారుద్దీన్ విషయం గుర్తుకొచ్చింది అరవింద్ కి. షాజియాని రహస్యంగా ఎలిమినేట్ చేయించడానికి వాడు ప్లాన్ చేయడం, తర్వాత పాక్ కన్సులేట్ వాడిమీద దొంగతనం కేస్ పెట్టడం, యివన్నీ చూస్తే కచ్చితంగా ఐఎస్ఐ యిందులో ఇన్వాల్వ్ అయ్యుండాలి. ప్రస్తుతం హమీద్ ఇండియాకి వచ్చాడు. కానీ, ఎలా వచ్చుంటాడు? ఇల్లీగల్ గా బార్డర్ క్రాస్ చేసుండడు, అందులో రిస్క్ ఎక్కువ. పాక్ కన్సులేట్ ద్వారా రావడానికి ఛాన్స్ లేదు. అలా రావాలంటే, ముందుగా వాడి డిటైల్స్ మన గవర్నమెంట్ కి సబ్మిట్ చేయాలి.

తామెంత కష్టపడ్డా, ఐఎస్ఐకి, గ్లోబల్ ఎన్విరాన్మెంట్ కంపెనీకి సంబంధం ఉందనేందుకు ఆధారాలింకా దొరకలేదు. రేపు కోర్ట్ లో హియరింగ్. కార్తికేయాశ్రమానికి అనుకూలంగా, కోర్ట్ ఇంటరిం ఆర్డర్ యివ్వడానికి ఛాన్సుందని లాయరంటున్నాడు. కపర్ది, తమకి విసిరిన ఛాలెంజ్ ని ఎదుర్కోవడం ఎంత కష్టమో అర్ధమౌతోంది. కానీ, ఎదుర్కోవాలి, తప్పదు. దేశం కన్నా ఏదీ ఎక్కువకాదు. టైం చూసుకున్నాడు, సాయంత్రం ఐదున్నర, అంటే లండన్ లో మధ్యాహ్నం ఒంటిగంట, లంచ్ టైం.

జాన్ గోస్లింగ్ ఫోటోని, పాస్ పోర్ట్ కాపీని లండన్ లోని రా డిపార్ట్ మెంట్ కి ఇ-మెయిల్ చేశాడు, వివరాలు తెలుసుకొమ్మని, ముఖ్యంగా అతడికి ఐఎస్ఐ లేదా టెర్రరిస్ట్ కనెక్షన్స్ ఏవైనా ఉన్నాయేమోనని. కార్తికేయాశ్రమం స్వామీజీని అతను బెదిరించాడని కపర్ది చెప్పాడంటే, అతను ఐఎస్ఐకి కేవలం పప్పెట్ అయ్యుండడు.

తర్వాత ఫోన్ తీసి, ఢిల్లీకి రింగ్ చేశాడు. అక్కడి జాయింట్ డైరెక్టర్, సహస్రబుద్ధే తనకి ఫ్రెండే.

"ఇప్పుడే ఓ ఫోటో పంపిస్తున్నాను. పేరు హమీద్ మిర్, ఐఎస్ఐ సస్పెక్ట్, ఇల్లీగల్ ఇమిగ్రెంట్. రేపు హరిద్వార్ కోర్ట్ లో ఉండొచ్చని యిన్ఫర్మేషన్. నాకు నలుగురు ఆఫీసర్స్ కావాలి"

"ఓకే. అబ్జర్వేషన్ మాత్రమేనా, లేక... ?"

"ఐ వాంట్ హిమ్. ప్రాణాలతో పట్టుకోవాలి, బై హుక్ ఆర్ క్రుక్!"

"ఓకే, రిలాక్స్ అరవింద్! ఏంటి విషయం?"

"అదే తెలుసుకోవాలి. వీడు రిటైరై ఎనిమిది నెలలైంది. ఐఎస్ఐ వీడికే అసైన్మెంట్ యివ్వలేదని రా ఇన్ఫర్మేషన్. కానీ, వీడిక్కడ రహస్యంగా ఏదో చేస్తున్నాడు"

"అండర్ స్టుడ్. టీం సెట్ చేయించి, ఓ గంటలో నీకు రిపోర్ట్ చేయమని చెబుతాను"

"థాంక్స్ బుద్ధే" ఫోన్ పెట్టేసి, హమీద్ ఫోటోని సహస్రబుద్ధేకి ఇ-మెయిల్ చేశాడు.

జూన్ 3, 2013
సెంట్రల్ ఫోరెన్సిక్ లాబ్, కోల్ కతా

టైం సాయంత్రం ఆరైంది. షాజియా ఆందోళనగా చూసింది కపర్దివైపు. ఉదయం నుండి అతను ఏదో షాక్ కు గురైనట్టుగా ఉలికిపడి పిడికిళ్ళు బిగిస్తున్నాడు. ఇది ఐదోమారు. అతడి కదలికలకి, సెలైన్ సిరంజి ఊడిపోతోంది. ఇద్దరు మేల్ నర్సులు అతడి చేతులు, కాళ్ళు కదలకుండా గట్టిగా పట్టుకున్నారు. డాక్టర్ అతడి బిపి చెక్ చేసి, తిరిగి సెడెటివ్ ఇంజెక్ట్ చేశాడు. కాసేపటికి కపర్ది గాఢనిద్రలోకి జారుకున్నాడు.

షాజియా డాక్టర్ కేసి చూసింది "నథింగ్ టు వర్రీ" చెప్పాడు డాక్టర్, "గాయం మానుతోంది. కానీ, యితడి సబ్ కాన్షస్ లో ఏదో తీవ్రమైన టెన్షన్ ఉంది. అదే యితడి నిద్రని డిస్టర్బ్ చేస్తోంది"

అదేంటో షాజియాకి తెలుసు. రేపు కేస్ కోర్ట్ కి రాబోతోంది. కార్తికేయాశ్రమానికి కోర్ట్ నుండి పర్మిషన్ దొరికే ఛాన్స్ ఎక్కువే. అదే కపర్ది సబ్ కాన్షస్ ని డిస్టర్బ్ చేస్తోంది. విద్యారణ్యసరస్వతికి ఫోన్ చేసి, కపర్ది విషయం చెప్పింది. ఆయన చాలా ఆందోళనలో పడ్డారు.

"రేపు హియరింగ్ ఉంది. లేకపోతే నే అక్కడికే వచ్చేసేవాడిని"

"మరేం భయంలేదు, గురూజీ. కపర్దికి మెలకువరాగానే అక్కడికొచ్చేస్తాం. మా బాస్, మీకోసం మంచి లాయర్ ని ఏర్పాటుచేశారట. చరిత్రలో జరిగినవన్నీ కోర్ట్ కి చెప్పండి, ఎలాగైనా కార్తికేయాశ్రమాన్ని ఆపండి"

"కానీ షాజియా, ఎలా ఆపాలి? పరిస్థితులన్నీ వారికే అనుకూలంగా ఉన్నాయి. ఎలాగైనా గ్లోబల్ కంపెనీకి, పాకిస్తాన్ తో సంబంధం ఉన్నట్టు ఆధారాలు చూపిస్తేగాని లాభంలేదు"

"గురూజీ, మేం ఆ ప్రయత్నంలోనే ఉన్నాం. పోనీ, రేపు కోర్ట్ లో మీరు అసలు ప్రాచీనకేదారేశ్వరం అంటూ ఏదీలేదని చెప్పండి"

"అసత్యం పలకడం నాజీవితంలో లేదు. అదికూడా కోర్ట్ లో, భగవద్గీతమీద ప్రమాణం చేసి, అబద్ధం చెబుతానని ఎలా ఊహించావు!?"

షాజియా మరేం మాట్లాడకుండా ఫోన్ పెట్టేసింది. ప్రాణంపోయినా సరే, ఆయనమాత్రం అబద్ధం చెప్పరు. ఇప్పుడేం చేయాలి, కోర్ట్ లో గ్లోబల్ కంపెనీని ఎలా ఎదుర్కోవాలి. ఇక్కడ కపర్ది గాయపడి, స్పృహలేని స్థితిలో పడున్నాడు. డాక్టర్ ధైర్యం చెబుతున్నా, అతడి పరిస్థితేంటో సరిగా తెలియడంలేదు. ఆలోచనలతో మనసంతా విచారంగా ఉంది, షాజియాకి.

మరో రెండుగంటలు గడిచాయి. అభిజిత్ ఆమెకి డిన్నర్ తీసుకొచ్చాడు "ఉదయం నుండి నువ్వేం తినలేదట, ఏంటి విషయం?" అడిగాడు.

"నా మనసేం బాలేదు"

"ఎందుకని?"

షాజియా మౌనంగా కపర్దివైపు చూపించింది.

"అతడికేం కాలేదు. గాయం బానే హీలైందట. సెడెటివ్ మీదుంటే త్వరగా కోలుకుంటాడని డాక్టర్ చెప్పారు. అతడికి సెలైనిస్తున్నారుగా. మరి నువ్వెందుకు ఉపవాసం చేస్తున్నావు"

షాజియా తల అడ్డంగా ఊపింది.

"ఓహ్ కమాన్ షాజియా. నువ్వతడికి హెల్ప్ చేయాలన్నా, నీ డ్యూటీ చేయాలన్నా, నీకు ఆహారం అవసరం. దాన్నెప్పుడూ నెగ్లెక్ట్ చేయకు. రా, యివ్వాళ నే కంపెనీ యిస్తాను. కాస్త ఏదైనా తీసుకో" చెప్పాడు బాక్స్ ఓపెన్ చేస్తూ. షాజియా ముభావంగానే రెండు రొట్టెలు తీసుకుంది.

"ఎవరితను?" అడిగాడు అభిజిత్, కపర్దిని చూపిస్తూ, "అఫ్ కోర్స్, నీకు అబ్జెక్షన్ లేకపోతేనే చెప్పు"

"కపర్ది, నా చిన్ననాటి స్నేహితుడు"

"ఇంకా... ?"

"అంతే, ఇంకేం లేదు"

"ఇంకేం లేకపోతే, నీకోసం అంత సాహసం ఎందుకు చేశాడు. ఇంతకీ తనే డిపార్ట్ మెంట్?"

షాజియా చిన్నగా నవ్వింది "సర్...ఉద్యోగం, అధికారం, జీతం, పర్క్స్, యివే మనకి తెలిసినవి. ముందివన్నీ యిస్తే, ఆ తర్వాత బాధ్యత గురించి ఆలోచిస్తాం. కానీ, కపర్ది... దేశంకోసం, ఎన్విరాన్మెంట్ కోసం నిశ్శబ్దంగా, రహస్యంగా ఎంతో చేస్తున్నాడు"

"ఓహ్, అలాగా" అభిజిత్ మరేం మాట్లాడకుండా, కారేజ్ తీసుకుని వెళ్ళిపోయాడు.

షాజియా, కపర్దికేసి చూసింది. ఇప్పుడు ప్రశాంతంగా నిద్రపోతున్నాడు. తానూ సోఫామీద కూచుని కునుకుతీస్తూ వాలిపోయింది. ముందురోజు రాత్రికూడా సరిగా నిద్రలేకపోవడంతో, గాఢమైన నిద్రలోకి జారుకుంది.

అర్ధరాత్రి దాటాక, కపర్దికి ఓ విచిత్రమైన కల వచ్చింది. అందులో తాను ఐదేళ్ళ వయసులో ఉన్నాడు. ఓ స్త్రీ తనని ఎత్తుకుని ఏవేవో మాటలు చెబుతూ, తనకిష్టమైన రస్మలాయ్ తినిపిస్తోంది. అక్కడో శివమందిరం, దాని వెనకే ఓ వాగు ప్రశాంతంగా ప్రవహిస్తోంది

కపర్ది ఆ ప్రవాహాన్ని చూపిస్తూ, చేతులూపుతున్నాడు ***"సురభినది...సురభినది"*** అంటూ.

"ఏయ్, నీకెన్నిసార్లు చెప్పాలి, సురభి నా పేరు. ఈ వాగుది కాదు" చెప్పిందామె, నవ్వుతూ.

"కానీ, ఈ వాగు నీదేగా. అందుకే నీ పేరే పెట్టాను. నే అడిగిందల్లా యిస్తావుగా, అందుకే"

"ఇచ్చి... మీ అమ్మతో తిట్లుకూడా తింటాగా. నీకు తెలుసా... సురభి అంటే కామధేనువు"

"అంటే?"

"అది దేవలోకంలో ఉండే ఓ ఆవు. మంచిమనసుతో ఎవరేం అడిగినా యిచ్చేస్తుందట"

"నిజమా!"

"నిజం"

తర్వాత కలలో శివానందసరస్వతిగారు తనని చూస్తూ నాన్నతో చెబుతున్నారు, ***"వచ్చే శతాబ్దంలో, ఈ అబ్బాయి వల్ల ఓ మహావిపత్తు తప్పిపోతుంది, కపర్ది కూడా రక్షింపబడతాడు"*** చెప్పి చిరునవ్వు నవ్వారు.

అంతలో కలలో దృశ్యం మారిపోయింది. గణపతి ఆశ్రమంలోని మందిరం, విద్యారణ్యసరస్వతి హారతిస్తున్నారు, తాను మహానాద శంఖం ఊదుతుంటే, నచికేత్ ఆశ్చర్యంగా చూస్తున్నాడు. తర్వాత, అందరూ ప్రార్థన శ్లోకం ఆలపిస్తున్నారు.

కామధేనువుదరిని నాట్యమాడే హరుని పదపీఠాన శిరసుంచి మ్రొక్కరా

స్థిరముగా సత్యమెప్పుడు నిబిడమైయుండు త్యాగాల పదతలాన శోధించరా

ఉన్నట్టుండి మెలకువైంది కపర్దికి. తలలో సన్నని నొప్పి. కానీ,...ఏదో తెలియని ప్రశాంతత. కల గుర్తొచ్చింది, గురువుగారి చిరునవ్వు గుర్తొచ్చింది... తలలో ఏవో మెరుపులు మెరిసినట్టైంది...జునాఘడ్ లోని తమ పూర్వీకుల రాజమహల్... దాని కేర్ టేకర్ భార్య...సురభి, రాజమహల్ ఆవరణలో ప్రవహించే సోన్ రేఖ్ వాగు...సురభి నది... దాని ఒడ్డునే ఉన్న శివమందిరం... అందులో శివలింగం, దాని వెనకే నటరాజ విగ్రహం. అన్నీ ఒకదాని వెనకొకటి కళ్ళముందు గిర్రున తిరుగుతున్నట్టుంది.

గురువుగారు తమ చివరి శ్లోకంతో ఏదో రహస్యాన్ని తమకి చెబుతున్నారు. ఇంతకాలంగా తామే దాన్ని సరిగా అర్థం చేసుకోలేకపోయారు. ఒక్కసారిగా చిక్కుముడి విడిపోయినట్టైంది. లేచి చుట్టూచూశాడు. షాజియా, సోఫామీద గాఢనిద్రలో ఉంది. ఒక్కుదుటన లేచి, ఆమెని నిద్రలేపాడు. అతడి మొహంలో ఎక్సైట్మెంట్ చూసి షాజియా ఆశ్చర్యపోయింది.

"మనం వెంటనే వెళ్ళాలి, పద" చెప్పాడు.

"ఎక్కడికి... ఇప్పుడు టైం ఎంతైందనుకుంటున్నావ్!? అర్థరాత్రి దాటింది"

"ఐనా సరే, వెంటనే వెళ్ళాలి, టైంలేదు, పద"

"ఎక్కడికి, అదైనా చెప్పు?"

"జునాఘడ్"

"ఏంటీ!?"

"అవును, ఇంతకాలం అర్థం చేసుకోలేకపోయాం. గురువుగారి చివరి శ్లోకంలోనే మనక్కావలసిన క్లూ ఉంది!"

"ఏంటది?"

"అవన్నీ దారిలో చెబుతాను, ముందు ఏదో ఓ వెహికల్ తీసుకుని బయల్దేరదాం"

"కపర్దీ,... ప్లీస్. కాస్త ఈ లోకంలోకి రా. మనమిప్పుడు కొల్ కతాలో ఉన్నాం. ఇక్కడి నుండి జునాఘడ్ కి రోడ్ మీద వెళ్ళాలంటే, కనీసం ముప్పైఆరు గంటలు పడుతుంది!"

విషయం అర్థమవడానికి రెండుమూడు నిముషాలు పట్టింది కపర్దికి. తాను హస్నాబాద్ రావడం, ఇష్తకారుద్దీన్ ని అటాక్ చేయడం, అంతలో ఎవరో తనని రివాల్వర్ తో కాల్చడం అన్నీ జ్ఞపకం వచ్చాయి. అతడి కళ్ళలో ఎర్రని జీరలు ప్రత్యక్షమయ్యాయి.

"ఎక్కడ వాడు? నరికి పోగులు పెడతాను" ఆవేశంగా చెప్పాడు.

"ఎవడు... ఇష్తకారుద్దీనేగా? చచ్చిపోయాడు!"

"మరి... నన్ను షూట్ చేసిందెవడు!?"

షాజియా నిట్టూర్చి బిభాస్ సేన్ విషయమంతా చెప్పింది "మా డిపార్ట్ మెంట్లోనే ఒకడు ఐఎస్ఐ కోసం పనిచేస్తూ నన్ను చంపేయాలని ప్లాన్ చేశాడు. నువ్వే టైంకి రాకపోయుంటే, ఈపాటికి ఆ యిద్దరిలో ఎవరో ఒకరి చేతిలో చనిపోయుండేదాన్ని. కపర్దీ... నీకెలా థాంక్స్ చెప్పను"

"థాంక్సెందుకు. మనం చిన్ననాటి ఫ్రెండ్సని యిప్పుడు నీకర్థమైందిగా, అదిచాలు. కానీ, నచికేత్ హత్యకి సరైన ప్రతీకారం చేయలేకపోయాను. అదే నా బాధ. ఇఫ్తకారుద్దీన్ని చిత్రహింసలు పెట్టి చంపాలనుకున్నాను"

"సరే, ఇప్పుడేమైంది. ఇఫ్తకారుద్దీన్ ఎలాగూ చచ్చిపోయాడు. నిజంగా మనం పగతీర్చాలంటే, హమీద్ మిర్ ని పట్టుకోవాలి. వాడిప్పుడు మనదేశంలోనే ఉన్నాడు"

"వాడిని వదిలిపెట్టే ప్రశ్నే లేదు. వెంటాడి మరీ చంపుతాను"

"మరైతే కాస్త ఆవేశం తగ్గించుకో. వాడన్నీ జాగ్రత్తగా ప్లాన్ చేసి, చేస్తున్నాడు. మనంకూడా ప్లాన్డ్ గా వాడిని తిప్పికొట్టాలి. ముందుగా కోర్ట్ లో గ్లోబల్ కంపెనీని అడ్డుకోవాలి"

"హియరింగ్ కి ఇంకా రెండురోజులుందిగా!"

"కపర్దీ, నువ్వు నిన్న ఉదయం నుండి హాస్పిటల్లో ఉన్నావు. రేపే హియరింగ్!"

కపర్ది అర్థమైనట్టు నెమ్మదిగా తలూపాడు. సెడెటివ్ ప్రభావంవల్ల తానింకా సరిగా ఆలోచించలేకపోతున్నాడు.

"గురూజీ ఫోన్ చేశారు, మనిద్దరిలో ఒకరైనా ఆయనకి తోడుంటే బావుండేది. పోనీ ఉదయం ఫస్ట్ ఫ్లైట్ కి ఢిల్లీ వెళ్ళి, హరిద్వార్ వెళదామా?" అడిగింది షాజియా.

"వద్దు. మనం జునాఘడ్ కే వెళదాం. రాజ్ కోట్ కి టికెట్స్ చేయించు. వీలైనంత త్వరగా, పృథ్వీరాజ్ శాసనాన్ని మనం వెదికి తీసుకురావాలి. అది మనకి దొరికితే, కోర్ట్ లో వాడికి ఎదురుదెబ్బ తగిలినట్టే!"

"సరే, ఇప్పడే చూస్తాను, టికెట్సున్నాయేమో" చెప్పి లాప్ టాప్ తీసింది.

జూన్ 4, 2013

టన్నాహౌస్, ముంబై

ఉదయం ఎనిమిదైంది. తన లాప్ టాప్ లో, ఇమిగ్రేషన్ ఆఫీసులనుండి వచ్చిన డిటైల్స్ చూస్తున్నాడు అరవింద్ నార్లేకర్. గత వారంరోజులుగా ఇండియాలోని అన్ని ఎయిర్ పోర్ట్స్ నుండి ఎంటరైన ఫారినర్స్ డిటైల్స్ వచ్చాయి. వాటితోపాటు రోడ్, రైల్వే మార్గాల్లో వచ్చిన విదేశీయుల డిటైల్స్ కూడా తెప్పించారు. అతడి ఆఫీసర్స్, ముందురోజు రాత్రంతా వాటిని స్టడీచేసి, అందులో హమీద్ పోలికలున్న వ్యక్తులకోసం ఫిల్టర్ చేశారు. కానీ ఏ ఎంట్రీ హమీద్ తో టాలీకాలేదు. ఇమిగ్రేషన్ ఆఫీసులకి ఇంకో రిక్వెస్ట్ పంపేముందు, ఓ సారి రిపోర్ట్ ని వెరిఫై చేస్తున్నాడు.

గంటసేపు చూశాక, దాంతో యిక ప్రయోజనంలేదని అర్థమైంది. గతవారంలో విదేశాల్నుండి తిరిగొచ్చిన ఇండియన్స్ వివరాలు తెప్పించి, వెరిఫై చేయమని ఇంటర్నల్ నోట్ పెట్టి, లాగాఫ్ చేశాడు. అందువల్ల పెద్దగా ప్రయోజనం ఉంటుందని ఆశలేదు. ప్రస్తుతం అన్నిదేశాల పాస్ పోర్ట్ వివరాలు వెబ్ లో ఉండాక, దొంగ పాస్ పోర్టులతో ఏదేశంలోకి ఎంట్రీ సాధ్యంకాదు. కాబట్టి, హమీద్ మిర్ అలాంటి దొంగ పాస్ పోర్ట్ తో ఇండియాలో కాలుపెట్టే ఛాన్స్ లేదు. మరెలా వచ్చుంటాడు!?

అలసటగా ఒళ్ళు విరుచుకున్నాడు. నిన్న ఉదయంనుండి ఆఫీస్ లోనే ఉన్నాడు. తన ఆఫీసర్స్ పన్నెండుమంది రాత్రంతా ఇమిగ్రేషన్ డిటైల్స్ మీద పనిచేస్తుండడంతో, తానూ ఆగిపోయాడు. బహుశా, యివ్వాళకూడా ఆఫీస్ లోనే గడపాలి. హరిద్వార్ కోర్ట్ లో హియరింగ్ ఉంది. వాష్ రూం వెళ్ళి ఫ్రెష్ అయి, స్నానం ముగించాడు.

డ్రస్ మార్చుకుని తన టేబిల్ దగ్గరికి వచ్చేసరికి, అతడి ఫేవరేట్ లెమొర్ కాఫీ, స్నాక్స్ రెడీగా ఉన్నాయి. తిరిగి లాగాన్ చేశాడు, లండన్ లోని రా డిపార్ట్ మెంట్ నుండి ఏదైనా మెసేజ్ ఉందేమోనని. ఇంతత్వరగా అక్కడినుండి డిటైల్స్ వచ్చే ఛాన్స్ లేదు. కానీ, ఏదో తపన, అంతే. కాఫీ కప్ చేతిలో తీసుకుని, మెయిల్ బాక్స్ ఓపెన్ చేశాడు. ఏదో మెసేజ్ వచ్చింది. కళ్ళెగరేసి చదివాడు.

“జాన్ గోస్లింగ్ ఈస్ క్లీన్. ఐఎస్ఐ తోగానీ, టెర్రరిస్ట్ గ్రూపులతోగాని కనెక్షన్స్ లేవు. మేనేజ్ మెంట్లో పోస్ట్ గ్రాడ్యుయేట్. కెరీర్ లో మొదటి పదిహేనేళ్ళు యూరప్ లో గడిపాడు. 1994తర్వాత పదేళ్ళు ఆఫ్ఘనిస్తాన్ లోని ఓ మిషినరీ కాలేజిలో అసిస్టెంట్ ప్రొఫెసర్ గా పనిచేశాడు. అక్కడి పరిస్థితులవల్ల, ఆ కాలేజి అతడికి ఐదురెట్లు ఎక్కువ సాలరీ ఆఫర్ చేసింది. 2004లో తిరిగి మాడ్రిడ్ వెళ్ళాడు”

అరవింద్ నార్లేకర్ భృకుటి ముడిపడింది. గ్లోబల్ ఎన్విరాన్మెంట్, ఓ ప్రొఫెషనల్ కంపెనీ. కేవలం మేనేజ్ మెంట్ లో పిజి డిగ్రీతో, అందులోకి డైరెక్టర్ గా అపాయింట్మెంట్ దొరకడం సాధ్యం కాదు. బహుశా, మారియన్ క్రోల్ సడన్ గా ఇండియానుండి వెళ్ళిపోవడం వల్ల, ఎవరో ఒకరు అర్జెంట్ గా పొసిషన్ తీసుకోవాలని, జాన్ గోస్లింగ్ ని అపాయింట్ చేశారేమో. అతను అప్పటికే ఇండియాలో ఉన్నాడు, ఢిల్లీలోని ఓ ప్రైవేట్ కాలేజిలో, విసిటింగ్ ప్రొఫెసర్ గా.

సడన్ గా ఫోన్ మోగడంతో, ఆలోచనల్ని విదిలించుకుని ఫోన్ తీశాడు. “సర్, అభిజిత్ భిస్కుటే హియర్” అటునుండి వినిపించింది.

అతడి వాయిస్ లో ఆందోళనని గమనించాడు అరవింద్ నార్లేకర్, "ఎస్, అభిజిత్. కపర్దికెలా ఉంది?"

"సర్, షాజియా, కపర్ది యిద్దరూ మిస్సింగ్"

"వ్వాట్!?"

"ఎస్ సర్. షాజియా లగేజి, లాప్ టాప్ ఏవీ రూంలో లేవు. తెల్లవారకముందే టాక్సీ తెప్పించుకుని, ఇద్దరూ వెళ్ళిపోయారని సెక్యూరిటీ గార్డ్స్ అంటున్నారు"

"ఓకే, నే కనుక్కుంటాను. నాకింకో హెల్ప్ చేయ్"

"చెప్పండి సర్"

"ముందు ఇఫ్తకారుద్దీన్, బిభాస్ సేన్ ల విషయం మీడియాకి లీక్ చేయించు. మధ్యాహ్నం మీడియాని పిలిపించి, మన స్పోక్స్ పర్సన్ తో కొన్ని డిటైల్స్ మాత్రం చెప్పించాలి. అవేంటో, ఎలా ప్రజెంట్ చేయాలో, నేన్నీకు మెయిల్ చేస్తాను. అన్ని న్యూస్ ఛానెల్స్ లోనూ రావాలి" చెప్పి ఫోన్ పెట్టేశాడు.

హమీద్ మిర్ ఫోటోని అభిజిత్ కి మెయిల్ చేసి, మీడియాకి ఏం చెప్పాలో డిటైల్స్ పంపించాడు. అంత మాత్రానికే హమీద్ భయపడి దాక్కుంటాడని, లేదా పారిపోతాడని కాదు. కనీసం కార్తికేయాశ్రమం స్వామీజీ ఈ న్యూస్ చూసి అలర్టయ్యే ఛాన్సుంది. ఇందులో పాకిస్తాన్ ఇన్వాల్వయిందని బహుశా ఆయనకి తెలిసుండదు. ఆయన కోఆపరేషన్ లేకుండా, గ్లోబల్ కంపెనీ లీగల్ గా ముందుకెళ్ళలేదు.

తర్వాత షాజియా మొబైల్ కి రింగ్ చేశాడు, స్విచాఫ్ లో ఉంది. ఫ్లైట్లో ఉన్నారేమో, బహుశా హరిద్వార్ కే బయల్దేరుంటారు.

జూన్ 4, 2013

హరిద్వార్ కోర్ట్ హాల్ నిశ్శబ్దంగా ఉంది. విద్యారణ్యసరస్వతి చెబుతుంటే, జడ్జితోసహా అందరూ శ్రద్ధగా వింటున్నారు.

"…. అలా మా గురువుగారు, ఈ విషయంలో వివరాలేవీ చెప్పకముందే పరమపదం చేరుకున్నారు. కాబట్టి, ప్రాచీనకేదారేశ్వరం మందిరానికి వెళ్ళేదారి నాకు తెలియదు"

కార్తికేయాశ్రమం లాయర్ లేచాడు, ఆయన్ని క్రాస్ చేయడానికి, "అంటే స్వామీజీ, మీరక్కడికి ఎప్పుడూ వెళ్ళలేదు, రైట్?"

"అవును"

"పోనీ, అదెక్కడుందో తెలుసుకోవాలని మీకెప్పుడూ అనిపించలేదా?"

"తెలుసుకోవాలని ప్రయత్నించాను. ప్రతి వేసవికి కేదారనాథ్ మందిరం తలుపులు తీసేరోజు, అక్కడికి వెళ్ళడం మా సాంప్రదాయం. తర్వాత, అక్కడినుండి హిమాలయాల్లో ముఖ్యమైన క్షేత్రాలకి వెళ్ళి, ఏవైనా ఆధారాలు దొరుకుతాయేమోనని ప్రయత్నించాను"

"మీ గురువుగారు ప్రాచీనకేదారేశ్వరానికి వేసవిలోనే వెళ్ళేవారా?"

"అనుకుంటాను. ఎందుకంటే వర్షకాలం, చలికాలాల్లో హిమాలయాల్లో విపరీతంగా మంచు కురుస్తుంది. వెళ్ళడం సాధ్యంకాదు"

"మరి వారి మాటల్లో ఎప్పుడైనా, హిమాలయాల్లో ఏ ప్రాంతానికి వెళుతున్నారనైనా మీతో చెప్పలేదా?"

"ప్రాచీనకేదారేశ్వరం విషయం ఎప్పుడోగాని మామధ్య చర్చకి రాలేదు. ఒకే ఒక్కసారి మాత్రం, మా గురువుగారి మాటల్లో, గోముఖం అనేపదం దొర్లినట్టు జ్ఞాపకం. అందుకే, అక్కడికి చాలామార్లు వెళ్ళి వెదికాను, కానీ ప్రయోజనంలేదు"

"భవభూతిసరస్వతిగారు యిందాక చెప్పారు, మీ గణపతి ఆశ్రమం ముందునుండి వారికి అడ్డుపడిందని. అలా చేయడానికి, చట్టం ప్రకారం మీకు అధికారం లేదని మీ ఆశ్రమానికి తెలియదా?"

"అబ్జెక్షన్ యువరానర్" సిబిఐ గణపతి ఆశ్రమం కోసం ఢిల్లీనుండి పంపిన సీనియర్ లాయర్ లేచాడు "పురాతనమైన ఆలయాల విషయంలో, అప్పటి రాజులిచ్చిన శాసనాలు యిప్పటికీ వర్తిస్తాయి. కాబట్టి, ఈ విషయంలో స్టేటస్ కో మెయింటైన్ చేయాలి"

జడ్జి అతడివైపు చూసి తలాడించాడు "ఓకే, మరి పృథ్వీరాజ్ చౌహాన్ శాసనాన్ని కోర్ట్ కి సబ్మిట్ చేయించండి"

"తప్పకుండా యువరానర్, మాక్కొంచెం టైం కావాలి, కనీసం ఓ నెలరోజులు"

"యువరానర్, ఈ కేస్ మొదలై ఇరవై ఏళ్ళైంది. చివరి హియరింగ్ లో కూడా గణపతి ఆశ్రమం స్వామీజీ యిలాగే చెప్పారు, కానీ యింతవరకూ ఆ శాసనాన్ని కోర్ట్ కి చూపించలేదు. అంటే, … అలాంటి శాసనం ఏదీ లేదు, కేవలం బుకాయిస్తున్నారు. దాని పేరుతో కార్తికేయాశ్రమానికి అడ్డుపడుతున్నారు. కాబట్టి, నా క్లైంట్స్ కి న్యాయం చేయాలని రిక్వెస్ట్ చేస్తున్నాను" చెప్పాడు, కార్తికేయాశ్రమం లాయర్.

“మీ పాయింట్ ఏంటి?” అడిగాడు జడ్జి.

“ఆ మందిరం ఎక్కడుందో యిప్పుడు ఎవరికీ తెలియదు. కాబట్టి, నా క్లైంట్స్ ఏదైనా ప్రైవేట్ ఇన్స్టిట్యూట్ సహాయం తీసుకుని, దాన్ని వెతికించుకునేందుకు పర్మిషన్ కావాలి. వెదకడానికెలాగూ చాలా టైం పడుతుంది. ఈ నెల దాటితే వర్షాలు మొదలవుతాయి. తిరిగి, వచ్చే ఏడాది ఏప్రిల్ వరకు నా క్లైంట్స్ ఆగకతప్పదు. ఈలోపు గణపతి ఆశ్రమం ఆ శాసనాన్ని తెచ్చి కోర్ట్ కి సబ్మిట్ చేయగలిగితే, ఆ తర్వాత కోర్ట్ డెసిషన్ ఎలా ఉంటే అలా నడుచుకుంటాం”

జడ్జి అతడి మాటలకి కన్విన్స్ అయ్యాడు “ఓకే, ఇంటరిం ఆర్డర్స్ యిస్తాను. సాయంత్రం కలెక్ట్ చేసుకోండి. బట్, యిది వేసవికాలం కాబట్టి, యాత్రికులు గంగోత్రి, గోముఖ్ ప్రాంతాలకి వస్తుంటారు. వారికి ఇబ్బంది కలగకుండా, కార్తికేయాశ్రమం రిసర్చ్ చేయించుకోవచ్చు”

“థాంక్స్ యువరానర్”

విసిటర్స్ గేలరీనుండి జరిగిందంతా గమనిస్తున్నాడు ఓ నలభై ఏళ్ళ వ్యక్తి. అతడి కళ్ళుమాత్రం అక్కడున్న వ్యక్తులందరినీ గమనిస్తున్నాయి. ఢిల్లీ లోని సిబిఐ వింగ్ లో సీనియర్ ఆఫీసర్ అతను. హమీద్ మిర్ పోలికలున్న వ్యక్తి కోసం గమనిస్తున్నాడు. అలాగే విసిటర్స్ లో ఎవరైనా ఈ కేస్ విషయంలో విపరీతమైన ఆసక్తి చూపిస్తున్నారేమో గమనిస్తున్నాడు. అతడితో వచ్చిన ముగ్గురు సీనియర్ ఆఫీసర్స్, కోర్ట్ బయట పరిసరాల్ని కవర్ చేస్తున్నారు. ఇంతవరకూ హమీద్ జాడలేదు.

జూన్ 4, 2013

జునాఘడ్

“మీ రాజమహల్లో యిప్పుడెవరుంటున్నారు?” అడిగింది షాజియా, టాక్సీ విండోలోంచి గిర్నార్ పర్వతాల్ని చూస్తూ. ఉదయం పదకొండుకి బయల్దేరే ఫ్లైట్లో టికెట్స్ దొరికాయి. ముంబైలో ఫ్లైట్ మారి, రాజ్ కోట్ లో దిగేసరికి సాయంత్రం నాలుగైంది. ఎందుకైనా మంచిదని, ఉదయం ఫోరెన్సిక్ లాబ్ నుండి బయల్దేరేముందే తన సెల్ ఫోన్ ని స్విచాఫ్ చేసేసింది, బాస్ గాని, యింకెవరుగాని తమని ట్రాక్ చేయకుండా. బిభాస్ లాంటి వాళ్ళు యింకెంతమందున్నారో తెలీదు.

“ఎవరూ లేరు, ఇద్దరు సెక్యూరిటీ గార్డ్స్ తప్ప”

“ఇన్ని సంవత్సరాల్లో ఎప్పుడూ యిక్కడికి రాలేదా?”

“1993లోనే ఓ సారి వచ్చాం. పృథ్వీరాజ్ శాసనం యిక్కడే ఉండుంటుందని గురూజీ నమ్మకం. అందుకే వచ్చి వెదికాం, ఏం దొరకలేదు. కానీ, యిక్కడి జ్ఞాపకాలతో నే హిస్టిరిక్ గా మారడంతో, గురువుగారే యిక రావడం వద్దనేశారు. మా నాన్నగారి గుర్తుగా ఆయన ఖండాని మాత్రం తీసికెళ్ళాం”

టాక్సీ జునాఘడ్ నుండి భావనాథ్ వెళ్ళే రోడ్ మీదికొచ్చింది. “జాడేశ్వర్ మందిర్ ఎదురుగా రైట్ టర్న్ తీసుకో” చెప్పాడు కపర్ది, డ్రైవర్ కి. మరో పదినిముషాలకి రాజమహల్ ముందు దిగారు. టైం ఆరవుతోంది, అయినా ఎండ తీవ్రంగా ఉంది. షాజియా ఆశ్చర్యంగా చూసింది రాజమహల్ వైపు. ఇక్కడే తాను, కపర్ది చిన్నప్పుడు ఆడుకున్నాం అనే భావనలో ఏదో ఎక్సైట్మెంట్. లోనికెళ్ళబోతుంటే సెక్యూరిటీ గార్డ్ అడ్డుపడ్డాడు.

“హరిద్వార్ నుండి వస్తున్నాం, విద్యారణ్యసరస్వతి స్వామీజీ పంపించారు. కావాలంటే ఫోన్ చేసి కన్ఫర్మ్ చేసుకో చెప్పాడు కపర్ది. వాడో నిముషం ఆలోచించి, ఫోన్ చేశాడు. స్వామీజీ చెప్పింది విని, తలూపి గేట్ తీశాడు.

లోనికెళ్ళాక షాజియా అడిగింది “అదేంటి అలా చెప్పావు. ఈ రాజమహల్ నీదేనని చెప్పకపోయావా!?”

“అనవసరం. వాడిని గాభరాపెట్టడం తప్ప, దానివల్ల వేరే ఉపయోగం లేదు”

కపర్ది నేరుగా మర్రిచెట్టు కిందున్న శివమందిరం వైపుకి వెళ్ళాడు. “ఇక్కడే శర్వగ్నుల మీటింగ్ జరిగేదట” చెప్పాడు, వాగుకేసి నడుస్తూ. ఇద్దరూ కాళ్ళు, చేతులు కడుక్కుని మందిరంలోకెళ్ళారు.

“ఆరోజు రాత్రి శివానందసరస్వతి గురూజీ, ఈ మందిరంలోనే ఉన్నారు. నే బయట ఆడుకుంటున్నా” చెప్పాడు కపర్ది, గర్భగుడిలోకి వెళుతూ. శివలింగం వెనకున్న నటరాజ విగ్రహానికి నమస్కారం చేసి, దగ్గరగా వెళ్ళిచూశాడు. అక్కడంతా యిరుగ్గా, చీకటిగా ఉంది. పైగా, నల్లనిశిల కావడంతో క్లియర్ గా కనిపించడంలేదు. ఇంత యిరుకైన చోట్లో గురూజీ ఏం క్లూ వదిలుంటారు!?

“నీ సెల్ ఫోన్ యిటివ్వు” చెప్పాడు. షాజియా తన సెల్ ఫోన్ టార్చ్ ఆన్ చేసి అతడికిచ్చింది. టార్చ్ ని నటరాజవిగ్రహం పాదాలకి ఫోకస్ చేసి, మోకాళ్ళమీద కూచుని చూశాడు. పాదాలదగ్గర గుర్తులేం లేవు.

ఇంకాస్త కిందకి ఫోకస్ చేసి వంగి చూశాడు. పాదపీఠం మీద బాగా ధుమ్ముపేరుకుంది. జేబులోంచి కర్చీఫ్ తీసి తుడిచాడు. అక్కడేవో గుర్తులు కనిపిస్తున్నాయి. కానీ, క్లియర్ గాలేదు.

తిరిగి వాగుకువెళ్ళి కర్చీఫ్ ని తడిపి తీసుకొచ్చాడు. ఈసారి బాగా తుడిచాక, అక్కడేవో ఆకారాలు కనిపించాయి. శివానందసరస్వతికి శిల్పాలు చెక్కడం హాబీ. ఆరోజు రాత్రి యిక్కడ ధ్యానంలో ఉన్నారని అనుకున్నాడు. కానీ, తమకోసం ఏవో ఆధారాలని యిక్కడుంచారు. అంటే, ఏదో ప్రమాదం ముంచుకొస్తోందని ఆయన ఊహించుండాలి. కపర్ది, ఆ గుర్తుల్ని జాగ్రత్తగా గమనించాడు. షాజియాకి సైగచేశాడు, లోనికొచ్చి చూడమని. షాజియా సందేహిస్తూనే లోనికెళ్ళింది.

అక్కడ, పాదపీఠంమీద ఓ బొమ్మ చెక్కబడుంది, చూడ్డానికి దర్గాలా ఉంది.

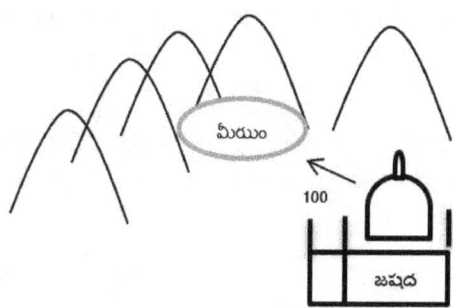

షాజియా ఐదునిముషాలపాటు దాన్ని గమనించింది. ఏమీ అర్థంకాలేదు. అయోమయంగా కపర్దికేసి చూసింది. అతడికేదో అర్థమవుతున్నట్టుంది. నెమ్మదిగా తల ఊపుతున్నాడు.

"ఏంటిది!?" అడిగింది షాజియా.

"ఐదు శిఖరాలున్న పర్వతం...గిర్నార్. మనం గిర్నార్ మౌంటెన్ ఎక్కాలి"

"ఓకే, ఇంతకీ అక్కడేముంది?"

"దారిలో అన్నీ చెబుతాను. మనం దాదాపు మూడువేల మెట్లెక్కాలి, చాలా టైం పడుతుంది" చెప్పాడు, వేగంగా బయటికి నడుస్తూ. కపర్ది, తనచూపుల్ని రాజమహల్ మీద పడకుండా డైవర్ట్ చేసుకుంటుండడం గమనించింది షాజియా. ఆరాత్రి తనవాళ్ళందర్నీ కోల్పోయిన జ్ఞాపకాలు తిరిగిరాకుండా జాగ్రత్తపడుతున్నాడు.

షాజియా అతడి నడకవేగాన్ని అందుకోలేకపోతోంది. బయటికొచ్చాక, గార్డ్ కి థాంక్స్ చెప్పి, కపర్దివైపు చూసింది "కాస్తాగు, నాకాయాసం వస్తోంది. సెల్ ఫోన్లో ఏదో మెసేజ్ వచ్చింది, చూడనీ" చెప్పింది. బాస్ నుండి మెసేజ్, అర్జెంట్ గా కాంటాక్ట్ చేయమని. వెంటనే సెల్ స్విచాఫ్ చేసింది.

"ఏదైనా పబ్లిక్ ఫోన్ బూత్ కెళదాం, బాస్ కి ఫోన్ చేయాలి" చెప్పింది. కాస్తదూరం నడిచి, పదినిముషాల్లో ఓ బూత్ చేరుకున్నారు. లోనికెళ్ళి, ఆఫీస్ లాండ్ లైన్ నెంబర్ కి రింగ్ చేసింది.

"షాజియా ఎక్కడికెళ్ళిపోయావ్, కపర్ది ఎక్కడ?" అడిగాడు అరవింద్ నార్లేకర్, ఆదుర్దాగా.

"సర్, ఇద్దరం జునాఘడ్ లో ఉన్నాం"

"జునాఘడ్!? అక్కడేం పని?"

"డిటైల్స్ రేపు చెబుతాను"

"ఓకే. ఇవ్వాళ కోర్ట్ లో మనకి ఎదురుదెబ్బ తగిలింది. కార్తికేయాశ్రమం ఏదైనా ఏజెన్సీని ఎంగేజ్ చేసుకుని, ప్రాచీనకేదారేశ్వరాన్ని వెదికించుకోవచ్చని ఇంటరిం ఆర్డర్స్ యిచ్చేశారు"

"ఓహ్ గాడ్. సర్,... మరి విద్యారణ్యసరస్వతి స్వామీజీ అబ్జెక్ట్ చేయలేదా!?"

"అబ్జెక్షన్ అటుంచు, ఆయనింకో కొత్త డేంజర్ తెచ్చిపెట్టారు. మరీ సత్యకాలం మనిషిలా ఉన్నారు"

"ఏంటి సర్?"

"కార్తికేయాశ్రమం లాయర్ చాలాతెలివిగా మాట్లాడాడు. ఆయనకి ప్రాచీనకేదారేశ్వరం వెళ్ళేదారి తెలీకపోయినా, కనీసం చూచాయగానైనా అదెక్కడుండోననే ఐడియా ఉంటే చెప్పమని అడిగాడు"

"ఐతే?" అడిగింది షాజియా, టెన్షన్ గా.

"ఇంకేముంది, ఆయన చెప్పేశారు. ఒకే ఒకసారి మాత్రం, మా గురువుగారి మాటల్లో గోముఖం దగ్గర అన్నట్టు గుర్తని, కోర్ట్ లో చెప్పేశారు"

"మైగాడ్!"

"ఇంకావిను. గ్లోబల్ కంపెనీ, రెండురోజుల క్రితమే పిన్నాకిల్ ప్రైవేట్ హెలీసర్వీసస్ తో కాంట్రాక్ట్ చేసుకుంది. ఇవాళ మధ్యాహ్నం కోర్ట్ ఆర్డర్ రాగానే, పని మొదలెట్టేశారు"

"సర్, పని...అంటే?"

"బాచికి పదిమందిని చొప్పున, రెండు హెలికాప్టర్స్ లో మొత్తం అరవైఐదుమందిని, జిపిఆర్స్ తో హర్సిల్ కి తీసికెళుతున్నారు. టెన్ కెవిఎ, మొబైల్ జనరేటర్స్ ని కూడా లోడ్ చేశారు"

"గ్లోబల్ కంపెనీకి, అంతమంది జియాలజిస్టులు యింతత్వరగా ఎలా దొరికారు?"

"జిపిఆర్ వాడ్డానికి టెక్నికల్ అసిస్టెంట్స్ చాలట. ఎనీహౌ, ఆ అరవైఐదుమంది డిటైల్స్ కూడా తెప్పిస్తున్నాను"

"కానీ సర్, జిపిఆర్స్ కి పవర్ అవసరంలేదు, బాటరీతోటే పనిచేస్తాయి. మరి మొబైల్ జనరేటర్స్ ఎందుకు తీసికెళుతున్నట్టు. లైట్స్ వేసుకుని, రాత్రికూడా రిసర్చ్ చేద్దామనుకుంటున్నారేమో?"

"లైట్స్ కోసం కాదు షాజియా, లేసర్ హాండ్ టార్చిలకి పవర్ అవసరం. వాటినికూడా లోడ్ చేస్తున్నారు"

షాజియా డీప్ బ్రీత్ తీసుకుంది...శత్రువు చాలావేగంగా వెళుతున్నాడు. హర్సిల్ హెలిపాడ్ నుండి, గంగోత్రి గ్లేసియర్ దాదాపు పద్దెనిమిది కిలోమీటర్లుంటుంది. గంగోత్రి ముఖద్వారమే గోముఖ్ గ్లేసియర్. అంటే, రేపు తెల్లవారేసరికి గ్లోబల్ కంపెనీకి చెందిన ఓ పెద్ద టీం, గోముఖం చుట్టూ తన అన్వేషణ మొదలెడుతుంది, అధికారికంగా...విత్ కోర్ట్ ఆర్డర్స్! దీని వెనక ఐఎస్ఐ హాండ్ ఉందని తమకి తెలుసు, కానీ ఏం చేయలేని పరిస్థితి.

"సర్... మనమేం చేయలేమా?" అడిగింది నిస్సహాయంగా.

"నేషనల్ సెక్యూరిటీ అడ్వైజర్ తో అపాయింట్మెంట్ అడిగాను, రేపు మధ్యాహ్నం మూడింటికి దొరికింది. ఉదయం ఢిల్లీ వెళుతున్నాను. కానీ, ఐఎస్ఐ యిన్వాల్వ్ మెంట్ గురించి మన దగ్గర బలమైన ఆధారాల్లేవు. అసలీ ప్రాచీనకేదారేశ్వరంలో ఏముందని అడిగితే ఆయనకేం చెప్పాలి. సాలిడ్ ఇన్ఫర్మేషన్ లేకుండా, పైవాళ్ళని అలర్ట్ చేయలేం"

"సర్, ఏదో ఒకటి చెప్పి గ్లోబల్ కంపెనీని ఆపండి. ఈలోపు పృథ్వీరాజ్ యిచ్చిన శాసనాన్ని మేం తీసుకొస్తాం"

"ఓకే, నా ప్రయత్నం నే చేస్తాను. ఆ శాసనం దొరికితే వెంటనే ఢిల్లీ వచ్చేయండి, హైకోర్ట్ నుండి స్టే తీసుకోవచ్చు" చెప్పి ఫోన్ పెట్టేశాడు. షాజియా తీవ్రంగా ఆలోచిస్తూ బయటికొచ్చింది.

"నీకు అలసటగా ఉంటే రేపుదయం వెళదామా?" అడిగాడు కపర్ది, ఆమె డల్ గా ఉండడంచూసి.

"అంత టైంలేదు. ప్రమాదం ముంచుకొస్తోంది"

"ఏం జరిగింది?"

జరిగిందంతా చెప్పింది షాజియా, "గురూజీకి అంత పట్టుదలేంటి. కనీసం యిలాంటి టైంలో ఐనా, నాకేం తెలీదని ఓ చిన్న అబద్ధం చెప్పొచ్చుగా?"

కపర్ది తల అడ్డంగా ఊపాడు "ఆయనతో అబద్ధం చెప్పించడం జరగనిపని. ఆయన ధర్మం ఆయనచేశారు. మనం చేయాల్సింది చేద్దాం, పద" చెప్పాడు, ఓ ఆటోని ఆపుతూ. టైం సాయంత్రం ఏడైంది.

"ఉష్లా దతార్ వెళ్ళాలి. మెట్లదగ్గరికి తీసికెళ్ళు" చెప్పాడు, ఆటో డ్రైవర్ కి.

మరో పదిహేను నిముషాల్లో అక్కడ దిగారు. "ఈ ప్లేస్ గురించి నీకు తెలుసా?" అడిగాడు కపర్ది, మెట్లెక్కుతూ. షాజియా తల అడ్డంగా ఊపింది.

"ఇది హిందువులకి గురుదత్తాత్రేయ కొండ, ముస్లింలకి దతార్ హిల్. ఈ మూడువేల మెట్లెక్కితే, జమైల్ షా దతార్ దర్గావస్తుంది. లెప్రసీతో బాధపడే వ్యక్తులు, దర్గాలో ప్రార్థనచేస్తే మేలవుతుందని నమ్మకం. ఇంకో ప్రత్యేకత ఏంటో తెలుసా, హిందువులు, ముస్లింలు అందరూ యిక్కడికొచ్చి ప్రార్థనలు చేస్తారు"

"నిజంగా!?"

కపర్ది తలూపి చెప్పాడు, "రెండుమతాల గురువులు యిక్కడున్నారు. లాస్ట్ ముప్పైఐదేళ్ళుగా విఠల్ బాపు అనే ఓ హిందూమహంత్ యిక్కడ పూజలు చేయిస్తున్నారు. ఆయన యిక్కడికి వచ్చినప్పటినుండి యిక్కడే ఉన్నారు, యింతవరకూ కొండదిగలేదట"

"గుడ్ గాడ్, నమ్మలేకపోతున్నాను. ఇవన్నీ నీకెలా తెలుసు!?"

"నాలుగేళ్ళ క్రితం, స్టూడెంట్స్ ని టూర్ కి తీసుకొచ్చాను. అప్పుడే గిర్నార్ పర్వతాల్లోని అన్ని మందిరాలూ తిరిగాం. నాకు ట్రెకింగంటే చాలా యిష్టం. గిర్నార్ ఐదు శిఖరాల్లో, కాళీకొండకి మాత్రం స్టెప్స్ లేవు. నే ఒక్కడినే ఎక్కాను"

"సరే, ఇంతకీ యిప్పుడు మనం యిక్కడికెందుకు వచ్చినట్టు?"

"చెబుతాగా, ముందు మెట్లెక్కడం పూర్తవనీ"

ఇద్దరూ పైకిచేరుకునే సరికి రాత్రి పదిన్నరైంది. పైన జనసంచారం లేదు. "ఉర్స్ టైంలో బాగా రష్ ఉంటుంది" చెప్పాడు కపర్ది. షాజియా అప్పటికే ఆ అద్భుతమైన దర్గాని చూడ్డంలో లీనమైంది. దాని డోం, నీరుల్లి ఆకారంలో ఉంది. చక్కగా చెక్కబడింది.

"లోనికెళ్ళి నమాజ్ చేసొస్తాను" చెప్పింది.

"ఈటైంలో తలుపులు మూసుంటారు. బయటినుండే నమాజ్ చేసుకుని త్వరగారా. మనం యింకోచోట కూడా ప్రార్థన చేయాలి"

షాజియాకి అతను చెప్పింది అర్థంకాలేదు. అప్పటికే దర్గా ముఖద్వారం దగ్గరికెళ్ళి, కిందకూచుని నమాజ్ మొదలెట్టింది. కపర్ది దర్గా చుట్టూ తిరిగిచూశాడు. శివానందసరస్వతి వేసిన గుర్తుల్ని జ్ఞాపకంచేసుకుంటూ. సడన్ గా అతడి దృష్టి, దర్గా వెనకనుండి కొండవైపుగా వెళుతోన్న ఓ కాలిబాటమీద పడింది. దాని వెంబడే చూశాడు. క్రమంగా అతడి కళ్లు చీకటికి అడ్జస్టవుతున్నాయి. పదినిముషాలు గడిచాయి.

"ఏంటి చూస్తున్నావ్?" షాజియా మాటలు వినబడ్డంతో అటు తిరిగాడు. "మనం యిలా వెళ్ళాలి" చెప్పాడు, కాలిబాటని చూపిస్తూ.

"ఏముందక్కడ"

"పద, చెబుతాను. గురూజీ మందిరంలో చెక్కిన గుర్తులు నీకిప్పుడు అర్థమై ఉండాలి"

"లేదు"

"జషద అంటే జమైల్ షా దతార్ ... ఈ దర్గా. అక్కడినుండి వేసిన బాణం గుర్తు, ఈ కాలిబాటని సూచిస్తుంది. మనం దీని వెంబడి వంద అడుగులో, వందమీటర్లో నడవాలి" చెప్పాడు.

షాజియా ఆశ్చర్యపోతూ, దర్గావంక, కపర్ది వంక చూసింది. అతడి నడకవేగాన్ని అందుకోవడం ఆమెకి కష్టంగానే ఉంది, దాదాపు పరిగెడుతున్నట్టుంది. కాలిబాట క్రమంగా పైకెళుతోంది. వందమీటర్ల తర్వాత, కొండమలుపులో ఓ గుహకి చేరుకున్నారు.

"నీ సెల్ ఫోన్ తీసి, టార్చ్ ఆన్ చేయ్" చెప్పాడు కపర్ది.

"కానీ... " అంటూ షాజియా సందేహించడం చూసి, "ఇక్కడ ఎటువంటి సిగ్నల్ దొరకదు. కాబట్టి, నీ సెల్ ఫోన్ని ఎవరూ ట్రాక్ చేయలేరు, మీ బాస్ కూడా" చెప్పాడు.

షాజియా తన సెల్ ఆన్ చేసింది. టార్చ్ వెలుగులో చూసుకుంటూ, గుహలోకి వెళ్ళారు. లోపల పదిమెట్లుదిగాక సమతలంగా ఉంది. కిందంతా బాగా ధుమ్ముపేరుకుంది. అక్కడ రెండు సమాధులు, దగ్గరగా ఒకదానితో ఒకటి కలిసిపోయినట్టుగా ఉన్నాయి. షాజియా, కపర్దివంక ప్రశ్నార్థకంగా చూసింది. అతను అప్పటికే తన చెప్పులు మెట్లదగ్గరే వదిలి, ఆమెకి సైగచేశాడు. షాజియాకూడా తనషూస్ అక్కడే వదిలి అతడివెనకే వెళ్ళింది.

"అర్థమైందా?" అడిగాడు సమాధుల్ని చూపించి. షాజియా కాలేదన్నట్టు తలూపింది.

"బాణం గుర్తు చివర గురువుగారేం చెక్కారో గుర్తుందా?"

"ఏదో... మీర్ఝుం అని చూసినట్టు గుర్తు, అలా అంటే ఏంటి?" అడిగింది.

"మీర్జా ఝుంఝునా... అంటే, షేక్ షంసుద్దీన్ హబీబల్లాహ్. ఆయన పేరే మీనాన్నకి పెట్టారుగా. ఈ సమాధులు మీ అమ్మానాన్నలవి!"

షాజియా అవాక్కైంది. ఏంచెప్పాలో తెలియనిస్థితి. అయోమయంగా వాటివైపు, కపర్దివైపు మార్చి,మార్చి చూసింది. ఒక్కసారిగా దుఃఖం పొంగుకుని వచ్చింది. ఎన్నోమార్లు మేనమామ, నూరుద్దీన్ ని అడిగింది, తన పేరెంట్స్ సమాధుల్ని చూపించమని. కానీ, అయన తనక్కూడా తెలీదని చెప్పడంతో, తన దురదృష్టానికి చాలా బాధపడేది. అలాంటిది, సంవత్సరాలుగా తాను ఎదురుచూసిన క్షణం, ఉన్నట్టుండి వచ్చేసింది...కళ్ళెదురుగా అమ్మానాన్నల సమాధులు! మోకాళ్ళమీదకూచుని, తలని సమాధికి ఆనించి, చాలాసేపు ఏడ్చింది.

కపర్ది మౌనంగా చూశాడు ఆమెవైపు. మనసులో లోతుగా గూడుకట్టుకున్న దుఃఖం, కరగాలి. కరిగి బయటికివెళ్ళాలి. అది షాజియాకే మంచిది. అందుకే అరగంటసేపు ఆమెనలా వదిలేసి, సమాధుల పాదాలవైపుకి వెళ్ళి ఏమైనా ఆధారలున్నాయేమోనని వెదికాడు.

నాన్న ఆలోచనాశక్తికి ఆశ్చర్యమేసింది కపర్దికి. జీవితమంతా మతసామరస్యంకోసం పాటుబడిన షంసుద్దీన్ దంపతులు, చివరికి తమ ఆదర్శంకోసమే ప్రాణాలుకోల్పోయారు. అనుమానాలతో, భయాలతో, జునాఘడ్ లోని ఎవరూ వీరి అంత్యక్రియలకి కూడా సహాయం చేసేందుకు ముందుకురాని

ఆ దురదృష్టకరమైన సమయంలో, జల్హణసూర్ ఒంటరిగా వారి శవాల్ని యిక్కడికి తీసుకొచ్చాడు,... మూడువేల మెట్లెక్కి! హిందువులు, ముస్లింలుకూడా పవిత్రంగా భావించే జమైల్ షా దతార్ కి దగ్గరలోనే వారిని తానే సమాధిచేశాడు.

"ఓకే షాజియా, రిలాక్స్. చిన్నతనంలోనే అమ్మానాన్నల్ని కోల్పోతే ఎలా ఉంటుందో నాకు తెలుసు. మీ అమ్మానాన్నలకి కనీసం అంత్యక్రియలు జరిగాయి, అదీ వారి స్నేహితుడైన మా నాన్న చేతులమీదుగా. కానీ, మా అమ్మా, నాన్నా, అన్నలు, శర్వగ్నులు వీరందరికీ స్వచ్ఛంద సేవాసంస్థలు అంత్యక్రియలు జరిపించాయి, అనాథలకిలాగా! చరిత్రని మనం మార్చలేం. కానీ, మనసు గట్టిచేసుకుంటే, మనిద్దరి పేరెంట్స్, శర్వగ్నులు చేసిన త్యాగాలకి రుణంతీర్చుకోవచ్చు" చెప్పాడు, షాజియా భుజంమీద చెయ్యివేసి. ఆమె అప్పటికి కాస్త స్థిమితపడింది.

"థాంక్స్ కోపీ, యిన్నాళ్ళకి నీవల్ల అమ్మానాన్నల సమాధుల్ని చూడగలిగాను. నా మనసిప్పుడు తేలికైంది. చెప్పు, ఇప్పుడేం చేయాలి?" అడిగింది.

"అక్కడ తవ్వాలి" చెప్పాడు సమాధుల పాదాలుండేవైపు చూపించి.

"ఎందుకు!?" ఆశ్చర్యంగా అడిగింది.

"శివానందసరస్వతి గురూజీ మాటలు పొడుపుకథల్లా ఉండేవట, ఓ పట్టాన అర్థంకావు, కానీ అర్థమయ్యాక ఆయన మేధాశక్తికి ఎవరికైనా ఆశ్చర్యమేస్తుంది. ఆయన రాసిన చివరి ప్రార్థనాశ్లోకంలో, ఓ క్లూ ఉంటుందని ఊహించలేకపోయాం. '**స్థిరముగా సత్యమెప్పుడు నిబిడమైయుండు త్యాగాల పదతలాన శోధించరా** ' అని రాశారుగా. మీ పేరెంట్స్ కి ప్రాచీనకేదారేశ్వరం గురించి తెలీకపోయినా, ఆయన్ని కాపాడ్డం కోసం ప్రాణాలు త్యాగంచేశారు. అందుకే, మానాన్న, పృథ్వీరాజ్ శాసనాన్ని యిక్కడ, మీ అమ్మానాన్నల పాదాలదగ్గర దాచారు" చెప్పాడు అటువైపు వెళుతూ.

షాజియా అతడివెనకే వెళ్ళింది. సమాధులు దాటాక, నేలమీద ఓ చిన్న పలకమీద, డాలు, రెండుఖండాలు చెక్కబడున్నాయి. కపర్ది బయటికెళ్ళి ఓ స్టీల్ రాడ్ తీసుకొచ్చాడు. ఆ పలకచుట్టూ ఉన్న కాంక్రీట్ ని పగలగొట్టాడు. పలకని జాగ్రత్తగా పైకెత్తారు. దానికింద ఓ కాంక్రీట్ ఛాంబరుంది. షాజియా సెల్ టార్చ్ ని ఛాంబర్లోనికి ఫోకస్ చేసింది. అక్కడేదో ప్లాస్టిక్ కవర్లాంటిది కనిపించింది.

కపర్ది దాన్ని బయటికితీశాడు. అది చాలామందంగా ఉన్న పాలిథీన్ కవర్, బ్రౌన్ టేప్ తో చుట్టబడింది. ఆత్రంగా టేప్ ని తీసి, కవర్ ఓపెన్ చేశాడు. లోపలికి తేమ తగలకుండా ఉంచిన డ్యాపొచ్ అబ్జార్బర్ పాకెట్స్ తీశాక, ఓ అల్యూమినియం పెట్టె కనిపించింది. దానిమూత తీశాడు. అందులో ఓ వెండిపెట్టె, ప్లాస్టిక్ కవర్లో ఉంచిన ఓ ఎన్వలప్ ఉన్నాయి. షాజియా కూడా కిందకూచుని, లైట్ వాటిమీద ఫోకస్ చేసింది. ఆమెకి చాలా ఎక్సైటింగ్ గా ఉంది.

కపర్ది వాటిని బయటికితీశాడు. ఎన్వలప్ మీద "విద్యారణ్యసరస్వతికి" అని రాసుంది. వెండిపెట్టె మూతని ఓపెన్ చేయడానికి ట్రైచేశారు, రావడం లేదు.

"దీనిచుట్టూ ఏవో చక్రాలున్నాయి" చెప్పింది.

"ఏవో అక్షరాలుకూడా" చెప్పాడు కపర్ది, ఆమెకి చూపిస్తూ.

"దీన్ని ఓపెన్ చేయడానికి ఏదో కోడ్ వర్డ్ ఉంటుంది. చక్రాలని సరిగా ఆ అక్షరాలమీదికి తిప్పితే తెరుచుకుంటుంది"

కపర్ది తలూపి, ఎన్వలప్ తీశాడు, "బహుశా, యిందులో రాసుంటుంది"

షాజియా లైట్ ని ఎన్వలప్ మీదికి వేసి, అనుమానంగా అడిగింది "కపర్దీ, ఇది గురువుగారికోసం రాసింది, మనం చదవొచ్చా?"

"చంద్ బర్దాయి వంశానికి చెందిన నాకు, ఏదో ఓరోజు ఈ రహస్యం చెప్పబడుతుంది, కాబట్టి పర్లేదు. దీన్ని కాపాడ్డానికి మీ పేరెంట్స్ ప్రాణాలు త్యాగం చేశారు. కాబట్టి, నువ్వుకూడా దీన్ని తెలుసుకోవచ్చు" చెప్పాడు.

కవర్ చింపి, లోనుండి కాగితాల్ని బయటికితీశాడు. మొత్తం నాలుగు పేజీలున్నాయి, శివానందసరస్వతి చక్కని చేతిరాతతో. చదవడం మొదలుపెట్టారు...

"ఫిబ్రవరి 1993 ,22

చిరంజీవి విద్యారణ్యసరస్వతికి,

నీకీ విషయాలు రాసే సమయానికి యిక్కడి పరిస్థితులు, చాలా దారుణంగా ఉన్నా యి. జల్హణ్ కుటుంబం, షంసుద్దీన్ దంపతులు, శర్వగ్ను లు అందరూ దారుణంగా హత్యచేయబడ్డారు. కపర్దిని మాత్రం కాపాడగలిగాను. ఈరోజు రాజ్ కోట్ వెళ్ళి విమానం ఎక్కేవరకూ, శత్రువులు ఎటునుండి దాడిచేస్తారో తెలియని పరిస్థితి.

పృథ్వీరాజ్ శాసనాన్ని ఈ వెండిపెట్టెలో ఉంచి నిన్నటిరోజే జల్హణ్ కిచ్చాను, జాగ్రత్తగా దాచమని. అతను, దీన్ని షంసుద్దీన్ దంపతుల సమాధైనచోట, వారి పాదాలదగ్గర దాచాడు. దీన్ని తెరవడానికి, పెట్టెకున్న నాలుగు చక్రాల్ని ఎడమవైపు మొదలెట్టి, గౌ, డ, పా, ద అనే అక్షరాలకి తిప్పాలి "

షాజియా చదవడం ఆపి, కపర్దికేసి చూసింది. అతను తలూపడంతో వెండిపెట్టెని తీసుకుని, చక్రాలని తిప్పి మూతతీసింది. దట్టమైన రాగిఫలకంమీద, సంస్కృతంలో రాయబడిన పృథ్వీరాజ్ శాసనం, భద్రంగా ఉంది. దానిమీద పృథ్వీరాజ్ చిహ్నం, కాళ్ళుపైకెత్తి ఎదురెదుగా నించున్న రెండు గుర్రాలు, వాటిని కట్టిన తాళ్ళమధ్యలో చెట్టు, దానిమీద వెలుగుతున్న కాగడా, కింద క్రాస్ గా ఉన్న రెండు కటారాలు. శతాబ్దాలుగా వాతాపిగణపతి ఆశ్రమం పీఠాధిపతులు తమ ప్రాణాలకన్నా ఎక్కువ జాగ్రత్తగా చూసుకుంటున్న శాసనం, యిప్పుడు తనచేతిలో ఉండడం ఓ అద్భుతమైన ఫీలింగ్.

కపర్ది ఆ రాగిఫలకం వైపు ఓసారి చూసి, తిరిగి చదవడం మొదలెట్టారు.

"నిన్న రాత్రి, జల్హణ్ కుటుంబంతోపాటు మిగిలిన శర్వగ్ను లుకూడా బలైపోయారు. సనాతన సాంప్రదాయం ప్రకారం, ప్రాచీనకేదారేశ్వర రహస్యాన్ని ఎక్కడా రాయకూడదు. ఒకతరం నుండి ఇంకోతరానికి మౌఖికంగా మాత్రమే చెప్పబడాలి. అది కూడా రిషికేశ్ లోని వశిష్టగుహకి ఎదురుగా, నదికి ఆవలిగట్టులో ఉన్న గుహలో. కానీ, యిప్పుడున్న పరిస్థితుల్లో నీవు ఆశ్రమానికి తిరిగొచ్చేవరకూ నే జీవించి ఉంటానోలేదో తెలియదు. కపర్ది యింకా చిన్నవాడు, ఈ విషయాలు తెలుసుకోవడానికి అతడి వయసింకా చాలదు. అందుకే, విధిలేక ఈ రహస్యాన్ని నీకోసం రాసి, పృథ్వీరాజ్ శాసనంతోటే దాచుతున్నాను.

ప్రాచీనకేదారేశ్వరం, ... మామూలుగా మనంచూసే లేదా ఊహించుకునే మందిరం లాంటిది కాదు. కానీ, నేడు మనం చూస్తున్న ఎన్నో మందిరాలకి అది మూలరూపం. విశ్వంలో అద్భుతాలన్నీ పరీక్షా సమయాల్లోనే జరిగాయి. భూమ్మీద జరిగిన అలాంటి అద్భుతాల్లో, బహుశా అన్నిటికన్నా గొప్పది, ప్రాచీనకేదారేశ్వరం!

హిమాలయ పర్వతాలు ఎలా పుట్టాయో సైన్స్ కి బహుశా రెండువందల సంవత్సరాల క్రితం తెలిసింది. కానీ, మన ప్రాచీనులకి వేల సంవత్సరాల క్రితమే తెలుసు. మన దేశానికి ఉత్తరంవైపు, ఒకప్పుడు టెథిస్ అనబడే మహాసముద్రం ఉండేది. దాన్ని నిజమైన మధ్యధరా సముద్రం (ట్రూ మెడిటరేనియన్ సీ) అంటారు.

హిమలయాలు పుట్టకముందు భూమ్మీద రెండే ఖండాలు. ఒకటి భూమధ్యరేఖకి పైన లారేసియా లేదా అంగారాలాండ్, రెండోది క్రిందిభాగంలోని గోండ్వానాలాండ్.

భూమి కేంద్రంలో కలిగే కదలికల (ఓరోజెనిక్ మువ్ మెంట్స్) వల్ల ఆఫ్రికా, ఆస్ట్రేలియా, ఇండియా, అరేబియా ఇవన్నీ గోండ్వానాలాండ్ నుండి విడిపోయి సముద్రంమీద చాలాదూరం ప్రయాణంచేశాయి. అలా మన భారతఖండం కూడా లారేసియా వైపు ప్రయాణం చేసింది. రెండు భూభాగాలనుండి ప్రవహించిన నదులు, ఎరోషన్ ద్వారా కోట్ల టన్నుల మెరైన్ సెడిమెంట్స్ ని టెథిస్ సముద్రంలో కలిపేవి. అలా వేల అడుగుల ఎత్తైన సెడిమెంట్స్, సముద్రం అట్టడుగులో సెటిల్ అయ్యాయి.

భారతఖండం, లారేసియాకి దగ్గరయ్యేకొద్దీ, వాటి మధ్యలో టెథిస్ సముద్రం అట్టడుగున ఇరుక్కున్న మెరైన్ సెడిమెంట్స్ తీవ్రమైన ఒత్తిడికి గురై, అవి పైకిలేవడం మొదలైంది. భూమి లోపలిపొరల్లో నిరంతరంగా కలిగే రేడియేషన్ వల్ల, ఒత్తిడివల్ల, వాటి సాంద్రత, ఉష్ణోగ్రత ఎక్కువైయ్యాయి. మెటామార్ఫిజంకి గురైన ఆ సెడిమెంట్స్, శిలలుగామారి క్రమంగా హిమాలయపర్వతాలుగా అవతరించాయి.

సుమారు ఆరుకోట్ల సంవత్సరాలక్రితం మొదలైన హిమాలయాల పెరుగుదల, మూడుదఫాల్లో పూర్తయింది. రెండోదశ పెరుగుదల, నాలుగుకోట్ల సంవత్సరాల క్రితం జరిగినప్పుడు, కార్బన్ డై ఆక్సైడ్ చాలాభాగం ఖర్చై, భూగోళం చల్లబడింది. మూడో స్టేజి పెరుగుదల దాదాపు ఆరులక్షల సంవత్సరాలక్రితం జరిగింది. ఇవి సైన్స్ కి తెలిసిన విషయాలు.

కానీ, సైన్స్ కి తెలియని ఓ అద్భుతం, హిమాలయాల పుట్టుకకంటే ముందే ప్రారంభమై, వాటితోపాటే సమాంతరంగా జరిగింది. మన పూర్వీకులు అందించిన ఈ రహస్యాన్ని పూర్తిగా అర్థంచేసుకోవడానికి, నేటి జియాలజీ పుస్తకాల సహాయం కూడా నాకు అవసరమైంది.

సుమారు పదికోట్ల సంవత్సరాలకి ముందు, భూమ్మీది రెండు ఖండాలూ కలిసే ఉండేవి. ఇప్పటి జియాలజీ పుస్తకాల్లో దాన్ని పాంగియా అంటారు. ఆ సమయంలో పాంగియాలోని లారేసియా భాగం తీరప్రాంతాలు చాలాభాగం సముద్రంలో మునిగి ఉన్నాయి. కారణం, అప్పటి మిడ్ ఓషనిక్ రిడ్జెస్, చాలా ఎత్తుగా ఉండడం (ఇంకా వివరంగా తెలుసుకోవాలంటే జియాలజీ పుస్తకాలు చదువు). దాని ప్రభావం వల్ల సముద్రంలోను, భూమ్మీద, కార్బన్ డైఆక్సైడ్ శాతం ఉన్నట్టుండి పెరిగింది.

ఖండాల క్రస్ట్ నుండి యురేనియం కరిగి, సముద్రజలాల ద్వారా భూమీలోపలి పొరల్లోకి, అంటే మాంటల్ లోకి చేరడం ఓ సహజమైన చర్య. దీనికి సముద్రజలాల్లో ఆక్సిజన్ ఉండడం చాలా అవసరం. లారేసియాభాగంలోని తీరప్రాంతాలు మునిగిపోయే సమయంలో, దాన్నుండి వందలకోట్ల టన్నుల యురేనియం238- నిక్షేపాలు కరిగి, ఫాస్ఫేట్ నోడ్యూల్స్ రూపంలో టెథిస్ సముద్రం అట్టడుగులో చేరాయి. తర్వాత, చాలాకాలంపాటు సముద్రంలో కార్బన్ డైఆక్సైడ్ శాతం పెరిగి, ఆక్సిజన్ శాతం తగ్గిన స్థితిలో యురేనియం, భూమి మాంటల్ కి చేరుకునే ప్రక్రియ బాగా మందగించింది.

తర్వాత పాంగియా విడిపోయి రెండు ఖండాలవడం, ఆ తర్వాత గోండ్వానాలండ్ నుండి భారతఖండం విడిపోయి లారేసియా వైపుకి ప్రయాణించడం యివన్నీ జరిగాయి. అప్పటికే టెథిస్ సముద్రం అడుగుకి చేరిన యురేనియం238- నిక్షేపాలమీద, రెండు భూభాగాల నదులద్వారా వచ్చిన మెరైన్ సెడిమెంట్స్ భారిగా

వచ్చిచేరాయి. ఒత్తిడివల్ల సెడిమెంట్స్ సాంద్రత అధికమైనకొద్దీ, వాటి కిందున్న యురేనియం నిక్షేపాలమీద భారం అధికమయ్యింది.

యురేనింయం238- నెమ్మదిగా డికే (రేడియోధార్మిక వికిరణం) అవుతుంది. దీన్నుండి పుట్టే పదార్థాల్లో ఆరోది, రేడాన్ గాస్. వాయువుల్లో రాడాన్ కి మాత్రమే రేడియోఆక్టివిటీ ఉంది. దట్టమవుతున్న సెడిమెంట్స్ కింద, భారీగా రేడాన్ గాస్ ట్రాప్ అయింది. అందులో చాలా తక్కువభాగం మాత్రం, సెడిమెంట్స్ లోని ఖాళీల(వాయిడ్స్)నుండి బయటికి వెళ్ళిపోయింది. కానీ, చాలాభాగం ట్రాపైంది. రేడాన్ కి హాఫ్ లైఫ్ పీరియడ్ తక్కువ, కాబట్టి క్రమంగా అది సీసంగా మారుతుంటుంది.

రెండు భూఖండాలు దగ్గరవుతున్నప్పుడు, అందులో ఒకదాని ఓషనిక్ ప్లేట్ మునిగిపోవడం(సబ్డక్షన్) సహజం. అలా జరిగినప్పుడు, భూమి లోపలిపొర, అంటే మాంటల్, త్వరగా కరిగిపోయి మేగ్మా విడుదలవుతుంది. హిమాలయాలు సముద్రం అట్టుడుగునుండి పైకిలేవడానికి ముందుకూడా యిదే జరిగింది, ఐతే కాస్త విభిన్నంగా. భారతఖండం, ఏసియఖండాల ప్లేట్స్ సాంద్రత తక్కువగా ఉండడం వల్ల, వాటికి బదులు టెథిస్ సముద్రం ప్లేట్ మునిగిపోయింది. టెథిస్ సముద్రం అడుగున మాంటల్ నుండి, నెమ్మదిగా మేగ్మా విడుదలైంది. అగ్నిపర్వతం విస్ఫోటనంలా కాకుండా, యిలా నెమ్మదిగా విడుదలయ్యే మేగ్మా, క్రమంగా గుమ్మటం ఆకారంలో ఏర్పడుతుంది. దీన్ని లావాడోం అంటారు. వెసికులేషన్ వల్ల, యిలాంటి లావా డోంలో గాస్ ఉండదు.

హిమాలయాలు పైకిలేవడంకంటే ముందే, అలాంటి పెద్ద లావాడోం, టెథిస్ సముద్రం అడుగులో ఏర్పడింది. అది మెరైన్ సెడిమెంట్స్ కిందున్న యురేనియం నిక్షేపాలని, అక్కడ ట్రాప్ అయిన రేడాన్ గాస్ ని, క్రమంగా తనలో దాచేసుకుని, పైకెదగడం ప్రారంభించింది. ఈ లావాడోం ఉపరితలం, సముద్రంలోని నీటివల్ల త్వరగా చల్లబడి, దాని పైపొర నల్లని అబ్సిడియన్ శిలగామారింది. లోపలిపొరలకి చల్లబడేందుకు కావలసిన సమయం దొరకడంతో, అవి రియొలైట్ శిలలుగా మారాయి.

ఈ లావాడోం, తనమీద దట్టమవుతున్న మెరైన్ సెడిమెంట్స్ ని ఛేదించుకుని ముందుగా పైకి లేచింది. తర్వాత, భారతఖండం ఏసియాకి దగ్గరయ్యేకొద్దీ, మెరైన్ సెడిమెంట్స్ కూడా పర్వతాలరూపం దాల్చి సముద్రం అడుగునుండి పైకిలేచాయి. వాటి మధ్యలో అప్పటికే ఎత్తుగా పెరుగుతున్న లావాడోం చుట్టూ హిమాలయాలు లేవడం ప్రారంభించాయి. ఈ డోంకి కుడివైపు, అంటే బంగాళాఖాతం ఉన్నవైపు ఏర్పడిన, హిమాలయాల మొదటిపర్వతం, లావాడోంకన్నా తక్కువ ఎత్తుగా ఉండేది. ఐతే, మిగిలిన హిమాలయ శిఖరాలకంటే ఎక్కువ ఎత్తుగా ఉండేది.

లావాడోం ఉపరితలం గట్టిపడేకొద్దీ, అందులో దాగిన యురేనియం నిక్షేపాల డికే నుండి విడుదలవుతున్న రాడాన్ గాస్ కి బయటికి వెళ్ళే మార్గాలు క్రమంగా మూసుకుపోయాయి. సముద్రం కింద మాంటల్ నుండి ఆగకుండా మేగ్మా విడుదలవడం, డోం లోపల రాడాన్ గాస్ ఒత్తిడి క్రమంగా ఎక్కువవడంతో, అది మరింతవేగంగా పైకెదిగింది. హిమాలయాల పెరుగుదల మూడుదశల్లో జరిగింది. రెండోస్టేజివరకు ఈ లావాడోం, హిమాలయాలకి సమానంగా పెరిగింది. అప్పటికి బేస్ నుండి మేగ్మా విడుదల ఆగిపోవడంతో దాని పెరుగుదల ఆగిపోయింది. మూడోస్టేజిలో హిమాలయపర్వతాలు మరింత ఎత్తుగా పెరిగి, లావాడోంని చుట్టుముట్టాయి. క్రమంగా లావాడోంని హిమాలయాలు తమలో దాచేసుకున్నాయి.

హిమాలయాల ఎత్తు పెరిగేకొద్దీ, సిలికేట్ వెదరింగ్ వల్ల భూమిమీద కార్బన్ డై ఆక్సైడ్ చాలా భాగం ఖర్చైంది. అందువల్ల భూవాతావరణం క్రమంగా చల్లబడింది, ఆక్సిజన్ శాతం కూడా పెరిగింది. చల్లని వాతావరణంలో, ఆక్సిజన్ మీద ఆధారపడిన జీవరాశికూడా క్రమంగా అభివృద్ధిచెందింది. హిమాలయాలమీద చల్లదనంవల్ల ఋతుపవనాల నీరు వర్షించడం, క్రమంగా నదులరూపం దాల్చడం, యివన్నీ జరిగాయి. ఉపరితలం అనుకూలంగా ఉన్న కొన్నిచోట్ల, గ్లేసియేషన్ (మంచు) మొదలైంది. ఇవి అందరికీ తెలిసినవే.

లావాడోం కూడా చల్లబడి, అందులో ట్రాప్ అయిన రేడాన్ గాస్ కూడా క్రమంగా చల్లబడింది. డోం లోపలి టెంపరేచర్ క్రమంగా మైనస్ అరవై డిగ్రీలకి చేరువైనప్పుడు, రేడాన్ ద్రవంగా మారింది. అలా కోట్ల టన్నుల లిక్విడ్ రేడాన్, లావాడోం అడుగులో యురేనియం నిక్షేపాలమీద సెటిలయింది. డోంలోని మిగిలిన ఖాళీస్థలంలో రాడాన్ గాస్ చాలా తక్కువ ఒత్తిడితో ఉంది. గాస్ రూపంలో ఉన్నప్పుడు, రేడాన్ త్వరగా డికే (వికిరణం) అవుతుంది. కానీ, చల్లబడి ద్రవంగా లేదా ఘనంగా మారినప్పుడు, రేడాన్ వికిరణం చెందకుండా స్తబ్దుగా అయిపోతుంది.

సూర్యరశ్మి లేకుండా, భూమ్మీది జీవరాశి బతకలేదు. ఇది మనందరికీ తెలుసు. కానీ, సూర్యుడి నుండి వచ్చే శక్తివంతమైన సోలార్ ఫ్లేర్స్ భూమిని తాకినా జీవం మిగలదు. భూమిచుట్టూ ఉన్న అయస్కాంతశక్తి (జియోమేగ్నటిసమ్) జీవరాశికి రక్షణకవచం. సూర్యుడి నుండి వచ్చే శక్తివంతమైన కణాలు, భూపరిధిలోకి రాగానే అయస్కాంతశక్తి వాటిని దారిమళ్ళించి, వాన్ అలన్ రేడియేషన్ బెల్ట్స్ లోకి పంపిస్తుంది. ఇలాంటి రెండు రేడియేషన్ బెల్ట్స్ భూమి చుట్టూ ఉన్నాయి. కొన్ని శక్తికిరణాలు ఈ బెల్ట్స్ ని తప్పించుకుని లోనికొచ్చినా, అయస్కాంతశక్తి వాటినీ దారిమళ్ళించేసి, ధృవాల(పోల్స్)కి తీసికెళుతుంది. ఈ రక్షణకవచమే లేకపోతే, సూర్యుని నుండి వచ్చే శక్తివంతమైన రేడియేషన్, భూమ్మీది నీటిని ఆవిరి చేసేసుండేది, భూమ్మీద జీవరాశి మిగిలేదే కాదు.

హిమాలయాలకంటే ముందే ఉద్భవించిన లావాడోం, వందలకోట్ల టన్నుల యురేనియం నిక్షేపాల్ని, దాన్నుండి పుట్టిన రేడాన్ గాస్ ని తనలోనే దాచుకునుండకపోతే, జియోమేగ్నటిసమ్ బాగా బలహీనపడుండేది. ఎందుకంటే, టెథిస్ సముద్రం అడుగులో మెరైన సెడిమెంట్స్ కింద భారీగా ట్రాపైన రాడాన్ గాస్, ఆ సెడిమెంట్స్ ముడుతలుచెంది పైకిలేచే సమయంలో ఒక్కసారిగా వాతావరణంలోకి విడుదలై ఉండేది. ఇది రేడియోయాక్టివ్ గాస్, కాబట్టి భూమిలోంచి ఎక్కువమోతాదులో విడుదలవగానే గాలిని ఛార్జ్ చేయడంద్వారా, అయస్కాంతరేఖల్ని బాగా బలహీనం చేసుండేది. అదే జరిగుంటే, భూమికి రక్షణకవచం ఉండేదికాదు. సూర్యుడినుండి వచ్చే శక్తివంతమైన రేడియేషన్, బహుశా జీవరాశిని పూర్తిగా నాశనం చేసుండేది.

నిత్యం రాడాన్ గాస్ అతిస్వల్పంగా భూమిలోని పగుళ్ళనుండి, నీటిద్వారా, వాతావరణంలోకి విడుదలవుతూనే ఉంటుంది. అయితే మోతాదు మించితే చాలా ప్రమాదం. భూకంపాలొచ్చే కొద్దిరోజుల ముందు, ఆ ప్రాంతాల్లో రాడాన్ గాస్ విడుదల అధికమవుతుందని ఈమధ్యే గమనించారు. హిమాలయాల్లోని ఛమోలీలో భూకంపం వచ్చినప్పుడు, అక్కడి సరస్సుల్లో, రుద్రప్రయాగ్ లోకూడా నీటిలో రాడాన్ శాతం తాత్కాలికంగా ఎక్కువైంది. పెద్దమోతాదులో రేడాన్ గాస్ విడుదలై, జియోమేగ్నటిసమ్ బాగా బలహీనపడిన స్థితిలో, శక్తివంతమైన సోలార్ రేడియేషన్ ధృవాలద్వారా భూకేంద్రంలోకి ప్రవేశిస్తే, అది ఫాల్ట్ జోన్స్ లోకి విడుదలవుతుంది. ప్లేట్ టెక్టోనిక్స్ అధికంగా ఉన్నచోట్ల, ఒత్తిడి క్రిటికల్ స్థాయిని దాటిన ప్రాంతాల్లోంచి ఈ శక్తి విడుదలైనప్పుడు, తీవ్రమైన భూకంపాలొస్తాయి.

రేడాన్ గ్యాస్ తో యింకో ప్రమాదంకూడా ఉంది. అది ఊపిరితిత్తుల్ని క్యాన్సర్ కి గురిచేస్తుంది. గాలికంటే చాలా బరువైన వాయువు, అందువల్ల త్వరగా పైకి వెళ్ళిపోదు. దీన్నుండి పుట్టే పొలోనియం, ధుమ్ము రూపంలో సెటిలవుతుంది. ఇదికూడా ఊపిరితిత్తుల క్యాన్సర్ కి దారితీస్తుంది. ఈ గ్యాస్ నీళ్ళలో కరగదు. కానీ అడ్సార్ప్షన్ ద్వారా నీటి ఉపరితలంమీద ప్రయాణించి, డికే(వికిరణం) చెందుతుంది. దీనికి వాసనకూడా ఉండదు, కాబట్టి విడుదలైందని తెలుసుకోవడం కూడా కష్టం.

అరున్నరలక్షల సంవత్సరాల క్రితం హిమాలయపర్వతాలు, లావాడోంని చుట్టుముట్టే సమయంలోనే, ఈ ప్రాంతాల్లో మానవజాతి సమూహాలున్నాయనేందుకు ఆధారాలున్నాయి. సహజంగానే ఈ నల్లని లావాడోం శిఖరం వారి దృష్టిని ఆకర్షించింది. అది క్రమంగా హిమాలయాల్లోకి వెళుతుండడం కూడా వారి ఆసక్తిని పెంచింది. దాన్ని అర్థం చేసుకునేందుకు చాలా ప్రయత్నాలుచేశారు. లావాడోంకి ఆనుకుని, కుడివైపుగా పెరుగుతూవచ్చిన హిమాలయాల శిఖరం, మిట్టమధ్యాహ్నంవరకు సూర్యరశ్మివల్ల లావాడోం వేడెక్కకుండా ఆపేది. తర్వాత, సూర్యుడు పశ్చిమానికి మరలే సమయంలో లావాడోం వేడెక్కేది.

హిమాలయాలమీద అప్పటికే గ్లేసియేషన్ అభివృద్ధిచెందుతోంది. హిమాలయాలనుండి నదులు భారతఖండంలోకి ప్రవహిస్తుండడం వల్ల నదీతీరాల్లో ఊళ్ళు వెలిసాయి. కానీ, ఎండకాలం వచ్చేసరికి నీటి ఎద్దడి ఏర్పడుతుండేది. లావాడోం శిఖరభాగం, సూర్యరశ్మివల్ల వేడెక్కి రాడాన్ గ్యాస్ ఎక్కువమొత్తంలో విడులయ్యేది. లావాడోం బేస్, ప్రస్తుతం గంగా, యమునా మైదానాల కింద ఉంది. వేసవిలో ఆ ప్రాంతాలనుండి కూడా కొద్ది మోతాదులో రేడాన్ గ్యాస్ విడుదలయ్యేది. దాంతో ఎండతీవ్రత పెరిగిపోవడంవల్ల, రేడియేషన్ వల్ల, గ్లేసియేషన్ బాగా దెబ్బతినేది. అప్పుడప్పుడు యిది భూకంపాలకి కూడా దారితీసేది. వేసవిలో ఈ పర్వతం దరిదాపుల్లోకి వెళ్ళే వ్యక్తులు, ఊపిరితిత్తులు దెబ్బతిని కొద్దిరోజుల్లోనే చనిపోవడం వల్ల, దీన్ని మృత్యుదేవతగా భావించారు. హిమాలయాలమీద నివసించిన శర్పులనే గిరిజనులు, కొంతమంది యోగులు మాత్రం దీన్ని ఆరాధించేవారు.

ఇలా కొన్నివేల తరాలయ్యాక, ఉత్తరభారతంలో స్థిరమైన రాజ్యాలు ఏర్పడ్డాయి. అప్పటి రాజులు పూనుకుని ఈ లావాడోం శిఖరాన్ని అధ్యయనం చేయడానికి మేధావులని పంపించడం మొదలైంది. అప్పటికే మనదేశంలో విజ్ఞానం వేళ్ళూనుకుంది. ఎంతోమంది అప్పటి విజ్ఞానులు సాహసంచేసి హిమాలయాల్ని అధిరోహించి, ఈ లావాడోం శిఖరాన్ని అధ్యయనం చేశారు. దీని బేస్ దగ్గర పొడవు సుమారు ఐదొందల కిలోమీటర్లు, వెడల్పు సుమారు డెబ్బై కిలోమీటర్లు ఉండొచ్చని అంచనా వేశారు. ఇంత పెద్ద లావాడోం భూమ్మీద యింకెక్కడా ఏర్పడలేదు. పర్వతాలని అధ్యయనంచేసి, కొలిచి, మొత్తానికి హిమాలయాలు ఎలా ఏర్పడ్డాయో అర్థంచేసుకున్నారు. హిమాలయాల ఎత్తు పెరుగుతోందంటే, భారతఖండం యింకా జంబూద్వీపం(ఆసియాఖండం) వైపుకి కదులుతోందని వారికర్థమైంది.

అప్పటి విజ్ఞానులు అర్థంచేసుకున్న మరో రహస్యం... ఐసోస్టసీ. భూమి తనచుట్టూతాను తిరుగుతోందని అప్పటికే వారికితెలుసు. అలా స్థిరంగా తిరగాలంటే సమతౌల్యం (ఐసోస్టసీ) అవసరం. పర్వతాలకి ఆనుకుని లోయలుండడం, భారమైన పదార్థాల పక్కనే తేలికైనపదార్థాలు, యిలా భూమి తన ఐసోస్టసీని కాపాడుకుంటుంది. లేకపోతే తన అక్షంచుట్టూ స్థిరంగా తిరగడం సాధ్యంకాదు. తిరుగుతున్న బొంగరం ఆగేముందు, దాని తల దీర్ఘంగా తిరిగినట్టుగా, భూగోళం కూడా అస్థిరం అవుతుంది. దాంతో సముద్రాలు పొంగి భూభాగాలని ముంచెత్తుతాయి.

హిమాలయపర్వతాల సరాసరి ఎత్తు నాలుగువేల కిలోమీటర్లు. పొడవు రెండువేల ఐదొందలు, వెడల్పు దాదాపు రెండొందల యాభై కిలోమీటర్లు. ఇంత బరువున్న, ఎత్తైన పర్వతాలు నిజానికి భూగోళం ఐసోస్టసీని దెబ్బతీసుండాలి. వీటి భారానికి సరిపోయే కాంపెన్సేషన్స్(లోయల్లాంటివి) దగ్గర్లో ఎక్కడా కనబడవు. భూగోళం రొటేషన్ నే ఇవి డిస్టర్బ్ చేసుండాలి. కానీ, అలా జరగలేదు. లావాడోంలోని రేడాన్ చల్లబడి ద్రవంగా మారాక,

లోపల చాలాభాగం ఖాళీ ఏర్పడింది. అక్కడ చాలాతక్కువ ఒత్తిడితో రేడాస్ గాస్ ఉంది. పైగా రాడాస్ సాంద్రత, శిలల సాంద్రతతో పోలిస్తే చాలా తక్కువ. అదే హిమాలయాల బరువుకి కాంపెన్సేషన్ గా పనిచేస్తోంది.

ఈ శిఖరం వేడెక్కితే చాలా ప్రమాదమని అప్పటి విజ్ఞానులు గుర్తించారు. అప్పటికి లావాడోం, పూర్తిగా హిమాలయాల్లోకి వెళ్ళింది. కానీ, వేసవిలో దాన్నుండి విడుదలయ్యే రేడాస్ గాస్ వల్ల ఏర్పడే ప్రమాదంమాత్రం తప్పేదికాదు. ఇక అప్పటినుండి ఈప్రాంతంలో గ్లేసియేషన్ అభివృద్ధి చేసే ప్రయత్నాలు మొదలయ్యాయి. అప్పటి చక్రవర్తి సగరుడు, తర్వాత అతడి మూడుతరాలు, మొదట ప్రయత్నాలు చేసి ఇక్కడే చనిపోయారు. తర్వాత, దీన్నే తన జీవితాశయంగా మార్చుకున్న భగీరథుడు, కొన్ని వేలమంది అనుచరులతో తన మకాం యిక్కడికే మార్చాడు.

లావాడోంని ఆరాధించే గిరిజనులు, యోగుల సహాయంతో మొదట ఈ ప్రాంతాల్లో దేవదారు చెట్లని బాగా పెంచారు. భగీరథుడు తన ప్రయత్నాలు మొదలుపెట్టే సమయానికే లావాడోం సుమారు యాభై అడుగుల లోతుకి వెళ్ళింది. దానికి నాలుగు దిక్కుల్లో ఉన్న పర్వతాలమీద గ్లేసియేషన్ ని అభివృద్ధి చేసేందుకు భగీరథుడు, అతడి అనుచరులు, గిరిజనులు చేసిన ప్రయత్నం మరో అద్భుతం. వారంతా ఐదువర్గాలుగా విడిపోయారు.

ఓవర్గం, లావాడోం మీదున్న హిమాలయాల రాళ్ళు, మట్టి తొలగించి, విశాలమైన పెద్ద గుంటని తయారుచేశారు. అందులో నీటిని నిలవచేయడం ద్వారా గ్లేసియేషన్ అభివృద్ధి చేయడం వారి బాధ్యత. వేసవిలో గంగోత్రినుండి మంచుకరిగే సమయంలో, ప్రవాహవేగం తగ్గించడానికి ఈ విశాలమైన గుంట ఉపయోగపడుతుంది. ఇదే ముందుముందు గోముఖంగా పిలవబడింది. రెండువర్గాలు, ఓ క్రమమైనపద్ధతిలో రాళ్ళని పేరుస్తూ ఈ గుంటనుండి మొదలుపెట్టి, తూర్పు-దక్షిణంగా ఉన్న గంగోత్రిపర్వతం వరకూ సుమారు పదిడిగ్రీల ఏటవాలు చేశారు. మిగిలిన రెండువర్గాలు, చుట్టూ ఉన్న పర్వతాలమీద, అక్కడక్కడా గుంటలు త్రవ్వి, వర్షంనీరు నిలవచేయడం, వేసవిలో దూరంనుండి నీటినితెచ్చి వాటిలో నిపడం. ఇలా డెబ్బై ఏళ్ళపాటు అహర్నిశలూ కష్టపడితే గంగోత్రిప్రాంతంలో గ్లేసియేషన్ కాస్త అభివృద్ధిచెందింది.

అప్పట్లో మనుషులు దీర్ఘాయువులు. నూటయాభైనుండి, రెండువందల సంవత్సరాల వరకు జీవించేవారు. ఐతే, హిమాలయాలమీది వాతావరణంలో మార్పులు, మధ్యమధ్య విడుదలయ్యే రేడాస్ గాస్ ప్రభావాలవల్ల, చాలామంది అక్కడే చనిపోయారు. తర్వాత, వారి వంశాలవారు దీన్ని కొనసాగించారు. ఇలా సుమారు యాభైవేలమంది, వంద సంవత్సరాలు కష్టపడి గంగోత్రి బేసిన్ చుట్టూ గ్లేసియర్లని స్థిరంచేశారు. పంతొమ్మిదో శతాబ్దం వరకూ గోముఖం గుహ, అంటే భాగీరథీనది మొదలయ్యేచోటు, భోజ్బాసా దగ్గరుండేది. తర్వాత, గ్లేసియేషన్ తరిగిపోయి సుమారు మూడున్నర కిలోమీటర్లు వెనక్కి జరిగింది. మనం చేసే తప్పిదాలు, పర్యావరణాన్ని ఎలా దెబ్బతీస్తున్నాయనడానికి ఈ ఒక్క ఉదాహరణ చాలు!

గంగోత్రిశిఖరం, ఏడుకిలోమీటర్ల ఎత్తులో ఉంది. అక్కడినుండి ఉత్తరపశ్చిమంగా ఏటవాలుగా కిందకివచ్చి, ఐదున్నర కిలోమీటర్ల ఎత్తులో గోముఖాన్ని కలుస్తుంది. గంగోత్రిగ్లేసియర్ ముఖద్వారంగా గోముఖం ఏర్పడింది. ఇది లావాడోం శిఖరంమీదుంది. సంవత్సరం పొడవునా, గంగోత్రినుండి మంచుకరిగి, గోముఖం గ్లేసియర్ కిందున్న గుహద్వారా భాగీరథినదిగా ప్రవహిస్తోంది. ఇంకా అంతర్వాహినిగా భూగర్భజలాలరూపంలో హిమాలయాలనుండి దిగువకి ప్రవహిస్తోంది. దీనివల్ల, కిందున్న లావాడోం పూర్తిగా చల్లబడింది. క్రమంగా అందులోని రేడాస్ గాస్ ద్రవంగామారి, తర్వాత ఘనీభవించింది.

గోముఖంనుండి భాగీరథీ ప్రవాహం, మొదట ఉత్తరపశ్చిమ దిశగా ప్రవహిస్తుంది. గ్లేసియేషన్ మొదలుకాగానే, ప్రవాహాన్ని జాగ్రత్తగా మొదట తూర్పుదిశకి, తర్వాత దక్షిణానికి మలుపులు తిప్పి, నేలకి తీసుకురావడానికి కాలువలు త్రవ్వారు. అక్కడినుండి శివాలిక్ పర్వతాల మార్గంలో నేలకి దింపడానికి మార్గం

చేశారు. దీనికి కనీసం వందసంవత్సరాలు పట్టుండాలి. అలా పట్టుబట్టి భగీరథుడు, అతడి అనుచరులు, రెండు శతాబ్దాలపాటు శ్రమించి, గంగానదిని నేలకి దించి, ఉత్తరభారతాన్నంతా సస్యశ్యామలం చేశారు.

ముందునుండి లావాడోంని ఆరాధిస్తూ వచ్చిన శర్వులు, యోగులు, భగీరథుని అనుచరులు, విజ్ఞానులు దీన్ని చూసేందుకు ఓ ఏర్పాటు చేసుకున్నారు. గోముఖానికి దక్షిణంగా ఉన్న తపోవనం దాటితే, రెండు శిఖరాలున్న ఓ పర్వతం ఉంది. ప్రస్తుతం దాన్ని శివలింగ్ పీక్ అంటున్నారు. శివలింగ్ పీక్ కింది నుండి సహజంగా ఏర్పడిన ఓ గుహ, గోముఖం వైపుకి వస్తుంది. దాన్ని మరికాస్త దూరం తొలిచి, లావాడోం వరకు సొరంగమార్గం చేశారు. అప్పుడప్పుడు అందులోంచి వెళ్ళి, గోముఖం గ్లేసియర్ కింద రహస్యంగా దాగిన తమ ఆరాధ్యదైవాన్ని కాగడాల వెలుగులో చూసుకునేవారు.

భగీరథుని ప్రయత్నం, మొదట ఓ తపస్సుగా చెప్పబడి, క్రమంగా పురాణంగా రూపొందింది. హిమాలయాలు, వాటిలో దాగిన లావాడోం ఎలా ఏర్పడ్డాయో గ్రహించిన విజ్ఞానులు, దాన్ని కూడా పురాణకథలోకి చేర్చారు. మనదేశానికి ఉత్తరదిశలో ఒకప్పుడుండిన టెథిస్ సముద్రాన్ని, పాలసముద్రం అని, అందులోంచి పర్వతసమూహాలు పైకిలేవడాన్ని క్షీరసాగర మథనంగా చెప్పారు. భారతఖండం, జంబూద్వీపానికి దగ్గరగా వచ్చేసమయంలో ఏక్సియల్ రొటేషన్ కి గురైంది. దాని ప్రభావంవల్ల, సముద్రంలో పెరుగుతున్న పర్వతాలు, వ్యతిరేకదిశలో తిరిగాయి. దీన్ని దేవతలు, రాక్షసులు కలిసి చేసిన సాగరమథనంగా చిత్రీకరించారు.

రేడాన్ గాస్ ని హాలాహలమనే విషమని, సరైన సమయానికి దాన్ని తనలో దాచుకుని, జీవరాశిని, భూగోళాన్ని కాపాడిన లావాడోంని, త్రిమూర్తులలో లయకారకుడైన శివుని స్వరూపంగా, కేదారేశ్వరుడిగా చెప్పారు. దానికి కుడివైపుగా పెరిగిన శిఖరాన్ని, హిమాలయాల పుత్రిక పార్వతిగా చెప్పారు. గంగోత్రిగ్లేసియర్ అర్థచంద్రాకారంలో ఉండడంవల్ల, శివుడు తన శిరస్సుమీద చంద్రరేఖని ధరించాడన్నారు. ఆకాశాన్నంటే హిమాలయాలు శివుని జటాఝూటాలై, ఆయన గగనకేశి అయ్యాడు. గోముఖంనుండి భాగీరథీనది ప్రారంభాన్ని, శివుడు గంగను తన జడలలోపట్టి, ఓ జడనుండి పాయగా విడుదలచేశాడని, భగీరథుని తపస్సువల్ల యిదంతా సాధ్యమైందని చెప్పారు. కపర్ది అంటే జటాఝూటాల్లో గంగను ధరించిన పరమశివుడని ఒక అర్థం. పురాణాలప్రకారం కూడా, క్షీరసాగరమథనం పెరుగుదల మూడు దఫాల్లో జరిగింది. ఒకప్పటి జీవరాశి అవశేషాలు టెథిస్ అట్టడుగుకు చేరి, హిమాలయాల్లో ఫోసిల్స్ రూపంలో నిక్షిప్తమయ్యాయి. కాబట్టి, శివుడు భూతగణాల్ని నియంత్రిస్తూ, శ్మశానంలో ఉంటాడని సింబాలిక్ గా చెప్పారు.

ఓ అద్భుతమైన సత్యాన్ని అప్పటి జ్ఞానులు, యిలా పురాణకథగా రూపొందించేందుకు ముఖ్యమైన కారణం, దీని రహస్యాన్ని కాపాడడం. మొదట్లో లావాడోంని మృత్యురూపంగా చూసి, దాని ఆరాధన చేయరాదని కొంతమంది నిషేధాలు విధించారు. తర్వాత, యిది జీవరాశిని ఎలా కాపాడిందో జ్ఞానులద్వారా తెలిశాక, క్రమంగా దాని ఆరాధనని సమాజంలో అందరూ అంగీకరించారు. ఐతే, పర్యవసానంగా చాలామంది కపర్ది దర్శనానికి హిమాలయాలకి వస్తుండడంతో, వారి మెటబాలిక్ హీట్ వల్ల శిఖరం వేడెక్కే ప్రమాదం ఉందని గుర్తించారు. పైగా, సాహసంచేసి హిమాలయాల్ని అధిరోహించినా, అక్కడి చలికి, అవలాంచిల ధాటికి చాలామంది చనిపోయేవారు. శివలింగ్ పీక్ నుండి వెళ్ళే సొరంగమార్గంలో ఊపిరితీయడం చాలాకష్టంగా ఉంటుంది.

దాంతో అప్పటి విజ్ఞానులు, ఋషులు ఆలోచించి, కేదారేశ్వరుని చిహ్నాలని, అంటే శివలింగాలని ఉత్తరభారతంలో గంగానది తీరాలలో ప్రతిష్టించి, గంగాజలం ధారతో ఆరాధించడమనే పద్ధతి ప్రవేశపెట్టారు. ఇదే క్రమంగా దేశమంతా వ్యాపించింది. ప్రాచీనకేదారేశ్వర రహస్యాన్ని కాపాడేందుకు, ప్రజల దృష్టిని అమర్ నాథ్ గుహల్లో చలికాలంలో ఏర్పడే మంచు శివలింగాలమీదికి, మౌంట్ కైలాష్ మీదికి, దేశంలోని మరెన్నో

శివాలయాలమీదికి మరల్చారు. గిరిజనుల(శర్వుల)కి కూడా నచ్చజెప్పి, ఈ రహస్యాన్ని ముందుతరాలకి చెప్పకుండా ప్రమాణం చేయించుకున్నారు. మరో శతాబ్దం గడిచేసరికి, ప్రాచీనకేదారేశ్వరానికి వెళ్ళేదారి కేవలం కొద్దిమంది జ్ఞానులకు, చక్రవర్తులకు మాత్రమే చెప్పబడేది. రహస్యాన్ని కాపాడగలిగే వారికి, స్వార్థంలేనివారికి, అవసరమైతే ప్రాణాలు పోగొట్టుకోవడానిక్కూడా సిద్ధమయ్యేవారికి మాత్రమే యిది చెప్పబడేది.

మొదట్లో వేసవిలో గోముఖంలో మంచువేగంగా కరిగిపోయేది. గంగోత్రిమార్గంలోని రాళ్ళు, నీటి ప్రవాహాన్ని అడ్డుకునేవి లేదా దారిమళ్ళించేవి. వాటిని తొలగించేందుకు, జ్ఞానులు వేసవిలో గోముఖానికి వెళ్ళేవారు. ఈరకమైన సేవని కేదారపరిక్రమ అనేవారు. దగ్గర్లోని శివలింగ్ పీక్ నుండి గోముఖానికి చిన్న చిన్న నీటిపాయల్ని త్రవ్వేవారు. కాలంగడిచేకొద్దీ, గంగోత్రి, గోముఖ్ గ్లేసియర్ల మందం బాగా పెరిగింది. ఇక పరిక్రమ అవసరం లేకపోయింది. కానీ, కొద్దిమంది జ్ఞానులుమాత్రం, ప్రతివేసవికి వెళ్ళి, సమీచీనంగా వచ్చిన సాంప్రదాయంగా పరిక్రమని కొనసాగించారు. అలా వెళ్ళినప్పుడల్లా సొరంగమార్గంలో ప్రాచీనకేదారేశ్వరుని దర్శనం చేసుకోవడం, దీని వెనకున్న చరిత్రని, త్యాగాలని తలచుకోవడం ద్వారా, రహస్యాన్ని తర్వాతవచ్చే తరాలకి అందించారు.

ఈ రహస్యాలని మంత్రాలరూపంలో నిక్షేపించి, వాటిని కాపాడగలిగిన కొద్దిమంది జ్ఞానులకుమాత్రం అందిస్తూ వచ్చారు. ఉదాహరణకి, మంత్రపుష్పం అత్యంత రహస్యంగా ఈ విషయాల్ని చెబుతోందని నా అభిప్రాయం. హిమాలయాల్ని నీటిలో పుట్టిన పువ్వు(అపాం పుష్పం) గా వర్ణిస్తూ, వీటిని తెలుసుకున్న వారికి, అంటే వీటి పర్యావరణాన్ని కాపాడినవారికి సంతానం, పంటలు, పశువులుమొదలైన సమృద్ధి కలుగుతుందని మొదటి మంత్రం చెబుతుంది.

తర్వాతవచ్చే మంత్రాల్లో, అగ్నిర్వా అపామాయతనం (హిమాలయాలు పుట్టేముందు, సముద్రం అట్టడుగునుండి మేగ్మా విడుదల), వాయుర్వా అపామాయతనం (హిమాలయాలు పుట్టాక భూవాతావరణాన్ని చల్లబరచడం, యిక్కడి పవనాలదిశని మార్చడం), అముశ్య తపతాయతనంవేదా (సూర్యుని వేడివల్ల లావాడోం వేడెక్కడం), చంద్రమావా అపామాయతనం (గంగోత్రిగ్లేసియర్ పుట్టుక), నక్షత్రాణామపామాయతనం, పర్జన్యస్యాపామాయతనం, సంవత్సరస్యాపామాయతనం (భూమి తన అక్షంచుట్టూ స్థిరంగా తిరిగితేనే, రోజుకో నక్షత్రం అంటే కాలమానం, ఋతువులు, సంవత్సర కాలపరిమితి స్థిరంగా ఉంటాయి) అనే పదాలతో సంక్షిప్తంగా వీటిని వివరించి, యివన్నీ తెలుసుకున్న వ్యక్తి జీవితం సార్థకం (ఆయతనవాన్ భవతి) అని చెబుతున్నాయి.

చివర్లో మనదేశాన్ని నావ (యోప్సునావం ప్రతిష్ఠితాంవేదా) అని వర్ణించడంద్వారా, భరతఖండం నౌకలా నీటిమీదతేలుతూ జంబూద్వీపం వైపుకి వచ్చిందని, ఈ రహస్యాల్ని తెలుసుకున్న వారికి ప్రత్యేకమైన గౌరవం దొరుకుతుందంటూ (ప్రత్యేవతిష్ఠతి) మంత్రపుష్పం ముగుస్తుంది.

ప్రాచీనకేదారేశ్వరానికి మార్గమైన సొరంగం పొడవు, ఆరుకిలోమీటర్లుంటుంది. శివలింగపీక్ కి ఉత్తరంగా గోముఖం ఉంది. ఇదే దిక్కులో శివలింగపీక్ కింద జహ్ను ముని ఆలయం ఉంది. దానికి కుడివైపున ముప్ఫై ఆరు అడుగుల దూరంలో వృత్తాకారంలోని ఓ బండరాయిమీద నాలుగడుగుల ఎత్తున్న శివలింగం ఆకారం చెక్కబడింది. నిజానికది బండరాయికాదు, సీసంతో చేసిన ద్వారం. ఎప్పుడూ మంచుతో కప్పబడిపోవడంవల్ల కనబడదు. మన ఆశ్రమంలోని మహానాదశంఖమే దానికి తాళంచెవిలాంటిది. మంచును తొలగించి, శివలింగం కిందున్న రంధ్రంలోంచి మహానాదాన్ని శక్తికొద్దీ పూరించాలి. లోపలున్న లింక్స్, దాని ఫ్రీక్వెన్సీకి సరిపోయేలా

తయారుచేయబడ్డాయి. సౌండ్ రిసొనెన్స్ ద్వారా లింక్స్ తెరచుకుంటాయి. ఆదిశంకరాచార్యుల కాలంలో ఈ ద్వారం ఏర్పాటుచేయబడింది.

కేదారనాథ్ లోని మందిరం నుండి, ప్రాచీన కేదారేశ్వరానికి యింకో గుహమార్గం ఉంది. పాండవులు మహాభారతయుద్ధంలో గెలిచాక, ఆ గుహనుండి వెళ్ళి కపర్ది దర్శనం చేసుకున్నారు. యుద్ధంలో జరిగిన రక్తపాతానికి ప్రాయశ్చిత్తంగా, ప్రస్తుతం కేదారనాథ్ గా ప్రసిద్ధిచెందిన క్షేత్రంలో భవ్యమైన మందిరాన్ని కట్టించి, శివలింగాన్ని ప్రతిష్టచేశారు. ఈ శివలింగం పర్వతాకారంలో ఉంది. కారణం, అది ప్రాచీనకేదారేశ్వరుని ఆకారంలో ఉండడమే. ఈ గుహమార్గం చాలా ప్రమాదకరమైంది. అందుకే, ఆదిశంకరాచార్యులు దాన్ని మూయించేసి, అక్కడే తమ సమాధిని కట్టించారు, ఎవరూ దాన్ని దాటి వెళ్ళకుండా. నిజానికి ఆయనకి సమాధి అనేమాటకి అర్థంలేదు, ఆయన హిమాలయాలకి వెళ్ళి అదృశ్యమయ్యారనే చరిత్ర చెబుతోంది.

ఆకాలంలో మీడియాలేదు. విషయాలు ఒకరినుండి యింకొకరికి మౌఖికంగానే వచ్చేవి. కాబట్టి, వీటితోపాటు అర్ధసత్యాలు, వదంతులు మామూలే. హిమాలయాల్లో ఓ అద్భుతమైన పెద్ద శివలింగం రహస్యంగా ఉందని, అక్కడ అనంతమైన సంపదలున్నాయని, వజ్రాలు దొరుకుతాయని, భగీరథుడు అక్కడే తన ఖజానానంతా దాచుకున్నాడని, యిలా ఏవేవో వదంతులు మొదలయ్యాయి.

వైదికకాలంలో భారతదేశానికి, రష్యాతో మంచి రాజకీయ, సాంస్కృతిక సంబంధాలుండేవి. విదేశీపర్యాటకుల వల్ల ఈ విషయాలు, వదంతులు, బయటిదేశాలకి ముఖ్యంగా రష్యాకి, అరబ్బుదేశాలకి పాకాయి. ఐసోస్టసీ గురించి విజ్ఞానులు చెప్పినమాటల్ని సరిగా అర్థంచేసుకోలేని కొంతమందివల్ల, ఈ ప్రాచీనకేదారేశ్వరాన్ని స్వాధీనంచేసుకున్న వారికి మొత్తం భూగోళంమీదే ఆధిపత్యం వచ్చేస్తుందనే వదంతులుకూడా వ్యాపించాయి. దాంతో ఈ రహస్యాన్ని కాపాడ్డంకోసం, దీని గురించి తెలిసిన జ్ఞానులు, చక్రవర్తులు, మనదేశంలో ప్రాచీనకేదారేశ్వరం గురించి వ్రాయబడిన తాళపత్రాలని, రాగిరేకుల్ని వెదికి, సేకరించి, మాయంచేశారు. అలాగే గూఢచారుల్ని పంపించి అరబ్ దేశాల్లో, రష్యాలో రాయబడిన పత్రాలని దొరికినంత మేరకి మాయంచేశారు.

కాలక్రమంలో, మనదేశం మీద బయటినుండి, ముఖ్యంగా పశ్చిమాసియా రాజ్యాలనుండి దాడులు మొదలయ్యాయి. ఎనిమిదో శతాబ్దంలో రాజస్థాన్ మహాయుద్ధం తర్వాత, ఈ రహస్యాన్ని కాపాడే బాధ్యతని శంకరాచార్యులకి అప్పగించారు. తర్వాత వారి శిష్యులైన సురేశ్వరాచార్యులు, మన ఆశ్రమానికి అప్పగించారు. అనాదికాలంగా ప్రాచీనకేదారేశ్వరుడిని ఆరాధించిన శర్వగిరిజనుల వంశాల వారసుల్ని అన్వేషించి, చంద్ బర్దాయి వారితో శర్వాగ్ని ఉద్యమాన్ని ప్రారంభించాడు. తర్వాత జరిగిన విషయాలు నీకూ తెలుసు.

మన పూర్వీకులు, హిమాలయాల్లో దాగిన లావాడోంని, అంటే ఓ నల్లనిపర్వతాన్ని పరమేశ్వరుని స్వరూపంగా ఆరాధించారా, దాని చిహ్నాలని(లింగాలని) దేశమంతా ప్రతిష్టించి పూజించారా, అని ఆశ్చర్యపోయేవారికీ, భారతీయులంటే రాయి, రప్పలకి మొక్కే అమాయకులని హేళన చేసేవారికీ, ఈ రాయీ,రప్పల వెనకదాగిన రహస్యాలెలా తెలుస్తాయి. అలాంటి వారికి చెప్పినా ప్రమాదమే.

చరిత్రలో ఏ నాగరికతలోనైనా, ఆరాధన అన్నది సూర్యుడు, చంద్రుడు, వర్షం(వరుణుడు), నదులు యిలా ప్రకృతిలో తమకి సహాయం చేస్తున్న వాటి ఆరాధనతోటే మొదలైంది. అదేరీతిలో, లింగరూపంలో పరమేశ్వరుని ఆరాధన మనదేశంలో సంప్రదాయంగా మారింది. విగ్రహారాధనని మూఢనమ్మకమంటూ హేళనచేస్తూనే, తమ నాయకుల శవాల్ని దశాబ్దాలపాటు గాజుపెట్టెల్లో ఉంచుకుని, చూసుకుంటూ స్ఫూర్తిని పొందిన హేతువాదులకీ, ప్రాచీన భారతదేశంలో విజ్ఞానం ఉండింది, కానీ అది వేదాల్లో, పురాణాల్లోలేదు, వేరే ఏవో గ్రంథాల్లో ఉందంటూ, సాంప్రదాయాలమీద అక్కసు వెళ్ళగక్కే పిడివాదులకీ, మనం చెప్పగలిగిందిలేదు.

వేలాదిసంవత్సరాలుగా దేశాన్ని సస్యశ్యామలంచేసి, ఆహారాన్నిస్తున్న నదీజలాలకి కూడా భాషాజాడ్యం అంటించి, ఫలానానది ఫలానాభాష మాటాడేవారి స్వంతం అంటూ ప్రజల్లో ద్వేషాన్ని నింపేవారికి, నదులని దేవతలుగా ఆరాధించి, కుంభమేళాలు, పుష్కరాలపేరుతో అన్ని ప్రాంతాలవారినీ సమైక్యంచేసి, భారతఖండ సమగ్రతని కాపాడిన మన పూర్వీకుల సాంప్రదాయాలు, అజ్ఞానంగానే కనిపిస్తాయి. దక్షిణభారతంలో ఉన్నవారికి కాశీ, బదరీ యాత్రలు, ఉత్తరభారతంలో ఉన్నవారికి రామేశ్వరయాత్రలు తప్పనిసరి చేయడంద్వారా, దేశ సంస్కృతిని, సమగ్రతని కాపాడారని తెలుసుకోలేక, అవన్నీ మూఢనమ్మకాలని ప్రస్తుతం కొట్టిపారేస్తున్నారు.

హిమాలయాల సానువుల్లో ఇష్టారాజ్యంగా భారీనీటి ప్రాజెక్టులకి అనుమతిచ్చేసి, గ్లేసియేషన్ తరిగిపోతూంటే తమకేం పట్టనట్టుండే నేతలకి, టూరిజం పేరుతో లెక్కలేనన్ని చెట్లు నరికించేసి, స్టార్ హోటళ్ళు, రోడ్లు, బ్రిడ్జిలు కట్టించి, వాటిమీద వేగంగా, నిశ్శబ్దంగా జారిపోయే ఎ.సి.కార్లనే ప్రగతికి సింబల్ గా చూపించే వారికీ, దేశాన్ని ప్లాస్టిక్ కవర్ల కుప్పతొట్టిగా మార్చేసి, తర్వాత ప్రజలతో వాటి వాడకాన్నెలా మాన్పించాలో అర్థంకాక, తలలుపట్టుకునే నాయకులకీ, హిమాలయాలమీద దట్టంగా మంచు ఏర్పడితేనే మనమంతా క్షేమంగా ఉండగలమని, వాటి పర్యావరణాన్ని కాపాడ్డం చాలా అవసరమనే సందేశాన్నే మన పూర్వీకులు శివలింగ ఆరాధనగా, నిత్యపూజా విధానాల్లో చేర్చారని, ఏ భాషలో చెబితే అర్థమవుతుంది.

విద్య, వైద్యం, మంచినీళ్ళు, ఆహారం యివన్నిటినీ వేలకోట్ల లాభాలుగడించే వ్యాపారవస్తువులుగా మార్చేసిన ఫార్వర్డ్ థింకర్స్ కి, అవి పవిత్రమైనవి, వాటిని దానంచేయాలేగానీ అమ్మకోరాదనే మన ప్రాచీనుల ఆదర్శం, అజ్ఞానంగా, లేదా చేతగానితనంగానే కనిపిస్తుంది. ఇప్పుడు వీటితోపాటు, భక్తినికూడా కమోడిటీగా మార్చి అమ్మేస్తున్నారు. మన సంస్కృతిలో ప్రతివిషయానికీ పవిత్రతని అంటగట్టారని విమర్శించేవారికి, అలా అంటగట్టకపోతే ఎలాంటి ప్రమాదాలొస్తాయో ఈపాటికి అర్థమయ్యే ఉంటుంది. కానీ, ఒప్పుకోవడానికి వారి అహం అడ్డొస్తుంటుంది.

భూమ్మీదున్న వనరులన్నీ తన సుఖంకోసమే ఉన్నాయనే భ్రమలోపడి, అన్నింటినీ దురుపయోగంచేసి, యితర జీవరాశుల్ని నాశనం చేస్తున్న స్వార్థపరులకీ, సంవత్సరానికొరోజు, ఓ గంటసేపు యింట్లో లైట్లార్పేసి, పర్యావరణానికి ఎంతో సేవచేసేశామని ఏడాదంతా గొప్పలు చెప్పుకునేవారికీ, పరిశ్రమల కాలుష్యాలని నేరుగా జీవనదుల్లో కలుపుతూ దేశాన్ని ప్రగతిపథంలో నడిపిస్తున్నామంటూ రొమ్ములు విరుచుకునేవారికీ, గంగోత్రి బేసిన్లో గ్లేసియేషన్ కోసం ప్రాణాలు త్యాగంచేసినవారి గురించి చెబితే ఎలా అర్థమౌతుంది.

వీరికే కాదు, ప్రస్తుతం యింకా చాలామందికి యిలాంటి విషయాలు పట్టవు, అర్థంకావు. భూమ్మీద పెట్రోలియం నిల్వలకంటే వేగంగా మంచినీటి నిల్వలు తరిగిపోతోంటే ఎవరికీ పట్టడంలేదు. కళ్ళెదురుగా ఎంతోమంది పేదవాళ్లు బిందెలు నెత్తిన పెట్టుకుని, మంచినీటికోసం మైళ్ళదూరాలు నడుస్తున్నా, బిందెడు నీళ్ళుకూడా వారికివ్వకుండా, బకెట్లకొద్దీ మంచినీటితో తమ కార్లు, యింటివసారాలు శుభ్రంచేసుకునే నవనాగరికులున్నారు. ఇలాంటివారే ఆ పేదల ఫోటోలుతీసి, మీడియాకెక్కించి, ప్రభుత్వం ఏంచేస్తోందంటూ నిలదీస్తుంటారు.

భగవంతుడిని తమ స్థాయికి దించేసి మాట్లాడేవారికీ, దేవుడసలు లేడు, ఉంటే నేరుగావచ్చి మా ఎక్సామినేషన్ టేబిల్ మీద పడుకుని, బిపి చెక్ చేయించుకుని, స్కానింగ్ చేయించుకుంటే అప్పుడు నమ్ముతామనే మేధావులకీ, మన సంప్రదాయాల్నీ, నమ్మకాలని హేళనచేస్తూ, అవమానిస్తూ తీసిన సినిమాలు చూసి కడుపారా నవ్వుకుని, పరీక్షలొస్తున్నాయనగానే గుడికెళ్ళి, నవగ్రహాలకి ప్రదక్షిణలుచేసే నవజీవన బృందావన నిర్మాతలకీ, భగవంతుని సంకల్పాలు అమోఘాలని, ఎప్పటికీ అర్థంకాదు.

సరైన సమయానికి ఉద్భవించి, భూమ్మీది జీవరాశిని కాపాడి, తర్వాత హిమాలయాల్లో రహస్యంగా దాగిపోయిన ఆ నల్లని లావాడోం, కచ్చితంగా భగవంతుడి స్వరూపమే. భూమి మేంటల్ నుండి యింత పెద్ద ఎత్తున మేగ్మా ఎప్పుడూ విడుదలవలేదు. మామూలు కళ్ళతో చూస్తే ఈ లావడోంలో ప్రత్యేకంగా ఏమీ అనిపించదు. కానీ, జ్ఞాననేత్రంతో చూస్తే, భూగోళం తన అక్షంచుట్టూ స్థిరంగా తిరిగేందుకు ఆధారమైన అదృశ్య సత్యం అదే!తననుండి బహిర్గతమయ్యే అతిస్వల్పమైన రేడియేషన్ తో భాగీరథీజలాల్ని పవిత్రంచేస్తున్న శివం అదే! జీవరాశిని నాశనంచేసే శక్తికలిగిన రేడాన్ వాయువుని ద్రవ, ఘనరూపాల్లో తనలో దాచుకుని, యిన్నిరకాలుగా మనల్ని కాపాడుతున్నా, తన ఉనికినికూడా చాటుకోకుండా, నిశ్శబ్దంగా ఉన్న సౌందర్యం కూడా అదే!

సత్యం, శివం, సుందరం అంటూ మన ప్రాచీనులు, కృతజ్ఞతాభావంతో శివలింగ రూపాన్నెందుకు ఆరాధించారో తెలుసుకుంటే, మనలోని అహంకారం, స్వార్థం, అసూయ, కృతఘ్నత యివన్నీ ఎంత అవివేకమో అర్థమౌతుంది. మన పూర్వికులు పర్యావరణాన్ని, మంచి సంస్కారాలని జాగ్రత్తగా కాపాడి, మనకి అందించారు. మరి మనం, రాబోయే తరాలకి ఏం అందిస్తున్నామని అందరూ ఆలోచించుకోవాలి.

ఉన్నదొక్కటే జీవితం, దొంగతనం చేసైనా సుఖాలు అనుభవించేయమనే సందేశాలిచ్చేవారికీ, పిల్లలకి కృతజ్ఞత, వినయం, సంస్కారం, యిలాంటివేమీ నేర్పకుండా, పైగా వాళ్ళు మోసంచేసి, అబద్ధంచెప్పి ఏదైనా సాధించుకునొస్తే గర్వంగా చూసే తల్లిదండ్రులకీ, తెల్లని చర్మం ఉండడాన్ని ఓ పెద్ద క్వాలిఫికేషన్ గా మార్చేసి, అదిలేనివారికి ఏరంగంలోనూ అవకాశాలు, ప్రాముఖ్యత రానివ్వమనే చర్మవ్యాధిగ్రస్తులకు, మహాత్మాగాంధీ లాంటి నిరాడంబరులు పుట్టిన ఈ దేశంలోనే, మాడ్రన్ గా డ్రెస్ చేసుకోకపోతే మీ కార్లో మిమ్మల్నే కూచోనివ్వరని, పైగా మిమ్మల్ని దొంగలనుకుంటారని తప్పుడు వ్యాపారప్రకటనలు చేసేవారికీ, మన పూర్వికుల విశాలభావాలు ఎప్పటికీ అర్థం కావు.

ఈ ప్రాచీనకేదారేశ్వర రహస్యాన్ని, హిమాలయాల పర్యావరణాన్ని, కాపాడడం మన ఆశ్రమం బాధ్యత. కపర్దికి పద్దెనిమిదేళ్ళ వయసొచ్చాక, ఈ విషయాల్ని అతడికి చెప్పు- ఆశీస్సులతో, శివానందసరస్వతి "

చదవడం ముగించి, షాజియావైపు చూశాడు కపర్ది. ఆమె చివరి పేరాలో ఉంది. మరో రెండు నిముషాలకి ముగించి తల పైకెత్తింది. షాక్ తో ఆమె మొహం పాలిపోయింది. ఓ జియాలజీ స్టూడెంట్ గా ఆమెకి విషయం కపర్దికంటే బాగా అర్థమైంది. పదినిముషాలు యిద్దరూ మౌనంగానే ఆ కాగితాల్ని చూస్తూండిపోయారు.

"ఈ రహస్యాన్ని మీ ఆశ్రమం ఎందుకంత జాగ్రత్తగా కాపాడుతూ వచ్చిందో యిప్పుడర్థమౌతోంది!" చెప్పింది షాజియా.

"అదటుంచు. హమీద్ మిర్, ప్రాచీనకేదారేశ్వరాన్ని వెదకడానికి ఎందుకింత తొందరపడుతున్నాడో ఆలోచించు. ప్రమాదం ముంచుకొస్తోంది!"

"అవును. మనం వెంటనే రాజ్ కోట్ వెళ్ళి, మొదటి ఫ్లైట్ కి ఢిల్లీ వెళదాం. బాస్ రేపక్కడే ఉంటారు. విషయం యింత సీరియస్ అని వివరిస్తే, హోం మినిస్ట్రీని కదిలించి నేరుగా ఎ.టి.ఎస్.కమెండోలనే పంపిస్తారు"

"అది నీ పని. నే ఢిల్లీనుండి నేరుగా గోముఖ్ వెళుతున్నాను"

"అదేంటి, ఒక్కడివే వెళ్ళి... "

కపర్ది తన చెయ్యి పైకెత్తాడు, యింకేం మాట్టాడొద్దన్నట్టుగా "ప్రాచీనకేదారేశ్వరాన్ని కాపాడే బాధ్యత, మీ అందరికంటే చంద్ బర్దాయి వంశంలో పుట్టిన నాకే ఎక్కువ. మన తల్లిదండ్రుల ఋణం, శర్వగ్నుల ఋణంతీర్చుకునే అవకాశం యిన్నాళ్ళకి దొరికింది"

"కానీ, కోపీ... నేనూ నీతో వస్తాను"

"తప్పకుండా. కానీ, ముందు నువ్వు హరిద్వార్ వెళ్ళి, గురువుగారికి పృథ్వీరాజ్ శాసనాన్ని, ఈ కాగితాల్ని యివ్వు. ఆయన అనుమతి లేకుండానే యివన్నీ చదివేశాం. నీతోపాటు, నన్నూ క్షమించమని అడుగు"

"అవన్నీ దార్లో మాట్టాడుకుందాం, ముందిక్కడినుండి వెళదాం పద" చెప్పింది తన తల్లిదండ్రుల సమాధులవైపు చూస్తూ. వీటిని చూడ్డంకోసం ఇన్నేళ్లుగా ఎదురుచూసింది, కానీ, యివి తనకి కనిపించిన క్షణంలోనే, తానింత హడావిడిగా యిక్కడినుండి పరుగులుతీయాల్సిన పరిస్థితి, జీవితమంటే యిదేనేమో!

జునాఘడ్ కి తిరిగిరాగానే, కపర్ది తన శర్వగ్నులకి ఫోన్ చేశాడు. "దేన్ని కాపాడ్డానికి మన ఉద్యమం పుట్టిందో, ఆ ప్రాచీనకేదారేశ్వరానికి శత్రువులు చేరుకోబోతున్నారు. ప్రాణాలకి తెగించే సాహసం ఉన్న మెంబర్స్, నాతో రావచ్చు" చెప్పాడు. శర్వగ్ని ఉద్యమంలోని ఓ మెంబర్, డెహ్రాడూన్ లోని పవన్ హంస్ హెలిసర్వీసస్ లో గ్రౌండ్ సెక్యూరిటీ ఇన్-చార్జ్. అతడికి ఫోన్ చేసి చెప్పాడు, రేపు మధ్యాహ్నానికి వీలైనంతమంది శర్వగ్నులని హర్సిల్ చేర్చమని. అక్కడినుండి టాక్సీపట్టుకుని, ఎలాగైనా రాత్రి ఎనిమిదికల్లా భోజ్బాసా దగ్గర రాంబాబా ఆశ్రమానికి చేరుకొమ్మని శర్వగ్నులకి చెప్పాడు.

"మరి నువ్వు?" అడిగింది షాజియా, అతను ఫోన్లో మాట్టాడింది విని.

"నేరుగా ఢిల్లీనుండే హెలికాప్టర్లో వెడతాను. ఉదయం మీ బాస్ కి చెప్పి అరేంజ్ చేయ్"

జూన్ 4, 2013

టన్నా హౌస్, ముంబై

రాత్రి పదిదాటింది. గత వారంరోజులుగా ఇండియాకి తిరిగొచ్చిన వ్యక్తుల డిటైల్స్ వచ్చాయి. తన లాప్ టాప్ లో వారి డిటైల్స్ చూస్తున్నాడు అరవింద్ నార్లేకర్.

అతడి అసిస్టెంట్స్, వాటిని ఫిల్టర్ చేసి, హమీద్ మిర్ పోలికలతో సరిపోయిన ఇద్దరు వ్యక్తుల డిటైల్స్ పంపించారు. పాస్ పోర్ట్ డిటైల్స్ ప్రకారం, వారి అడ్రస్ లకి తమ టీమ్స్ ని పంపించి వెరిఫై చేశారు. ఓ వ్యక్తి తన అడ్రస్ లోనే దొరికాడు. ఇంకో వ్యక్తి మాత్రం అక్కడలేడు. అతడి పేరెంట్స్ మాత్రం ఉన్నారు. తమ కొడుకు రావల్పిండిలోని తమ బంధువులింటికి వెళ్ళాడని, యింకా తిరిగిరాలేదని చెప్పారు. ఈరోజు ఉదయం కూడా ఫోన్ చేశాడట.

అరవింద్ నార్లేకర్ తల పంకించాడు. బహుశా అతను స్లీపర్ అయ్యుండాలి. అతడిని పాకిస్తాన్ కి రప్పించి, అతడి పాస్ పోర్ట్ తో, హమీద్ మిర్ ఇండియాలోకి ఎంటరయ్యాడు. ఇంకెంతమంది యిలా ఎంటరయ్యారో అనుకుంటుండగా, అప్పుడు సడన్ గా తట్టింది... హెలికాప్టర్స్ లో హర్సిల్ కి వెళుతున్న జిపిఆర్ టెక్నీషియన్స్! బహుశా వాళ్ళుకూడా యిలాగే వచ్చుండాలి. అర్జెంట్ గా ట్రాక్ చేయమని తన టీంకి చెప్పాడు.

ఇవాళ హరిద్వార్ కోర్ట్ పరిసరాల్లో హమీద్ మిర్ దొరుకుతాడని, తాను ఎక్స్ పెక్ట్ చేశాడు. కానీ, లాభంలేదు. వాడు చాలా మెచూర్డ్ ఏజెంట్, అంత సులభంగా తమ చేతికి చిక్కడు. ఫోన్ మోగడంతో అతడి ఆలోచనలకి బ్రేక్ పడింది.

"సర్, లండన్ నుండి మిస్టర్ ఫిల్ ఉషర్, లైన్లో ఉన్నారు" చెప్పింది, అతడి సెక్రెటరీ.

"ఇవ్వు" చెప్పాడు ఆశ్చర్యపోతూ. ఫిల్ ఉషర్, ఎం.ఐ.5- లోని స్పెషల్ వింగ్ హెడ్, మార్గరెట్ క్లైర్ కి బాస్.

"అరవింద్, హౌ ఆర్ యూ?"

"ఫైన్ ఫిల్, వర్కింగ్ ఓవర్ టైం, నౌ అండ్ దెన్"

"అరవింద్, ఓ ఇన్ఫర్మేషన్ యివ్వాలని ఫోన్ చేశాను. దిసీస్ అనఫిషియల్, ఓన్లీ బిట్వీన్ యూ ఎండ్ మీ. నో రికార్డ్స్ ప్లీస్"

"ఎస్ ఫిల్" చెప్పాడు అరవింద్ నార్లేకర్, అతడి వాయిస్ లోని సీరియస్ నెస్ గమనిస్తూ.

"రెండు, మూడు రోజులక్రితం, సుమారు వందకిలోల సెంటెక్స్ ఇండియాలోకి స్మగుల్ చేయబడింది"

"ఓకే" యథాలాపంగా చెప్పాడు అరవింద్, అదేమంత పెద్ద విషయం కాదన్నట్టు. మైనింగ్ కంపెనీలు అలాంటివి అప్పుడప్పుడు చేస్తూనే ఉంటాయి.

"లిజన్, యిట్స్ వెరీ ఓల్డ్, అన్ టాగ్డ్. లిబియానుండి ఐరిష్ టెర్రరిస్ట్ లు కొన్న సెంటెక్స్ స్టాక్ లోంచి, వందకిలోలు రహస్యంగా ఇండియాకి పంపించారు"

అరవింద్ నార్లేకర్ ఊపిరి బిగించి వింటున్నాడు "ఎవరికోసం?" అడిగాడు.

"ఇంకా డిటైల్స్ తెలియదు. కానీ డీల్ అరేంజ్ చేసింది మాత్రం, ఓ బ్రిటిష్ నేటివ్. పేరు జాన్ గోస్లింగ్. ప్రస్తుతం, ఇండియాలోనే ఏదో కంపెనీలో పనిచేస్తున్నాడు. మైనింగ్ కోసమైతే, ఇండియాలోనే కొనొచ్చు. ఇంత రహస్యంగా, పాతికేళ్ళ క్రితం తయారైన స్టాక్ ని ఎందుకు స్మగుల్ చేసినట్టు!?"

"మైగాడ్, అతను ఇక్కడ గ్లోబల్ ఎన్విరాన్మెంట్ కంపెనీలో డైరెక్టర్. ఇందులో వాడికేంటి లింక్!?"

"అరవింద్, హి ఈస్ ఎ డ్యుయెల్. అతడి తండ్రి పాకిస్తానీ, తల్లి బ్రిటిష్. వాడికి పాకిస్తాన్ సిటిజన్ షిప్ కూడా ఉంది. మాకు తెలిసి, యింతవరకూ ఎలాంటి డౌట్ ఫుల్ మువ్ మెంట్స్ లేవు, ఇదే ఫస్ట్. ఎందుకైనా మంచిదని నిన్ను అలర్ట్ చేస్తున్నాను"

"థాంక్యూ సోమచ్, ఫిల్" చెప్పి ఫోన్ పెట్టేశాడు. గ్లోబల్ కంపెనీ, పాకిస్తాన్ కనెక్షన్ ఏంటో యిప్పుడు క్లియర్ గా అర్థమైంది. జాన్ గోస్లింగ్, ఇండియాలో వర్క్ వీసా తీసుకునేటప్పుడు తనకి రెండు దేశాల పౌరసత్వం ఉన్న విషయాన్ని దాచిపెట్టి నేరం చేశాడు. అది చాలు తనకి, అతడిని అరెస్ట్ చేయడానికి.

అతడి వేళ్ళు లాప్ టాప్ మీద వేగంగా పనిచేశాయి. అన్ని ఎయిర్ పోర్ట్స్ లోని ఎమిగ్రేషన్ ఆఫీసులకి అలర్ట్ నోటీస్ పంపించాడు. అలాగే, ఢిల్లీ సిబిఐ లోని తన ఫ్రెండ్ సహస్ర బుద్ధేకి కూడా.

జూన్ 5, 2013

గోముఖ్

ఒళ్ళువిరుచుకుంటూ గోముఖం, గంగోత్రి గ్లేసియర్స్ వైపుచూశాడు హమీద్ మిర్. ఎంత అద్భుతమైన ప్రకృతి సంపద! ధృవప్రాంతాల్ని వదిలేస్తే, భూగోళంలో మిగిలిన అన్ని ప్రాంతాలలోకన్నా అధికంగా ఐస్, యిక్కడే హిమాలయాల మీదుంది. సంవత్సరానికి ఎనభై ఆరులక్షల క్యూబిక్ మీటర్ల స్వచ్ఛమైన నీటినిస్తూ, ఇండియాని సస్యశ్యామలం చేస్తున్న ఈ మంచుకొండలు, రష్యావైపునుండి వచ్చే చలిగాలులనుండి కూడా కాపాడుతున్నాయి. వీటిని చూసుకునేగా ఇండియా గర్వపడుతోంది.

గంగోత్రిగ్లేసియర్ దాదాపు ముప్పైకిలోమీటర్లపొడవు, ఒకటిన్నర కిలోమీటర్ల వెడల్పు, దాదాపు రెండువందల మీటర్ల మందమైన ఐస్ తో హిమాలయాల్లో చాలాపెద్దది. చుట్టూ మేరు, రక్తవర్ణ, కాలందని, స్వచ్ఛంద, కీర్తి, చతురంగిలాంటి ఎన్నో గ్లేసియర్స్. గంగోత్రి కింద, చివర్లో ముఖద్వారం గోముఖం గ్లేసియర్, నేలకి నాలుగువేల రెండువందల మీటర్ల ఎత్తులో ఉంది. గంగానది యిక్కడినుండే మొదలవుతుంది. గుహనుండి వేగంగా బయటికి దూసుకొచ్చే భాగీరథీ ప్రవాహం హోరు, చెవులు చిల్లులపడేలా ఉంది.

ఇక్కడికి చేరుకోవడం కొంతకష్టం. హెలీకాప్టర్లో నిన్న సాయంత్రానికి హర్సిల్ చేరుకుని, అక్కడినుండి టాక్సీలో గంగోత్రి టౌన్ చేరుకున్నారు. అక్కడినుండి యిక నడకే. దాదాపు నాలుగుగంటలు నడిచి, చిర్వాసా చేరుకున్నారు. అక్కడివరకూ నడక సాఫీగానే సాగింది. చుట్టూ పచ్చని ప్రకృతి, దారిపక్కనే భాగీరథీ ప్రవాహం, దూరంగా మంచుతో కప్పబడిన తెల్లని గంగోత్రి శిఖరాలు కనిపిస్తూ, ఆయాసం తెలియనివ్వవు. వేసవిలోకూడా యిక్కడి టెంపరేచర్, పదిడిగ్రీలు మాత్రమే. పగలు చాలా ఆహ్లాదంగానే ఉంటుంది. రాత్రి చలి, ఎముకలు కొరికేస్తుంది.

చిర్వాసా నుండి మరో మూడుగంటలు నడిచి భోజ్బాసా చేరుకున్నారు. ఆ దారిలో అక్కడక్కడా లాండ్ స్లైడ్స్. ఒక్కోచోట గట్టిగా కాలూనితే చాలు, నేల స్లిప్ అవుతుంది. ఏమాత్రం అజాగ్రత్తగా ఉన్నా, లోయల్లోకి జారిపోవడం ఖాయం. గాలి ఒత్తిడి తక్కువగా ఉండడంతో, ఊపిరితీసుకోవడం కూడా కష్టంగా ఉంది. ఫిదాయీలకి గత వారంరోజులుగా హై ఆల్టిట్యూడ్ అక్లమటేషన్ ట్రైనింగ్ యివ్వడం వల్ల, ఎక్కువ యిబ్బంది పడకుండా యిక్కడికి చేరుకున్నారు. రాత్రి అక్కడే టెంట్స్ వేసుకుని పడుకున్నారు. తెల్లవారే లేచి, భోజ్బాసానుండి కాలినడకన యిక్కడికి చేరుకునే సరికి ఉదయం పదైంది.

అప్పటికే ముప్పైఐదుమంది ఫిదాయీలు వచ్చేశారు. మిగిలిన మూడుబాచీలు సాయంత్రానికి చేరుకుంటాయి. ఓ హెలికాప్టర్ ఉదయమే డీజిల్ డ్రమ్ముల్ని భోజ్బాసా దగ్గర దింపి వెళ్ళింది. అక్కడ యిద్దరిని కాపలా ఉంచాడు. ముగ్గుర్ని హర్సిల్లో ఉంచాడు. నిన్న మధ్యాహ్నం నుండి సిబిఐ, తన కొడుకు ఫోటో, ఇష్తకారుద్దీన్ ఫోటో మీడియాలో చూపించి ఏవేవో కథలు చెప్పిస్తోంది. మధ్య, మధ్యలో తన ఫోటోని కూడా

ఫ్లాష్ చేయిస్తోంది. ఇష్తకారుద్దీన్ చనిపోయాడు. తన కొడుకు సిబిఐకి చిక్కాడు. బహుశా యిది చూసి తాను కాళ్ళబేరానికొస్తాడనుకున్నారేమో. హమీద్ మిర్ గురించి ఇండియాకింకా సరిగా తెలిసినట్టులేదు.

కోర్ట్ నుండి తిరిగిరాగానే, సాయంత్రం న్యూస్ చూసి భవభూతిసరస్వతి తమకి ఎదురుతిరిగాడు. అందుకే, ఆయన్ని బలవంతంగా ఫాటాకి తీసుకొచ్చి ఓ గెస్ట్ హౌస్ లో ఉంచి, ముగ్గురిని కాపలాగా ఉంచాడు.

ఫిదాయీలు, కాన్లలో డీజిల్ నింపుకుని, తమ జిపిఆర్స్ ని, లేజర్ హేండ్ టార్చిలని మోసుకుంటూ వచ్చారు. ఈ గ్లేసియర్ చుట్టూ వెదకాలి. ఇక్కడే ఎక్కడో రహస్యమైన సొరంగం ఉంది. అది తమని ప్రాచీనకేదారేశ్వరానికి తీసికెళుతుంది. హమీద్ పెదవులమీద క్రూరమైన చిరునవ్వు. అఘాఖాన్ యూనివర్సిటీ హాస్పిటల్లో, జీవితపు చివరిక్షణాల్లో, రోస్టోవ్ తనకోసం రాసిన మెసేజ్ గుర్తొచ్చింది.

"హమీద్ మిర్, భారతదేశానికి చెందిన ఓ రహస్యాన్ని నీకు చెబుతానని మాటిచ్చాను. దానిగురించి వివరంగా చెప్పాలని నీకోసం ఎంతోకాలం ఎదురుచూశాను. కానీ, నా చివరిక్షణాలు దగ్గరవుతున్నాయి. అందుకే, యిది నీకోసం రాస్తున్నాను.

వేలసంవత్సరాల క్రితం, రష్యాకి, ఇండియాకి మంచి సాంస్కృతిక సంబంధాలుండేవి. మాకు దొరికిన చాలాపురాతనమైన పత్రాల్లో, ఇండియాకి సంబంధించిన ఓ విచిత్రమైన విషయం ఉంది. హిమాలయాల్లో ఎక్కడో లావానుండి పుట్టిన ఓ నల్లని పర్వతం ఉంది. అందులో కోట్ల టన్నుల రేడాన్, లిక్విడ్ లేదా సాలిడ్ రూపంలో ఉంది. దాన్ని భారతీయులు, త్రిమూర్తుల్లో ఒకరైన పరమశివుడి రూపంగా భావించి ఆరాధిస్తున్నారు. దాని చిహ్నాలే శివలింగాలరూపంలో, ఎన్నో ఆలయాల్లో పూజింపబడుతున్నాయని అందులో రాసుంది.

ఇండియాలోని కొంతమంది గురువులు, రాజులు, అక్కడికి వెళ్ళేదారిని అత్యంత రహస్యంగా ఉంచారు. దానికి సంబంధించిన పత్రాల్ని, రహస్యంగా చాలావరకు నాశనం చేశారు. చారిత్రాత్మకమైన రాజస్థాన్ యుద్ధసమయంలో, అదే ఇండియాలోని రాజుల ఐకమత్యానికి ముఖ్యకారణం. దాని రహస్యాన్ని కాపాడ్డంకోసం, చరిత్రలో చాలామంది బలయ్యారు. ప్రస్తుతం హరిద్వార్ లోని వాతాపిగణపతి ఆశ్రమానికి మాత్రమే అక్కడికి వెళ్ళేదారి తెలుసు, యింకా..."

వాతాపిగణపతి ఆశ్రమం పేరు చదవగానే హమీద్ కి, 1993లో ఇండియాలో తన అన్వేషణ గుర్తొచ్చింది. అప్పట్లో ఓ ముజాహిదీగా తాను విన్నది, ప్రాచీనకేదారేశ్వరంలో అనంతమైన సంపద ఉందని. దానికోసమే ముజాహిదీలు, కార్తికేయాశ్రమం కలిసి శతాబ్దాలుగా రహస్యంగా అన్వేషణ చేశారు. బ్రిటిష్ పరిపాలన మొదలయ్యాక, ముజాహిదీలకి ఫండింగ్ ఆగిపోవడంతో, అన్వేషణకూడా ఆగిపోయింది. తమ పూర్వికులు రాసుంచిన రికార్డ్స్ ప్రకారం, వాతాపిగణపతి ఆశ్రమానికి మాత్రమే అక్కడికి వెళ్ళేదారి తెలుసు.

రోస్టోవ్ రాసింది, తన పూర్వికులు రాసింది, రెండింటినీ కలిపి ఆలోచించాక హమీద్ మనసులో ప్లాన్ రూపు దిద్దుకుంది. సైన్స్ స్టూడెంట్ గా రేడాన్ గాస్ గురించి విన్నాడు. అది లంగ్ కేన్సర్ కి దారితీస్తుందని తెలుసు. ఈ పర్వతం ఎక్కడుందో తెలుసుకుని దాన్ని శిఖరాన్ని విపరీతంగా వేడెక్కిస్తే, లోనుండి రేడాన్ ఒత్తిడి పెరిగి శిఖరాన్ని పగలగొట్టుకుని విడుదలవుతుంది.

గాలికంటే చాలా బరువైన గాస్ కాబట్టి కిందివైపుకే, అంటే ఇండియావైపుకే వెళుతుంది. ఎండకాలంలో గ్లేసియర్స్ కరిగే సమయంలో, రేడాన్ లో కొంతభాగం నీటిమీద అడ్సార్పన్ ద్వారా ప్రయాణించి సులభంగా కిందికి వెళుతుంది. తర్వాతేం జరుగుతుందో ఊహించుకుంటేనే హమీద్ కి థ్రిల్లింగ్ గా ఉంది. ఇండియాలో,

గంగాతీరం వెంబడి లక్షలమంది...బహుశా కొన్నికోట్లమంది లంగ్ కేన్సర్ తో చనిపోతారు. ఇండియాలో టూరిజం పూర్తిగా మూతబడుతుంది.

రేడాన్ గాస్ పెద్దమొత్తంలో విడదలైనప్పుడు, సూర్యుడినుండి వచ్చే శక్తివంతమైన రేడియేషన్ కూడా, హిమాలయాల్లోని గ్లేసియర్స్ ని విపరీతంగా కరిగించేస్తుంది. దాంతో వరదలు ముంచెత్తుతాయి. ఆ తర్వాత జీవనదుల్లో నీరు తగ్గిపోయి, కనీసం కొన్ని సంవత్సరాలపాటు కరువు, కాటకాలు తప్పవు. గ్లేసియేషన్ తిరిగి ఏర్పడ్డానికి కనీసం పదిహేనేళ్ళు పడుతుంది. ఈలోపు ఇండియన్ ఎకానమీ పూర్తిగా దెబ్బతింటుంది.

ఇండియన్ గవర్న మెంట్ కి, అసలేం జరుగుతోందో అర్థమవడానికే చాలా టైం పడుతుంది. ఎందుకంటే, ప్రాచీనకేదారేశ్వరం అంటే ఏంటో తనకి మాత్రమే తెలుసు. గణపతి ఆశ్రమానికి యిప్పుడు గురువుగా ఉన్న విద్యారణ్యసరస్వతికి కూడా తెలీదు. ఇండియాలో, ప్రపంచంలో యింకెవరికీ తెలీదు. ఒకవేళ ఆలస్యంగా తెలుసుకున్నా, లావాడోం శిఖరాన్ని సరిచేయడం, గ్లేసియేషన్ తిరిగి అభివృద్ధి చేసుకోవడం అంత సులభంకాదు. ముక్తారహమ్మద్ కి ఇండియాని పర్మనెంట్ గా దెబ్బతీసే ప్లాన్ కావాలి, తాను ముజాహిదీల పగతీర్చాలి. రెండూ ఒకేసారే నెరవేరబోతున్నాయి.

ఇది హమీద్ మొదటవేసిన ప్లాన్. ప్రాచీనకేదారేశ్వరం దారి తెలుసుకుని, కొంతమంది ఫిదాయిల్ని పంపించి, రహస్యంగా కొన్నాళ్ళపాటు ఆ లావాడోం శిఖరాన్ని వేడెక్కించి, నిశ్శబ్దంగా పని ముగించాలనుకున్నాడు. ఇందులో పాకిస్తాన్ ఇన్వాల్వయిందని కూడా ఇండియా ఊహించలేదు. కానీ, తన జియాలజిస్టులు సడన్ గా హత్యకి గురవడంతో ప్లాన్ మార్చుకోక తప్పలేదు.

ఇప్పుడు కోర్ట్ నుండి పర్మిషన్ వచ్చేసింది. కాబట్టి, వీలైనంత త్వరగా పని ముగించాలి. ఈసారి జూన్ రెండోవారానికే వర్షాలు మొదలౌతాయని అంటున్నారు. ఎప్పుడూ నిజమే చెప్పే అలవాటు, లేదా బలహీనత ఉన్న విద్యారణ్యసరస్వతి, తమ ట్రాప్ లో పడి ప్రాచీనకేదారేశ్వరం, ఈ గోముఖం ప్రాంతంలో ఉందని చెప్పేశాడు. ఇప్పుడు తను టార్గెట్ కి చాలా దగ్గరగా వచ్చేశాడు. గణపతి ఆశ్రమానికి యింతలో ఆ రాజశాసనం దొరికే ఛాన్స్ లేదు. కాబట్టి, యిప్పట్లో కోర్ట్ నుండి గ్లోబల్ కంపెనీ మీద స్టే తీసుకురాలేదు. తన జియాలజిస్టుల్ని చంపి, భవభూతిసరస్వతిని బెదిరించిన జులపాల వ్యక్తి, కపర్ది కూడా రిమాండ్లో ఉన్నాడు. కాబట్టి, యిప్పట్లో తనకి అడ్డుపడలేడు.

కానీ, సిబిఐ, లేదా రా తన మువ్ మెంట్స్ ని గమనిస్తుంటారు. అనుమానమొస్తే ఎన్.ఎస్.జి. లేదా ఎ.టి.ఎస్. కమెండోలని రంగంలోకి దింపే ఛాన్సుంది. అందుకే, మసూద్ ద్వారా వందకిలోల సెంటెక్స్2-పి ప్లాస్టిక్ ఎక్స్ ప్లోసివ్ ని తెప్పించాడు. లావాడోం ఎక్కడుందో తెలియగానే, క్షణం ఆలస్యం చేయకుండా తన జీవితాశయం పూర్తిచేసుకోవాలి, అలాగే ముక్తార్ కోరిక కూడా.

పని పూర్తయేదాకా భవభూతిసరస్వతిని ఫాటాలోనే ఉంచి, తర్వాత వదిలేయమని ఫిదాయిలకి చెప్పాడు. ప్రోటోకాల్ ప్రకారం, తాను రెండురోజులకోసారి గంగోత్రి టౌన్ కెళ్ళి ఫిదాయిలకి ఫోన్ చేయాలి. తన ఫోన్ రాకపోతే, మరో రెండురోజులు చూసి, ఆయన్ని వదిలేస్తారు. ఆయన బతికుంటేనే పాకిస్తాన్ కి మంచిది. ఇండియన్ పోలీస్, మీడియా అటెన్షనంతా ఆయనమీదే ఉంటుంది. మనదేశంలోనే యిలాంటి వ్యక్తులున్నప్పుడు, మధ్యలో పాకిస్తాన్నెందుకు తప్పుపట్టడం అంటూ, యిక్కడి మీడియా గొంతుచించుకుంటుంది. తమ పని సులభమవుతుంది.

తర్వాత ఇండియా ఎంతగా అరిచి గోలపెట్టినా, పాకిస్తాన్ ని దోషిగా నిరూపించలేదు. హమీద్ మిర్, ఓ రిటైర్డ్ ఐఎస్ఐ ఏజెంట్. దొంగచాటుగా ఇండియాలోకి వచ్చాడు, టెర్రరిస్టులతో కలిసి ఏదో కుట్రపన్నాడు.

ఇందులో తమకేం సంబంధం లేదంటూ పాకిస్తాన్ తప్పించుకుంటుంది. ముక్తార్ అహ్మద్ యిలాంటివి ఎన్నో కవరప్ చేశాడు, తాతకి దగ్గులు నేర్పాలా! జాన్ గోస్లింగ్, ఉరఫ్ మసూద్ అలీ, యివాళ ఉదయం ఫ్లైట్ కి లండన్ వెళ్ళిపోతున్నాడు. గ్లోబల్ కంపెనీ రికార్డ్స్ ప్రకారం, అతను రెండురోజుల క్రితమే ఉద్యోగానికి రాజీనామాచేశాడు.

రోస్టోవ్ తన మెసేజ్ పూర్తిచేయగలిగుంటే, మేగ్మానుండి పుట్టిన ఆ నల్లని లావాడోం, భూగోళం తన అక్షంచుట్టూ స్థిరంగా తిరిగేందుకు కారణమని హమీద్ కి అర్థమయ్యుండేది. బహుశా ఈ సాహసానికి పూనుకునుండేవాడు కాదు,...ఏమో చెప్పలేం! పగ, ద్వేషాలతో తమకితాము సమస్యలు సృష్టించుకుని, తమ కష్టాలన్నిటికీ భారతదేశమే కారణమని వాదించే జాతీయ మనస్తత్వంలో పుట్టిపెరిగిన హమీద్ మిర్ లాంటి వ్యక్తులు, ఎంతవరకైనా వెళ్ళొచ్చు!

ఫిదాయీలు అప్పటికే తమ పని మొదలుపెట్టారు. గోముఖం గ్లేసియర్ కి ఉత్తరంవైపు చుట్టూ ఓ ఫర్లాంగ్ దూరం నుండి జిపిఆర్స్ తో అన్వేషణ మొదలైంది. గ్లేసియర్లలోని ఐస్ సాంద్రత లోనికెళ్ళేకొద్దీ మారిపోతూంటుంది. అందవల్ల జిపిఆర్స్ ని సరిగా పనిచేయనివ్వదు. పైగా, గోముఖం చుట్టూ మట్టి, ఐస్ కలిసిన దిబ్బలు (గ్లేసియల్ మొరైన్స్) విపరీతంగా ఉన్నాయి. అందుకే, అవసరమైన చోట్ల ఐస్ ని కరిగించేందుకు లేజర్ హేండ్ టార్చిలు తెచ్చారు.

యాత్రికులకి ఇబ్బంది కలగకుండా రిసర్చ్ చేసుకొమ్మని కోర్ట్ ఆర్డర్. చిన్నగా నవ్వుకున్నాడు హమీద్. తాను పెట్టే ఇబ్బంది ఎలా ఉంటుందో, ఇండియాకి త్వరలోనే తెలిసొస్తుంది!

జూన్ 5, 2013
న్యూఢిల్లీ

హయత్ హోటల్ లోని రూం నెంబర్-116 లో సూదిపడితే వినిపించంత నిశ్శబ్దం అలుముకుంది. ఆ గదిలోని ముగ్గురు వ్యక్తులు బరువుగా ఊపిరితీస్తూ, ఒకరి మొహం ఒకరు చూస్తున్నారు.

"ఇదంతా నిజమేనంటారా?" అడిగాడు అరవింద్ నార్లేకర్, ఎదురుగా కూచున్న ప్రొఫెసర్ యువనాశ్వ శర్మని చూస్తూ.

"గురూజీ రాసిందంతా చదివాక కూడా, నీకింకా అనుమానమేనా!?" అసహనంగా అడిగాడు ప్రొఫెసర్, శివానందసరస్వతి రాసిన కాగితాల్ని చూపిస్తూ.

షాజియా, కపర్ది ఆరోజు తెల్లవారేసరికి రాజకోట్ చేరుకున్నారు. ఎయర్ పోర్ట్ చేరుకున్నప్పుడే షాజియా నిర్ణయించుకుంది. బాస్ ని కన్విన్స్ చేయాలంటే, తానొక్కతే సరిపోదు. అందుకే యువనాశ్వ శర్మకి ఫోన్ చేసి, యిక్కడికి రమ్మని రిక్వెస్ట్ చేసింది.

"సర్, మనం త్వరగా ఏదో ఒకటిచేసి, ఈ రిసర్చ్ ని ఆపాలి" చెప్పింది షాజియా.

అరవింద్ నార్లేకర్ మౌనంగా చూశాడు. అతనింకా షాక్ లో ఉన్నాడు "ఓకే, నే నేషనల్ సెక్యూరిటీ అడ్వైజర్ కి అన్ని విషయాలు చెబుతాను. ఇప్పుడు పృథ్వీరాజ్ శాసనం దొరికింది, కాబట్టి గణపతి ఆశ్రమం వెంటనే కోర్ట్ కెళ్ళి స్టే తీసుకురావచ్చు"

"అరవింద్, నేనూ నీతో వస్తాను" చెప్పాడు యువనాశ్వ శర్మ, "కానీ, ఒకటి గుర్తుంచుకో. మనం ఆయనకి అన్ని విషయాలూ చెప్పబోవడం లేదు"

"ఎందుకు?" అడిగాడు అరవింద్ నార్లేకర్, ఆశ్చర్యపోతూ.

"ఈ క్రిసిస్ నుండి బయటపడ్డాక ఏం జరుగుతుందో ఓసారి ఆలోచించు. హిమాలయాల్లో యురేనియం నిక్షేపాలున్నాయనే విషయం దాగదు. గ్రానైట్ కోసం, ఐరన్ ఓర్, బాక్సైట్ల కోసం, కొండల్నికూడా తవ్వేసి లోయలుగా మార్చే స్వార్థపరులకి యిక్కడ కొదవేంలేదు. ఓ కమిటీ వేయించి, శాంతియుతమైన ప్రయోజనాలకోసం, లావాడోం నుండి రేడాన్ ను ఎక్స్ ట్రాక్ట్ చేయొచ్చని రిపోర్ట్ తయారు చేయిస్తారు. తర్వాత, యురేనియంకోసం మొత్తం లావాడోంనే తొలిచేస్తారు. గంగానది గురించి, పర్యావరణం గురించి, ఎవరూ ఆలోచించరు. ఇప్పుడు మనదేశంలో ఉన్న స్వార్థశక్తులు చాలు, ప్రమాదాలు తెచ్చిపెట్టడానికి. అరబ్బులు, టర్కులు, ఈ హమీద్ మిర్ లాంటి వాళ్ళ అవసరమే లేదు!"

"మరేం చేద్దాం?"

"సింపుల్, మన గ్లేసియర్స్ ని డామేజ్ చేసి, వరదలు సృష్టించేందుకు ఓ టెర్రరిస్ట్ గ్రూప్ ట్రై చేస్తోందని చెబుదాం"

"మరి గ్లోబల్ కంపెనీ గురించి... "

"అసలు మాట్లాడకు. ఆ కంపెనీకి కోర్ట్ పర్మిషన్ యిచ్చింది, తర్వాత స్టే యిస్తుంది. అంతే. ప్రాచీనకేదారేశ్వరం విషయం రహస్యంగానే ఉండనీ. రెండింటికీ సంబంధం ఉందనే అనుమానం రాకుండా మనం జాగ్రత్తపడాలి"

"సరే. షాజియా, నువ్వు వెంటనే హరిద్వార్ వెళ్ళి, గణపతి ఆశ్రమం స్వామీజీతో మాట్లాడు. మన లాయర్ ని కూడా తీసికెళ్ళు"

"ఓకే, సర్. తర్వాత, నే కపర్దికి సహాయంగా వెళతాను"

"అలాగే, కానీ... " అరవింద్ నార్లేకర్ ఏదో చెప్పబోతుండగా సెల్ ఫోన్ మోగింది, "ఎస్. బుద్ధే" చెప్పాడు తీస్తూ.

"అరవింద్, గుడ్ న్యూస్ ఫర్ యూ. జాన్ గోస్లింగ్, ఢిల్లీ ఎయిర్ పోర్ట్ లో మనవాళ్ళకి దొరికాడు" చెప్పాడు సహస్రబుద్ధే.

"థాంక్స్ బుద్ధే. కండిషనింగ్ చేయించి, వాడిని బాంబేకి పార్సిల్ చేయించు" చెప్పి ఫోన్ పెట్టేశాడు. చాలా ప్రమాదకరమైన టెర్రరిస్టులు, లేదా విదేశీ ఏజెంట్స్ దొరికినప్పుడు, వారికి తక్కువడోస్ లో మార్ఫిన్ యింజెక్ట్ చేస్తారు, పారిపోవడానికి అవకాశం లేకుండా.

జూన్ 5, 2013

"నే యిక్కడ డ్రాపవుతాను" చెప్పాడు కపర్ది కిందికి చూస్తూ. హెలికాప్టర్ అప్పుడే గంగోత్రి నేషనల్ పార్క్ దాటి, చిర్వాసా మీదుగా వెళుతోంది. అది బెల్-407 మోడల్ హెలికాప్టర్. ట్రిప్ కి ఐదమందిని తీసికెళ్ళగలదు. ప్రభాతం ఏవియేషన్స్, యాత్రికులకోసం ఢిల్లీనుండి హెలికాప్టర్లో చార్ ధాం యాత్రకి ఏర్పాటుచేసింది.

హెలికాప్టర్ పైలట్ అతడిని పిచ్చోడిని చూసినట్టు చూశాడు. "ఇక్కడా!? కాళ్ళు విరగ్గొట్టుకోవాలనుందా?"

"నాకలవాటే" చెప్పాడు కపర్ది, పారాచూట్ బెల్ట్ ని నడుముకు బిగిస్తూ "సరిగ్గా నది మధ్యకి తీసికెళ్ళి స్లో చేయ్, నే ఫ్లో డైరెక్షన్ లో దూకేస్తాను"

"అంతవసరం ఏంటి? కిందకిదించి లాడర్ వేస్తాను, డ్రాపవుదువుగాని"

"వద్దు, విండ్ స్పీడ్ ఎక్కువగా ఉంది. హెలికాప్టర్ మరీ కిందకి దిగడం సేఫ్ కాదు. ఎవరూ నన్ను గమనించడం నాకిష్టంలేదు"

"ఫ్రెండ్, యిప్పుడైనా చెప్పు. నువ్వు ఎన్.ఎస్.జి. నుండా లేక ఏ.టి.ఎస్. నుండా, ఏ వింగ్ నీది?"

"అదేం లేదు, నేనో అడ్వెంచరిస్ట్ ని, అంతే" చెప్పాడు కపర్ది, హెలికాప్టర్ నుండి దూకేస్తూ. గాలివాటం, గంగా ప్రవాహానికి పారలల్ గా ఉంది. పారాచూట్ కార్డ్ ని అడ్జస్ట్ చేసుకుంటూ, కిందికొచ్చాడు. నది యింకో యిరవై అడుగుల కింద ఉంది. తలకి హెల్మెట్, చెవులకి ప్లగ్స్ ఉన్నాయి, కాబట్టి ప్రవాహం హోరు వినిపించడం లేదు. మరో పదడుగులు కిందకి రాగానే, కార్డ్ ని పూర్తిగా లాగేసి, తనకిష్టమైన వర్టికల్ డైవింగ్ చేశాడు. కుడి వైపుకి ఈదుతూ, నది ఒడ్డు చేరుకున్నాడు.

చిర్వాసాలో చుట్టూ ఎటుచూసినా దేవదారు, పైన్ చెట్లు. అరుదుగా ఒకటి, రెండు జమ్మిచెట్లు కనిపిస్తాయి. దట్టమైన అడవి, చుట్టూ కొండలు, పక్కనే హోరుగా ప్రవహించే గంగానది. ఎంతసేపు చూసినా తనివితీరదు. కానీ, కపర్ది యిప్పుడవేవీ గమనించే స్థితిలోలేడు. టైం మధ్యాహ్నం పన్నెండు కావస్తోంది. ఢిల్లీనుండి బయల్దేరేముందు, కొన్ని రొట్టెలు పాక్ చేయించుకున్నాడు. ఏం తినాలని లేకపోయినా, యిప్పుడు తనకి శక్తి అవసరం. ఇక్కడి నుండి భోజ్బాసా వరకు నడవాలి ... అంటే, ఎక్కాలి. అక్కడో అరగంట విశ్రాంతి తీసుకుని, తిరిగి గోముఖం వరకూ నడవాలి. శత్రువులేం చేస్తున్నారో గమనించాలి.

రాత్రి ఎనిమిదికల్లా శర్వగ్నులు కూడా భోజ్బాసా చేరుకుంటారు. ఆ టైంకి తానుకూడా గోముఖం నుండి తిరిగి భోజ్బాసా లోని రాంబాబా ఆశ్రమం చేరుకోవాలి. బహుశా, యిదే శర్వగ్నుల ఆఖరిమీటింగ్ అవబోతుంది.

జూన్ 5, 2013

హరిద్వార్, వాతాపి గణపతి ఆశ్రమం

షాజియా, విద్యారణ్యసరస్వతికేసి చూసింది. ఆయన తన గురూజీ రాసిన పేపర్స్ చదవడంలో నిమగ్నమయ్యున్నారు. అందులోని విషయాలు చదివి, జీర్ణం చేసుకోవడానికి ఎవరికైనా కాస్త సమయం పడుతుంది. మరో అరగంటకి చదవడం ముగించి, ఆయన తల పైకెత్తారు.

"సారీ గురూజీ, మీకు తెలీకుండా, మీకంటే ముందుగా యివన్నీ నేను, కపర్ది చదివేశాం" చెప్పింది, ఆయన ఆలోచనల్లో మునిగిపోవడం గమనించి.

"ఇందులో సారీ చెప్పడానికేముంది. గురూజీరాసిన చివరి శ్లోకాన్ని సరిగా అర్థంచేసుకోలేక, ఎన్ని సంవత్సరాలు వృథాచేశాను. దానిగురించి బాధపడుతున్నా, అంతే. నాకంటే, మీ యిద్దరికే వీటిమీద ఎక్కువ హక్కుంది. ఇంతకీ కపర్ది ఎక్కడ?"

"ఉదయమే హెలికాప్టర్లో గోముఖం బయల్దేరాడు. నేనూ వస్తానన్నాను. కానీ, ముందు వీటిని మీకు హేండోవర్ చేసి రమ్మన్నాడు"

"మనం కూడా వెంటనే అక్కడికెళదాం, నా మనసెందుకో కీడును శంకిస్తోంది"

"అలాగే గురూజీ. ముందీ అప్లికేషన్ మీద సైన్ చేసేయండి. మన లాయర్, కోర్ట్ లో సబ్మిట్ చేసి, గ్లోబల్ కంపెనీ రిసర్చ్ మీద స్టే ఆర్డర్ తీసుకుంటారు" చెప్పింది, పేపర్స్ ని ఆయన ముందుంచుతూ.

"లాయర్ నీతోటే వచ్చారా, ఢిల్లీనుండి?" అడిగారు, పేపర్స్ మీద సంతకంచేస్తూ.

"అవును. దారిలో కోర్ట్ దగ్గర దిగేశారు. మనం, ఈ పేపర్స్, పృథ్వీరాజ్ శాసనం ఆయనకిచ్చేసి, ఫాటా హెలీపాడ్ వెళదాం. హెలికాప్టర్ మనకోసం రెడీగా ఉంటుంది"

"సరే, మహానాదాన్ని కూడా తీసుకుంటాను. మనందరి అదృష్టం బావుంటే, ప్రాచీనకేదారేశ్వరుడి దర్శనం అవుతుంది" చెప్పారు లేస్తూ.

అంతలో ఎవరో తలుపు తట్టారు. షాజియా లేచి, వేగంగా వెళ్ళి తలుపుతీసింది. అక్కడ ఆశ్రమం సేవకులు ఇద్దరితో పాటు, యింకెవరో ముగ్గురు వ్యక్తులున్నారు. విద్యారణ్యసరస్వతిని చూడగానే వచ్చి కాళ్ళమీదపడ్డారు.

"గురూజీ, మావల్ల చాలా తప్పులు జరిగిపోయాయి. క్షమించి, మా గురువుగారిని కాపాడాలి" చెప్పారు.

"ఎవరు మీరు?" అడిగారు విద్యారణ్యసరస్వతి.

"కార్తికేయాశ్రమం నుండి వస్తున్నాం. మా గురూజీని నిన్న సాయంత్రం బలవంతంగా ఎత్తుకెళ్ళి ఫాటాలో బంధించారు"

"ఎవరు?"

"నిన్న సాయంత్రం కోర్ట్ నుండి తిరిగిరాగానే, గురువుగారి రూంలో గ్లోబల్ కంపెనీ మనుషులతో ఏదో మీటింగ్ జరిగింది. తర్వాత, బలవంతంగా ఆయన్ని తీసికెళుతున్నారని అనుమానం వచ్చి, వెంబడించాను. ఫాటాలో ఓ గెస్ట్ హౌస్ లో ఆయన్ని బంధించారు"

విద్యారణ్యసరస్వతి, షాజియాకేసి చూశారు.

జూన్ 5, 2013

సాయంత్రం ఏడు కావస్తోంది. హమీద్ మిర్ ఫిదాయీలకేసి చూశాడు. గోముఖం చుట్టూ రాళ్ళు, మంచు, బురదతో కలిసి, అడుగువేయడం కూడా కష్టంగా ఉంది. ఉరకలేసే భాగీరథినది, హిమాలయాల్ని కోసేసి ఎలా ఎరోషన్ కి గురిచేస్తోందో అక్కడి నీటిని చూస్తే తెలుస్తుంది. లేజర్ హాండ్ టార్చిల సహాయంతో, మంచుముక్కల్ని కరిగిస్తూ, జిపిఆర్స్ తో సొరంగాన్ని వెదుకుతున్నారు.

సాయంత్రం నాలుగుకల్లా రెండోబాచి ముప్ఫైమంది ఫిదాయీలు వచ్చేశారు. రాగానే, ఆ గ్రూప్ ని గ్లేసియర్ క్రాస్ చేయించి, గోముఖం దక్షిణంనుండి తూర్పువైపుగా అన్వేషణ మొదలెట్టించాడు. రాత్రంతా పనిచేయాలని హమీద్ ఆర్డర్. చీకట్లోకూడా ఫిదాయీలు ఎక్కడున్నారో గుర్తుపట్టడానికి వీలుగా, అందరికీ ఫ్లోరోసెంట్ జాకెట్స్ యిప్పించాడు. ఒక్కో గ్రూప్ లో ఇద్దరు మెంబర్స్. ఒకరు లేజర్ హాండ్ టార్చ్ ని, యింకొకరు జిపిఆర్ ని ఆపరేట్ చేస్తున్నారు. గంటకోసారి డ్యూటీ మార్చుకుంటున్నారు.

ఏడున్నరకి తూర్పు-దక్షిణం వైపు వెదుకుతున్న ఓ గ్రూప్ పిలవడంతో, అటువైపు వెళ్ళాడు హమీద్.

"సాయిదీ, ఇక్కడేదో సొరంగంలా ఉంది"

హమీద్ దగ్గరగా వెళ్ళి, జిపిఆర్ మానిటర్ కేసి చూశాడు. అది మినియేచర్ మానిటర్, కానీ రిసొల్యూషన్ బావుంది.

"డెప్త్?" అడిగాడు హమీద్.

"సుమారుగా డెబ్బైనుండి ఎనభై అడుగులుండొచ్చు"

"కంటిన్యుటీ ఉందా, చెక్ చేయండి" చెప్పాడు హమీద్. అది కేవలం వాయిడ్ (రాళ్ళమధ్యలోని ఖాళీస్థలం) అయ్యుండొచ్చు. మరో మూడు గ్రూపులని అక్కడికి షిఫ్ట్ చేయించాడు. ఆ పాయింట్ నుండి సౌత్-ఈస్ట్ వైపుకి రెండు గ్రూప్స్, గ్లేసియర్ వైపుకి రెండు గ్రూప్స్ సెర్చ్ చేయమని చెప్పాడు. మరో గంటకి, అది వాయిడ్ కాదని, రెండువైపులా కొనసాగుతోందని అర్థమైంది. హమీద్ గుండె స్పీడ్ పెరిగింది. తన జీవితాశయం, ముజాహిదీల కలలు నెరవేరబోతున్నాయి.

అన్ని గ్రూప్స్ ని గోముఖం గ్లేసియర్ దాటించి, తపోవనం వైపుకి షిఫ్ట్ చేయించాడు. సెంటెక్స్2-పి ఉంచిన బాక్సుల్ని కూడా యిటువైపుకి తెప్పించాడు. ఇరవై ఐదు గ్రూప్స్ (యాభైమందిని) తూర్పు, దక్షిణంగా ప్రొసీడ్ అవమని చెప్పాడు.

"ఇది ఎటువెళుతోందో, ఎక్కడినుండి మొదలైందో త్వరగా వెతకండి. ఒక్కో గ్రూప్ పదిహేను మీటర్స్ దూరం కవర్ చేయాలి. ప్రతి గ్రూప్, కనీసం యింకో రెండుగ్రూప్స్ కి కనిపిస్తూండాలి. ఇక్కడి నేల బాగా జారుతోంది. అడుగులు వేసేటప్పుడు జాగ్రత్త" చెప్పి, మిగిలిన ఐదు గ్రూప్స్ వైపుకి తిరిగాడు. "ఆ బాక్స్ లు తీసుకుని, నాతో రండి" చెప్పాడు, గోముఖం వైపుకి వెళుతూ.

జూన్ 5, 2013

భోజ్బాసా

కపర్ది సరిగ్గా రాత్రి ఎనిమిదికి రాంబాబా ఆశ్రమం చేరుకున్నాడు. అప్పటికి పదిహేనుమంది శర్వగ్నులు అక్కడికి చేరుకున్నారు. మిగిలిన శర్వగ్నులు రేపు సాయంత్రానికి చేరుకుంటారు.

వాళ్ళని తన వెనకేరమ్మని సైగచేసి, గోముఖం వైపుకి బయల్దేరాడు. అప్పటికే చీకటి కమ్ముకుంది. అందరికీ ట్రెక్కింగ్ అలవాటే. గంగోత్రి, తపోవన్ ట్రెక్కింగ్ కి ప్రతిసంవత్సరం వస్తుంటారు. ఐదేళ్ళకి సరిపడా ట్రెక్కింగ్ పర్మిట్ ఉంది. జాగ్రత్తలు తీసుకుంటూ, చీకట్లో కూడా వేగంగానే నడుస్తున్నారు. ఓ కిలోమీటర్ దూరం నడిచాక కపర్ది ఆగాడు.

"నా ఖండా తెచ్చారా?" అడిగాడు, శర్వగ్నులు దగ్గరగా వచ్చాక.

"ఇదిగో" చెప్పాడో మెంబర్, ఖండాని అందిస్తూ.

"ఫ్రెండ్స్, మధ్యాహ్నం నుండే శత్రువుల్ని గమనిస్తున్నాను. వారి లీడర్ ని కూడా. డౌట్ లేదు, జునాఘడ్ లో మన కుటుంబాల్ని నాశనం చేసింది వాడే. ఎంతోమంది అమాయకుల్ని చంపించాడు. ప్రస్తుతం తననెవరూ ఆపలేరనే ధైర్యంతో, ఏమరపాటుగా ఉన్నాడు. మనం అటాక్ చేయడానికి ఇదే సరైన టైం. చరిత్రలో యింతవరకూ ఎప్పుడూ శత్రువులు, ప్రాచీనకేదారేశ్వరానికి యింతదగ్గరగా వచ్చిందిలేదు. వాళ్ళలో ఒక్కడుకూడా యిక్కడినుండి ప్రాణాలతో బయటపడ్డానికి వీల్లేదు" చెప్పాడు కపర్ది.

"మల్గోలా, మొత్తం ఎంతమందున్నారు?"

"వాడితో కలిపి అరవై ఒకటి. ఇంకో యిద్దరిని భోజ్బాసాలో, డీజిల్ డ్రంస్ కి కాపలాగా ఉంచారు. ఇప్పుడే ఆ యిద్దరినీ ముగించి, డ్రంస్ కి చిల్లులు పెట్టి, యిటొచ్చాను"

"ఓకే మల్గోలా, మన స్ట్రాటజీ ఏంటి ఎలా అటాక్ చేద్దాం?"

"వాళ్ళ దగ్గర పవర్ ఫుల్ లేజర్ హాండ్ టార్చిలున్నాయి. అవే వారి వెపన్స్. లేజర్ బీం, క్షణాల్లో స్టీల్ ని కూడా కోసేస్తుంది. అలాంటిది మనకి తగిలితే యింకేముంది, మసైపోతాం. శత్రువు లేజర్ మన వైపుకి తిప్పేలోపు అటాక్ చేసి ముగించాలి" చెప్పాడు కపర్ది.

"కానీ, చీకట్లో వాళ్ళనెలా గుర్తుపట్టడం?" అడిగాడో మెంబర్.

"అందరూ ఫ్లోరోసెంట్ యూనిఫాం వేసుకున్నారు. గ్రూప్ కి ఇద్దరుచొప్పున విడిపోయి పనిచేస్తున్నారు. ఒకడు జిపిఆర్ ని, యింకొకడు లేజర్ హాండ్ టార్చ్ ని వాడుతున్నారు. సగంమంది గోముఖానికి యిటువైపు, అంటే యిప్పుడు మనం వెళుతున్న వైపున్నారు. మిగిలిన సగం, అటువైపు అంటే తపోవనం వైపున్నారు"

"మరి వారి లీడర్?"

"వాడు అటూ, యిటూ వస్తూ, వెళుతున్నాడు. మనం గ్రూప్ కి ముగ్గురుగా విడిపోయి, ఐదు గ్రూపులుగా అటాక్ చేయాలి"

"ఎలా?"

“చెబుతాను పదండి, నడుస్తూ మాట్లాడుకుందాం. దారిలో దేవదారు చెట్లనుండి సుమారు ఐదున్నర అడుగుల పొడవైనవాటిని కొమ్మలతో సహా నరికి తీసుకురండి”

“మొత్తం ఎన్ని కావాలి?”

కపర్ది అతడివైపు సీరియస్ గా చూశాడు “శత్రువులెంతమందున్నారో అన్ని. ఇంకో విషయం గుర్తుంచుకోండి, వాళ్ళ శవాలు, పవిత్రమైన భాగీరథినదిని తాకడానికి్కూడా వీల్లేదు”

జూన్ 5, 2013

"ఇంకో పదిహేనడుగుల లోతుకి వెళ్ళండి" చెప్పాడు హమీద్, గోముఖం ఉపరితలాన్ని గమనిస్తూ. జిపిఆర్ లో చూసిందాన్నిబట్టి, సొరంగం గోముఖం కిందివరకూ వెళుతోంది. జిపిఆర్ రీడింగ్ ని బట్టి గోముఖం కిందికొచ్చేసరికి, సొరంగం సుమారు డెబ్భై అడుగుల లోతులో ఉంది. లేటెస్ట్ రిపోర్ట్ ప్రకారం, గోముఖంలో ఐస్ మందం సుమారు నలభై మీటర్లుంటుంది. నేలకి పైన సుమారు ఇరవైనాలుగు మీటర్లు, కింద పదహారుమీటర్ల మందంగా ఐస్ పేరుకునుంది.

గోముఖానికి అటువైపు ఎక్కడా ఎలాంటి వాయిడ్ స్పేస్ తమకి దొరకలేదు. అంటే, సొరంగం తపోవనం వైపునుండే వస్తుండాలి... అంటే, గోముఖం గ్లేసియర్ కిందే ఆ లావాడోం శిఖరం ఉండాలి. అందుకే, సొరంగం గ్లేసియర్ కిందివైపుకి వెళుతోన్న డైరెక్షన్ లో, గ్లేసియర్ కి దగ్గరగా లేజర్ టార్చిలతో గొయ్యి తవ్విస్తున్నాడు.

అక్కడంతా బాగా ఘనీభవించిన ఐస్, మట్టితో కలిసిపోయుంది. ఐదు లేజర్ టార్చిలని ఒకేసారి వాడుతున్నా, కరిగిపోతున్న ఐస్ స్థానంలో పైనుండి ఐస్ జారి నిండుతోంది. గంటసేపు తవ్వినా, ఆ సుప్రాగ్లేసియల్ మొరైన్స్ లో ఐదడుగుల లోతుక్కూడా వెళ్ళలేకపోయారు. మరో గంటన్నర కష్టపడితే ఇరవై అడుగుల లోతువరకు తవ్వగలిగారు. మిగిలిన ఐదుమంది, పైనుండి మనీలారోప్స్ వేసి పట్టుకున్నారు, కిందున్న ఫిదాయీలు జారిపోకుండా. హమీద్, అప్పుడప్పుడూ కాస్త వెనక్కెళ్ళి, మిగిలిన ఫిదాయీల్ని గమనించి వస్తున్నాడు.

"ఇక్కడినుండి సుమారు పదిమీటర్లు తూర్పుకి యింకో గొయ్యి యిలాగే తవ్వండి, గంటలో ముగించాలి" చెప్పాడు హమీద్, టైం చూసుకుంటూ. పది దాటింది. మిగిలిన ఫిదాయీలు సొరంగం స్టార్టింగ్ పాయింట్ ని వెదికేసరికి, యిక్కడ తమ ప్రిపరేషన్ పూర్తవుతుంది. సొరంగంలోంచి వెళ్ళి, లావాడోం శిఖరాన్ని పేల్చేందుకు కాస్తముందే, యిక్కడ రెండు స్పాట్స్ లో గ్లేసియర్ ని పేల్చాలి. లేకపోతే, యిక్కడ పేరుకున్న నలభైమీటర్ల మందమైన ఐస్, లావాడోం పైకప్పుని బహుశా కదలనివ్వదు. హమీద్ ఏరకమైన ఛాన్సస్ వదలదలుచుకోలేదు.

జూన్ 5, 2013

కపర్ది, శర్వగ్నులు గోముఖం దగ్గరికి చేరుకునేసరికి రాత్రి పదిన్నరైంది. అటువైపు ఎక్కడా ఫ్లోరోసెంట్ డ్రస్సులు కనబడకపోవడంతో కపర్ది స్టన్నయ్యాడు. అందరినీ అక్కడే ఆగమని చెప్పి, తానొక్కడే చీకట్లో నిశ్శబ్దంగా కదులుతూ, గోముఖం వరకూ వచ్చాడు. ఎక్కడా ఫిదాయీల జాడ కనిపించడం లేదు. బహుశా, అందరూ అటువైపుకి వెళ్ళుంటారు. తిరిగి వెనక్కివెళ్ళి, శర్వగ్నులకి సైగచేశాడు.

"మనం ప్రవాహాన్ని దాటి అటువైపుకెళ్ళాలి. అందరూ అటే ఉన్నారు" చెప్పాడు. అతడి మనసులో చాలా ఆందోళనగా ఉంది. శత్రువులకి సొరంగమార్గం దొరికిపోయిందేమో. అందరూ భాగీరథి ప్రవాహాన్ని దాటుకుని, జాగ్రత్తగా మొర్రైన్స్ మీదినుండి అటువైపుకి చేరుకున్నారు. అందరూ స్విమ్మింగ్ లో ఎక్స్ పర్ట్స్ కాబట్టి, కాస్త ప్రయాసతో అటువైపుకి వెళ్ళగలిగారు. అక్కడ భాగీరథి వేగానికి, మామూలు మనుషులైతే నీటిలో దిగేందుకూడా జంకుతారు.

అటువైపంతా రాళ్ళు, గుట్టలతో ఎగుడు, దిగుడుగా ఉంది. బంకమట్టినేల విపరీతంగా జారుతోంది. అలవాటులేని వ్యక్తులు అక్కడ కాలు గట్టిగా అదిమితేచాలు, లోయల్లోకి జారిపోతారు. ఓ బండరాయి వెనకదాక్కుని, అటువైపుకి చూశాడు కపర్ది. మసకవెన్నెలలో దూరంగా, ఎత్తులో తపోవనం, శివలింగ్ పీక్ కనిపిస్తున్నాయి. ఇక్కడినుండి స్లోప్ పైకి వెళుతుంది. దారిలో ముందు తపోవనం, తర్వాత శివలింగ్ పీక్ వస్తాయి. ఓవైపు ఆకాశంలో మబ్బులు ముసురుకుంటున్నాయి. అటువైపు చీకట్లో నిశ్శబ్దంగా పనిచేస్తున్న యాభైమంది ఫిదాయీల్ని చూపించాడు, కపర్ది.

"ఫ్రెండ్స్, వాళ్ళే మన టార్గెట్స్. కాసేపట్లో మబ్బులు చంద్రుడిని మూసేయబోతున్నాయి. వెంటనే, మనం అటాక్ చేయాలి. అటునుండి, అంటే తపోవనం వైపున్న గ్రూప్స్ తో మొదలుపెడదాం"

అందరూ చీకట్లో నిశ్శబ్దంగా కదులుతూ, ఫిదాయీలున్న చోటునుండి యాభైమీటర్ల దూరానికి చేరుకుని, మోకాళ్ళమీద కూర్చుని గమనిస్తున్నారు.

"మేం రెడీ, మల్లోలా. మొత్తం ఇరవైఐదు గ్రూప్స్ కనిపిస్తున్నాయి. మిగిలిన పదిమంది ఎక్కడ?" అడిగాడో మెంబర్.

కపర్ది, గోముఖం తూర్పువైపుకి చూడమని సైగ చేశాడు. అక్కడ దూరంగా కొన్ని ఆకారాలు ఫ్లోరోసెంట్ జాకెట్స్ లో కనిపిస్తున్నాయి.

"పొసిషన్స్ తీసుకోండి. ఫిదాయీల గ్రూప్ ఒక్కోటి, దాదాపు పదిహేను, ఇరవై మీటర్ల గేప్ లో ఉన్నాయి. మనం అటునుండి పదిగ్రూప్స్ లో, ముందుగా ఐదు ఆల్టర్నేట్ గ్రూప్స్ ని అటాక్ చేసి ఫినిష్ చేయాలి. ఒకే దెబ్బకి మెడలు తెగిపోవాలి. తర్వాత మిగిలిన ఐదు గ్రూప్స్ ని టార్గెట్ చేయాలి. ఒక్కో అటాక్ కి మధ్య పది నిముషాల గేప్. పొసిషన్స్ తీసుకోవడానికి, మిగిలిన ఐదుగ్రూప్స్ కి అనుమానం వస్తోందేమో గమనించడానికి. మొత్తం ఆపరేషన్ రెండుగంటల్లో ముగించాలి"

"ఓకే. మరి మీరు మాలో ఏ గ్రూప్ తో ఉంటారు?"

"మొదటి అటాక్ మాత్రం నే లీడ్ చేస్తాను. తర్వాత, యిక్కడి ఫిదాయిల్ని మీరు చూసుకోండి. నే గోముఖం దగ్గరికి వెళతాను. అక్కడింకేదో చేస్తున్నారు. నే అటునుండి అటాక్ చేస్తాను. రెండువైపుల నుండి ఒకేసారి అటాక్ చేసి, శత్రువుల్ని కన్ఫ్యూజ్ చేయాలి. ఓకే ఫ్రెండ్స్, గెట్ రెడీ. మన పూర్వీకుల సాహసాలు గుర్తుచేసుకోండి, శర్వగ్నులంటే ఏంటో శత్రువులకి యింకోసారి చూపించాలి. ఏదైనా ఎమర్జెన్సీ సిటుయేషన్ వస్తే ఏంచేయాలో గుర్తుందిగా" చెప్పాడు కపర్ది, లేస్తూ.

అప్పటికే మబ్బులు కమ్ముకోవడంతో, చీకటి దట్టంగా అలుముకుంది. నిశ్శబ్దంగా అడుగులేస్తూ, శర్వగ్ని ఉద్యమం మెంబర్స్ పొసిషన్స్ తీసుకున్నారు. ఫిదాయిలు దాదాపు పదిహేనుమీటర్ల దూరంలో ఉన్నారు. కపర్ది మొదటిగ్రూప్ లోని ముగ్గురు శర్వగ్నులకి సైగచేసి, వేగంగా ఫిదాయిలవైపు కదిలాడు. పది అడుగుల దూరంలోకి రాగానే గాల్లోకి ఎగిరాడు, అతడి ఖండా, లేజర్ టార్చ్ పట్టుకున్న ఫిదాయి మెడని తాకింది. సరిగ్గా అదే టైంకి, శర్వగ్నుల గ్రూప్ లోని మొదటి మెంబర్, జిపిఆర్ హాండిల్ చేస్తున్న ఫిదాయిని అటాక్ చేశాడు. ఇద్దరూ తమ టార్గెట్స్ కిందపడిపోకుండా పట్టుకున్నారు.

మిగిలిన యిద్దరు మెంబర్స్ వేగంగా కదిలి, తమ చేతుల్లోని రెండు దేవదారు కాండాల్ని అక్కడి నేలమీద నిలువుగా నిలబెట్టి, కింద సపోర్ట్ గా రాళ్ళుంచారు. నేల తడిగా ఉండడం వల్ల, సులభంగానే నిలబడ్డాయి. ఈలోపు, కపర్ది, ఫస్ట్ మెంబర్, తమ టార్గెట్స్ శరీరాలమీదున్న, ఫ్లోరోసెంట్ జాకెట్స్ తీసి వారికి అందించారు. వాటిని దేవదారు కొమ్మలకి తగిలించాక, ఫిదాయిల శరీరాల్ని మెల్లగా కిందికి జార్చారు. లేజర్ హాండ్ టార్చ్ ని కూడా, ఆ కొమ్మలకి కట్టేశారు. ఫ్లోరోసంట్ జాకెట్స్ తొడిగిన దేవదారుకొమ్మలు, దూరంనుండి చూస్తే ఫిదాయిల్లాగే కనిపిస్తున్నాయి.

కపర్ది సైగచేసి, గోముఖం గ్లేసియర్ వైపుకి కదిలాడు. అప్పుడే మిగిలిన నాలుగు శర్వగ్నుల గ్రూప్స్, నిశ్శబ్దంగా తమ టార్గెట్స్ కి దగ్గరగా కదులుతున్నాయి.

అప్పటికి గోముఖం రెండో స్పాట్లో ఫిదాయిలు, పదిహేను అడుగుల లోతువరకూ తవ్వారు. హమీద్, సెంటెక్స్ ఉంచిన స్టీల్ బాక్సుల్ని తీశాడు. పాకెట్ కి పదికిలోల ప్రకారం, ఛార్జ్ ని జాగ్రత్తగా పాక్ చేయించి తెప్పించాడు. మసూద్ అలీ వెళ్ళేముందే వాటిని నాలుగు మిల్లీమటర్ల మందమున్న, పది పివిసి బాక్సుల్లో నీట్ గా అమర్చి, బాటరీలు, వైర్లు, టైమర్స్ ఫిక్స్ చేసుంచాడు. మొత్తం పది బాక్సుల ప్లాస్టిక్ ఎక్స్ ప్లోసివ్. అందులోంచి నాలుగింటిని తీశాడు. ఫిదాయిలు తవ్విన ఒక్కో స్పాట్ కి ఇరవై కిలోలు. మిగిలిన అరవై కిలోలు, లావాడేం కోసం. ఇంకొన్ని గంటల్లో తన జీవితాశయం పూర్తవుతుంది. బహుశా, తన జీవితం కూడా!

ఫిదాయిల్లో నలుగురిని పిలిచి, రెండు పాకెట్స్ సెంటెక్స్ యిచ్చాడు "మొదటి గొయ్యిలో ఫిక్స్ చేయండి చెప్పాడు "ఛార్జ్ ని మాత్రంలోనికి తీసికెళ్ళండి, బాటరీస్, టైమర్స్ పైనే సెట్ చేయాలి. ఇక్కడవగానే, యింకో రెండు బాక్సుల్ని రెండో గొయ్యిలో సెట్ చేయండి. నే యిప్పుడే వస్తాను" చెప్పాడు. ఇంకో అరగంట టైం ఉంది. ఈలోపు సౌరంగం అన్వేషణ ఎక్కడిదాకా వచ్చిందో చూద్దామని బయల్దేరాడు.

అక్కడినుండి ఫిదాయిల మొదటి గ్రూప్, దాదాపు నాలుగొందలమీటర్ల దూరంలో ఉంది. అంటే, ఇరవైఐదో గ్రూప్ సుమారు కిలోమీటర్ దూరంలో ఉండాలి. అక్కడి వరకూ నేల రాళ్ళతో ఎగుడు,దిగుడుగా ఉంది, అందుకే పని నెమ్మదిగా సాగుతోంది. ఆ తర్వాత తపోవనం మొదలవుతుంది. అక్కడ నేల చదునుగా ఉంటుంది, కాబట్టి తమ అన్వేషణ స్పీడ్ గా సాగుతుంది. వేగంగా నడుస్తూ, ఒక్కో గ్రూప్ ని గమనిస్తూ వస్తున్నాడు.

కపర్ది, శర్వగ్నులు అటాక్ చేస్తున్న వైపునుండి చుట్టూ తిరిగి, గోముఖం గ్లేసియర్ దగ్గరికి చేరుకున్నాడు. అక్కడ ఇద్దరు ఫిదాయిలు కనిపిస్తున్నారు. చీకట్లో కళ్ళని అడ్జస్ట్ చేసుకుంటూ వాళ్ళకి దగ్గరగా జరిగాడు. వాళ్ళ చేతుల్లో మనీలా రోప్స్ కనిపిస్తున్నాయి. తమ ముందున్న గొయ్యిలాంటి దానిలోకి చూస్తున్నారు.

కపర్ది మరి కాస్త దగ్గరికి వెళ్ళాడు. ఆ గోతిలో యింకో రెండు ఫ్లోరోసెంట్ జాకెట్స్ కనిపిస్తున్నాయి. మరో ముప్పై అడుగుల దూరంలో యింకో ముగ్గురు యిలాగే తాళ్ళు పట్టుకుని నించున్నారు.

కపర్ది యింకేం ఆలోచించలేదు. ఖండాతీసి అటాక్ చేశాడు. దగ్గర్లో కనిపిస్తున్న యిద్దరు ఫిదాయీల తలలు తెగిపడ్డాయి. వారి చేతుల్లోని మనీలారోప్స్ జారడంతో, గోతిలో ఉన్న యిద్దరూ జారిపడ్డారు. ఇప్పట్లో వాళ్ళు బయటికి రాలేరు. రెండోగొయ్యి వైపుకి కదిలాడు. అక్కడున్న ముగ్గురి ఏకాగ్రత, గోతిలోని తమ పార్టనర్స్ మీదే ఉంది. కపర్ది తపోవనం వైపుకి చూశాడు. దూరంగా కొన్ని ఫ్లోరోసెంట్ జాకెట్స్ కనిపిస్తున్నాయి. అటునుండి ఎవరూ రావడంలేదు. నేలమీదికి జారి, చీకట్లో నిశ్శబ్దంగా పాకుతూ, రెండో గోతికి ఆరడుగుల దూరానికి చేరుకున్నాడు.

హమీద్ తన పదహారో టీం దగ్గరికొచ్చినప్పుడు గమనించాడు, ఫిదాయీలు కదలడం లేదు. ఏదో జరిగింది. ఇంకాస్త దగ్గరగా వెళ్ళి చూశాడు, దేవదారు కొమ్మలకి తొడిగిన ఫ్లోరోసెంట్ జాకెట్స్ చూడగానే అర్థమైంది, తమ మీద అటాక్ జరిగిందని. వేగంగా వెనక్కొచ్చి, పదిహేనో టీం దగ్గరున్న మోటర్ జనరేటర్ సెట్ మీదున్న హూటర్ (సైరన్) బటన్ నొక్కాడు. ముందుజాగ్రత్తగా, ప్రతి ఐదు జనరేటర్ సెట్స్ లో ఒకదానిమీద హూటర్ పెట్టించాడు. ఎమర్జెన్సీలో అందర్నీ అలర్ట్ చేయడంకోసం.

కపర్ది పైకిలేచే సమయానికి, దూరంగా ఫిదాయీలవైపు నుండి ఏదో సైరన్ శబ్దంలా వినిపించింది. ఇక్కడున్న ఫిదాయీలు తలలు తిప్పి అటు చూడబోతున్నారు. కపర్ది మనసు ఏదో ప్రమాదాన్ని శంకించింది, వేగంగా కదిలాడు. సరిగ్గా ఫిదాయీలు తలలు తిప్పే సమయానికి అటాక్ చేశాడు. అతడి కాళ్ళు ప్రత్యాలీఢ పొసిషన్ లో ఉన్నాయి. నాలుగు సెకండ్లలో ఇద్దరు ఫిదాయీల మెడనరాలు తెగిపోయాయి. అంతలో మూడో ఫిదాయీ తాడొదిలేసి, కిందున్న లేజర్ హాండ్ టార్చ్ తీశాడు. లేజర్ బీం, తన మీదికి తిరగబోతుండగా కపర్ది గాల్లోకి ఎగిరాడు. అతడి ఖండా, మూడో ఫిదాయీ తలని నరికేసింది. వాడు గోతిలోకి జారిపడ్డాడు. కపర్ది క్షణం ఆలస్యం చేయకుండా, దూరంగా ఫిదాయీలున్న వైపుకి పరుగులు తీశాడు.

సైరన్ మోగగానే ఏం చేయాలో ఫిదాయీలకి తెలుసు. అందరూ తమ లేజర్ హాండ్ టార్చిలని పైకెత్తి పట్టుకుని, హూటర్ మోగిన వైపుకి తిరిగి చూశారు. హమీద్ పదిహేనో టీంకి సైగ చేశాడు. ఇందాక తానొచ్చినవైపు కాకుండా, పశ్చిమం వైపుకి లేజర్ బీంని ఫోకస్ చేయమని. అటాక్ అటునుండే జరిగుండాలి. మిగిలిన టీంస్ కూడా తమ లేజర్ బీంస్ ని అటువైపుకి తిప్పాయి.

తాము నించున్న పొసిషన్స్ లో, నేలమీదినుండి మొదలెట్టి, బీంస్ ని ముందుకు కదిలించారు. ట్రైనింగ్ వల్ల, అందరి బీంస్ ఒకే వేగంతో నేలని కోస్తూ ముందుకు సాగుతున్నాయి. లేజర్ బీంలని అడ్డంగా అటూ, యిటూ పది అడుగులదూరం వరకూ తిప్పుతూ ముందుకు కదిలారు. కిందపడిన మంచు, లేజర్ బీం వేడికి ఆవిరై, ధుమ్ము రేగుతోంది. శర్వగ్నులు ప్రమాదాన్ని గమనించారు. అలాంటప్పుడు నేలకి జారిపోయి, దూరంగా తపోవనం ఉన్నవైపుకి పాకమని కపర్ది వారికి చెప్పాడు. రాళ్ళు, చెట్లు యివేవీ లేజర్ బీంస్ ని ఆపలేవు. రెండంగుళాల మందమైన స్టీల్ ని కూడా ఐదు సెకన్లలో అది కోసేయగలదు. లేజర్ బీం కి పది, పన్నెండు అడుగుల దూరం వరకు ఫోకస్ ఉంది. అందరూ నేలకి జారగిలపడి పాకుతున్నారు.

హమీద్, పదహారో టీం నుండి ఇరవైఐదో టీం వరకు గమనించాడు, హూటర్ మోగాక కూడా వాటి లేజర్ బీంస్ లో చలనంలేదు. అంటే, తపోవనం వైపున్న తన పది టీంస్ ని, శత్రువులు ఎలిమినేట్ చేశారు. ఇప్పుడు శత్రువులు అటువైపుకే వెళుతుండాలి. హమీద్ పదిహేనో టీంకి సైగచేశాడు. లేజర్ ని ఫోకస్ చేస్తూ, తపోవనం వైపుకి మార్చ్ చేయమని. మిగిలిన టీంస్ కూడా ఫాలోచేశాయి. హమీద్ తలతిప్పి గోముఖం వైపుకి చూశాడు. అక్కడ ఒక్క ఫ్లోరోసెంట్ జాకెట్ కూడా కనబడ్డంలేదు! అటువైపుకి పరుగులు తీశాడు. నేల విపరీతంగా జారుతోంది. వీలైనంత వేగంగా వెళుతూ, ఎడమవైపుకి తలతిప్పి, తన టీంస్ ని గమనిస్తున్నాడు.

హమీద్ తన ఆరో టీం ని దాటుకుని వెళ్తున్నప్పుడు గమనించాడు, మొదటి ఐదు టీంస్ లేజర్ బీంస్ కనబడ్డంలేదు. ఫ్లోరోసెంట్ జాకెట్స్ నేలకి దగ్గరగా పడున్నాయి. అంటే, ... యిటువైపు నుండి కూడా ఎవరో అటాక్ చేస్తున్నారు. ఆరో టీంకి సైగచేశాడు, లేజర్ ని యిటువైపు తిప్పమని. నేలని కోస్తూ లేజర్ ముందుకెళ్ళింది. ఆ శబ్దంలో, హమీద్ యింకో శబ్దాన్ని గమనించలేదు. ఆరోటీంకి దగ్గరగా, చీకట్లో ఓ ఖండా అతివేగంగా తిరుగుతూ గాల్లో కదిలింది. క్షణాల్లో ఆరోటీం తలలు తెగిపడ్డాయి. హమీద్ ఉలికిపడి అటు చూశాడు. చీకట్లో ఏమీ కనిపించడంలేదు. వేగంగా వెనక్కి వెళ్ళి, ఏడో టీంని అలర్ట్ చేశాడు.

"ఫిదాయియో, శత్రువులు యిటువైపు నుండి కూడా అటాక్ చేస్తున్నారు. నే గ్లేసియర్ వైపుకెళ్ళాలి, కవర్ చేయండి" చెప్పి తిరిగి గోముఖం వైపుకి పరుగులు తీశాడు. ఏడో టీంలో జిపిఆర్ హాండిల్ చేస్తున్న రెండో మెంబర్ వేగంగా కదిలి, ఆరో టీం వాడిన లేజర్ టార్చ్ని తీసుకుని, హమీద్ వెళుతున్న వైపుకి తిప్పాడు. హాండ్ టార్చ్ కేబుల్ సుమారు ఇరవై మీటర్లుంటుంది. మొబైల్ జనరేటర్స్ ని లాక్కుంటూ, హమీద్ వెనకే పరుగులు తీస్తూ యిద్దరూ హమీద్ ని చెరోవైపునుండి కవర్ చేశారు.

సరిగ్గా అదే టైంకి, తపోవనం వైపుగా పాకుతున్న శర్వగ్నులు మాట్లాడుకున్నారు. శత్రువులు తమ ఉనికిని పసికట్టేశారు. ఎనిమిది లేజర్ బీంస్ మాత్రం తామున్న వైపుకే కదులుతున్నాయి. శత్రువులు వాటి మొబైల్ జనరేటర్స్ ని కూడా లాక్కుని వస్తుండాలి. అటు తమ లీడర్, మల్గోలా గోముఖం వైపువెళ్ళాడు. అంటే, మిగిలిన లేజర్ బీంస్, మల్గోలా మీద అటాక్ చేస్తుండాలి. ఇలాంటప్పుడు చీకట్లో దాక్కోవడం కంటే, నేరుగా దాడిచేసి తాడోపేడో తేల్చుకోవడం మేలు. ఎలాగైనా మల్గోలాని కాపాడగలిగితే శర్వగ్ని ఉద్యమం కొనసాగుతుంది. ఒక్కసారిగా అందరూ లేచి, గోముఖం వైపుకి పరుగులుతీశారు.

అదే టైంకి, తనని కవర్ చేస్తున్న రెండు లేజర్ బీంస్ కిందపడిపోవడం గమనించాడు హమీద్. అంటే తన ఏడో టీంని కూడా శత్రువు ముగించేశాడు. ఇక టైంలేదని హమీద్ కి అర్థమైంది. తమమీద రెండు వైపులనుండి అటాక్ జరుగుతోంది. గోముఖం దగ్గర పదిమంది ఫిదాయిలుండాలి. రెండుగోతుల్లో ఉన్న ఐదుమందినీ వదిలేసినా, కనీసం పైనున్న ఐదుగురైనా కనిపించాలి. వాళ్ళూ కనిపించడం లేదు. అసలేం జరుగుతోంది!? సిబిఐ లేదా ఏటిఎస్ తమమీద యింత త్వరగా అటాక్ చేయడానికి ఛాన్స్ లేదు. ఎందుకంటే, యిప్పటివరకూ తమ మువ్ మెంట్స్ లో అనుమానించాల్సిందేమీ జరగలేదు. ఎవరు చేస్తున్నారిదంతా!?

హమీద్ వేగంగా మొదటి గొయ్యివైపుకి పరుగులు తీశాడు. మసకవెన్నెల్లో, గోతిలో ఉన్న యిద్దరు ఫిదాయిలు కనిపించారు.

"ఏం జరిగింది?" అడిగాడు.

"ఎందుకో పైనుండి రోప్స్ వదిలేశారు, పైకి రాలేకపోతున్నాం" చెప్పాడో ఫిదాయి.

హమీద్ కి అర్థమైంది. శత్రువు తమకంటే చాలావేగంగా కదులుతున్నాడు. ఇప్పుడు తనకి ఎక్కువ ఆప్షన్స్ లేవు, ఛాన్స్ తీసుకోక తప్పదు "ఎక్స్ ప్లోసివ్స్ ఫిక్స్ చేశారా?" అడిగాడు.

"చేశాం. టైమర్స్ పైనే ఉన్నాయి"

హమీద్ వేగంగా కదిలి, టైమర్స్ ని ఇరవైఐదు సెకండ్లకి సెట్ చేశాడు. ఈ యిద్దరినీ బయటికిలాగేంత టైంలేదు. కాబట్టి, బలివ్వక తప్పదు. వేగంగా రెండో గొయ్యివైపుకి వెళ్ళాడు. గొయ్యిలోని ముగ్గురు ఫిదాయిలు పైకి చూస్తున్నారు. హమీద్, తాళ్ళు లోనికివేసి "ఛార్జ్ తీసుకుని పైకిరండి, క్విక్" చెప్పాడు.

పదిహేను సెకండ్లలో ముగ్గురినీ లేజర్ టార్చిలతో సహా బయటికిలాగాడు. దూరంగా ఉంచిన సెంటెక్స్ ఉంచిన బాక్సుల్ని చూపించి, "రన్ ఫాస్ట్" అరిచాడు, పరుగుతీస్తూ.

సరిగ్గా బాక్స్ తీస్తుండగా వినిపించింది, చెవులు చిల్లులు పడేలా విస్ఫోటనం. మొదటి గొయ్యిలో ఎక్స్ప్లోసివ్స్ బ్లాస్టయ్యాయి. మట్టి, రాళ్ళు నీటిలో కలిసి పైనుండి పడుతున్నాయి. చేతుల్ని తలలకి అడ్డుగా పెట్టుకున్నారు. పదిహేనడుగుల లోతులో దాన్ని సెట్ చేశారు. దాని కెపాసిటీని బట్టి, గొయ్యి అక్కడినుండి సుమారు ముప్పై అడుగుల లోతువరకు వెళ్ళుండాలి. అంటే నేలకి నలభైఐదడుగులు. మొదటి గొయ్యి సరిగ్గా సొరంగం పైనే ఉంది. ఇంకో ఇరవై ఐదడుగుల లోతుకి వెళితే సొరంగంలోకి చేరుకోవచ్చు.

"మీ యిద్దరూ, ఫ్లోరోసెంట్ జాకెట్స్ విప్పేయండి. లేజర్ టార్చ్ లతో నా చుట్టూ కవర్ చేయండి. శతృవులు ఎటునుండైనా అటాక్ చేయొచ్చు, జాగ్రత్త" చెప్పి రెండోగోతిలోంచి తీసిన పాకెట్స్ ని మూడో ఫిదాయీకిచ్చాడు. టైమర్ సరిగ్గా పదిహేను సెకెండ్లకి సెట్ చేసి, "పరిగెత్తు, మొదటి గొయ్యిలోకి దూకేయ్" చెప్పాడు, మిగిలిన ఆరు పాకెట్స్ ని బాక్స్ లోంచితీస్తూ.

అదే టైంకి, ఫిదాయీలకి శర్వగ్నులకి మధ్య చివరిపోరాటం మొదలైంది. మొదటి బ్లాస్ట్ కి అలర్టై, కపర్ది వేగంగా గోముఖం వైపుకి పరుగుతీస్తున్నాడు. చీకట్లో రెండు లేజర్ బీంస్ తన ముందున్న తడినేలని చీలుస్తూ, దారికి అడ్డంగా అటూ, యిటూ కదులుతున్నాయి. కళ్ళు చికిలించుకుని, అవి ఎక్కడినుండి వస్తున్నాయో చూశాడు. ఫ్లోరోసెంట్ జాకెట్స్ కనబడడంలేదు. ఫిదాయీలు విప్పేసుండాలి. ఇప్పుడు రిస్క్ తీసుకోకతప్పదు. శతృవు నేరుగా గోముఖం కిందే బ్లాస్ట్ చేస్తున్నాడు.

కపర్ది ఖండాని పళ్ళకింద బిగించి, లేజర్ బీంస్ తనముందు క్రాసై, దూరం వెళ్ళగానే గాల్లోకి ఎగిరాడు. ఇప్పుడు శతృవులు తనకి ఐదుమీటర్ల దూరంలో ఉన్నారు. తను దూకిన చప్పుడుకి ఆ యిద్దరూ అలర్టై, లేజర్స్ ని తనవైపు తిప్పుతుండగా అతడి ఖండా, ఓ ఫిదాయీ భుజాన్ని కట్ చేసింది. రెండో లేజర్ నేలని కోస్తూ తనవైపుకి వస్తోంది. అది తాకితేచాలు, క్షణాల్లో తన ప్రాణాలుపోతాయి. సరిగ్గా అప్పుడే రెండో విస్ఫోటనం వినిపించింది. పైనుండి మట్టి, నీరు, రాళ్ళు వేడిగా కురుస్తున్నాయి. రెండో ఫిదాయీ, ఓక్షణం పాటు కళ్ళు మూసుకున్నాడు. ఆ క్షణం చాలు కపర్దికి, ఆ ఫిదాయీ తిరిగి కళ్ళు తెరవలేదు.

కపర్ది వేగంగా గోముఖం వైపుకి కదిలాడు. హమీద్, అప్పటికే తన కాళ్ళకి, నడుముకి చెరో రెండు పాకెట్స్ చొప్పున ఆరు సెంటెక్స్ ఛార్జ్ లని కట్టుకుని, కష్టంమీద గోముఖం వైపు వెళుతున్నాడు. మొదటి గొయ్యి హమీద్ నుండి యింకో పదడుగుల దూరంలో ఉంది. వాడి ప్లాన్ అప్పుడర్థమైంది కపర్దికి. ఇదే తన జీవితంలో ఆఖరిపరుగన్నట్టుగా కదిలాడు.

సెంటెక్స్ ఉంచిన బాక్సుల దగ్గర ఓ మనీలారోప్ పడుంది. కపర్ది వంగి దాన్ని చేతిలోకి తీసుకుని ముడివేశాడు. వేగంగా పరుగుతీస్తూ, హమీద్ కి ఐదడుగుల దూరంలోకి వచ్చాడు. హమీద్ మొదటిగొయ్యికి రెండడుగుల దూరంలో ఉన్నాడు. అందులోకి దూకేయడానికి గాల్లోకి ఎగిరాడు. అదేటైంకి కపర్ది తన చేతిలోని మనీలారోప్ విసిరాడు. అది హమీద్ మెడకి ఉరిలా బిగుసుకుంది. అప్పటికే హమీద్ శరీరం గొయ్యిలోకి జారింది.

కపర్ది వేగంగా మనీలా రోప్ ని పైకిలాగి, హమీద్ ని గొయ్యినుండి దూరంగా విసిరేశాడు. పళ్ళకింద బిగించిన ఖండాని చేతుల్లోకి తీసుకుని వేగంగా పరిగెడుతూ, కిందపడబోతున్న హమీద్ శరీరాన్ని నడుందాకా నరికేశాడు. తెగి కిందపడి కొట్టుకుంటున్న అతడి కాళ్ళని పట్టుకుని, పైకెత్తి తిప్పి దూరంగా లోయల్లోకి విసిరేశాడు. అరవైకిలోల సెంటెక్స్ లోయలో పేలబోతోంది. కపర్ది తన చెవులు గట్టిగామూసుకుని, నేలమీద పడుకున్నాడు.

పదిసెకన్లు గడిచాయి, బ్లాస్ట్ శబ్దం రాలేదు. ఇంకో పదిహేను సెకన్లు గడిచాయి... ఏం జరిగింది!? అనుకుంటూ తలెత్తి చూశాడు. కాస్తదూరంలో తెగిపడున్న వైర్లు, బాటరీలు కనిపించాయి. అప్పుడర్థమైంది. తన ఖండా, హమీద్ నడుముతోపాటు అక్కడ కట్టుకున్న వైర్స్ ని బాటరీలనికూడా కట్ చేసింది.

సెంటెక్స్2-పి ప్రమాదవశాత్తూ పేలదు. పియిటిఎన్, వాక్స్ రెండింటినీ కలిపి బూస్టర్ గా ఛార్జ్ మధ్యలో ప్రత్యేకంగా అమర్చడం వల్ల, యిది ప్రమాదవశాత్తూ పేలే అవకాశం లేదు. బాటరీలు తెగిపోవడం వల్ల స్పార్క్ వచ్చే అవకాశం పోయింది.

కపర్ది పైకిలేచి, హమీద్ వైపుచూశాడు. అతడి చేతులు అతి కష్టంమీద కదులుతున్నాయి. కపర్ది, దగ్గరలో పడున్న లేజర్ టార్చ్ తీశాడు. ఎంతోమంది అమాయకుల్ని, శర్వగ్నులని, షాజియా తల్లిదండ్రుల్ని, బంధువులని, తన కుటుంబాన్ని, చివరికి నచికేత్ లాంటి అమాయకుడిని కూడా పొట్టనపెట్టుకున్న హమీద్ మిర్, సగం శరీరం కోల్పోయి తనెదురుగా పడున్నాడు. వాడి కళ్ళలోమాత్రం, ప్రాచీనకేదారేశ్వరాన్ని నాశనం చేయాలనే ఆశ యింకా కనిపిస్తోంది. కపర్ది కళ్ళు అగ్నిగోళాల్లా ఉన్నాయి. పళ్ళు బిగించి, లేజర్ టార్చ్ బటన్ నొక్కాడు. ఎర్రని లేజర్ బీంని హమీద్ వైపుకి తిప్పి, దగ్గరగా వెళ్ళాడు.

హమీద్, అతడి వైపు చూశాడు, మసకవెన్నెల్లో కపర్ది జులపాలు చిరుగాలికి ఎగురుతున్నాయి. తన ఆఖరి క్షణాలు వచ్చేశాయని అప్పటికే హమీద్ కి అర్థమైంది. ఎడమచేతిని మెల్లగా మెడ వెనక్కి జరుపుతున్నాడు. కపర్ది, లేజర్ బీంని హమీద్ కి మరింత దగ్గరగా జరిపాడు, అది నేలని కోసేస్తోంది.

“నా ప్రతి స్టెప్ కి అడ్డుపడ్డావు, ఎవడ్రా నువ్వు?” అడిగాడు హమీద్, పళ్ళబిగువుతో తీవ్రమైన వేదనని భరిస్తూ.

“శర్వగ్ని ఉద్యమం అన్నీ రహస్యంగానే చేస్తుంది, నీలాంటి వెధవలకి డిటైల్స్ చెప్పే అవసరం మాకు లేదు. కానీ, మరణశిక్ష పడినవాడి ఆఖరి కోరిక తీర్చడం న్యాయం, కాబట్టి చెబుతున్నా. నీ కుడికంటి కిందున్న మచ్చనడుగు, నేనెవరో దానికి బాగా తెలుసు!” చెప్పాడు, లేజర్ ని హమీద్ మీదకి తిప్పుతూ.

అప్పటికి హమీద్ ఎడమచేయి అతడి మెడ వెనక్కివెళ్ళింది. చివరి ఆయుధంగా, సైనైడ్ పూసిన ఖైజర్ ని వీపుకి అమర్చుకోవడం, ముజాహిదీలకి అలవాటు. పళ్ళుకొరుకుతూ వేగంగా ఖైజర్ ని లాగి, కపర్దికేసి విసరబోయాడు. కానీ, అప్పటికే లేజర్ బీం అతడి శరీరాన్ని తాకింది. భరించరాని బాధతో హమీద్ మిర్ మెలికలు తిరగబోయాడు. కానీ, సగం శరీరంతో అదికూడా సాధ్యంకాలేదు.

మరో ఐదు నిముషాలకి శర్వగ్నులు అక్కడికి చేరుకున్నారు. అప్పటివరకూ నిర్లిప్తంగా లేజర్ తో హమీద్ శరీరాన్ని కాల్చేస్తూ నిలబడ్డాడు, కపర్ది. శర్వగ్నుల్లో ఒకరొచ్చి అతడి చెయ్యిపట్టుకునేదాకా ఈలోకంలోకి రాలేదు.

“మల్గోలా, అక్కడేం మిగల్లేదు. బూడిద తప్ప” చెప్పాడో మెంబర్.

కపర్ది తలతిప్పి అతడి వైపు చూశాడు “మన మెంబర్స్ ఎక్కడ?” అడిగాడు.

“అంతా సేఫ్, మిగిలిన ఫిదాయీలందర్నీ నరికేశాం”

కపర్ది నెమ్మదిగా తలతిప్పి, శర్వగ్ని ఉద్యమం మెంబర్స్ కేసి చూశాడు “ఒక్క ఎవిడెన్స్ కూడా వదలొద్దు. ఫిదాయీలందరి శరీరాల్ని, వారి లేజర్స్ తోటే బూడిద చేసేయండి” చెప్పి, వేగంగా గోముఖం వైపుకి పరుగులుతీశాడు. ముగ్గురు మెంబర్స్ అతడి వెనకే పరుగులు తీశారు. రెండు శక్తివంతమైన బ్లాస్ట్ ల దెబ్బకి, మొదటిగొయ్యి సుమారు అరపై అడుగుల లోతుకు వెళ్ళింది. రెండుగోతులూ కలిసిపోయాయి. విపరీతంగా మంచు కరగడంతో, గోముఖం ఉత్తరంవైపు గుహనుండి భాగీరథి పదిరెట్లు ఎక్కువ వేగంతో ఉరకలేస్తోంది. తాము గోముఖం వెనకవైపున్నా, ఆ హోరుకు చెవులు చిల్లులుపడేలా ఉన్నాయి.

“అర్జెంట్ గా ఈ గోతిని ఐస్ తో నింపి మూసేయాలి, లేకపోతే ప్రమాదం” గట్టిగా అరిచాడు కపర్ది.

“కానీ మల్గోలా అక్కడేముందని... ”

“ప్రాచీనకేదారేశ్వరం” అతడి ప్రశ్న పూర్తికాకముందే చెప్పాడు కపర్ది.

"కానీ, ఎలా? పైనుండి ప్రవాహం గోముఖం ముందువైపుకే జారిపోతోంది. ఇటు వెనక్కి రావడంలేదుగా" తిరిగి అడిగాడతను. చాలా కొద్దిమాత్రంగా ఐస్ యిటువైపు గొయ్యిలోకి జారుతోంది. గోముఖం తూర్పు-దక్షిణం వైపు బల్లపరుపుగా ఉంది, స్లోప్ చాలా తక్కువ. పశ్చిమ-ఉత్తరంవైపుకి స్లోప్ ఎక్కువగా ఉండడంవల్ల నీరు, మంచు అటే ఎక్కువగా జారుతుంటాయి.

శివానందసరస్వతి రాసిన కేదారపరిక్రమ గుర్తొచ్చింది కపర్దికి వారికి సైగచేశాడు, తపోవనం వైపు చూపిస్తూ. అప్పుడు టైం అర్ధరాత్రి దాటింది. ఫిదాయీల శరీరాల్ని బూడిదచేసే పనిని, ముగ్గురు శర్వగ్నులకి అప్పగించారు.

"ఫ్రెండ్స్, మనం శివలింగ్ పీక్ నుండి, తపోవనంమీదుగా ఈ గోతివరకూ కాలువ తవ్వాలి. అక్కడి మంచుకరిగి ప్రవాహం వస్తేగాని, యిటువైపున్న గొయ్యి నిండదు. ఈ మొబైల్ జనరేటర్స్ లో ఎంత డీజిల్ మిగిలుందో తెలీదు. శత్రువులు తెచ్చిన లేజర్స్ నే యిప్పుడు మనం వాడుకోవాలి. ఏం చేసినా తెల్లవారేలోపే చేయాలి, పదండి" చెప్పాడు.

జూన్ 6, 2013

భోజ్బాసా

షాజియా, విద్యారణ్యసరస్వతి ప్రశ్నార్థకంగా చూశారు, అరవింద్ నార్లేకర్ వైపు ఏం చేద్దాం అన్నట్టు.

నిన్న ఘాటాలో భవభూతిసరస్వతిని విడిపించుకుని బయల్దేరేసరికే సాయంత్రం ఏడైంది. ఏమాత్రం హెసిటేట్ చేయకుండా, క్షణం ఆలోచించకుండా, రివాల్వర్ తీసి ఫిదాయీలని కాల్చేసింది, షాజియా. ఎవడుపడితేవాడు మన దేశంలోకి దొంగగా దూరిపోవడం, అరాచకాలు చేసి తప్పించుకోవడం, అలవాటైపోయింది. వెనకా, ముందూ ఆలోచించకుండా ఇన్ఫిల్ట్రేటర్స్ ని చంపేస్తేగానీ, యిలాంటివాళ్ళలో భయం పుట్టదు. తనలోని ఈ మార్పు, తనకే ఆశ్చర్యంగా అనిపించింది. అది, హరిద్వార్ లో అడుగుపెట్టిన రోజునుండి యిప్పటివరకు తనకి కలిగిన అనుభవాలవల్లో, నచికేత్ హత్యవల్లో, కపర్దితో స్నేహంవల్లో, లేక తన పేరెంట్స్ గురించి తెలుసుకోవడంవల్లో, తనకే తెలియదు.

భవభూతిసరస్వతిని కూడా తమతో రమ్మని విద్యారణ్యసరస్వతి చెప్పారు. ముగ్గురూ హెలిపాడ్ చేరుకునేసరికే ఏడుంపావు. చీకటి పడబోతోంది, ఈ టైంలో ఫ్లయింగ్ సేఫ్ కాదని పైలెట్ మొండికేశాడు. ఇది నేషనల్ సెక్యూరిటీ మాటరని చెప్పి, ఎలాగో కన్విన్స్ చేసి బయల్దేరదీసింది. హర్సిల్ చేరుకునేసరికే చీకటి పడడంతో అక్కడే ఆగక తప్పలేదు. అదే టైంకి యింకో హెలికాప్టర్ కూడా హర్సిల్ చేరుకుంది. అరవింద్ నార్లేకర్, యువనాశ్వశర్మ అందులో వచ్చారు. టెన్షన్ భరించలేక వచ్చేశామని చెప్పారు.

బిస్కట్స్, మంచినీళ్ళు పాక్ చేయించుకుని, హెలికాప్టర్ లో తెల్లవారి ఆరుకే బయల్దేరి, భోజ్బాసాకి దగ్గరగా డ్రాపయ్యారు. అక్కడ హెలికాప్టర్ దిగడానికి పాడ్ లేదు. పైలట్ వీలైనంత కిందికొచ్చి, లాడర్ వేసి అందరినీ దింపి వెళ్ళాడు. భోజ్బాసా చెక్ పోస్ట్ చేరేసరికి ఉదయం ఏడున్నరైంది. అక్కడ సెక్యూరిటీ గార్డ్స్ వారిని ఆపేశారు.

"రాత్రి గోముఖ్ నుండి రెండు పెద్ద శబ్దాలయ్యాయి, బ్లాస్టింగ్ లాగా. భాగీరథికూడా ఉరకలేస్తోంది. అందుకే, ఉదయం నుండి యాత్రికులందరినీ యిక్కడే ఆపేశాం" చెప్పాడు అక్కడి ఆఫీసర్.

"సర్, మనం ఎలాగైనా వెళ్ళాలి. అక్కడేం జరుగుతోందో?" సందేహిస్తూ చెప్పింది షాజియా. విద్యారణ్యసరస్వతికి కూడా చాలా ఆందోళనగా ఉంది. గురూజీ రాసింది చదివాక, తమ ఆశ్రమం మీద ఎంత పెద్ద బాధ్యతుందో అర్థమైంది. కపర్ది, శర్వగ్నులు దానికోసం ప్రాణాలకు తెగించి పోరాడేందుకు వెళ్ళారు. అలాంటప్పుడు తాము భయపడుతూ యిక్కడే ఆగిపోవడంలో అర్థంలేదు.

"ఏటిఎస్ కమెండోస్ సాయంత్రం నాలుగుకల్లా చేరుకుంటారు" చెప్పాడు అరవింద్ నార్లేకర్, ప్రొఫెసర్ వైపుచూస్తూ.

ఆయన అప్పటికే పైలాన్ ఏబి5- మోడల్, రేడాన్ ఇన్స్ట్రుమెంట్ ని సెట్ చేసి, నేలనుండి రేడాన్ విడుదలవుతోందేమోనని చెక్ చేశారు. అలాంటి సూచనలేవీ కనిపించలేదు. "అరవింద్, మనం వెళదాం. ఆమాత్రం రిస్క్ తీసుకోక తప్పదు. మనవల్ల శర్వగ్నులకి ఏమాత్రం హెల్ప్ అందినా చాలు. ఇప్పుడు ఆలోచిస్తూ ఆగిపోతే, తర్వాత పశ్చాత్తాపం మనల్ని జీవితాంతం వేధిస్తుంది" చెప్పారు యువనాశ్వశర్మ.

"నేను మీగురించే హెసిటేట్ చేస్తున్నాను. మీకు ఓకే ఐతే, పదండి వెళదాం"

సెక్యూరిటీ ఆఫీసర్ సీరియస్ గా చూశాడు, యిద్దరివైపుకీ, నా పర్మిషన్ లేకుండా ఎలా వెళతారన్నట్టు. తన ఐ-కార్డ్ తీసి చూపించాడు, అరవింద్ నార్లేకర్ "బ్లాస్ట్స్ విషయం చూడ్డానికే వచ్చాం" చెప్పాడు.

"సర్, మరి మీకు గైడ్?"

విద్యారణ్యసరస్వతి ముందుకొచ్చారు "నేనే గైడ్ ని, ఇక్కడికి ఎన్నోసార్లు వచ్చాను" చెప్పారు.

ఆఫీసర్ మరేం మాట్లాడకుండా వారిని వదిలాడు.

భోజ్బాసానుండి గోముఖం సుమారు తొమ్మిది కిలోమీటర్లు స్లోప్ ఎక్కాలి. ట్రెక్కింగ్ బాగా అలవాటైన వారికి రెండు గంటలు పడుతుంది. అదే మామూలు యాత్రికులకైతే నాలుగ్గంటలు కావాలి. విద్యారణ్యసరస్వతి, భవభూతిసరస్వతి వేగంగానే ఎక్కుతున్నారు. మిగిలిన ముగ్గురూ కాస్త వెనకబడ్డారు.

నిన్న సాయంత్రంనుండి మౌనంగా ఉండిపోయిన భవభూతిసరస్వతి, మొదటిసారి మాట్లాడారు "మీ కొడుకు హత్యకి నేనే కారణం. ఇది తెలిసికూడా నన్నెలా క్షమించగలుగుతున్నారు?" ఆవేదనగా అడిగారు.

విద్యారణ్యసరస్వతి అతడివైపు మౌనంగా చూశారు "సన్యాసికి భార్య, పిల్లలనే భౌతిక సంబంధాలుండవు. కానీ, తనకంటే ముందు సన్యాసం తీసుకున్న వ్యక్తి గురువవుతాడు, తన తర్వాత సన్యాసైన వ్యక్తి శిష్యుడవుతాడు. గురువు తండ్రితో సమానం, శిష్యుడు కొడుకుతో సమానం. ఇది ఆధ్యాత్మిక సంబంధం. నువ్వు నాతర్వాత సన్యాసం పుచ్చుకున్నావు. కాబట్టి, నిన్నే నా కొడుకుగా, అంటే శిష్యుడిగా భావిస్తాను. నా తర్వాత, గణపతి ఆశ్రమానికి నువ్వే గురువై అందరికీ దారి చూపించు" చెప్పారు.

భవభూతిసరస్వతి దుఖాన్ని ఆపుకోలేక పోయారు. వేగంగా వచ్చి, విద్యారణ్యసరస్వతి కాళ్ళు పట్టుకున్నారు "లేదు గురూజీ, నాకా అర్హతలేదు. నచికేత్ లాంటి మంచి వ్యక్తి హత్యకి కారణమైన నాకు, బ్రతికుండే అర్హత కూడాలేదు" చెప్పారు.

"ఈ పశ్చాత్తాపమే నీకు దారి చూపించనీ. పద, వీలైతే శతాబ్దాలుగా మా ఆశ్రమం రహస్యంగా ఉంచిన ప్రాచీన కేదారేశ్వుడిని ఈరోజే నీకూ చూపిస్తాను. అక్కడున్న అమూల్యమైన సంపద ఏంటో నువ్వూ చూద్దువుగాని" చెప్పారు విద్యారణ్యసరస్వతి ముందుకు నడుస్తూ.

గోముఖం చేరుకునేసరికి పదకొండు దాటింది. షాజియా తన రివాల్వర్ తీసి, ఫిదాయీలెవరైనా కనిపిస్తారేమోనని అటూ, యిటూ చూస్తూ ముందు వెళుతూంది. గోముఖం దగ్గరికొచ్చినా మనిషిజాడ కనిపించకపోవడంతో ఆగి, వెనక్కి తిరిగింది.

"అటువైపుకి వెళదాం" చెప్పారు ప్రొఫెసర్.

అందరూ గోముఖం ఉత్తరం వైపుగా పైకెక్కి తపోవనంవైపుకి చేరుకున్నారు. అప్పుడు గమనించింది షాజియా. కింద కాస్తదూరంలో ఓ వ్యక్తి, తన ఖండాతో గోముఖం వైపుకి వెళుతున్న కాలువని సరిచేస్తున్నాడు. అతడి పొడవైన జులపాలు, మొహానికి అడ్డుపడుతున్నాయి. వాటిని పక్కకితోస్తూ, సీరియస్ గా తన పని చేసుకుపోతున్నాడు. షాజియా వేగంగా అతడివైపుకి పరుగుతీసింది.

"కోపీ, ఏం చేస్తున్నావ్?" అడిగింది, ఆశ్చర్యం, సంతోషం, బాధ, ఆందోళన అన్నీ కలగలిసిన స్వరంతో.

"కేదార పరిక్రమ" చెప్పాడు కపర్ది, తల పైకెత్తుతూ. అప్పటికి మిగిలిన అందరూ అక్కడికి చేరుకున్నారు.

"చంద్ బర్దాయి వంశం పేరు నిలబెట్టావు" చెప్పారు, విద్యారణ్యసరస్వతి "నీ శర్వగ్నులెక్కడ?" అడిగారు.

"రాత్రంతా పనిచేసి అలిసిపోయారు, గురూజీ. తపోవనం దగ్గర కూచున్నారు" చెప్పాడు కపర్ది. షాజియా, తన బాస్ ని, ప్రొఫెసర్ ని కపర్దికి పరిచయం చేసింది.

"ఇంతకీ ఫిదాయీలు?" అడిగాడు, అరవింద్ నార్లేకర్.

"సర్, ఫిదాయీలెవరు? ఇక్కడ మాకెవరూ కనిపించలేదు" చెప్పాడు కపర్ది, సీరియస్ గా మొహం పెట్టి.

"గుడ్ ఆన్సర్" అరవింద్ నార్లేకర్ తలూపాడు, అర్థమైనట్టు.

యువనాశ్వశర్మ అప్పటికే గోముఖానికి దగ్గరగా వెళ్ళి చూస్తున్నారు గోముఖం వెనకవైపు ఏర్పడిన గొయ్యి అప్పటికే నిండుతోంది. ఇంకాసేపైతే, రాత్రి అక్కడ రెండు మేజర్ బ్లాస్ట్స్ అయ్యాయని ఎవరూ కనుక్కోలేరు.

అందరూ అక్కడికి వచ్చాక, కపర్ది రాత్రి జరిగినవన్నీ చెప్పాడు. విన్నాక, కాసేపు ఎవరికీ మాట పెగల్లేదు, స్తబ్దుగా ఉండిపోయారు. ఏమాత్రం అటూ, యిటూ అయ్యుండినా, ఏం జరిగుండేదో ఊహించుకోవడానికే భయం వేస్తోంది.

"నీకు, శర్వగ్నులకు, మన దేశం, ప్రపంచం ఎప్పటికీ రుణపడుంటారు" చెప్పాడు అరవింద్ నార్లేకర్ "మా సిస్టంకి నువ్వు విసిరిన ఛాలెంజ్ లో నే ఓడిపోయాను, సారీ. ఏటిఎస్ కమెండోస్ కోసం ఆగుంటే, ఈపాటికి హమీద్ మిర్ సక్సెసయ్యుండేవాడు"

"లేదు సర్. మీరు రూల్స్ పక్కనబెట్టి, నన్ను విడిపించకపోయుంటే, యిదంతా సాధ్యమయ్యేది కాదు" చెప్పాడు కపర్ది.

"గురూజీ, మీరు అనుమతిస్తే, ప్రాచీనకేదారేశ్వరుడిని నేనూ చూడాలనుకుంటున్నాను, ఓ జియాలజీ స్టూడెంట్ గా" చెప్పారు యువనాశ్వశర్మ.

"నేను కూడా" చెప్పింది షాజియా.

"పదండి, అందరం కలిసే వెళదాం" చెప్పారు విద్యారణ్యసరస్వతి.

"ఏటిఎస్ కమెండోస్ సాయంత్రం నాలుగుకి వచ్చేస్తారు. అంతలోపే మనం బయటికొచ్చేయాలి" చెప్పాడు అరవింద్ నార్లేకర్.

అందరూ తపోవనం వైపుకి కదిలారు. శర్వగ్నులు తవ్విన ప్రవాహంలోనే త్వరగా స్నానాలు ముగించారు. రాత్రి పేలుళ్ళ శబ్దానికి భయపడి, దూరంగా వెళ్ళి దాక్కున్న భరల్స్ (యిక్కడి మేకలు) తపోవనానికి తిరిగొస్తున్నాయి. దారిలో పడున్న మొబైల్ జనరేటర్స్ లో మిగిలిన కాస్త డీజిల్ లో కొన్ని బట్టపీలికలు తడిపి నాలుగు దేవదారు కొమ్మలకి కట్టాడు కపర్ది. షాజియా అతడి వైపు అనుమానంగా చూసింది "సొరంగంలో వెళ్ళడానికి కాగడాలు" చెప్పాడు.

"శర్వగ్నుల్ని కూడా పిలువు" చెప్పారు విద్యారణ్యసరస్వతి, కపర్దితో.

"గురూజీ... !?" అనుమానంగా చూశాడు కపర్ది.

"వేల సంవత్సరాలుగా ఈ ప్రాచీనకేదారేశ్వర రహస్యం కాపాడబడుతోందంటే, అది కేవలం మా ఆశ్రమం గొప్పదనం కాదు. ఎలాంటి గుర్తింపుకోసం ఆశపడకుండా, తరతరాలుగా మీ చంద్ బర్దాయి వంశం, శర్వగ్నుల వంశాలు చేసిన త్యాగాలు, సాహసాలే నిజమైన కారణం. ఇంకో విషయం, వేల సంవత్సరాలక్రితం ప్రాచీనకేదారేశ్వరుడిని మొదట పూజించిన గిరిజనులే మన శర్వగ్నుల పూర్వికులు. కాబట్టి, ఈ క్షేత్రానికి శర్వగ్నులే నిజమైన వారసులు. మధ్యకాలంలో, దీని రహస్యాన్ని కాపాడే బాధ్యత మాత్రం మా ఆశ్రమానికివ్వబడింది, అంతే!"

కపర్ది, శర్వగ్నులకి సైగచేశాడు. అందరూ శివలింగ్ పీక్ దగ్గరికి చేరుకుని, జహ్నుముని ఆలయానికి కుడివైపున సీసంతో చేసిన ద్వారం వెదికారు. కపర్ది, ఆ ద్వారంమీద చెక్కబడిన శివలింగం కిందున్న రంధ్రంలో మహానాదాన్ని ఉంచి శక్తికొద్దీ పూరించాడు. ఆ ద్వారం లింక్స్ తెరుచుకున్నాయి.

కాగడాలు వెలిగించి, అందరూ సొరంగంలో ప్రవేశించారు. దాని స్లోప్ కిందికి వెళుతోంది. ఎత్తుకూడా చాలా తక్కువగా ఉంది. తల, నడుము వంచితేగాని నడవడం సాధ్యంకావడం లేదు. సుమారు రెండుగంటలు పట్టింది, గోముఖం కిందున్న లావాడోం శిఖరాన్ని చేరుకోవడానికి. గోముఖంనుండి మంచు కరిగి, ఏకధాటిగా ఆ లావాడోం మీదుగా జారుతోంది. అందులో కొంతభాగం ముందుకువెళ్ళి భాగీరథి ప్రవాహంలో కలుస్తోంది, మిగిలింది భూగర్భజలాల్లోకి వెళుతోంది.

శివానందసరస్వతి రాసినట్టు, మామూలు కళ్ళతోచూస్తే, యిందులో ఏమీ ప్రత్యేకంగా అనిపించదు. రేడాన్ ని తనలో దాచుకుని జీవరాశిని కాపాడుతూ, భూమి తనచుట్టూ తాను స్థిరంగా తిరిగేందుకు ఆధారమైన, ఈ ప్రాచీనకేదారేశ్వరుడి గురించి తెలుసుకుని, జ్ఞానం నిండిన కళ్ళతో చూస్తే, దాని గొప్పదనమేంటో తెలుస్తుంది. వేల సంవత్సరాలుగా ఇది భగవంతుడి రూపంగా ఎందుకు ఆరాధింపబడిందో, దీని చిహ్నాలు (శివలింగాలు) దేశమంతా ప్రతిష్టిపబడి ఎందుకు పూజలందుకుంటున్నాయో అర్థమవుతుంది.

షాజియా, యువనాశ్వశర్మ ఆశ్చర్యం నిండిన కళ్ళతో, ఓ అద్భుతమైన జియోలాజికల్ మార్వెల్ గా దాన్ని చూస్తున్నారు. ఈ గుహలోంచి తాము చూస్తోంది, లావాడోం శిఖరానికి ఓవైపు మాత్రమే. విద్యారణ్యసరస్వతి దాని గురించి క్లుప్తంగా భవభూతిసరస్వతికి చెప్పారు. అదే సమయంలో కపర్ది, శర్వగ్నులు తమ ఆరాధ్యదైవాన్ని చూస్తూ మైమరచిపోయారు. కృతజ్ఞతతో, భక్తితో నిండిన వారి చూపులే ప్రాచీనకేదారేశ్వరుడికి నీరాజనాలయ్యాయి.

"ఇక్కడ ఆక్సిజన్ లెవెల్ తక్కువగా ఉంది, పదండి బయటికి వెళదాం" చెప్పాడు యువనాశ్వశర్మ, కాసేపయ్యాక.

అందరూ సొరంగం నుండి బయటికొచ్చారు. సొరంగద్వారం, బయటినుండి మూయగానే ఆటోమేటిక్ గా లాక్ అయింది. తిరిగి గోముఖం చేరుకున్నారు. వేల సంవత్సరాలుగా మన పూర్వీకులు, రహస్యంగా కాపాడిన అద్భుతాన్ని చూసిన భావనాత్మకమైన స్థితిలో, అందరూ స్తబ్దుగా ఉండిపోయారు.

భవభూతిసరస్వతి మనసు పశ్చాత్తాపంతో నిండిపోయింది. శతాబ్దాలుగా తమ ఆశ్రమం, గణపతి ఆశ్రమాన్ని, వారి ఉద్దేశ్యాన్ని సరిగా అర్థం చేసుకోలేక, శతృత్వంతో చూసింది. కేవలం తమ అహాన్ని సంతృప్తి పరుచుకోవడం కోసం, చాలాసార్లు దేశానికి శతృవులైన ముజాహిదీలతో చేతులు కలిపి, వారి కుట్రల్లో తామూ భాగస్వాములయ్యారు. తన గురువుగారు, తాను, అజ్ఞానంతో యింకోమెట్టు ముందుకెళ్ళి, ఏకంగా ఐఎస్ఐ చేతుల్లో కీలుబొమ్మలుగా మారి, ఎంతోమంది అమాయకుల ఊచకోతకి, చివరికి నచికేత్ లాంటి యోగ్యుడైన పండితుడి హత్యకి కూడా కారణం అయ్యారు.

నిన్నరాత్రి ఏదైనా కాస్త అటూ, యిటూ అయ్యుంటే, అదే ప్రళయానికి నాంది అయ్యుండేది. సురేశ్వరాచార్యుల నిర్ణయమే సరైంది. తమ ఆశ్రమానికి ఈ ప్రాచీనకేదారేశ్వర రహస్యాన్ని తెలుసుకొనే యోగ్యతగానీ, కాపాడే సామర్థ్యంగానీ లేవు. తమలోని అహంకారాన్ని జయించలేనివారికి, యిలాంటి రహస్యాలు చెబితే ప్రమాదమే!

"నీలోని ఈ పశ్చాత్తాపాన్నే కర్తవ్యంగా మార్చుకుని, నచికేత్ స్థానాన్ని స్వీకరించు. మన రెండు ఆశ్రమాల మధ్య విభేదాలు ఈరోజుతో సమసిపోనీ. మా గురువుగారు కూడా చాలాసార్లు ప్రయత్నించారు. కానీ, విభాండకసరస్వతిగారు సయోధ్యకి ఒప్పుకోలేదు" అతని మనసులోని భావాల్ని చదువుతున్నట్టుగా చెప్పారు, విద్యారణ్యసరస్వతి.

భవభూతిసరస్వతి మౌనంగా తలూపారు. ఈ రోజు నుండి యిక కార్తికేయాశ్రమం ఉండబోదు, గణపతి ఆశ్రమం మాత్రమే ఉంటుంది, మనసులోనే నిర్ణయించుకున్నారు.

"అది సరే స్వామీజీ, మొన్న కోర్ట్ లో ఓ చిన్న అబద్ధం చెప్పిండొచ్చుగా. ప్రాచీనకేదారేశ్వరం గురించి వారి లాయర్ అడగ్గానే, గోముఖం దగ్గరుండొచ్చని ఎందుకు చెప్పేశారు?" అడిగాడు అరవింద్ నార్లేకర్, విద్యారణ్యసరస్వతి వైపు చూసి.

"నిజానికి మా గురువుగారి మాటల్లో, తపోవనం దగ్గరని ఓసారి దొర్లింది. నేను కాస్త మార్చి, గోముఖం దగ్గరని చెప్పాను. శత్రువుల్ని ముగించేందుకు కపర్దికి, శర్వగ్నులకి ఆమాత్రం సమయం చాలనుకున్నాను. అది అబద్ధమనుకునే చెప్పాను. కానీ, అదే నిజమౌతుందని మాత్రం అనుకోలేదు"

"ఎప్పుడూ నిజమే చెప్పే మీలాంటి వారి నోటివెంట అబద్ధం రానివ్వడులెండి, ప్రాచీనకేదారేశ్వరుడు" చెప్పింది షాజియా.

"నిజమే. ఏమైనా, శివానందసరస్వతి గురూజీ చెప్పినట్టు, ఓ మహాప్రమాదం చాలా దగ్గరగా వచ్చి తప్పిపోయింది" చెప్పాడు కపర్ది.

"అవును. కానీ, హమీద్ మిర్ ని నేనూ ఓ పోటు పొడవాలనుకున్నాను. కనీసం, నువ్వు వాడిని నరికేస్తుంటే నా కళ్ళారా చూడాలనుకున్నాను. నాకా ఛాన్స్ దక్కలేదు, బాడ్ లక్" చెప్పింది షాజియా.

"షాజియా, యిక వాడిని మరచిపో. నిజానికి, నీ తల్లిదండ్రులు చేసిన త్యాగం వృథా కాకూడదంటే, నువ్వు చేయాల్సిందింకోటుంది" చెప్పారు విద్యారణ్యసరస్వతి.

"ఏంటది గురూజీ?"

"కపర్దిని పెళ్ళి చేసుకో"

"గురూజీ... !?"ఆశ్చర్యంగా చూసింది, షాజియా.

"నచికేత్ నాకన్నీ చెప్పాడు. మీ యిద్దరికీ యిష్టమైనప్పుడు, యిక సందేహమెందుకు!?"

"కానీ... ?"

"షంసుద్దీన్ హబీబ్ దంపతులకి పుట్టిన నువ్వు, మతం గురించి ఆలోచిస్తావని నే అనుకోను"

"లేదు గురూజీ. కానీ, మా మేనత్త..."

"షాజియా, డోంట్ వరీ, నేను స్వయంగా వచ్చి మీ అత్త, మామల్ని కన్విన్స్ చేస్తాను" చెప్పాడు, యువనాశ్వశర్మ అడ్డొస్తూ.

"మీ తల్లిదండ్రుల స్నేహం, త్యాగాలు వృథా కాకూడదంటే, మీ యిద్దరి జీవితాలు ఒకటి కావాలి. కపర్దికి నీకంటే సరైన అమ్మాయి దొరకదు. చంద్ బర్దాయి వంశం కొనసాగాలి, ప్రాచీనకేదారేశ్వరాన్ని ఎప్పటికీ కాపాడుతూ ఉండాలి" చెప్పారు విద్యారణ్యసరస్వతి.

"ఆ అవసరం యిక లేదనుకుంటాను" చెప్పాడు కపర్ది, "ఇప్పుడీ రహస్యం ప్రభుత్వానికి తెలిసిపోయింది కాబట్టి, యికమీద ప్రాచీనకేదారేశ్వరం బాధ్యతని... "

"ప్రభుత్వానికి ఏమీ తెలియదు" చెప్పాడు అరవింద్ నార్లేకర్ అడ్డొస్తూ, "ఆ మాటకొస్తే, మాక్కూడా ఏమీ తెలియదు"

"సర్...నాకర్థం కాలేదు!?"

"నే చెబుతాను" అందుకున్నారు ప్రొఫెసర్ "ఈ రహస్యాన్ని కాపాడాల్సిన అవసరం, చరిత్రలోకంటే యిప్పుడే ఎక్కువగా ఉంది. ప్రకృతిలో ప్రతిదాన్నీ ఎక్స్ ప్లాయిట్ చేసి, డబ్బు సంపాదించడమే ప్రగతి అనుకునే స్వార్థశక్తులు యిప్పుడు దేశంలో చాలానే ఉన్నాయి. వాటికి రహస్యం తెలిస్తే చాలు, ప్రళయం తెచ్చిపెట్టడానికి. హమీద్ మిర్ లాంటి బయటి శత్రువుల అవసరమే లేదు!"

"కానీ, జనం చూస్తూ ఊరుకోరుగా?" అడిగింది షాజియా.

"షాజియా, ఒకప్పుడు ప్రతాప్ రామనారాయణ్ సింగ్ లాంటి మాఫియా లీడర్స్ కి, పొలిటికల్ కనెక్షన్స్ మాత్రమే ఉండేవి. ఇప్పుడు మాఫియా లీడర్లే నేరుగా రాజకీయాల్లోకి వచ్చేస్తున్నారు. అలాంటి నేరస్థుల్ని అసెంబ్లీలకి, పార్లమెంట్ కి ఎన్నుకుని, వాళ్ళు క్రిమినలైజేషన్ ఆఫ్ పాలిటిక్స్ గురించి ఉపన్యాసాలిస్తుంటే, నోళ్ళు వెళ్ళబెట్టుకుని వినే అమాయకత్వం మన సమాజంనుండి పోనంతవరకూ, శర్వగ్ని ఉద్యమం యిలాగే కొనసాగాలి, తప్పదు"

"ఐతే... ?" ప్రశ్నార్థకంగా చూశాడు కపర్ది.

"మేం ఎవరికీ ప్రాచీనకేదారేశ్వరం పేరుకూడా చెప్పలేదు. అందుకని దీన్ని కాపాడే బాధ్యత, ఎప్పటికీ మీ శర్వగ్నులదే. మా యిద్దరినీ కూడా నీ ఉద్యమంలో చేర్చుకో, చేతనైనంత సహాయం చేస్తాం" చెప్పాడు అరవింద్ నార్లేకర్.

కపర్ది, విద్యారణ్యసరస్వతి వైపు ప్రశ్నార్థకంగా చూశాడు. ఆయన తల ఊపారు. శర్వగ్ని ఉద్యమానికి ప్రొఫెషనల్ ట్రైనింగ్ అవసరమని జల్హణ్ సూర్ అంటుండేవాడు. అది యిన్నాళ్ళకి నెరవేరబోతోంది.

చెవులు చిల్లులుపడే హోరుతో, గోముఖం నుండి ఉరకలేస్తోన్న భాగీరథీ ప్రవాహం వైపు తదేకంగా చూసి నమస్కరించారు, విద్యారణ్యసరస్వతి. గురువుగారు రాసిన చివరి శ్లోకం, యిప్పుడు మరింత అర్థవంతంగా అనిపిస్తోంది.

యజుర్వేద పునర్మార్జన మంత్రం (దధిక్రావ్ణో అకారిషం జిష్ణోరశ్వస్య వాజినః సురభినో ముఖా కరత్ప్రణ ఆయోంషితారిషత్) అంటూ, పెరుగు సముద్రంనుండి పుట్టి, విష్ణువు రథానికి కట్టిన గుర్రాల్లా తీవ్రమైన వేగంతో సురభీముఖం నుండి కదిలే పవిత్రమైన జలప్రవాహం మనని శుద్ధిచేయాలని ఆ మంత్రం తలుచుకుంటుంది. మంచుతో కప్పబడి, తెల్లగా కనిపించే విశాలమైన గంగోత్రి గ్లేసియర్, ఆ మంత్రంలోని పెరుగుసముద్రం అయ్యుంటుంది. సురభి(కామధేనువు), ఈ గోముఖమే అయ్యుండాలి. ఇక్కడినుండి వేగంగా ఉరకలేసే భాగీరథీ ప్రవాహం, మనల్ని శుద్ధిచేయాలని దానర్థం.

గంగోత్రి, గోముఖాల్లో గ్లేసియేషన్ కోసం జరిగిన భగీరథ ప్రయత్నంలో, ఎంతోమంది తమ జీవితాలని యిక్కడే త్యాగం చేశారు. విధిలేని పరిస్థితుల్లో, వారికి అంత్యక్రియలు యిక్కడే జరిగాయి. గోముఖం దగ్గర, వారి త్యాగాల పదతలంలో, జీవరాశిని కాపాడుతున్న సత్యం దాగుందని గురువుగారి చివరి శ్లోకానికి మరో అర్థం కావచ్చు. శివానందసరస్వతి మాటలు పొడుపుకథల్లా ఉండేవి, ఓ పట్టాన అర్థం కావు. కానీ, అర్థమయ్యాక కలిగే ఆనందమే వేరు!

ఎపిలోగ్

గంగోత్రి ప్రాంతంలో టెర్రరిస్టులు దాడి చేయబోతున్నారని తమకొచ్చిన ఇన్ఫర్మేషన్, ఏదో పొరపాటని అరవింద్ నార్లేకర్ రిపోర్ట్ చేయడంతో, ఏటిఎస్ కమెండో ఆపరేషన్ ఆగిపోయింది. ముందురోజు రాత్రి, భోజ్వాసావరకు వినిపించిన రెండు పెద్ద శబ్దాలు, పిడుగుపాటు వల్ల మాత్రమేనని మీడియా రిపోర్ట్ చేసింది. కార్తికేయాశ్రమం అభ్యర్థనతో హరిద్వార్ కోర్ట్, ప్రాచీనకేదారేశ్వరం కేస్ ని కొట్టేసింది.

ఇది జరిగిన వారం రోజులకి, ఉత్తరాఖండ్ లో క్లౌడ్ బరస్ట్ వల్ల విపరీతమైన వర్షాలు కురవడం, వరదలు పోటెత్తడం, ఎంతోమంది యాత్రికులు కేదారనాథ్, గంగోత్రి క్షేత్రాల్లో యిరుక్కుపోవడం జరిగాయి. ఇదంతా హమీద్ పనే అనుకుని ముక్తార్ అహ్మద్ చాలా సంతోషించాడు. కానీ, మసూద్ అలీ, ఫిదాయీల జాడ తెలీకపోవడంతో ఐఎస్ఐ నిశ్శబ్దంగా గ్లోబల్ ఎన్విరాన్మెంట్ కంపెనీ, ఇండియన్ బ్రాంచిని మూసేసింది. రహస్యం బయటపడుతుందనే భయంతో, పాకిస్తాన్ లో ఉన్న ఇండియన్ స్లీపర్స్ ని కూడా చంపించేసింది.

శర్వాగ్ని ఉద్యమంలో ఓ కొత్త శకం మొదలైంది. ఉద్యమం తన ఉనికిని చాటుకోకుండా, నిశ్శబ్దంగా తనపని తాను చేసుకుపోతోంది, తమ ఆరాధ్యదైవమైన ప్రాచీనకేదారేశ్వరుడిలా!

చివరిమాట

ఈకథ, పాఠకులదృష్టిని పర్యావరణాన్ని పరిరక్షించడం మనకి ఎంత అవసరమనే విషయం మీదికి మరల్చే ఉద్దేశ్యంతో, కేవలం కల్పించబడింది, అంతే. కానీ, మన తప్పిదాల్ని సరిచేసుకోకుండా, పర్యావరణాన్ని యిలాగే నిర్లక్ష్యం చేస్తూంటే, త్వరలోనే మన జీవనదులు ఎండిపోవడం మాత్రం నిజం!

అలాగే మన ప్రాచీనుల విశాలభావాల్ని, మానవత్వాన్ని, ఆదర్శాలనీ అర్థం చేసుకోకుండా నిర్లక్ష్యం చేస్తూ వెళితే, మనలోని మంచి సంస్కారాలనే జీవనదులు కూడా త్వరలోనే ఎండిపోవడం ఖాయం!

మతాన్ని, సాంప్రదాయాల్ని సరిగా అర్థం చేసుకుని, నిజమైన ఆధ్యాత్మికత ఉన్నతికోసం, మత సామరస్యం కోసం, పర్యావరణ పరిరక్షణ కోసం, శ్రమించిన, శ్రమిస్తున్న వ్యక్తులందరికీ ఈ కథ అంకితం.

కొల్హాపూర్ రామమూర్తి

రచయిత